ഗ്രീൻ ബുക്സ്

മഞ്ഞിന്റെ ഗന്ധം

അഹമ്മദ് ഉമിത്

കവി, ഗ്രന്ഥകാരൻ, വിവർത്തകൻ.
1960ൽ ടർക്കിയിലെ ഗസിയാൻടെപ്പിൽ ജനനം.
വിദ്യാഭ്യാസം: ഡിയാർബാക്കിറിലെ അട്ടാറക്ക് ഹൈസ്കൂൾ,
ഇസ്താംബൂളിലെ മർമാര യൂണിവേഴ്സിറ്റിയിൽ
പബ്ലിക് അഡ്മിനിസ്ട്രേഷനിൽ ബിരുദം.
തുർക്കിയിലെ പട്ടാളഭരണത്തിനെതിരെയുള്ള
സജീവപ്രവർത്തകൻ. കമ്യൂണിസ്റ്റ് പാർട്ടി അംഗം.
Odor of Snow, Look here again, Stash of the Street
തുടങ്ങി നാല്പതിലേറെ ഭാഷകളിൽ പുസ്തകങ്ങൾ
പ്രസിദ്ധീകരിച്ചിട്ടുണ്ട്. ഒകാൻ യൂണിവേഴ്സിറ്റിയിൽ
അഡ്വൈസറി ബോർഡിൽ അംഗമാണ്.

ആര്യ ഗോപി: 1986 മാർച്ച് 28ന് ജനനം.
കോഴിക്കോട് സാമൂതിരി ഗുരുവായൂരപ്പൻ
കോളേജിൽ ഇംഗ്ലീഷ് അധ്യാപിക.
ഗ്രീൻ ബുക്സ് പ്രസിദ്ധീകരിച്ച 'അവസാനത്തെ
മനുഷ്യൻ' എന്ന കവിതാസമാഹാരത്തിന്
സാഹിത്യ അക്കാദമി അവാർഡ് ലഭിച്ചിട്ടുണ്ട്.
മറ്റു പുരസ്കാരങ്ങൾ: കക്കാട് അവാർഡ്,
വി.ടി.കുമാരൻ മാസ്റ്റർ അവാർഡ്, പൂന്താനം സമ്മാനം,
മാധ്യമം വെളിച്ചം അവാർഡ്, കടമ്മനിട്ട സ്മാരക
കവിതാ അവാർഡ്, വൈലോപ്പിള്ളി അവാർഡ്.

ഗ്രീൻ ബുക്സ് പ്രസിദ്ധീകരിച്ച
അഹമ്മ് ഉമിതിന്റെ ഇതര കൃതി

ദാർവിഷ് കവാടം

നോവൽ

മഞ്ഞിന്റെ ഗന്ധം

അഹമ്മദ് ഉമിത്

വിവർത്തനം:

ആര്യ ഗോപി

ഗ്രീൻബുക്സ്

green books private limited
gb building, civil lane road, ayyanthole,
thrissur- 680 003, kerala, ph: +91 487-2381066, 2381039
website: www.greenbooksindia.com
e-mail: info@greenbooksindia.com

original title
KAR KOKUSU
novel
by
AHMET ÜMIT

english
the smell of snow

malayalam
manjinte gandham

translated by
arya gopi

published july 2021

This Book has been translated with the assistance of the
Sharjah International Book Fair Translation Grant Fund

منحة الترجمة
Translation Grant
صندوق منحة الشارقة للترجمة
Sharjah Translation Grant Fund

cover design : mansoor cheruppa

branches:
thrissur 0487-2422515
thiruvananthapuram 0471-2335301
calicut 0495 4854662

isbn : 978-93-90429-81-3

GBPL/1184/2021

മുഖക്കുറി

ബോൾഷെവിക് കാലഘട്ടത്തിൽ മോസ്കോവിൽ ഉരുണ്ടുകൂടിയ സംഘർഷങ്ങളെ പശ്ചാത്തലമാക്കി രചിച്ച നോവലാണ് മഞ്ഞിന്റെ ഗന്ധം. ലോകത്തു നിന്നുള്ള എല്ലാ രാജ്യങ്ങളിൽ നിന്നും പുരോഗമന ചായ്‌വുള്ള വിദ്യാർത്ഥികൾക്കുള്ള ഇടം അന്ന് അവിടെയുണ്ടായിരുന്നു. സാർവദേശീയ തൊഴിലാളി ഐക്യം വിളംബരം ചെയ്തിരുന്ന ആ കാലത്ത് തുർക്കിയിൽ നിന്നുള്ള കുറെ വിദ്യാർത്ഥികൾ ഈ നോവലിലെ പങ്കാളികൾ ആകുന്ന ഒരു കൊലപാതകകഥ ചുരുളഴിയുന്നു. ചരിത്രത്തെ പിൻതിരിഞ്ഞു നോക്കാൻ ഉതകുന്ന രസകരമായ നോവൽ. നോവലിസ്റ്റായ അഹമ്മദ് ഉമിത് ഒരു ഇടതുപക്ഷ പ്രവർത്തകനും ആ കാലഘട്ടത്തിന്റെ പങ്കാളിയുമായിരുന്നു.

കൃഷ്ണദാസ്
മാനേജിങ് എഡിറ്റർ

ഒന്ന്

രണ്ടു ദിവസമായുള്ള മഞ്ഞുവീഴ്ച ഇന്ന് ഒന്നടങ്ങിയിട്ടുണ്ട്. മോസ്കോ നഗരത്തിന്റെ ചാരനിഴൽഛായയെ രാത്രിയോടുകൂടി നീലപ്പളുങ്കുമഞ്ഞിൻ കണങ്ങൾ വാരിപ്പൊതിഞ്ഞു. ഒരുപോലെയുള്ള പാർപ്പിടസമുച്ചയങ്ങളാൽ ചുറ്റപ്പെട്ട, പഴയ ആ നഗരത്തിന്റെ മദ്ധ്യത്തിൽ നൂറ്റാണ്ടുകളുടെ തല യെടുപ്പോടെ പ്രൗഢിയേറിയ മൺകെട്ടിടങ്ങൾ നിലയുറപ്പിച്ചിരുന്നു. ചുവന്ന നക്ഷത്രങ്ങൾ ചാർത്തിയ ഭരണശിലാകേന്ദ്രങ്ങളുടെ ഗോപുരങ്ങൾ, പുരാതനപള്ളികളുടെ തങ്കത്താഴികക്കുടങ്ങൾ ഇവയെല്ലാം സ്ഫടിക നിലാവിന്റെ നിശ്ചലതയിൽ ദിക്കറിയാതെ ആഴക്കടലിൽ അലയുന്ന ഭീമൻ ഹിമനൗകയെപോലെ കാണപ്പെട്ടു.

വടക്കുകിഴക്കൻ മോസ്കോയിലെ കുർക്കിനോ ഗ്രാമത്തിൽ വിദേശ വിദ്യാർത്ഥികൾക്കായുള്ള താമസസ്ഥലത്ത്, പതിവായി പാറാവുകാര നിരിക്കുന്ന കാവൽപ്പടിയിൽ വിക്റ്ററും നിക്കോളായും ഇരിക്കുന്നു. മഞ്ഞിൻപാളിയിൽ തട്ടിത്തെറിച്ച്, കാവൽമുറിക്കകത്തേക്ക് ജനൽപ്പാളി യിലൂടെ അരിച്ചെത്തിയ ഇളംനീലവെളിച്ചം സിഗരറ്റ് വലച്ചൂതി അവിടെ യിരുന്നവരുടെ മുഖത്ത് വിളറിയ നിഴലാട്ടങ്ങൾ തീർത്തിരുന്നു.

നിക്കോളായ് തന്റെ കൈത്തണ്ടയാകെ മറച്ചിരിക്കുന്ന വാച്ച് നോക്കി ക്കൊണ്ട് പിറുപിറുത്തു:

''പത്തരയായിരിക്കുന്നു. ഇത്രയും വൈകിയ നേരത്ത് ആരും പുറ ത്തിറങ്ങാറില്ലിവിടെ. നമ്മളെന്തിനെയാണ് ഇവിടെയിങ്ങനെ കാത്തിരി ക്കുന്നത്?''

തന്റെ സഹപ്രവർത്തകന്റെ പെരുമാറ്റത്തിലുള്ള അസ്വസ്ഥത വ്യക്ത മാക്കുന്നതുപോലെ, ആജാനുബാഹുവായ വിക്റ്റർ ആ ചോദ്യം കേൾ ക്കാത്ത ഭാവത്തിൽ ഇരുന്നു. അവരെന്തിനാണ് ഇത്രയും പോഴനായ ഒരുത്തനെ തന്റെയൊപ്പം വിട്ടത്? നിക്കോളായ് വിശ്വസ്തനാണെങ്കിലും ബാലിശമായാണ് പലപ്പോഴും പ്രതികരിക്കുന്നത്. അവൻ ഒന്ന് മിണ്ടാതിരു ന്നെങ്കിൽ എന്ന് വിചാരിച്ചു. സിഗരറ്റിലെ പുക അയാൾ ഊതിയൂതി

വിട്ടുകൊണ്ടിരുന്നു. നിക്കോളായ് നിർത്താൻ ഭാവമില്ലാതെ തല ചൊറിഞ്ഞു കൊണ്ട് വർത്തമാനം തുടർന്നു.

''യിൽഡിറിമിന് അവന്റെ രഹസ്യസന്ദേശം ഇവിടുത്തെ ഏതെങ്കിലും വിദ്യാർത്ഥിക്ക് കൈമാറണമെന്ന ഉദ്ദേശ്യം ഉണ്ടായിരുന്നോ എന്നു പോലും നിശ്ചയമില്ലല്ലോ?''

വിക്റ്ററിന്റെ ക്ഷമയെ ചോദ്യം ചെയ്യുന്ന പോലെയായി ഈ സന്ദേഹ ചോദ്യങ്ങൾ.

''ഇവിടെ തുർക്കികൾ താമസിക്കുന്ന മറ്റിടങ്ങൾ താങ്കൾക്കറിയാമോ?''

''ഈ സന്ദേശങ്ങൾ കൈപ്പറ്റുന്നവൻ തുർക്കിക്കാരൻ ആകണമെന്നുണ്ടോ? അന്വേഷണം അസർബൈജാൻകാരിലേക്കും എത്തേണ്ടതുണ്ട്?''

''വിഡ്ഢിത്തം പുലമ്പാതെ.''

തന്റെ പൊറുതികേട് മറച്ചുവെയ്ക്കാൻ വിക്റ്റർ പിന്നെ മെനക്കെട്ടില്ല.

''ഒരു റഷ്യക്കാരനെ സമീപിക്കാനായിരുന്നുവെങ്കിൽ ഇത്തരം ഒരു ചെറുഗ്രാമം അവർ തിരഞ്ഞെടുക്കുമായിരുന്നില്ല: അനാവശ്യ ശ്രദ്ധ കിട്ടാനിടയുള്ളയിടം. അവർ കണ്ടെത്താൻ ശ്രമിക്കുന്ന ആൾക്ക് മോസ്കോ നഗരം സുപരിചിതമാകണമെന്നില്ല. അതുകൊണ്ടായിരിക്കാം യിൽഡിറിം അപകടമേഖലയായ കുർക്കിനോയിൽ എത്തിയത്. അയാൾക്ക് അറിയാവുന്ന കുറച്ചിടങ്ങളിൽ ഒന്നാവാം ഇത്.''

''എനിക്കറിയില്ല.'' നിക്കോളായ് സഹപ്രവർത്തകനോട് യോജിച്ചില്ല. സന്ദേശത്തിന്റെ രഹസ്യഭാഷ കണ്ടെത്തിക്കഴിയുമ്പോൾ എല്ലാം ഉരുത്തിരിയുമായിരിക്കും. ''ഇത് സ്ഥിരമായ ഒരു ഗൂഢലിപിയാണല്ലോ അല്ലേ?''

''ഒസിപ്പ് അങ്ങനെ പറഞ്ഞിരുന്നു, ലക്ഷക്കണക്കിന് ടർക്കിഷ് പുസ്തകങ്ങൾക്കിടയിൽനിന്ന് രഹസ്യഭാഷയ്ക്കു നിദാനമായ പുസ്തകം തേടി ടർക്കിഷ് ലൈബ്രറികൾ അവർ അരിച്ചുപെറുക്കുകയാണ്.''

വിക്റ്റർ പറഞ്ഞു. ''ഈ രാത്രി ജാഗരൂകരായിരിക്കുന്നത് നമ്മൾ മാത്രമല്ല'' ചുണ്ടുകോട്ടി അയാൾ പറഞ്ഞു. നിക്കോളായ് വിക്റ്ററിന്റെ ജല്പനങ്ങൾക്ക് ചെവി കൊടുത്തില്ല.

''പുസ്തകം കണ്ടെത്താൻ പറ്റിയില്ലെങ്കിലോ?''

''അവർ അത് ഉറപ്പായും കണ്ടെത്തും. അവർക്കു കൂട്ടിവായിക്കാനാകാത്ത ഒരു ഗൂഢലിപിയും ഇന്നോളമുണ്ടായിട്ടില്ല.''

അയാൾ പറഞ്ഞു.

''പക്ഷേ, നമ്മൾ ഈ സന്ദേശം മാത്രം വിശ്വസിച്ചിരിക്കരുത്. ചിലപ്പോൾ അത് വ്യഥാവിലാകാം. അതിനെപ്പറ്റി കൂടുതൽ ആലോചിച്ചാൽ, വെറും നാലേ നാലു അക്കങ്ങളുള്ള വരികൾ. അധികസൂചനകളൊന്നുമില്ലാത്തത്.''

ഈ വാചകത്തിൽ തൂങ്ങി അന്വേഷണത്തിന്റെ സാദ്ധ്യമായ വ്യാഖ്യാനങ്ങളിലേക്ക് നിക്കോളായ് കടന്നു.

''ഒരു മുന്നറിയിപ്പ്, പുതിയ സംഗമസ്ഥലം, ഒരു ചോദ്യം.''

''അത് ശരിയാണ്.'' വിക്റ്റർ കൂട്ടിച്ചേർത്തു.

''പക്ഷേ അതിൽ സംക്ഷിപ്തമായ മുന്നറിയിപ്പ് ഉണ്ടായിരിക്കാം. അവരുടെ ചാരൻ ഇവിടെ പ്രാവർത്തികമാക്കേണ്ടതിനെക്കുറിച്ച്.''

വിരലുകൾക്കിടയിൽ സിഗരറ്റ് തിരുകി, നിക്കോളായ് നവീന പാർപ്പിട സമുച്ചയങ്ങളെയും രണ്ടുനിലയുള്ള പരമ്പരാഗത കുർക്കിനോ മരവീടുകളെയും താരതമ്യം ചെയ്യും പോലെ കൈ ചൂണ്ടി.

''നിങ്ങൾക്കു തോന്നുന്നുണ്ടോ നമ്മൾ അന്വേഷിക്കുന്നയാൾ അവിടെയുണ്ടെന്ന്?''

''അത് വെറും തോന്നലല്ല. എനിക്കുറപ്പുണ്ട്.''

''എന്നാൽ നമ്മളെന്താണ് ആ പരിസരത്തേക്ക് ഇതുവരെ കടക്കാത്തത്? അതിനകത്തുനിന്ന് അന്വേഷിക്കുകയല്ലേ എളുപ്പം?''

''വിദ്യാർത്ഥികൾ നമ്മളെ ശ്രദ്ധിക്കാനിടയാക്കും അത്.''

''താങ്കൾ 'കുട്ടികൾ' എന്നുറപ്പിച്ചു പറയുന്നുണ്ടല്ലോ വിക്ടറ്റർ സഹറോവിക്. പക്ഷേ ഇത് കണ്ടിട്ട് ഒരു സ്കൂൾ പോലെ തോന്നുന്നതേയില്ലല്ലോ?''

''നീ പറഞ്ഞത് ശരിയാണ്. ഇതൊരു സാധാരണ സ്കൂൾ അല്ല. കമ്മ്യൂണിസ്റ്റ് പാർട്ടിക്കാരേയും തൊഴിലാളി പ്രസ്ഥാനക്കാരേയും ഇവിടെയാണ് പരിശീലിപ്പിക്കുന്നത്. ഇതാണ് ഇന്റർനാഷണൽ ഇൻസ്റ്റിറ്റ്യൂട്ട് ഓഫ് ലെനിനിസം. അതിന്റെ ആസ്ഥാനം മോസ്കോയാണ്. ചിലപ്പോൾ നീ അതു കണ്ടുകാണും. എയ്റോപോട്ട് സബ്സ്റ്റേഷനെതിർവശം ഒരു മഞ്ഞക്കെട്ടിടം, ആ ചെറിയ പാർക്കിന്റെയടുത്തുള്ളത്.''

''സ്കൂൾ ആസ്ഥാനം അവിടെയെങ്കിൽ പിന്നെന്തിനാണ് കുട്ടികൾ ഇവിടെ പാർക്കുന്നത്?''

''ജർമ്മനി, സ്വീഡൻ, ഗ്രീസ്, സ്പെയിൻ, പോർച്ചുഗൽ എന്നിവിടങ്ങളിലെ അംഗീകൃത രാഷ്ട്രീയപാർട്ടി അംഗങ്ങൾക്കാണ് മോസ്കോ ആസ്ഥാനത്ത് പരിശീലനം. സി.ഐ.എയുടെയും മോസാദിന്റെയും രഹസ്യാന്വേഷണങ്ങളിൽ അകപ്പെടാതിരിക്കാനും അനധികൃതമായി അവരവരുടെ രാജ്യങ്ങളിൽ പ്രവർത്തിക്കാൻ നിർബന്ധിതരാക്കപ്പെടുന്നവരും ഇവിടെ തങ്ങുന്നു.''

നിക്കോളായുടെ കണ്ണുകൾ കുറുക്കന്റേതുപോലെ തിളങ്ങി.

''എല്ലാ കുട്ടികളും വിദേശീയരാണെങ്കിൽ, അവിടെ കയറിപ്പറ്റാൻ നമുക്ക് തടസ്സമൊന്നുമുണ്ടാകില്ല. വിവർത്തകരോ അദ്ധ്യാപകരോ ആയി വേഷം മാറിയാൽ മതിയല്ലോ?''

ആദ്യമായി വിക്റ്ററിന് തന്റെ ഇളയ സഹപ്രവർത്തകൻ പറഞ്ഞതിനോട് യോജിപ്പ് തോന്നിയെങ്കിലും നേരിയ നിരാശയോടെ അയാൾ കൂട്ടിച്ചേർത്തു:

''ഈ നിലയിൽ നമ്മൾ അകത്തു കടക്കുന്നതിനോട് കേന്ദ്രത്തിന് യോജിപ്പില്ല. ആൻഡ്രേയ് അൽജോവിക് ഇക്കാര്യത്തിൽ പല തവണ എനിക്ക് മുന്നറിയിപ്പ് നൽകിയിട്ടുണ്ട്. എനിക്കു തോന്നുന്നത് അതിന് പാർട്ടി സമ്മതം ഇല്ലെന്നാണ്. ഒന്നുമില്ലെങ്കിലും ഇവരെല്ലാം കേന്ദ്രകമ്മിറ്റിയുടെ അതിഥികളാണല്ലോ?''

''കേന്ദ്രകമ്മിറ്റിയുടെ അതിഥികൾക്കിടയിലൊരു ചാരൻ.''

ഒട്ടും കൂസലില്ലാതെ, ദുഷ്ടലാക്കോടെ നിക്കോളായ് ഇളിച്ചു.

''എല്ലാ അതിഥികളും കമ്മ്യൂണിസ്റ്റുകാരെന്ന് പറയാൻ വയ്യ.''

''അതിലതിശയിക്കാനൊന്നുമില്ല.''

വിക്റ്റർ പറഞ്ഞു. പരിഹാസ രൂപേണയുള്ള നിക്കോളായുടെ വർത്തമാനത്തോട് ചേർന്നു നിൽക്കാൻ വിക്റ്ററിന് തോന്നിയില്ല

''ഇത്തരം മുതലാളിത്ത രാജ്യങ്ങളിലെ ഇടതുപക്ഷസഹയാത്രികർ പൊരുതി നിൽക്കുന്നത് അപായസാദ്ധ്യതയുള്ള സാഹചര്യങ്ങളോടാണ്. ശത്രുവിന്റെ നുഴഞ്ഞു കയറ്റങ്ങൾക്ക് അവർ ഇരകളാകുന്നതിൽ അതുകൊണ്ടുതന്നെ അത്ഭുതപ്പെടാനൊന്നുമില്ലതന്നെ.''

അയാളുടെ വാക്കുകൾക്ക് ആത്മാർത്ഥതയില്ലായിരുന്നു. എന്നിരുന്നാലും അയാളുടെ വാക്കുകൾ തറയ്ക്കേണ്ടിടത്തു തന്നെ തറച്ചു. നിക്കോളായുടെ മുഖം ഗൗരവമാർന്നതായി. അതീവ ജിജ്ഞാസയോടുകൂടി അവൻ ചോദിച്ചു:

''തുർക്കി രഹസ്യാന്വേഷണ വിഭാഗമേ ഇതിനു പുറകിലുള്ളൂ എന്ന് നിങ്ങൾ കരുതുന്നുണ്ടോ? അമേരിക്കക്കാരും ചിലപ്പോൾ ഇതിൽ ഉൾപ്പെട്ടേക്കാം.''

''അത് എന്ത് വ്യത്യാസം ഉണ്ടാക്കാനാണ്? തുർക്കികളെ വില കുറച്ച് കാണരുത്. ലോകത്തിലേക്കും വെച്ച് അതിനിഗൂഢമായ ഏജൻസികളിലൊന്നാണവർ.''

തുർക്കി രഹസ്യാന്വേഷണവിഭാഗത്തിന്റെ പ്രച്ഛന്ന സവിശേഷതകളൊന്നും നിക്കോളായെ അലട്ടിയതായി തോന്നിയില്ല. എന്നാൽ പാർട്ടിയുടെ സമീപനം അയാളെ കുഴക്കിക്കൊണ്ടിരുന്നു.

''നമുക്ക് വേണ്ടയാളെ നമ്മൾ കണ്ടെത്തുമ്പോൾ കേന്ദ്രകമ്മിറ്റി ഇടംകോലിട്ടാൽ എന്തു ചെയ്യും?''

സിഗരറ്റ് മൊത്തം വലിച്ചു കുടിച്ച് വിക്റ്റർ പരിഹാസത്തിന്റെ നേത്രമുനയാൽ കൂട്ടാളിയെ നോക്കി. പുതിയ തലമുറയ്ക്ക് അത്യാവശ്യമുള്ളതും നിസ്സാരമായതും തമ്മിൽ വേർതിരിക്കാനറിയില്ല എന്നയാൾക്കു തോന്നി.

''ഇല്ല. അതുണ്ടാകില്ല.'' അയാൾ ഉറപ്പിച്ചു പറഞ്ഞു.

''സോഷ്യലിസ്റ്റ് സ്വരാജ്യത്തിന്റെ സുരക്ഷ എല്ലാറ്റിനും മീതെയാണ്?''

ഒരു നിമിഷാർദ്ധം രണ്ടാളും നിശ്ശബ്ദരായി. ചുറ്റിലും ചില നായ്ക്കൾ ഓരിയിടുന്നുണ്ടായിരുന്നു. അവരിരുവരും ഒച്ച കേട്ട ഭാഗത്തേക്ക് നടന്നു. ഇല്ല ആരുമില്ല. നിക്കോളായ് വീണ്ടും സംസാരിച്ചു തുടങ്ങി.

''നമുക്ക് തെറ്റിയതാകുമോ? അല്ലെങ്കിൽ അവർ വഴി തെറ്റിച്ചതാകുമോ?''

''എന്നിട്ട്?'' തന്റെ പങ്കാളിയുടെ അസംബന്ധ അനുമാനങ്ങളെ വിക്റ്റർ വ്യഗ്രതപ്പെട്ടു തള്ളിക്കളഞ്ഞു.

''താങ്കൾക്കറിയാമോ?'' വിക്റ്ററിന്റെ അവഹേളനം കണ്ടില്ലെന്നു നടിച്ച് നിക്കോളായ് തുടർന്നു.

''ചിലപ്പോൾ ചാരന്മാരാരും ഉണ്ടാകാനിടയില്ല. അവർ നമ്മളെ ആ രീതിയിൽ തെറ്റിദ്ധരിപ്പിച്ചതാവാം. അവർ എല്ലായിടത്തും തെളിവുകൾ നിരത്തി സൂചനകൾ നൽകുന്നു. അപ്പോൾ അവരുടെ ഇരയെ കുറ്റവാളിയെന്ന് നിനച്ച് നമ്മൾ പിടികൂടുമല്ലോ?''

''നിന്റെ സങ്കല്പങ്ങൾ കാടുകയറുന്നുണ്ട്. നീ വിശദീകരിക്കുന്ന ഇത്തരം രീതികൾ കമ്മ്യൂണിസ്റ്റുകാർക്കെതിരെയുള്ള നീക്കങ്ങളിൽ സാധാരണയായി ഉപയോഗിക്കാത്തതാണ്.''

''ഇതുവരെ അത്തരം രീതികൾ പ്രയോഗിച്ചിട്ടില്ല എന്നുവെച്ച് ഇനിയൊരിക്കലും അത് ഉപയോഗിക്കില്ലെന്ന് കരുതേണ്ടതുണ്ടോ? ഒരുപക്ഷേ മഞ്ഞുമലയുടെ അറ്റം മാത്രമായിരിക്കും നമ്മൾ കാണുന്നത്. ഇനിയെന്താണ് വരാനിരിക്കുന്നത് എന്ന് ആർക്ക് അറിയാം? കടിച്ചതിനേക്കാൾ വലുത് പിടിക്കാനിരിക്കുന്നതേയുണ്ടാവുകയുള്ളൂ എന്നാകാം. കമ്മ്യൂണിസ്റ്റ് പാർട്ടിയേക്കാൾ വലുത്?''

''നമ്മളെന്തിനാണിങ്ങനെ കാര്യങ്ങളെ സങ്കീർണ്ണമാക്കുന്നത്? ലളിതമായി ചിന്തിക്കാമല്ലോ? തുർക്കിയിൽ ഒരു സൈനിക സർക്കാരുണ്ട്. വിപ്ലവകാരികൾ ആ സ്വേച്ഛാധിപത്യ ഭരണത്തിനെതിരെയാണ് പോരാടുന്നത്. തുർക്കി രഹസ്യാന്വേഷണവിഭാഗത്തിന് അവരെ കണ്ടെത്തി അറസ്റ്റു ചെയ്ത് ആ പാർട്ടിയെത്തന്നെ നാമാവശേഷമാക്കണം എന്നതാണ് പദ്ധതി. അതിനെ അവർക്കിടയിലേക്ക് തങ്ങളുടെ ചാരനെ നുഴഞ്ഞുകയറാൻ വിടുന്നു. ആ നീക്കം നമ്മൾ മനസ്സിലാക്കുകയും ചെയ്തു. നമുക്ക് കിട്ടിയ വിവരം അനുസരിച്ച് ആ ആൾമാറാട്ടക്കാരൻ ഈ പാർപ്പിടങ്ങളിലൊന്നിലുമാണുള്ളത്. അത്രതന്നെ.''

''അങ്ങ് മാത്രമാണുള്ളത് എന്ന് എനിക്കു തോന്നുന്നില്ല.'' തന്റെ സിദ്ധാന്തങ്ങൾ നിക്കോളായ് വീണ്ടും നിരത്തി.

''യിൽഡിറിം കൈയൊഴിഞ്ഞ സന്ദേശം ഇതുവരെയാരും കൈപ്പറ്റി യിട്ടില്ല.''

''ചിലപ്പോൾ അയാൾക്ക് പുറത്തിറങ്ങാൻ ഇതുവരെ ഒരവസരം ലഭിച്ചു കാണില്ല. ഇന്ന് എന്തായാലും തുർക്കി കമ്മ്യൂണിസ്റ്റുകൾക്ക് പ്രധാനപ്പെട്ട ഒരു ദിവസമാണ്.''

എന്നാൽ നിക്കോളായ് അയാളുടെ സൂചന മനസ്സിലാക്കിയില്ലെന്നു മാത്രമല്ല, അവൻ വീണ്ടും സംശയത്തിന്റെ ചോദ്യശരത്താൽ അയാളെ തുറിച്ചു നോക്കി.

''അറുപത്തഞ്ച് വർഷങ്ങൾക്കു മുൻപ് തുർക്കി കമ്മ്യൂണിസ്റ്റ് പാർട്ടി യിലെ പതിനഞ്ച് നേതാക്കൾ റഷ്യയിൽനിന്ന് സ്വരാജ്യത്തിലേക്ക് മടങ്ങിവരുംവഴി കൊല്ലപ്പെടുകയുണ്ടായി. ഇന്ന്, ജനുവരി എട്ട്, രാത്രി ആ കൂട്ടക്കൊലയുടെ വാർഷികമാണ്. അവിടെ അവർ ഒരു അനുസ്മരണ പരിപാടി സംഘടിപ്പിച്ചിട്ടുണ്ട്.''

''അപ്പോൾ പിന്നെ നമ്മളന്വേഷിക്കുന്ന ആൾ സന്ദേശം സ്വീകരി ക്കാനെത്തിയില്ല എന്നതിനർത്ഥം അയാളുടെ ശത്രുക്കളുടെ ഓർമ്മയ്ക്കു മുന്നിൽ അയാൾ മനപ്പൂർവ്വം അനാദരവ് കാട്ടാതിരിക്കാനെന്നതാണോ?''

വിക്റ്ററിന് അവന്റെ ഒടുങ്ങാത്ത ആശങ്കഭാവത്തോട് വെറുപ്പു തോന്നി. എന്നാൽ അവനെ അടക്കി നിറുത്തുവാൻ അയാൾക്കറിയാമായിരുന്നു.

''അല്ല.'' നിരുത്സാഹത്തോടെ അയാൾ പറഞ്ഞു. ''എല്ലാവരും പരിപാടിയുടെ നിരക്കിൽ അങ്ങോട്ടുമിങ്ങോട്ടും ഓടിനടക്കുന്ന നേരത്ത്, നമ്മളന്വേഷിക്കുന്ന ആൾ പുറത്തുപോകാൻ മുതിർന്നിട്ടുണ്ടെങ്കിൽ, അത് ആരുടെയെങ്കിലുമൊക്കെ ശ്രദ്ധയിൽ പെട്ടേനേ. അതിനാൽ തന്നെ സന്ദേശം കൈപ്പറ്റാൻ അയാൾ എത്തിയിട്ടില്ല. മനസ്സിലായോ നിനക്ക്?''

''പിടികിട്ടി. എന്നാൽ അയാൾ നാളെ പുറത്തെത്തി സന്ദേശം കൈപ്പറ്റുമായിരിക്കും.''

''ഒരുപക്ഷേ നാളെയും അവസരം കിട്ടിയില്ലെങ്കിൽ അതിനടുത്ത ദിവസം അയാൾ വന്നേക്കാം.''

''അതാണ് ഞാൻ പറഞ്ഞത്.''

അവസരം മുതലെടുത്ത് നിക്കോളായ് പറഞ്ഞു.

''എന്നാൽ പിന്നെ ഇപ്പോൾ നമ്മളിവിടെയിരിക്കുന്നതെന്തിനു വേണ്ടി യാണ്?''

വിക്റ്റർ ഇടംകണ്ണിട്ട് അവന്റെ ആ വിളർത്ത ഇളംപച്ച കണ്ണുകളി ലേക്ക് തുറിച്ചുനോക്കി. കറുത്തു നിഴലിക്കുംവരെ വീണ്ടും നോക്കി. തന്റെ ജോലി ഭംഗിയായി ചെയ്തുതീർക്കുന്നതിനേക്കാൾ തന്റെ മിടുക്ക് തെളിയിക്കാൻ വ്യഗ്രത കാട്ടുകയാണ് അവൻ എന്നയാൾക്ക് തോന്നി. സംശയാലുവിന്റെയോ ദോഷൈകദൃക്കിന്റെയോ ചാഞ്ചാട്ടനോട്ടങ്ങളിൽ

അവൻ വിക്റ്ററിന്റെ സ്വാധീനം മുക്കികളയുകയും അപകർഷതാബോധ മുള്ള ഒരു മുതിർന്ന ഓഫീസർക്കുമേൽ മേൽക്കൈ നേടുന്നതായും ഭാവിച്ചു.

നിക്കോളായ് സമർത്ഥനായ, മിടുക്കനായ, ആത്മാർപ്പണമുള്ള ഒരു ഏജന്റായിരുന്നു. വേട്ടപ്പട്ടി ഒരു ഇരയെയെന്നവണ്ണം തന്റെ കർത്തവ്യം മണത്തറിയാനും എല്ലാ സാദ്ധ്യതകളും കൂട്ടിച്ചേർത്ത് അതിദ്രുതം നിഗമനത്തിലെത്തിച്ചേരാനും അവനു കഴിഞ്ഞിരുന്നു. കർമ്മവഴിയിലെ ചെറിയ തടസ്സങ്ങൾ അവനെ അലോസരപ്പെടുത്തിയിരുന്നുവെന്ന് മാത്ര മല്ല അവനുദ്ദേശിച്ചതിലും കൂടുതൽ സമയമെടുക്കേണ്ടി വന്നാൽ അത വനെ അടിമുടി അസ്വസ്ഥനാക്കുകയും ചെയ്തിരുന്നു. ടർക്കിഷ് സാംസ്കാരിക എംബസിയുടെ ഉപസ്ഥാനപതിയായിട്ടും എം.ഐ.ടി (MIT)യുടെ വിശ്വസ്ത അംഗമായിട്ടും പ്രത്യക്ഷത്തിൽ പ്രവർത്തിക്കുന്ന യിൽഡിറിം അവിടെയെത്തിയത് മറ്റെന്തിനോ വേണ്ടിയാണെന്ന് ആദ്യം മണത്തറിഞ്ഞത് നിക്കോളായ് ആയിരുന്നു. അവന്റെ മുന്നറിയിപ്പിനു പുറത്താണ് യിൽഡിറിമിന്റെ നീക്കങ്ങൾ അവർ നിരീക്ഷിക്കാനിടയായതും കുർക്കിനോയിലെ ഒരു കളിപ്പാട്ടക്കടയുടെ മൂത്രപ്പുരയിൽ സൂത്രലിപിയിൽ എഴുതിയ രഹസ്യത്തിന്റെ തുമ്പു കണ്ടെത്താനായതും. അതിനാൽ തന്നെ നിക്കോളായുടെ ജാഗ്രതയ്ക്കും അപ്രമാദിത്വമുള്ള ഉള്ളു ണർവ്വിനും മുന്നിൽ എല്ലാവരും കടപ്പെട്ടിരിക്കുന്നു. എന്നാൽ അവന്റെ അക്ഷമയും അനുഭവക്കുറവും എല്ലാ നീക്കങ്ങളേയും തകർക്കാൻ പോന്നതായിരുന്നു. അതിനാലാകാം വിക്റ്ററിനെ അവന്റെ സഹപ്രവർത്ത കനായി നിയമിച്ചത്.

സ്ഥിരതയില്ലാത്ത സ്വഭാവമായതിനാലാകാം. വിക്റ്റർ ഓർത്തു.

ഈ ഇരുണ്ട കുടിലിൽ ഇരയെ കാത്തിരിക്കുന്നതിനേക്കാൾ മെച്ചം കാമുകിയുടെ നെഞ്ചിൽ തല ചേർത്തുറങ്ങുന്നതാണെന്ന് അവനു തോന്നിയിരിക്കാം. അതിലിപ്പോൾ തെറ്റൊന്നുമില്ലല്ലോ. അല്ലെങ്കിലും ആരാണതൊക്കെ ആഗ്രഹിക്കാത്തത്? ഒരു കാമുകിയെയോ വശ്യ മോഹിനിയായ ഒരു സ്ത്രീയെയോ ചേർത്തുപിടക്കാനുണ്ടായിരുന്നു വെങ്കിൽ... അഞ്ചു മാസങ്ങൾക്കു മുൻപ് വ്യായാമപരിശീലകന്റെയൊപ്പം ഒളിച്ചോടിയ ഭാര്യയിലെത്തി നിന്നു വിക്റ്ററിന്റെ ചിന്തകൾ.

''യുവസുന്ദരനായ ജാരസന്താനം. ഇവനെപ്പോലെ.''

വിക്റ്റർ ചിന്തിച്ചു. ഭാര്യ വീട്ടിൽ കാത്തിരിക്കാനുണ്ടായിരുന്നുവെങ്കിലും കരിമ്പുക നിറഞ്ഞ ഈ കുടിൽ വിട്ട് വിക്റ്റർ പോകുമായിരുന്നില്ലല്ലോ. അയാൾ അയാളുടെ ജോലിയെ മറ്റെന്തിനേക്കാളും മുകളിൽ പ്രതി ഷ്ഠിച്ചു. തങ്ങളുടെ നിയുക്തദൗത്യത്തിന്റെ മഹത്വം ഇവൻ ഇനിയും പഠിക്കേണ്ടിയിരിക്കുന്നു.

''നോക്കൂ, നിക്കോളായ് സഖാവേ.''

അയാൾ അവന്റെ സുന്ദരമുഖത്തുനിന്ന് കണ്ണെടുക്കാതെ വിളിച്ചു.

''നമ്മളിവിടെ കളിക്കാൻ വന്നതല്ല. തൊഴിലിനിടയ്ക്ക് ഒരവസരം നഷ്ടപ്പെട്ടാൽ പിന്നെ തിരിച്ചു പിടിക്കാനാകില്ല. തക്കസമയവും സൗകര്യവും നോക്കി ഈ കുടിലിൽ ഇരിക്കുക തന്നെ. ഒരവസരവും നമ്മെ കടന്നുപോകരുത്. മനസ്സിലാകുന്നുണ്ടോ? നാളെ രാവിലെ വരെയോ അല്ലെങ്കിൽ നാളെയന്തിവരെയോ അത്യാവശ്യമെങ്കിൽ കാത്തിരിക്കണം ഇവിടെ.''

നിക്കോളായ് എതിർത്തെങ്കിലും അഭിപ്രായം പറയാൻ തുനിഞ്ഞില്ല. അവരുടെ നാട്ടിൽ ആഞ്ഞടിക്കുന്ന മാറ്റത്തിന്റെ തിരകൾ സുരക്ഷാ സംഘടനകളെയും ഇന്നല്ലെങ്കിൽ നാളെ മാറ്റിമറിക്കും. വിക്റ്ററിനെ പോലുള്ള കാലഹരണപ്പെട്ടവരുടെ സമയം തീരാറായിരിക്കുന്നു. ഇത്തരം ഓർഗനൈസേഷനുകളിൽ ആരുമായെങ്കിലും വഴക്കുകൂടി സ്വയം കുഴി കുത്തുന്നതിൽ എന്തു കാര്യമാണുള്ളത്? തന്റെ മുന്നിലെ ലോഹപാത്രത്തിൽ എരിഞ്ഞടങ്ങാറായ സിഗരറ്റ് മുന കുത്തിയൊടിച്ച്, തിളക്കമേറിയ ധവളഹിമദ്യുതിയിൽ ഭ്രമാത്മകമായി തോന്നിയ വഴികളിലേക്കും തുറിച്ചു നോക്കിപ്പോയി വിക്റ്റർ.

ചവിട്ടിയുറച്ചുപോയ കട്ടിയുള്ള മഞ്ഞുപാളികൾ റോഡിൽനിന്ന് തൊഴിലാളികൾ കോരിമാറ്റിക്കൊണ്ടിരുന്നു. ശക്തിയായി അടിച്ച കാറ്റ് നേർത്തുനേർത്ത മഞ്ഞുമേഘത്തെ തണുത്തുറഞ്ഞ നിലത്തേക്ക് കുടഞ്ഞിട്ടു.

രണ്ട്

കാറ്റിൽ നീന്തിയെത്തിയ മഞ്ഞിന്റെ ചെറുശകലങ്ങൾ മുഹമ്മദിന്റെ ധൃതി പിടിച്ചോടുന്ന പാദങ്ങളിൽ തട്ടിനിന്നു. വെളുത്ത പാൽപ്പരലുകൾ പോലെയുള്ള ഹിമകണങ്ങൾ ആ യുവാവിന്റെ കറുത്ത പാദരക്ഷകളിലും പഞ്ഞിപോലെ മിനുമിനുപ്പാർന്ന വെൽവെറ്റ് കാലുറകളിലും പറ്റിച്ചേർന്നു. കാറ്റതിന്റെ വഴിക്ക് വീശിയടിച്ച്, മുഹമ്മദിന്റെ ഇരുകാലകളിലും വീണ്ടും മഞ്ഞുച്ചില്ലിന്റെ തണുപ്പു പടർത്തി, സൈറ്റിന്റെ പുറംവേലി കടന്ന് വടക്കൻസമുദ്രത്തിലേക്ക് ചക്രവാതംപോലെ ചുറ്റിത്തിരിഞ്ഞുപോയി. തന്നെയാകെ മഞ്ഞിൽ പൊതിഞ്ഞു കുളിർപ്പിച്ചു കടന്നുപോയ മഞ്ഞു കാറ്റിനെയോ പുൽത്തകിടിയിൽ വീശിയടിച്ച് വടക്കൻ കടലിനെത്തേടി ഒഴുകിയ ഹിമശ്വാസത്തെയോ മുഹമ്മദിന് ശ്രദ്ധിക്കാനായില്ല.

നീണ്ട കാൽവെയ്പുകളോടെ അസഫ് താമസിക്കുന്ന കെട്ടിടത്തിലേക്ക് അയാൾ നടന്നടുത്തു. തണുപ്പു തന്റെ മുഖത്തെയാകെ ഇറുക്കി പുണരുന്നതും ഇടതൂർന്ന മീശരോമങ്ങൾ കുളിരണിഞ്ഞുറയുന്നതും ഓരോന്നോരോന്നായി എഴുന്നു നിൽക്കാനായുന്നതും അയാൾ അറിയുന്നുണ്ടായിരുന്നു. കട്ടിക്കമ്പിളിയുടുപ്പിന്റെ കോളർ ഉയർത്തിവെച്ച്, രോമത്തൊപ്പിയാൽ ചെവി മറച്ച് അയാൾ നടത്തത്തിന്റെ വേഗം കൂട്ടി. ഈ രാത്രി അയാൾക്ക് അസഫുമായി സംസാരിക്കണമായിരുന്നു. നാളെയായാൽ അത് വൈകിപ്പോകും. സ്വന്തം സഖാക്കളുമായി കൂടിയാലോചിക്കാതെ ഈ രാത്രി തന്നെ അസഫിനെ കാണാൻ പോകുന്നതത്ര പന്തിയല്ലെന്ന് അയാൾക്കറിയാമായിരുന്നു. പാർട്ടി സെക്രട്ടറി ഹിക്മെത്ത് തന്നെ മനസ്സിലാക്കുമായിരിക്കും, എന്നാൽ മറ്റുള്ളവർ തന്നെയുറപ്പായും കുറ്റപ്പെടുത്തുമെന്ന് അയാൾക്ക് തീർച്ചയായിരുന്നു. അവരുടെ കൂട്ടായ്മയിൽപ്പെട്ട ആളായിരുന്നില്ല അസഫ്. എന്നാൽ പരിതസ്ഥിതികളെ വ്യക്തമായി അപഗ്രഥിക്കാൻ അസഫിന് കാര്യകാരണങ്ങളെക്കുറിച്ച് കൃത്യമായ ധാരണയുണ്ടായിരുന്നു. അസഫിനെ വെറുക്കുന്നവരുടെ എണ്ണം ദിനംപ്രതി കൂടിവന്നെങ്കിലും അയാൾക്കവരുടെ മേലുള്ള സ്വാധീനം ചെറുതായിരുന്നില്ല എന്നതായിരുന്നു സത്യം. പോരാത്തതിന് അസഫ് കേന്ദ്രകമ്മിറ്റി അംഗവുമായിരുന്നു.

സൈറ്റിലെ ആദ്യകെട്ടിടത്തിലെ ഒരു അപ്പാർട്ട്മെന്റിലായിരുന്നു അസഫ് താമസിച്ചിരുന്നത്. തവിട്ടുനിറത്തിലുള്ള എട്ട് കെട്ടിടസമുച്ചയങ്ങൾ അവിടെയുണ്ടായിരുന്നു. കരിനീല സർപ്പം തൂവെള്ളമഞ്ഞിലിഴയും പോലെ ഒരു ടാർ റോഡ് ഈ കെട്ടിടങ്ങളെ തൊട്ടുതൊട്ടു പോകുന്നു.

ചരിഞ്ഞ ആ ഭൂപ്രദേശത്തെ ഓരോ കെട്ടിടസമുച്ചയങ്ങൾ തമ്മിൽ മുന്നൂറ് മീറ്റർ അകലമുണ്ടായിരുന്നു. ചെറിയൊരു കാട്ടുപൊന്തയും വടക്കൻ ഗോളാർദ്ധങ്ങളിൽ കാണുന്ന നാട്ടുതാറാവുകൾ ധാരാളമായി നീന്തിത്തുടിക്കുന്ന ഒരു ചെറുഅരുവിയും കൂടിച്ചേർന്ന് അവിടം മനോഹരമായിരുന്നു. 1980ലെ ഒളിംപിക്സിനായെത്തിയ അതിഥി കായികതാരങ്ങൾക്കായി മെനഞ്ഞെടുത്തതായിരുന്നു അവിടം. പിന്നീട് ആ സ്ഥലം റഷ്യൻ കമ്മ്യൂണിസ്റ്റ് പാർട്ടിക്കുവേണ്ടി തുറന്നു കൊടുക്കുകയുണ്ടായി. പാർട്ടി അത് അന്തർദ്ദേശീയ ലെനിനിസം സ്ഥാപനത്തിന് പ്രവർത്തിക്കാനായി കൊടുക്കാമെന്ന് വാഗ്ദാനം ചെയ്തു.

ആ കൂട്ടത്തിലെ ഒരു കെട്ടിടമാണ് സ്കൂളാക്കിയത്. അതിലെ വലിയ മുറികൾ ക്ലാസ്സ്റൂമുകളായി പ്രവർത്തിക്കാൻ സജ്ജമാക്കിയെടുത്തതാണ്. ദൂരെ രാജ്യങ്ങളിൽനിന്ന് വരുന്ന സഖാക്കൾ പ്രത്യേകിച്ച്, ചിലി, ടർക്കി, ലെബനൻ, നിക്കാരഗ്വ എന്നിവിടങ്ങളിൽനിന്ന് വരുന്നവർക്ക്, വൃത്തിഹീനമായ ദുർഗ്ഗുണ പരിഹാരപാഠശാലയിൽ നിന്നെത്തുന്നവർക്ക്, ആഭ്യന്തരയുദ്ധമുഖങ്ങളിൽനിന്ന് പ്രാണരക്ഷാർത്ഥം വരുന്നവർക്ക്, ഭൂഗർഭ പടത്താവളങ്ങളിൽ നിന്നോടിവരുന്നവർക്ക് എല്ലാം ഈ കെട്ടിടങ്ങൾ നല്ല ഇടത്താവളവും വിശ്രമസ്ഥലവും ആയിത്തീരാറുണ്ട്. അവിടെ താമസിച്ച്, സമാധാനത്തിന്റെ പൂർവ്വവഴികളെക്കുറിച്ചോർത്ത്, ആത്മവിശ്വാസം വീണ്ടെടുത്ത് പുതുവിദ്യാഭ്യാസത്തിന്റെ വഴിയെ അവർ നടക്കുന്നു. ആരോഗ്യം ക്ഷയിച്ചു പോയ പഴയ കാല കമ്മ്യൂണിസ്റ്റ് പ്രവർത്തകരെ സുരക്ഷിതരാക്കാനായി മോസ്കോയിലേക്ക് വിടാറുണ്ട്. എന്നിരുന്നാലും ബഹുഭൂരിപക്ഷം വിദ്യാർത്ഥികളും വിപ്ലവസിദ്ധാന്തങ്ങളെക്കുറിച്ച് പഠിക്കാനും അറിയാനും ഭാവിയിലെ പാർട്ടിനേതാക്കന്മാരായി പരിശീലനം നേടാനും അന്തർദ്ദേശീയ കമ്മ്യൂണിസ്റ്റ് പ്രസ്ഥാനത്തിന്റെ നേതൃനിരയിലേക്കുയരുകയെന്ന ലക്ഷ്യത്തോടെയുമാണ് അവിടെയെത്താറുള്ളത്.

വിളക്കുകൾ ഓരോന്നായി അണഞ്ഞുകൊണ്ടിരിക്കുന്ന ഈ വഴിയിൽ, തണുത്ത രാത്രിയെ ഭേദിച്ച് അതിവേഗ ചുവടുകളോടെ നടന്നു നീങ്ങിയ മുഹമ്മദ് ഇത്തരത്തിലുള്ള ഒരു വിദ്യാർത്ഥിയായിരുന്നു. 1970-കൾക്കുശേഷം ഇടതുപക്ഷത്തിന്റെ തിരതള്ളലിൽ ഒഴുകിയെത്തിയ കമ്മ്യൂണിസ്റ്റ് അനുഭാവികളെപ്പോലെയായിരുന്നില്ല അയാൾ. മാർക്സിസ്റ്റ് സിദ്ധാന്തത്തെ നിശിതമായി പഠിച്ചതിനു ശേഷമാണ് അയാൾ സംഘടനയിൽ ചേരുന്നതുതന്നെ. നിയമവിദ്യാർത്ഥിയായിരുന്ന കാലത്ത് തന്റെ ആദർശങ്ങളുമായി ചേർന്നുപോകുന്ന ഇടതുപ്രത്യയശാസ്ത്രത്തോട്

അടുപ്പമുണ്ടായതിനെപ്പറ്റി അയാൾ സുഹൃത്തുക്കളോട് പറയുമായിരുന്നു. എന്നിട്ടും തന്റെ ചിന്തകൾക്ക് മൂർച്ച കൂട്ടാനൊരിടം എന്ന നിലയിൽ ഒരു സംഘടനയും അയാൾക്കു കണ്ടെത്താനാകാതിരുന്നതു കൊണ്ട് വെറും രാഷ്ട്രീയ ഗ്രൂപ്പുകളിൽ അയാൾ ചേർന്നിരുന്നില്ല. പഠനപ്രവർത്തനങ്ങളിലായിരുന്നു ആ സമയത്ത് അയാളുടെ മുഴുവൻ ശ്രദ്ധയും. ബിരുദം കഴിഞ്ഞ വർഷങ്ങളിൽ അയാൾ ഒരു അഭിഭാഷകനായി ജോലി ചെയ്തു. തന്റെ സഹമുറിയനായ സഹപ്രവർത്തകന്റെ സ്വാധീനത്താൽ അയാൾ പാർട്ടിയോടടുത്തു എന്നു മാത്രമല്ല പാർട്ടിയിലെ നിർവ്വാഹക സമിതി അംഗങ്ങൾ അയാളുടെ ക്രാന്തദർശിത്വവും പ്രശ്നപരിഹാര സാമർത്ഥ്യവും കണ്ട് അയാളെ ശ്രദ്ധിക്കാനുമിടയായി അന്ന്. പാർട്ടിയോടുള്ള അഭിനിവേശം കൂടിക്കൂടി വന്നപ്പോൾ പഠനത്തോടൊപ്പം ഊർജ്ജസ്വലനായി പാർട്ടി പ്രക്ഷോഭങ്ങൾക്കൊപ്പം നടക്കാനും അയാൾ തീരുമാനിച്ചു. ചെയ്യാനേൽപ്പിച്ച കാര്യങ്ങളെല്ലാം പുഷ്പംപോലെ കൈകാര്യം ചെയ്ത്, ഒരു തണുപ്പനായ ഉത്കർഷേച്ഛുവെന്ന കൂട്ടുകാരുടെ വിലയിരുത്തലിനെ അയാൾ തിരുത്തിയെഴുതി.

പാർട്ടിയിലെ അറിയപ്പെടുന്ന പേരുകളിൽ ഒന്നായി അയാളുടെ പേരും ഉച്ചരിക്കപ്പെട്ടു. എന്നാൽ ഈ രാത്രി അയാളുടെ കുപ്രസിദ്ധമായ ശാന്തസ്വഭാവം പമ്പ കടക്കുമെന്നാണ് തോന്നുന്നത്. സ്വകാര്യതയുടെ പേരിൽ അയാൾക്കാരുമായും ഒന്നും പങ്കുവെയ്ക്കാനാകുമായിരുന്നില്ല. അത്താഴത്തിനുശേഷം, കാര്യങ്ങളറിയുന്ന ഒരേ ഒരാൾ എന്ന നിലയിൽ അയാൾ സെമിലുമായി ആശങ്കകൾ പങ്കിട്ടു. അജ്ഞാതമായ എന്തോ കാരണത്താൽ, താൻ കേട്ട കാര്യങ്ങൾക്കൊടുവിൽ അയാൾ ശാന്തനായിരിക്കുകയും മുഹമ്മദിനോടും സംയമനം പാലിക്കാൻ ഉപദേശിക്കുകയും ചെയ്തു. എന്നാൽ മുഹമ്മദിന് ഇനി അടങ്ങിയിരിക്കാനാകുമായിരുന്നില്ല.

കേന്ദ്രകമ്മിറ്റിയംഗമായ അസഫിനു മാത്രമേ അത് പരിഹരിക്കാനാകുമായിരുന്നുള്ളൂ. മോസ്കോയിലെ സ്കൂൾ ആസ്ഥാനത്താണ് അസഫ് താമസിച്ചിരുന്നത്.

ജനുവരി 28-29 തീയതികളിലെ അനുസ്മരണ പരിപാടിയിൽ പങ്കെടുക്കാനായാണ് കുർക്കിനോയിൽ അയാൾ എത്തിയത്. അന്നേ ദിവസം രാത്രി അത്താഴത്തിനുശേഷം സഖാക്കളുമായി സമയം ചെലവഴിക്കാമെന്നും അയാൾ തീരുമാനിച്ചിരുന്നു.

ഭക്ഷണശാലയിലേക്കുള്ള വഴിയിൽ, അഞ്ചാം ബ്ലോക്കിനടുത്തെത്തിയപ്പോൾ ലാറ്റിൻ അമേരിക്കക്കാർ താമസിക്കുന്ന മുറികളിൽ ഒന്നിൽ നിന്ന് പ്രസന്നവും മൃദുവുമായ ഗിറ്റാർ സ്വരം ഒഴുകിയെത്തുന്നത് അയാൾ കേട്ടു. ആ നിമിഷം റോസ അയാളുടെ മനസ്സിലേക്കോടിയെത്തി. ജർമ്മൻ വേരുകളുള്ള ബ്രസീലിയൻ പെൺകൊടി. മോസ്കോയിലെ ചാരസൂര്യരശ്മി തട്ടി സ്വർണ്ണത്തിളക്കത്താലുലയുന്ന അവളുടെ മുടിയിഴകൾ.

കുഞ്ഞുങ്ങളുടെ നിഷ്ക്കളങ്കത മുഖത്ത് വിരിയിക്കുന്ന തേൻതുള്ളിച്ചേലുള്ള കാക്കപ്പുള്ളികൾ. കാഴ്ചക്കാരനെ വലയിലാക്കുന്ന നിഴലടയാള ഖനിപോലെയുള്ള കണ്ണുകൾ... ഹൊ, ആ ഓർമ്മകൾ കുടഞ്ഞുകളയാൻ അയാൾ വെപ്രാളപ്പെട്ടു. വൈകാരികമായ കാര്യങ്ങളെക്കുറിച്ചോർക്കാൻ ഇതല്ല ഉചിതമായ സമയം. മാത്രമല്ല പാർട്ടി ഇത്തരം ബന്ധങ്ങളെ പ്രോത്സാഹിപ്പിച്ചിരുന്നില്ല. എന്നിട്ടും ചില സഖാക്കൾ നിയമങ്ങൾ കാറ്റിൽ പറത്തി ജീവിക്കാനിറങ്ങി പുറപ്പെട്ടിരുന്നു. എന്നാൽ മുഹമ്മദിന് അത്തരം ഇംഗിതങ്ങൾ ഒന്നും തന്നെയുണ്ടായിരുന്നില്ല.

കലപില വർത്തമാനങ്ങൾ ഗിറ്റാറിന്റെ സ്വരമാധുരിയിൽ ലയിച്ചുചേരുന്നത് കേട്ട് ആ വാതിൽ കടന്ന് അയാൾ നടന്നു. ''ബ്രസീലിയക്കാർ.'' അയാൾ പിറുപിറുത്തു.

ഇത്തരം അലസവർത്തമാനങ്ങൾ അല്ലാതെ ഇവർക്ക് വേറെന്തറിയാം?

ആ കെട്ടിടത്തിന്റെ ചുമരിലേക്ക് അയാൾ നോക്കി. ആ ഭിത്തിയിൽ നിരനിരയായി ഇരുമ്പുകമ്പികൾ ചാരി വെച്ചിരിക്കുന്നത് അയാൾ കണ്ടു. മിന്നൽപിണർപോലെ ഒരു വേദന അയാളുടെ ഉള്ളംകൈയിൽ നിറഞ്ഞു. ഭക്ഷണശാലയിലേക്കുള്ള വഴി നിറയെ വീണു കിടന്നിരുന്ന മഞ്ഞ് കൂർത്ത അറ്റമുള്ള ഇരുമ്പുദണ്ഡുകൾ കൊണ്ടവർ വെട്ടിക്കീറി കോരി മാറ്റിയിരുന്നു. ഭോജനശാലയിലേക്കുള്ള വഴിയാകെ പുതച്ചു കിടക്കുന്ന മഞ്ഞു കോരി മാറ്റിയില്ലെങ്കിൽ ഇന്ന് രാത്രി എല്ലാവരും അത്താഴപ്പട്ടിണി കിടക്കേണ്ടി വരും എന്ന് രാത്രിഭക്ഷണത്തിനായി ക്യൂ നിൽക്കുന്ന കുട്ടികളോട് രക്ഷാധികാരിണിയായ നിനെ ആൻഡ്രേയവ്ന മുന്നറിയിപ്പു കൊടുക്കുന്നുണ്ടായിരുന്നു. കഴിഞ്ഞ ദിവസം ചരക്കുകളെത്തിക്കാനായി ആ വഴി വന്ന അവരുടെ ഒരു കീഴുദ്യോഗസ്ഥന് മഞ്ഞിൽ തെന്നിവീണ് കാലുളുക്കിയിരുന്നു.

''കടന്ന് വരൂ സഖാക്കളേ, '' സ്വർണ്ണം കെട്ടിയ പല്ല് കാണാൻ പാകത്തിന് ചിരിച്ച് ആ സ്ത്രീ വിളിച്ചു പറഞ്ഞു.

''സൗജന്യഭക്ഷണമെന്നൊന്നിവിടെയില്ല.''

യെമനിൽനിന്ന് വന്നവർക്ക് ഇതൊക്കെ കണ്ട് ആകെ വെറിപിടിച്ചെങ്കിലും ഉഴപ്പി മാറിപ്പോകാനുള്ള വഴികൾ നോക്കുക മാത്രമേ അവർ ചെയ്തുള്ളൂ. മറ്റു സംഘങ്ങളും വ്യത്യസ്തമായിരുന്നില്ല. ഇത്തരം പണികൾ ചെയ്യാൻ ആരും ഇഷ്ടപ്പെട്ടിരുന്നില്ലെങ്കിലും. തുർക്കികൾ ഇരുമ്പുവടികൾ കൈക്കലാക്കി മഞ്ഞു കോരിക്കളയുന്ന പണികൾ അവരെക്കൊണ്ടാകുംവിധം വേഗത്തിൽ തീർത്തു. മുഹമ്മദ്, ആ കൂട്ടത്തിലെ ഊർജ്ജ്വസ്വലനായ ഒരാളായിരുന്നു.

റോസയെക്കുറിച്ചുള്ള ഓർമ്മകളിൽ മതിമറന്ന് റോമക്കാർ താമസിച്ചിരുന്ന കെട്ടിടം വിട്ട്, മുഹമ്മദ് തന്റെ തൊട്ടുമുന്നിലെ മരത്തോപ്പിലേക്കിറങ്ങി. പെട്ടെന്നുതന്നെ ആ ചെറുതോപ്പിന്റെ മദ്ധ്യത്തിലയാളെത്തി.

മഞ്ഞുവീണ് വെള്ളനിറമാർന്ന ഉയരമുള്ള പൈൻമരങ്ങൾക്കും വിളർത്ത് ഒരുപാട് നാളുകൾക്കു മുൻപേ ഇല കൊഴിച്ച ഉങ്ങ് മരങ്ങൾക്കും ഇടയിലൂടെ അയാൾ ഉലാത്തി. മരങ്ങൾക്ക് പിറകിൽ, അസഫ് താമസിച്ചിരുന്ന കെട്ടിടത്തിലായിരുന്നു അയാളുടെ മുഴുവൻ ശ്രദ്ധയും. അയാളുടെ മുറിയിൽ വെളിച്ചമുണ്ടോ?

''ഉണ്ട്.''

സസന്തോഷം അയാൾ അത് ശ്രദ്ധിച്ചു. തൊട്ടുപുറകിലായി ഒരു ശബ്ദം തന്റെയടുത്തേക്ക് വരുന്നത് അയാൾ ശ്രദ്ധിച്ചു. അയാൾ പെട്ടെന്ന് ഒന്നു കുതറി മാറി. കണ്ണു കൂർപ്പിച്ച് ചുറ്റിലും നോക്കി. ആരുമില്ല. മരങ്ങൾക്കിടയിലേക്ക് നിഴലിനോട് ഇഴുകിച്ചേരുന്ന നടവഴികൾ വിജനമായിരുന്നു.

''ആരാണവിടെ?''

അയാൾ ഉറക്കെ ചോദിച്ചു. അതേ ചോദ്യം റഷ്യനിലും പിന്നീട് ആവർത്തിച്ചു ചോദിച്ചു. ''സഹീമോ?''

എന്നിട്ടും സ്വന്തം ശബ്ദത്തിന്റെ പ്രതിഫലനമല്ലാത്ത ആ മരക്കൂട്ടത്തിനിടയ്ക്ക് മറ്റൊരു ഒച്ച അയാൾക്ക് കേൾക്കാനായില്ല.

''കാക്കകളായിരിക്കും.''

അയാൾ സ്വയം ആശ്വസിക്കാൻ ശ്രമിച്ചു. എന്നാലും സംശയം ഒഴിയാതെ തന്നോടുതന്നെ പറഞ്ഞു:

''ഈ തണുപ്പത്തെവിടെയാണ് കാക്കകളുണ്ടാവുക?''

അയാൾ നിറുത്തി.

''എന്തുകൊണ്ടുണ്ടായിക്കൂടാ.'' അയാൾ സ്വയം സമാധാനിച്ചു.

അതിസാഹസികളായ പക്ഷികളാണ് കാക്കളെന്ന് അയാൾ കേട്ടിട്ടുണ്ടായിരുന്നു. ''നൂറും നൂറ്റിയമ്പതും വർഷം അവയ്ക്ക് ആയുസ്സുണ്ടായിരുന്നുവത്രെ.'' ഓട്ടമെൻ-റഷ്യൻ യുദ്ധം നേരിട്ട് കണ്ട പക്ഷികൾ അക്കൂട്ടത്തിലുണ്ടാകാം. ചെറിയ പേടി തോന്നിയെങ്കിലും നടത്തം തുടരാൻ മാത്രം തിരക്കില്ലായിരുന്നു അയാൾക്ക്. ഒന്ന് തിരിഞ്ഞു നോക്കി, ആരുമാരും ചുറ്റിലുമില്ലെന്നുറപ്പു വരുത്തി വന്നതിനേക്കാൾ വേഗത്തിൽ അയാൾ നടന്നു നീങ്ങി. അസഫ് സഹായിക്കുമെന്നതിൽ ഒരുറപ്പും തോന്നിയിരുന്നില്ല അയാൾക്ക്. എന്നിരുന്നാലും താൻ കൈമാറുന്ന സന്ദേശം തീർച്ചയായും അസഫിനെ ആവേശോജ്ജ്വലനാക്കും. കാരണം കൂട്ടായ്മയുടെ എല്ലാ പ്രവൃത്തികളിലും ഇടപെടാൻ അസഫ് എന്നും ഉത്സാഹം കാട്ടിയിരുന്നു. അവസരങ്ങൾ ചോദിച്ചുവാങ്ങുകയും ചെയ്യുമായിരുന്നു.

''ഈ രാത്രി, ഇന്നു രാത്രി തന്നെ ഇതു തീർക്കണം.''

മരക്കൂട്ടത്തിന്റെ അറ്റത്തെത്തിയപ്പോൾ അയാൾ പറഞ്ഞു. അസഫ് താമസിക്കുന്ന കെട്ടിടം ഇപ്പോൾ വെറും അമ്പതടി മുന്നിലായി കാണാം. അയാളുടെ മുറിയിൽ നിന്നരിച്ചിറങ്ങുന്ന വെളിച്ചത്തിലേക്കുറ്റു നോക്കിയപ്പോൾ അസഫിന്റെയടുത്ത് മറ്റൊരാൾ കൂടി നിൽക്കുന്നതായി അയാൾക്കു തോന്നി. ആ മനുഷ്യന്റെ കഴുത്ത് ഒരല്പം മുന്നോട്ടാഞ്ഞിരുന്നു. അയാൾ കൈയിലിരിക്കുന്ന ഒരു പത്രകഷ്ണം വായിക്കുന്നതായി തോന്നി. മുഹമ്മദ് സസൂക്ഷ്മം നോക്കി. വെളിച്ചത്തിനു മുന്നിൽതന്നെ നിൽക്കുന്നതിനാൽ അയാളുടെ മുഖം നിഴൽഛായയിൽ ഇരുണ്ടതായി തോന്നുകയും അതാരാണെന്നതിന് ഉത്തരമില്ലാതെ പോകുകയും ചെയ്തു. സ്വല്പം മുന്നോട്ടു നീങ്ങി മാറി നോക്കിയപ്പോൾ തവിട്ടുനിറത്തിലുള്ള കഴുത്തൊപ്പം നീളത്തിലുള്ള, വേഷമിട്ടയാളെ തിരിച്ചറിയാനായി: അവരുടെ ക്ലാസ്സുകൾ കേൾക്കാനെത്തിയ പ്രൊഫസർ, ലിയോനിഡ്.

ടർക്കിഷ് സംഘത്തിന്റെ ആരാധകനായിരുനിന്നു ലിയോനിഡ്. ഏറെ അടുപ്പമുള്ള തമാശക്കാരനായ പ്രിയ സുഹൃത്തിനെപ്പോലെയായിരുന്നു അയാൾ. കണിശക്കാരനായ ഒരു അദ്ധ്യാപകനായി അയാൾ പെരുമാറിയതേയില്ല. അയാളുടെ ശരിക്കുള്ള ജോലി അദ്ധ്യാപനമായിരുന്നില്ല. യൂണിവേഴ്സിറ്റിയിൽനിന്ന് ബിരുദമെടുത്തതിനുശേഷം യുണൈറ്റഡ് നേഷൻസിൽ വിദേശകാര്യവിഭാഗത്തിൽ ഓഫീസർ ആയി ഒരുപാട് വർഷം ജോലി ചെയ്തിരുന്നു. വിരമിക്കലിനു മുൻപ് അവസാനത്തെ അഞ്ചു വർഷങ്ങൾ സോവിയറ്റിലുള്ള ഇസ്താംബൂൾ ആസ്ഥാനത്താണ് അയാൾ ചെലവഴിച്ചത്. പാർട്ടിയുടെ അഭ്യർത്ഥന മാനിച്ച് വിരമിക്കലിനുശേഷം അന്തർദ്ദേശീയ ലെനിൻ കേന്ദ്രത്തിൽ ടർക്കിഷ് കമ്മ്യൂണിസ്റ്റുകളെ അയാൾ പഠിപ്പിക്കാനെത്തി.

അയാൾ നന്നായി ടർക്കിഷ് ഭാഷയിൽ സംസാരിക്കുമായിരുന്നു. കുട്ടികൾ കരുതിയത് അയാളൊരു മുൻ കെ.ജി.ബി. ഏജന്റ് ആണ് എന്നാണ്. സാമർത്ഥ്യക്കാരായ ചില കുട്ടികൾ അതുറക്കെ പറയാനും മടി കാട്ടിയില്ല. നിങ്ങൾക്ക് തെറ്റു പറ്റിയെന്ന് ലിയോനിഡ് പറഞ്ഞുവെങ്കിലും വിചിത്രമായ കൺതിളക്കത്തിൽനിന്ന് അതിഗൂഢമായ ഒരു പുഞ്ചിരി അയാളുടെ ചുണ്ടിൽ തത്തിക്കളിക്കുന്നുണ്ടായിരുന്നു. ലിയോനിഡ് ഒരു സാധാരണ കമ്മ്യൂണിസ്റ്റല്ല എന്നത് ആ സംഘത്തിലെ എല്ലാവരും ഒരേപോലെ സമ്മതിച്ച കാര്യമായിരുന്നു.

അയാളുടെ ചിന്തകളും ആശയങ്ങളും അഭിപ്രായങ്ങളും പാർട്ടിയുടേതെന്ന പോലെ തീക്ഷ്ണവും പ്രധാനപ്പെട്ടതുമായിരുന്നു. അത് വിളിച്ചുപറയാനോ വിശദീകരിക്കാനോ അയാൾ തെല്ലും മടികാണിച്ചതുമില്ല. എന്നാൽ ഇതു മാത്രമായിരുന്നില്ല അയാളെ മറ്റുള്ളവരിൽ നിന്ന് വ്യത്യസ്തനാക്കിയത്. സ്കൂളിലെ മറ്റദ്ധ്യാപകരുടെ സ്ഥായീഭാവം പോലെ ഒന്നിൽനിന്നും അയാൾ തണുപ്പൻ ഭാവത്തോടെ ഒഴിഞ്ഞു

മാറിയില്ല. ചെറുതായി നരകയറിത്തുടങ്ങിയ തന്റെ ചുവപ്പുനീളൻ മുടിയിഴകളെ പിന്നോട്ട് വകഞ്ഞുവെച്ച് മനുഷ്യരുടെ മുഖത്ത് ജീവസ്സുറ്റ നോട്ടങ്ങൾ കൊണ്ടാണ് സംസാരം ആരംഭിച്ചത്. അയാളെ നിരീക്ഷിച്ചാൽ മനസ്സിലാകുന്ന ഒരു കാര്യമുണ്ട്. ഓരോ വാക്കിലും ഹൃദയം നിറച്ച് ആ തെളിച്ചം മുഖത്ത് പ്രതിഫലിക്കുന്നതായി കാണാം. അതിശയോക്തി കലർത്തിയുള്ള അയാളുടെ വർത്തമാനം കേൾക്കുന്നവർക്ക് ഒരിക്കൽപ്പോലും അയാളുടെ ആത്മാർത്ഥതയെപ്പറ്റി സംശയം തോന്നുകയേയില്ല.

ലിയോനിഡിന്റെ ഛായാചിത്രം ജനലിനരികിൽ കണ്ട മുഹമ്മദ് ഓർത്തു:

''നിന്ന നിൽപ്പിലുള്ള ഈ വായന ക്ലാസ്സ് റൂമുകളിലെ അയാളുടെ ശരീരഭാഷ തന്നെ.''

പതുക്കെ തിരിഞ്ഞ്, ജനലിനടുത്തു നിന്ന് അയാൾ പിൻവാങ്ങുകയായിരുന്നു, എന്നിട്ടും വായിച്ചുകൊണ്ടിരുന്ന കടലാസിൽനിന്ന് അയാൾ കണ്ണുകൾ മാറ്റിയതേയില്ല. ഈ രോഗാവസ്ഥയിലും ഇത്രയും ഊർജ്ജസ്വലനായിരിക്കുന്നത് അത്ഭുതം തന്നെയാണ്. അമിതമദ്യപാനത്തിനുള്ള ചികിത്സയിലായിരുന്നു കഴിഞ്ഞ കുറേ വർഷങ്ങളായി അയാൾ എന്നവർ കേട്ടിരുന്നു. ന്യൂയോർക്ക് പോലുള്ള വിദേശ രാജ്യങ്ങളിൽ താമസിച്ചിരുന്ന കാലത്ത് അതിനാൽ തന്നെ വളരെ പ്രയാസമേറിയ കാലഘട്ടങ്ങളിലൂടെയാകും അയാൾ കടന്നുപോയിട്ടുണ്ടാകുകയെന്ന് കുട്ടികൾ പറഞ്ഞു. എന്നാൽ ആരും അയാളെ കുറ്റപ്പെടുത്തിയിട്ടില്ല. മറിച്ച് തടവിലിരിക്കുമ്പോൾ വിപ്ലവകാരികൾക്ക് രോഗം പിടിപെടുന്നതുപോലെ കരുതി അവർ അയാളെ കൂടുതൽ കരുതലോടെ ബഹുമാനിച്ചു. ഇപ്പോൾ അയാൾ ഒരു തുള്ളി മദ്യം പോലും കുടിക്കാറില്ല; എന്നാൽ തന്റെ അന്തർദാഹം തീർക്കാനുള്ള അന്തർദ്ദേശീയപാനീയം, പല നാടുകളിൽ നിന്നും പല കാലാവസ്ഥകളിൽ നിന്നുമുള്ള ചെടികളും തിളപ്പിച്ചു വാറ്റി സുഗന്ധവും രുചിയുമുള്ള ചായയുണ്ടാക്കി അയാൾ അത് പരിഹരിച്ചു പോന്നു.

ഒരിക്കൽ തന്റെ സംഘത്തെ അയാൾ വീട്ടിലേക്കു ക്ഷണിച്ചു. അയാൾ ഒറ്റയ്ക്കായിരുന്നു താമസം. പത്തു വർഷങ്ങൾക്കു മുൻപ് ഒരു വിമാനാ അപകടത്തിൽ അയാളുടെ ഭാര്യ ലാരിസ്സ മരിച്ചു. ഭാര്യയുടെ മരണത്തിനു ശേഷം അനേകം ബന്ധങ്ങൾ അയാൾക്കുണ്ടായി. എന്നാൽ അവയൊന്നും ശാശ്വതമായിരുന്നില്ല. കീവിലെ വൈദ്യുതിനിലയത്തിൽ അണുകേന്ദ്രവിജ്ഞാനത്തിൽ എൻജിനീയറായി ജോലി ചെയ്യുന്ന അലക്സാൻഡ്രേ എന്നൊരു മകൾ അയാൾക്കുണ്ടായിരുന്നു. റഷ്യൻ, ഇംഗ്ലീഷ്, തുർക്കി ഭാഷയിലുള്ള ധാരാളം പുസ്തകങ്ങൾ അടങ്ങിയ ലിയോനിഡിന്റെ വിശാലമായ മുറിയിലുള്ള സുഹൃദ് ലൈബ്രറിയിൽ വെള്ളി

ഫ്രെയ്മുകളാൽ ഭംഗി കൂട്ടിയ അലക്സാൻഡ്രയുടെ മൂന്നു വ്യത്യസ്ത കാലങ്ങളിലുള്ള ഫോട്ടോകൾ പതിപ്പിച്ചിരുന്നു. നിഷ്കളങ്കതയുള്ള ഒരു നാലു വയസ്സുകാരിയുടെ, ചുവന്ന മഫ്ളർ ചുറ്റിയ ഒരു ഏഴു വയസ്സുകാരിയുടെ, രാഷ്ട്രീയപ്രവേശനത്തിനൊരുങ്ങുന്ന ഒരു പതിനെട്ടുകാരി കമ്മ്യൂണിസ്റ്റുകാരിയുടെ എന്നിങ്ങനെയായിരുന്നു ഫോട്ടോകൾ.

‘‘അവളുടെ കല്യാണം കഴിഞ്ഞതാണോ?’’ കാൻ ചോദിച്ചു.

‘‘അല്ല.’’ ലിയോനിഡ് ആ ചോദ്യം തന്നെ നിഷേധിച്ചുകളഞ്ഞു. കല്ല്യാണക്കാര്യമേ അയാൾക്ക് ഇഷ്ടമല്ല എന്നത് വ്യക്തമായിരുന്നു. മകളെക്കുറിച്ചുള്ള മറ്റെന്തു കാര്യമാണെങ്കിലും അയാളുടെ കണ്ണുകൾ വികസിക്കുകയും സംസാരം അത്രമേൽ സജീവമാകുകയും ചെയ്യുമായിരുന്നു.

മുഹമ്മദ് മരത്തോപ്പിനടുത്തുള്ള ചെറുഅരുവിക്കടുത്ത് എത്തിയപ്പോൾ ലിയോനിഡ് ജനാലയ്ക്കരികിലേക്ക് വീണ്ടുമെത്തി. പക്ഷേ മുഹമ്മദ് ഇത്തവണ അത് ശ്രദ്ധിച്ചില്ല. അയാളുടെ ശ്രദ്ധ മുഴുവൻ അരുവിക്കു മുകളിലൂടെ കുറുകെയുള്ള ചെറുപാലത്തിലായിരുന്നു. മഞ്ഞു വീണ് അത് തിളങ്ങുന്നുണ്ടായിരുന്നു. പാലത്തിലേക്ക് കാലെടുത്തു വെച്ചതും അയാൾ വഴുക്കി. പാലത്തിന്റെ കൈവരിയിൽ അവസാന നിമിഷം അമർത്തി പിടിച്ചതിനാൽ അയാൾ നിലത്ത് അലച്ചുതല്ലി വീണില്ല. നിവർന്നു നിൽക്കാൻ ശ്രമിക്കുന്നതിനിടയിൽ മറ്റാരുടെയോ സാമീപ്യം മണത്തതിനാൽ അയാൾ വേഗം നടന്നു നീങ്ങി. സംഭ്രമത്തോടെ തിരിഞ്ഞു നോക്കാൻ ശ്രമിച്ചപ്പോഴേക്കും അയാളുടെ മുതുകത്ത് നല്ല ഊക്കോടെയും ശബ്ദത്തോടെയും ഒരടി വന്ന് പതിച്ചു കഴിഞ്ഞിരുന്നു. അയാൾ മുന്നോട്ട് കുതറി. പാലത്തിന്റെ കൈപ്പിടിയിൽ മുറുകെ പിടിച്ചിരുന്നതിനാൽ താഴെ വീണില്ല എന്നു മാത്രം. അടിച്ചതാരാണെന്നറിയാൻ അയാൾ തിരിഞ്ഞുനോക്കിയെങ്കിലും ആരേയും കാണാനായില്ല. വേദനകൊണ്ട് തലയുയർത്താനാകുന്നുണ്ടായിരുന്നില്ല അയാൾക്ക്. അടിയുടെ ആഘാതം അനുനിമിഷം കൂടി വരുന്നതുപോലെ തോന്നുകയും അയാൾക്ക് തലകറക്കം അനുഭവപ്പെടുകയും ഓക്കാനിക്കാൻ തോന്നുകയും ചെയ്തു. തിരിച്ചടിക്കാൻ ശ്രമിച്ചെങ്കിലും കൊഴുത്ത ഒരു ദ്രാവകം അയാളുടെ വായിൽ നിന്നൊഴുകി. പിടിവിട്ട് അയാൾ നിലത്തു വീണു. തണുത്തുറഞ്ഞ മരത്തിന്റെ നിലത്ത് തലയിടിച്ചിട്ടും ഒട്ടും വേദനിച്ചില്ല. ആരോ അകലേക്കു നടന്നുനീങ്ങുന്ന കാലടിയൊച്ചയേ അയാൾ കേട്ടുള്ളൂ. മുഖം കാണാനായില്ലെങ്കിലും ആരാണതെന്ന് മനസ്സിലായതിനാൽ അയാൾ പിന്നീട് തിരിഞ്ഞുനോക്കാൻ മെനക്കെട്ടില്ല.

വീണിടത്ത് കിടന്ന് അയാൾ ലിയോനിഡിന്റെ ജനവാതിൽക്കലേക്ക് നോക്കിക്കൊണ്ടിരുന്നു. താൻ മരിച്ചുകൊണ്ടിരിക്കുകയാണെന്ന് അയാൾ തിരിച്ചറിഞ്ഞു. ശരീരം ഒരുതരം വിചിത്രമായ മരവിപ്പിലേക്ക് ഉരുകി

ഒലിച്ചുചേർന്നിട്ടും അസാധാരണമാംവണ്ണം മരണം എന്ന ബോദ്ധ്യം അയാളെ സ്പർശിച്ചതുപോലുമില്ല.

ആ റഷ്യൻ പ്രൊഫസർ ജനലയ്ക്കരികെ വീണ്ടും എത്തുന്നത് അയാൾ കണ്ടു. അയാൾക്കു കാണാനാകുന്നു എന്നതിന്റെയർത്ഥം അയാൾ ഇപ്പോഴും പ്രജ്ഞയിലാണ് ഉള്ളതെന്നാണ്. അയാൾ കണ്ണുകൾ ചിമ്മിത്തുറക്കാൻ തുടങ്ങി. ഇല്ല, സമാധാനത്തിന്റെ ഈ നേർത്ത സ്നിഗ്ദ്ധതയുടെ മുന്നിൽ അയാൾ അടിയറവുപറയില്ല; മരിക്കില്ല. ഇപ്പോഴാണെങ്കിൽ തന്റെ കൊലയാളി ഓടിമറഞ്ഞതിനാൽ സഹായത്തിനു ലിയോനിഡിനെ വിളിക്കുന്നതിൽ നിന്ന് തന്നെയാരും തടയാനിടയില്ല. അതെ ലിയോനിഡിനെ വിളിച്ച് സ്വയം രക്ഷിക്കാം.

പക്ഷേ, എന്തോ ഒരു അജ്ഞാതകാരണത്താൽ ലിയോനിഡിനെ വിളിക്കാൻ അയാൾക്കു തോന്നിയില്ല. തന്റെ ശരീരത്തിൽനിന്ന് പതിനഞ്ച് ഇരുപതടി വിട്ട് അനക്കമറ്റ് കിടക്കുന്ന കൈയിലേക്ക് അയാൾ നോക്കി. കൈ തന്റെയുടലിലേക്ക് വലിച്ചുചേർക്കാൻ അയാൾ ശ്രമിച്ചു. അയാൾക്കതിനായില്ല. എന്നാലും വിരലുകളനക്കാനാകുന്നുണ്ടായിരുന്നു. അത് പ്രതീക്ഷയുടെ ഒരു കിരണം തെളിഞ്ഞതുപോലെയായി. ഒരുപക്ഷേ അയാൾ മരിക്കില്ലായിരിക്കും. മുറിവുകളൊന്നും അത്ര സാരമുള്ളതാകില്ല. മയക്കുന്ന ജഢതയിൽനിന്ന് സ്വയം പറിച്ചെറിയാനും മരണക്കയത്തിലേക്ക് വീഴാനൊരുങ്ങിനിൽക്കുന്ന ശരീരത്തെ സ്വയം പ്രതിരോധിക്കാനും അയാൾ പരിശ്രമിച്ചു. അനങ്ങിയപ്പോഴെല്ലാം അന്ധാളിപ്പിക്കുന്ന വേദന. അയാളെ വിഴുങ്ങി. അലറാൻ തോന്നിയെങ്കിലും അയാൾക്കതിനായില്ല.

ലിയോനിഡ് ഇപ്പോഴും ജനലിനരികത്ത് നിൽപ്പുണ്ടായിരുന്നു. ആ നശിച്ച പത്രക്കടലാസിൽനിന്ന് തലയുയർത്തിയെങ്കിൽ, ഒന്നു പുറത്തേക്ക് കണ്ണോടിച്ചിരുന്നെങ്കിൽ അയാൾ മുഹമ്മദിനെ കാണുമായിരുന്നു. പിന്നെയും ആ മയക്കം. ഇല്ല, അയാൾ ആ നിദ്രയിലേക്ക് വഴുതില്ല. ലിയോനിഡിന്റെ ശ്രദ്ധ കിട്ടാനായി അയാളെന്തും ചെയ്യാൻ തയ്യാറായിരുന്നു. സ്വയം വീണ്ടെടുക്കാൻ അയാൾ വീണ്ടും പരിശ്രമിച്ചു. കടുത്ത വേദനയിൽ ശരീരമാകെയുലഞ്ഞു. തോൽക്കാൻ അയാൾക്ക് മനസ്സില്ലായിരുന്നു; അയാൾ വായ വീണ്ടും വീണ്ടും തുറന്നടയ്ക്കാൻ തുടങ്ങി. ചെറിയ പൂച്ചക്കുഞ്ഞിന്റെ കരച്ചിൽപോലെയൊരു ഞരക്കം അയാളുടെ വായിൽനിന്നു പുറത്തെത്തി. ചുണ്ടുകളനക്കി. ചെറിയ മോങ്ങലിന്റെ തുടക്കത്തിനായി. എത്രയൊക്കെ കിണഞ്ഞു ശ്രമിച്ചിട്ടും ഈ ഞരക്കങ്ങളൊന്നും വാക്കുകളായി പുറത്തെത്തിക്കാൻ അയാൾക്കു കഴിഞ്ഞില്ല.

''എല്ലാം വെറുതെയാണ്.''

അയാൾ സ്വയം പിറുപിറുത്തു.

''ലിയോനിഡിന്റെ ജനലാകും ഞാൻ അവസാനമായി കണ്ട കാഴ്ച. മരിക്കാൻ ഈ മഞ്ഞുനാട്ടിൽ. സ്വന്തം നാടായ തുർക്കിയിൽനിന്ന് എത്രയോ കിലോമീറ്ററുകൾ അപ്പുറത്ത്...''

ഇല്ല. അയാൾക്കു മരിക്കാൻ ആഗ്രഹമുണ്ടായിരുന്നില്ല. മുഴുവൻ ശക്തിയുമെടുത്ത് ഒരിക്കൽക്കൂടി പ്രയത്നിക്കാൻ അയാൾ നിശ്ചയിച്ചു. വായ അനക്കിക്കൊണ്ടിരുന്നു. അവസാനം സ്വന്തം ശബ്ദം തന്നെ അയാൾ കേട്ടു. ''ലിയോനിഡ്'' ഒരു നേർത്ത തേങ്ങൽ അയാൾ പുറപ്പെടുവിച്ചു. ''ലിയോനിഡ്'' അയാൾക്ക് ശുഭാപ്തിവിശ്വാസം കൂടി. അയാൾ ആവർത്തിച്ചു ''ലിയോനിഡ്''. അയാളുടെ നിലനിൽപ്പിന്റെ പ്രഖ്യാപനം പോലെ ''ലിയോനിഡ്'' എന്ന വിളി അല്പം ഉച്ചത്തിൽ കേട്ടു. ശബ്ദത്തിന്റെ ശക്തിയാർജ്ജിക്കുന്നതായി അയാൾക്കു തോന്നി. ഒച്ച കടുപ്പിച്ചതോടെ വേദന അസഹനീയമായി തോന്നി. എന്നാലും രണ്ടും അയാൾ എങ്ങനെയൊക്കെയോ കൈകാര്യം ചെയ്തു. ലിയോനിഡ് തന്നെ രക്ഷിക്കാനെത്തുന്നത് അയാൾ കണ്ടു. സുഹൃത്തുക്കളുടെ സഹായത്തോടെ ആംബുലൻസിൽ കയറ്റുന്നതും ആശുപത്രിയിലെ ഡോക്ടർ നടാഷയുടെ ശബ്ദവും അയാൾ അറിഞ്ഞു. ഇളംപച്ച കണ്ണുകളിൽ നിറഞ്ഞുനിന്ന അനുകമ്പയോടെ അയാളോട് അവർ പറഞ്ഞു.

''കുഴപ്പമൊന്നുമില്ല... താങ്കൾ വേഗം സുഖപ്പെടും.''

അതെ വേഗം സുഖപ്പെടും. ''ലിയോനിഡ്'' എന്ന വാക്ക് അയാൾ ആവർത്തിച്ച് കൊണ്ടിരുന്നു. തന്റെ തേങ്ങൽ അലർച്ചയായി മാറുമെന്നും എല്ലാവർക്കും അത് കേൾക്കാനാകുമെന്നും അയാൾ ധരിച്ചു. അവസാനമായി അയാൾ മന്ത്രിച്ചപ്പോഴും ആ കണ്ണുകൾ ലിയോനിഡിന്റെ ജനലിനു നേർക്കു തന്നെയായിരുന്നു. പിന്നീട് അയാളെ തിരഞ്ഞു കണ്ടെത്തുന്നവർക്ക് ആ കണ്ണുകളിലെ മരവിച്ച വേദന, ഒരിക്കലും നടക്കാതെപ്പോയ ഒരു ശുഭപ്രതീക്ഷയുടെ മങ്ങിയ വെളിച്ചം തിരിച്ചറിയാനാകുമോ?

മൂന്ന്

ജനാലയ്ക്കരികിലേക്ക് വീണ്ടുമെത്തുമ്പോഴേക്കും അലക്സാൻഡ്രിയയുടെ കത്ത് വീണ്ടും വായിച്ചുകഴിഞ്ഞിരുന്നു ലിയോനിഡ്. വിവാഹിതനായ ഒരാളിൽനിന്ന് അലക്സാൻഡ്രിയ ഗർഭം ധരിച്ചിരിക്കുന്നു എന്നതായിരുന്നു അതിൽ എഴുതിയിരുന്നത്. കീവിൽ വെച്ച് കോൺസ്റ്റാന്റിറ്റിൻ പാൽവോവിച്ച് മിഹയ്‌ലോവ് എന്ന ആ മനുഷ്യനെ ലിയോനിഡ് കഴിഞ്ഞ വേനൽക്കാലത്ത് കണ്ടിരുന്നു. സർവ്വകലാശാലയിലെ തത്ത്വശാസ്ത്ര വിഭാഗം അദ്ധ്യാപകനായിരുന്നു അയാൾ. അയാൾ കാണാൻ ചെറുപ്പമായിരുന്നു. ആദ്യ കാഴ്ചയിൽ കൊള്ളാവുന്നവനാണെന്ന ധാരണ അയാൾ ലിയോനിഡിൽ ഉണർത്തിയിരുന്നു.

മാർക്സിന്റെ പതിനൊന്നാമത്തെ പ്രബന്ധവും അതിന്റെ പ്രാവർത്തിക സാദ്ധ്യതകളും അക്കാദമിക പ്രതിവാദത്തിന്റെ ഊഷരതയും മുൻനിർത്തി ചൂടേറിയ സംവാദം അവർക്കിടയിൽ അന്നുണ്ടായി. കോൺസ്റ്റാന്റിറ്റിന്റെ കാഴ്ചപ്പാടുകൾ തന്റേതുമായി ചേർന്നുപോകുന്നതാണെന്ന് മനസ്സിലാക്കിയപ്പോൾ, വ്യക്തിപരമായി ആ മനുഷ്യനോട് ലിയോനിഡിന് ഒരടുപ്പം തോന്നിയിരുന്നു എന്നിട്ടും വൈകീട്ട് അയാൾ വീട്ടിലെത്തിയപ്പോൾ "ഇത് എന്റെ കാമുകൻ" എന്ന് അലക്സാൻഡ്രെ പരിചയപ്പെടുത്തിയത് കേട്ടതും അയാളെക്കുറിച്ചുള്ള മതിപ്പ് പെട്ടെന്നടങ്ങുകയും ഇത്തരത്തിൽ വിവാഹിതനായ ഒരു മനുഷ്യന്റെ വഴിവിട്ട ബന്ധങ്ങൾക്ക് ഇരയായതിനെ മകളെ ശകാരിക്കുകയും ചെയ്തു.

"അച്ഛനറിയില്ല അയാളെ" അലക്സാൻഡ്രെ പ്രതിഷേധിച്ചു. "ഇതെന്റെ മാത്രം പിഴയാണ്. എന്നെ മാത്രമേ ഇതിൽ കുറ്റപ്പെടുത്തേണ്ടതുള്ളൂ. ഞാനാണ് അയാളുടെ മുന്നിൽ പ്രണയബദ്ധയായത്. ഒരുപാട് കാലം കോൺസ്റ്റാന്റിൻ ഈ അടുപ്പത്തിൽ നിന്ന് ഒഴിഞ്ഞുമാറാൻ ശ്രമിച്ചതാണ്."

രണ്ടു ദിവസം കൂടി മകളോടൊപ്പം താമസിക്കേണ്ടിയിരുന്നെങ്കിലും ദേഷ്യം കൊണ്ട് കണ്ണുകാണാതെ അവൾ പറഞ്ഞതൊന്നും കേൾക്കാൻ നിൽക്കാതെ ലിയോനിഡ് മോസ്കോയിലേക്ക് ആ രാത്രി തന്നെ തിടുക്കത്തിൽ മടങ്ങി. കുറേ കഴിഞ്ഞ് നിർദയമായി ചൂടായിപ്പോയതിനെക്കുറിച്ച്

കുറ്റബോധം തോന്നി മകളോട് മാപ്പ് പറഞ്ഞെങ്കിലും അവരുടെ ബന്ധത്തിനെ അംഗീകരിക്കാൻ അദ്ദേഹം തയ്യാറായില്ല. അലക്സാൻഡ്രിയ മോസ്കോയിൽ എത്തിയപ്പോൾ ഈ വിഷയം വീണ്ടും ഉയർന്നു വന്നു. മകളുടെ ദൃഢ നിശ്ചയം കണ്ട് ലിയോനിഡ് മറ്റൊരു വാഗ്വാദത്തിനവസരം ഉണ്ടാക്കാതെ ശ്രദ്ധിച്ചു.

ഇപ്പോൾ ഈ കത്തിലൂടെ തന്റെ ഗർഭവാർത്ത അറിയിക്കുക മാത്ര മല്ല ആ കുഞ്ഞിനെ താൻ പ്രസവിക്കുമെന്ന ഉറച്ച തീരുമാനം അറിയി ക്കാനും അലക്സാൻഡ്രിയ മടിച്ചില്ല. അവളുടെ ദുശ്ശാഠ്യം അയാൾക്കറിയുന്ന താണല്ലോ. തീരുമാനിച്ചത് നടപ്പാക്കാൻ പോന്നവളാണ് അലക്സാൻഡ്രിയ. ഒരു മുത്തശ്ശനാകുന്നതിനെക്കുറിച്ച് ലിയോനിഡ് ഇതിനു മുൻപ് ആലോ ചിച്ചുപോലുമുണ്ടായിരുന്നില്ല. ജീവിതത്തിന്റെ ഓരോ ഘട്ടവും ആസൂ ത്രണം ചെയ്ത് ജീവിക്കുന്നവരെപ്പോലെ ഒരാളായിരുന്നില്ല അയാൾ. സാധാരണ ദിവസങ്ങളിലെ അപ്രതീക്ഷിത പ്രകമ്പനങ്ങളെ അയാൾ കൊതിയോടെ ഇഷ്ടപ്പെട്ടിരുന്നു.

മകളെ വളരെയധികം സ്നേഹിച്ചിരുന്നെങ്കിലും സത്യസന്ധമായി ഒരു പിതാവിന്റെ സ്ഥാനം അയാൾക്ക് അനുഭവപ്പെട്ടിരുന്നില്ല എന്ന താണ് സത്യം. എന്നിട്ടാണ് ഇപ്പോൾ മുത്തശ്ശനാകാൻ പോകുന്നത്. അതിന്റെ ആലോചന തന്നെ സവിശേഷതയുള്ളതായി തോന്നി. ഒരു മുത്തശ്ശനാകുകയെന്നാൽ എങ്ങനെയുണ്ടാകുമോ എന്തോ?

അയാൾക്ക് തന്റെ മുത്തശ്ശനെയും മുത്തശ്ശിയെയും കണ്ട ഓർമ്മ യില്ലായിരുന്നു. അയാളുടെ ചെറുപ്പത്തിൽ അച്ഛന്റെ അച്ഛൻ യുദ്ധമുഖത്തും അമ്മയുടെ അച്ഛൻ ക്ഷയം വന്നും മരിച്ചുപോയിരുന്നു. രണ്ടു തലമുറ കളായി അവരുടെ കുടുംബം കമ്മ്യൂണിസ്റ്റുകാരായിരുന്നു. ബോൾഷെ വിക്ക് പാർട്ടിയുടെ ആദ്യകാല പ്രവർത്തകരിൽ ഒരാളായിരുന്നു അയാ ളുടെ അച്ഛൻ. 1905ലെ വിപ്ലവസമരത്തിൽ പങ്കെടുക്കുകയും സാറിസ്റ്റു കളുടെ കിടങ്ങുകളിൽ ഒളിച്ചിരിക്കുകയും ഉറങ്ങുകയും ചെയ്ത, 1917ൽ വിന്റർ കൊട്ടാരത്തിൽ കയറിയ വിപ്ലവകാരികളിലൊരാളാമായിരുന്നു ആ പിതാവ്. അയാളുടെ മാതാപിതാക്കൾ വിപ്ലവത്തിനിടയിൽ കണ്ടു മുട്ടുകയും വിവാഹിതരാകുകയും ചെയ്തവരായിരുന്നു. രണ്ടാംലോക മഹായുദ്ധകാലത്ത് യുഗോസ്ലാവുകളുടെ തടവുകാരനായെങ്കിലും ജീവ നോടെ ഇവാൻ മടങ്ങിയെത്തി. എന്നിട്ടു ശുദ്ധ കമ്മ്യൂണിസ്റ്റുകാരനായി രുന്ന അയാളെ ശത്രുക്കളുടെ കൂടെ കൂടിയെന്നാരോപിച്ച് സൈബീരിയ യിലേക്ക് നാടുകടത്തി. അവിടെ വെച്ച് ടൈഫസ് എന്ന പകർച്ചപനി ബാധിച്ച് മരിക്കുകയും ചെയ്തു. ഭർത്താവിന്റെ മരണം ലിയോനിഡിന്റെ അമ്മയെ ഉലച്ചു കളഞ്ഞു. സജീവരാഷ്ട്രീയത്തിൽ നിന്നവർ ഉൾവലിഞ്ഞു. സ്റ്റാലിന്റെ മരണത്തിനുശേഷം മറ്റനേകം കമ്മ്യൂണിസ്റ്റുകളോടൊപ്പം ലിയോനിഡിന്റെ അച്ഛനുള്ള മരണാനന്തര ആദരവും പാർട്ടിയുടെ

ക്ഷമാപണവും ഒക്കെ നടന്നെങ്കിലും പഴയ സഖാക്കളോട് പൊറുക്കാൻ അമ്മയ്ക്കായില്ല. എന്നിട്ടും ഇടതുപക്ഷക്കാരനായിത്തന്നെ ആ അമ്മ തന്റെ മകനെ വളർത്തി. ലിയോനിഡ് പാർട്ടിയിൽ ഔദ്യോഗികമായി ചേരാൻ തീരുമാനിച്ചപ്പോൾ അവരിടപെട്ടില്ല. എന്നാലും സ്വയം നിയന്ത്രിച്ച് ഇത്രയും പറഞ്ഞു: ''മറ്റൊരു ഇടതുപാർട്ടിയുണ്ടായിരുന്നെങ്കിൽ എന്ന് ഞാൻ ആഗ്രഹിക്കുന്നു, അങ്ങനെയെങ്കിൽ നിനക്കതിൽ ചേരാമായിരുന്നല്ലോ.''

ലിയോനിഡിന്റെ മകൾ അലക്സാൻഡ്രെ പാർട്ടി അംഗമായിരുന്നില്ല. മറ്റു പല സോവിയറ്റ് യുവജനങ്ങളേയുംപോലെ അവളും മുൻതലമുറയെ വിശ്വസിക്കാൻ കൂട്ടാക്കിയില്ല. എല്ലായിടങ്ങളിലും കൂടുതൽ സ്വാതന്ത്ര്യത്തിനായി പോരാടുകയും ചെയ്തു. തന്റെ അച്ഛനെപ്പോലൊരാൾ എന്തിനാണ് ഇപ്പോഴും പാർട്ടിയിൽ അംഗമായിരിക്കുന്നത് എന്നതിനെക്കുറിച്ച് അവൾക്ക് ആശയക്കുഴപ്പമുണ്ടായിരുന്നു. അതുപറഞ്ഞ് പലപ്പോഴും അവർ തർക്കിച്ചിരുന്നു എന്നത് വേറെ കാര്യം. കോൺസ്റ്റന്റിനുമായുള്ള തന്റെ ബന്ധം പിതാവ് അംഗീകരിക്കാഞ്ഞതിനാൽ യാഥാസ്ഥിതികനായ കമ്മ്യൂണിസ്റ്റെന്ന് പറഞ്ഞ് അവൾ അച്ഛനെ തള്ളിപ്പറയാനും മടിച്ചില്ല.

ലിയോനിഡിന്റെ പിടിവാശിയിൽ അയവുണ്ടാകാനും മകളുടെ തീരുമാനത്തോട് ചേർന്നുനിൽക്കാനും ഏതാനും ആഴ്ചകളേ വേണ്ടി വന്നുള്ളൂ. താൻ മകളോട് ക്രൂരമായി പെരുമാറിയെന്ന് അയാൾ സങ്കടപ്പെട്ടു.

''ഞാൻ അസഹിഷ്ണുവായ, സങ്കുചിതമനോഭാവമുള്ള ഒരു വ്യക്തിയാണോ?'' അയാൾ സ്വയം ചിന്തിച്ചു വശംകെട്ടു.

''ഞാൻ അങ്ങനെ പെരുമാറരുതായിരുന്നു. പക്ഷേ നിസ്സഹായനായിരുന്നല്ലോ. ഞാൻ കടന്നുവന്ന അനുഭവങ്ങൾ അനിവാര്യമായി ഞാനെന്താണോ അതിലേക്ക് എന്നെ കൊണ്ടെത്തിക്കുന്നു.''

ഇത്തരം ആലോചനയ്ക്കിടയിലും അയാളുടെ മനസ്സ് അശാന്തമായി വേവലാതിപ്പെട്ടു. അച്ഛനില്ലാതെ വളരേണ്ടിവരുന്ന കുഞ്ഞിനെയോർത്ത് അനിയന്ത്രിതമായി അയാൾ അസ്വസ്ഥനായി. എന്നാൽ തന്റെ കരുതൽ പങ്കുവെച്ചാലുടൻ അലക്സാൻഡ്രെയുടെ ഉറച്ച നിലപാടുള്ള വാക്കുകൾ ഇങ്ങനെയാകും:

''ഈ കുഞ്ഞിന് അച്ഛനുണ്ട്. അയാളുടെ പേര് കോൺസ്റ്റാന്റിൻ പ്ലാവ്ളാവിച്ച് മിഹായ്ലാവ് എന്നാണ്.''

അയാൾക്കതറിയാമെങ്കിലും കോൺസ്റ്റാന്റിൻ മിഹായ്ലാവ് ഇത് അംഗീകരിക്കുമോ? ഇതുപോലൊരവസ്ഥയിൽക്കൂടി ഇതുവരെ കടന്നുപോവേണ്ടിവരാത്ത സഖാവ് മിഹായ്ലാവ്, അയാളുടെ സാമൂഹ്യപദവി അപകടത്തിലാക്കുന്ന വിധം പെരുമാറാനിടയുണ്ടോ? ധാരാളം കുപ്രചരണങ്ങളും കുത്തുവാക്കുകളും കേൾക്കേണ്ടിവന്നേക്കാം; എന്നാൽ

അതൊന്നും അയാളെ സ്പർശിക്കാനിടയില്ല. ഈ ദുഷിച്ച ജനക്കൂട്ടത്തിൽ വളരെക്കുറച്ചുപേരുടെ അഭിപ്രായമേ അയാൾ മുഖവിലയ്ക്കെടുത്തിരുന്നുള്ളൂ. അയാൾ ആകെ വേവലാതിപ്പെട്ടത് മകളുടെ സന്തോഷം ഓർത്ത് മാത്രമാണ്. പക്ഷേ മകളെ ഇതൊന്നും പ്രത്യക്ഷത്തിൽ ഒട്ടും ബാധിക്കുന്നുണ്ടായിരുന്നില്ല. ''ഇപ്പോൾ ഇല്ലായിരിക്കും.'' ലിയോനിഡ് പിറുപിറുത്തു: ''എന്നാൽ ഭാവിയിലെ കാര്യം എന്താകും?''

കുറച്ച് വല്ലായ്മയോടെ അയാൾ ജനാലയ്ക്കു പുറത്തേക്കു നോക്കി. ആ നീലയാമത്തിൽ ചെറിയ തോട്ടത്തിലെ വെള്ളനിറമാർന്ന ഉങ്ങ്മരങ്ങൾ കൂടുതൽ മെലിഞ്ഞും ശോഭയുള്ളതുമായി തോന്നി. ''സാഷയ്ക്ക് (അലക്സാൻഡ്രിയയുടെ ഓമനപ്പേര്) ഉങ്ങ് മരങ്ങൾ ഇഷ്ടമായിരുന്നില്ല.'' ലിയോനിഡ് ഓർത്തു. ദേവദാരുക്കളായിരുന്നു അവൾക്കിഷ്ടം. ചിലപ്പോൾ അവയുടെ നിറമായിരിക്കും അവളെ ആകർഷിച്ചത്. ഒരിക്കൽ അവൾ ആ മരങ്ങളെക്കുറിച്ച് പറഞ്ഞത് അയാൾ ഓർത്തു: ''നീല നീരാവി ചേക്കേറിയ അതിന്റെ ശിഖരങ്ങൾ''

ചിന്തകളിൽ മുഴുകി നിൽക്കവേ അയാളുടെ നോട്ടം പാലത്തിന്റെ താഴേക്കു പതിച്ചു:

''എന്താണത്?'' അയാൾ സ്വയം ചോദിച്ചു.

അസാധാരണമായ ഒരു ഇരുണ്ട നിഴൽ പാലത്തിനു മുകളിൽ അയാൾ കണ്ടു. അയാൾ ജനാലയ്ക്കരികിലേക്കു നിന്ന് എത്തിനോക്കി. ഇരട്ടക്കണ്ണാടികളുള്ള ജനലിന്റെ പാളി തുറക്കാനായി കൊളുത്തുകൾ ഓരോന്നായി അയാൾ തുറന്നു. തണുപ്പിന്റെ ചൂര് അയാളുടെ മുഖത്ത് തട്ടി; ആദ്യം ഒന്നു കിടുങ്ങി തണുത്തുവിറച്ചെങ്കിലും അയാളത് കാര്യമാക്കിയില്ല. പാലത്തിന്റെ മുകളിൽ വീണുകിടക്കുന്ന നിഴലെന്തെന്നറിയാൻ തലനീട്ടി അയാൾ നോക്കി. ആ രൂപം കാണാൻ ഒരു മനുഷ്യനെപ്പോലെയുണ്ട്.

''ആരെങ്കിലും വീണുപോയതാകുമോ?'' ആകുലതയോടെ അയാൾ പിറുപിറുത്തു.

അയാൾ പുറത്തുപോയി അതാരാണെന്ന് നോക്കാൻ തീരുമാനിച്ചു. ഇനിയാരെങ്കിലും അവിടെ വീണുപോയതാണെങ്കിൽ പ്രഭാതത്തോടെ അവർ മരവിച്ചു മരിച്ചുപോയേക്കാം. തിടുക്കത്തിൽ ജനാല അടച്ചു. കോട്ടും കട്ടിക്കമ്പിളിതൊപ്പിയും ധരിച്ച്, താമസസ്ഥലത്തു നിന്ന് പുറത്തേക്കു നടന്നു.

അടുത്ത കെട്ടിടത്തിലെ അസഫിന്റെ മുറിയിൽനിന്ന് സംഗീതം കേൾക്കാമായിരുന്നു. ചായ്സ്ക്കോവ്സിയുടെ ഉറങ്ങുന്ന (Sleeping) സുന്ദരിയുടെ പ്രാരംഭഗീതകങ്ങളുടെ ഈണമാണതെന്ന് അയാൾ പെട്ടെന്ന് തിരിച്ചറിഞ്ഞു. അയാൾ ടി.വി കാണുകയായിരിക്കും. ഗോവണിയുടെ അടുത്തേക്ക് നടന്നപ്പോൾ അയാൾ ഓർത്തു.

കെട്ടിടം കടന്ന് മുന്നോട്ട് നീങ്ങിയപ്പോൾ താൻ ഊഹിച്ചത് ശരിയാണെന്ന് അയാൾക്കു മനസ്സില ായി. താൻ കരുതിയതുപോലെ ഒരു ശരീരം തന്നെയാണ് നിലത്തു കിടന്നിരുന്നത്. ആദ്യനോട്ടത്തിൽ ഒരല്പം കൂടുതൽ മദ്യപിച്ചവശനായി വീണ ഏതെങ്കിലും വിദ്യാർത്ഥിയായിരിക്കുമോ എന്നയാൾക്ക് തോന്നി. ഇത് മിക്കവാറും യെമനിൽനിന്നു വന്ന ആരെങ്കിലുമാകാം. രാജ്യത്തെ ആകെ ബാധിച്ച മദ്യപാനം എന്ന വിപത്തിന് എതിരെ പോരാടാൻ കമ്മ്യൂണിസ്റ്റ് പാർട്ടി തീരുമാനിച്ചതിനാൽ പാർട്ടിക്കാർ മദ്യപിക്കില്ലായിരുന്നു. അതിഥി വിദ്യാർത്ഥികൾ പോലും സി.എസ്.പി.യു.വിന്റെ (കമ്മ്യൂണിസ്റ്റ് പാർട്ടി ഓഫ് സോവിയറ്റ് യൂണിയൻ) ഈ തീരുമാനത്തോട് യോജിച്ചിരുന്നു, അല്ലെങ്കിൽ യോജിക്കുന്നതായി ഭാവിച്ച് ഒരു തുള്ളി റഷ്യൻ വോഡ്ക പോലും രുചിച്ചുനോക്കിയില്ല. അച്ചടക്കമില്ലായ്മയ്ക്കു പേരു കേട്ട യെമൻ വിദ്യാർത്ഥികൾ, ഈ തീരുമാനത്തെ വെല്ലുവിളിച്ച് ഇടയ്ക്കിടയ്ക്ക് മദ്യപിക്കുകയും വീര്യം കൂടിയ റഷ്യൻപാനീയങ്ങൾ കുടിച്ച് ബോധരഹിതരായി വീഴുകയും ചെയ്തിരുന്നു. കഴിഞ്ഞ വർഷം മദ്യപിച്ച് കുഴഞ്ഞ് മഞ്ഞിൽ മയങ്ങി വീണുപോയൊരാൾ മരവിച്ചു മരിച്ചുപോകേണ്ടതായിരുന്നു.

മഞ്ഞിന്റെ നേർത്ത പാളിയിൽ വളരെ ശ്രദ്ധിച്ച് തെന്നിവീഴാതെ നടക്കുമ്പോൾ ലിയോനിഡ് പെട്ടെന്ന് നിന്നു. ഒരു മനുഷ്യന്റെ തൊട്ടടുത്ത് നിലത്ത് എഴുന്ന് പൊന്തി നിൽക്കുന്ന രീതിയിൽ ഒരു ദണ്ഡ് അയാൾ കാണാനിടയായി. അതീവസൂക്ഷ്മതയോടെ അയാൾ അത് പരിശോധിച്ചു. ഒന്നും മനസ്സിലാക്കാനായില്ലെങ്കിലും 'നടക്കുമ്പോൾ വീഴാതിരിക്കാൻ ഇയാൾ ഒരു ഊന്നുവടി കൈയിൽ കരുതിയതാകണം' എന്ന് ലിയോനിഡ് വിചാരിച്ചു. ജിജ്ഞാസയോടെ അയാൾ മുന്നോട്ടാഞ്ഞു. അവിടെ കിടക്കുന്നയാളെ ഇപ്പോൾ വ്യക്തമായി കാണാം. മരിച്ചതുപോലെ കിടക്കുന്ന. അയാൾ വേവലാതിപ്പെട്ടു. തലയിടിച്ചായിരിക്കില്ല അയാൾ വീണതെന്ന് സ്വയം വിശ്വസിക്കാൻ ലിയോനിഡ് ശ്രമിച്ചു. ഉച്ചയ്ക്ക് വിദ്യാർത്ഥികൾ മഞ്ഞ് പൊട്ടിക്കാനായി ഉപയോഗിക്കുന്ന ലോഹദണ്ഡുകളിലൊന്നാണ് ഈ കിടക്കുന്ന കമ്പിയെന്ന് അടുത്തെത്തിയപ്പോൾ അയാൾക്കു മനസ്സിലായി. ആ മനുഷ്യന്റെ മുതുകിലേക്ക് അത് കുത്തികയറ്റിയിട്ടുണ്ടായിരുന്നു.

''എന്റെ ദൈവമേ...''

അയാൾ ഞെട്ടി വിറച്ചു. ആദ്യത്തെ ഞെട്ടലിനുശേഷം, ആ കിടക്കുന്നത് ആരാണെന്നറിയാൻ അയാൾ ശ്രമിച്ചു. കട്ടിക്കമ്പിളിതൊപ്പിയാൽ, കിടക്കുന്നയാളുടെ മുഖം പകുതിയും മറഞ്ഞിരുന്നതിനാൽ അതാരാണെന്ന് തിരിച്ചറിയാൻ ലിയോനിഡിന് കഴിഞ്ഞില്ല. തന്റെ അടങ്ങാത്ത ആകാംക്ഷ കാരണം അയാളെ സഹായിക്കാൻ ഇനിയും വൈകിയാൽ, ചിലപ്പോൾ അതയാളുടെ മരണത്തിനു കാരണമായേക്കാം.

പക്ഷേ എന്തോ ഒരുൾപ്രേരണ അയാളെ വിലക്കിക്കൊണ്ടിരുന്നു. ശ്രദ്ധയോടെ ത്വരിതമായി അയാൾ ആ മനുഷ്യനെ സമീപിച്ചു. ചെരിഞ്ഞും മറിഞ്ഞും നിലത്തു കിടക്കുന്നയാളെ ലിയോനിഡ് തുറിച്ചുനോക്കിക്കൊണ്ടിരുന്നു. കട്ടികൂടിയ നല്ല ഭംഗിയുള്ള പുരികക്കൊടികൾ, പരുന്തിന്റെ കൊക്കുപോലെയുള്ള നീളൻ മൂക്ക്, കറുത്ത പ്രഷ്യൻ മേൽമീശ. മുഖം പരിചിതമായി തോന്നി. ഞൊടിയിടയിൽ, അയാൾ ആ മനുഷ്യനെ തിരിച്ചറിഞ്ഞു:

‘‘ഇത് മുഹമ്മദ് ആണ്.’’

അത് പറഞ്ഞതും അയാളൊരടി പിന്നോട്ടാഞ്ഞു. ഭയചകിതനായി എന്തു ചെയ്യണമെന്നറിയാതെ നിന്നുപോയി. അമ്പരപ്പോടെ മുഹമ്മദിന്റെ മുഖത്തേക്കും കൊടിമരം പോലെ അവന്റെ മുതുകിൽ തറച്ച കുന്തത്തിലേക്കും മാറിമാറി അയാൾ ദൃഷ്ടി പായിച്ചു. തന്റെ മുഖത്തേക്ക് തന്നെ തുറിച്ചുനോക്കുന്ന മുഹമ്മദിന്റെ കണ്ണുകൾ കണ്ടപ്പോൾ മരിച്ചിട്ടില്ലെന്ന് അയാൾ ഒരു നിമിഷം ചിന്തിച്ചു: ജാള്യത തോന്നിയെങ്കിലും ആശ്വാസത്തിന്റെ ഒരു തിരയിളക്കം അയാൾക്കുണ്ടായി.

‘‘എന്തുപറ്റി നിങ്ങൾക്ക്?’’

വിറയാർന്ന ശബ്ദത്തോടെ അയാൾ ചോദിച്ചു. മുഹമ്മദ് നിശ്ശബ്ദനായിരുന്നു. അയാളുടെ കണ്ണുകൾ ലിയോനിഡിനെ തുറിച്ചുനോക്കിക്കൊണ്ടിരുന്നു. അത്രമാത്രം.

‘‘ഞാൻ നിങ്ങളെ രക്ഷിക്കാം.’’

ലിയോനിഡ് ആരോടെന്നില്ലാതെ പിറുപിറുത്തു. ലിയോനിഡ് മുട്ടിലിരുന്നു മുഹമ്മദിന്റെ കമ്പിളിക്കുപ്പായത്തിൽ തൊട്ടുനോക്കി.

തണുപ്പിന്റെ നേർത്ത പാളി തന്റെ വിരൽത്തുമ്പിൽ വിറകൊള്ളുന്നതായി അയാൾക്കു തോന്നി. ആ കോട്ട് നനഞ്ഞിരിക്കുന്നത് അയാളെ അമ്പരപ്പിച്ചു.

ഈ കുട്ടി വെള്ളത്തിൽ വീണുപോയതായിരിക്കുമോ എന്ന് പരിശോധിച്ചപ്പോൾ തന്റെ വിരലിനറ്റത്ത് പറ്റിപ്പിടിച്ച ഹിമശകലം മുഹമ്മദിന്റെ ഉറഞ്ഞുപോയ ചോരയാണെന്ന് അയാൾ മനസ്സിലാക്കി.

എത്ര നേരമായിക്കാണും അയാളിവിടെ കിടക്കാൻ തുടങ്ങിയിട്ട്? ആ ഇരുമ്പുവടിയിലേക്ക് അയാൾ തുറിച്ചുനോക്കി. അത് വലിച്ചൂരിയാലോ എന്നാലോചിച്ചു. പക്ഷേ അങ്ങനെ ചെയ്യുന്നത് ബുദ്ധിയായിരിക്കില്ലെന്ന് പിന്നീട് തോന്നി. അത് ഡോക്ടർമാർ ചെയ്യേണ്ടതാണ്. പരിഭ്രാന്തി കുടഞ്ഞെറിഞ്ഞ് യുക്തിസഹമായി നീങ്ങാൻ ശ്രമിച്ചു ലിയോനിഡ് വേഗം തന്നെ ഇയാളെ ആശുപത്രിയിലെത്തിക്കണം എന്നു കരുതി. അയാളുടെ നോട്ടം മുഹമ്മദിന്റെ നിശ്ചലമായി തുറിച്ചുനോക്കുന്ന കണ്ണുകളിൽ പതിഞ്ഞു. ‘‘ഇല്ലെങ്കിൽ...’’ വിറയാർന്ന കൈകൾകൊണ്ട് തന്റെ

ശിഷ്യന്റെ മുഖത്ത് തൊട്ടപ്പോൾ അയാളുടെ വാക്കുകളിടറി. അവന്റെ ചർമ്മം ഉറഞ്ഞ മഞ്ഞുപോലെ തോന്നി. അതിസംഭ്രമത്താൽ അവന്റെ നീളൻ കഴുത്തുള്ള കമ്പിളിക്കുപ്പായത്തിനിടയിൽ കൈകടത്തി അയാൾ ഹൃദയധമനി തിരഞ്ഞു. വിരലുകൾ കൊണ്ടമർത്തി. നാഡിമിടിപ്പില്ലാ യിരുന്നു. സന്ദേഹത്തോടെ അയാൾ വീണ്ടും ധമനികൾക്കായി പരതി. കഴുത്തിനിടയിൽ വിരലുകളാൽ തെരഞ്ഞു. ഒരിക്കൽ കൂടി ശ്രമിച്ചു. ഇല്ല... നാഡിമിടിപ്പില്ല! എന്തുചെയ്യണമെന്നറിയാതെ അല്പനേരം ആ മൃതദേഹത്തിനടുത്തയാൾ ഇരുന്നു. ചുറ്റും നോക്കി. കൊലയാളി അവി ടെയെവിടെയെങ്കിലും ഉണ്ടാകുമോ? മരങ്ങൾക്കിടയിലൂടെ അയാൾ പ ാളി നോക്കി. ആരേയും കാണാനായില്ല. അസഫിന്റെ അപ്പാർട്ട്മെന്റിൽ വെളിച്ചം കണ്ടു. അയാളെഴുന്നേറ്റു, പതുക്കെ. ആദ്യം സ്കൂൾ അധി കൃതരെ അറിയിക്കണമെന്ന് തീരുമാനിച്ചു. പിന്നീട് അസഫിനേയും.

നാല്

സുഖനിദ്രയിൽ ആണ്ടുപോയിരുന്നെങ്കിലും ലിയോനിഡ് കൈമാറിയ വാർത്ത കേട്ടപ്പോൾ അസഫ് ഞെട്ടിയുണർന്നു. കണ്ണുകൾ മലർക്കെ ത്തുറന്നു. മുറിയുടെ മധ്യത്തിൽ നിന്ന് അപരിചിതനെ നോക്കുന്നതു പോലെ വർഷങ്ങളായി പാർട്ടിയുടെ വിശ്വസ്തനായിരുന്ന ആ പഴയ റഷ്യക്കാരനെ അസഫ് തുറിച്ചു നോക്കി. അസഫ് പേടിച്ചരണ്ടിരിക്കുക യാണെന്ന് ലിയോനിഡിന് മനസ്സിലായി. അതുകൊണ്ട് ഈ അതി ദാരുണമായ വാർത്ത ഒറ്റയടിക്ക് പറയേണ്ടയെന്ന് ലിയോനിഡ് കരുതി. കാരണം ആ ടർക്കിഷ് സഖാവിന്റെ കൈകൾ അകാരണമായ ഭീതി യാൽ വിറയ്ക്കുന്നത് ലിയോനിഡ് ശ്രദ്ധിച്ചിരുന്നു.

''സഖാവേ,''

''ഇരിക്കൂ. നിനക്ക് സുഖമില്ലാത്തതുപോലെ ഉണ്ടല്ലോ. ഞാൻ നിനക്ക് കുടിക്കാൻ വെള്ളമെടുക്കാം.''

''വേണമെന്നില്ല.'' കൺപീലികളില്ലാത്ത കണ്ണുകൾ ചിമ്മിയടച്ച് അസഫ് പറഞ്ഞു. ''അത് മുഹമ്മദാണെന്ന് നിങ്ങൾക്ക് ഉറപ്പുണ്ടോ?''

''ഞാനതെന്റെ കണ്ണുകൾകൊണ്ട് കണ്ടതാണ്.'' ലിയോനിഡ് ജനാല യിലേക്കെന്നമട്ടിൽ തലകൊണ്ട് ആംഗ്യം കാട്ടിപ്പറഞ്ഞു.

''അവിടെ താഴെ ആ പാലത്തിൽ അവന്റെ മുതുകിൽ നീളമുള്ള ഇരുമ്പുവടികൊണ്ട്.''

''ഒരു ഇരുമ്പുവടി? ഇരുമ്പുവടി?''

''അതെ, ഒരു ഇരുമ്പുവടി തന്നെ.'' ലിയോനിഡ് പറഞ്ഞു.

എന്നിട്ട് തന്റെ ചൂണ്ടുവിരലും വലതുകൈയുടെ തള്ളവിരലും ചേർത്ത് ഒരു കട്ടിയേറിയ വൃത്തം വായുവിൽ വരച്ചു കാണിച്ചു.

''ഇത്രയും കട്ടിയുണ്ടായിരുന്നു. അവന്റെ ഹൃദയത്തിന്റെ തൊട്ടു പിന്നിൽ തന്നെ കുത്തുകയായിരുന്നു.''

അസഫ് ഒരു നിമിഷം മുഹമ്മദിന്റെ മൃതദേഹത്തെ തന്റെ കടും ഭാവനയിൽ ചിത്രീകരിക്കാൻ ശ്രമിച്ചു. ആ ചിത്രം കൂടുതൽ തെളിഞ്ഞു

വന്നു. അപ്പോൾ ഒരു ചോദ്യം അവന്റെ മനസ്സിൽ മിന്നിത്തെളിയുകയും അതവന്റെ ആത്മാവിനെ കൂടുതൽ ഭാരഭരിതമാക്കുകയും ചെയ്തു.

''അവനെ കൊന്നതാണോ അപ്പോൾ?''

''ഞാൻ അങ്ങനെ ഭയപ്പെടുന്നു.'' ലിയോനിഡ് മറുപടി പറഞ്ഞു.

''പക്ഷേ, എങ്ങനെ?'' സ്തബ്ധനായി അസഫ് ചോദിച്ചു.

''കൂടുതലൊന്നും അറിയില്ല. എന്തായാലും ഒരാൾക്ക് സ്വയം സ്വന്തം മുതുകത്ത് ഒരു മീറ്റർ നീളമുള്ള ഇരുമ്പുവടികൊണ്ട് കുത്തിക്കൊല്ലാനാകില്ലല്ലോ?''

ഒരു നിമിഷം അവർ രണ്ടുപേരും നിശ്ശബ്ദരായി. മരണത്തെ മുഖാമുഖം കാണേണ്ടിവരുമ്പോൾ മനുഷ്യർ അനുഭവിക്കുന്ന നിസ്സഹായമായ ഒരു നിരാശയുടെ നിഴൽ ലിയോനിഡിന്റെ വിരക്തി നിറഞ്ഞ ഭാവത്തിൽ പ്രകടമായിരുന്നു. നേരേ മറിച്ച് അസഫ് തന്റെ കീഴ്ച്ചുണ്ട് അമർത്തി കടിച്ചുപിടിച്ച് ഈ അപ്രതീക്ഷിത സാഹചര്യത്തെ തരണം ചെയ്യാൻ ബുദ്ധിമുട്ടിക്കൊണ്ടിരുന്നു. സോഷ്യലിസത്തിന്റെ വിളനിലമായ ഈ മോസ്കോയിൽ ഇത്തരത്തിലുള്ള ഒരു സംഭവം നടക്കുമെന്ന് അവൻ ഒരിക്കലും വിചാരിച്ചിരുന്നില്ല; മാത്രമല്ല അവനെപ്പോലുള്ളവർക്ക് ലോകത്തിലേക്കും വെച്ച് ഏറ്റവും സുരക്ഷിതമായ ഇടം ഇതായിരുന്നുതാനും. എന്നിട്ടും ഇത്തരം ഒരു ദുരന്തമുണ്ടായി, തുർക്കി സംഘം ഏറ്റവും നല്ല സഖാക്കളിൽ ഒരാളെ അവരുടെ പാർപ്പിടങ്ങൾക്കു മുന്നിൽ വെച്ചു തന്നെ ക്രൂരമായി കൊലപ്പെടുത്തിയിരിക്കുന്നു.

കൊലയാളിക്ക് ഇത്രയെളുപ്പം മുഹമ്മദിനെ വധിക്കാനായെങ്കിൽ മറ്റുള്ളവരെയും അയാൾക്ക് നിഷ്പ്രയാസം ഒഴിവാക്കാനാകും. ഒരു പക്ഷേ, ഇതിനകം അയാൾ മറ്റുള്ളവരെ ലക്ഷ്യമിട്ടിരിക്കാം. ഒരുവേള മുഹമ്മദിന് ആദ്യമേ ഇതിന്റെ സൂചന കിട്ടിയിരുന്നിരിക്കും; ഈ സാഹചര്യത്തെക്കുറിച്ച് മുന്നറിയിപ്പ് തരാനായി അദ്ദേഹം ഈ വഴി വന്നതായിരിക്കണം. ആർപ്പുവിളികളുടെ അലർച്ചയിലും മുഴക്കത്തിലും അസഫിന്റെ ചിന്തകൾ ചിതറിപ്പോയി. അയാൾ തിരിഞ്ഞുനോക്കിയപ്പോൾ ടി.വിയിലെ സംഗീതപരിപാടി അവസാനിച്ചിരുന്നു. കാണികൾ ആഹ്ലാദത്തോടെ കൈയടിക്കുകയായിരുന്നു. ഉറങ്ങുന്നവരെ ഉണർത്താതിരിക്കാൻ എന്നപോലെ പതുക്കെ പതുങ്ങിച്ചെന്ന് പവർ ബട്ടൻ അമർത്തി അവൻ ആ ടി.വി. ഓഫ് ചെയ്തു. അവൻ നോക്കിയപ്പോൾ ലിയോനിഡ് തന്നെ തിരിഞ്ഞുനോക്കുന്നതായി കണ്ടു. ഒരു വിശദീകരണത്തിനായി അയാൾ കാത്തുനിന്നതാവാമെന്ന് കരുതി അസഫ് ഉറപ്പിച്ചു പറഞ്ഞു: ''എനിക്ക് തോന്നുന്നു നമുക്കിടയിൽ ഒരു ചാരനുണ്ടെന്ന്.''

ഈ അവകാശവാദത്തിന്റെ കർക്കശമായ പരുഷസ്വഭാവമല്ല ലിയോനിഡിനെ ഭയപ്പെടുത്തിയത്, മറിച്ച് അസഫിന്റെ സ്വരത്തിലെ ഭീതി നിറഞ്ഞ പരിഭ്രമമാണ്.

ശാന്തമായി അയാൾ മറുപടി പറഞ്ഞു: ''അങ്ങനെ ഒരു തീരുമാനത്തിൽ ഇപ്പോൾ എത്തുക ഒരിത്തിരി നേരത്തെ ആയിപ്പോകില്ലേ?''

തന്റെ അവകാശവാദത്തിന്റെ മൗലികതയിൽ പൂർണ്ണവിശ്വാസമുണ്ടായിരുന്നതിനാൽ അസഫിന് ലിയോനിഡിന്റെ വാക്കുകൾ കേട്ടപ്പോൾ നിരാശ തോന്നി.

''അപ്പോൾ മറ്റെന്താണ് താങ്കൾക്ക് തോന്നുന്നത്?''

''ഒരു നിഗമനത്തിലെത്താനാകുന്നില്ല. ഒരുപക്ഷേ ഏതെങ്കിലും ഒരു ഭ്രാന്തൻ.'' കൂടുതലൊന്നും അസഫിന് കേൾക്കണമെന്നുണ്ടായിരുന്നില്ല.

''സഖാവേ,'' അയാൾ പറഞ്ഞു. അവിവേകിയായ ശിഷ്യനെ പഠിപ്പിക്കേണ്ടി വരുന്ന അദ്ധ്യാപകനെപ്പോലെ അയാളുടെ ശബ്ദത്തിന് നല്ല കനമുണ്ടായിരുന്നു. പിരിമുറക്കത്തോടെ അയാൾ പറഞ്ഞു: ''നമ്മളിവിടെ അവധി ആഘോഷിക്കാൻ വന്നതല്ല. വർഗ്ഗവിവേചനത്തിനെതിരെയുള്ള യുദ്ധത്തിലാണ് നമ്മൾ. നമ്മുടെ ഒരു സഖാവ് കൊല്ലപ്പെട്ടിരിക്കുന്നുണ്ടെങ്കിൽ, അതിൽ ഭരണകൂടത്തിന് ഒരു കൈ ഉണ്ടായിരിക്കും.'' അയാളുടെ സ്വരം പരുഷവും വരണ്ടതുമായിരുന്നു.

ലിയോനിഡിന് ഈ വാക്കുകൾ കേട്ടപ്പോൾ ദേഷ്യം വന്നു. അത് പുറത്തു കാണിക്കാതിരിക്കാൻ അയാൾ ശ്രദ്ധിച്ചു.

''ചിലപ്പോൾ നിങ്ങൾ പറയുന്നത് ശരിയായിരിക്കും.''

എതിർപ്പിന്റെ നേർത്ത സ്വരത്തിൽ അയാൾ പറഞ്ഞു.

''ഇപ്പോഴും... എനിക്കെങ്ങനെ പറയണമെന്നില്ല. എല്ലാം അതിശയോക്തി പോലെ തോന്നുന്നു. നമുക്കിടയിലേക്ക് ഒരു ചാരൻ നുഴഞ്ഞു കയറിയെന്നൊക്കെ സങ്കല്പിക്കുമ്പോൾ...''

''അങ്ങനെ പറയേണ്ടതില്ല സഖാവേ, ടർക്കിയിലൊക്കെ കാര്യങ്ങൾ എങ്ങനെയെന്ന് താങ്കൾക്കറിയില്ലല്ലോ. ഇപ്പോഴും നിലനിൽക്കുന്ന രാജ്യത്തെ ഏറ്റവും ശക്തമായ രാഷ്ട്രീയപാർട്ടികളിൽ ഒന്നാണ് നമ്മുടേത്. ഭരണകൂടത്തിന്റെ തലവൻ റാലികളിൽ ടിസിപി (ടർക്കിഷ് കമ്മ്യൂണിസ്റ്റ് പാർട്ടി അല്ലെങ്കിൽ കമ്മ്യൂണിസ്റ്റ് പാർട്ടി ഓഫ് ടർക്കി)യെ നിരന്തരം പിന്തുടരുകയും ലക്ഷ്യമിടുകയും ചെയ്യുന്നു. ഭരണകൂടത്തിന്റെ രാഷ്ട്രീയ പൊലീസ് സേന പാർട്ടിയിലേക്ക് നുഴഞ്ഞുകയറാൻ അവരുടെ കഴിവിന്റെ പരമാവധി പരിശ്രമിക്കുന്നുണ്ട്.

പാർട്ടി പ്രക്ഷേപണങ്ങളിൽ ഒരു ദശലക്ഷം തവണ കേട്ടിട്ടുള്ള പതിവ് വാർപ്പ് മാതൃകയിലുള്ള ഇയാളുടെ പ്രസംഗം ലിയോനിഡിനെ ചെറുതായിപ്പോലും ഉലയ്ക്കുകയോ സ്വാധീനിക്കുകയോ ചെയ്തില്ല. അയാൾ ആത്മസംയമനം പാലിക്കുകയും സ്വന്തം അഭിപ്രായം രേഖപ്പെടുത്താൻ ശ്രമിക്കുകയും ചെയ്തു.

''നമുക്കിടയിൽ ശരിക്കും ഒരു ചാരനുണ്ടെന്നു കരുതുക. എന്തിനാകും അയാൾ ഈ കൊലപാതകം ചെയ്തത്? പൊലീസ് വർഷങ്ങളെടുത്ത് ഒരു ചാരനെ പരിശീലിപ്പിക്കുകയും അവരെ അതിസ്വാഭാവികമായി പാർട്ടിയിൽ തിരുകിക്കയറ്റുകയും ചെയ്തിരിക്കണം. ഈ ചാരന്മാരെ പാർട്ടിയുടെ ഉന്നതസ്ഥാനങ്ങളിൽ എത്തിക്കുകയും നിർവ്വാഹകസമിതിയിൽ അധികാരത്തിൽ ഉയർത്തുകയും ഒക്കെയാണ് ലക്ഷ്യം. ചെറിയ പൊട്ടിത്തെറികൾക്കായി അവരെ ഉപയോഗിക്കാനിടയില്ല. പാർട്ടിയുടെ നേതൃത്വത്തെ സ്വാധീനിക്കാനായി കൂടുതൽ നിർണായകമായ അവസരം അവർക്കു ലഭിക്കാൻ ഇടയാകും. അതുകൊണ്ടു തന്നെ അത്തരം ഒരവസരം കളഞ്ഞുകുളിച്ച്, ഒരാളെ കൊല്ലാനായി മാത്രം വർഷങ്ങളുടെ ഈ പരിശ്രമം അവർ പാഴാക്കിക്കളയുമെന്ന് നിനക്ക് തോന്നുന്നുണ്ടോ?

അസഫിന്റെ നോട്ടം കുഴഞ്ഞുമറിഞ്ഞു. ലിയോനിഡിന്റെ വാക്കുകൾ വിശ്വാസയോഗ്യമായിരുന്നു. എന്നിരുന്നാലും ഒരു അരുംകൊല നടന്നിരിക്കുന്നു. ഒരു ഹത്യയ്ക്ക് ഒരു ഹേതു ഉണ്ടായിരിക്കണമല്ലോ?

''ശരി.'' അയാൾ പറഞ്ഞു. ''നിങ്ങളുടെ അഭിപ്രായത്തോട് ഞാൻ യോജിക്കുന്നു. പൊലീസിന് ഈ കൊല അപ്രധാനമായ ഒരു കാര്യമായിരിക്കും. വേറൊരു നിവൃത്തിയുമില്ലെങ്കിൽ പിന്നെന്തു ചെയ്യും?''

ലിയോനിഡിന് ഒന്നും മനസ്സിലായില്ല. നെറ്റി ചുളിയുന്നപോലെയുള്ള ഒരു ഗോഷ്ടി കാട്ടി അയാൾ അസഫിനെ തുറിച്ചുനോക്കി.

''മുഹമ്മദ് ചാരനെ നമുക്കിടയിൽതന്നെ കണ്ടെത്തുകയും നമ്മളെയത് അറിയിക്കാനായി വന്നതാണെങ്കിലോ? അല്ലെങ്കിൽ, ആ പാതിരാത്രി ആ പാലത്തിനു മുകളിൽ നമ്മുടെ കെട്ടിടത്തിനു മുൻപിൽ അയാൾ എന്തു ചെയ്യുകയായിരുന്നിരിക്കണം. ചാരന് സൂചന കിട്ടിക്കാണും മുഹമ്മദ് തന്നെ തിരിച്ചറിഞ്ഞുവെന്ന്. അയാൾ അവനെ കൃത്യസമയത്ത് തന്നെ വധിച്ചുകളഞ്ഞു. നമ്മുടെ അടുത്ത് എത്തുന്നതിനു മുൻപ്.''

അതൊരു സുപ്രധാന പരാമർശമായിരുന്നു. ആ നിലപാടിൽ ഉറച്ചുനിൽക്കണമെന്ന് ലിയാനോഡിന് തോന്നിയിരുന്നില്ല.

''അങ്ങനെയാണെങ്കിൽ തന്റെ മറ്റു സഖാക്കളേക്കാൾ നമ്മളെ അറിയിക്കണമെന്ന് അയാൾ ആഗ്രഹിച്ചതെന്തുകൊണ്ട്? ചെറുഘടകത്തിന്റെ സെക്രട്ടറി ഹിക്മെത്തിനെ അറിയിക്കാഞ്ഞത് എന്തുകൊണ്ടാകും?''

ആത്മവിശ്വാസം ഒളിമിന്നിയ ഒരു ചിരി അസഫിന്റെ ചുണ്ടിൽ വിരിഞ്ഞു.

''കാരണം അയാൾ വിശ്വസിച്ചിരുന്ന ആളുകളോട് മനസ്സു തുറക്കാമെന്ന് കരുതിക്കാണും. ഇത് എല്ലാവരുമായും പങ്കിടാൻ കഴിയുന്ന ഒരു വിവരമല്ലല്ലോ. ചിലപ്പോൾ അയാൾക്ക് സംശയമുണ്ടായിരുന്നിരിക്കണം; ഉറപ്പില്ലായിരുന്നു എന്നു കരുതാം. നമ്മൾക്ക് മുന്നറിയിപ്പ് തരാൻ അദ്ദേഹം ആഗ്രഹിച്ചിരിക്കണം.''

അസഫിന്റെ അഭിപ്രായങ്ങൾ യുക്തിസഹമാണെന്ന് ലിയോനിഡിന് തോന്നിത്തുടങ്ങി. എന്നാലും തിടുക്കത്തിൽ അവനുമായി യോജിച്ചു പോകാതെ അയാൾ സ്വയം നിയന്ത്രിച്ചു.

‘‘നമുക്കറിയാത്ത മറ്റു കാരണങ്ങൾ ഉണ്ടാകാം. നിന്റടുത്തേക്ക് വരുന്നതിനു മുൻപ് ഞാൻ വകുപ്പദ്ധ്യക്ഷനെ അറിയിച്ചിരുന്നു. ചിലപ്പോൾ ഇതു കൂടുതൽ വ്യക്തമായി പറഞ്ഞുതരാൻ അവർക്ക് കഴിഞ്ഞേക്കും.’’

‘‘സംഘടനയിലെ മറ്റുള്ളവരോട് നമ്മളെന്തു പറയും?’’ ആ ചോദ്യം അനാവശ്യമാണെന്ന് ലിയോനിഡിന് തോന്നി.

‘‘എന്താണ് സംഭവിച്ചത് എന്ന് നേരിട്ട് അവരോട് പറയുകയല്ലാതെ നമുക്ക് മറ്റെന്തെങ്കിലും മാർഗ്ഗമുണ്ടോ?’’ ലിയോനിഡ് തന്റെ തുർക്കിഷ് സഖാവിനെ അടിമുടി നോക്കി. ഇതാദ്യമായി അസഫ് സ്യൂട്ട് ധരിച്ചിരുന്നത് അയാൾ ശ്രദ്ധിച്ചു; സാധാരണയെന്നപോലെ കഴുത്തിൽ ഒരു ടൈയും ഉണ്ടായിരുന്നു അയാൾക്ക്. ഇയാളെപ്പോഴും സ്യൂട്ടുമിട്ടാണോ നടക്കുന്നത്? ലിയോനിഡ് ചിന്തിച്ചു. ‘‘ഇത്രയും ജാഗരൂകനായി ഒരാൾക്ക് ജീവിക്കാനാകുമോ, ഊർജ്ജസ്വലനായി പ്രവർത്തനസജ്ജനായിരിക്കാനാകുമോ? ഏതു നിമിഷവും മറ്റു മീറ്റിംഗിലേക്ക് ക്ഷണിക്കപ്പെട്ടേക്കാമെന്ന മട്ടിൽ അയാൾ ഒരുങ്ങി ഇരിക്കുന്നു. എനിക്കുറപ്പാണ് ഈ സ്യൂട്ട് ധരിച്ചാവും അയാൾ ഉറങ്ങുകയെന്ന്.’’

‘‘മരിച്ച നിലയിൽ കണ്ടെത്തി എന്നവരോട് പറഞ്ഞാലുള്ള സ്ഥിതി എന്താകും?’’ അസഫ് സംശയാലുവായി പറഞ്ഞു. ലിയോനിഡിനെ ഒളികണ്ണിട്ട് അവൻ നോക്കുന്നുണ്ടായിരുന്നു.

‘‘അല്ലെങ്കിൽ അദ്ദേഹം കൊല്ലപ്പെട്ടതാണെന്ന വസ്തുത മറച്ചു വെക്കാൻ ഉദ്ദേശമുണ്ടോ?’’

‘‘വേറൊന്നുമല്ല. സഖാക്കളെ വെറുതെ പ്രകോപിതരാക്കാതിരിക്കാൻ.’’

‘‘എന്നാൽ നമ്മൾക്ക് ഇതുപോലൊരു കാര്യം എന്നന്നേക്കുമായി മറച്ചുവെയ്ക്കാൻ സാധിക്കുമോ? അന്വേഷണം ആരംഭിക്കുന്ന സമയം അവർ അതിനെക്കുറിച്ചറിയുമല്ലോ?’’

‘‘അപ്പോൾ, ഇതിനെക്കുറിച്ച് യാതൊന്നുമറിയില്ല എന്ന് നമ്മൾക്ക് പറയാം.’’

‘‘അത്തരം പരാമർശങ്ങൾ സഖാക്കൾക്കിടയിൽ അവിശ്വാസത്തിന്റെ വിത്തുകൾ പാകാനിടയാക്കും.’’

അസഫിന്റെ ശാഠ്യത്തിന്റെ കാരണം ലിയോനിഡിന് മനസ്സിലായില്ല. ടർക്കിഷ് സംഘത്തിലെ സഖാക്കളെല്ലാം കഠിനമായ സാഹചര്യത്തിലൂടെ കടന്നുവന്നവരായിരുന്നു. മരണം അവർക്ക് അപരിചിതമല്ല. അതുകൊണ്ട് ഇവരിൽ നിന്ന് സത്യം മറച്ചുപിടിക്കുന്നതുകൊണ്ട് എന്തു

കാര്യമാണുള്ളത്? ഇപ്പോഴും അയാൾക്ക് അറിയാമായിരുന്നു, താൻ ടി.സി.പി.യുടെ കേന്ദ്രകമ്മിറ്റി അംഗവുമായിട്ടാണ് സംസാരിക്കുന്നതെന്നും അവസാനം അസഫിന്റെ നിലപാടിനെ ബഹുമാനിക്കുമെന്നും.

''സഖാവേ, നിങ്ങൾ തീരുമാനിക്കുക.'' അയാൾ പറഞ്ഞു. ''നമ്മുടെ സംഘത്തോട് ഇത് പറയേണ്ടയെന്ന് താങ്കൾ തീരുമാനിക്കുകയാണെങ്കിൽ ഞാൻ താങ്കളുടെ തീരുമാനത്തിന് അനുസൃതമായി പ്രവർത്തിക്കും. പക്ഷേ, എന്റെ രീതിക്കാണെങ്കിൽ ഞാനിത് എല്ലാവരോടും പറയുമായിരുന്നു.''

അസഫും ആശങ്കയിലായി. താടിക്ക് കൈയും കൊടുത്ത്, ലിയോനിഡിനെ നോക്കിക്കൊണ്ട്, അയാൾ ചിന്താവിഷ്ടനായി.

അവനിപ്പോൾ എന്താണ് ആസൂത്രണം ചെയ്യുന്നതെന്ന് ആർക്കറിയാം? ലിയോനിഡ് കരുതി. അയാൾക്കൊരിക്കലും അസഫിനൊപ്പം എത്താനായില്ല. അസഫ് നേരെ വാ നേരെ പോ പ്രകൃതക്കാരനാണെന്ന് ലിയോനിഡിന് തോന്നിയിരുന്നില്ല. അയാളുടെ ഏറ്റവും ആത്മാർത്ഥമായ ചിരിയിൽ പോലും അരക്ഷിതത്വം പ്രതിഫലിച്ചിരുന്നു എന്നതായിരുന്നു സത്യം. എന്നാൽ രണ്ടു വർഷം മോസ്കോയിൽ താമസിച്ച് റഷ്യൻ ഭാഷ പഠിക്കാൻ വന്ന ഒരാൾ എന്ന നിലയിൽ അയാളുടെ ഈ ഭാവത്തിന് ഒഴിവുകഴിവ് അനുവദിക്കാം എന്നു തോന്നുന്നുണ്ട്. ചിലപ്പോൾ അയാളിൽ അന്തർലീനമായ, ജന്മസിദ്ധമായ വ്യക്തിത്വമായിരിക്കും ഇത്. പാർട്ടിയെ നിയന്ത്രിച്ച് അതിന്റെ പദ്ധതികൾ രഹസ്യമായി നടപ്പാക്കിയും സൂക്ഷിച്ചും അയാളിങ്ങനെയായിപ്പോയതാകാം. അടഞ്ഞ വാതിലുകൾക്ക് പിന്നിൽ അവിചാരിതമായ ബന്ധങ്ങൾ നിലനിർത്തിക്കൊണ്ടു പോകേണ്ടതിനും പ്രത്യേക പരിശ്രമംകൊണ്ട് രഹസ്യസ്വഭാവമുള്ള ഒരു സംഘടനയുടെ വിപ്ലവാവേശം കാത്തുസൂക്ഷിക്കേണ്ടിവന്നതിനാലും അയാൾ ഇങ്ങനെ പെരുമാറുന്നതായിരിക്കാം. പറഞ്ഞാലും ഇല്ലെങ്കിലും ഒളിവിലുള്ള പ്രവർത്തനങ്ങൾ നടത്തിയെടുക്കേണ്ടി വരുമ്പോഴുള്ള നഷ്ടം എത്രയെന്നോ? നാല്പതു വയസ്സു കഴിഞ്ഞിട്ടും പാർട്ടിയുടെ ഒറ്റ വാക്കിനു പുറത്താണ് കുടുംബത്തെപോലും ഉപേക്ഷിച്ച് പഠിക്കാനായി അയാൾ മോസ്കോയിലെത്തിയത്. വിശേഷദിവസങ്ങൾ ജനാധിപത്യജർമ്മനിയിലേക്ക് വിമാനത്തിൽ പറന്നെത്തി അയാൾ ഭാര്യയോടും മക്കളോടുമൊപ്പം സമയം ചെലവഴിച്ചിരുന്നു. അതിനുള്ള അവസരം അദ്ദേഹം നഷ്ടപ്പെടുത്തിയില്ല എന്നുവേണം പറയാൻ. സംഘത്തിലെ പല സഖാക്കൾക്കും അവരുടെ പ്രിയപ്പെട്ടവർക്ക് കത്തുകൾ പോലും അയയ്ക്കാൻ പറ്റില്ലെന്നിരിക്കേ, അവരെക്കാണാൻ തുർക്കിയിലേക്ക് പോകാനാവില്ലെന്നിരിക്കേ, അസഫിന്റെ യാത്രകൾ ആഡംബരമായി കണക്കാക്കാം. പ്രസിദ്ധീകരിച്ചതിനുശേഷം രണ്ടു മാസങ്ങൾ കഴിഞ്ഞ് തങ്ങൾക്ക് തപാലിൽ കിട്ടുന്ന ദിനപത്രങ്ങളായിരുന്നു മറ്റുള്ളവർക്ക് അവരുടെ മാതൃരാജ്യവുമായി സമ്പർക്കം പുലർത്താനുള്ള ഒരേ

ഒരു വഴി. അങ്ങനെ പഴയ വാർത്തകൾ ചേർത്തുവെച്ച് പത്രത്തിലെ മൂന്നാംകിട ഫോട്ടോകൾ നോക്കി വീടിനെക്കുറിച്ചുള്ള ഒടുങ്ങാത്ത വാഞ്ഛ അവർ പൂർത്തീകരിക്കാൻ ശ്രമിച്ചു. എന്തെങ്കിലും അത്യാപത്ത് ബന്ധുക്കൾക്കാർക്കെങ്കിലും സംഭവിച്ചിട്ടുണ്ടെങ്കിൽ അവിടെ തിരിച്ചെത്തുമ്പോൾ മാത്രമേ അവരത് അറിയുകയുള്ളൂ എന്നതായിരുന്നു സ്ഥിതി.

എന്നിട്ടും അവനവന് സ്വന്തം യുദ്ധങ്ങൾ നേരിടേണ്ടി വന്നു. അസഫിന്റെ സ്വന്തം പ്രശ്നങ്ങളെ വില കുറച്ച് കാണേണ്ടതില്ല. പാർട്ടി നേതൃത്വത്തിലുണ്ടായ ചില മാറ്റങ്ങൾ കാരണമാണ് അവനിവിടെ എത്തിപ്പെട്ടത്. ഒരല്പം നിരീക്ഷണം ഉണ്ടെങ്കിൽ അത് മനസ്സിലാക്കാൻ എളുപ്പമാണല്ലോ. കാരണം മറ്റാരുടെയോ വഴിയിൽ തടസ്സമാവാതിരിക്കാനാണ് അവനെ ഇവിടേക്ക് അയച്ചത്. അസഫിന്റെ മോസ്കോയിലെ ജീവിതം ഏതാണ്ട് നാടുകടത്തപ്പെട്ടവരെപ്പോലെയായിരുന്നു. അയാളുടെ പെരുമാറ്റവും അത് സൂചിപ്പിക്കുന്ന തരത്തിലായിരുന്നു. അയാൾ ഒരേസമയം പാർട്ടി നേതൃത്വത്തെ ഇകഴ്ത്തുകയും പുകഴ്ത്തുകയും ചെയ്തു; കപടഭയം അഭിനയിച്ച് ചോദ്യങ്ങളിൽ നിന്നൊഴിഞ്ഞുമാറുകയും വിചിത്രമായ ചേഷ്ടകൾകൊണ്ട് ഉത്തരം പറയുകയും ചെയ്തു. ഇതെല്ലാം അയാളുടെ അസംതൃപ്തിയുടെ സൂചനകളായിരുന്നു, ഏറ്റവും കുറഞ്ഞത് നിർവ്വാഹകസമിതിയുമായുള്ള വിയോജിപ്പിന്റെ തെളിവുകളായിരുന്നു. ലിയോനിഡിന് ഇതിനെക്കുറിച്ചൊക്കെ ബോധ്യമുണ്ടായിരുന്നു, വേണമെങ്കിൽ അസഫിനോട് സംസാരിക്കാനും തയ്യാറായിരുന്നു. എന്നാൽ അസഫ് ഒരിക്കലും സഹായം അഭ്യർത്ഥിച്ച് ലിയോനിഡിനെ സമീപിച്ചിരുന്നില്ല. ലിയോനിഡിനെ ഒരു അടിമുടി പാർട്ടി നിർവ്വാഹസമിതി അംഗമായി കണ്ടതുകൊണ്ട് അല്പം അകന്നുനിന്ന് ഇടപഴകുന്നതാകും നല്ലതെന്ന് അയാൾ ഗ്രഹിച്ചു കാണും.

ലിയോനിഡ് പാർട്ടി ഭരണസമിതിയേക്കാൾ പ്രാധാന്യം തന്റെ ശിഷ്യഗണങ്ങൾക്ക് നൽകിയിരുന്നു. ടർക്കിയിൽ നിന്നുള്ള വിപ്ലവകാരികളെ പഠിപ്പിക്കാൻ തുടങ്ങുമ്പോഴുള്ള സന്ദേഹം പിന്നീട് കുറഞ്ഞുവരികയും അവരുമായി നല്ല ബന്ധം സ്ഥാപിക്കാൻ ലിയോനിഡിന് കഴിയുകയും ചെയ്തു. കാലക്രമേണ അവരുമായി നന്നായി അടുത്തു എന്നും പറയാം. ലിയോനിഡിന്റെ അഭിപ്രായത്തിൽ തന്റെ വിദ്യാർത്ഥികളുടെ ഏറ്റവും വലിയ കഴിവുകേട് സംശയമോ വിമർശനമോ ഉന്നയിക്കാൻ അവർക്കറിയില്ല എന്നതാണ്. അതിനാൽ വിമർശനാത്മകമായും സ്വതന്ത്രമായും ചിന്തിക്കാനുള്ള ശേഷി തന്റെ വിദ്യാർത്ഥികളിൽ നിറയ്ക്കാൻ അദ്ദേഹം നിരന്തരം പരിശ്രമിച്ചു. അപ്പോഴും അസഫിനെപോലുള്ള ഭാരവാഹികൾ, ദൈവത്തിനുപോലുമറിയാത്ത പലവിധ രഹസ്യഉപജാപങ്ങൾ മനസ്സിൽ നിറച്ച്, തൊണ്ട നനയാതെ വിഴുങ്ങിയ ആജ്ഞകൾ അനുസരിക്കുന്നതാണ് കേമമെന്നും തർക്കങ്ങളൊന്നുമില്ലാതെ അപര്യാപ്തമായ പരമ്പരാഗതരീതികൾ പിന്തുടരുന്നതാണ് നല്ലതെന്നും

കരുതി. അധികാരശ്രേണിയിൽ സ്വന്തം സ്ഥാനം ഉറപ്പിക്കാൻ അവർക്കതാവശ്യവുമായിരുന്നു. മുകളിലുള്ള ആരെങ്കിലും ഒരു വഴി വരയ്ക്കും. ബാക്കിയെല്ലാവരും കണ്ണടച്ച് അതിലെ പോകുമെന്നതായിരുന്നല്ലോ രീതി. ശരിയായതും തെറ്റായതുമെല്ലാം ആ പാതയുമായുള്ള സമ്പർക്കത്തിൽ പിന്നീട് നിശ്ചയിക്കപ്പെടുന്നതാണല്ലോ. വിചിത്രമെന്നു പറയട്ടെ ഈ ചിന്താഗതി റഷ്യൻ സമൂഹത്തിലും രൂഢമൂലമായിരുന്നു.

ഈ വിഷയത്തെപ്പറ്റി ആലോചിക്കുമ്പോൾ തുർക്കികളും റഷ്യക്കാരും തമ്മിൽ വിശ്വാസങ്ങളിലും ചിന്താധാരകളിലുമുള്ള സാമ്യത ലിയോനിഡ് തിരിച്ചറിഞ്ഞിരുന്നു. ഇത് റഷ്യൻ യഥാസ്ഥിതികരുടെ അന്ധമായ വിശ്വാസവും തുർക്കികൾക്ക് അവരുടെ പരിശുദ്ധപുസ്തകത്തിനോടുള്ള കൂറും തമ്മിലുള്ള ചേർച്ചകൊണ്ടല്ല, മറിച്ച് യൂറോപ്പിന്റേയും ഏഷ്യയുടെയും ഇടയിൽ കുടുങ്ങിപ്പോയ രണ്ടു രാജ്യങ്ങളുടെ സാംസ്കാരിക ഘടന രൂപപ്പെട്ടുവന്നതിന്റെ ക്ലേശകരമായ രീതികൊണ്ടു കൂടിയാകാം. ദൈനംദിന ചിന്തയുടെ ഭാഗമായിരുന്നു അത്. സാർ ചക്രവർത്തിയോടോ സുൽത്താനോടോ പാർട്ടി സെക്രട്ടറിയോടോ മുഖ്യനോടോ ഉള്ള പ്രതിബദ്ധത. എന്തുതന്നെയായാലും ഈ രീതി അതിന്റെ മുറയ്ക്ക് നടന്നുപോരുന്നുണ്ടായിരുന്നു. ജീവിതം അത്രമേൽ കർശനമായ സമീപനങ്ങളെ ഇനി അനുവദിച്ചിരുന്നില്ല.

''സത്യം പറഞ്ഞാൽ, എന്തു ചെയ്യണമെന്ന് എനിക്കറിയില്ല.'' അസഫ് പറഞ്ഞു. മിഥ്യാഭാവനയിൽ നിന്ന് ഉണർന്നെന്നപോലെ. ലിയോനിഡിന്റെ നിശ്ചയമില്ലായ്മ വെളിപ്പെടുത്തുന്ന നിശ്ശബ്ദത അവനെ കൂടുതൽ ജാഗ്രതയുള്ളവനാക്കി. അവൻ സത്യസന്ധനാണോ അതോ മനസ്സിൽ വേറെ പദ്ധതികളുണ്ടോ എന്നു ലിയോനിഡിന് ഉറപ്പില്ലായിരുന്നു.

''നിനക്ക് വേണമെങ്കിൽ ബെർലിനിലേക്ക് വിളിക്കാം.''

അവന്റെ ചിന്തകളെ നിരീക്ഷിക്കാനെന്നവണ്ണം അയാൾ പറഞ്ഞു. ''പാർട്ടി നേതൃത്വം ഈ സംഭവവികാസങ്ങൾ അറിഞ്ഞിരിക്കണം. ചിലപ്പോൾ അവർക്ക് ഒരു പോംവഴി നിർദ്ദേശിക്കാനായേക്കും.''

ആശങ്ക നിറഞ്ഞ അസഫിന്റെ ഭാവം പരിഭ്രമത്തിലേക്ക് വഴിമാറി.

''വേണ്ട... വേണ്ട...'' അവൻ പറഞ്ഞു.

ഈ ആശയവുമായി അദ്ദേഹത്തിന് യോജിച്ച് പോകാനാകുന്നില്ല എന്നത് വ്യക്തമായിരുന്നു. ''കൊലപാതകത്തെക്കുറിച്ച് വ്യക്തമായി നമ്മൾക്കിപ്പോഴും ഒന്നും അറിയില്ല. കൃത്യമായ വൃത്താന്തങ്ങളറിഞ്ഞു കഴിഞ്ഞാൽ നമുക്കവരെ വിളിക്കാം. സുരക്ഷാജീവനക്കാർ വന്നു പരിശോധിക്കാനായി നമുക്ക് കാത്തിരിക്കാം.''

ലിയോനിഡ് പറഞ്ഞു,

''വരൂ, മൃതദേഹം കാണാൻ നമുക്കങ്ങോട്ട് ഇറങ്ങാം.''

ജഡം കാണണമല്ലോ എന്ന ചിന്ത അസഫിനെ അലട്ടുന്നതായി തോന്നി.

''എന്തുകൊണ്ടാണത്?''

''പൗരസേന ഏതു നിമിഷവും അവിടേക്കെത്തിയേക്കാം. ആരെങ്കിലും അവിടെ ചെന്ന് അവരെ സ്വീകരിക്കേണ്ടതുണ്ട്.''

''ശരിയാണ്.''

ലിയോനിഡ് പറഞ്ഞത് അംഗീകരിച്ചെങ്കിലും അവിടെ പോകുന്നതിനെക്കുറിച്ചുള്ള ചിന്ത അയാളെ വിഷമിപ്പിച്ചു.

''ഒരു നിമിഷം, ഞാനെന്റെ കോട്ടൊന്നു ധരിക്കട്ടെ.''

കോട്ടെടുക്കാനായി പോയപ്പോൾ അസഫ് മുഹമ്മദിന്റെ മുഖം ഓർക്കാൻ ശ്രമിച്ചു. വിചിത്രമായെന്നോണം, അയാൾക്കത് സങ്കല്പിക്കാനായില്ല. അത് അസാധാരണമായി തോന്നി. കാരണം കുറച്ചു മണിക്കൂറുകൾക്കു മുൻപ് ഒരു മേശയ്ക്കിരുപുറം ഇരുന്ന് അവർ അത്താഴമുണ്ടതായിരുന്നല്ലോ? അപ്പോൾ മുഹമ്മദ് അല്പം അസ്വസ്ഥനായിരുന്നു എന്ന് അയാൾക്ക് തോന്നി. അസഫിനോടൊപ്പം തനിച്ചിരിക്കണമെന്നതുപോലെയാണ് അയാൾ പെരുമാറിയത്. ''എനിക്ക് നിങ്ങളോട് ഒരു കാര്യം പറയാനുണ്ട്...'' എന്നതുപോലെയെന്തോ അയാൾ സംസാരിക്കാൻ ശ്രമിച്ചിരുന്നു. എന്നാൽ ഇടയ്ക്ക് സെരിഫ് വന്നതിനാൽ ആ സംസാരം മുറിഞ്ഞുപോയി. അപ്പോൾ മുഹമ്മദുമായി സംസാരിക്കാനാവാത്തതും അയാളുടെ വർത്തമാനം പറയാനുള്ള ശ്രമങ്ങളെ അവഗണിച്ചതും ഇപ്പോൾ അസഫിനെ കാർന്നുതിന്നുകൊണ്ടിരുന്നു.

അഞ്ച്

വിളക്കുമാടങ്ങളിലെ മിന്നൽപ്രകാശത്തിൽ നിന്ന് ഊറിവന്ന മഞ്ഞ വെളിച്ചം മഞ്ഞിന്റെ നേർത്ത പാളിയിൽ തട്ടി പ്രതിഫലിച്ച് അർദ്ധ സുതാര്യവൃത്തങ്ങൾ തീർത്തുകൊണ്ടിരുന്നു. വലയങ്ങൾ തിളങ്ങുകയും പാതവക്കിലെ ഗർത്തത്തിൽ വീണലിയുന്നതുവരെ പരിവർത്തനങ്ങൾക്ക് വിധേയമാകുകയും ചെയ്തുകൊണ്ടിരുന്നു.

''ഇവിടെ എന്തോ ഉണ്ട്.''

കുഴിയിലേക്ക് കുനിഞ്ഞുനോക്കിക്കൊണ്ട് നിക്കോളായ് വിളിച്ചു പറഞ്ഞു. മഞ്ഞിനിടയിൽ കിടന്ന കറുത്തിരുണ്ട ഒരു വസ്തു അയാളുടെ ശ്രദ്ധയിൽപ്പെട്ടു. വിക്റ്റർ മൃതദേഹത്തിൽ നിന്ന് കണ്ണുയർത്തി നിക്കോളായുടെ നേരേ ശ്രദ്ധാപൂർവ്വം നോക്കി. അയാളുടെ സുഹൃത്ത് അല്പം മാറി മുന്നോട്ടേക്കായി നിലത്ത് കുത്തിയിരുന്ന് സ്ഥലം പരിശോധിക്കുകയായിരുന്നു. ''ഒരു പേന'' നിക്കോളായ് അലറി.

''ഇവിടെ ഒരു പേനയുണ്ട്. നേവി ബ്ലൂ നിറത്തിലുള്ള ഫൗണ്ടൻ പേന.''

വിക്റ്റർ പെട്ടെന്നെഴുന്നേറ്റു. ഇതു പ്രധാനപ്പെട്ടതാകും.

''ശരി. ഇതാ ഞാൻ വരുകയാണ്.''

അവർ തമ്മിൽ നിലനിന്നിരുന്ന തർക്കം ഇതിനകം അദ്ദേഹം മറന്നിരുന്നു. താമസസ്ഥലത്ത് ഒരു കൊലപാതകം നടന്നതായി റേഡിയോയിൽ കേട്ടയുടനെ 'തുർക്കികൾ' എന്നദ്ദേഹം ചോദിച്ചിരുന്നു. 'അതെ' എന്നുത്തരം കിട്ടിയപ്പോൾ നിക്കോളായെ നോക്കുകയും 'ഞാൻ നിങ്ങളോട് പറഞ്ഞതല്ലേ' എന്ന് പറയുകയും ചെയ്തു.

''കണ്ടോ, നമ്മുടെ ആൾ പണി തുടങ്ങി.''

ഈ അപ്രതീക്ഷിത സംഭവത്താൽ താൻ വിഡ്ഢിയാക്കപ്പെട്ടതായി നിക്കോളായ്ക്ക് തോന്നി. അതുകൊണ്ടുതന്നെ മുഴുവൻ സാഹചര്യവും മനസ്സിലാക്കാതെ ഇവിടുന്നങ്ങോട്ട് ഒരഭിപ്രായവും പറയില്ലെന്നും ഈ തഴക്കമുള്ള വൃദ്ധന്റെ മുമ്പിൽ ഇനി തെറ്റുപറ്റുകയില്ലെന്നും ഉറപ്പിച്ചു.

കൊലപാതകം നടന്നിടത്ത് പെട്ടെന്ന് രണ്ടു സഹപ്രവർത്തകർ എത്തി. അവർ തമ്മിൽത്തമ്മിൽ ഒന്നും മിണ്ടിയില്ല. ലിയോനിഡും അസഫും അവർ ശവത്തിന്റടുത്തേക്ക് എത്തുമ്പോഴേക്കും അവരെ കണ്ടുമുട്ടിയിരുന്നു.

''ആരാണ് മൃതദേഹം കണ്ടെത്തിയത്?'' എന്നതായിരുന്നു വിക്റ്ററുടെ ആദ്യത്തെ ചോദ്യം. ലിയോനിഡാണ് മറുപടി പറഞ്ഞത്. അവർ തമ്മിൽ സ്വയം പരിചയപ്പെടുത്തി. അതിനുശേഷം വിക്റ്റർ രണ്ടു പേരേയും സൂക്ഷിച്ചുനോക്കി. അവർ നൽകിയ വിവരങ്ങൾ പര്യാപ്തമെന്നു തോന്നുകയും ഫ്ളാഷ്‌ലൈറ്റ് കത്തിച്ച് അദ്ദേഹം മൃതദേഹത്തിന്റെ അടുത്തേക്ക് പോയി. നിക്കോളായ് തന്റെ സുഹൃത്തിനെ അനുഗമിച്ചു, സത്വരമായി മൃതദേഹത്തെ നോക്കിയശേഷം പാലത്തിന്റെ ചുറ്റുപരിസരങ്ങളെ നിരീക്ഷിക്കാൻ അദ്ദേഹം തീരുമാനിച്ചു.

വർത്തമാനം പെട്ടെന്ന് നിറുത്തി തങ്ങളുടെ ജോലിയിലേക്ക് കടന്ന രഹസ്യാന്വേഷണ ഉദ്യോഗസ്ഥരുടെ മനോഭാവം അസഫിനെ കുറച്ചൊന്നുമല്ല അലോസരപ്പെടുത്തിയത്. മൃതദേഹം പരിശോധിക്കുകയായിരുന്ന വിക്റ്ററിനെ കടത്തിവെട്ടി തന്റെ മുറിഞ്ഞ റഷ്യൻ ഭാഷയിൽ ഇവിടെ നടക്കുന്നതെന്താണെന്ന് വിശദീകരിച്ചുതരില്ലേ ഞങ്ങൾക്ക് എന്ന് അസഫ് ചോദിച്ചു.

ഇരുമ്പുദണ്ഡ് കയറിപ്പോയ സ്ഥലത്ത് ചുവന്ന വർത്തുളാകൃതിയിലുള്ള ഹിമപടലത്തെ പരിശോധിച്ചുകൊണ്ടിരുന്ന വിക്റ്റർ അസഫിന്റെ ചോദ്യം കേട്ട് അസ്വസ്ഥനായി. ഉത്തരം പറയാൻ തയ്യാറെടുത്തു.

''ശരി, ഞാൻ വിശദീകരിക്കാം.'' തലയുയർത്തി, കോപവും നിഗൂഢതയും നിറഞ്ഞ കണ്ണുകളാൽ തന്റെ മുന്നിൽ നിൽക്കുന്ന മെലിഞ്ഞ മനുഷ്യനെ അടിമുടി നോക്കി.

''ഇത് ഒരു ശവമാണ്. ഇത് ഒരു ഇരുമ്പുവടി. മൃതദേഹത്തിന്റെ മുതുകിൽ ഈ ഇരുമ്പുവടി തുളച്ചുകയറിയിരുന്നു. അതിനാൽ ഈ ദണ്ഡുകൊണ്ടാണ് ഈ മനുഷ്യനെ കൊന്നിരിക്കുന്നത്. ഇത്രയും വ്യക്തമാണോ?''

പ്രത്യക്ഷത്തിൽ വിക്റ്റർ അസഫിനെ പരിഹസിക്കുകയായിരുന്നു. താൻ ഇടയ്ക്കു കയറി സംസാരിക്കുന്നത് അന്വേഷണത്തിന് ഗുണം ചെയ്തേക്കുമെന്ന പ്രതീക്ഷയാൽ ആ കളിയാക്കലിനെ അവൻ തള്ളിക്കളഞ്ഞു.

''ദയവായി ഞങ്ങളെ തെറ്റിദ്ധരിക്കരുത്. നിങ്ങളുടെ ജോലിയിലേക്ക് കടക്കാൻ ഞങ്ങൾ ഉദ്ദേശിക്കുന്നില്ല. എന്നാൽ നിങ്ങളെ ഞങ്ങളാൽ കഴിയുംവിധം സഹായിക്കണമെന്നുണ്ട്. അതുകൊണ്ടുതന്നെ കാര്യങ്ങൾ എങ്ങനെ മുന്നോട്ട് പോകുമെന്നതിനെക്കുറിച്ച് ഞങ്ങൾക്ക് അറിയേണ്ടതുണ്ട്.''

യദൃച്ഛയാ ആ സംഭാഷണം കേട്ട നിക്കോളായ് അവരുടെ അടുത്തേക്ക് വന്നു.

"ഞങ്ങൾ ഇതിന്മേൽ ജോലി ചെയ്യാൻ ഇപ്പോൾ തുടങ്ങിയതല്ലേയുള്ളൂ." ശാന്തതയോടെ അയാൾ പറഞ്ഞു. "കൂടുതൽ വിവരങ്ങളൊന്നും ഞങ്ങൾക്ക് കിട്ടിയിട്ടുമില്ല. പക്ഷേ, നിങ്ങൾക്ക് സഹായിക്കണമെന്നുണ്ടെങ്കിൽ തുർക്കി ഗ്രൂപ്പിനെ വിളിച്ചുകൂട്ടി ഈ സാഹചര്യങ്ങളൊക്കെ അവർക്ക് വിശദീകരിച്ചുകൊടുക്കുക."

"ഇപ്പോഴോ?" ആശ്ചര്യത്തോടെ അസഫ് ചോദിച്ചു.

"തീർച്ചയായും." ആ സംഭാഷണത്തിൽ പങ്കുചേർന്ന് വിക്റ്റർ പറഞ്ഞു, നിക്കോളായുടെ ഇടപെടലുകൾ വിക്റ്ററിന് രസിച്ചില്ല. അതുകൊണ്ട് താനാണിവിടെ അധികാരി എന്നത് എല്ലാവരേയും അറിയിക്കാൻ അയാൾ വ്യഗ്രതപ്പെട്ടു. തന്റെ ചുമതലയെ ഉറപ്പിക്കുംപോലെ അയാൾ പറഞ്ഞു: "അന്വേഷണത്തിന് അത് അത്യാവശ്യമാണ്. ഈ സംഭവത്തെക്കുറിച്ച് ടർക്കിഷ് കൂട്ടായ്മയിലുള്ളവരെല്ലാം എന്തായാലും അറിയും. എന്നാൽ മറ്റ് ഗ്രൂപ്പുകൾ കൊലപാതകത്തെക്കുറിച്ച് അറിയുകയുമില്ല."

"അതെങ്ങനെ സംഭവിക്കും?" ലിയോനിഡ് ഒട്ടും ആലോചനയില്ലാതെ പറഞ്ഞുപോയി.

"കാര്യം വളരെ ലളിതമാണ്. നിങ്ങളും തുർക്കി വിദ്യാർത്ഥികളും ഇത് മറ്റാരോടും പറയില്ല. അതുകൊണ്ടുതന്നെ ഇത് മറ്റാരും അറിയില്ല. കൊലപാതകത്തെക്കുറിച്ചുള്ള ഇത്തരം നിർദ്ദേശങ്ങളൊക്കെ കേന്ദ്രത്തിൽ നിന്നുള്ളതാണ്. അവരെ അനുസരിച്ചല്ലേ മതിയാകൂ?"

കേന്ദ്രത്തിൽ നിന്നോ, ലിയോനിഡ് ചിന്തിച്ചു. ഇതാദ്യമായി ഇവരൊന്നും സാധാരണ സൈനികരല്ലെന്ന് അയാൾക്ക് മനസ്സിലായി. അവരുടെ ആത്മവിശ്വാസമുള്ള സ്വരം. നിഷ്പക്ഷമായ മനോഭാവം. ഇതെല്ലാം വളരെ വ്യക്തമായിരുന്നു. താൻ ഒരന്ധനായിരുന്നതിനാലാവാം ഇതൊന്നും മുൻപേ കാണാതിരുന്നത്. കെ.ജി.ബിയിൽ നിന്നുള്ള ആളുകളായിരുന്നല്ലോ അവർ.

വിക്റ്റർ തുടർന്നും സംസാരിച്ചു. "അതിനാലാണ് തുർക്കി സഖാക്കളെയെല്ലാം വിവരങ്ങൾ അറിയിക്കണമെന്ന് പറഞ്ഞത്. എന്നാലും കൊലപാതകത്തെക്കുറിച്ച് സൂചന നൽകേണ്ടതില്ല. നിങ്ങളോട് ചില അഭ്യർത്ഥനകൾ കൂടിയുണ്ട്. ആദ്യമായി മരിച്ച ആളുടെ മുറി ഞങ്ങൾക്ക് ഒന്നു പരിശോധിക്കണം. മറ്റു സഖാക്കൾ ഇതിനെക്കുറിച്ച് അറിയേണ്ടതില്ലതാനും. ഗ്രൂപ്പ് മീറ്റിങ്ങ് കൂടുന്ന നേരത്ത് ഞങ്ങൾക്ക് ഇത് ചെയ്യാൻ കഴിയും. ഞങ്ങൾ മുറിയിലായിരിക്കുമ്പോൾ ആരെയും മീറ്റിങ്ങിൽ നിന്ന് പുറത്തിറങ്ങാൻ അനുവദിക്കരുത്. അതു മാത്രമല്ല, നിങ്ങളുടെ സഖാക്കൾ ഇന്നലെ രാത്രി എവിടെയായിരുന്നു, എന്തു ചെയ്യുകയായിരുന്നു,

ആരുടെ ഒപ്പമായിരുന്നു എന്നൊക്കെ വിശദമാക്കുന്ന റിപ്പോർട്ടുകൾ ഞങ്ങൾക്ക് ശേഖരിക്കണം. നാളെ രാവിലെയാകുമ്പോഴേക്കും അത് കിട്ടിയാൽ നന്നായിരുന്നു.''

വിക്റ്റർ സംസാരിച്ചു നിർത്തി. ഇനിയും എന്തൊക്കെയോ കൂടുതൽ കേൾക്കുന്നുണ്ടെന്നപോലെ അസഫ് ശ്രദ്ധിച്ചുകൊണ്ടിരുന്നു.

''അപ്പോൾ അങ്ങനെയാകട്ടെ അല്ലേ?'' അങ്ങനെ വിക്റ്ററിന് ചോദിക്കേണ്ടി വന്നു.

''അതെ. അങ്ങനെത്തന്നെ.'' അസഫ് നിരാശയോടെയാണ് അത് പറഞ്ഞത്. ''പക്ഷേ, ഞാൻ കരുതിയത് ഇപ്പോൾതന്നെ നമ്മുടെ സഖാക്കളോട് ഈ കൊലപാതകത്തെക്കുറിച്ച് പറയേണ്ടതില്ലെന്നാണ്. അങ്ങനെയെങ്കിൽ ഒരുവേള കൊലപാതകിയെ പെട്ടെന്ന് കണ്ടെത്താൻ കഴിഞ്ഞേനേ.''

''സഖാവേ, അങ്ങനെ തോന്നാൻ കാരണമെന്താണ്?'' കടുത്ത സ്വരത്തിൽ നിക്കോളായ് ചോദിച്ചു. ''അല്ലെങ്കിൽ ഞങ്ങളോട് നിങ്ങൾ പറയാത്ത എന്തെങ്കിലും കാര്യമുണ്ടോ അതിനു പിന്നിൽ?''

''ഇല്ലില്ല. ഞാൻ ഉദ്ദേശിച്ചത്...'' അസഫിന്റെ നാവിടറി.

''നോക്കൂ.'' ആ റഷ്യൻ യുവാവ് അവരെ കർക്കശമായി പ്രേരിപ്പിച്ചു. ഇത് ഒരു സാധാരണ കൊലപാതകമല്ല. നിങ്ങൾക്കറിയാവുന്നതെല്ലാം ഞങ്ങളോട് പറയുന്നതാണ് നല്ലത്.''

''സാധാരണ കൊലപാതകമല്ലെന്നോ?'' അസഫിന്റെ ശബ്ദം പരുക്കനായി. ''ഇവിടെയെന്താണ് യഥാർത്ഥത്തിൽ നടക്കുന്നത്? എന്താണ് ഞങ്ങളോട് ഒന്നും വിട്ടുപറയാത്തത്?''

ഈ സംഭാഷണങ്ങൾ നിശ്ശബ്ദമായി നിരീക്ഷിക്കുകയായിരുന്ന വിക്റ്ററിന് തന്റെ സുഹൃത്തിന്റെ അവസാനമില്ലാത്ത ജല്പനങ്ങൾ കേട്ടപ്പോൾ ദേഷ്യം വന്നു. ഇങ്ങനെയെല്ലാം ആലോചനയില്ലാതെ പറയുന്നതിലൂടെ നുഴഞ്ഞുകയറ്റത്തെക്കുറിച്ച് അവർക്കറിയാമെന്ന വസ്തുത വെളിപ്പെടുത്തുകയാണ് ചെയ്യുന്നത്.

''നിക്കോളായ് അത്യുക്തി കലർത്തി സംസാരിക്കുകയാണ്.'' അയാൾ ഇടപെട്ടു പറഞ്ഞു. അതൃപ്തി നിറഞ്ഞ നോട്ടം സുഹൃത്തിനു നേരെ എറിഞ്ഞു. ''കൊലപാതകത്തിലേക്ക് നയിച്ച കാരണമെന്താണെന്ന് ഞങ്ങൾക്ക് അറിയില്ല. ചിലപ്പോൾ അത് ലളിതമായ എന്തെങ്കിലുമാകാം. ഒരുപക്ഷേ ഇത് ഒരു അപകടം മാത്രമായിരിക്കാം.''

''അരുത്. ദയവുചെയ്ത് അങ്ങനെ പറയരുത്. ഇതുപോലുള്ള ഒരു കൊല എങ്ങനെ ഒരു അപകടം മാത്രമാകും?''

''ഈ വർത്തമാനം നിർത്തി അന്വേഷണത്തിലേക്ക് കടന്നാൽ മാത്രമേ അത് എങ്ങനെയെന്ന് ഞങ്ങൾക്ക് കണ്ടെത്താനാകൂ.''

''ഇത് തെറ്റായ രീതിയിൽ എടുക്കരുതേ.'' ഞൊടിയിടയിൽ അസഫ് തന്റെ നിഷ്കളങ്കമായ സ്വഭാവവൈശിഷ്ട്യം പ്രകടമാക്കി. ''ഞാൻ എന്റെ സംശയം പറഞ്ഞുവെന്നേയുള്ളൂ.''

നിർബന്ധബുദ്ധിയാൽ വിക്റ്ററിന്റെ ഞരമ്പുകൾ വലിഞ്ഞു മുറുകി. അയാൾ ഫ്ളാഷ് ലൈറ്റ് അസഫിന്റെ മുഖത്തിനു നേരെയടിച്ചു.

''ഞാൻ മനസ്സിലാക്കിയിടത്തോളം നിങ്ങൾക്ക് ഈ കേസ്സിനെക്കുറിച്ച് വ്യക്തമായ ധാരണകളോ വിവരങ്ങളോ ഒന്നുമില്ല. ഒരു കാര്യത്തെക്കുറിച്ച് വസ്തുതാപരമായ അറിവുകളില്ലാതെ നിങ്ങൾക്കെങ്ങനെ അനുമാനങ്ങളിലെത്താനാകുന്നു?''

ഫ്ളാഷ് ലൈറ്റിന്റെ മഞ്ഞരശ്മികൾ അസഫിന്റെ കണ്ണുകളിൽ തട്ടി പ്രതിഫലിച്ചു. വലതുകൈകൊണ്ട് അയാൾ കണ്ണുപൊത്തിപ്പിടിക്കാൻ ശ്രമിച്ചു. വായിച്ചുവായിച്ചു തളർന്നപോയവയായിരുന്നു ആ കണ്ണുകൾ. എന്നിട്ടും തിടുക്കത്തിൽ അയാൾ മറുപടി പറഞ്ഞു:

''എനിക്കു കൂടുതലൊന്നും അറിയില്ല. പക്ഷേ...''

''പിന്നെ എന്തിനാണ് നിങ്ങൾ ഞങ്ങളുടെ ജോലിയിങ്ങനെ തടസ്സപ്പെടുത്തുന്നത്?'' അസഫിന്റെ മുഖത്തടിച്ച വെളിച്ചം നീക്കിക്കൊണ്ട് വിക്റ്റർ ചോദിച്ചു.

''തുർക്കി കൂട്ടായ്മയിൽപ്പെട്ട ആരോ ആണ് കൊലപാതകി എന്ന് ഞാൻ കരുതുന്നു.'' കണ്ണിൽനിന്ന് കൈ താഴ്ത്തിക്കൊണ്ട് അസഫ് പറഞ്ഞു.

''നിങ്ങൾ കരുതുന്നുവെന്ന്.... ഹ്ഹ്...'' നിക്കോളായ് മുഖം കോട്ടി.

''ഞാൻ ഊഹിക്കുന്നു.'' അസഫ് വ്യക്തമാക്കി.

''ഒരു കൊലപാതകക്കേസ് കേവലം അനുമാനംകൊണ്ട് തെളിയിക്കാനാവില്ല. ഞങ്ങൾക്ക് വ്യക്തമായതും ദൃശ്യമായതുമായ തെളിവുകൾ വേണം. ഞങ്ങളോട് പറയാൻ എന്തെങ്കിലുമുണ്ടെങ്കിൽ നിനക്കിപ്പോൾ പറയാം. അല്ലെങ്കിൽ ഞങ്ങളെ ഞങ്ങളുടെ ജോലി ചെയ്യാൻ അനുവദിച്ച് നിനക്ക് പോകാം.''

വിക്റ്റർ അസഫിനെ താക്കീത് ചെയ്യുന്നതു കേട്ടപ്പോൾ ലിയോനിഡിന് ഉള്ളിൽ ഒരുതരം രഹസ്യാഹ്ലാദം തോന്നി. പക്ഷേ, വെളിച്ചത്തിനു ചുറ്റും പറക്കുന്ന പാറ്റയെപ്പോലെയായിരുന്നു അസഫ്. എവിടെ നിറുത്തണമെന്ന് അവനൊരു ധാരണയുമില്ലായിരുന്നു.

''ശരിക്കും... എനിക്ക് നിങ്ങളെ സഹായിക്കണമെന്നേയുള്ളൂ.''

''വളരെ നന്ദി. ഞങ്ങളുടെ അഭ്യർത്ഥനകൾ നിങ്ങളുടെ സഖാക്കൾക്ക് കൈമാറുക എന്നതാകും നിങ്ങൾക്ക് ഞങ്ങളോട് ചെയ്യാൻ പറ്റുന്ന ഏറ്റവും വലിയ സഹായം.''

''നിങ്ങൾ ഇവിടെ അന്വേഷിക്കുമ്പോൾ മറ്റൊരാൾകൂടി കൊല്ലപ്പെടുകയാണെങ്കിൽ...'' മെരുങ്ങാത്ത ഒരു അപരിചിതത്വം അസഫിന്റെ ശബ്ദത്തിനുണ്ടായിരുന്നു.

''മറ്റൊരു കൊലപാതകം?'' വിക്റ്റർ മുഹമ്മദിന്റെ ഘനീഭവിച്ച ശവകുടീരത്തിൽ ഒന്ന് പാളി നോക്കി, അസഫിനു നേരേ തിരിഞ്ഞു.

''നിങ്ങൾ പറഞ്ഞുവരുന്നത് ഇവിടെ ഇനിയും കൊലപാതകങ്ങൾ നടക്കുമെന്നാണോ?''

''ആർക്കറിയാം?'' അസഫ് പറഞ്ഞു.

''ഈ കൊലയ്ക്കു പിന്നിലെ ലക്ഷ്യം നമുക്കിനിയും അറിയില്ലല്ലോ?''

വിക്റ്റർ നിക്കോളായെ നോക്കി. അയാളുടെ സുഹൃത്ത് എന്തോ ആലോചനയിലാണ്ടിരിക്കുകയായിരുന്നു. അതിനാൽ അയാൾക്ക് ഒരിക്കൽകൂടി തന്റെ അഭിപ്രായം ഉറക്കെ പറയേണ്ടിവന്നു.

''എനിക്ക് അങ്ങനെ തോന്നുന്നില്ല.'' അയാൾ പറഞ്ഞു. ''പുതിയ കൊലപാതകം? കൊലപാതകിയെക്കുറിച്ച് നമുക്ക് കൂടുതൽ സൂചനകൾ നൽകും.''

''എന്നാൽ അത് അയാൾക്ക് ചെയ്യേണ്ടിവന്നാൽ എന്തു ചെയ്യും?'' നിശ്ശബ്ദമായ ആ രാത്രിയിൽ അസഫിന്റെ ചോദ്യം മുഴങ്ങിക്കേട്ടു.

''ഇതിനായി, സ്വന്തം സുരക്ഷ കൊലയാളി പണയം വെയ്ക്കണം. ഇതുവരെ സംശയിക്കാവുന്ന ഒന്നുംതന്നെ നമുക്ക് തെളിവായി കിട്ടിയിട്ടില്ല.''

''എന്നാലും ആ സാധ്യത നമ്മൾ പരിഗണിക്കേണ്ടതുണ്ട്.''

''എന്നാൽ ഒറ്റയ്ക്കിരിക്കരുതെന്ന് നിങ്ങളുടെ സുഹൃത്തുക്കളോട് പറയൂ. കൂട്ടംകൂടിയിരിക്കുന്നതാണിപ്പോൾ സുരക്ഷിതം.'' വിക്റ്റർ പറഞ്ഞു.

''ശരി.'' തന്റെ കാഴ്ചപ്പാട് കണക്കിലെടുത്തതിൽ സന്തോഷമുണ്ടെന്ന് അസഫ് മറുപടി പറഞ്ഞു.

അസഫിന്റെ സ്വരത്തിലെ ആത്മസംതൃപ്തി വിക്റ്റർ തിരിച്ചറിഞ്ഞെങ്കിലും അതിൽ കാര്യമായെന്തെങ്കിലുമുണ്ടോയെന്ന് അയാൾക്ക് മനസ്സിലായില്ല. പക്ഷേ, ലിയോനിഡിന് പലതും സുതാര്യമായി കാണാനായി. അംഗീകൃതരായ ഉത്തരവാദിത്തപ്പെട്ട ഉദ്യോഗസ്ഥരെ കാര്യങ്ങൾ ധരിപ്പിച്ച് മുന്നോട്ടു നീങ്ങാമെന്ന് അസഫ് കരുതി. വെറുതെ വയ്യാവേലി വലിച്ച് തലയിലിടണ്ടല്ലോ എന്നു വിചാരിച്ചു. ഇപ്പോൾ ഈ മനുഷ്യരുമായി എല്ലാം സംസാരിച്ച സ്ഥിതിക്ക്, ആശങ്കയേതുമില്ലാത്ത കിഴക്കാൻ ബെർലിനിലെ പാർട്ടി കേന്ദ്രത്തിലേക്ക് ഫോൺ ചെയ്യാം. തുടർന്ന് തുർക്കി സഖാക്കളുടെ മീറ്റിംഗിന് തയ്യാറെടുക്കുകയും ചെയ്യാം.

ലിയോനിഡും അസഫും കുറ്റകൃത്യം നടന്നിടത്തുനിന്ന് മടങ്ങു മ്പോൾ വിക്റ്റർ അവരെ ഓർമ്മിപ്പിച്ചു.

''നോക്കൂ... രാത്രിയിൽ എവിടെപ്പോയിരുന്നെന്നും മറ്റുമുള്ള വിശദ മായ കുറിപ്പുകൾ എല്ലാവരും ഇന്നു രാത്രിതന്നെ എഴുതണം. ഞങ്ങൾക്ക് നാളെ രാവിലെ ആ കുറിപ്പുകൾ കിട്ടേണ്ടതുണ്ട്. ഓർക്കുക...''

നാവികസേനയുടെ നീല ഫൗണ്ടൻ പേന നിക്കോളായ് കണ്ടുപിടിക്കു ന്നതിനു പത്തു മിനിറ്റ് മുമ്പാണ് ഈ സംഭാഷണം നടന്നത്. രണ്ട് രഹസ്യാന്വേഷണ ഉദ്യോഗസ്ഥരും ഫ്ളാഷ് വെളിച്ചത്തിന്റെയടിയിൽ തിളങ്ങുന്ന നീല ഫൗണ്ടൻ പേനയെ ഉറ്റു നോക്കി.

''നിങ്ങൾ എന്താണ് കണക്കാക്കുന്നത്? ഇത് കൊലപാതകിയുടെ യാണോ എന്നാണോ?'' നിക്കോളായ് ചോദിച്ചു.

വിക്റ്റർ നിശ്ശബ്ദനായി എഴുന്നേറ്റു നിന്നു. അയാൾ തന്റെ കോട്ടിന്റെ അകത്തെ അറ അരിച്ചുപെറുക്കി ഒരു പേന പുറത്തെടുത്തു. കുറച്ചു ദൂരം പിന്നിലേക്ക് മാറി, അപ്രതീക്ഷിതമായി അയാൾ മുന്നോട്ടേക്ക് ഓടാൻ തുടങ്ങി. പ്രായം പോലും മറന്ന്. നിക്കോളായിയുടെ അടുത്ത് കൂടി കടന്നുപോയപ്പോൾ ആ പേന അയാൾ താഴേക്കിടുകയും ചെയ്തു. ആ പേന നിലത്ത് വീണ് കല്ലുവഴിയിൽ നിന്ന് തെറിച്ച്, തന്റെ സുഹൃ ത്തിന്റെ കാൽപ്പാദത്തിന്റെയടുത്തേക്ക് ഉരുണ്ടുപോയി. ആദ്യം, നിക്കോ ളായ് തന്റെ കാൽക്കൽ കിടക്കുന്ന പേനയിലേക്ക് നോക്കി. ഒരു ഓപ്പ റേഷൻ വിജയകരമായി പൂർത്തീകരിച്ചാൽ രഹസ്യാന്വേഷണ ഉദ്യോഗസ്ഥർക്ക് സമ്മാനമായി നൽകുന്ന പ്രത്യേകമായി പരികല്പന ചെയ്ത പേന യായിരുന്നു അത്. ഇത് സോവിയറ്റ് നിർമ്മിതമായിരുന്നെങ്കിലും ഇതിന്റെ രൂപകല്പന ഉത്തമനായ ഒരു കലാകാരന്റെ അഭിരുചിയെ വിളിച്ചോ തുന്നതായിരുന്നു. കുഴിയിൽ പൊതിർന്ന് കിടന്ന പേനയും മനോഹര മായി നിർമ്മിച്ച ഒന്നായിരുന്നു. അത് സോവിയറ്റ് നിർമ്മിതമല്ലായിരുന്നു; അതിന്റെ ക്ലിപ്പ് സ്വർണ്ണം പൂശിയതായിരുന്നു.

''ഇത് ഒരു സാധാരണ പാർട്ടി പടയാളിക്ക് സ്വന്തമാക്കാൻ കഴി യുന്നതിനേക്കാൾ വിലയേറിയതാണ്.'' നിക്കോളായ് അഭിപ്രായപ്പെട്ടു.

''അവൻ ഓടിപ്പോകുമ്പോൾ അത് വീണുപോയതാകും.''

വിക്റ്ററുടെ വാക്കുകൾ കേട്ട് നിക്കോളായ് സംഭ്രാന്തനായി.

''ഞാനും അങ്ങനെ വിശ്വസിക്കുന്നു.'' അയാൾ പറഞ്ഞു.

''ഇത് ഞങ്ങളുടെ ജോലി കൂടുതൽ എളുപ്പമാക്കുന്നു.''

വിക്റ്റർ തന്റെ സുഹൃത്തിനെ അതിവ്യാകുലനായി നോക്കി. ഈ സാധ്യതയെക്കുറിച്ച് നിക്കോളായ്ക്ക് അറിവുണ്ടായിരുന്നു എന്നത് വ്യക്തമായിരിക്കുന്നു.

''സാങ്കേതികസംഘം വന്ന് അതിന്റെ ഫോട്ടോ എടുക്കുന്നതിനു മുമ്പ് അത് എടുത്തുമാറ്റേണ്ടതില്ല.'' അയാൾ മുന്നറിയിപ്പ് നൽകി.

നിക്കോളായ് തന്റെ സഹപ്രവർത്തകനെ തലയുയർത്തി നോക്കി. ഇയാൾക്കിങ്ങനെ നിസ്സാരമായ ഒരു തെറ്റ് ചെയ്യാൻ എങ്ങനെ കഴിയുന്നു എന്ന് ആശ്ചര്യപ്പെട്ടു. ''അയ്യേ... അയ്യേ... സഖാവേ...'' എന്ന് ഉറക്കെ പരിഹസിക്കാൻ പോകുകയായിരുന്നു. എന്നാൽ സങ്കുചിത മനസ്സുള്ള മനുഷ്യരുമായി ഉന്തിനും തള്ളിനും ഉള്ള സമയമല്ലിതെന്ന് അയാൾക്കറിയാമായിരുന്നു.

''ഒരുപക്ഷേ അയാളത് അർത്ഥമാക്കിയിരിക്കില്ല. ചിലപ്പോൾ അയാളിങ്ങനെയായിരിക്കും പണിയെടുക്കുന്നത്.''

അയാൾ മനനം ചെയ്തു. എന്നിട്ട് തന്റെ സഹപ്രവർത്തകന്റെ പേന നിലത്തുനിന്നെടുത്ത് അയാൾക്കു നേരെ തന്നെ നീട്ടി.

വിക്റ്റർ ആ പേന വാങ്ങി പോക്കറ്റിൽ വെച്ചു. നിക്കോളായ് തന്റെ പരാമർശത്തിൽ പ്രകോപിതനായെന്നുപോലും അയാൾ ശ്രദ്ധിച്ചില്ല. ഈ കേസ്സിൽ വിചിത്രമായി എന്തോ ഉണ്ടെന്ന് അയാളുടെ പ്രൊഫഷണൽ അവബോധം അയാളോട് മന്ത്രിച്ചുകൊണ്ടിരുന്നു.

''ഞങ്ങളുടെ തൊഴിലിൽ'' അയാൾ ഓർത്തു.

''വെള്ളം അതിശാന്തമായി ഒഴുകിപ്പോകുന്നു.''

അടിമുടി നിരാശപ്പെടുമ്പോഴാണ് കൊലയാളികൾ കൊലപാതകം എന്ന ഉപായം അവലംബിക്കുന്നത്. യിൽഡിറിമിനെക്കുറിച്ചെഴുതിയത് അയാൾ വായിച്ചിട്ടുണ്ട്. നിരവധി വിജയകരമായ പ്രവർത്തനങ്ങൾ നടത്തിയ ആളായിരുന്നു അവൻ. അയാളുടെ മുഖം ഓർത്തെടുക്കാൻ ശ്രമിച്ചു. വിടർന്ന നെറ്റിത്തടം, പരന്ന മൂക്ക്, ചെറുതും സർവ്വസമയം ഇളകുന്നതുമായ കൃഷ്ണമണികൾ. അവൻ വെറും ഒരു വിഡ്ഢിയാണെന്ന് തോന്നിയിരുന്നില്ല. അശക്തനും അയോഗ്യനുമായുള്ള ഒരു കുറ്റവാളിയുമായിട്ടാണോ തങ്ങൾ ഇടപെടുന്നത് എന്ന് അവർക്കു തോന്നി. അതോ ഇത് മഞ്ഞുമലയുടെ അഗ്രം മാത്രമാണോ എന്നു പറയാനും പ്രയാസമാണ്.

ആറ്

അന്ന് ഉച്ചയ്ക്ക് വിമാനത്തിലെത്തുന്ന കൊറിയർ കൈപ്പറ്റാനായി വാഡ്കോവ്സ്കി ലെയ്നിലെ ടർക്കിഷ് എംബസി കെട്ടിടത്തിൽ യിൽഡിറിം കാത്തിരുന്നു. നോക്കിയിരുന്നു മടുത്ത്, അവസാനം അയാൾ എഴുന്നേറ്റു സുതാര്യമായ നീളൻ ജനാലയ്ക്കരികിലേക്ക് ദേഷ്യത്തോടെ നടന്നു. വലിയ പൂന്തോട്ടത്തിനു മുകളിൽ കൂടുതൽ മഞ്ഞുവീണു കൊണ്ടിരുന്നു. ഹിമക്കൂമ്പാരങ്ങൾ നിബിഡമായിത്തീരുന്നുണ്ടായിരുന്നു. കാറ്റിന്റെ തീവ്രത കൂടിക്കൂടി വന്നു. ബീച്ച് മരത്തിന്റെ ശാഖകൾ കാറ്റടിക്കുമ്പോൾ കെട്ടിടത്തിന്റെ കൽമതിലുകളിൽ തലതല്ലി വീഴുന്നുണ്ടായിരുന്നു. വിഷാദമഗ്നനായി പൂന്തോട്ടത്തിലേക്ക് കുറച്ചു നേരം നോക്കി നിന്നപ്പോൾ യിൽഡിറിമിന് മുഷിപ്പ് തോന്നി. അയാൾ തിരിച്ച് മേശയ്ക്കരികിലേക്ക് വന്നു. ടർക്കിഷ് എയർലൈൻസിന്റെ ഷെഡ്യൂൾഡ് ഫ്ളൈറ്റ് വീണ്ടും വൈകിയതായി തോന്നുന്നു.

ഇന്നു രാത്രി തുർക്കിയിൽ നിന്ന് എത്തുന്ന പ്രതികരണത്തിനായി അയാൾ കാത്തിരിക്കുകയായിരുന്നു. അവർക്ക് എത്രയും വേഗം പ്രവർത്തനം അവസാനിപ്പിക്കേണ്ടിയിരിക്കുന്നു. ഏജൻസിക്കയച്ച സന്ദേശത്തിൽ ഇത് കൃത്യമായി അയാൾ പ്രതിപാദിച്ചിരുന്നു. അയാളുടെ നോട്ടം ഡസ്ക് പാഡിലെ ഗോസുവിന്റെ രഹസ്യസന്ദേശത്തിന്റെ റിപ്പോർട്ടിലായിരുന്നു. അവരുടെ ഉള്ളിലുള്ള വ്യക്തിയെ ഗോസു എന്നു വിളിച്ചു. കുർക്കിനോയിലെ ഒരു കളിപ്പാട്ടക്കടയുടെ ശുചിമുറിയിൽ നിന്ന് ഇന്ന് ഉച്ചയോടെയാണ് അദ്ദേഹത്തിന് റിപ്പോർട്ട് ലഭിച്ചത്. നിഷ്കളങ്കവും ശുഭാപ്തി വിശ്വാസവും നിറഞ്ഞതായി തോന്നിയിരുന്നു ആ സന്ദേശം.

''കൂട്ടായ്മയിലെ ആളുകളുടെ യഥാർത്ഥ വ്യക്തിത്വം അനാവരണം ചെയ്യാൻ ഞാൻ ശ്രമിക്കുകയാണ്.'' ഗോസു റിപ്പോർട്ടിലെഴുതി.

''പ്രധാനപ്പെട്ട ചില വിവരങ്ങൾ എനിക്കുടൻ കണ്ടെത്താമെന്ന് കരുതുന്നു.''

കൂട്ടായ്മയിൽ നിന്നുള്ള ഒരാൾ തന്റെ കൂടെയുണ്ടെന്ന് അയാൾ പരാമർശിച്ചിരുന്നു. അത് ഒരു ഭീഷണിയായി തോന്നിയില്ലെന്നു മാത്രമല്ല, ഈ പ്രശ്നം സ്വന്തമായി പരിഹരിക്കാൻ കഴിയുമെന്ന് അയാൾ ഉറപ്പിച്ചു പറഞ്ഞു.

യിൽഡിറിം ദുഃഖത്തോടെ തലയാട്ടി. ''എന്തൊരു കഴിവുകെട്ടവനാണ്.'' അയാൾ പിറുപിറുത്തു. ''അവൻ ആരുമായാണ് കെട്ടിമറിയുന്നതെന്ന് അവനറിയില്ല.''

ഇന്നത്തേതൊഴിച്ചാൽ, മോസ്കോയിൽ എത്തിയതിനുശേഷം രണ്ടു തവണ മാത്രമാണ് ഗോസുമായി സമ്പർക്കം പുലർത്തിയത്. ആദ്യത്തേത് ട്രെത്യാകോവ് ഗാലറിയിലും രണ്ടാമത്തേത് ബോൾഷോയ് തിയറ്ററിലുമായിരുന്നു. ട്രെത്യാകോവ് ആർട്ട് ഗാലറിയിൽ വെച്ച് അവർ രഹസ്യസന്ദേശങ്ങൾ കൈമാറിയിരുന്നു. ബോൾഷോയിൽ വെച്ച് അല്പനേരത്തേക്ക് മുഖാമുഖം കാണാനുള്ള അവസരം കിട്ടിയിരുന്നു. ഏജൻസിയുടെ നിർദ്ദേശങ്ങൾ ഗോസുവിനെ അറിയിച്ചു. മറുപടിയായി ടി.സി.പി. കൂട്ടായ്മയെക്കുറിച്ചുള്ള സംക്ഷിപ്ത വിവരങ്ങളടങ്ങിയ രഹസ്യഉടമ്പടികൾ അവർക്ക് ലഭിച്ചു. കാരണം മിക്ക തുർക്കി കമ്മ്യൂണിസ്റ്റുകാരുടേയും യഥാർത്ഥ മുഖം ഗോസുവിന് അറിയില്ലായിരുന്നു. രണ്ടുപേരുടെ മാത്രം വ്യക്തിവിവരങ്ങളാണ് നിശ്ചയദാർഢ്യത്തോടെ അദ്ദേഹത്തിന് രേഖപ്പെടുത്താനായത്. അതൊക്കെ ഏജൻസിയിൽ കുറച്ചുനാൾ മുമ്പ് അയാൾ റിപ്പോർട്ട് ചെയ്തിരുന്നു. കൂടുതൽ വിശദവിവരങ്ങൾ നൽകുമെന്ന് അയാളന്ന് എഴുതിയിരുന്നു. എന്നാൽ പുതിയ വിവരങ്ങളൊന്നും അവസാന റിപ്പോർട്ടിലും ഉണ്ടായിരുന്നില്ല. ഇങ്ങനെയൊക്കെ വരുമെന്ന് മുൻകൂട്ടി കണ്ടതിനാലാകണം യിൽഡിറിം നേരത്തേതന്നെ, മുഖാമുഖമുള്ള കൂടിക്കാഴ്ചയ്ക്കായി വേണമെന്ന് അഭ്യർത്ഥിച്ചിരുന്നു. മോസ്കോ അത്ര പരിചിതമല്ലാത്തതിനാൽ ഗോസു പറയുന്ന അസൗകര്യം നിറഞ്ഞ ഇടങ്ങളിൽ വെച്ച് കൂടിക്കാഴ്ച ഒഴിവാക്കാമല്ലോയെന്നു കരുതിയാണ് ആദ്യം തന്നെ യിൽഡിറിം ആ അഭ്യർത്ഥന സമർപ്പിച്ചത്. കുർക്കിനോയിലെ ഒരു കളിപ്പാട്ടക്കടയുടെ ശുചിമുറിയിൽ വെച്ച് കാണാമെന്ന ഗോസുവിന്റെ നിർദ്ദേശം തികച്ചും വിഡ്ഢിത്തമാണല്ലോ. അത് അവരുടെ മൂന്നാമത്തെ കൂടിക്കാഴ്ചയാകേണ്ടതായിരുന്നു.

ശുചിമുറിയുടെ പുറകുവശത്തെ ടൈലുകളിലൊന്ന് ഇളകിയിരിക്കുന്നുണ്ടെന്നും അവർക്ക് അവരുടെ രഹസ്യസന്ദേശം അടങ്ങിയ കുറിപ്പ് അവിടെ എളുപ്പത്തിൽ വെയ്ക്കാമെന്നും അവസാനസന്ദേശത്തിൽ അയാൾ എഴുതി. കുർക്കിനോ എന്ന സ്ഥലം നിർഭാഗ്യകരമായ ഒരു തിരഞ്ഞെടുപ്പായിപ്പോയി. പക്ഷേ അതിനൊപ്പം നീങ്ങുകയല്ലാതെ യിൽഡിറിമിന് മറ്റു മാർഗ്ഗങ്ങളുണ്ടായിരുന്നില്ല. കാരണം ഗോസുവിന് മോസ്കോ അത്ര പരിചിതമായിരുന്നില്ല. അതു മാത്രമല്ല, തോന്നുമ്പോഴൊക്കെ സ്വതന്ത്രമായി സ്കൂൾ വളപ്പ് വിട്ടു പുറത്തു പോകാൻ അയാൾക്ക് കഴിഞ്ഞിരുന്നുമില്ല. അവരുടെ സങ്കേതത്തിലേക്കുള്ള യാത്രയിൽ അവർ എന്നത്തേക്കാളും ശ്രദ്ധാലുക്കളായിരുന്നു. ഉച്ച കഴിഞ്ഞ് എംബസി വിട്ട് അയാൾ വീട്ടിലേക്ക് പോയി. ആരെങ്കിലും തന്നെ നിരീക്ഷിക്കുന്നുണ്ടെങ്കിൽ ആ ദിവസത്തെ പണി തീർക്കുന്നതായി ഒരു ധാരണ വരുത്താൻ അയാൾ പരിശ്രമിച്ചു. പിന്നെ ഒരു മണിക്കൂറോളം വീട്ടിൽ

അലസനായി വെറുതെ ചുറ്റിത്തിരിഞ്ഞു. ശേഷം വസ്ത്രങ്ങൾ മാറ്റി, ടാക്സി വിളിച്ചു. സബ്‌വേയിൽ കയറി, മറ്റൊരു ടാക്സിയിൽ ചാടിക്കയറി കുർക്കിനോയിൽ എത്തി. തിരക്കേറിയ യാത്രയിൽ അവൻ എപ്പോഴും തന്റെ തോളിനപ്പുറത്തേക്ക് നോക്കിയിരുന്നു. സ്വന്തം നിഴലിനെപ്പോലും ജാഗ്രതയോടെ മാത്രം നോക്കി. കളിപ്പാട്ടക്കടയുടെ ശുചിമുറിയിൽ നിന്ന് ഗോസു ഒളിപ്പിച്ചുവെച്ച സന്ദേശം അയാൾക്ക് കിട്ടി. അതിനു പകരം അതേ രഹസ്യഭാഷയിലെഴുതിയ തന്റെ സന്ദേശം അവിടെ വച്ചു. ബന്ധപ്പെടാനുള്ള പുതിയ ഇടത്തെക്കുറിച്ചുള്ള സൂചന അതിലുണ്ടായിരുന്നു. തുണികൊണ്ടുണ്ടാക്കിയ ഒരു ചെറിയ മുയൽപ്പാവയെ വാങ്ങി അയാൾ ആ കടയിൽ നിന്നിറങ്ങി. ടാക്സിക്കു വേണ്ടി കാത്തു നിൽക്കുമ്പോൾ തെരുവിന്റെ കോണിൽ ഒരു വാൻ പാർക്ക് ചെയ്തിരിക്കുന്നത് അയാൾ ശ്രദ്ധിച്ചു. അങ്ങോട്ട് താത്പര്യപൂർവ്വം നോക്കാതിരിക്കാൻ അയാൾ ശ്രമിച്ചു. പക്ഷേ, ടാക്സിയിൽ കയറിയ ഉടനെ അയാൾ സസൂക്ഷ്മം തിരിഞ്ഞുനോക്കി. ഒരു ഘട്ടത്തിൽ ആ ട്രക്കിനെ വീണ്ടും കണ്ടതായി അയാൾക്ക് തോന്നി. ആ വാഹനം തങ്ങളെ പിന്തുടരുന്നുണ്ടോ എന്നു സംശയിച്ചു. മുൻകരുതൽ എന്ന നിലയിൽ അയാൾ സബ്‌വേയിലേക്ക് കടന്നില്ല. ആ വഴി ഒഴിവാക്കി, പകരം ഒരു വശത്തെ പോക്കറ്റ് റോഡിലിറങ്ങി നടന്നു. തെരുവിൽ മനുഷ്യരോ വാഹനങ്ങളോ ഇല്ലായിരുന്നു. അത് തീർത്തും വിജനമായിരുന്നു. വൃക്ഷങ്ങളുടെ നിരയിൽ നിന്നിറങ്ങി മരക്കൂട്ടം കഴിഞ്ഞെന്നുറപ്പു വരുത്തി, പ്രധാന തെരുവിലേക്കിറങ്ങി. ഒരു ടാക്സിയിൽ ചാടിക്കയറി ആദ്യത്തെ സബ്‌വേ സ്റ്റേഷനിലിറങ്ങി. തന്നെ ആരെങ്കിലും നിരീക്ഷിക്കുന്നുണ്ടോ എന്നത് ശ്രദ്ധിച്ചായിരുന്നു അപ്പോഴും അയാളുടെ നടപ്പ്. ഇത്രയൊക്കെ സൂക്ഷിച്ചു നടന്നിട്ടും അയാൾക്കൊരു സൗഖ്യവും തോന്നിയില്ല. ഗോസുമായുള്ള ചർച്ച കഴിഞ്ഞ് അധികം വൈകാതെ കെ.ജി.ബി അവരുടെ പ്രവർത്തനങ്ങൾ വെളിപ്പെടുത്തത്തും. യിൽഡിറിമിനെ സംബന്ധിച്ചിടത്തോളം അത് അനിവാര്യമായ കാര്യമായിരുന്നു. അവർ ഗോസുമായി ബന്ധം പുലർത്തിയെന്ന കാര്യം തന്നെ ഇപ്പോൾ വിചിത്രമായി തോന്നുന്നു.

ദീർഘകാല ആവശ്യങ്ങൾക്കായാണ് ഗോസു പാർട്ടിയിലേക്ക് നുഴഞ്ഞുകയറിയത്. ടി.സി.പിയെ ഒരു ബാഹ്യശത്രുവിന്റെ ആഭ്യന്തര വിപുലീകരണമായി കണക്കാക്കിയിരുന്ന തുർക്കിയിലെ നാഷണൽ ഇന്റലിജൻസ് സർവ്വീസ് ഗോസുവിനെ സംഘടനയുടെ ഉന്നതപദവിയിലേക്ക് ഉയർത്താനും അധികാരസ്ഥാനങ്ങളിൽ നിയുക്തനാക്കാനും ലക്ഷ്യമിട്ടിരുന്നു. അങ്ങനെ പാർട്ടിയുടെ നിർവ്വാഹകസമിതി അംഗങ്ങളുടെ തനിനിറം അയാൾ പുറത്തു കൊണ്ടുവരുമെന്നും അറുപതു വർഷത്തിലേറെ പഴക്കമുള്ള പാർട്ടിയുടെ അപകീർത്തികരമായ രഹസ്യനീക്കങ്ങൾക്ക് അറുതിയുണ്ടാകുമെന്നും പാർട്ടി പ്രവർത്തനങ്ങൾ നിയന്ത്രണത്തിലാകുമെന്നും ഉറപ്പിച്ചു. ഇതൊക്കെയായിരുന്നു പദ്ധതിയെങ്കിലും കാര്യങ്ങൾ പ്രതീക്ഷിച്ചതുപോലെ പോലെ മുന്നോട്ട് പോയില്ല.

സെപ്തംബർ 12ലെ അട്ടിമറിയിലൂടെ സർക്കാരിനെ ഉലച്ച സൈനികർക്ക് ദീർഘകാല ലക്ഷ്യങ്ങൾക്കായി പരിശ്രമിക്കുന്നതിനു പകരം ദൈനംദിന നേട്ടങ്ങൾക്കായി പ്രയത്നിക്കേണ്ടി വന്നുവെന്നതാണ് വാസ്തവം. അഞ്ചുവർഷത്തിനിടെ നടത്തിയ നിരവധി പ്രവർത്തനങ്ങളുടെ ഫലമായി പാർട്ടിയെ പിന്തുണയ്ക്കുന്ന ധാരാളം അണികൾ അറസ്റ്റ് ചെയ്യപ്പെട്ടിരുന്നു. എന്നിട്ടും പാർട്ടി അതിന്റെ സ്ഥാപനങ്ങളെ സംരക്ഷിക്കുന്നതിലും രാഷ്ട്രീയ പ്രവർത്തനങ്ങൾ തുടരുന്നതിലും റേഡിയോ പ്രക്ഷേപണങ്ങളിലൂടെ സൈനിക ഭരണത്തിനെതിരെ നിലകൊള്ളാൻ പൊതുജനങ്ങളെ പ്രോത്സാഹിപ്പിക്കുന്നതിലും വിജയിച്ചു. അതിന്റെ പ്രകടനപത്രികകൾ രഹസ്യമായി വലിയ നഗരങ്ങളിൽ വിതരണം ചെയ്തു. പോസ്റ്ററുകൾ ഫാക്ടറി പ്രവേശനകവാടങ്ങളിലും സ്കൂൾ ഗേറ്റുകളിലും തൂക്കിയിട്ടു. ഇവയൊക്കെ ബഹുഭൂരിപക്ഷം ആളുകളുടെയും ശ്രദ്ധ ആകർഷിച്ചില്ലെങ്കിലും ആകപ്പാടെ ജനറലുകൾക്കിടയിൽ ഒരിളക്കം സൃഷ്ടിച്ചിരുന്നു. സോവിയറ്റ് യൂണിയനുമായുള്ള ടി.സി.പിയുടെ ബന്ധം കണക്കിലെടുത്ത് പാർട്ടിയെ താഴെയിറക്കാനും അതിലെ ഉദ്യോഗസ്ഥസഞ്ചയത്തെ അറസ്റ്റ് ചെയ്യാനും എൻ.ഐ.എസ്സിനെയും (നാഷണൽ ഇന്റലിജൻസ് സർവീസ് ഓഫ് ടർക്കി.) ഭരണപക്ഷ പൊലീസ് സേനയേയും ചുമതലപ്പെടുത്തുകയും ചെയ്തു.

സൈനികരുടെ തീരുമാനപ്രകാരം നിയമിക്കപ്പെടുന്ന എൻ.ഐ. എസ്., ജനറലുകളുടെ പൊതുവായ താത്പര്യങ്ങൾ നിർവ്വഹിക്കാനായി ഏജൻസിയുടെ എല്ലാ ചാതുര്യവും അവലോകനം ചെയ്തശേഷം വലിയ രീതിയിലുള്ള പ്രവർത്തനം ആരംഭിക്കാൻ പദ്ധതിയിട്ടു. വർഷങ്ങൾക്കു മുമ്പ് പാർട്ടിയിൽ നുഴഞ്ഞുകയറിയ ഗോസു ആയിരുന്നു ഓപ്പറേഷന്റെ മുഖ്യസംഘാടകൻ. ഈ പ്രമേയം എൻ.ഐ.എസ്സിന്റെ പ്രസക്തമായ യൂണിറ്റുകളെ പിളർപ്പിന്റെ വക്കോളമെത്തിച്ചു. അനുഭവസമ്പത്തുള്ള നിരവധി രഹസ്യാന്വേഷണ ഉദ്യോഗസ്ഥർ ഈ പ്രവർത്തനത്തെ എതിർത്തിരുന്നു. ഈടുറ്റതും ദീർഘകാലം നീണ്ടുനിൽക്കുന്നതുമായ പുരോഗമനപരമായ ലക്ഷ്യങ്ങൾക്കാണ് ഗോസുവിനെ ടി.സി.പിയിലേക്ക് ഒളിച്ചുകടത്തിയതെന്ന് അവർ വാദിച്ചു. അയാൾ ഉടൻതന്നെ പാർട്ടിയുടെ സ്വാധീനമുള്ള നേതാക്കളിലൊരാളായി മാറുമെന്നും അതുകൊണ്ടുതന്നെ പാർട്ടിയുടെ പ്രവർത്തനങ്ങളുടെ നിയന്ത്രണം ഏറ്റെടുക്കാൻ കഴിയുമെന്നും അവർ ശക്തമായി വാദിച്ചു. അന്താരാഷ്ട്ര കമ്മ്യൂണിസ്റ്റ് പ്രസ്ഥാനങ്ങളുടെ പ്രവർത്തനവും പ്രവർത്തനരീതികളും അതുകൊണ്ടുതന്നെ അയാൾ എളുപ്പത്തിൽ മനസ്സിലാക്കിയെടുക്കുകയും ചെയ്യും. ഈ അവസരം ദൈനംദിന താത്പര്യങ്ങൾക്കായി വിനിയോഗിക്കാൻ കഴിയാത്തവിധം മൂല്യമേറിയതാണ് എന്നായിരുന്നു അവരുടെ വാദം. സോവിയറ്റ് യൂണിയന്റെ പിന്തുണ കണക്കിലെടുക്കുമ്പോൾ, ഈ അറസ്റ്റുകൾ എത്ര കൂടുതലായിട്ടും വിപുലമായ ബന്ധങ്ങളുള്ള ടി.സി.പിയെ സമ്പൂർണ്ണമായി താഴെയിറക്കാൻ കഴിയില്ല.

ഗോസുവിനെ പാർട്ടിക്ക് പരിചയപ്പെടുത്തിയ സംഘം എൻ.ഐ. എസ്സിന്റെ തലവനായ മെദു പാഷയുമായി അവരുടെ അഭിപ്രായങ്ങൾ പങ്കുവെച്ചു. പരിചയസമ്പന്നരായ രഹസ്യാന്വേഷണ ഉദ്യോഗസ്ഥരുടെ വാക്കുകൾ കേട്ട് പാഷ ഏറെക്കുറെ വശംവദനാകുകയും എൻ.എസ്. സി(നാഷണൽ സെക്യൂരിറ്റി കൗൺസിൽ ഓഫ് ടർക്കി)ക്ക് സമർപ്പിക്കാനായി റിപ്പോർട്ട് ആവശ്യപ്പെടുകയും ചെയ്തു. മുഴുവൻ സാഹചര്യങ്ങളും വിശദീകരിക്കുന്ന ഒരു റിപ്പോർട്ട് അതിനെത്തുടർന്ന് എഴുതുകയുണ്ടായി. ജനറൽമാർ അതീവതാത്പര്യത്തോടെ ആ റിപ്പോർട്ടുകൾ വായിക്കുകയും ചില വൈജ്ഞാനികമായ വിലയിരുത്തലുകൾ നിർദ്ദേശിക്കുകയും ചെയ്തു. അതെഴുതി തയ്യാറാക്കിയ ഉദ്യോഗസ്ഥരുടെ തൊഴിൽപരമായ മികവിനെ അഭിനന്ദിച്ചെങ്കിലും അവരുടെ ഉദ്യമത്തിൽ നിന്ന് പിന്മാറാൻ അവർ കൂട്ടാക്കിയിരുന്നില്ല. പകരം അതിവിദഗ്ദ്ധനും പരിശീലിപ്പിക്കാൻ ബുദ്ധിമുട്ടുള്ളതുമായ ഒരാളാണ് ഗോസുവെന്ന് അവർ സമർത്ഥിക്കുകയും യാതൊരു കാരണവശാലും അയാളുടെ ഐഡന്റിറ്റി പുറത്തറിയാൻ പാകത്തിന് ഒന്നും ചെയ്യില്ലെന്നും അവർ അഭിപ്രായപ്പെട്ടു.

ഗോസു പ്രോജക്റ്റിന്റെ ശില്പികൾ ആകെ പരിഭ്രാന്തരായി. പക്ഷേ, അവർ നിസ്സഹായരായിരുന്നു. എന്തു തന്നെയായിരുന്നാലും ആജ്ഞകൾ അവർ അനുസരിക്കേണ്ടിയിരിക്കുന്നു.

അങ്ങനെ പദ്ധതിയുടെ പ്രത്യക്ഷ സാദ്ധ്യതകളിൽതന്നെ മാറ്റം വന്നു. സമീപഭാവിയിൽ തന്നെ പാർട്ടിയെ ആക്രമിച്ച് അട്ടിമറിക്കുക എന്ന ലക്ഷ്യത്തോടെ ഗോസു പ്രവർത്തിക്കാൻ തുടങ്ങി. അതേസമയം, നിർഭാഗ്യവശാൽ പാർട്ടിയിൽ നിന്നുള്ള ഒരാൾ തന്നെ സംശയിക്കാൻ തുടങ്ങിയിട്ടുണ്ടെന്ന് ഗോസു അവരെ അറിയിച്ചു. പ്രക്ഷോഭകാരിയെ നിർവീര്യനാക്കാൻ ഒരു ചെറിയ ഓപ്പറേഷൻ നടത്തേണ്ടി വന്നു. 53 പേരടങ്ങിയ ഒരു തീവ്രവാദ സംഘടനയാണ് അപ്പോൾ വലയിലായത്. ആ പ്രക്ഷോഭകാരി ഇനി മേലാൽ ഗോസുവിന് ഒരു വെല്ലുവിളിയാകാനിടയില്ല. അറസ്റ്റിന്റെ യഥാർത്ഥ ഉദ്ദേശ്യത്തെക്കുറിച്ച് അറിയാത്ത മാർഷൻ ലോ കമാൻഡ് പൊലീസ് സേനയേയും എൻ.ഐ.എസ്സിനേയും അഭിനന്ദിച്ചു. അറസ്റ്റു ചെയ്തതുപോലുള്ള ഡസൻകണക്കിന് സംഘടനകൾ ടി.സി.പിക്ക് ഉണ്ടെന്ന് എൻ.ഐ.എസ്സിലെ വിദഗ്ധർക്ക് അറിയാമായിരുന്നു. എന്നിട്ടും രാജ്യം നിയന്ത്രിച്ചു നടത്തുന്ന ജനറലുകൾ അറസ്റ്റിനായി ആവശ്യപ്പെട്ടു. പ്രാഗത്ഭ്യമായിരുന്നില്ല അവരുടെ വിഷയം. എത്രയും പെട്ടെന്നത് നടക്കുകയെന്നതായിരുന്നു. ഇതിനർത്ഥം ഇത്രയേയുണ്ടായിരുന്നുള്ളൂ. ഗോസുവിന് അധികം സമയം ജോലി ചെയ്യേണ്ടി വരുമെന്നതുതന്നെ.

ഈ സമയത്ത് ഒരപ്രതീക്ഷിത സംഭവവികാസം ഉണ്ടായി. പരിശീലനത്തിനായി ഗോസുവിനെ മോസ്കോയിലേക്ക് അയയ്ക്കാൻ പാർട്ടി

തീരുമാനിച്ചു. രഹസ്യാന്വേഷണ ഉദ്യോഗസ്ഥർ അതീവജാഗ്രതയോടെ ഈ സാഹചര്യത്തെ സമീപിച്ചു. ഒരുപക്ഷേ, ഗോസു ആരാണെന്നത് തുറന്നുകാണിക്കപ്പെടുകയാണോ? അദ്ദേഹത്തിനെ മോസ്കോയിലെത്തിക്കുക വഴി എന്നന്നേക്കുമായി ഒഴിവാക്കുക എന്നതാണോ പാർട്ടി ഉന്നം വെയ്ക്കുന്നത്? ഈ വ്യത്യസ്ത സാദ്ധ്യതകളുടെ ഇടയിൽപെട്ട് ഉദ്യോഗസ്ഥർ അസ്വസ്ഥരായിരുന്നെങ്കിലും ജനറൽമാർ ഇതൊക്കെ കേട്ടമാത്രയിൽ സന്തോഷിക്കുകയാണുണ്ടായത്. കാത്തിരുന്ന അവസരം ഇപ്പോഴാണ് അവർക്ക് കൈയെത്തിപ്പിടിക്കും ദൂരത്തെത്തിയത്. ''ഇതോടെ ടി.സി.പിയുടെ വിദേശബന്ധങ്ങൾ വെളിപ്പെടും, രാജ്യദ്രോഹികളെ കൈയോടെ പിടികൂടുകയും ചെയ്യും.''

എന്നിരുന്നാലും അവരുടെ വഴികളിലെ ശരിതെറ്റുകൾ വേഗംതന്നെ തിരിച്ചറിയപ്പെടും. യിൽഡിറിം ഭയപ്പെട്ടിരുന്നത് മോസ്കോയിൽ സംഭവിക്കുകയും ചെയ്യും. ഒരു വൻദുരന്തം ഒഴിവാക്കാൻ തന്റെ തന്ത്രങ്ങൾ പ്രയോഗിക്കാൻ യിൽഡിറിം തീരുമാനിച്ചു.

ഗോസുവിന്റെ സന്ദേശം കിട്ടിയശേഷം, രഹസ്യലിപിയിലെഴുതിയ ഒരു റിപ്പോർട്ട് അയാൾ ടർക്കിയിലേക്കയച്ചു. അതിൽ തന്നെയാരോ നിരന്തരം നിരീക്ഷിക്കുന്നുണ്ടെന്നും തന്റെ കൂട്ടാളികളെ വെളിച്ചത്തു കൊണ്ടുവരാനിടയുണ്ടെന്നും എഴുതിയിരുന്നു. ആ ഉദ്യമം നിർത്തിവെയ്ക്കാൻ കഴിഞ്ഞിരുന്നെങ്കിൽ അവർക്ക് ഗോസുവിനെ പരിരക്ഷിക്കാൻ കഴിഞ്ഞേനേ. അത്തരത്തിൽ അയാൾക്ക് ഗോസുവിനെയും തന്നെത്തന്നെയും രക്ഷിക്കാൻ കഴിഞ്ഞേക്കും. പക്ഷേ അയാൾ അയച്ച റിപ്പോർട്ടിന് മറുപടിയൊന്നും ലഭിച്ചില്ല. ഇപ്പോൾ അദ്ദേഹത്തിന്റെ ഏക പ്രതീക്ഷ ഉച്ചകഴിഞ്ഞ് എത്തിച്ചേരേണ്ട നയതന്ത്ര പാഴ്സലായിരുന്നു. യിൽഡിറിം ഇതൊക്കെ ചിന്തിച്ചുകൊണ്ടിരിക്കുമ്പോൾ, എൻ.ഐ.എസ്. ഏജന്റും എംബസ്സിയിൽ ഗുമസ്തനുമായ മിടുക്കനായ അലി എന്നയാൾ ഒരു മഞ്ഞനിറത്തിലുള്ള കവറുമായി വാതിൽ വലിച്ചുതുറന്ന് അകത്തേക്ക് കടന്നുവന്നു.

''കൊറിയർ എത്തി സർ, നിങ്ങൾ പ്രതീക്ഷിച്ചിരിക്കുന്ന വാർത്ത ഇതിൽ ഉണ്ടാകുമെന്നാണ് ഞാൻ കരുതുന്നത്.''

മേശയ്ക്കരികിലേക്ക് നടന്നുകൊണ്ട് യിൽഡിറിം, അലി കൈമാറിയ പൊതി തുറക്കാൻ ശ്രമിച്ചു. അവൻ ആ സന്ദേശം വായിച്ചു. രഹസ്യലിപി ഇപ്പോൾ അവന് മനപ്പാഠമായിക്കഴിഞ്ഞിരുന്നു. പതുക്കെ, ശ്രദ്ധാപൂർവ്വം അതിസൂക്ഷ്മതയോടെ ഓരോ വാക്കും രുചിച്ചും മണത്തും കാർന്നുതിന്നുന്നതുംപോലെ വായിച്ചു. വീണ്ടും വീണ്ടും അവനത് വായിച്ചു. എന്നിട്ട് മേശപ്പുറത്തേക്ക് അവ വലിച്ചെറിഞ്ഞുകളഞ്ഞു.

''മോശം വാർത്തയാണോ ചീഫ്?'' അലി ചോദിച്ചു.

''അത് പ്രശ്നമില്ല. എനിക്കറിയാമായിരുന്നു അത് അങ്ങനെയുള്ളതാകുമെന്ന്.'' ഇങ്ങനെ പറഞ്ഞുവെങ്കിലും യിൽഡിറിം തീർത്തും നിരാശനായി കാണപ്പെട്ടു.

''ക്ഷമിക്കണം എന്നോട്.'' അലി തുടർന്നു. ''ഞാൻ എന്തെങ്കിലും ചെയ്യണമെങ്കിൽ...''

''നന്ദി.'' ഗൗരവത്തോടെ യിൽഡിറിം മറുപടി പറഞ്ഞു. തന്റെ സഹ പ്രവർത്തകനെ തിരിഞ്ഞുനോക്കിക്കൊണ്ട് യിൽഡിറിം കൂട്ടിച്ചേർത്തു. ''നിങ്ങൾ പോയി ഇപ്പോൾ ഉറങ്ങാൻ നോക്ക്. സമയം വൈകിയിരിക്കുന്നു.''

''ശുഭരാത്രി.'' മര്യാദപൂർവ്വം വാതിലിനു പുറത്തേക്ക് നടക്കുമ്പോൾ അലി ആശംസിച്ചു.

അയാൾ പോയതും കോപം നിയന്ത്രിക്കാനെന്നവണ്ണം യിൽഡിറിം ഇടതുകൈപ്പത്തി വലതിലേക്ക് ആഞ്ഞടിച്ച് യിൽഡിറിം കോപിച്ചലറി:

''അവർ നമ്മളെ നശിപ്പിക്കും. അവർ നമ്മളെ കൂടുതൽ പീഡിപ്പിക്കാൻ പോകുകയാണ്.''

അയാൾ തനിക്കു ചേർന്നുപോകാനാകാത്ത സൈനികരേയും സാധാരണ പൗരന്മാരായ സഹപ്രവർത്തകരേയും മനസ്സിൽ സങ്കല്പിച്ചു. ''അവർ എത്ര സന്തുഷ്ടരായിരിക്കും. ഒരുപക്ഷേ, ഈ കൃത്യം എന്നെ വെറിപിടിപ്പിക്കാൻ വേണ്ടി മാത്രം ആസൂത്രണം ചെയ്തതായിരിക്കണം.''

എൻ.ഐ.എസ്സിൽ കൂടുതൽ പരിഷ്കാരങ്ങൾ വേണമെന്ന അഭിപ്രായം ആയിരുന്നു യിൽഡിറിമിന്. ഏജൻസിയെ നിരന്തരം സ്വാധീനിക്കുന്ന സൈനികരുടെ കാതുകളിൽ അയാളുടെ ഉദ്ദേശ്യങ്ങൾ എത്തിയിരുന്നു. അതിനാൽത്തന്നെ നിരവധി തവണ അയാൾക്ക് താക്കീത് ലഭിക്കുകയും ചെയ്തിരുന്നു. തന്റെ മരണവാർത്തയോ നൈരാശ്യമോ അറിഞ്ഞാൽ അവർ സന്തോഷംകൊണ്ട് തുള്ളിച്ചാടുമെന്ന് അയാൾക്കറിയാമായിരുന്നു. ചുമരിലെ മരഘടികാരത്തിന്റെ മണിമുഴക്കം കേട്ടാണ് അയാൾ ബോധമണ്ഡലത്തിൽ തിരിച്ചെത്തിയത്. രണ്ടാമത്തെ മുഴക്കത്തിനായായുന്ന ആ പുരാതന ക്ലോക്കിന്റെ പെൻഡുലത്തിലേക്ക് അയാൾ പാളി നോക്കി. സമയസൂചികൾ സാമാന്യത്തിലധികം അടുത്തടുത്തിരിക്കുന്നതായി അയാൾക്കു തോന്നി. എന്തു ചെയ്യണമെന്നറിയാതെ ആകെ തളർന്ന് അയാൾ ആ മേശയ്ക്കരികിൽ നിന്നു. അയാൾ ക്ഷീണിതനായിരുന്നു. തന്റെ ചിന്തകളെയാകെ ഒന്നു ക്രമീകരിക്കാൻ നന്നായൊന്ന് ഉറങ്ങണമെന്നയാൾക്കു തോന്നി. മേശപ്പുറത്തിരിക്കുന്ന ബ്രീഫ് കേസെടുത്ത് അയാൾ വാതിലിനു നേരെ നടന്നു. പുരാതനഘടികാരത്തിന്റെ തൂക്കുസൂചിയപ്പോൾ പതിനൊന്നാം തവണയടിക്കാൻ വട്ടം കൂട്ടുകയായിരുന്നു.

ഏഴ്

പാർട്ടി അംഗങ്ങൾ അതിവിശാലമായ ഒരു മുറിയിൽ ഒത്തുകൂടി. മുറിയുടെ ഭിത്തി കമ്മ്യൂണിസ്റ്റ് പാർട്ടിയുടെയും സഖ്യകക്ഷികളുടെയും ബാനറുകൾകൊണ്ടും തോരണങ്ങൾ കൊണ്ടും അലംകൃതമായിരുന്നു. വർണ്ണാഭമായ പോസ്റ്ററുകൾക്കൊപ്പം റഷ്യനിലും ഇംഗ്ലീഷിലും സ്പാനിഷിലും അറബിയിലും ജർമ്മനിയിലും ഫ്രഞ്ചിലുമൊക്കെ എഴുതിയ മുദ്രാവാക്യങ്ങളും മതിലുകളിൽ നിരന്നു. ബാനറുകളധികവും ചുവപ്പു നിറത്തിലുള്ളവയായിരുന്നു. ഒടുവിലെല്ലാവരും അവിടെ ഒത്തുചേർന്നപ്പോൾ എന്തിനാണിവിടെ കൂടിയതെന്നതിനെക്കുറിച്ച് ആർക്കും ചെറിയൊരു ധാരണപോലുമില്ലായിരുന്നു എന്നതാണ് സത്യം.

പ്രാദേശിക പാർട്ടി സംഘടനകൾ, സ്കൂളുകൾ, ഫാക്ടറികൾ, മോസ്കോയിലെ മുനിസിപ്പാലിറ്റികൾ എന്നിവ സമ്മാനിച്ച കൊടിതോരണങ്ങൾ, അലങ്കാരവസ്തുക്കൾ, റോസപ്പൂപോലെ ധരിക്കുന്ന വർണ്ണറിബ്ബണുകൾ എന്നിവ ആ മുറിയുടെ ചുമരുകളിൽ നിറഞ്ഞുനിന്നു. നടുവിൽ ആറു പേർക്ക് ഇരിക്കാവുന്ന വലിയ പൈൻ തടിയിലുണ്ടാക്കിയ ഒരു ഊണുമേശയുണ്ടായിരുന്നു. സോഫ ബെഡ്ഡിൽ നിന്നുണ്ടാക്കിയെടുത്ത ഒരു ചെറുശയ്യ ഇടതുവശത്ത് കിടപ്പുണ്ടായിരുന്നു. തുർക്കികൾ ഇടയ്ക്കിടയ്ക്ക് ഒത്തുചേരാൻ ഈ മുറി ഉപയോഗിച്ചിരുന്നു. മുറിയുടെ മധ്യത്തിലായിട്ടിരുന്ന ഒരു തടിമേശയ്ക്കടുത്ത് അസഫ് ഇരുന്നിരുന്നു. ഇടത്തും വലത്തുമായി ലിയോനിഡും സെൽ സെക്രട്ടറി ഹിക്മെത്തും ഉണ്ടായിരുന്നു. ദുഃഖത്തിനു പകരം അയാളുടെ മുഖത്ത് അതിദാരുണമായ സംഭവവികാസങ്ങൾക്കൊടുക്കവും ശാന്തത കൈവിടാതെ മഹാന്മാരെപ്പോലെ നിശ്ശബ്ദവും സൗമ്യവുമായ ഒരു ഭാവം അയാളുടെ മുഖത്ത് നിറഞ്ഞിരുന്നു.

ഈ കാലക്കേടിന്റെയൊക്കെ ഉത്തരവാദിയായ അപരാധിയെന്നപോലെ മേശപ്പുറത്ത് കൈകൾ ചുരുട്ടിവെച്ച്, ഉടനെ പ്രഖ്യാപിച്ചേക്കാവുന്ന കാര്യങ്ങളിൽ വേപഥുപൂണ്ട് അതിതീവ്രമാനസികവേദനയോടെ ലിയോനിഡ് കാത്തിരിക്കുകയായിരുന്നു. അസഫിന്റെ നിർബന്ധമുണ്ടായിട്ടും മുഹമ്മദ് കൊല്ലപ്പെട്ടുവെന്ന് വിദ്യാർത്ഥികളോട് പറയാൻ അയാൾക്ക്

കരുത്തുണ്ടായിരുന്നില്ല. മീറ്റിങ്ങിൽ പങ്കെടുക്കണമെന്ന് അയാൾക്ക് തോന്നിയിരുന്നില്ല. എന്നാൽ താൻ വളരെയധികം ബഹുമാനിക്കുകയും വിശ്വസിക്കുകയും ചെയ്ത ഈ ആളുകളെ ഇതുപോലൊരു സമയത്ത് തനിച്ചാക്കാൻ അയാൾക്ക് തോന്നിയില്ല. എപ്പോഴത്തേക്കാളും ഇപ്പോ ഴാണല്ലോ അവൾക്ക് അയാളെ ആവശ്യം.

സംഘത്തിന്റെ സെക്രട്ടറി ഹിക്മെത്തിന്റെ മുഖത്ത് ഉത്തരം കിട്ടാത്ത ഭയത്തിന്റെയും സങ്കടങ്ങളുടെയും കണ്ണീർഭാവം നിറഞ്ഞുനിന്നു. മുഹമ്മദ് കൊല്ലപ്പെട്ടുവെന്ന് അസഫ് അദ്ദേഹത്തോട് പറഞ്ഞിരുന്നുവെങ്കിലും സത്യത്തിൽ എന്താണ് സംഭവിച്ചതെന്ന് പൂർണ്ണാർത്ഥത്തിൽ മനസ്സി ലാക്കാൻ അദ്ദേഹത്തിന് കഴിഞ്ഞിരുന്നില്ല.

കൊലപാതകത്തെക്കുറിച്ച് കേട്ടമാത്രയിൽ, ഒരു വാക്കുപോലും ഉരിയാടാനാകാതെ സ്തബ്ധനായി ശൂന്യതയിലേക്ക് തുറിച്ചുനോക്കി നിൽക്കുകയാണ് അയാൾ ചെയ്തത്. സംഭ്രമമോ പരിഭ്രാന്തിയോ ഒക്കെ കാരണമാകും അത്തരത്തിലൊരു പ്രതികരണമെന്ന് അസഫ് കരുതു കയും അങ്ങനെയെങ്കിൽ നിർണ്ണായകസാഹചര്യങ്ങളിൽ ഈ സഖാ വിൽനിന്ന് ഇതിൽ കൂടുതൽ ഒന്നും പ്രതീക്ഷിക്കേണ്ടതില്ല എന്നു കരുതുകയും ചെയ്തു.

മുഹമ്മദ് നിശ്ചയമായും ഭയപ്പാടിലായിരുന്നു. എന്നാൽ ഇളകിമറി യുന്ന ആ വികാരവിസ്ഫോടനങ്ങളെ ഒരൊറ്റ വാക്കിൽ വിവരിക്കാൻ ശ്രമിക്കുന്നത് ബുദ്ധിയല്ല. പതിവായി അയാളെ അലട്ടിയിരുന്ന, അയാ ൾക്ക് സ്വയമറിയാവുന്ന, ആ അസ്വസ്ഥത, അതേ ഉത്കണ്ഠ തന്നെയാണ് വർഷങ്ങളായി അയാളെ അലട്ടിക്കൊണ്ടിരുന്നതും. അപ്രതീക്ഷിതമായ സംഭവങ്ങൾ, ചെറുവിജയത്തിന്റെ മധുരം സമ്മാനിക്കുന്ന പ്രസന്നമായ ആശ്ചര്യങ്ങൾ ഇവയെല്ലാം ചിലപ്പോൾ അയാളെ കടുത്ത നിരാശയ്ക്ക് പാത്രമാക്കിയിട്ടുണ്ട്. ദ്രുതഗതിയിൽ സമനില തെറ്റുകയും നിറഞ്ഞു നിൽക്കുന്ന സമയത്ത് വിലമതിക്കാനാകാതെ നഷ്ടപ്പെടുത്തിക്കളഞ്ഞ സ്വച്ഛമായ ശാന്തതയെ പിന്നീട് ദിവസങ്ങളോളം പുനഃസ്ഥാപിക്കാൻ കഴിയാതെ വിഷമിക്കുകയും ചെയ്യും. സാഹചര്യങ്ങൾ എന്തുകൊണ്ട് എങ്ങനെ മാറിയെന്ന് മനസ്സിലാക്കാനും മാറിയ രീതികളുമായി പൊരുത്തപ്പെടാനും ഹിക്മെത്ത് വല്ലാതെ ബുദ്ധിമുട്ടി. ദൃഢനിശ്ചയങ്ങൾ ആണ് അവന്റെ ആത്മാവിനെ ശാന്തമാക്കിയത്. ഈ സ്വഭാവവിശേഷം മാർക്സിസത്തോടുള്ള അദ്ദേഹത്തിന്റെ അടുപ്പത്തിൽ ഒരു പ്രധാന പങ്ക് വഹിച്ചിരുന്നു എന്നു പറഞ്ഞാലും തെറ്റില്ല. മനുഷ്യർക്കിടയിൽ കമ്മ്യൂണിസം വിഭാവനം ചെയ്യുന്ന മഹത്തായ മൈത്രിയെന്ന സങ്കല്പ ത്തോടുള്ള ആരാധനയും അതിന്റെ സാമൂഹികദർശനങ്ങളും ഹിക് മെത്തിന്റെ ഈ വിപ്ലവപോരാട്ടത്തിന്റെ പങ്കാളിത്തത്തിൽ നിർണ്ണായ കമായ ഘടകമായിരുന്നു എന്നു വേണമെങ്കിൽ പറയാം.

മുഹമ്മദിന്റെ കൊലപാതകം ഭീതി നിറഞ്ഞ മുന്നറിയിപ്പിന്റെ മുനമ്പി ലേക്ക് അയാളെ വലിച്ചെറിഞ്ഞു. കടുത്ത ദുഃഖത്തിന്റെ തീരത്തേക്ക്

വിഷാദം അയാളെ വലിച്ചടുപ്പിച്ചുകൊണ്ടിരുന്നെങ്കിലും അയാൾക്ക് തന്റെ സഖാക്കളിൽനിന്ന് എല്ലാം മറച്ചു പിടിക്കേണ്ടിവന്നു എന്നതായിരുന്നു കഷ്ടം. അതിന്റെ പരിണിതഫലമെന്നോണം അയാൾ കൂടുതൽ ദുർബലനായിത്തീർന്നു. എന്നാൽ തന്റെ സൗകര്യവ്യഥകളെ ദൗർബല്യമായി കണ്ടിരുന്നതിനാൽ തന്റെ തളർച്ചകളെക്കുറിച്ച് അയാൾ ആരോടും ഒരക്ഷരംപോലും ഉരിയാടിയില്ല. ആരോടെങ്കിലും പറഞ്ഞതുകൊണ്ട് പ്രത്യേകിച്ച് ഫലമൊന്നുമുണ്ടാകാനിടയില്ലല്ലോ. തന്റെ മനോവേദന ഇല്ലാതാക്കാൻ ആരുടെയും ഉപദേശങ്ങൾകൊണ്ട് സാധിക്കുകയില്ലെന്ന് അയാൾക്ക് ബോധ്യമുണ്ടായിരുന്നു. ഈ പീഡയ്ക്ക് ഒരു ശാശ്വതപരിഹാരമില്ല. അതിനാൽത്തന്നെ അതിനെക്കുറിച്ചുള്ള സംസാരംപോലും പാഴാവുകയേയുള്ളൂ. അസഫ് വിചാരിച്ചതുപോലെ വെറും ഭയമല്ല അയാളുടെ കണ്ണുകളിൽ നിഴലിച്ചത്. അത് മരവിച്ചുറഞ്ഞ അഭിപ്രായഭിന്നതകളുടെ ആഴമുള്ള ഇരുട്ടായിരുന്നു.

തുർക്കി കമ്മ്യൂണിസ്റ്റുകാർക്കിടയിലെ ഏറ്റവും വിചിത്രസ്വഭാവിയായ കരീം എന്ന നിഗൂഢകഥാപാത്രം മേശയ്ക്കരികിലെ ഇരിപ്പിടത്തിൽ ഇരുന്നിരുന്നു. ഇരിക്കുന്നു എന്നതിനേക്കാൾ അയാൾ നല്ലവണ്ണം പുറകോട്ട് ചാഞ്ഞ്, കാലുകൾ ഇരുവശങ്ങളിലേക്കും നീട്ടി പിന്നിലേക്ക് ചെരിഞ്ഞ് കിടക്കുന്നതുപോലെയാണ് കാണപ്പെട്ടത്. നല്ല പനിയോടെയാണ് അയാൾ വന്നിറങ്ങിയത്. മോസ്കോയിലെ സ്കൂളിന്റെ ആശുപത്രിയിൽ മൂന്നു ദിവസമായി അയാൾ ചികിത്സയിലായിരുന്നു. പനിക്കിടക്കയിൽ നിന്നെഴുന്നേറ്റ് അയാൾ ഈ പരിപാടിക്കെത്തിയത്, ഇത് മുസ്തഫ സൂഫിയുടെ (ടർക്കിഷ് കമ്മ്യൂണിസ്റ്റ് നേതാവും കമ്മ്യൂണിസ്റ്റ് പാർട്ടി ഓഫ് ടർക്കിയുടെ സ്ഥാപകനും.) അനുസ്മരണചടങ്ങായതുകൊണ്ട് മാത്രമാണ്. നിർത്താതെയുള്ള അയാളുടെ തുമ്മൽ വരാനുള്ള ആ തീരുമാനം തെറ്റായിരുന്നോ എന്ന് തോന്നിപ്പിക്കുന്നതായിരുന്നു. അയാളുടെ കണ്ണുകൾ കുഴിഞ്ഞും ശൂന്യമായും പനിക്കോളാൽ ചുവന്നതായും തോന്നി. അതിനാൽ സാധാരണഗതിയിൽ ഒട്ടും ഇണക്കമില്ലാതെ സൗഹാർദ്ദപരമല്ലാതെ പെരുമാറുന്ന അയാളുടെ മുഖത്ത് ഒരു അനാവശ്യനാണം രൂപപ്പെട്ടിരുന്നതായി അയാളുടെ സുഹൃത്തുക്കൾ ശ്രദ്ധിച്ചു.

ഫുട്ബോളോ വോളിബോളോ കളിക്കാൻ താത്പര്യപ്പെട്ടില്ല. സുഹൃത്തുക്കളോടൊപ്പം ടേബിൾ ടെന്നീസോ ബില്യാർഡ്സോ കളിക്കാൻ അയാൾ പങ്കുചേർന്നതുമില്ല. നല്ല മൂഡിലായിരിക്കുമ്പോൾ മറ്റുള്ളവർ ചെസ് കളിക്കുന്നതു കാണാൻ അയാൾ ഇഷ്ടപ്പെട്ടു. എന്നാൽ വളരെ പെട്ടെന്ന് നിരാശ നിറഞ്ഞ ഒരു മോഹഭംഗം അയാളെ കീഴടക്കുകയും സ്വയം കളിക്കാനായി ഒരു ചെസ് പലക കണ്ടെത്തുകയും ചെയ്യുമായിരുന്നു. കളിയിൽ അയാൾ അത്ര മോശമായിരുന്നില്ല എന്നു മാത്രമല്ല ഉത്കർഷേച്ഛ നിറഞ്ഞ റഷ്യക്കാരെ വരെ കളിയിൽ അയാൾ പരാജയപ്പെടുത്തിയിരുന്നു. അതിപ്രശസ്തമായ ബോൾഷോയി ബാലെയുടെ ഒരൊറ്റ പ്രകടനമേ അയാൾ കണ്ടിട്ടുണ്ടായിരുന്നുള്ളൂ.

ലോകത്തിന്റെ നാനാഭാഗങ്ങളിൽനിന്നും ആളുകൾ എത്തുകയും പരിപാടിയുടെ തീയതിക്കു മാസങ്ങൾ മുമ്പായി എല്ലാ ടിക്കറ്റും വിറ്റു പോകുകയും ചെയ്യുന്ന ഒരു ബാലെ ഷോയായിരുന്നു അത്. അയാൾ കാണാൻ പോയ ഒരേയൊരു ബാലെ ഷോയുടെ പേര്, സ്പാർട്ടാക്കസ് എന്നായിരുന്നു. അടിമകളുടെ പ്രക്ഷോഭത്തെ ചിത്രീകരിക്കുന്നതാണ് ആ ദിവസത്തെ ഷോയെന്ന സെരിഫിന്റെ ഉറപ്പിലാണ് അയാൾ അന്നത് കാണാൻ പോയത്. അതിൽപിന്നെ അയാൾ തിയറ്ററിൽ പോയിട്ടില്ല. മറ്റെന്തെങ്കിലും കലാപരിപാടിയിൽ പങ്കെടുക്കുകയോ ചെയ്തിട്ടില്ല എന്നതാണ് സത്യം. അദ്ദേഹത്തിന്റെ കൂടെയുള്ള സഖാക്കൾ പലപ്പോഴും നന്നായി വസ്ത്രം ധരിച്ച് പട്ടണത്തിലേക്ക് പോകുമ്പോൾ, അയാൾ അടച്ചിട്ട മുറിയിൽ, ചായയുണ്ടാക്കി കുടിച്ചും സിഗരറ്റ് പുകച്ചും 'ക്യാപിറ്റൽ' വായിച്ചുമിരിക്കുകയാകും. ആ പുസ്തകം ഒരിക്കലും വായിച്ചുതീരാനിടയില്ലെന്ന് അയാൾക്ക് തോന്നിപ്പോകാറുണ്ട്. കൂട്ടായ്മയുടെ കലാസംഘടനയുടെ ചുമതലക്കാരനായിരുന്ന സെമിൽ ഒരിക്കൽ അയാളുടെ ഇത്തരം പെരുമാറ്റങ്ങളെ പരാമർശിച്ച് അപലപിക്കാൻ ശ്രമിച്ചിരുന്നു. എന്നാൽ ആ ദുരുദ്ദേശ്യം പരാജയപ്പെട്ടുവെന്നു മാത്രമല്ല, കരീം സഖാവിന്റെ പോരാട്ട മനോഭാവത്തെ നേരിടേണ്ടി വന്നപ്പോൾ ദുഷിച്ച വാക്കുകൾ പറയാനായി വായ തുറക്കേണ്ടി വന്നതിൽ അയാൾ ഖേദിക്കുകയും ചെയ്തു.

''സഖാവേ'' ഹൃദയംഗമമായ സ്വരത്തിൽ സെമിൽ ഒരിക്കൽ പറഞ്ഞു.

''ഇങ്ങനെയുള്ള കലാപരിപാടികൾ നിങ്ങളുടെ ജീവിതത്തിൽ കാണാൻ ഇനി നിങ്ങൾക്ക് കഴിഞ്ഞേക്കില്ല.''

''ഞാനിവിടെ ബാലെ കാണാൻ വന്നതല്ലല്ലോ.'' കരീം തണുത്തുറഞ്ഞ മറുപടി നല്കി.

''ഇതൊക്കെ പരിശീലനത്തിന്റെ ഭാഗമല്ലേ?'' സെമിൽ അയാളെ ബോധ്യപ്പെടുത്തിക്കൊടുക്കാൻ ആകുന്നത്ര ശ്രമിച്ചു.

''ശരിയായ വിദ്യാഭ്യാസരീതിയെന്താണെന്ന് ഇനി ഞാൻ നിങ്ങളിൽ നിന്ന് പഠിക്കണം എന്നാണെങ്കിൽ അത് നടക്കില്ല.'' കരീം പറഞ്ഞു.

''സഖാവേ, നിങ്ങൾ തെറ്റിദ്ധരിക്കരുത്. നമ്മൾ ഇവിടെ നിന്ന് പരസ്പരം പഠിക്കുകയാണല്ലോ.''

സംസാരം നിറുത്താതെ സെമിൽ തുടർന്നു. കരീം സെമിലിനെ കൈകൊണ്ട് നീക്കിനിർത്തി എന്നെ വെറുതെ വിടൂ എന്ന് പറയുകയാണ് ചെയ്തത്.

പെട്ടെന്നുള്ള അനൈച്ഛിക ചേഷ്ടയാൽ സെമിൽ കരീമിന്റെ കൈകളിൽ പിടിച്ചു. രണ്ട് സഖാക്കളും പരസ്പരം ദേഷ്യത്തോടെ നോക്കി. അവർക്കിടയിലെ പിരിമുറുക്കം കൂടിക്കൂടി അവരുടെ രാജ്യത്തെ മുൻകാല ചരിത്രസംഭവങ്ങളിലേക്ക് വഴുതിവീഴുന്നതിനുമുമ്പ്, ഒരു വഴക്കിലേക്ക്

ആ ദേഷ്യം പരിവർത്തനം ചെയ്യുന്നതിന് മുമ്പ് സെമിൽ സ്വയംബോധത്തിലേക്ക് മടങ്ങിവന്ന് അയാളോട് പറഞ്ഞു: ''നിങ്ങൾക്കിഷ്ടമുള്ളതുപോലെ ചെയ്തോളൂ.''

എന്നിട്ട് അയാളെ തനിച്ചാക്കി നടന്നകന്നു. ഏകാന്തതയുടെ ഈ നിർബന്ധനിഷ്ഠ ഒരു കമ്മ്യൂണിസ്റ്റുകാരനെ സംബന്ധിച്ചിടത്തോളം വിചിത്രമായിരുന്നു എന്നു മാത്രമല്ല പല വിദേശഗ്രൂപ്പുകളും അതൊക്കെ ശ്രദ്ധിക്കാനിടയായി. ഗ്രീക്കുകാർ ഈ ഗ്രൂപ്പിനെ 'നൈൻ പ്ലസ് വൺ' (Nine Plus One) എന്നാണ് പേരിട്ടത് എന്നത് ശ്രദ്ധേയമായിരുന്നു.

കുട്ടികളുമായിട്ടായിരുന്നു കരീമിന്റെ ചങ്ങാത്തമധികവും. കുഞ്ഞു സെർയോഷയുടെ ഭാഷയറിയില്ലെങ്കിലും അയാൾ അവന്റെ കൂടെ ആനന്ദത്തോടെ കളിക്കുമായിരുന്നു. തന്റെ വലിയ ശരീരം വക വെയ്ക്കാതെ അവന്റെയൊപ്പം മഞ്ഞിൽ കുത്തിമറിയുമായിരുന്നു. രണ്ടാംലോകമഹായുദ്ധകാലത്തെ വീരപോരാളിയായിരുന്ന ഇവാന്റെ ആറുവയസ്സുള്ള പേരക്കുട്ടിയായിരുന്നു സെർയോഷ. ഇവാൻ ഇപ്പോൾ വൃദ്ധനായിരിക്കുന്നു. മദ്യപാനിയും. സൈറ്റിനു ചുറ്റുമുള്ള എല്ലാ പോഴത്തരങ്ങൾക്കും അയാൾ കൂട്ടുനിൽക്കുകയും ചെയ്യുന്നു. ചെറിയ കുട്ടിയുമായി ചുറ്റിക്കറങ്ങുന്ന കരീമിനെ കണ്ട മറ്റു സഖാക്കൾ അമ്പരപ്പും അങ്കലാപ്പുംകൊണ്ട് പൊറുതിമുട്ടി. വിപ്ലവപ്രസ്ഥാനത്തിലേക്ക് ആകസ്മികമായി ഇടറി വീണു പോയ ഒരു വിചിത്രമനുഷ്യനായി അവർ അയാളെ ഉൾക്കൊള്ളാൻ ശ്രമിച്ചു.

അയാളെ ന്യായീകരിച്ച ഒരേയൊരു വ്യക്തി മുഹമ്മദായിരുന്നു. ''കരീം കടന്നുവന്ന വഴികൾ നമുക്ക് നിശ്ചയമില്ലല്ലോ. ചിലപ്പോൾ നമുക്ക് ഊഹിക്കാവുന്നതിനപ്പുറത്തുള്ള ചില ദാരുണമായ സാഹചര്യങ്ങൾ അയാൾക്ക് നേരിടേണ്ടിവന്നിരിക്കാം. അയാളെ അവ രൂപപ്പെടുത്തിയത് ഇങ്ങനെയൊക്കെയാവാം.'' അദ്ദേഹം പറഞ്ഞു.

ആ മനുഷ്യനോട് കൂടുതൽ അനുകമ്പ കാണിക്കാൻ അദ്ദേഹം സുഹൃത്തുക്കളോടായി അഭ്യർത്ഥിച്ചു. അങ്ങനെയൊക്കെയാണെങ്കിലും കരീമിന് മുഹമ്മദിനെ ഒട്ടും ഇഷ്ടമായിരുന്നില്ല. ആ കൂട്ടായ്മയിൽ അയാൾക്ക് അടുപ്പം തോന്നിയ ഒരേയൊരു വ്യക്തി സെരിഫായിരുന്നു. എന്നിട്ടും ആ ഇഷ്ടം അസാധാരണത്വം നിറഞ്ഞതായിരുന്നു എന്നു വേണമെങ്കിൽ പറയാം. ചിലപ്പോൾ സെരിഫുമായി മണിക്കൂറുകളോളം ആരോഗ്യപരമായ വാഗ്വാദത്തിലേർപ്പെടുകയും ഒരു യഥാർത്ഥ സുഹൃത്തിനെപോലെ അവ പരിഗണിക്കുകയും അയാൾ ചെയ്തു. എന്നാൽ പെട്ടെന്നുതന്നെ സ്വഭാവം മാറുകയും അവനെ ഒട്ടും പരിചയമില്ലാത്ത രീതിയിൽ പെരുമാറുകയും ചെയ്യുമായിരുന്നു. കരീമിന്റെ സംഭാഷണങ്ങൾ സെരിഫിന് അത്രയ്ക്ക് ആസ്വദിക്കാനായിരുന്നില്ല. എന്നിരുന്നാലും അസ്വസ്ഥനായിരിക്കുന്ന തന്റെ സുഹൃത്തായ സഖാവിനെ വിഷമിപ്പിക്കാതിരിക്കാനായി അയാൾ ആവശ്യപ്പെടുമ്പോഴെല്ലാം ചിലപ്പോൾ

നേരം പുലരുംവരെയൊക്കെ സെരിഫ് അയാളെ കേട്ടിരുന്നിട്ടുണ്ട്. പലപ്പോഴും വർത്തമാനം മതിയാക്കി സ്വന്തം മുറിയിലേക്ക് സഖാവ് ഒരു വാക്ക് പോലും പറയാതെ മടങ്ങിപ്പോകുന്നതുവരെ അവർ കൂടെയുണ്ടായിട്ടുണ്ട്.

അയാൾ കിടക്കുന്നതിനുനേരെ എതിർവശത്തുള്ള കസേരയിൽ ഇരുന്ന് സിഗരറ്റ് വലിക്കുകയായിരുന്ന സെരിഫിനെ കടുത്ത ജ്വരം ബാധിച്ച് മഞ്ഞിച്ച് ക്ഷീണിച്ച കണ്ണുകളോടെ കരീം നോക്കുകയായിരുന്നു.

സെരിഫ് തന്റെ സുഹൃത്തിനെ നോക്കി ചിരിച്ചു; പെട്ടെന്ന് ഇങ്ങനെ തങ്ങളെയെല്ലാം വിളിച്ചു ചേർത്തുനടത്താനിരിക്കുന്ന പാതിരാമീറ്റിങ്ങിനെക്കുറിച്ചുള്ള വേവലാതിയായിരുന്നു അയാളുടെ ഉള്ളിൽ. അയാൾ സിഗരറ്റ് ആഞ്ഞാഞ്ഞു വലിച്ച് ഒരു കവിൾ പുക ശ്വസിച്ചുകൊണ്ട് ആ മുറിയുടെ നടുവിലുള്ള മേശയിലേക്കുറ്റുനോക്കി. അസഫിനെ സസൂക്ഷ്മം നിരീക്ഷിച്ചു. അസഫിന്റെ മുഖത്തു നിന്ന് എന്തെങ്കിലും സൂചനകൾ ഗ്രഹിച്ചെടുക്കുക എളുപ്പമായിരുന്നില്ല ഒട്ടും പക്വതയുള്ളൊരു രാഷ്ട്രീയക്കാരനായിരുന്ന അയാൾ, വികാരങ്ങൾ മറച്ചുവെച്ചു പെരുമാറുന്നതിൽ വിദഗ്ധനായിരുന്നു. അയാൾ വീണ്ടും സിഗരറ്റു പുക വലിച്ചുകേറ്റി. പുകയിലയുടെ കയ്പൻ രുചി അണ്ണാക്കിനെ പൊള്ളിച്ചുകൊണ്ട് അന്നനാളത്തിലേക്ക് പടർന്നു. അയാൾ സിഗരറ്റ് മാറ്റിവെയ്ക്കാനായി കൈ നീട്ടിയപ്പോൾ അതിന്റെ ബാക്കിവന്ന കുറ്റിയിലേക്ക് നോക്കി. സോവിയറ്റ് നാടുകളിൽ ഉൽപാദിപ്പിക്കുന്ന ഏറ്റവും മികച്ച ബ്രാൻഡുകളിലൊന്നായ കോസ്മോസായിരുന്നു അത്. പക്ഷേ വർഷങ്ങളോളമായി സാംസൺ സിഗരറ്റ് വലിച്ചിരുന്നതിനാൽ, ഇപ്പോൾ വലിച്ച പുകരുചി അരോചകമായി തോന്നി സെരിഫിന്. സ്വന്തം നാട്ടിൽ നിന്ന് അയാൾ തന്നെ കൊണ്ടുവന്ന സാംസൺ പാക്കറ്റുകൾ തീർന്നുപോയതിനാൽ ആണ് മറ്റു നിർവ്വാഹമില്ലാതെ അയാൾക്ക് പുതിയ ബ്രാൻഡ് ഉപയോഗിക്കേണ്ടി വന്നത്.

അവന് നാല്പത് വയസ്സുപോലും ആയിട്ടുണ്ടായിരുന്നില്ല. പക്ഷേ, സെരിഫിനെ കണ്ടാൽ അമ്പതുവയസ്സെങ്കിലും പറയുമായിരുന്നു. അവന്റെ നേർത്തു തിളങ്ങുന്ന ചെമ്പൻമുടി നരച്ചുതുടങ്ങിയിരുന്നു, കൺപോളകൾക്ക് സമീപത്തുള്ള ചുളിവുകൾ ആഴത്തിലുള്ളതായിരുന്നു, അല്പം മാത്രമുള്ള കൺപീലികൾ നെറ്റിയാകെ ചിതറിക്കിടന്നിരുന്നു, ജീവിതക്ലേശങ്ങളുടെ വക്രരേഖകളെല്ലാം വാർദ്ധക്യത്തിന്റെ മാധുര്യച്ചുവയോടെ അയാളിലേക്ക് പ്രതീക്ഷിച്ചതിലും നേരത്തെ എത്തിച്ചേർന്നിരിക്കുന്നു.

''ഇത്ര ക്ഷീണിച്ച അവസ്ഥയിൽ നിങ്ങളൊക്കെയെന്തിനാണ് ഇവിടേക്ക് വന്നത്?''

കരീമിനെ അധിക്ഷേപിക്കാനെന്നവണ്ണം അവൻ പറഞ്ഞു. ആ മുറിയിലെ ഭയാനകമായ നിശ്ശബ്ദതയെ മുറിപ്പെടുത്തുംപോലെ അയാളിലെ വെറുപ്പിന്റെ ശബ്ദമായിരുന്നു ആ വാക്കുകൾ.

കരീം മറുപടിയൊന്നും പറഞ്ഞില്ല. നീരസത്തോടെയുള്ള ഒരു പൊള്ളയായ ചിരി അയാളുടെ ചുണ്ടിൽ തെളിഞ്ഞു. സെരിഫ് പറഞ്ഞത് അസഫ് കേട്ടിരുന്നു. അയാൾ അവർ രണ്ടുപേരെയും മാറിമാറി നോക്കി, ആ ശകാരവർത്തമാനങ്ങൾ അസ്ഥാനത്തായിപ്പോയി എന്ന മട്ടിൽ. സെരിഫ് അതൊന്നും ഗൗനിച്ചില്ല. അയാളുടെ നോട്ടം ലിയോനിഡിലേക്ക് തിരിഞ്ഞു. കണ്ണിൽ കണ്ണിൽ നോക്കാനായപ്പോഴേക്കും ലിയോനിഡ് ദൂരേക്ക് നോട്ടം മാറ്റി.

അവിടെയെന്താണ് നടക്കുന്നതെന്ന് സെരിഫ് തിരിച്ചറിയാൻ കഴിഞ്ഞില്ല. തന്റെ തൊട്ടടുത്തിരുന്ന കാൻ ചെവിയിൽ എന്തൊക്കെയോ അടക്കം പറഞ്ഞുകൊണ്ടിരുന്നതിനാൽ അയാളുടെ ചിന്ത പലവഴി ചിതറിപ്പോയിരുന്നു.

''പ്രധാനപ്പെട്ട കാര്യങ്ങൾ എന്തെങ്കിലും ഉണ്ടാകുമല്ലോ എന്ന് ഞാൻ ഊഹിക്കുന്നു.''

സെരിഫ് തന്റെ സുഹൃത്തിന്റെ നേരെ തിരിഞ്ഞ്, സാകൂതം കാതുകൂർപ്പിച്ചു.

''നോക്കൂ.'' കാൻ തുടർന്നു. തലകൊണ്ട് പലവിധ ആംഗ്യം കാട്ടിയാണ് അവൻ സംസാരിക്കുന്നത്. ''ലിയോനിഡും അസഫും യോഗത്തിൽ പങ്കെടുക്കുന്നുണ്ട്.

പെട്ടെന്ന് വിളിച്ചുചേർക്കേണ്ടിവന്ന ഈ രാത്രി മീറ്റിങ്ങിന് ഇവർ രണ്ടാളും പങ്കെടുക്കുന്നതിൽ അത്ര പുതുമയൊന്നും തന്നെയില്ല. അസഫ് ഒരു തവണ മാത്രമേ ഉത്തരം മീറ്റിംഗുകളിൽ പങ്കെടുത്തിരുന്നുള്ളൂ. അതും അവർ, ആദ്യമായി മോസ്കോയിൽ എത്തിയപ്പോഴായിരുന്നു. ആ മീറ്റിംഗിൽ വെച്ച് പാർട്ടി സ്കൂളിൽ ലഭിക്കുന്ന പരിശീലനത്തിന്റെ പ്രാധാന്യത്തെപ്പറ്റി അദ്ദേഹം ഊന്നിയൂന്നി പറഞ്ഞു. ടി.സി.പി. അംഗങ്ങൾ വർഷങ്ങളായി ഏറ്റവും അച്ചടക്കമുള്ള കൂട്ടായ്മയ്ക്കുള്ള വിശിഷ്ടപദവി തുടർച്ചയായി ഏറ്റുവാങ്ങിയിട്ടുണ്ടെന്നും ആ പദവിയുടെ ഔന്നത്യത്തെക്കുറിച്ചെല്ലാം വിശദമായി സംസാരിച്ചു. സ്ത്രീകളുമായുള്ള സഖാക്കളുടെ പലവക ബന്ധങ്ങൾ, പ്രണയചർച്ചകൾ എന്നിവയെല്ലാം അടക്കിനിർത്തണമെന്നും അത്തരം സംസർഗ്ഗങ്ങളിൽ ശ്രദ്ധാലുക്കളാക്കണമെന്നും അയാൾ ആവർത്തിച്ചു പറഞ്ഞുകൊണ്ടിരുന്നു. അവരവരുടെ പഠനഭാഗങ്ങളിൽ കൂടുതൽ ശ്രദ്ധയൂന്നാനും അവരെ ഉദ്ബോധിപ്പിച്ചു. അതിനുശേഷം അസഫിന്റെ സംഘടനാബന്ധുത്വം എന്തുകൊണ്ടോ അറ്റുപോയി. സഖാക്കളിൽ നിന്നോ സുഹൃത്തുക്കളിൽ നിന്നോ പൂർണ്ണമായും അകന്നുനിൽക്കാൻ അദ്ദേഹത്തിന് കഴിഞ്ഞില്ലെന്നതു മാത്രമല്ല പല അവസരങ്ങളിലും അവരുടെ കാര്യങ്ങളിൽ കാര്യമായ ഇടപെടലുകൾ നടത്തുകയും ചെയ്തു. സ്ത്രീകൾക്കിടയിൽ സുപരിചിതനായ സെമുമായിട്ടുള്ള പതിവ് വർത്തമാനങ്ങളും മാർക്സിസത്തെക്കുറിച്ച് സ്വന്തം അഭിപ്രായങ്ങൾ പറയാൻ മടിക്കാത്ത സെമിലും ചില സമയങ്ങളിലെങ്കിലും ചെറിയ അസ്വസ്ഥതയ്ക്ക് കാരണമായി.

കാഴ്ചയിൽ വൃത്തിയും വെടിപ്പും നിറഞ്ഞ വസ്ത്രധാരണംകൊണ്ടു തന്നെ മറ്റു സഖാക്കളിൽ നിന്ന് വേറിട്ട് നിൽക്കാൻ കാനിനു കഴിഞ്ഞിരുന്നു. ജർമ്മനിയിലേക്ക് കുടിയേറിയ കുർദിഷ് കുടുംബത്തിലെ രണ്ടാമത്തെ മകനായിരുന്നു അയാൾ. ''സാസ കുർദു(കിഴക്കൻ ടർക്കിയിലെ പ്രൊവിൻസിൽ താമസിക്കുന്ന സാസാ ഭാഷ സംസാരിക്കുന്നവർ) ക്കാർക്കിടയിലെ ഏറ്റവും സുമുഖനായ കുട്ടി'' എന്നാണ് സെമിൽ അവനെ വിളിച്ചിരുന്നത്. ഒട്ടും അപകടകരമല്ലാത്ത സാഹചര്യങ്ങളിൽ ജോലി ചെയ്യാൻ അവസരം കിട്ടിയ അപൂർവ്വം യൂറോപ്യൻ നിവാസികളായ കമ്മ്യൂണിസ്റ്റുകാരിൽ ഒരുവനായിരുന്നു കാൻ. ജർമ്മനിയിൽ പാർട്ടിയിലേക്ക് അയാൾ നേരിട്ട് റിക്രൂട്ട് ചെയ്യപ്പെടുകയായിരുന്നു. എന്നിട്ടും ഒട്ടും സുരക്ഷിതമല്ലാത്ത സന്ദേശവാഹകന്റെ കർത്തവ്യങ്ങൾ കേന്ദ്രകമ്മിറ്റിയുടെയും സംഘടനയുടെയും ഇടയിൽ നിന്ന് സാഹസപൂർവ്വം ചെയ്യാൻ അയാൾ ഉത്സാഹം കാട്ടി.

വ്യത്യസ്തവഴികളിലൂടെ നടന്നതിനാൽ രാജ്യത്തെ പാർട്ടി അംഗങ്ങളുടെ മനഃശാസ്ത്രം അയാൾക്ക് ഗ്രഹിക്കാനായി. ആത്മാർത്ഥതയും വിശ്വസ്തതയുമുള്ള അയാളുടെ പ്രവർത്തനങ്ങളും സമീപനങ്ങളും കാരണം തന്നെ സഖാക്കൾ അയാളെ സ്വന്തം എന്നവണ്ണം സ്വീകരിച്ചിരുന്നു. യൂറോപ്പിൽ താമസിക്കുന്ന മറ്റു സഖാക്കൾക്കെതിരെയുള്ള പതിവ് അവഗണനയ്ക്ക് അയാൾ അതിനാൽതന്നെ ഒരിക്കൽപോലും പാത്രമായതുമില്ല. രാജ്യത്തെ ടി.സി.പി. അംഗങ്ങളെ അപേക്ഷിച്ച് മറ്റൊരു മേന്മയും അയാൾക്കുണ്ടായി. പാർട്ടി സെന്ററിൽ നിന്നുള്ള ആളുകളെ അയാൾക്ക് നേരിട്ടറിയാമായിരുന്നു. രാജ്യത്തെ പല സഖാക്കളും കരുതിയിരുന്നതുപോലെ ദൈവങ്ങളോ അമാനുഷികരായ ഐതിഹ്യകഥാപാത്രങ്ങളെപ്പോലെയുള്ള ദേവന്മാരോ ഒന്നുമല്ല പാർട്ടി നേതാക്കൾ എന്ന് അയാൾക്ക് ബോദ്ധ്യമുണ്ടായിരുന്നു. മറിച്ച് തന്നെപ്പോലെയുള്ള അനശ്വരരല്ലാത്ത, മരണവിധേയരായ സാധാരണ മനുഷ്യർ. കുറ്റവും കുറവുമുള്ള, അപൂർണ്ണരായ, ഭയചകിതരായ, സ്വാർത്ഥതാത്പര്യങ്ങളുള്ള സാധാരണ മനുഷ്യർ. ടി.സി.പി. ഐതിഹ്യരഹസ്യമൊക്കെ വളരെക്കാലം മുൻപ് തന്നെ അദ്ദേഹത്തിന്റെ മനസ്സിൽ നിന്നിറങ്ങിപ്പോയിരുന്നു; അതിനാൽ കൂടുതൽ യാഥാർത്ഥ്യബോധത്തോടെ അയാൾക്ക് സംഘടനയെ വിലയിരുത്താൻ കഴിഞ്ഞു എന്നതാണ് പരിണിതഫലം.

കാനിനടുത്തുള്ള കസേര ബെസിർ കൈവശപ്പെടുത്തി ഇരുന്നു. യൂറോപ്യൻ നിർമ്മിതവസ്തുക്കൾ വിൽക്കുന്ന ഇൻസ്റ്റിറ്റ്യൂട്ട് ഓഫ് ലെനിനിസത്തിന്റെ സ്റ്റോറിൽ നിന്ന് വലിയ വില കൊടുത്ത് വാങ്ങിയ വെള്ളയും ചുവപ്പും വരകളുള്ള നേവി ബ്ലൂ ട്രാക്ക് ധരിച്ചാണ് അയാൾ ആ സമ്മേളനത്തിനെത്തിയത്. അഫ്ഗാനികൾ, ബ്രസീലിയക്കാർ നിക്കരാഗ്വക്കാർ ഇവരെല്ലാം ഇതേ ട്രാക്ക് സ്യൂട്ടുകൾ വാങ്ങിയിരുന്നു.

സോവിയറ്റ് സർക്കാർ ചില വിചിത്രകാരണങ്ങളാൽ ഈ ട്രാക്ക് മാത്രം സ്ഥിരമായി ഇറക്കുമതി ചെയ്തിരുന്നു. ഒരു ഫുട്ബോൾ ടീമിലെ അംഗങ്ങളെപോലെ ലോകമെമ്പാടുമുള്ള വിപ്ലവകാരികൾ ഒരേ മേൽവസ്ത്രം അണിയേണ്ടുന്ന അവസ്ഥ രസകരംതന്നെ! ഒരു സാർവദേശീയതയുടെ ഛായ പ്രതിഫലിപ്പിക്കുന്നതിനാൽ ബെസിർ ആ ട്രാക്ക് സ്യൂട്ടിനെ വല്ലാതെ ഇഷ്ടപ്പെട്ടിരുന്നു. ക്ലാസ് കഴിഞ്ഞ് മടങ്ങിയെത്തിയാൽ ഉടനെ അയാൾ അതെടുത്ത് അണിയുക പതിവായിരുന്നു. അത് ധരിച്ചുകൊണ്ട് ഇതിനു മുൻപും അയാൾ നിരവധി മീറ്റിംഗുകളിൽ പങ്കെടുത്തിട്ടുണ്ടായിരുന്നു.

ട്രാക്ക് സ്യൂട്ട് ധരിച്ചുള്ള ഇരിപ്പും ഭാവവും സമ്മേളനത്തിന്റെ ഗൗരവത്തെ കുറച്ചു കാണിക്കുമെന്ന് ആദ്യമേ ഹിക്മെത്ത് മുന്നറിയിപ്പു നൽകിയിരുന്നു. എന്നാൽ പാർട്ടി സെക്രട്ടറിയുമായി ബെസിൽ വിയോജിച്ചു. ജയിലിലാണെങ്കിൽ വിയർത്തൊട്ടിയ നിക്കറുകൾ പോലും ധരിച്ച് ചിലപ്പോൾ അതീവപ്രധാനമായ മീറ്റിംഗുകൾ നടത്തേണ്ടിവരുമെന്ന് അയാൾ മറുപടി പറഞ്ഞു. അവരുടെ തർക്കങ്ങൾ പതുക്കെ പതുക്കെ വീരശൂരഗാഥകളിലേക്ക് കടന്നു. സനക്കലെ ജയിലിൽ നിരാഹാരം കിടന്ന കഥകളൊക്കെയായി പിന്നീട് സംസാരം. മറ്റു സഖാക്കളെല്ലാം ഇതൊക്കെ ഒരു നൂറുതവണയെങ്കിലും കേട്ടിട്ടുണ്ടായിരുന്നു. ആരെല്ലാമോ ഇടപെട്ടപ്പോൾ ചുളുവിൽ ട്രാക്ക് സ്യൂട്ട് ധരിച്ച് മീറ്റിങ്ങിൽ പങ്കെടുക്കാനുള്ള അവകാശം ബെസിറിന് കിട്ടിയപോലെയായത്. ആ മുറിയിൽ തങ്ങിനിന്നിരുന്ന കനത്ത നിശ്ശബ്ദതയിൽ നിന്ന് ഒരു കാര്യം അയാൾ ഊഹിച്ചെടുത്തിരുന്നു. ലിയോനിഡ് അവിടെയുണ്ടെന്നത് അയാളെ അല്പം പരിഭ്രാന്തനാക്കുകയും ചെയ്തു. സ്യൂട്ട് ധരിച്ച് സമ്മേളനത്തിനെത്തിയത് അബദ്ധമായോ എന്നയാൾ ശങ്കിച്ചു. നേരെയെതിരെയുള്ള ചുമരിൽ സ്ലാവിക് രീതിയിൽ അലങ്കരിച്ച് മരത്തടി നാലുചുറ്റുമടിച്ച ഒരു ഫ്രെയിമിൽ നസീം ഹിക്മത്തിന്റെ 'നിന്നെക്കുറിച്ചോർക്കുമ്പോൾ' എന്ന കവിതയിലേക്ക് അയാളുടെ നോട്ടം മാറി.

ടർക്കിയിലെ കമ്മ്യൂണിസ്റ്റ് പാർട്ടി.
എന്റെ സി.പി.ടി.
ഞാൻ നിന്നെക്കുറിച്ചാലോചിക്കുന്നു.
നീ, ഞങ്ങളുടെ ഇന്നലെയും ഇന്നും നാളെയുമാണ്.
ഞങ്ങളുടെ നൈപുണ്യവും
ഞങ്ങളുടെ കൗശലതന്ത്രവും
ഞങ്ങളുടെ മനസ്സും ഹൃദയവും മുഷ്ടിയും നീയാണ്.
നിങ്ങളുടെ മഹത്തായ വംശപരമ്പര
ലോകമോർക്കണം:
നിങ്ങൾ വി.കെ.വിയുടെ ചെറിയ അനിയൻ.
നീ ഇന്ന് എന്റെ മുമ്പാകെ പ്രത്യക്ഷപ്പെട്ടു,

വാഴ്ത്തപ്പെട്ട തിരുനെറ്റിയിൽ
വിശുദ്ധമുറിവുമായി
പണിയെടുക്കുന്ന കൈത്തണ്ടകളിൽ
തഴമ്പിന്റെ ചങ്ങലപ്പാടുമായി
നീ നിവർന്നും തെളിഞ്ഞും നടക്കുന്നു.
എന്റെ ജീവിതത്തിലുടനീളം
നിന്നോടൊപ്പമായതിൽ
അഭിമാനം കൊള്ളുന്നു.
നിന്റെ പക്ഷത്തിരിക്കുന്നതിൻ
പെരുമയറിയുന്നു.

ഈ കവിത പലതവണ അയാൾ വായിച്ചിട്ടുണ്ട്. മനപ്പാഠം ചൊല്ലാൻ അയാൾക്ക് ഉറപ്പായും കഴിയും. എന്നിട്ടും ഓരോ തവണ അത് കാണുമ്പോഴും വായിക്കുമ്പോഴും അയാൾ പ്രചോദിതനാകുന്നുണ്ടായിരുന്നു. ആ സ്വാധീനത്തിൽ നിന്ന് അയാൾക്ക് പുറത്തുകടക്കാനേ കഴിഞ്ഞില്ല ഒരിക്കലും. അയാൾ മാർഡിൻ സ്വദേശിയായിരുന്നു. അയാളുടെ മനോഹരമായ ഉച്ചാരണരീതി കേട്ടാൽ അയാൾ കുർദ്ദിഷ് ആണെന്ന് തിരിച്ചറിയുമായിരുന്നു. സ്വീഡൻകാരെപ്പോലെ സ്വർണ്ണമുടിയും ഇളംനീല കണ്ണുകളും അല്പം ഉയർന്ന ചെറിയ മൂക്കും നീണ്ടു വിടർന്ന അറ്റം വെളുത്ത കൺപീലികളും വശ്യമായ ആകൃതിയിലുള്ള പുരികങ്ങൾക്ക് മുകളിലേക്ക് ഇളകിവീഴുന്ന ചുരുണ്ട ചാരത്തലമുടിയും യുവാവായ ആ തൊഴിലാളിക്ക് ആകർഷകത്വമുള്ള സുന്ദരവ്യക്തിത്വം നൽകിയെന്നാണ് ശ്രദ്ധേയം.

സെമിൽ ഒരു ചെറുപുഞ്ചിരിയോടെ ബെസിറിനെ നോക്കി. ഈ ഇരുണ്ട മുറിയിലെ ഏറ്റവും വർണ്ണപ്പകിട്ടാർന്ന കാര്യം അവനാണ്. ഇത് ഒരു മരണവീട് പോലെയാണ് തോന്നുന്നത്. അയാൾ കരുതി. അയാൾ ബെസിറിനു നേരെ കുറുകെയിരിക്കുകയായിരുന്നു. ഏതാണ്ട് ഇരുപത്തഞ്ച് വയസ്സ് പ്രായം. കരിങ്കറുപ്പു മുടിയും മീശയും ഗോതമ്പ് തൊലി നിറവും അയാളെ കൂടുതൽ ഇരുണ്ടതായി തോന്നിപ്പിച്ചു. മിക്ക വിദേശ വിദ്യാർത്ഥികളും അയാൾ സ്പാനിഷ് ആണെന്നാണ് കരുതിയത്. സ്വയം നിയന്ത്രിക്കാനാകാത്തവിധമുള്ള അത്യുത്സാഹം അയാളെ പലപ്പോഴും വികാരത്തള്ളിച്ചയിൽകൊണ്ടുചെന്നെത്തിച്ചു.സാമാന്യബോധ്യത്തിനപ്പുറം അസാധാരണമായ പൊട്ടിത്തെറിയിലേക്കും അനാവശ്യമായ കോലാഹലങ്ങളിലേക്കും അത്തരം ക്ഷോഭാവസ്ഥകൾ അയാളെ നിരന്തരം തള്ളിയിട്ടു. സുഹൃത്തുക്കളുമായുള്ള ഇത്തരം ഒച്ചപ്പാടിന്റെയൊക്കെ അടിസ്ഥാനം അയാളുടെ അഹംഭാവം തന്നെയായിരുന്നു എന്ന് പറഞ്ഞാലും തെറ്റില്ല. എന്നാൽ ഈ പ്രകൃതത്തെ അതികാല്പനികമായ വിപ്ലവാഭിനിവേശമായി വ്യാഖ്യാനിക്കാനായിരുന്നു സെമിലിന് തിടുക്കം. അയാൾക്ക് സൈദ്ധാന്തികപരമായ തെളിച്ചവും കൂർമ്മബുദ്ധിയുമുണ്ടായിരുന്നു. അത് പലപ്പോഴും ഒരു പൊങ്ങച്ചക്കാരനായി അയാളെ

ചിത്രീകരിക്കാനാണുതകിയത് എന്നു മാത്രം. അത് പല കോണുകളിൽ നിന്നും വിമർശനങ്ങളും സുഹൃത്തുക്കളുടെ വ്യത്യസ്തമായ പ്രതികരണങ്ങളും അത് വിളിച്ചുവരുത്തി. എന്നാൽ അയാൾ സ്വയമുള്ള മിഥ്യാബോധത്തിന്റെ തിരക്കിലായിരുന്നതിനാൽ മറ്റുള്ളവരുടെ അഭിപ്രായം ഒട്ടും ചെവികൊള്ളാൻ ഇടവന്നില്ല. സെരിഫുമായി അയാൾ നല്ലവണ്ണം ഒത്തുപോന്നിരുന്നു. ചില കാര്യങ്ങളിൽ അവർ തമ്മിൽ വിയോജിപ്പുകളുണ്ടായിരുന്നെങ്കിലും സെമിലിന്റെ അനന്തമായ ഉത്സാഹത്തിന്റെ ഊർജ്ജം എല്ലാ കൂട്ടായ്മകളിലും പ്രചോദനത്തിന്റെ പുത്തൻവഴികൾ തുറന്നുവെച്ചിരുന്നു. അത് സെരിഫിനെ വളരെയധികം സ്വാധീനിച്ചിരുന്നു. എന്താണെന്നു വെച്ചാൽ അയാൾക്ക് രാജ്യത്ത് ഉദാസീനത നിറഞ്ഞ ഹൃദയമില്ലാത്ത ഓപ്പറേഷനുകളും ചെയ്യേണ്ടിവരുന്ന സമയങ്ങളുണ്ടായിരുന്നല്ലോ. അതിനാൽ ആ യുവസഖാവുമായി ഒരു സഹോദരനോടെന്നപോലെയൊരു ആത്മബന്ധം അയാൾ കരുതിവെച്ചിരുന്നു.

അസഫിന്റെ കസേരയ്ക്കെതിർവശം തുർഗട്ട് ഇരുപ്പുറപ്പിച്ചിരുന്നു. തന്റെ ഇംഗ്ലീഷ്-തർക്കിഷ് ശബ്ദതാരാവലിയിലെ വാക്കുകൾ മനപ്പാഠമാക്കുന്നതിന്റെ തിരക്കിലായിരുന്നു അയാൾ. ഇംഗ്ലീഷിലുള്ള തന്റെ പരിജ്ഞാനം വിപുലീകരിക്കുക എന്നതായിരുന്നു തന്റെ ഗ്രീക്ക് കാമുകി ഏലിയുമായുള്ള സുഗമമായുള്ള ആശയവിനിമയത്തിന് ഏകമാർഗ്ഗം എന്നയാൾക്ക് അറിയാമായിരുന്നു. നിഷ്കളങ്കമായ മുഖമായിരുന്നു അയാളുടേത്. ഇടത്തരം ഉയരം; കൂട്ടായ്മയിലെ പലരേയുംപോലെ തന്നെ. കറുകറുത്ത മുടിപോലെയായിരുന്നില്ല അയാളുടെ മീശ. തിളക്കമുള്ള ചെമ്പൻ നിറമായിരുന്നു അതിന്. തുർഗട്ട് ഒരു സൈപ്രസ്കാരനായിരുന്നു. ഏലിയുമായുള്ള ബന്ധത്തിന് ഈ ഗ്രീക്ക് ഭാഷ ചായ്വ് ഒരു കാരണം തന്നെയായിരുന്നു. ഏലിയായിരുന്നു ആദ്യമായി അയാളോട് തന്റെ ഇഷ്ടം തുറന്നു പറഞ്ഞത് എന്നതായിരുന്നു സത്യം. തുർക്കിയിലെ പുരുഷന്മാർക്ക് പലപ്പോഴും വിദേശസ്ത്രീകളോട് തോന്നുന്ന ഒരുതരം പതിവ് ഭീതി ഏലിയെ കണ്ടപ്പോൾ അയാൾക്ക് അനുഭവപ്പെട്ടിരുന്നിരിക്കണം. അതുകൊണ്ടുതന്നെ ഒപ്പം ഉണ്ടായിരുന്നിട്ടും ആദ്യം തന്റെ സ്നേഹം അങ്ങോട്ടു ചെന്ന് പ്രകടിപ്പിക്കാൻ അദ്ദേഹം മടിച്ചു. എന്നാൽ ഭാഗ്യവശാൽ അയാളുടെ ഗ്രീക്കുകാരനായ അയൽക്കാരൻ കാര്യങ്ങൾ അതിന്റെ വഴിക്കു വിടാൻ അനുവദിച്ചില്ല. അയാൾ ഇടപെട്ട് തണുത്തുറഞ്ഞ മോസ്കോ കാലാവസ്ഥയ്ക്കിടയ്ക്ക് അവരുടെ ഉജ്ജ്വലസ്നേഹം ജ്വലിപ്പിക്കാൻ മുൻകയ്യെടുത്തു. പുറമേ അല്പം തണുപ്പൻ മട്ടാണെങ്കിലും അകമേ തുർഗട്ട് ഉത്സാഹിയായിരുന്നു. അതിനാൽ ഏലിയുടെ പ്രേമാഭ്യർത്ഥനയ്ക്ക് അയാൾ പ്രണയപൂർവ്വം വികാരവായ്പോടെ പ്രതികരിച്ചിരുന്നു. അതുകൊണ്ടുതന്നെയാണ് പാർട്ടിയുടെ നിയമപരിധിക്കുള്ളിൽ നിയമസംരക്ഷണത്തോടെയുള്ള അടങ്ങിയൊതുങ്ങിയ ജോലി അയാൾ വെറുത്തത്. അടിമുടി

ഉലയ്ക്കുന്ന ഒരുതരം ജീവിതരീതിയാണ് ടി.സി.പിക്കുള്ളിൽ അയാൾ തിരഞ്ഞെടുത്തത്. കാനിനെപ്പോലെ അയാളും ഒരു സന്ദേശവാഹക നായിരുന്നു. ഗ്രീസിലെ സൈപ്രസ് സ്വദേശിയായിരുന്നതിനാൽ അയാളെ ആരും അധികം സംശയിച്ചില്ലെന്നു മാത്രമല്ല ശ്രദ്ധിച്ചുമില്ല. രാജ്യത്തി നകത്തും പുറത്തും എളുപ്പത്തിൽ സഞ്ചരിക്കാൻ അയാൾക്ക് അനായാസം കഴിഞ്ഞു.

ഇതുവരെ സംഘത്തിലെ ആരുമായും അയാൾ വഴക്കിട്ടുമില്ല. അയാ ളുടെ 'സാ' മട്ടിലുള്ള അലസഭാവം നിരുപദ്രവകരമായിരുന്നതിനാൽ അത് എല്ലാവരും ശ്രദ്ധിച്ചിരുന്നു. പോരാത്തതിന് അതിനെ വിലമതി ക്കുകയും ചെയ്തിരുന്നു. ഒരു സെക്രട്ടറിയെ നിയമിക്കുന്നതിനു മുമ്പ് ചീഫായി അയാളെ ഐകകണ്ഠ്യേന തിരഞ്ഞെടുത്തിരുന്നു. അയാൾ ഉഷാറായി കൂട്ടായ്മയുടെ ഭരണകാര്യങ്ങളിൽ നിത്യപങ്കാളിയുമായി രുന്നു. എന്തിനധികം പറയണം, അവസരത്തിനൊത്തുയരാൻ അയാൾ ക്കെന്നും അനായാസം കഴിഞ്ഞു. സെക്രട്ടറിയുടെ നിയമനം വൈകുന്ന തിൽ പലരും അയാളെ വിമർശിച്ചു. പ്രത്യേകിച്ച് ഡർമുസ്. തുർഗട്ട് ഈ ജോലിക്ക് പര്യാപ്തനല്ലെന്ന് അയാൾ വിശ്വസിച്ചു. ഭാഗ്യവശാൽ, അല്പം താമസിച്ചാണെങ്കിലും ഹിക്മെത്തിനെ കേന്ദ്രം സെക്രട്ടറിയായി നിയമിച്ചു. അതിൽ പിന്നെ തന്റെ പഴയ രീതിയിലുള്ള പഠനത്തിലേക്കും കാമുകിയോടൊപ്പം അയാൾ വേണ്ടത്ര ചുറ്റിയടിക്കാനും സാധിച്ചു. കായികമത്സരങ്ങളിൽ ഗ്രൂപ്പിലെ ഏറ്റവും മിടുക്കനായ എല്ലാവരും കൂടെ ക്കൂട്ടാൻ ആഗ്രഹിക്കുന്ന ഒരു വ്യക്തിയായിരുന്നു അയാൾ. ഫുട്ബോളിൽ അയാൾ കേമനായിരുന്നു. ധാരാളം അമേച്വർ ക്ലബ്ബുകൾക്കായി അയാൾ അന്നേരം കളിച്ചിരുന്നു. എന്നാൽ മോസ്കോയിൽ ഫുട്ബോളിലല്ല ഇംഗ്ലീഷിലും മാർക്സിസത്തിലും ആയിരുന്നു അയാൾ മികവ് പുലർ ത്തേണ്ടിയിരുന്നത്. രണ്ട് കാര്യങ്ങളിൽ ഏതാണ് പ്രധാനം എന്നാരെ ങ്കിലും ചോദിച്ചിരുന്നെങ്കിൽ ''അത് പറയാനാകില്ലല്ലോ സഖാവേ, എന്ന് മറുപടി പറയും മുൻപ് ഏലിയുടെ കറുത്ത കൃഷ്ണമണിയിളക്കങ്ങളെ പ്പറ്റി അയാൾ ഓർത്തിരിക്കും ഉറപ്പ്.

അവസാനം നെജത്ത് മുറിയിൽ പ്രവേശിച്ചു. അക്കൂട്ടത്തിൽ നെജ ത്തായിരുന്നു ഏറ്റവും ഉയരമുള്ള ആൾ. ഇരുപത്തിയാറു വയസ്സേ ഉണ്ടാ യിരുന്നുള്ളൂവെങ്കിലും അയാളുടെ തവിട്ടുനിറമുള്ള മുടി കൊഴിഞ്ഞു തുടങ്ങിയിരുന്നു. ഇസ്താംബൂളിലായിരുന്നു അയാൾ താമസിച്ചിരു ന്നത്. വർഷങ്ങൾക്കു മുൻപേ ബൾഗേറിയയിൽനിന്ന് തുർക്കിയിലേക്ക് കുടിയേറിയവരായിരുന്നു അയാളുടെ കുടുംബം. സെമിലിനെ പോലെ ത്തന്നെ ചെറുപ്പം മുതലേ ഉദ്ദേശ്യലക്ഷ്യങ്ങളിലുറച്ചതായിരുന്നു നെജ ത്തിന്റെ ചിന്തകളും. ഹൈസ്കൂളിൽ പഠിക്കുന്ന കാലത്തുതന്നെ എല്ലാ കേഡറുകളിലും ജോലി ചെയ്തിരുന്നുവെങ്കിലും പ്രായം ഒരു പരിമിതി യായതിനാൽ ഒരു പ്രധാന ജോലിയിൽ ഏർപ്പെട്ടിരിക്കുമ്പോൾ അയാ ളോട് മാറിനിൽക്കാൻ കേന്ദ്രം ആവശ്യപ്പെട്ടിരുന്നു. അതിൽ അയാൾക്ക്

പ്രശ്നമൊന്നും തോന്നിയില്ല. സത്യസന്ധനായ ഒരു പാർട്ടിപ്രവർത്ത കനായിരുന്നു അയാൾ. ഏതു പ്രവർത്തനത്തിനും ഏതു നേരത്തും സജ്ജൻ. ഇത്തരം പരിശീലനത്തിനായി ഇത്ര ദൂരം യാത്ര ചെയ്തു വന്നതുതന്നെ ആ ആത്മാർത്ഥതയുടെ തെളിവാണ്. പരിശീലനത്തി നായി മോസ്കോയിലേക്ക് പോകേണ്ടിവരുമെന്ന് അയാളോട് ആരും പറഞ്ഞിരുന്നില്ല. അതിനാൽ ആ രീതിയിലുള്ള തയ്യാറെടുപ്പുകൾ അയാൾ നടത്തിയിരുന്നുമില്ല. മോസ്കോ യാത്രയ്ക്കു മുമ്പ് ആവശ്യമായ ഒരുക്ക ങ്ങൾ നടത്തുന്നതിനായി സഖാക്കളോട് മാസങ്ങൾക്കു മുൻപേ അറി യിപ്പു നൽകുന്ന ശീലമുണ്ടായിരുന്നു അവിടെ. പാർട്ടി നെജത്തിനെ അയയ്ക്കാൻ തീരുമാനിക്കുമ്പോൾ അയാളുടെ പേര് ആ വർഷം പോകു ന്നവരുടെ കൂട്ടത്തിൽ ഉണ്ടായിരുന്നില്ല. എന്നാൽ പട്ടികയിലെ ആളു കളിൽ ഒരാൾ അവസാന നിമിഷം പോകാത്ത സാഹചര്യമുണ്ടായ പ്പോൾ അന്നുതന്നെ പാർട്ടി പ്രതിനിധി നെജത്തിനെ വിളിച്ച് നിങ്ങൾ ഇന്നു രാത്രി പരിശീലനത്തിനായി മോസ്കോയിലേക്ക് പോകേണ്ട താണ് എന്ന് പ്രഖ്യാപിക്കുകയാണുണ്ടായത്. എന്നിട്ട് ഇത് മറ്റേതെ ങ്കിലും സഖാക്കൾക്കുമുണ്ടാകുന്ന അവസരമല്ല എന്നുകൂടി കൂട്ടിച്ചേർത്തു.

രണ്ട് ദിവസം മുൻപാണ് നെജത്തിന് ഒരു മകൾ പിറന്നത്. അതി നാൽ ആ തീരുമാനം കേട്ടപ്പോൾ അയാൾ ആദ്യമൊന്ന് അന്ധാളിച്ചു. എങ്ങനെ ഇത് ഭാര്യയോടു പറയും? ഇനിയവളോട് പറഞ്ഞാൽത്തന്നെ താൻ ജോലി ചെയ്യുന്ന സ്ഥാപനത്തിൽ എന്തു പറയും? ഇത് പാർട്ടി യുടെ തീരുമാനമാണല്ലോ? അത് അനുസരിക്കേണ്ടിയിരിക്കുന്നു. ആദ്യം തന്റെ സ്ഥാപനത്തിൽ പോയി, അച്ഛന് സുഖമില്ലെന്നും ഗുരുതരമായ ആരോഗ്യപ്രശ്നമുണ്ടെന്നും കുടുംബബിസിനസ്സ് തനിക്ക് ഏറ്റെടുക്കേണ്ടി വന്നേക്കാമെന്നും പറഞ്ഞു. ആ മാസത്തെ പകുതി ശമ്പളം നഷ്ട പ്പെടുത്തി അയാൾ അവിടന്ന് പടിയിറങ്ങി. വീട്ടിൽ ചെന്ന് ഭാര്യയോട് കാര്യങ്ങൾ വിശദീകരിച്ചു. ആ സാധുസ്ത്രീ കുറച്ചുനേരം കരഞ്ഞി രുന്നു, എന്നിട്ടു പരിതപിച്ചു

''എന്തു ചെയ്യാൻ, ഇതാണ് പാർട്ടി രീതിയല്ലേ?''

ഉടനെതന്നെ അവർ ഭർത്താവിനായി യാത്രാബാഗ് തയ്യാറാക്കാൻ പോയി. വൈകീട്ട് നെജത്ത് ഒരു സഖാവിനെ കണ്ട് വ്യാജ പാസ്പോർട്ട് കൈപ്പറ്റി. അയാളുടെ വായിൽ നിന്ന് പരാതിയായി ഒരു വാക്കുപോലും പുറത്തു വന്നില്ല. പാതിരാത്രിയിൽ ബൾഗേറിയയിലേക്കുള്ള തീവണ്ടി യിൽ ജനൽസീറ്റിലിരുന്ന്, ചന്ദ്രപ്രകാശത്തിന്റെ കീഴിൽ പച്ചവയൽ നിറഞ്ഞ പാടങ്ങൾ കണ്ടു കണ്ട് മുന്നോട്ടു കുതിക്കുമ്പോൾ ഭാര്യയും മകളുമായിരുന്നു അയാളുടെ മനസ്സു നിറയെ.

മോസ്കോയിലെത്തിയ ഉടൻ അയാൾ സംഘവുമായി വേഗം തന്നെ പൊരുത്തപ്പെടുകയുണ്ടായി. ചീട്ടുകളി അയാൾക്ക് നന്നായി വഴങ്ങി യിരുന്നു. ബില്യാർഡ്സിലും അയാൾ കേമനായിരുന്നു. ഹൈസ്കൂളിൽ

പഠിച്ചിരുന്നപ്പോൾ കഠിനാദ്ധ്വാനവും അച്ചടക്കവും അയാളെ പല രസ കരമായ അവസ്ഥകളിലും കൊണ്ടുചെന്നെത്തിച്ചിരുന്നു. എന്നിട്ടും ആരും അയാളോട് ദേഷ്യം കാണിച്ചില്ല. കുട്ടിയുടെ മനസ്സുള്ള സഖാവിനെ എല്ലാവരും വളരെ ഇഷ്ടത്തോടെയാണ് എപ്പോഴും പരിഗണിച്ചത്.

നെജത്ത് മുറിയിലേക്ക് കടന്നപ്പോൾ, ഹിക്മെത്ത് അയാളുടെ അന്വേഷണാത്മകനോട്ടം അവനിലേക്ക് തിരിച്ചു. നിരാശയോടെ അയാൾ കൈകൾ കുടഞ്ഞു. ''ശ്ശോ... വേണ്ടയാളെ ഇവിടെയൊന്നും കണ്ടെ ത്താനായില്ല. ഞാൻ നീന്തൽമുറിയിലും ഹാളിലും നോക്കി. അവിടെ യാരുമില്ല. ഇക്വഡോറിയൻകാരൻ ലൂയിസും ഇസ്രായേലി യാക്കോബും തമ്മിൽ ഒരു കളി നടന്നിരുന്നു. അവരോടു ചോദിച്ചു. അവർ അവനെ കണ്ടിരുന്നില്ല. അവൻ ഭൂമുഖത്തുനിന്ന് തന്നെ അപ്രത്യക്ഷനായതു പോലെയുണ്ട്. അവനെ കണ്ടെത്താൻ കഴിഞ്ഞില്ല.''

''ചിലപ്പോൾ അയാൾ പിടിയിലായിരിക്കാം.'' സെമിൽ തന്ത്രപൂർവ്വം പറഞ്ഞു.

തന്റെ സുഹൃത്തെന്താണ് പറയുന്നതെന്ന് സെരിഫിന് മനസ്സിലായി. അയാൾ താടി താഴ്ത്തി ചെറുതായി ചിരിച്ചു.

അസഫ് പുരികം കോട്ടി ദേഷ്യത്തോടെ ഹിക്മെത്തിനോട് പറഞ്ഞു. ''അവൻ മോസ്കോയിലേക്ക് പോകാൻ ഇടയില്ലല്ലോ? അല്ലേ?''

പാർട്ടിയുടെ തീരുമാനം അന്തിമമായിരുന്നു. ഒരു സഖാവും ആ ഇടം വിട്ട് ഒറ്റയ്ക്ക് പോയിരുന്നില്ല.

ഉറച്ച ശബ്ദത്തോടെ ആവേശഭരിതനായി ഹിക്മെത്ത് പറഞ്ഞു: ''നഗരത്തിലേക്ക് അവൻ ഇറങ്ങാനിടയില്ല; അവനത് കഴിയില്ല.''

''അയാൾ അഫ്ഗാനികളുടെ ഒപ്പമുണ്ടാകാം.'' അയാൾ തുടർന്നു.

കരീമിന്റെയടുത്തിരുന്ന് നെജത്ത് പറഞ്ഞു: ''സൈറ്റിലെ ഗ്രൂപ്പുകളെ ഓരോന്നായെടുത്ത് പരിശോധിക്കാൻ എനിക്കു കഴിഞ്ഞിരുന്നില്ല.''

ഞൊടിയിടയിൽ എല്ലാ കണ്ണുകളും തന്റെമേൽ പതിയുന്നുവോ എന്നയാൾ ശങ്കിച്ചു. സ്വയം പ്രതിരോധം തീർക്കേണ്ടതിന്റെ ആവശ്യ കത അയാൾ തിരിച്ചറിഞ്ഞു.

''എന്നാൽ ഇവരെല്ലാവരും ഇപ്പോൾ തന്നെ ഉറങ്ങാൻപോകുന്നതാ യിരിക്കുമല്ലോ. ഈ പാതിരാത്രി ഇവരെയെല്ലാം ഞാനെന്തിന് ശ്രദ്ധി ക്കണം... ശല്യപ്പെടുത്തണം?''

അയാളിലേക്ക് പാളിനോക്കിക്കൊണ്ടിരുന്ന കണ്ണുകൾ ഇളകിയതേ യില്ല. പെട്ടെന്ന് മറന്നുപോയതെന്തോ ഓർത്തതുപോലെ അയാൾ ചോദിച്ചു: ''ഞാൻ രണ്ടു സോവിയറ്റ് റഷ്യക്കാരെ പുറത്തു കണ്ടിരു ന്നല്ലോ, അവരെ അറിയുന്ന ആരെങ്കിലുമീക്കൂട്ടത്തിൽ ഉണ്ടോ?''

മുഹമ്മദിന്റെ മുറി അരിച്ചുപെറുക്കി അന്വേഷിക്കാനെത്തിയ വിക്റ്ററിന്റെ ആളുകളെപ്പറ്റിയാണ് ഇപ്പോൾ പറഞ്ഞതെന്ന് അസഫിനു മനസ്സിലായി.

''അവർ സൈനികരാണ്.'' അയാൾ പറഞ്ഞു.

''കെട്ടിടത്തിന് എന്തെങ്കിലും അറ്റകുറ്റപ്പണി വേണമോ എന്നന്വേഷിക്കാൻ വന്നവരാണവർ.''

''അഹ്... അത് അർദ്ധരാത്രിയിലാണോ പരിശോധിക്കുന്നത്?'' സെരിഫിന്റെ ശബ്ദത്തിൽ സംശയത്തിന്റെ ധ്വനി നിറഞ്ഞു. ഇപ്പോൾ ചുറ്റിലും എന്തൊക്കെയോ രഹസ്യം ചുറ്റിത്തിരിയുന്നുണ്ടെന്ന് അയാൾക്ക് ഉറപ്പായി.

നിഗൂഢമായ വഴികളിലൂടെയാണ് സോവിയറ്റുകാർ നീങ്ങുന്നത്. അവരുടെ പ്രവർത്തനരീതി അത്തരത്തിലാണ്. സെമിൽ ഗോപ്യമായ പുഞ്ചിരിയോടെ ചുണ്ടുകോട്ടി പറഞ്ഞു.

''രാവും പകലും വിശ്രമമില്ലാതെ പണിയെടുക്കുന്ന സോവിയറ്റുകാരെ നാം കാണുന്നില്ലേ, അവരുടെ നവീകരണപ്രക്രിയകൾക്ക് നിത്യം നമ്മൾ സാക്ഷ്യം വഹിക്കുന്നതല്ലേ?'' ബെസിർ തമാശരൂപേണ പറഞ്ഞെങ്കിലും ആരും അത് കേട്ട് ചിരിച്ചില്ല എന്നതാണ് വാസ്തവം.

ആശങ്കാകുലനെന്നവണ്ണം, നെജത്ത് കമ്പിളിയുടുപ്പിന്റെ പോക്കറ്റിൽ നിന്ന് സിഗരറ്റ് പുറത്തെടുത്തു. അത് കത്തിക്കാനായി ചുണ്ടോടടുപ്പിച്ചപ്പോഴേക്കും ലിയോനിഡ് ചുമയ്ക്കാൻ തുടങ്ങി. ചുമയുടെ കുറുകുറെ ശബ്ദം അസഫിന്റെ ചെന്നിക്കുത്ത് വേദനയെ ഇരട്ടിയാക്കി ആളിക്കത്തിച്ചു. അയാൾ വ്യഥയോടെ മുഖം ചുളുക്കി നെജത്തിന്റെ നേരെ തിരിഞ്ഞു പറഞ്ഞു: ''സഖാക്കളേ... നമുക്ക് ഈ മുറിയിൽ പുക വലിക്കാതിരിക്കാൻ ശ്രമിക്കാം.''

അസഫിന്റെ വാക്കുകളിൽ അധിക്ഷേപം രുചിച്ച് നെജത്ത് ബാക്കിയുള്ളവരെയെല്ലാം നോക്കാതെ നോക്കി.

''ഇതിനകം സിഗരറ്റ് കത്തിച്ച് വലിക്കാൻ തുടങ്ങിയവർ അതൊന്നു കെടുത്തിയെങ്കിൽ ഉപകാരമായേനേ. ഈ പുകാന്തരീക്ഷത്തിൽ നമുക്ക് പരസ്പരം വ്യക്തമായി കാണാനാകില്ലല്ലോ.''

പുകവലിക്കാത്ത ഒരു കൂട്ടർ ഈ ആവശ്യത്തെ ഹൃദയപൂർവം സ്വീകരിക്കുകയുണ്ടായി. അവസാനമായി ഒരു കവിൾ ശ്വാസം ആഞ്ഞു വലിച്ചു കയറ്റി, പുകവലിക്കാരായ ഭൂരിപക്ഷം പേരും ഇടയ്ക്ക്, പിറുപിറുത്തുകൊണ്ട് സിഗരറ്റുകുറ്റി ആഷ്ട്രേയിൽ കുത്തിയമർത്തി കെടുത്തുകതന്നെ ചെയ്തു. ആരോഗ്യകാര്യങ്ങളിൽ അതീവശ്രദ്ധ പുലർത്തിപ്പോന്ന കാൻ എഴുന്നേറ്റു ചെന്ന് ആ മുറിയുടെ വിശാലമായ ജാലകങ്ങളിലൊന്ന് തുറക്കാനായി പോയി. പെട്ടെന്ന് ഒരു ഇളംതണുപ്പ് കാറ്റ്

മുറിയിൽ നിറഞ്ഞു. കാൻ ആ തണുപ്പത്ര കാര്യമാക്കിയില്ല. പുറത്തു നിന്നൊഴുകിയെത്തിയ കാറ്റ് അയാൾ ആസ്വദിച്ചു ശ്വസിച്ചു. അത് മുറിയാകെ വ്യാപിക്കാൻ അധികം സമയം വേണ്ടി വന്നില്ല.

മഞ്ഞിന്റെ ഗന്ധം. വെളിപ്പെടുത്തലിന്റെ തിരിച്ചറിവിൽ നിന്നുണർന്ന് ലിയോനിഡ് കാനിനെ നോക്കി. അയാൾ ഒരു കൊച്ചു കുഞ്ഞായിരിക്കുമ്പോൾ തന്റെയമ്മ ഈ വാക്കുകൾ പറയുന്നത് അയാൾ പലതവണ കേട്ടിട്ടുള്ളത് ഓർത്തു. രാവിലെ എഴുന്നേറ്റുവരുമ്പോൾ മുൻവാതിലിന്റെ ചവിട്ടുപടിവരെ മൂടിക്കിടക്കുന്ന രീതിയിൽ മഞ്ഞ് കുമിഞ്ഞു കിടക്കുന്നത് കാണുമ്പോൾ ആനന്ദത്താൽ അവർ പറയുമായിരുന്നു.

''മഞ്ഞിന്റെ ഗന്ധം.''

ബാല്യത്തിൽ അതിന്റെ അർത്ഥം അയാൾക്ക് പിടികിട്ടിയിരുന്നില്ല. മഞ്ഞിന് മണമുണ്ടാകുമോ? അയാൾക്ക് ആ സുഗന്ധം ഉൾക്കൊള്ളാനായതേയില്ല. എന്നാൽ യൂണിവേഴ്സിറ്റിയിൽ പ്രവേശനം നേടിയ വർഷം, തന്റെ കാമുകിയുമൊത്ത് ഉരുകിയുറച്ച മോസ്കോ നദിക്കരയിലൂടെ നടക്കുമ്പോൾ അയാൾ ആദ്യമായി മഞ്ഞിന്റെ ചൂരറിഞ്ഞു. അവൾ അയാളുടെ ഭാര്യയാകാൻ പോകുന്നവളായിരുന്നു; അയാളുടെ കൺമണിയായ ലാരിസ്സ. അയാൾ ഒരിക്കൽ അത് തന്റെ മാതാവിനോടു പറഞ്ഞപ്പോൾ, നീയിപ്പോൾ പൂർണ്ണാർത്ഥത്തിൽ ഒരു മോസ്കോക്കാരനായി എന്ന് ആ അമ്മ സമുചിതമായി പ്രതികരിച്ചു.

''ഒരു യഥാർത്ഥ മോസ്കോക്കാരൻ മഞ്ഞിന്റെ ഗന്ധം തിരിച്ചറിയും.'' എന്നിരുന്നിട്ടും പിന്നീടുള്ള വർഷങ്ങളിൽ ആ ഗന്ധം അവനെ കോരിത്തരിപ്പിച്ചില്ല. ചിലപ്പോൾ അയാൾ അത് മറന്നതുപോലെയായി. തിരക്കുപിടിച്ച ജീവിതപ്രാരബ്ധപ്രയാണങ്ങൾക്കിടയിൽ ഒരിക്കൽ തന്നിൽ നിറഞ്ഞ ആ വികാരവായ്പ് മാഞ്ഞുപോയതാകാം. കാഴ്ചക്കാരനെ ആകെ വലയം ചെയ്തു പൊതിഞ്ഞുണർത്തുന്ന ആ മൃദുകുളിർമയുടെ ശാന്തത അയാൾക്ക് ഇന്ന് അനുഭവിക്കാനേ കഴിഞ്ഞില്ല.

''മതി... മതി, ഇനിയടച്ചേക്കൂ. നീ ഞങ്ങളെയെല്ലാം അസുഖക്കാരാക്കി മാറ്റുമല്ലോ.''

നെജത്തിന്റെ വാക്കുകൾ അയാളെ ഓർമ്മപ്പടവുകളിൽനിന്ന് താഴേക്ക് തള്ളിയിട്ടു. കാൻ ധൃതിയില്ലാത്ത മട്ടിൽ നിന്നു. അസഫ് അയാൾക്ക് മുന്നറിയിപ്പു നൽകാനായി മുന്നിലേക്കു കുതിച്ചു.

''വരൂ സഖാവേ, ആ ജാലകമടയ്ക്കൂ. നമുക്കുടനെ മീറ്റിംഗ് ആരംഭിക്കാം.''

പകുതി മനസ്സോടെ കാൻ ജനലുകൾ ചാരിയടയ്ക്കാൻ പോയപ്പോൾ, അസഫ് തൊട്ടടുത്തിരിക്കുന്ന ഹിക്മെത്തിനോട് സംസാരിക്കാൻ അങ്ങോട്ടാഞ്ഞു.

''ഡർമുസ് ഇല്ലാതെ ഈ മീറ്റിംഗ് തുടങ്ങേണ്ട സാഹചര്യമാണ്.'' അയാൾ പറഞ്ഞതിങ്ങനെയാണ്. ഹിക്മെത്ത് പരിഭ്രാന്തനായി കാണപ്പെട്ടു. അയാൾ എന്തോ പറയാനായി വായ തുറന്നതും സെരിഫ് ഇടയ്ക്കു കയറി വർത്തമാനം പറഞ്ഞു:

''ഡർമുസ് മാത്രമല്ല, മുഹമ്മദും ഇന്ന് ഇവിടെയില്ല.'' ഇവിടെയെന്താണ് സംഭവിക്കുന്നതെന്ന മട്ടിൽ ഒരു നിഷ്ക്കളങ്കമായ ആശങ്ക അയാളുടെ മുഖത്തു നിഴലിക്കുന്നുണ്ടായിരുന്നു.

ലിയോനിഡിന്റെ ചുണ്ടുകൾ വിളറിവിറച്ചു. ഹിക്മെത്ത് താടിക്കു കൈകൊടുത്ത് അപ്രതീക്ഷിതമായി തുറന്ന വായ അറിയാതെ വലതു കൈ കൊണ്ടടയ്ക്കുന്നതായി ഭാവിച്ചു. അസഫ് ആദ്യം സെരിഫിനെ നോക്കി. പിന്നെ മുറിയിലുള്ളവരെയപ്പാടെയൊന്ന് പാളി നോക്കി. ഓരോരുത്തരിലൂടെയും കണ്ണു പായിച്ചെങ്കിലും അയാൾക്ക് സത്യമായും ആരേയും വേർതിരിച്ചറിയാൻ സാധിക്കാത്തപോലെ കുഴങ്ങി നിൽക്കേണ്ടി വന്നു. നിശ്ചയദാർഢ്യമുള്ള നേതാവിന്റെ തലയെടുപ്പോടെ ഏതു പ്രതിസന്ധിയും അതിജീവിക്കുന്ന നായകനെപ്പോലെ പെരുമാറാൻ അയാൾ ആഗ്രഹിച്ചു; എന്നിട്ടും പുരികക്കൊടിയുയർത്തുന്നതും വിരലഗ്രമിളക്കുന്നതുമടക്കം എല്ലാ കാര്യത്തിലൊരു അമാന്തം അയാൾ അനുഭവിച്ചു. ആ കൊലപാതകത്തിന്റെ ആഘാതം അയാളിൽ നിറച്ച ഭീതി സ്വാധീനം ചില്ലറയായിരുന്നില്ലല്ലോ.

''നമ്മളിവിടെ കൂടിയിരിക്കുന്നത് എന്തിനാണെന്നു വെച്ചാൽ...'' പറഞ്ഞു തുടങ്ങിയെങ്കിലും അയാൾക്ക് കണ്ഠമിടറി; വാക്കു വഴുക്കി. ആ ശ്രമം വിജയിച്ചില്ല. ശബ്ദം പതറിയതിനാൽ ഒരു വാചകം പോലും അയാൾക്ക് പൂർത്തീകരിക്കാൻ കഴിഞ്ഞില്ല. അയാൾക്ക് വിശദീകരണങ്ങൾ പറഞ്ഞവസാനിപ്പിക്കാൻ കഴിഞ്ഞുമില്ല. ഒരു ദീർഘനിശ്വാസമെടുത്ത് കരുത്താർജ്ജിച്ച്, പറഞ്ഞത് മുഴുമിപ്പിക്കാൻ അയാൾ പരിശ്രമിച്ചു; ''സഖാവ് മുഹമ്മദാണിപ്പോൾ ഈ കൂടിച്ചേരലിന് വിഷയമായിരിക്കുന്നത്.''

ഒരു അസ്വസ്ഥത ആ മുറിയിലിരുന്നവരുടെ മുഖങ്ങളിൽ പടർന്നു. എല്ലാവരും അസഫ് എന്താണ് പറയുന്നത് എന്നറിയാൻ അയാളുടെ ചുണ്ടനക്കങ്ങളെ സാകൂതം നിരീക്ഷിച്ചുകൊണ്ടിരുന്നു. ഈ സമയമായപ്പോഴേക്കും ചുറ്റും എന്തൊക്കെയോ രഹസ്യനീക്കങ്ങൾ നടക്കുന്നുണ്ടെന്ന ബോദ്ധ്യം അവരിൽ പലരിലും നിറഞ്ഞു. എന്നാൽ എന്താണ് കാര്യം എന്ന് ആരോടെങ്കിലും പറയാനോ ചോദിക്കാനോ ആരും ധൈര്യപ്പെട്ടതുമില്ല.

അസഫിന്റെ മുഖത്തെ പേശികളാകെ കർക്കശമായ ഒരു കാഠിന്യം കാത്തുസൂക്ഷിക്കാൻ ശ്രമിച്ചിരുന്നതായി തോന്നി. എന്നാൽ അവ പെട്ടെന്ന് മാഞ്ഞുപോകുകയും അവന്റെ മുഖം ഒരു ദുരന്തപ്രവാചകന്റേതുപോലെയാകുകയും ചെയ്തു.

ആ നിശ്ശബ്ദത അസഹനീയമായിരുന്നു. അത് തകർത്തെറിയാൻ പോന്ന ചോദ്യം ചോദിച്ചത് സെരിഫായിരുന്നു. അയാളുടെ ജിജ്ഞാസ യ്ക്കറുതിയില്ലായിരുന്നല്ലോ.

''അപ്പോൾ, മുഹമ്മദിന് എന്താണ് സംഭവിച്ചത്.''

കുറച്ചുനേരം മൗനമായിരുന്നതൊഴിച്ചാൽ സെരിഫിന്റെ ശബ്ദം അതിസ്വാഭാവികമായി തോന്നുക മാത്രമല്ല അത് മുറിയിലെ പിരി മുറുക്കം അല്പം മയപ്പെടുത്തുകയും ചെയ്തു. അല്ലെങ്കിൽ അതാണ് അസഫിന് തോന്നിയത്. ശ്വാസം വലിച്ചെടുത്ത് ദീർഘമായി ശ്വസിച്ച് അയാൾ തുടർന്നു:

''സഖാവ് മുഹമ്മദ്.'' അയാൾ പറഞ്ഞു തുടങ്ങിയെങ്കിലും ഇപ്പോഴും എങ്ങനെ തുടരണമെന്ന് നിശ്ചയമില്ലായിരുന്നു.

''സഖാവ് മുഹമ്മദ്...''

''സഖാവ് മുഹമ്മദ് മരണപ്പെട്ടിരിക്കുന്നു.

എട്ട്

"മുഹമ്മദ് സഖാവ് മരണപ്പെട്ടു."

അസഫിന്റെ നാവിൽനിന്ന് തെറിച്ചു വീണ ആ മൂന്നേ മൂന്നു വാക്കുകൾ ആ മുറിയിൽ ഭയാകുലമായ ഒരു നിശ്ശബ്ദത നിറച്ചു. എല്ലാവരും പരസ്പരം കണ്ണുകളിലേക്ക് നിസ്സംഗമായ സംഭ്രമത്തോടെ പതറി നോക്കുക മാത്രം ചെയ്തു. ആർക്കും മുന്നോട്ടു വന്ന് ഒന്നും ചോദിക്കാനോ പറയാനോ കഴിഞ്ഞില്ല. ഇത്തരം അപ്രതീക്ഷിതസംഭവങ്ങളെക്കുറിച്ച് കേട്ടാൽ വിശേഷിച്ചും ഒരു മരണവാർത്തയാണെങ്കിൽ അത് ഉൾക്കൊള്ളാൻ ആരും കുറച്ച് സമയമെടുക്കും.

"ലിയോനിഡ്, മുഹമ്മദിന്റെ ശരീരം കണ്ടെത്തി." അസഫിന് അത് പറഞ്ഞപ്പോൾ അല്പം ആശ്വാസം തോന്നി. "ഞങ്ങൾ താമസിച്ചിരുന്ന കെട്ടിടത്തിനു മുന്നിൽത്തന്നെ."

അസഫ് തന്റെ സംസാരം തുടർന്നുകൊണ്ടേയിരുന്നു. എന്നാൽ എല്ലാവരുടെയും നോട്ടം ലിയോനിഡിലേക്കാണെന്ന് അയാൾ ശ്രദ്ധിച്ചു. ആരും തന്നെ കേൾക്കുന്നില്ലെന്ന് തിരിച്ചറിഞ്ഞപ്പോൾ അയാൾ റഷ്യൻ അധ്യാപകന് നേരെ തിരിഞ്ഞു.

"ഞാൻ അവനെ ജനാലയ്ക്കപ്പുറത്താണ് കണ്ടത്."

ലിയോനിഡ് അത് പറഞ്ഞൊഴിഞ്ഞതു പോലെയായി. കുറ്റകൃത്യത്തിനിടയിൽ കയ്യോടെ പിടിക്കപ്പെട്ട പ്രതിയെപ്പോലെ അയാൾ വാക്കുകൾ വിഴുങ്ങി.

"അവന്റെ ശരീരം പാലത്തിനു മുകളിൽ കിടക്കുകയായിരുന്നു. കുറ്റാക്കൂരിരുട്ടായിരുന്നു. എനിക്കാദ്യം അവിടെ ആരാണ് കിടക്കുന്നതെന്ന് മനസ്സിലായില്ല. ഞാൻ താഴേക്കിറങ്ങി നോക്കി. അത് നമ്മുടെ മുഹമ്മദ് ആയിരുന്നു."

"ഇത് എങ്ങനെ സംഭവിച്ചു?" കണ്ടമിടറി സെരിഫ് ചോദിച്ചു പോയി.

"അയാളുടെ മുതുകത്ത് ഒരിരുമ്പുവടി." സ്വയം തിരുത്തി പറഞ്ഞു. "ഒരിരുമ്പുവടി അയാളുടെ പുറത്ത് തറച്ചുകയറിയിരുന്നു."

സ്വന്തം രക്തത്തിൽ കുതിർന്നുകിടക്കുന്ന മുഹമ്മദിന്റെ ശരീരം തന്റെ കൺമുന്നിൽ സെരിഫ് വീണ്ടും കണ്ടു.

''മഞ്ഞുപാളികൾ മാറ്റാനായി ഉച്ചയ്ക്ക് നിങ്ങളെടുത്ത ഇരുമ്പുദണ്ഡ് അവന്റെ പുറത്ത് തുളഞ്ഞു കയറി.'' ലിയോനിഡ് തുടർന്നു.

''തുളഞ്ഞുകയറിയെന്നോ? നിങ്ങളെന്താണ് അർത്ഥമാക്കുന്നത്?'' കാൻ ഇടയ്ക്കു കയറി ചോദിച്ചു. അയാളുടെ നിഷ്കളങ്കമായ മുഖം വിളറി വെളുത്തു.

''അതെ, അവന്റെ പുറത്ത് തറച്ചു കയറി.''

സ്വന്തം മുതുകത്ത് ഒരിരുമ്പ് ദണ്ഡ് തറയുന്ന വേദനയാൽ അയാളുടെ മുഖം കോടിപ്പോയിരുന്നു അത് പറഞ്ഞപ്പോൾ.

''അയാൾ കൊല്ലപ്പെട്ടതാണോ?''

അതാരാണ് ചോദിച്ചതെന്ന് വ്യക്തമായിരുന്നില്ല. എന്നാലും എല്ലാവരുടെയും മനസ്സിലുണ്ടായിരുന്ന ഒരു ചോദ്യമായിരുന്നു അത്. ഒരാൾക്ക് മാത്രമേ അത് അല്പം ഉറക്കെ ചോദിക്കാനായുള്ളൂവെന്ന് മാത്രം.

മുഹമ്മദ് ഒരപകടത്തിലോ അല്ലെങ്കിൽ സ്വാഭാവികമായ കാരണങ്ങളാലോ ആണ് മരിച്ചതെങ്കിൽ അദ്ദേഹത്തിന്റെ സുഹൃത്തുക്കളായ സഖാക്കൾ അവനുവേണ്ടി കണ്ണീരൊഴുക്കി ദുഃഖമാചരിക്കുമായിരുന്നു. എന്നാൽ ചിലപ്പോൾ ആ വേർപാടിന്റെ വേദനയിൽ കുരുങ്ങി ഈ വിധം ദിവസങ്ങളോളം സ്വയം അവർ മാനസിക പിരിമുറുക്കം അനുഭവിച്ചെന്നിരിക്കില്ല. ഈ സാഹചര്യത്തിൽ തങ്ങളിൽ ഒരാൾ കൊല്ലപ്പെട്ടതിനാൽ മുറിയിലുള്ള മറ്റുള്ളവർക്കും അപകടമുണ്ടാകാൻ സാദ്ധ്യതയുണ്ടെന്നത് അവരെ വെറിപിടിപ്പിക്കുക തന്നെ ചെയ്തു. അതിനാൽ പ്രിയപ്പെട്ട സഖാവിനോടുള്ള ദുഃഖത്തിനപ്പുറത്ത് അവനവന്റെയുള്ളിലുള്ള അജ്ഞാതവിധിയെക്കുറിച്ചുള്ള ഭയചകിതമായ ആശങ്കകളെ നേരിടാൻ അവർ പാടുപെടുന്നുണ്ടായിരുന്നു.

''നിർഭാഗ്യം, അല്ലാതെന്തു പറയാൻ?''

അസഫ് ലിയോനിഡിനെ സമാധാനിപ്പിക്കാൻ ശ്രമിച്ചു. കണ്ണുനീരടക്കാൻ അയാൾ പാടുപെടുന്നുണ്ടായിരുന്നു.

''അവനെ കൊല്ലാൻ പുറപ്പെട്ടവൻ ആരായിരിക്കും?''

കാൻ ദേഷ്യത്തോടെ പിറുപിറുത്തു. തനിക്കും നേരിടേണ്ടി വരാവുന്ന വിധിയിൽ വെപ്രാളപ്പെട്ടാണോ മരണപ്പെട്ട സുഹൃത്തിനോടുള്ള അടക്കാനാകാത്ത ദുഃഖഭാരം കൊണ്ടാണോ കാൻ കുപിതനായിരുന്നതെന്ന് അറിയാനായില്ല. അല്ലെങ്കിൽ ചിലപ്പോൾ തനിക്കും ഉണ്ടായേക്കാവുന്ന മരണസാദ്ധ്യത അയാളുടെ മനസ്സിൽപോലും ഇല്ലെന്നതാണോ സത്യം എന്ന് തിരിച്ചറിയാനുമായില്ല.

''കൊലയാളി വിദേശിയായിരിക്കാനാണു സാദ്ധ്യത.''

ഉറച്ച ബോദ്ധ്യത്തോടെ ഹിക്മെത്ത് പരിഹാസത്തോടെ പ്രതികരിച്ചു. തന്റെ കൂട്ടത്തിൽ പെട്ട ഒരാളും അത്തരം ഒരു കാര്യം ചെയ്യാൻ മുതിരുമെന്ന് അയാൾക്ക് ചിന്തിക്കാൻ പോലും കഴിഞ്ഞില്ല.

''എനിക്കറിയാവുന്നിടത്തോളം മുഹമ്മദിന് വിദേശികളുമായി യാതൊരു അഭിപ്രായഭിന്നതയുമില്ലായിരുന്നു.''

സെരിഫ് ഹിക്മെത്തിന്റെ തോന്നലിനു വിപരീതമായി തന്റെ വിചാരങ്ങൾ ഉറക്കെപ്പറഞ്ഞു.

''പെപ്പയെ മറക്കരുത്.''

ചാടി വീണ് കോപാകുലനായി ബെസീർ പറഞ്ഞു. അവന്റെ ശബ്ദം വല്ലാതെ വിറയ്ക്കുന്നുണ്ടായിരുന്നു. ''പുതുവർഷത്തിന്റെ ആരംഭത്തിൽ തന്റെ കാമുകിയോടൊപ്പം ആടിപ്പാടിയതിന് പെപ്പ മുഹമ്മദിന്റെ കഴുത്തു പിടിച്ചു ഞെരിച്ചത് നിങ്ങൾക്ക് ഓർമ്മയില്ലേ?''

''ആ കുട്ടി പിറ്റേന്ന് വന്ന് ക്ഷമ ചോദിച്ചിരുന്നല്ലോ?''

സെരിഫ് ന്യായീകരിക്കാൻ ശ്രമിച്ചു.

''പെട്ടെന്ന് തന്നെ അവർ പെപ്പയുമായി ചങ്ങാത്തത്തിലാകുകയും ഞങ്ങൾ അവന്റെ താമസസ്ഥലം സന്ദർശിക്കാൻ പോകുകയും ചെയ്തിരുന്നു. എന്റെ ഓർമ്മ ശരിയാണെങ്കിൽ ഞങ്ങൾ അന്ന് ഒരുമിച്ച് ബ്രസീലിയൻ ഇലച്ചായ കുടിക്കുകയും ചെയ്തിരുന്നു.''

''എല്ലാവർക്കും മുഹമ്മദിനെ ഇഷ്ടമായിരുന്നു.''

തുർഗട്ട് ഒരു പരാതി പറയുംപോലെ വിഷണ്ണനായി അഭിപ്രായപ്പെട്ടു. ആരുമായും അവന് അഭിപ്രായ വ്യത്യാസങ്ങളില്ല എന്നു പറഞ്ഞപ്പോൾ അയാളുടെ ശബ്ദമിടറിപ്പോയി.

''ഒരു പക്ഷേ...'' വിരസമായ പകൽക്കിനാവിൽ നിന്നുണർന്ന പോലെ സെമിൽ സംസാരിക്കാൻ തുടങ്ങി.

''ചിലപ്പോൾ ഫാസിസ്റ്റുകളാകാം അവനെ വധിച്ചത്?''

''ഫാസിസ്റ്റുകളോ?'' കാൻ അറിയാതെ ചോദിച്ചു പോയി.

''ഒന്നാലോചിച്ചുനോക്കിയേ, ധാരാളം ടർക്കിഷ് കരാറുകാർ മോസ്കോയിലെ കെട്ടിടങ്ങളിൽ ജോലി ചെയ്യുന്നു. അവർ ജീവനക്കാരുമായി ഇടപഴകുകയാണെങ്കിൽ?''

''അസംബന്ധം പറയരുത്.''

ഇടയ്ക്കു കയറി അസഫ് പറഞ്ഞു.

''നമ്മൾ എവിടെയാണെന്നുള്ളത് അവർ എങ്ങനെയറിയും?''

''എൻ.ഐ.എസ്. അവരോടു പറഞ്ഞുകാണും അല്ലെങ്കിൽ സി.ഐ.എ, നിങ്ങൾക്കറിയുമോ, അവർ ഫാസിസ്റ്റുകളെ ഉപകരാറുകാരായി ഉപയോഗിക്കാറുണ്ട്.''

''ഞാൻ അങ്ങനെ കരുതുന്നില്ല'' സെരിഫ് പറഞ്ഞു.

''നമ്മൾ ഒരു തീവ്രവാദി സംഘടനയല്ല.''

''എനിക്കറില്ല.'' സെമിൽ കണ്ണുകൾ താഴ്ത്തി നിസ്സഹായനായി പറഞ്ഞു. ''നമ്മളെ ഭയപ്പെടുത്താൻ ഭരണകൂടം എല്ലാത്തരം തന്ത്രങ്ങളും പയറ്റുമെന്ന് എനിക്കു തോന്നുന്നു.

''എന്തു പറഞ്ഞാലുമില്ലെങ്കിലും നമ്മുടെ സഖാവ് പോയി.''

ബെസിർ അതീവ ദുഃഖാർത്തനായി കാണപ്പെട്ടു. ഗൂഢാലോചനയുടെ രഹസ്യ സിദ്ധാന്തങ്ങളെക്കുറിച്ചൊന്നും അയാൾ ബോധവാനേയായിരുന്നില്ല എന്ന് വ്യക്തമായിരുന്നു.

''നിങ്ങൾക്ക് അവനെ എത്രത്തോളം അടുത്തറിയാമായിരുന്നു?''

ആ ചോദ്യം കേട്ട ഇടത്തേക്ക് എല്ലാവരും തിരിഞ്ഞു നോക്കി. അത് കരീമായിരുന്നു.

കരീം പ്രയാസത്തോടെ സോഫയിൽ നിവർന്നിരിക്കാൻ ശ്രമിക്കുകയായിരുന്നു. അത്ര സുഖകരമല്ലാത്ത രീതിയിൽ അയാൾ അവിടെ ചരിഞ്ഞു കിടക്കുകയായിരുന്നു. ആത്മാർത്ഥമായി ഉത്തരമോ സത്യമോ അന്വേഷിക്കുന്ന ഒരാളുടെ ജിജ്ഞാസയേക്കാൾ അല്പം അധിക്ഷേപം നിറഞ്ഞ സ്വരമായിരുന്നു അയാളുടെ വാക്കുകൾക്ക്. ആ മുറിയിൽ അപ്പോൾ ഉണ്ടായിരുന്ന ഓരോരുത്തരുടെയും സ്വഭാവം ഇഴകീറി നിരീക്ഷിക്കുന്നതുപോലെയായിരുന്നു അയാളുടെ ഭാവം.

സെമിൽ സംസാരിക്കാൻ പോകുകയായിരുന്നു; എന്നാൽ അപ്പോഴേക്കും ബെസിർ തുടങ്ങിക്കഴിഞ്ഞിരുന്നു.

''സഖാവേ, നിങ്ങൾ എന്താണ് ഉദ്ദേശിച്ചത്?''

കാര്യങ്ങൾ കൃത്യമായി ഗ്രഹിക്കണമെന്ന ആഗ്രഹത്തോടെയാണ് അയാൾ അത് ചോദിച്ചത്. എന്നത്തേയും പോലെ ശാന്തനായിരുന്നു കരീം.

''ഞാൻ ചോദിക്കട്ടെ.. നിങ്ങളുടെ സുഹൃത്തായ ഈ മുഹമ്മദിനെക്കുറിച്ച് നിങ്ങൾക്ക് എന്തൊക്കെ കാര്യങ്ങൾ അറിയാം? ഉദാഹരണത്തിന് സഖാവ് ബെസിറിന് അവന്റെ യഥാർത്ഥ പേരെന്താണ് എന്നറിയുമോ? അവന്റെ തൊഴിൽ എന്തായിരുന്നു? അയാൾക്ക് കുടുംബം, ഭാര്യ, കുഞ്ഞുങ്ങൾ ഇവരൊക്കെ ഉണ്ടായിരുന്നോ?''

''സഖാവേ, നിങ്ങളെന്താണ് പറഞ്ഞു വരുന്നത്?'' ഹിക്മെത്ത് അയാളെ തടസ്സപ്പെടുത്തിക്കൊണ്ട് ഇടയ്ക്കുകയറി ചോദിച്ചു.

എന്നാൽ കരീം അതൊന്നും ശ്രദ്ധിച്ചില്ല; അയാൾ നെജത്തിനെ നോക്കി തന്റെ സംസാരം തുടർന്നു.

''ഒരാഴ്ച മുമ്പ്, ഭക്ഷണശാലയിൽ പാത്രവുമായി ക്യൂവിൽ നിൽക്കുമ്പോൾ അയാൾ സ്വാർത്ഥനാണെന്ന് നിങ്ങൾ ആരോപിക്കുന്നത് കേട്ടല്ലോ?''

''അത് മറ്റെന്തോ കാര്യത്തിനായിരുന്നു.'' ബെസിർ എതിർപ്പ് പ്രകടിപ്പിച്ചു.

''മറ്റ് കാര്യമോ? അങ്ങനെയാണോ? പിന്നെ നെജത്ത് സഖാവേ, നിങ്ങൾ അമിതമായി സംസാരിക്കുന്നുവെന്ന് മുഹമ്മദ് ആരോപിച്ചതും അപ്പോൾ നിങ്ങൾ രണ്ടുപേർക്കുമിടയിൽ വാക്കുതർക്കം ഉണ്ടായതും മറന്നുപോയോ?''

നെജത്ത് കരീമിനെ ഒഴിവാക്കുന്നതായി ഭാവിച്ചു. ആ ചോദ്യങ്ങൾ ഒട്ടും ഗൗരവമില്ലാത്തതായി തഴഞ്ഞുകളഞ്ഞു.

''അയാൾക്ക് പനി കാരണം പിച്ചും പേയും പറയുന്ന അവസ്ഥയിലാണ്.''

''ഞാൻ ഉന്മാദവസ്ഥയിലല്ല.'' കരീം നെജത്തിനെ നോക്കി തറപ്പിച്ചു പറഞ്ഞു.

''ഞാൻ ഭ്രാന്തനല്ല.. എനിക്ക് ഇതൊക്കെ കാണുമ്പോൾ ദേഷ്യം വരുന്നുണ്ട്.''

''നിങ്ങൾ എന്താണ് ഉദ്ദേശിക്കുന്നത്?'' കസേരയിൽനിന്ന് എഴുന്നേൽക്കുന്നതുപോലെ ഉയർന്ന് സെമിൽ അലറി.

''മുഹമ്മദ് മരിച്ചതിൽ നിങ്ങൾക്ക് ആശ്വാസമുണ്ടെന്നാണോ നിങ്ങൾ ഇനി ഞങ്ങളോട് പറയാൻ പോകുന്നത്?''

സെമിലിന്റെ വാക്കുകൾ കേട്ടപ്പോൾ കരീമിന് പൂർണ്ണമായും നിയന്ത്രണം നഷ്ടപ്പെട്ടു. സ്വന്തം അവസ്ഥയും അനാരോഗ്യത്തെ മറന്ന് അയാൾ ഒരു പോരിന് കുതിച്ചു ചാടുംപോലെ കുപിതനായി. രോഷാകുലനായി വാ തുറക്കാൻ ഭാവിച്ചപ്പോഴേക്കും അസഫ് തടസ്സപ്പെടുത്തുംപോലെ പറഞ്ഞു: ''സഖാക്കളേ, നമുക്കെല്ലാവർക്കും ഒന്നടങ്ങാം. അതാകും നല്ലത്''

മുറിയിൽ തിങ്ങിവിങ്ങുന്ന അസ്വസ്ഥത ഏതു നിമിഷവും തകർന്നു പിളർന്നുപോയേക്കാം എന്നു മനസ്സിലാക്കിയ സെരിഫ് കരീമിനെ സമാധാനിപ്പിക്കാൻ മുന്നോട്ടു വന്നു.

''കരീം സഖാവേ...'' അയാൾ മൃദുവായിടപെട്ടു.

''നിങ്ങൾക്ക് നല്ല സുഖമില്ലാതിരിക്കുകയല്ലേ. പോകൂ. അല്പം വിശ്രമിച്ചോളൂ.''

സെരിഫിന്റെ മദ്ധ്യസ്ഥവർത്തമാനം അധിക്ഷേപമായാണു കരീമിന്തോന്നിയത്.

''കഷ്ടം. നിങ്ങൾക്കെങ്കിലും... നിങ്ങൾ ഒരാൾക്കെങ്കിലും എന്നെ മനസ്സിലാക്കാൻ കഴിയുമെന്ന് ഞാൻ കരുതി.''

ഭീഷണിയുടെ മൂർച്ചയോടെ സെരിഫിന് നേരെ നോക്കിക്കൊണ്ട് കരീം പറഞ്ഞു: ''നിങ്ങൾക്ക് മനസ്സിലാകുമായിരിക്കാം. പക്ഷേ ആ സത്യം നിങ്ങളുടെ നേട്ടത്തിനുതകുന്നതായിരിക്കില്ല.''

''നിങ്ങൾക്ക് സുഖമില്ലാത്തതല്ലേ സഖാവേ, ചെല്ലൂ. കിടക്കൂ. വിശ്രമിക്കൂ. ഈ ചർച്ചകൾ നമുക്ക് പിന്നീടാകാം.''

സെരിഫ് ഇത് പറഞ്ഞതു കരീം ശ്രദ്ധിച്ചതുപോലുമില്ല.

''നിങ്ങൾക്കും സുഖമില്ല.''

''അയാൾക്ക് സ്വബോധമില്ല.'' നെജത്ത് ആവർത്തിച്ചു.

''അവൻ ഇപ്പോൾ അവനേയല്ല'' തുർഗട്ട് പിറുപിറുത്തുകൊണ്ട് നെജത്തിന്റെ വാക്കുകളെ പിന്തുണച്ചു.

''നിങ്ങൾ എല്ലാവരും നിങ്ങളല്ല, ആണോ?'' കരീം വീണ്ടും അതി ഗൗരവത്തോടെ ശബ്ദമുയർത്തി.

''നിങ്ങൾക്ക് നിങ്ങളെയോ, നിങ്ങളുടെ സഖാക്കളെയോ അറിയില്ല.''

അയാൾ പൊടുന്നനെ സംസാരം നിർത്തി, ഈ ബഹളമെല്ലാം അയാളെ തളർത്തിയിരിക്കണം. അയാൾ തല താഴ്ത്തി. കുറച്ചുനേരം അങ്ങനെത്തന്നെയിരുന്നു. ആ മുറി നിശ്ശബ്ദമായി. ആരും ഒന്നും മിണ്ടിയില്ല. എല്ലാ കണ്ണുകളും അയാളെ നോക്കുന്നതുപോലെയായി. എന്നിട്ടും അയാൾ വീണ്ടും നെജത്തിന്റെ നേർക്ക് തിരിഞ്ഞു. ചുണ്ടുകൾ വിറകൊണ്ടു. പുഞ്ചിരി നിഷ്ഫലമായി വിളർത്തു വിങ്ങി. സുഹൃത്തിന്റെ കൈ തന്റെ കൈയിൽ തൊട്ട് അയാൾ പറഞ്ഞു.

''ശരിയാണ്. സന്നിപാതം തന്നെയായിരിക്കുമെനിക്ക്. വിഭ്രാന്തിയിലാണ് ഞാനിപ്പോൾ.''

പ്രതികരണങ്ങൾക്കായി കാത്തുനിൽക്കാതെ അയാൾ തിരിഞ്ഞു സോഫ ബെഡ്ഡിൽ ചാരിയിരുന്ന് കണ്ണുകൾ അടച്ചു. തന്റെ വർത്തമാനം അവസാനിച്ചുവെന്ന മട്ടിൽ അയാൾ വിശ്രമിക്കാനായി പുറമൂന്നിക്കിടന്നു.

മറ്റൊരു സമയത്തായിരുന്നെങ്കിൽ കരീമിന്റെ ഈ വെകിളി പിടിച്ച പൊട്ടിത്തെറികൾക്ക്, പ്രകോപനങ്ങൾക്ക് അവർ മറിച്ചൊരു ചിന്തയ്ക്കു പോലും അവസരം നൽകാതെ ചിരിച്ചുതള്ളാൻ മുതിർന്നേനേ. എന്നാൽ ഇതൊരു പ്രത്യേക സമയമായിപ്പോയി. ഇതുപോലെ തങ്ങളുടെ ഒരു സഖാവിന്റെ മരണവാർത്ത അറിഞ്ഞ സമയത്ത് കരീമിന്റെ ഈ മനോഭാവം താങ്ങാവുന്നതിനുമപ്പുറത്തായിരുന്നു. എന്നിട്ടും അയാളുമായി വാദപ്രതിവാദത്തിന് ആരും മുതിർന്നില്ല. കനത്ത നിശ്ശബ്ദതയാൽ കാറ്റുപോലും ആ മുറിയിൽ നിശ്ചലമായി ഘനീഭവിച്ചുറഞ്ഞിരുന്നു. വേവലാതിയും ആവലാതികളും അവരെയെല്ലാം വരിഞ്ഞുമുറുക്കി ശ്വാസം മുട്ടിച്ചു. ആ വീർപ്പുമുട്ടലിൽ നിന്ന് അവരെ രക്ഷിക്കാൻ ആരെങ്കിലും ഇടപെടേണ്ടത് അത്യാവശ്യമായിരുന്നു; അസഫ് അതിനായി മുന്നോട്ടു വന്നു.

''സഖാക്കളേ, '' അയാൾ പറഞ്ഞു. ആ ശബ്ദം അഗാധതയിൽ നിന്ന് ഊറിവന്നതുപോലെ ശാന്തമായിരുന്നു. അയാൾ സ്വയം വീണ്ടെടുത്തതുപോലെ അക്ഷോഭ്യനായി കാണപ്പെട്ടു.

''ഇത് നമുക്കെല്ലാവർക്കും അതികഠിനമായ സമയമാണെന്ന് എനിക്കറിയാം. പക്ഷേ, നമ്മൾ ഇതിനെ അതിജീവിക്കണം. ശാന്തരായിരിക്കണം.

ശത്രു നമ്മുടെ കാലടികളെ നിരീക്ഷിക്കുന്നു. ഈ നാട്ടിൽ, സോഷ്യലിസത്തിന്റെ ഈ മണ്ണിൽപോലും നമ്മുടെ സഖാക്കൾ അരുംകൊല ചെയ്യപ്പെടുകയാണ്. നമ്മൾ വിവേകികളായിരിക്കണം. സോവിയറ്റ് സുരക്ഷാ ഏജൻസി അന്വേഷണം ആരംഭിച്ചിട്ടുണ്ട്. ഞാൻ പാർട്ടി സെന്ററിലേക്ക് വിളിച്ച് സ്ഥിതി റിപ്പോർട്ട് ചെയ്തിട്ടുണ്ട്. സ്ഥിതിഗതികൾ ഉടനടി നിരീക്ഷിച്ച് വിലയിരുത്താൻ അവർ ഒരു മീറ്റിംഗ് നടത്തുന്നതാണ്.

''അപ്പോൾ ഞങ്ങൾ എന്തു ചെയ്യണം?'' ആകാംക്ഷ നിറഞ്ഞുനിന്ന മുഖത്തോടെ സെരിഫ് ചോദിച്ചുപോയി.

''നമുക്ക് കാത്തിരിക്കാം. അന്വേഷണം നടത്താൻ വരുന്നവരെ കഴിയുന്നതുപോലെ സഹായിക്കാം.''

സെരിഫ് ഹിക്മെത്തിനെ നോക്കി. തന്റെ ചോദ്യത്തിനുള്ള ഉത്തരം അവഗണിച്ചുകൊണ്ടുതന്നെ.

''നമ്മൾ ഒരുമിച്ചിരുന്ന് ഈ കാര്യങ്ങളൊക്കെയൊന്ന് അപഗ്രഥിക്കേണ്ടതില്ലേ''

സെരിഫ് എന്താണ് ഊഹിച്ചുപറയുന്നതെന്ന് ഹിക്മെത്തിന് മനസ്സിലായില്ല. അസഫ് സംസാരിക്കാൻ തുടങ്ങുമ്പോഴേക്കും അവൻ എന്തോ പറയാൻ ആരംഭിച്ചിരുന്നു.

''ഇതാ, ഇപ്പോൾ നമ്മൾ ഒത്തുകൂടിയല്ലോ. ഇവിടെവെച്ച് എല്ലാം വിലയിരുത്താമല്ലോ നമുക്ക്?''

''ഇല്ല. ഇവിടെയൊന്നും സംസാരിച്ചു തീരുമാനിക്കാനാവില്ല. ഇത് നമ്മുടെ സംഘടനാമീറ്റിംഗ് അല്ലല്ലോ.''

അസഫ് ദേഷ്യത്തോടെ കാര്യം അവതരിപ്പിച്ചു.

''പിന്നെ, ഇത് എന്താണ്?''

''സ്കൂൾ മാനേജ്മെന്റും പാർട്ടി സെന്ററും നിർദ്ദേശിച്ചതിനനുസരിച്ച് നടത്തുന്ന സാമാന്യ ഉദ്‌ബോധന കൂടിക്കാഴ്ചയാണിത്. നിങ്ങൾ കേന്ദ്ര കമ്മിറ്റിയിൽനിന്നുള്ള പ്രതിനിധിയാകാം. പക്ഷേ ഞങ്ങളുടെ കൂട്ടായ്മയിലെ അംഗമല്ല.''

റഷ്യൻ അധ്യാപകന്റെ നേരെ തിരിയുംമുൻപ് സെരിഫ് പറഞ്ഞു.

''സഖാവ് ലിയോനിഡിനെ അപമാനിക്കണമെന്നോ അനാദരവ് കാട്ടണമെന്നോ എനിക്ക് ഉദ്ദേശ്യമില്ല. പക്ഷേ, നിങ്ങൾ പാർട്ടി സംഘടനയിൽ നിന്നു വന്നതുമല്ലല്ലോ. മരണമടഞ്ഞ സഖാവ് ഞങ്ങളുടെ കൂട്ടായ്മയിലെ ഒരംഗമാണ്. അതിനാൽത്തന്നെ ഞങ്ങൾക്കിടയിലാണ് ഈ പ്രശ്നം ആദ്യം ചർച്ച ചെയ്യേണ്ടത്.''

''ശരിയാണ്.. നിങ്ങൾ പറഞ്ഞത് കൃത്യമാണ്.''

ശൗര്യം കുറഞ്ഞ ശബ്ദത്തിൽ ലിയോനിഡ് പറഞ്ഞു.

''ഇവിടെ നടക്കുന്ന കാര്യങ്ങളുടെ സ്ഥിതിഗതികൾ വിശദീകരിക്കാനായി ഞാൻ വന്നുവെന്നേയുള്ളൂ.''

അസഫിന്റെ മുഖം അതൃപ്തിയുടെ പേശിയിളക്കങ്ങൾ കാട്ടി. ലിയോനിഡിന്റെ വിട്ടുവീഴ്ചാമനോഭാവമാണ് സെരിഫിന്റെ ധിക്കാരത്തേക്കാളും അയാളെ അസ്വസ്ഥനാക്കിയത്.

''നോക്കൂ സുഹൃത്തേ, '' അദ്ദേഹം ഉറപ്പിച്ചു പറഞ്ഞുതുടങ്ങി. സെരിഫിനെ നോക്കിക്കൊണ്ട് തന്നെ. അയാളുടെ ശബ്ദം ഗൗരവമാർന്നതായി മാറുന്നുണ്ടായിരുന്നു.

''തിരക്കു കൂട്ടേണ്ട ഒരു കാര്യവുമില്ല. അന്വേഷണം അതിന്റെ വഴിക്ക് നടക്കട്ടെ.. പാർട്ടി നേതൃത്വം സ്ഥിതിഗതികൾ വിലയിരുന്നതു വരെ ക്ഷമയോടെ നമുക്ക് കാത്തിരിക്കാം. അതിനുശേഷം വേണമെങ്കിൽ''

''നിങ്ങൾ മനസ്സിലാകുന്നില്ലേ സഖാവേ.'' സെരിഫ് അലറി. അസഫിനെപ്പോലെ ദേഷ്യം കടിച്ചമർത്തി പെരുമാറുന്ന രീതി അയാൾക്കില്ലായിരുന്നതിനാൽ അയാൾ ഉറച്ച ശബ്ദത്തിൽ ഉച്ചത്തിൽ പറഞ്ഞു:

''പിന്നീട്... പിന്നീടൊരിക്കൽ എന്നൊന്ന് നമ്മുടെ ജീവിതത്തിൽ ഉണ്ടാകണമെന്നില്ല. നമ്മുടെ ജീവനാണ് ഇവിടെ അപകടത്തിലായിരിക്കുന്നത്. നമ്മൾ ഇത് ചർച്ച ചെയ്യേണ്ടതുണ്ട്. ആവശ്യമെങ്കിൽ നമ്മൾ തന്നെ നടപടിയെടുക്കുകയും വേണം.''

''അതാണ് ഞാൻ പറഞ്ഞത്. വിദഗ്ദ്ധർ ഏറ്റവും ഉചിതമായ വഴിയിലൂടെയാകും കാര്യങ്ങൾ ചെയ്തുതീർക്കുക. അവർക്ക് അത്തരം തീരുമാനങ്ങളെടുക്കാൻ വേഗം കഴിയും. ഇത് നമ്മുടെ സോവിയറ്റ് സഖാക്കൾ കൈകാര്യം ചെയ്യട്ടെ.''

അയാൾ പറഞ്ഞു. അതിലളിതമായ ഒരു സത്യത്തിലേക്ക് കൈചൂണ്ടുന്നതുപോലെ അയാൾ ആത്മവിശ്വാസത്തോടെ പുഞ്ചിരിച്ചു. ''നിങ്ങൾക്കറിയാമോ സോവിയറ്റ് സഖാക്കൾ ഇതിൽ അതിവിദഗ്ധരാണ്.''

''ഓ, അത് ഉറപ്പായും ശരിയാണ്.'' സെരിഫ് അതിനെ നിസ്സാരമായി കണ്ടപോലെ മുഖം കറുപ്പിച്ചു ചിരിച്ചു. ''എന്നാൽ എന്റെ ജീവിതം മറ്റുള്ളവരെയേൽപ്പിക്കാൻ ഇനി ഞാൻ ഉദ്ദേശിക്കുന്നില്ല.''

അവസാന വാചകം പറയുമ്പോൾ മുറിയിലെ മറ്റു സഖാക്കളുടെ മുഖം അയാൾ ശ്രദ്ധിക്കുകയുണ്ടായി. അയാൾ അവരുടെ പിന്തുണയ്ക്കായി കാതോർത്തു. പക്ഷേ... ആരും ഒന്നും സംസാരിക്കുകയുണ്ടായില്ല. സെമിലിന്റെ ഇരുണ്ട കണ്ണുകളിലേക്ക് അയാളുടെ നോട്ടം നീണ്ടു.

സെമിൽ അറച്ചുനിന്നു. മനസ്സ് അർദ്ധശങ്കയാൽ നിറഞ്ഞതിനാൽ സെരിഫിന്റെ ആശങ്കകളോട് പൂർണ്ണമായും യോജിക്കാൻ അവനു കഴിഞ്ഞില്ല. ഈ നിമിഷംവരെ അയാൾ സോവിയറ്റുകളെ പരിപൂർണ്ണമായും വിശ്വസിച്ചിരുന്നു. അയാളുടെ വീക്ഷണങ്ങളിൽ മാറ്റം വരുത്താൻ ഒരു

കാര്യകാരണവുമുണ്ടായില്ല. മറുവശത്ത് അസഫുമായി ഒത്തുചേർന്ന് പോകാൻ അയാൾക്ക് കഴിഞ്ഞുമില്ല.

'നിങ്ങൾ കരുതുന്നത് തെറ്റാണെന്ന് എനിക്ക് തോന്നുന്നു സഖാവേ.''

ഹിക്മെത്തായിരുന്നു അത് പറഞ്ഞത്. സ്വന്തം രാജ്യത്തെന്നപോലെ, കേന്ദ്രത്തിൽ നിന്നുള്ള നിർദ്ദേശങ്ങളിലൂടെ മാത്രമേ ആക്രമണങ്ങളേയും അരക്ഷിതാവസ്ഥകളേയും അവർക്ക് നേരിടാനാകൂ എന്നയാൾ വിശ്വസിച്ചു. അധികം ഇടപെട്ട് ഈ സാഹചര്യം കൂടുതൽ വഷളാക്കുകയോ സങ്കീർണ്ണമാക്കുകയോ ചെയ്യേണ്ടതില്ല. നമ്മൾ ഈ രാജ്യത്തേക്ക് വന്നപ്പോൾ നമ്മുടെ ജീവിതവും സ്വാതന്ത്ര്യവും കുടുംബത്തിന്റെ സുരക്ഷയും ഈ രാജ്യത്തിനായി സമർപ്പിച്ചതല്ലേ? എന്നെ സംബന്ധിച്ചിടത്തോളം പറയുകയാണെങ്കിൽ എനിക്ക് ഇതിനെക്കുറിച്ച് ചെറിയ ആശങ്കപോലുമില്ല. നിങ്ങളോർക്കണം സഖാക്കളേ... നമ്മൾ ലോകവിപ്ലവത്തിന്റെ തന്നെ ഉത്ഭവകേന്ദ്രമായ സോവിയറ്റ് യൂണിയനിലാണുള്ളത്.''

''ഞാൻ നിങ്ങളോട് വിയോജിക്കുന്നു.'' സെമിൽ പറഞ്ഞു. സത്യമായും ഇപ്പോഴും അയാൾ മനസ്സ് തുറന്നിരുന്നില്ല. അതിനാൽ ഹിക്മെത്ത് അസഫിനോട് തോളോടുതോൾ ചേർത്ത് യോജിച്ചു പ്രവർത്തിക്കുമോ എന്നത് അയാളെ അലട്ടുന്നുണ്ടായിരുന്നു. അത്തരമൊരു നിമിഷത്തിൽ സെരിഫിനെ തനിച്ചാക്കി പോകാൻ അയാൾക്ക് കഴിഞ്ഞതുമില്ല.

''ബൾഗേറിയയിലെ എന്റെ അനുഭവത്തിന്റെ വെളിച്ചത്തിൽ ഞാൻ ആരേയും അന്ധമായി വിശ്വസിക്കാറില്ലിപ്പോൾ. അവർ ചിലപ്പോൾ നമ്മളെ അവരുടെ കൈകൊണ്ട് തന്നെ പട്ടാളരഹസ്യസംഘത്തിന് കൈമാറാനുള്ള സാദ്ധ്യതപോലുമുണ്ട്.''

ഇത് പറഞ്ഞ്, താൽക്കാലികമായി നിർത്തിയതിനുശേഷം അയാൾ കാനിനുനേരെ തിരിഞ്ഞു.

''ശരിയല്ലേ കാൻ, നിങ്ങൾക്കെന്ത് തോന്നുന്നു?''

എന്നാൽ കാൻ അത്തരമൊരു ചോദ്യം പ്രതീക്ഷിച്ചിരുന്നതേയില്ല എന്നതായിരുന്നു വാസ്തവം. എന്നാൽ ആ ചോദ്യം ചില മറക്കാനാകാത്ത ഓർമ്മകൾ അയാളിലുണർത്തി.

ബർഗേറിയയിലൂടെ കടന്നുപോകുമ്പോൾ ചില നിസ്സാര കാരണങ്ങളാൽ അവർ ട്രെയിനിൽനിന്ന് പുറത്താക്കപ്പെടുകയുണ്ടായി. 150 ജർമ്മൻ മാർക്കായിരുന്നു കൈവശമുണ്ടായിരുന്നത്. അവർ ഔദ്യോഗികമായി ടി.സി.പി. അംഗങ്ങളാണെന്നും അവരെ തുർക്കിയിലേക്ക് തിരിച്ചയച്ചാൽ അറസ്റ്റ് ചെയ്യപ്പെടാൻ സാധ്യതയുണ്ടെന്നും ആ ഉദ്യോഗസ്ഥരോട് പറഞ്ഞിട്ട് കാര്യമുണ്ടായില്ല. അവരെ അതിർത്തിയിലേക്ക് തന്നെ കൊണ്ടുപോയി. എന്നാൽ ഒരു ബൾഗേറിയൻ ഉദ്യോഗസ്ഥന്റെ ഇടപെടലിന്റെ ഫലമായി രക്ഷപ്പെടാൻ അന്ന് അവർക്ക് കഴിഞ്ഞത് ഭാഗ്യംകൊണ്ട് മാത്രമായിരുന്നു.

''ശരിയാണ്, നിങ്ങൾ പറഞ്ഞത്.''

അയാൾ പറഞ്ഞു.

''സോഷ്യലിസ്റ്റ് രാജ്യങ്ങളിൽപോലും ഗുരുതരമായ വീഴ്ചകൾ സംഭവിക്കാം. അതിനാൽ നമ്മൾ ആരേയും നിരുപാധികം വിശ്വസി ക്കേണ്ടതില്ല.''

അസഫ് അടിമുടി ആകുലതയോടെ തലയാട്ടിക്കൊണ്ട് എന്തോ പറയാൻ തുനിഞ്ഞു. തുർഗട്ട് അതിനിടയിൽ കയറി ചോദിച്ചു.

''സഖാവ്, ലിയോനിഡ് നമ്മൾ എന്തുചെയ്യണമെന്നാണ് താങ്കൾ കരുതുന്നത്?''

ലിയോനിഡ് തന്റെ ക്ലാസ്സുകളിലും പഠിപ്പിക്കുന്ന വേളയിലും കാണിച്ചിരുന്ന ഉജ്ജ്വലവിവേകം ഇപ്പോൾ പ്രകടിപ്പിക്കാത്തത് തുർഗ ട്ടിനെ നിരാശനാക്കി.

''നിങ്ങളെ സിദ്ധാന്തം പഠിപ്പിക്കാൻ മാത്രമാണ് എനിക്ക് ഉത്തര വാദിത്വമുള്ളത്. നിങ്ങളുടെ ആഭ്യന്തര കാര്യങ്ങളിൽ ഞാൻ പ്രായോ ഗികമായി ഇടപെടുന്നത് ശരിയല്ല.''

ലിയോനിഡ് പറഞ്ഞു. മേശപ്പുറത്തിരുന്ന അയാളുടെ കൈകളി ലേക്ക് നിസ്സംഗതയോടെ അപ്പോൾ അയാൾ നോക്കുകയും ചെയ്തു.

ഒരു നിമിഷം നിർത്തി. തുർഗട്ടിനെ കണ്ണുയർത്തി നോക്കി. പക്ഷേ, നിങ്ങൾ എന്റെ അഭിപ്രായം ആരാഞ്ഞതിനാൽ ഞാൻ പറയുകയാണ്. നിങ്ങൾക്കിടയിൽ ഒരു യോഗം കൂടി കാര്യങ്ങൾ അവലോകനം ചെയ്തു ഒരു തീരുമാനത്തിലെത്തുന്നത് തെറ്റല്ല.''

''അത് വെറും സമയം പാഴാക്കലാകും.'' ഹിക്മെത്ത് എതിർത്തു.

താൻ പറയുന്നതിനെക്കുറിച്ച് ഉത്തമബോധ്യവും ആത്മവിശ്വാസ മുള്ള ഒരാളെപോലെയാണ് ലിയോനിഡ് സംസാരിച്ചത്.

''ശരിയായ രീതി പിന്തുടർന്നു നഷ്ടപ്പെടുന്ന സമയം, സാധാരണ യായി നോക്കുകയാണെങ്കിൽ, തെറ്റായ രീതിയിലൂടെ തിടുക്കത്തിൽ നേട്ടമുണ്ടാകും. പ്രയോഗത്തിൽ വരുത്തുകയും പ്രവചിക്കുകയും ചെയ്യു ന്നതിനേക്കാൾ എത്രയോ കുറവാണ്.''

''ഇവിടെ എല്ലാം വളരെ വ്യക്തമാണ്. തർക്കിക്കേണ്ട കാര്യമില്ല തന്നെ.'' അസഫ് മത്സരബുദ്ധിയോടെ പ്രതികരണമറിയിച്ചു.

''നമുക്കിത് വോട്ടിനിടാം. ഭൂരിപക്ഷത്തിന്റെ തീരുമാനത്തിനൊപ്പം നില്ക്കുകയും ചെയ്യാം, എന്താ?''

അസഫും ഹിക്മെത്തും പരസ്പരം നോക്കി. മുറിയിലെ ആളുകളെ നോക്കി. ഹിക്മെത്ത് പറഞ്ഞു: ''എന്താണ് സഖാക്കളേ, നിങ്ങളുടെ അഭിപ്രായം. ''

''ഇത് ന്യായമുള്ളതാണെന്ന് കരുതുന്നു.'' സെരിഫ് പറഞ്ഞു. ''ഞാൻ

ഭൂരിപക്ഷത്തിന്റെ തീരുമാനത്തിനൊപ്പം നില്ക്കാൻ ശ്രമിക്കും.'' ആരും അതിന് എതിർപ്പ് പറഞ്ഞില്ല.

''എന്നാൽ ശരി.'' ഹിക്മെത്ത് പറഞ്ഞു. ജനാധിപത്യത്തിന്റെ ഈ കളി അയാൾ നന്നായി ആസ്വദിക്കുന്നതായി തോന്നി.

''ആരൊക്കെയാണ് ഒരു ഒത്തുചേരലിനെ പിന്തുണയ്ക്കുന്നവർ?''

സെരിഫ്, സെമിൽ, കാൻ എന്നിവർ കൈപൊക്കി. അസഫിന്റെ കണ്ണുകൾ ആദ്യമായി വിടർന്നു തിളങ്ങി.

''ഒത്തുചേരൽ വേണ്ടെന്നു കരുതുന്നവർ?''

ഹിക്മെത്ത് ആദ്യം കൈയുയർത്തി. തുർഗട്ട്, നെജത്ത്, ബെസിർ എന്നിവർ തുടരെത്തുടരെ കൈകൾ ഉയർത്തിക്കാണിച്ചു. ചുണ്ടുകളിൽ ചെറുചിരിയോടെ കരീം തലയാട്ടിക്കൊണ്ടിരുന്നു.സമതുലിതമായ മുഖ ഭാവത്തിൽ ഹിക്മെത്ത് സെരിഫിന്റെ നേരെ തിരിഞ്ഞു.

''കണ്ടില്ലേ, ഇവിടെയൊരു മീറ്റിംഗിന്റെ ആവശ്യമില്ല സഖാക്കളേ.''

''ഞങ്ങൾ തെറ്റു ചെയ്യുകയായിരുന്നോ?'' സെരിഫ് അഭ്യർത്ഥനാ പൂർവ്വം ചോദിച്ചുപോയി.

''ഇത് ഊരാക്കുടുക്കു സ്വയം കഴുത്തിലിടുംപോലെയുള്ള പണി യായിപ്പോയി.''

''നമ്മൾ ജനാധിപത്യത്തെ മാനിക്കണം സെരിഫ്.'' അസഫ് ഒരു വഷളൻ ചിരിയുതിർത്തുകൊണ്ട് പറഞ്ഞു.

''ഈ തീരുമാനംതന്നെ ജനാധിപത്യവിരുദ്ധമാണ്.'' സെരിഫ് പറഞ്ഞു.

''നമ്മൾ എല്ലാവരും ഒരുമിച്ചാണ് വോട്ട് ചെയ്തത്.'' കാൻ അതീവ മൃദുവായി ഓർമ്മപ്പെടുത്തി.

''അറിയാം'' സെരിഫ് പറഞ്ഞതിൽനിന്ന് അയാളുടെ അസംതൃപ്തി വായിച്ചെടുക്കാമായിരുന്നു. എന്നാൽ എന്റെയും എന്റെ സഖാക്കളു ടേയും മരണത്തിന് കാരണമായേക്കാവുന്ന ഈ ജനാധിപത്യത്തെ ഞാൻ ബഹുമാനിക്കുന്നതേയില്ല.''

''എന്നെ വിശ്വസിക്കൂ. നിങ്ങളുടെ വികാരം എനിക്ക് മനസ്സിലാകു ന്നുണ്ട്.''

തെറ്റിദ്ധാരണകൾ മായ്ക്കാൻ അസഫ് തന്നെക്കൊണ്ടാവുംവിധം ശ്രമിച്ചു.

''നിങ്ങൾക്ക് നിങ്ങളുടെ സഖാക്കളോടുള്ള കരുതലിനെ ഞാൻ മാനിക്കുന്നു. പക്ഷേ ഇപ്പോൾ നിങ്ങൾ ഈ വേവലാതിപ്പെടുന്നത്, കാര്യ മില്ലാത്ത കാര്യത്തിനാണല്ലോ. എല്ലാം വളരെ പെട്ടെന്ന് ശരിയാകും.''

സെരിഫ് തർക്കിക്കാൻ നില്ക്കാതെ പിന്തിരിഞ്ഞു. ഈ ഇടവേള

അവസരമായി മുതലെടുത്ത് അസഫ് തൊണ്ടയൊന്നനക്കി സംസാരി ക്കാനായി തയ്യാറെടുത്തു.

''സഖാക്കളേ'' അയാൾ പറഞ്ഞു.

''നമ്മുടെ പാർട്ടി നിരവധി പ്രതിസന്ധികളെ തരണം ചെയ്താണ് മുന്നോട്ട് വന്നിട്ടുള്ളത്. അതിനാൽതന്നെ അതൊക്കെ അതിജീവിച്ച് കൂടുതൽ ശക്തിയാർജ്ജിക്കുകയും ചെയ്തിട്ടുണ്ട്. നമ്മുടെ മേൽ യാതൊരു കളങ്കവുമില്ലാതെ നാമിതിൽനിന്ന് പുറത്തുകടക്കുകതന്നെ ചെയ്യുമെന്നുറപ്പാണ്. പരസ്പരം വിശ്വസിക്കുകയെന്നത് മാത്രമാണ് നമുക്ക് ചെയ്യാനാകുന്നത്. കാരണം, കമ്മ്യൂണിസ്റ്റുകാരായ നമ്മുടെ ബോധ്യവും ഭക്തിയും കർമ്മവും ധൈര്യവും പ്രവൃത്തിയും പരിശ്രമവു മില്ലെങ്കിൽ ഈ പാർട്ടിയൊന്നുമല്ലാതായി പോകില്ലേ? അന്യോന്യം വിശ്വസിക്കുകയും പാർട്ടിയിൽ അടിയുറച്ചു അഭിമതരാകുകയും വേണം നമ്മൾ. ആ വഴിയിലൂടെ മാത്രമേ ശത്രുവിനെ പ്രതിരോധിക്കാൻ കഴിയൂ. ഈ സാഹചര്യം സോവിയറ്റ് സഖാക്കൾ അതിവേഗം പരിഹരിക്കും. എന്നിരുന്നാലും നമ്മുടെ പിന്തുണ അവർക്കാവശ്യമുണ്ട്. അവരുടെ ആദ്യ അഭ്യർത്ഥനതന്നെ ഈ കൊലപാതകത്തെക്കുറിച്ച് മറ്റ് കൂട്ടായ്മ കളുമായി നമ്മൾ ചർച്ചയോ സംസാരമോ നടത്തരുതെന്ന് തന്നെയാണ്.''

''അങ്ങനെയെങ്കിൽ, മുഹമ്മദിന്റെ അഭാവം നമ്മൾ എങ്ങനെയാണ് വിശദീകരിക്കുക?''

പ്രത്യക്ഷവും സ്പഷ്ടവുമായ ഈ ചോദ്യം കാൻ ഉന്നയിച്ചത പ്പോഴായിരുന്നു. ''അടിയന്തരാവശ്യത്തിനായി രാത്രിയിൽ മോസ്കോയ്ക്കു പുറത്തേക്ക് അയാൾക്ക് പോകേണ്ടി വന്നുവെന്ന് പറയാം. നമ്മുടേത് ഒരു രഹസ്യപാർട്ടിയല്ലേ? അത്തരം കാര്യങ്ങൾ സംഭവിക്കാനിടയുണ്ടല്ലോ. അതിനാൽത്തന്നെ.''

തന്റെ പ്രസ്താവനയോട് കാര്യമായ എതിർപ്പ് ആരും പ്രകടിപ്പി ക്കാത്തതിനാൽ അസഫ് തന്റെ സംസാരം തുടർന്നു. ''സോവിയറ്റ് സഖാക്കളുടെ രണ്ടാമത്തെ അഭ്യർത്ഥനയെന്താണെന്നുവെച്ചാൽ, നമ്മളെ ല്ലാവരും ഇന്നുരാത്രിയിൽ എവിടെയായിരുന്നെന്നും, എന്തുചെയ്തു വെന്നും, ആരെയൊക്കെ കണ്ടെന്നും ആരൊക്കെ കൂടെയുണ്ടായിരു ന്നെന്നും കാണിക്കുന്ന വിശദമായ ഒരു കുറിപ്പെഴുതി അവർക്ക് കൊടു ക്കണം എന്നതാണ്.''

''ഇത് ഇപ്പോ എന്താണ്? അവർ നമ്മളെ സംശയിക്കുന്നത് എന്നാണോ?'' നെജത്ത് നിരാശയോടെ ചോദിച്ചു.

''കണ്ടോ, സത്യം മറ നീക്കിയത് കണ്ടോ?'' സെരിഫ് ആക്ഷേപ മുയർത്തി. ''ഇപ്പോ മനസ്സിലായോ കാര്യങ്ങൾ?

''ഞാൻ എന്താണ് മനസ്സിലാക്കേണ്ടത്?''

''അവർ നമ്മളെ ഓരോരുത്തരെയായി ചോദ്യം ചെയ്യും.''

സെരിഫ് വിശദീകരിച്ചു. അയാളുടെ ശബ്ദം അർത്ഥഗർഭമായി അനുഭവപ്പെട്ടു.നെജത്ത് അന്ധാളിച്ച് സെരിഫിനെ നോക്കി. അസഫ് കാര്യങ്ങൾ വ്യക്തമാക്കാൻ ശ്രമിച്ചു.

''മറ്റെങ്ങനെയാണ് സത്യം പുറത്തുകൊണ്ടുവരാൻ കഴിയുക എന്നാണ് കരുതുന്നത്?''

''കൊലയാളി നമ്മുടെ ഇടയിൽ ഉണ്ടെന്നാണോ അവർ കരുതുന്നത്?'' നെജത്തിന് ഇതൊന്നും വിശ്വസിക്കാനായില്ല.

''ആരും അങ്ങനെ പറയുന്നില്ല. മുഹമ്മദ് നമ്മുടെയെല്ലാം സുഹൃത്തായിരുന്നല്ലോ. നമ്മളിൽനിന്നുതന്നെ അതിനാൽ അന്വേഷണം ആരംഭിക്കുന്നതിൽ അസ്വാഭാവികമായി ഒന്നും തോന്നേണ്ടതില്ല.''

അസഫിന്റെ ഈ വാദം യുക്തിസഹമായിരുന്നു. എന്നാൽ നെജത്തിനെ ഏറ്റവും കൂടുതൽ വേവലാതിപ്പെടുത്തിയത് അവരെയെല്ലാം സോവിയറ്റ് യൂണിയനിൽവെച്ച് തന്നെയാണ് ചോദ്യം ചെയ്യാൻ പോകുന്നത് എന്നതാണ്. മാർക്സിസത്തെക്കുറിച്ച് പഠിക്കാനായി വന്ന ഈ രാജ്യത്ത്, അവിടുത്തെ പൊലീസ് സേനയ്ക്കു മുന്നിലിരുന്ന് ഒരു കൊലപാതകപ്രതിയെപ്പോലെ താനും ചോദ്യം ചെയ്യൽ നേരിടണമെന്നത് അയാളെ ത്രിശങ്കുസ്വർഗ്ഗത്തിലാക്കി. തന്നെ ചോദ്യം ചെയ്യുന്നത് നിഷ്ഫലമെന്ന് അറിയാമെങ്കിലും അതെത്ര ലജ്ജാകരമാണെന്ന് അയാൾ വല്ലായ്മപ്പെട്ടു. കൂട്ടായ്മയിലെ അംഗങ്ങൾക്കെല്ലാം ഈ കാര്യത്തിൽ സമാന മനോഭാവമായിരുന്നു.

''നമ്മളെക്കുറിച്ച് എത്രത്തോളം വിവരങ്ങൾ വെളിപ്പെടുത്തേണ്ടതുണ്ട്?'' ഒട്ടും ആലോചനയില്ലാതെ സെമിൽ ചോദിച്ചു.

''ഇപ്പോൾ, ഇന്ന് രാത്രി, നിങ്ങൾ എന്തുചെയ്യുന്നുവെന്നതാണ് അവർക്ക് ആദ്യമായി അറിയേണ്ടത്?''

''അവർക്ക് കൂടുതൽ എന്തെങ്കിലും വേണമെങ്കിലോ? നമ്മുടെ യഥാർത്ഥ വ്യക്തിത്വം വെളിപ്പെടുത്തിക്കാണാൻ അവർ ആഗ്രഹിക്കുന്നുണ്ടെങ്കിലോ?''

''ക്ഷമിക്കണം, അവരോട് എല്ലാം തുറന്നുപറയുകയല്ലാതെ നമുക്ക് വേറെ വഴിയില്ലല്ലോ?''

''ഇത് പാർട്ടിയുടെ തീരുമാനമാണോ?''

നോക്കൂ സഖാക്കളേ, കാര്യത്തിന്റെ ഗുരുതരമായ ഗൗരവാവസ്ഥ. ഇനിയും നിങ്ങൾക്ക് മനസ്സിലായിട്ടില്ലെന്നു തോന്നുന്നു. ഇവിടെ മോസ്കോയിൽ സി.പി.എസ്.യു. കേന്ദ്രകമ്മിറ്റിയുടെ സുരക്ഷിതമായ ഒരു സ്ഥലത്ത് ഒരു സഖാവാണ് കൊല്ലപ്പെട്ടിരിക്കുന്നത്. ഇത് ഒരു ലളിതമായ, നിസ്സാര സംഭവമല്ല. ഇത് ഒരു വൻഗൂഢാലോചനയുടെ ആദ്യ പടിയാകാം. നമ്മൾ കൂടുതൽ ഉത്തരവാദിത്വത്തോടെ പെരുമാറേണ്ടിയിരിക്കുന്നു, പ്രവർത്തിക്കേണ്ടിയിരിക്കുന്നു.''

''ഇവിടെ ആരെങ്കിലും നിരുത്തരവാദപരമായി പെരുമാറുന്നത് എനിക്ക് കാണാനാകുന്നില്ല'' സെരിഫ് വേഗത്തിൽ ചർച്ചയിൽ പങ്കു ചേർന്നു.

''സെമിലിന്റെ അന്വേഷണവും ചോദ്യവും പ്രസക്തമാണ്. ഒരു രഹസ്യപാർട്ടിയുടെ പ്രവർത്തനത്തിന് ഭദ്രതയും സുരക്ഷിതത്വവുമാണ് ഏറ്റവും പ്രധാനമായിട്ടുള്ളത്. അങ്ങനെയിങ്ങനെയൊന്നും ആർക്കു മുന്നിലും നമ്മുടെ വ്യക്തിത്വം വെളിപ്പെടുത്താൻ കഴിയില്ലല്ലോ...''

''എന്തൊക്കെയെന്നാലും, ഈ സ്കൂളിലേക്ക് ആദ്യമായ് വന്ന അന്ന് നിങ്ങൾ അത് വെളിപ്പെടുത്തിയിരുന്നല്ലോ?''

''അതെ, നമ്മൾ ചെയ്തിരുന്നു. പക്ഷേ അന്ന് പാർട്ടി നിർദ്ദേശം അനുസരിച്ചാണ് അങ്ങനെ ചെയ്തത്. ഇപ്പോൾ ഈ കാര്യത്തിൽ അങ്ങനെയെന്തെങ്കിലും തീരുമാനമുണ്ടോ സഖാവ് ലിയോനിഡ്?''

''അറിയില്ല എനിക്ക്'' ബെസിറിന്റെ ചോദ്യത്തിന് ഉത്തരം പറഞ്ഞത് അസഫായിരുന്നു.

''അതിനർത്ഥം, അങ്ങനെയൊന്നുമുള്ള തീരുമാനമില്ല എന്നാണ് അല്ലേ? വ്യക്തിപരമായി ഞാനിവിടെ നടന്ന എല്ലാ കാര്യങ്ങളെക്കുറിച്ചും അന്വേഷണ ഉദ്യോഗസ്ഥരോട് വിവരിക്കാം, അറിയിക്കാം. പക്ഷേ എന്റെ ഐഡന്റിറ്റി വെളിപ്പെടുത്താൻ ഞാൻ വിസമ്മതിക്കുന്നു.''

തനിക്ക് താങ്ങാവുന്നതിനേക്കാളപ്പുറത്തേക്കുള്ള ദേഷ്യത്താൽ താടിയെല്ലുകൾ വിറപ്പിച്ചുകൊണ്ട് അസഫ് മറുപടി പറയാൻ ചാടിയെഴുന്നേറ്റു. അപ്പോഴാണ് വാതിലിൽ ആവർത്തിച്ചുള്ള മുട്ട് കേട്ടത്. എല്ലാവരും ഭയവിഹ്വലത നിറഞ്ഞ ജിജ്ഞാസയോടെ വാതിലിലേക്ക് തിരിഞ്ഞുനോക്കി. പുച്ഛം നിറഞ്ഞ നിക്കോളായുടെ മുഖം വാതില്ക്കൽ പ്രത്യക്ഷപ്പെട്ടു.

''ക്ഷമിക്കണം.'' അയാൾ പറഞ്ഞു. ''എനിക്കറിയാം ഞാൻ നിങ്ങളുടെ സമ്മേളനത്തെ തടസ്സപ്പെടുത്തുകയാണെന്ന്. പക്ഷേ സൈറ്റിലേക്ക് അനധികൃതമായി പ്രവേശിപ്പിക്കാൻ ശ്രമിക്കുന്ന ഒരാളെ ഞങ്ങൾ പിടികൂടി. അവൻ പറയുന്നു, അവൻ നിങ്ങളുടെ കൂട്ടായ്മയിലുള്ളതാണെന്ന്.''

''ഡർമുസ്'' യുവഅന്വേഷണ ഉദ്യോഗസ്ഥന്റെ വാക്കുകൾ തുർക്കിയിലേക്ക് വിവർത്തനം ചെയ്തശേഷം ലിയോനിഡ് പതുക്കെ ആ പേരു പറഞ്ഞു.

''അത് ഡർമുസ് ആയിരിക്കും.''

ഒമ്പത്

കൈകൾ നെഞ്ചിനു കുറുകെ വെച്ച് വിക്റ്ററിനു മുന്നിൽ അസ്വസ്ഥ നായിരിക്കുകയായിരുന്നു ഡർമുസ്. സിവിലിയൻ വസ്ത്രങ്ങളിലുള്ള രണ്ട് ഉദ്യോഗസ്ഥർ, സൈറ്റിലേക്ക് പ്രവേശിക്കുന്നതിനിടയിൽത്തന്നെ അവനെ പിടികൂടി എക്സിക്യൂട്ടീവ് ഓഫീസിലേക്ക് കൊണ്ടുവന്നിരിക്കുകയാണ്. ഒരു തടിമേശയും രണ്ട് ഉരുക്കു ക്യാബിനറ്റുകളും ആ മുറിയിലുണ്ടായിരുന്നു. മുമ്പൊരിക്കലും കണ്ടിട്ടില്ലാത്ത രണ്ടുപേർ തുടരെത്തുടരെ ചോദ്യം ചെയ്തതിനാൽ അയാൾ ചിന്താക്കുഴപ്പത്തിലായിരുന്നു. തന്റെ മുറിഞ്ഞ റഷ്യൻഭാഷയിൽ താൻ ടർക്കിഷ് ആണെന്ന് അവരോട് പറഞ്ഞു ഫലിപ്പിക്കാൻ അയാൾ പാടുപെട്ടു. താൻ ടർക്കിഷ് ആണെന്ന് അറിഞ്ഞതോടെ അവർ കൂടുതൽ താല്പര്യത്തോടെ ഇടപെടുന്നുണ്ടെന്ന് മനസ്സിലാക്കിയപ്പോൾ അത് തനിക്ക് ഗുണകരമായേക്കുമെന്ന് സങ്കല്പിച്ച്, തുർക്കി അറിയുന്ന ആരെങ്കിലും തന്നെ രക്ഷിക്കാനെത്തുമെന്ന് പ്രതീക്ഷിച്ച് അയാൾ ഒരല്പം ആവേശത്തോടെ പെരുമാറി.

അയാൾ സിഗരറ്റ് വലിക്കുമ്പോൾ, വിക്റ്റർ അയാളുടെ വിശാലമായ നെറ്റിയിലേക്കും ഇരുവശത്തേക്കും ചരിഞ്ഞിറങ്ങിയ കണ്ണുകളിലേക്കും പാളിനോക്കി. ആ നിരീക്ഷണത്തിനിടയിൽ ഇവൻ ഇനി ടാറ്ററാണോ എന്നു സംശയദൃഷ്ടിയോടെ ആലോചിച്ചു. തുർക്കി ആ അർത്ഥത്തിൽ സോവിയറ്റ് യൂണിയൻ പോലെയാണ്. വിവിധ രാജ്യങ്ങളിൽ നിന്നുള്ള പലതരം ആളുകളുടെ കൂടിക്കലരൽ ആണിവിടെ നടക്കുന്നത്. നസിം ഹിക്മെത്തിന്റെ കവിതകളിലും ക്ലാസ്സിലെ ഭൂപടങ്ങളിലുമാണ് ടർക്കിയുടെ പേര് അയാൾ വായിച്ചിട്ടുള്ളത്.

കവിതകളിലെ ബിംബവിഭാവനയ്ക്കനുസൃതമായി അയാൾ ആ രാജ്യത്തെ മനസ്സിൽ ദൃശ്യവൽക്കരിച്ചിരുന്നു. മനസ്സിൽ മെനഞ്ഞെടുത്ത ആ ചിത്രവും യഥാർത്ഥ്യവും എത്രകണ്ട് ചേർന്നു പോകുന്നതാണെന്ന് അയാൾക്കറിയില്ലായിരുന്നു. ഒരിക്കൽ ഒരു വിദേശ പഠനാവസരം വന്നു. ഓഫീസിൽനിന്നയയ്ക്കുന്ന ഒരു വിദേശ ഡ്യൂട്ടിയായിരുന്നു അത്. തുർക്കിയിലേക്കാവും പോകേണ്ടി വരിക എന്ന് സൂചിപ്പിച്ചിരുന്നു. എന്നാൽ

പിന്നീട് പദ്ധതികളും തീരുമാനങ്ങളും മാറിമറിഞ്ഞു. അയാൾക്ക് മോസ്കോയിൽ തന്നെ നില്ക്കേണ്ടിവന്നു. ഒരിക്കൽ കൂടി കൈയ്യെത്താനാകാത്തത്ര ദൂരത്തായി തുർക്കി. വായിച്ചുമാത്രം പരിചയമുള്ള ഒരിടമായി അത് പിന്നേയും പ്രതീക്ഷകളിൽ അവശേഷിച്ചു. ഒരുപക്ഷേ 'പ്രവ്ദ'യുടെ പേജുകളിൽ വായിച്ചതുപോലെ.

''അപ്പോൾ. വിധി നിർണ്ണയിക്കപ്പെട്ടിരുന്നതിങ്ങനെയാകാം. അനറ്റോലിയയിലെ ജനങ്ങളേ, ഞാൻ കണ്ടുമുട്ടുന്നത് ഇവിടെ മോസ്കോവിൽ വെച്ചാകും.''

ഇങ്ങനെ ചിന്തിച്ചുകൊണ്ട് ഒരു നിശ്ചിത താളത്തിൽ നിലത്ത് കാലുകൊണ്ട് താളമടിച്ചുകൊണ്ടിരുന്ന ഡർമുസിന്റെ വലതുപാദം അയാൾ നോക്കി. അവൻ എന്തിനാണ് ഇങ്ങനെ അസ്വസ്ഥപ്പെട്ടിരിക്കുന്നത്? അയാൾ ഓർത്തു. ഇനി അവൻ എന്തെങ്കിലും മറയ്ക്കുന്നുണ്ടാകുമോ?

തന്റെ ഓരോ അനക്കവും അടിമുടി നിരീക്ഷിച്ചുകൊണ്ടിരിക്കുന്ന ചിന്താമഗ്നനായ ഈ മനുഷ്യന്റെയൊപ്പം മുറിയിലിരിക്കുന്നത് ഡർമുസിനെ അസന്തുഷ്ടനാക്കി. ആരെങ്കിലും വന്ന് തന്നെ ഇവിടുന്ന് രക്ഷിക്കുന്നതുവരെ അയാളുടെ ഉറച്ച നോട്ടത്തിൽനിന്ന് തനിക്ക് രക്ഷയില്ലെന്ന് അയാൾക്ക് മനസ്സിലായി.

വാതിൽ തുറന്നപ്പോൾ ലിയോനിഡും ഹിക്മെത്തും അകത്തേക്ക് കടന്നുവന്നു. അത് കണ്ടപ്പോൾ സന്തോഷംകൊണ്ട് ഡർമുസ് തുള്ളിപ്പോയി.

''അവസാനം നിങ്ങൾ വന്നല്ലോ?'' അയാൾ ഹിക്മെത്തിനടുത്തെത്തി.

''എനിക്കിവരുമായി ആശയവിനിമയം നടത്താൻപോലും കഴിയുന്നില്ല.''

ഈ പ്രത്യേക സാഹചര്യത്തിന്റെ ഇരയാണ് താൻ എന്ന മട്ടിലാണ് അയാൾ സംസാരിച്ചത്. അതിവ്യസനപൂർവ്വം അയാൾ പറഞ്ഞ പരാതികളൊന്നും ഹിക്മെത്ത് ശ്രദ്ധിച്ചില്ല.

''നിങ്ങൾ എവിടെയായിരുന്നു ഇതുവരെ?'' അയാൾ പരുഷമായി ചോദിച്ചു.

ഡർമുസ് തന്റെ സഖാക്കളിൽനിന്ന് അത്തരം ഒരു പെരുമാറ്റം തീരെ പ്രതീക്ഷിച്ചിരുന്നില്ല. അയാൾ ഒരല്പം പിന്നോട്ടാഞ്ഞുനിന്നു. എന്നാൽ തനിക്കും ചുറ്റും നടക്കുന്നതെന്തെന്നറിയാൻ ഒളികണ്ണിട്ട് പരതിനോക്കി.

''നിങ്ങൾ എന്താണ് ഇതൊക്കെക്കൊണ്ട് അർത്ഥമാക്കുന്നത്?'' നിർജ്ജീവമായ ഒച്ചയിൽ അയാൾ ചോദിച്ചുപോയി.

''എത്ര നേരമായി ഞങ്ങൾ നിങ്ങളെ അന്വേഷിച്ചുനടക്കുന്നു. ദൈവത്തിനേ അറിയൂ എത്ര സമയമായെന്ന്. ഞങ്ങൾ എല്ലായിടത്തും അന്വേഷിച്ചുവരികയായിരുന്നു.''

''നിങ്ങൾ എന്തിനാണ് എന്നെ നോക്കി നടന്നത്?''

''മതി... മതി...'' വിക്റ്റർ അവരുടെ വർത്തമാനം തടഞ്ഞു.

ഈ രണ്ടു തുർക്കികളും പരസ്പരം സംസാരിക്കുമ്പോൾ ഒരു വാക്കുപോലും അയാൾക്ക് മനസ്സിലായില്ല എന്നു മാത്രമല്ല, വെറുതെ കലഹിച്ചു കളയാൻ അവർക്കുമുന്നിൽ സമയവുമുണ്ടായിരുന്നില്ല. അയാൾ ലിയോനിഡിന്റെ അടുത്തേക്ക് തിരിഞ്ഞു.

''നിങ്ങൾ ഞങ്ങൾക്ക് വേണ്ടി ഈ സംഭാഷണങ്ങൽ പരിഭാഷപ്പെടുത്തേണ്ടിവരും എന്ന് ഞാൻ കരുതുന്നു.''

''ഉറപ്പായും'' ലിയോനിഡ് സമ്മതം മൂളി.

''ഹിക്മെത്തിനെ ചൂണ്ടിക്കാട്ടി വിക്റ്റർ ചോദിച്ചു.

''ആരാണിത്?''

''ടർക്കിഷ് കൂട്ടായ്മയുടെ സംഘടനാ സെക്രട്ടറി'' വിക്റ്റർ പാർട്ടി സെക്രട്ടറിയെ ശ്രദ്ധയോടെ നിരീക്ഷിച്ചു.

''ശരി, ഞങ്ങൾ അയാളുമായി പിന്നീട് സംസാരിച്ചോളാം. ഇപ്പോൾ സാധ്യമെങ്കിൽ, നമ്മളെ ഒറ്റയ്ക്ക് സംസാരിക്കാൻ വിട്ട് അയാൾ പുറത്തിറങ്ങുമോ?''

വിക്റ്റർ പറഞ്ഞത് അയാൾ വിവർത്തനം ചെയ്ത് അവതരിപ്പിച്ചു. ഹിക്മെത്തിന് താൻ അപമാനിക്കപ്പെട്ടതാണോ എന്ന് തോന്നിയെങ്കിലും ഉടൻ ആ ഉത്തരവ് പാലിക്കാൻതന്നെ മനസ്സാന്നിധ്യത്തോടെ തീരുമാനിച്ചു.

ഞാൻ എന്റെ സഖാക്കളോടൊപ്പം താമസസ്ഥലത്തുണ്ടാകും എന്നു പറഞ്ഞ് അയാൾ പോയി.

ഡർമുസ്, ചുറ്റും നടക്കുന്നതെന്താണെന്ന ഒരു ചെറിയ സൂചനയ്ക്കായി ശ്രമിച്ച്, പരവശനായി പറഞ്ഞു.

''സഖാവ് സെക്രട്ടറീ, ഒരു നിമിഷം നിൽക്കൂ. പോകരുതേ. എന്താണിവിടെ നടക്കുന്നത്, ആരാണ് ഇവരൊക്കെ?''

നിക്കോളായ് ഡർമുസിനെ മൃദുവായി പിടിച്ചിരുത്തിയിട്ട് പറഞ്ഞു: ''താങ്കൾക്ക് സ്വാഗതം സഖാവേ സ്വാഗതം...''

ഹിക്മെത്ത് ഒരു നിമിഷം നിന്നുകൊണ്ട്, തിരിഞ്ഞുനോക്കി. സഹായമഭ്യർത്ഥിക്കുന്ന വിളറി വിറയ്ക്കുന്ന സഖാവിന്റെ കണ്ണുകൾ അയാൾ കണ്ടു. പക്ഷേ ഒന്നും പറയരുതെന്ന് ചൂണ്ടുവിരൽ ചുണ്ടിലമർത്തി വിക്റ്റർ സൂചന നല്കി. അതിനാൽ സ്വകാര്യമായ ചോദ്യം ചെയ്യലിന്റെ സാധ്യതയൊരുക്കി അയാൾ വാതിൽ ചാരി കടന്നുപോയി. ഹിക്മെത്ത് പോയിക്കഴിഞ്ഞപ്പോൾ ഡർമുസ് ലിയോനിഡിനെ ഭയചകിതനായി നോക്കി.

"പേടിക്കേണ്ട." ലിയോനിഡ് പറഞ്ഞു.

"ഈ സഖാക്കൾ പൗരസേനയിൽ നിന്നുള്ളവരാണ്. അവർ ചോദിക്കുന്ന ചോദ്യങ്ങൾക്ക് തട്ടുംതടവുമില്ലാതെ ഉത്തരം പറയുക. അത്രയേ വേണ്ടൂ. "

"നിങ്ങൾ എന്താണ് അവനോട് പറയുന്നത്" നിക്കോളായ് ഇടപെട്ടു.

"ശാന്തനായിരിക്കാൻ ഞാനവനെ ഉപദേശിക്കുകയായിരുന്നു."

"എന്നാൽ ഇനിയത് ചെയ്യരുത്."

അയാൾ കർക്കശമായി താക്കീത് നല്കി. ലിയോനിഡ് അവനെ നോക്കി. ആ നോട്ടത്തിൽ നിറയെ ആത്മനിന്ദയുടെ ഛായ നിറഞ്ഞുനിന്നു. ഇത്തരത്തിലുള്ളവരെ അയാൾ ധാരാളം കണ്ടിട്ടുണ്ട്. വിദേശത്തായിരുന്നപ്പോൾ തങ്ങളേക്കാൾ ശുഷ്കാന്തിയുള്ള ഉദ്യോഗസ്ഥരുമായി അവർക്ക് ഇടപഴകാൻ കഴിഞ്ഞിട്ടുണ്ട്.

"ഈ ഭ്രാന്തുപിടിച്ച ആൾക്കൂട്ടം ഉപ്പുതൊട്ട് എന്തും വിഴുങ്ങും." അയാൾ ഓർത്തു. ഈ നികൃഷ്ടജീവികളായ മനുഷ്യർക്ക് മരിക്കുമ്പോൾ മാത്രമേ യഥാർത്ഥ സമാധാനം ലഭിക്കുകയുള്ളൂ.

ലിയോനിഡ് പ്രകോപിതനാണെന്ന് മനസ്സിലാക്കിയപ്പോൾ വിക്റ്റർ വിട്ടുവീഴ്ചാമനോഭാവത്തോടെ പറഞ്ഞു.

"ദയവായി നിക്കോളായ് യോക്കോവ്ലോവികിനെ തെറ്റിദ്ധരിക്കരുത്." ഞങ്ങൾ ഞങ്ങളുടെ ജോലി ചെയ്യാൻ ശ്രമിക്കുന്നു അത്രമാത്രം."

"നിങ്ങൾ വിശദീകരിക്കേണ്ട ആവശ്യമൊന്നുമില്ല. എനിക്കതറിയാം." ലിയോനിഡ് പറഞ്ഞു. നീരസം അയാളുടെ വാക്കുകളിൽ വ്യക്തമായിരുന്നു, നിക്കോളായ് ഒരു നോട്ട്പാഡും പേനയും തന്റെ പോക്കറ്റിൽ നിന്ന് പുറത്തെടുത്ത് മേശപ്പുറത്ത് വെച്ചു.

"ശരി, നമുക്ക് തുടങ്ങാം." വിക്റ്റർ പറഞ്ഞു.

"എന്താണ് നിങ്ങളുടെ പേര് സഖാവേ?"

"ഡർമുസ്, ഡർമുസ് അലപ്പ്"

"ഇത് അയാളുടെ യഥാർത്ഥ പേരാണോ?"

"അല്ല. മോസ്കോയിൽ അദ്ദേഹം ഈ പേരിലാണ് അറിയപ്പെടുന്നത്."

"എന്താണ് അവന്റെ ശരിക്കുള്ള പേര്?"

ലിയോനിഡ് ഒരു നിമിഷം മടിച്ചുനിന്നു. എന്നിട്ട് സത്യസന്ധമായി പറഞ്ഞു. "എനിക്കറിയില്ല."

രണ്ട് രഹസ്യാന്വേഷണവിഭാഗം ഉദ്യോഗസ്ഥരും അല്പം ഒന്നു നിർത്തി.

‘‘എവിടെ നിന്നാണ് നമുക്ക് കൂടുതൽ എന്തെങ്കിലും വിവരങ്ങൾ ലഭിക്കുക?’’

‘‘എനിക്ക് തോന്നുന്നത് ഇത്തരം കാര്യങ്ങൾ കൈകാര്യം ചെയ്യുന്ന ഒരു സ്വകാര്യ ഓഫീസ് സ്കൂളിലുണ്ടെന്നാണ്.’’

വിക്റ്റർ ഒരു നിമിഷം ലിയോനിഡിനെ തന്നെ നോക്കിനിന്നു. അയാളുടെ ഉരുക്കുപോലുള്ള നീലക്കണ്ണുകൾ സംശയാസ്പദമായി ഇളകാൻ തുടങ്ങി.

‘‘ഈ സ്വകാര്യ ഓഫീസില്ലേ, അവിടെയാർക്കെങ്കിലും തുർക്കിഭാഷ അറിയാമോ?’’

‘‘അയ്യോ, അതിനെക്കുറിച്ച് എനിക്കൊന്നുമറിയില്ല.’’

പല ദിശകളിലേക്ക് അലഞ്ഞുതിരിഞ്ഞുപോയ അയാളുടെ നോട്ടം ലിയോനിഡിന്റെ മുഖത്ത് വന്നു തറച്ചുനിന്നു.

‘‘ശരി, എന്നാൽ ഞാൻ ഇനി ഇത് ഇങ്ങനെ ചുരുക്കി അവതരിപ്പിക്കാം. ആ ഓഫീസിലെ ആളുകൾ തുർക്കികളുമായി സംസാരിക്കുമ്പോൾ നിങ്ങൾ അവിടെയുണ്ടായിരുന്നോ?’’

‘‘എനിക്കത് കൃത്യമായി പറയാൻ കഴിയുന്നില്ല.’’

‘‘ഉം.’’ നിക്കോളായ് ഒന്നമർത്തിമൂളി. ആ സംഭാഷണം ചെറുതായി തടസ്സപ്പെട്ടു.

‘‘വിക്റ്റർ സഹറോവിക്, ഞാനാണോ അതോ നിങ്ങളുടെ പരിഭാഷകനാണോ ചില വിവരങ്ങൾ മറച്ചുവെയ്ക്കുന്നത്?’’

‘‘നിങ്ങൾ എന്തിനാണ് കാര്യങ്ങൾ രഹസ്യമാക്കി വെയ്ക്കുന്നത്?’’ വിക്റ്റർ ചോദിച്ചു. ഉത്തരവാദിത്തത്തിൽ നിന്നൊഴിഞ്ഞുമാറുന്ന കൂട്ടാളിയെപ്പോലെയല്ല മറിച്ച് ആ യുവഉദ്യോഗസ്ഥൻ കാര്യങ്ങൾ തുറന്നു പറയാനും കളങ്കമില്ലാതെ പ്രവർത്തിക്കാനുമിഷ്ടപ്പെട്ട ആളാണ്.

‘‘അയാൾ ഒരു രഹസ്യപാർട്ടി പ്രവർത്തനത്തിന്റെ ഭാഗമായിരുന്നു. അയാളുടെ വ്യക്തിത്വം വെളിപ്പെടുത്താൻ ഞാൻ അശക്തനാണ്.’’ ലിയോനിഡ് പറഞ്ഞു.

‘‘അതു ശരി.’’

വിക്റ്റർ പറഞ്ഞു. ഡർമുസിനോട് തലയാട്ടി ആംഗ്യം കാണിച്ചു. ‘‘ശരി, ശരി. ദയവായി അദ്ദേഹത്തിന്റെ യഥാർത്ഥ പേര് എന്താണെന്ന് ചോദിക്കാമോ?’’

‘‘ഇല്ല.. നിങ്ങൾക്ക് മനസ്സിലാകില്ല.’’ തലയാട്ടിക്കൊണ്ട് ലിയോനിഡ് പറഞ്ഞു. ‘‘നിങ്ങൾക്കൊന്നും മനസ്സിലാകില്ല.’’

‘‘ദയവുചെയ്ത് ചോദിക്കൂ സഖാവേ. ’’ വിക്റ്റർ തന്റെ ചുണ്ടുകൾ ഒരു പുഞ്ചിരിയിലേക്ക് ചുരുട്ടിയൊതുക്കി.

“ശരി.” ലിയോനിഡ് പറഞ്ഞു.

“ഞാൻ ചോദിക്കാം. പക്ഷേ നിങ്ങളോട് അത് പറയുമെന്ന് ഞാൻ കരുതുന്നില്ല.”

ലിയോനിഡ് ഡർമുസിനുനേരെ തിരിഞ്ഞു. അയാൾ അവരുടെ ചർച്ച ആകാംക്ഷയോടെ നിരീക്ഷിച്ചുകൊണ്ടിരിക്കുകയായിരുന്നു. കേട്ടപാടെ വിക്റ്ററിന്റെ ചോദ്യം അയാൾ വിവർത്തനം ചെയ്തു. സ്വയം ബോധത്തിലേക്ക് മടങ്ങിവന്നതുപോലെ അയാൾ പെട്ടെന്ന് ഒന്നുണർന്നിരുന്നു.

“എന്താണിവിടെ നടക്കുന്നത്?” അയാൾ ചോദിച്ചു.

“എന്തിനാണീ ചോദ്യം ചോദിക്കുന്നത്?”

“എനിക്കിപ്പോൾ ഇതിനുത്തരം തരാൻ കഴിഞ്ഞെന്നു വരില്ല. ചിലപ്പോൾ മറ്റൊരിക്കലാകാം.”

“എന്നാൽ നിങ്ങൾക്കറിയില്ലേ. എനിക്കെന്റെ ഐഡന്റിറ്റി അങ്ങനെ പെട്ടെന്ന് വെളിപ്പെടുത്താനാകുമോ?”

“അയാളുടെ ശരീരഭാഷയും രീതികളും കണ്ട് നിക്കോളായ്ക്ക് മനസ്സിലായിരുന്നു ഡർമുസ് അവരോട് അനുകൂലമായല്ല പ്രതികരിച്ചതെന്ന്.”

ക്ഷമ കെട്ട് ലിയോനിഡിന്റെ പരിഭാഷയ്ക്കുപോലും കാത്തുനില്ക്കാതെ അയാൾ പറഞ്ഞു:

“യഥാർത്ഥസ്വത്വം വെളിപ്പെടുത്തുന്നതുവരെ അവനെ ഇവിടെ രാവിലെ വരെ ഈ മുറിക്കുള്ളിൽ തടങ്കലിൽ സൂക്ഷിക്കാം നമുക്ക്.”

ലിയോനിഡ് നിക്കോളായെ ഉറ്റുനോക്കി വിളർത്തു ചിരിച്ചു:

“എന്താണ് നീ ചിരിക്കുന്നത്?” നിക്കോളായ് നിയന്ത്രണം വിട്ട് ചോദിച്ചു.

“അതുകൊണ്ടൊന്നും ഫലമുണ്ടാകുമെന്ന് തോന്നുന്നില്ല.”

ലിയോനിഡ് പറഞ്ഞു. വല്ലാത്ത ഒരു ചിരി അയാളുടെ മുഖത്ത് തങ്ങിനിന്നു.

“87 ദിവസത്തോളം ഡർമുസിനെ കെട്ടിയിട്ട് പീഡിപ്പിച്ചിരുന്നു എന്നിട്ടുപോലും അയാൾ സ്വന്തം ഐഡന്റിറ്റി വെളിപ്പെടുത്തിയിരുന്നില്ല.”

നിക്കോളായ് വെറുതെ പരമപരിഹാസശബ്ദമെന്നപോലെ “ഉം.” എന്നു മാത്രം പറഞ്ഞു.

“അപ്പോൾ ശരി.”

വിക്റ്റർ അതു പറയുകയും തന്റെ അക്ഷമ പുറത്തുകാണിക്കാതിരിക്കാൻ ശ്രദ്ധിക്കുകയും ചെയ്തു.

‘‘ഈ രാത്രിയിൽ, ഈ സമയത്ത് അവൻ എവിടെനിന്നാണ് വരുന്നതെന്ന് നിങ്ങൾ ഒന്നു ചോദിച്ചു മനസ്സിലാക്കുമോ?’’

ഓരോ വാക്കും വിവർത്തനം ചെയ്തു ആ ചോദ്യം പരിഭാഷപ്പെടുത്തിക്കൊടുത്തു.

‘‘ഞാനൊന്ന് നടക്കാൻ പോയി.’’

ഡർമുസ് പറഞ്ഞു. അയാൾ ആ ഉത്തരത്തിൽ ഉറച്ചുനിന്നു. ലിയോനിഡിന് അത് വിശ്വസിക്കാൻ തോന്നിയില്ല. ഇതുവരെ സംഘത്തിൽ നിന്നൊരാൾ പോലും അപ്രധാനമായ ഇത്തരം കാരണങ്ങളാൽ സൈറ്റിന് പുറത്തേക്ക് പോയിട്ടില്ല. അതുമാത്രമല്ല, തനിയെ പുറത്തു പോകാൻ ആർക്കും അനുവാദം ഇല്ലെന്ന കാര്യങ്ങളൊക്കെ ഡർമുസിന് അറിയാമായിരുന്നല്ലോ. ഓരോ വാക്കും അന്വേഷണ ഉദ്യോഗസ്ഥനു വേണ്ടി ലിയോനിഡ് വിവർത്തനം ചെയ്തുകൊടുത്തു.

‘‘താൻ എവിടേക്കാണ് നടന്നത് അന്ന്?’’

‘‘ഞാൻ കുർക്കിനോയിലേക്ക് പോയി’’ ഡർമുസ് പറഞ്ഞു. ‘‘ഞാൻ അവിടേയും ഇവിടേയും നടന്ന് വെറുതെ സമയം കളഞ്ഞു.’’

ഈ തുർക്കി സഖാവ് ഒന്നാന്തരം നുണ പറയുകയാണെന്ന് ലിയോനിഡിന് മനസ്സിലായി.

‘‘അയാൾ എന്തിന് ഇതൊക്കെ ചെയ്യണം?’’

ലിയോനിഡ് ആലോചിച്ചു.

‘‘ഇനി അയാൾ മുഹമ്മദിന്റെ കൊലപാതകത്തിൽ നേരിട്ട് ഇടപെടുകയോ മറ്റോ ചെയ്തിരിക്കുമോ?’’

‘‘കുർക്കിനോയിൽ കറങ്ങിനടക്കാനും മറ്റും കുറേ സ്ഥലങ്ങളുണ്ടാകണമല്ലോ?’’ നിക്കോളായ് അസ്പഷ്ടമായി പറഞ്ഞു.

‘‘കുർക്കിനോയിൽ എവിടെയെല്ലാം പോയി?’’

വിക്റ്ററിന്റെ സ്വരം നിക്കോളായുടേതുപോലെയായിരുന്നില്ല, അതികർശനമാർന്നതായിരുന്നു അത്. എന്നെ കണ്ടാൽ കിണ്ണം കട്ടെന്നു തോന്നുമോ എന്ന ഭാവത്തിൽ നില്ക്കുകയായിരുന്നു ഡർമുസ്. പെട്ടെന്ന് ഉത്തരത്തിലെത്തുകയും അത് വെപ്രാളപ്പെട്ട് പറയുകയും ചെയ്തു അവൻ.

‘‘ശരി.’’ അവൻ പറഞ്ഞു.

‘‘ഞാൻ ചില വ്യാപാരസ്ഥാപനങ്ങളും സ്റ്റോറുകളും സന്ദർശിച്ചു.’’

അധികം ശ്രദ്ധിക്കാത്തതുപോലെ വിക്റ്റർ അസാധാരണമായി ഒന്നുമില്ലെന്ന മട്ടിൽ ഒരു തണുപ്പൻ ചോദ്യം ചോദിച്ചു.

‘‘സ്റ്റോറുകളോ, എങ്ങനെയുള്ളവ?’’

വിമുഖതയൊന്നുമില്ലാതെ ഡർമുസ് മറുപടി പറഞ്ഞു.

''കളിപ്പാട്ടസ്റ്റോർ.''

വിക്റ്ററും നിക്കോളായും അവന്റെ എല്ലാ പ്രതികരണങ്ങളും അതീവ ശ്രദ്ധയോടെ വീക്ഷിക്കുന്നുണ്ടായിരുന്നു.

''രാത്രിയിൽ ആ സമയത്ത് സ്റ്റോർ തുറന്നിരിക്കുകയായിരുന്നോ?''

''ഞാൻ ചെല്ലുമ്പോൾ തുറന്നിരിക്കുകയായിരുന്നു.''

''ഏകദേശം എത്ര മണിക്കാണ് നിങ്ങൾ അവിടെ ഉണ്ടായിരുന്നത്?''

''അത് എനിക്കറിയില്ല. സമയം ഞാൻ ശ്രദ്ധിച്ചിരുന്നില്ല.''

അന്വേഷണ ഉദ്യോഗസ്ഥർക്ക് ഡർമുസ് കള്ളം പറയുകയാണെന്ന് മനസ്സിലായിരുന്നു. അയാൾ ചോദ്യങ്ങൾ ഒഴിവാക്കുകയോ തെന്നി മാറുകയോ ചെയ്തുകൊണ്ടിരുന്നു. അവർ ആ കടയിൽ കുറേനേരം ഉണ്ടായിരുന്നതിനാലും അത് പൂട്ടുന്നതുവരെ അവിടെതന്നെ നിന്നതി നാലും അയാൾ പറയുന്നത് അസത്യമെന്ന് വളരെ പെട്ടെന്ന് അവർക്ക് തിരിച്ചറിയാൻ കഴിഞ്ഞിരുന്നു. ആ രാത്രി അവർ അയാളെ ആ പരി സരത്തൊന്നും കണ്ടതുമില്ലായിരുന്നു. ആ സ്റ്റോർ അവരുടെ നിരീക്ഷണ പരിധിയിൽപ്പെടുന്ന സ്ഥലമാണെന്ന് വെളിപ്പെടുത്താൻ അവർ തയ്യാ റാകാത്തിടത്തോളം ഡർമുസ് പറയുന്നതൊക്കെ പച്ചക്കള്ളമാണെന്ന് പരസ്യമാക്കാതിരിക്കാൻ അവർ തീരുമാനിച്ചു.

''നിങ്ങൾ കളിപ്പാട്ടം വാങ്ങാൻ പോയതായിരുന്നോ?'' വിക്റ്റർ ചോദിച്ചു.

''അതെ. എന്റെ മകനുവേണ്ടി.''

''പക്ഷേ നിങ്ങൾ ഒന്നും വാങ്ങിയിയില്ല അല്ലേ?'' നിക്കോളായ് സംശയ ത്തിന്റെ മുന എയ്തു.

''കഴിഞ്ഞ തവണ ഞാനവിടെ ചെന്നപ്പോൾ കടയുടെ പ്രദർശന ക്കണ്ണാടിക്കൂട്ടിനുള്ളിൽ ഒരു തീവണ്ടി കളിപ്പാട്ടം കണ്ടിരുന്നു. പ്രദർശന ത്തിന് വെച്ച കളിക്കോപ്പുകൾ അവർക്ക് വിൽക്കാനാവില്ലെന്നും എനിക്ക് വേണമെങ്കിൽ പുതിയതൊരെണ്ണം ഓർഡർ കൊടുത്തു വരുത്താമെന്നും പറഞ്ഞു. അത് എത്തിയോ എന്നറിയാനാണ് അന്ന് ഞാൻ പോയത്. നിർഭാഗ്യമെന്ന് പറയട്ടെ. അത് അവിടെയെത്തിയിരുന്നില്ല.''

''നിങ്ങളീ കടയിൽ ഇടയ്ക്കിടയ്ക്ക് പോകാറുണ്ടോ?''

''കൂടെക്കൂടെ പോകാറില്ല. ഒരിക്കൽ മാത്രമാണ് പോയത്. ഞങ്ങൾ അവസാനമായി പോയത് ഒരാഴ്ച മുൻപോ മറ്റോ ആണ്.''

മൂക്കിന്റെ വലതുവശം ചൊറിഞ്ഞുകൊണ്ട് ഡർമുസ് പറഞ്ഞു തീർത്തു.

ചോദ്യങ്ങൾ ഒന്നിനുപുറകേ ഒന്നായി വന്നുകൊണ്ടിരുന്നു. ഒരേ സമയം ചോദ്യങ്ങൾ വിവർത്തനം ചെയ്യുകയും സത്യം വേർതിരിച്ചറിയാൻ ശ്രമിക്കുകയും ചെയ്തതിനാൽ ലിയോനിഡ് വല്ലാതെ പരവശനായി

ത്തീർന്നു. എന്നിട്ടും തന്നോട് ആവശ്യപ്പെട്ട കാര്യം കൃത്യതയോടെ ചെയ്യാൻ അയാൾ കഴിവിന്റെ പരമാവധി ശ്രമിച്ചുകൊണ്ടിരുന്നു.

''മുമ്പ് അവിടെ പോയപ്പോൾ അവരോടൊപ്പം ആരെങ്കിലും ഉണ്ടായിരുന്നോ?''

''ഉണ്ടായിരുന്നു.'' ഒരു നിമിഷം ഒന്നുനിർത്തി അവൻ കാര്യങ്ങൾ ഓർത്തെടുക്കാൻ ശ്രമിച്ചു.

''ശരിക്കും ഞങ്ങൾ കുറേപേരുണ്ടായിരുന്നു. സെരിഫ്, മുഹമ്മദ്, ഹിക്മെത്ത്, സെമിൽ, കാൻ. അവരെല്ലാം അവരുടെ ബന്ധുക്കൾക്കായി കളിക്കോപ്പുകളൊക്കക്കെ വാങ്ങിയിരുന്നു എന്നാണെന്റെ ഓർമ്മ.''

കളിപ്പാട്ടക്കടയിലേക്ക് പോയവരുടെ പേരുകൾ കൃത്യമായി നിക്കോളായ് തന്റെ നോട്ടുബുക്കിൽ എഴുതിയെടുത്തു.

ഈ കളിപ്പാട്ടക്കടയ്ക്ക് മുഹമ്മദിന്റെ മരണവുമായി എന്ത് ബന്ധമാണുള്ളത്? പരിഭാഷപ്പെടുത്തുന്ന പണിക്കിടയിൽ അയാൾ ഓർത്തു. പക്ഷേ ഒന്നും ഉരുത്തിരിഞ്ഞുവന്നില്ല.

''ഇന്ന് ഏത് സമയത്താണ് സൈറ്റു വിട്ട് പോയത്?''

നിക്കോളായാണ് ആ ചോദ്യം ചോദിച്ചത്. അയാളുടെ മുഖത്തെ മൂശേട്ട ഭാവത്തിലുള്ള നിന്ദ മാഞ്ഞുപോയിരുന്നു. പെട്ടെന്ന് കർക്കശക്കാരനും ദൃഢചിത്തനുമായി അയാൾ മാറി.

ഡർമുസ് കണ്ണുകൾകൊണ്ടുള്ള നോട്ടം പിൻവലിച്ച് ഉത്തരം പറഞ്ഞു.

''എനിക്ക് കൃത്യസമയം പറയാനാകുന്നില്ല. എന്നാലും അത്താഴത്തിനു ശേഷമാണതെന്ന് എനിക്ക് ഉറപ്പുണ്ട്.''

''അത്താഴം എത്ര മണിക്കാണ് എന്നും കഴിക്കാറ്?'' ഇത്തവണ വിക്റ്ററാണ് ചോദിച്ചത്.

''ഏഴര കഴിഞ്ഞിരിക്കണം.''

''അവർ അത്താഴം കഴിക്കാൻ അരമണിക്കൂർ ചെലവാക്കിയാൽ പുറത്തുപോയ സമയം ഏതാണ്ട് എട്ടുമണിയായിക്കാണും'' അയാൾ നിക്കോളായെ നോക്കി.

''സ്റ്റോർ ഏഴുമണിയാകുമ്പോഴേക്കും അടയ്ക്കും. ഞങ്ങൾ ആ സമയം സൈറ്റിന്റെ ഗേറ്റിൽ ഉണ്ടായിരുന്നു. ഏഴു ഏഴര. എന്നിട്ടും ഞങ്ങൾ ഇയാളെ കണ്ടില്ല. എന്താണ് അതിനുള്ള വിശദീകരണം?''

''എനിക്കറിയില്ല'' ആ യുവഅന്വേഷണ ഉദ്യോഗസ്ഥൻ തന്റെ സുഹൃത്തിന്റെ ഇളംപച്ച കണ്ണുകളിലേക്ക് അന്വേഷണാത്മകമായി ഉറ്റുനോക്കി.

''ഒരുപക്ഷേ, അവൻ കള്ളം പറയുകയാകും'' എന്നിട്ട് ലിയോനിഡിനെ തിരിഞ്ഞുനോക്കി.

''നിങ്ങൾ നടന്നാണോ സൈറ്റിൽനിന്ന് പോയത്?''

ഇന്ന് രാത്രി അയാൾ ചെയ്യുന്നതെന്താണെന്നതിൽ കൂടുതൽ ചോദ്യങ്ങൾ ആവർത്തിച്ചു വന്നപ്പോൾതന്നെ ഡർമുസ് ആകെ അവശനായിരുന്നു.

''ഞാൻ ഈ സൈറ്റിന് പുറത്തേക്ക് കടന്നുപോയതിന് ഇത്ര വലിയ പ്രാധാന്യം നല്കുന്നത് എന്തിനാണ്?''

''എനിക്കറിയില്ല, പക്ഷേ അറിയുന്നതെല്ലാം നീ ഇവരോട് പറയുന്നതാകും ഉചിതം'' ലിയോനിഡ് അവന് മുന്നറിയിപ്പ് നല്കി.

അവൻ മനസ്സുറപ്പില്ലാത്തവനാണെന്ന് ഉദ്യോഗസ്ഥർക്ക് പെട്ടെന്ന് മനസ്സിലായി.

'ഞങ്ങൾക്കറിയാം അവൻ നടന്നല്ല പോയിരിക്കുന്നത്' എന്ന് ഡർമുസിന്റെ ചിന്തകളെ കുഴമറിക്കാൻ വേണ്ടി വിക്റ്റർ ചോദിച്ചു. ''ചിലപ്പോൾ അയാൾ പുറത്തിറങ്ങിയത് മുൻവാതിലിലൂടെ തന്നെയാകാം.. ചിലപ്പോൾ മറ്റേതെങ്കിലും ഗേറ്റിൽനിന്ന്.''

''ഇതിനുപിന്നിൽ എന്തൊക്കെയോ വിചിത്രമായ കാര്യങ്ങളുണ്ടല്ലോ?'' അവർ ഡർമുസിനോട് സംസാരിക്കുന്നത് പരിഭാഷ ചെയ്യുമ്പോൾ ലിയോനിഡ് ഓർത്തു. ഡർമുസിന്റെ ഭാവം മുഷിഞ്ഞുതുടങ്ങിയിരുന്നു. ''ഞാൻ സഖാക്കളുടേയോ മറ്റോ വാൻ എടുത്താണ് സൈറ്റിൽനിന്ന് യാത്രയായത്.'' അവൻ പതുക്കെ പറഞ്ഞു.

''സോവിയറ്റ് സഖാക്കൾ'' ഒരു നിമിഷംപോലും ആലോചിക്കാൻ സമയമെടുക്കാതെ ലിയോനിഡ് ചോദിച്ചു.

''സൈറ്റിൽ പണിയെടുക്കുന്നവർ.'' അവൻ വിശദീകരിച്ചു.

ലിയോനിഡിന്റെ കണ്ണുകൾ വിക്റ്ററിന്റെ ഉറച്ച നോട്ടത്തിലേക്ക് ചെന്നെത്തിയപ്പോൾ, അയാൾ ഡർമുസുമായി സംസാരിക്കുന്നത് നിർത്തി, അവൻ പറഞ്ഞത് റഷ്യൻ ഭാഷയിലേക്ക് പരിഭാഷപ്പെടുത്തി.

''ആരാണാ തൊഴിലാളികൾ?'' വിക്റ്റർ സംശയത്തോടെ ചോദിച്ചു. മൂന്ന് മനുഷ്യരുടേയും നോട്ടം തന്റെ മേൽ കിറുകൃത്യമായി പതിക്കുന്നതറിഞ്ഞപ്പോൾ ഡർമുസ് കൂടുതൽ വേവലാതിപ്പെട്ടു. അവനറിയാത്ത ഏതൊക്കെയോ വാക്കുകൾ അവന്റെ നാവിൽ നിന്നൊഴുകി.

''ഊണുമുറിയിൽ ഉണ്ടായിരുന്നവർ. ടാനിയ, ഇറീന, യെലീന, സോഫിയ, ഓൾഗ.''

''അപ്പോൾ തൊഴിലാളികളെല്ലാം സ്ത്രീകളാണല്ലേ, ഉം?''

നിക്കോളായ് കൊക്കിചിരിച്ചു. 'തൊഴിലാളി'കൾ എന്നയാൾ പറഞ്ഞതിൽ ഒരു വഷളൻ ചായ്വ് തുടിച്ചുനിന്നിരുന്നു, വിക്റ്റർ ലിയോനിഡിനെ ഗൗരവപൂർവ്വം നോക്കി. തന്റെ സുഹൃത്തിന്റെ ധിക്കാരപരമായ

പെരുമാറ്റം സാഹചര്യത്തിനു ചേർന്നതല്ല എന്ന് പറയാതെ പറയും പോലെ തോന്നി.

''അവൻ തുറന്നുപറയണം, ഇതിൽ ഏതെങ്കിലും സ്ത്രീകളുമായി അവന് ഏതെങ്കിലും തരത്തിലുള്ള ബന്ധമുണ്ടോ?''

ഈ ചോദ്യം കേട്ടതും ഡർമുസ് ആകെ ചുവന്ന് തുടുത്തുപോയി.

ഒരു കാര്യം ശരിയായിരുന്നു. അവന് ഓൾഗയുമായി ചെറിയ ഒരടുപ്പം ഉണ്ടായിരുന്നു. അവൾ ലഘുഭക്ഷണശാലയിൽ പാത്രം മോറുന്നവളായിരുന്നു. മാസാവസാനം നടക്കുന്ന നൃത്തവിരുന്നിലാണ് അവർ കണ്ടുമുട്ടിയത്. ഡർമുസ് ആ ബന്ധത്തിലേക്ക് കാലെടുത്തുവെയ്ക്കും മുൻപും ഒരുപാട് ആലോചിച്ചിരുന്നു. അയാൾ വിവാഹിതനായിരുന്നു. ഒരു ഓമനമകനുമുണ്ടായിരുന്നു. അയാൾ ജീവിതം ആസ്വദിക്കാനല്ല ഇവിടെയെത്തിയത്. മാർക്സിസം പഠിക്കാനാണ്. ഓൾഗയുടേയും വിവാഹം കഴിഞ്ഞിരുന്നു. പക്ഷേ അവൾ അതിസുന്ദരിയായിരുന്നു. അവരുടെ മിഴികൾ തമ്മിലിടഞ്ഞപ്പോൾ പരസ്പരം പ്രാരബ്ധങ്ങളും വഴിയിലെ കടമ്പകളും അയാൾ വിസ്മരിക്കുകയാണുണ്ടായത്.

പല സഖാക്കൾക്കും അവരുടെ ഈ ബന്ധത്തെക്കുറിച്ച് അറിയാമായിരുന്നു. അതിന്റെ പേരിൽ അവനെ വഴക്കു പറയുകയും പരിഹസിക്കുകയും ഒറ്റപ്പെടുത്തുകയും അവർ ചെയ്തിട്ടുണ്ട്. അസഫ് മാത്രമാണ് ആ ബന്ധത്തിന് പച്ചക്കൊടി കാട്ടുകയും അവരെ അവരായി മനസ്സിലാക്കുകയും ചെയ്തത്.

അവൻ അസഫുമായി നല്ല സുഹൃദ്ബന്ധത്തിലായിരുന്നു. കൂട്ടായ്മയിലെ ആളുകളുമായി അത്ര നല്ല ബന്ധം അയാൾക്ക് പലപ്പോഴും നിലനിർത്താൻ കഴിഞ്ഞില്ല. പ്രത്യേകിച്ച് അവർ ബൾഗേറിയയിലെ ഹോട്ടൽ 'റില'യിൽവെച്ച് മോസ്കോയ്ക്ക് പോകുന്നതിനുമുൻപ് കണ്ടുമുട്ടിയതിൽപിന്നെ. അവനിഷ്ടമില്ലാത്ത ഒരാൾ സെമിലായിരുന്നു.

ഒരു ഇടത്തരം യാഥാസ്ഥിതിക ബുദ്ധിജീവിയെന്ന നിലയ്ക്കാണ് അവൻ സെമിലിനെ കണ്ടത്. അയാൾ ഒരു അല്പനായ കലാകാരനായിരുന്നു. എന്തും ഏതും അറിയാമെന്നുള്ള പൊങ്ങച്ചവും കപട കുലീനതയും അഹംഭാവവും അയാളുടെ മുഖമുദ്രകളായിരുന്നു. അതുകൊണ്ടുതന്നെ വിദ്യാഭ്യാസ ഇൻസ്റ്റിറ്റ്യൂട്ടിൽനിന്ന് (ഹയർ സെക്കന്ററി അധ്യാപകർക്കുള്ള പരിശീലനസ്ഥാപനം) ബിരുദമൊക്കെയെടുത്തിട്ടും അയാൾ സ്വയം പരിചയപ്പെടുത്തുമ്പോൾ 'ഒരു തൊഴിലാളി'യെന്ന നിലയ്ക്ക് അമിതവിനയം പ്രകടിപ്പിക്കാറുണ്ടായിരുന്നു. അതുമാത്രമല്ല, തൊഴിലാളിവർഗ്ഗത്തിന്റെ മഹത്വം ആവശ്യമുള്ളിടത്തും ഇല്ലാത്തിടത്തും വിളമ്പുന്ന സ്വഭാവവും അയാൾക്കുണ്ടായിരുന്നു. ഇതൊക്കെക്കൊണ്ട് അയാൾ ലക്ഷ്യംവെച്ചത് സ്വന്തം സുരക്ഷിതത്വം തന്നെയായിരുന്നു. ഇങ്ങനെ ചെയ്താൽ അനാവശ്യമായി ആരും തന്നെ അപകീർത്തിപ്പെടുത്താൻ ശ്രമിക്കില്ല എന്ന് അയാൾ തെറ്റിദ്ധരിച്ചു. താൻ ഒരു തൊഴിലാളി

സ്നേഹിയാണെന്ന് എല്ലാവരേയും അറിയിക്കാൻ അയാൾ ശ്രമിച്ചു കൊണ്ടിരുന്നു. പ്രത്യേകിച്ച് സെമിലിനെ. മോസ്കോയിലെത്തിയപ്പോൾ അയാൾ അസഫിനെ കാണാൻ തിടുക്കം കാട്ടി. അയാൾ പാർട്ടി കേന്ദ്ര ത്തിൽനിന്നുള്ള ആളായതിനാലും അയാളുമായി ഒരു ബന്ധം തുല്യ ചിന്താതരംഗങ്ങളാൽ സാധ്യമായതിനാലും അയാൾ അസഫിനെ തന്നോടു ചേർത്തുനിർത്താൻ ആഗ്രഹിച്ചു. ഓർഗയുമായുള്ള തന്റെ ബന്ധം അസഫിനോടവൻ സൂചിപ്പിച്ചിരുന്നു. അതൊരു തുറന്നുപറച്ചി ലായിരുന്നില്ല. എന്നാലും യെലെനോ നിലോവ്നയെ ഒരു സഖാവ് കെട്ടിപ്പിടിക്കുന്നത് കണ്ടപ്പോൾ അതൊക്കെ പറയുന്നതിൽ കുഴപ്പമില്ലെന്ന് അവന് തോന്നി. ആ സഖാവായിരുന്നു സൈറ്റിലെ സംഘടനാ പ്രവർ ത്തനങ്ങളുടെ സൂത്രധാരൻ. തന്റെ ചിന്തകളിൽനിന്ന് അയാൾ പുറ ത്തേക്ക് വന്നത് ലിയോനിഡിന്റെ ശബ്ദം കേട്ടപ്പോഴാണ്.

''ഈ സ്ത്രീകളുമായി തനിക്കെന്താ ബന്ധം?'' റഷ്യൻ അധ്യാപകൻ തന്റെ ശാസനാനോട്ടം തന്റെ വിദ്യാർത്ഥിയുടെ ചാഞ്ഞ കണ്ണുകളിലേക്ക് ഉറപ്പിച്ചു.

''നോക്കൂ സഖാവേ, സത്യം പറയേണ്ടത് നിന്റേയും കൂടി ആവശ്യ മാണ്. ഈ സംഭവങ്ങൾ താനുദ്ദേശിക്കുന്നതുപോലെ നിസ്സാരമല്ല കേട്ടോ.''

''ഞങ്ങൾ സുഹൃത്തുക്കളായി അത്രയേയുള്ളൂ.'' ഡർമുസ് പറഞ്ഞു. ഇപ്പോഴും ഈ രാത്രി ഇവിടെയെന്തൊക്കെയാണ് നടക്കുന്നതെന്ന് അയാൾക്ക് വലിയ ധാരണയില്ലായിരുന്നു.

''ഓൾഗ കുസ്നേട്സ്കയുമായിട്ട് ''

''രാത്രി നിങ്ങൾ ഒരുമിച്ചുണ്ടായിരുന്നോ?''

''ഉവ്വ്.'' ദുർബലമായ ഒരു സമ്മതം അവൻ പുറപ്പെടുവിച്ചു.

''നിങ്ങൾ എവിടെ പോയി?''

''ഞങ്ങൾ ഒരുമിച്ച് ചായ കുടിക്കാൻ പോയി.''

''എവിടേക്ക്?''

''ഓൾഗ താമസിക്കുന്ന സ്ഥലത്തേക്ക്.''

''വീട്ടിലേക്കോ??''

''അതെ.'' ഈ മറുപടി മുമ്പത്തേതിനേക്കാളും ശക്തമായിരുന്നു.

''അവളുടെ ഭർത്താവ് ഇതിനെപ്പറ്റിയെന്തു പറഞ്ഞു?''

നിക്കോളായ് വീണ്ടും തന്റെ നിന്ദ നിറഞ്ഞ ചോദ്യം ചെയ്യൽ പുറത്തെ ടുത്തു. വിക്റ്റർ ഉടനെ ലിയോനിഡ് ഈ ചോദ്യം പരിഭാഷപ്പെടുത്ത രുതെന്ന് ലക്ഷ്യത്തോടെ പെട്ടെന്ന് അയാളുടെ ശ്രദ്ധ തിരിക്കാൻ വിക്റ്റർ ശ്രമിച്ചു.

“നിങ്ങൾ എന്തു കരുതുന്നു, ലിയോനിഡ് ഇവാനോക്? നിങ്ങൾ ഇവരുടെ ക്ലാസ്സ് അധ്യാപകനല്ലേ? ഇയാൾക്ക് സത്യമായും ഓൾഗയുമായി ഇത്തരത്തിലൊരു ബന്ധമുണ്ടോ?”

ലിയോനിഡ് ഒന്നു നിർത്തി, ഡർമുസിനെ നോക്കി. സങ്കോചപ്പെട്ടു. എന്തുത്തരം പറയണമെന്നറിയാതെ കുഴങ്ങി.

“അവരു തമ്മിലുള്ള ബന്ധത്തെക്കുറിച്ച് ഞാൻ കേട്ടിട്ടുണ്ട്. എന്നാൽ രാത്രി അവർ ഒരുമിച്ചുണ്ടായിരുന്നോ എന്നത് എനിക്കറിയില്ല.”

“അതറിയാൻ ബുദ്ധിമുട്ടുണ്ടാകുകയില്ല.” വിക്റ്റർ പറഞ്ഞു.

ലിയോനിഡ് അവരുടെ വാക്കുകളെ ഓരോന്നായി വിവർത്തനം ചെയ്തു. ഡർമുസ് കൂടുതൽ വേവലാതിപ്പെടുന്നതായി ലിയോനിഡ് കണ്ടു. അയാൾക്കത് പെട്ടെന്ന് മനസ്സിലായി.

“എന്താണിത്, സഖാവേ., നിങ്ങൾക്ക് എന്തെങ്കിലും പറയാനുണ്ടോ?”

“ശരി, എനിക്കിതേ ചോദിക്കാനുള്ളൂ.” ഒരു നിമിഷം നിർത്തിയതിനു ശേഷം അയാൾ തുടർന്നു.

“ഇന്ന് രാത്രി ഞാൻ ഞാനവളെ കാണാൻ പോയാൽ, അവളുടെ ഭർത്താവ് അതറിയാൻ ഇടയുണ്ടോ?”

ലിയോനിഡ്, ഡർമുസിന്റെ വേവലാതികൾ ഉദ്യോഗസ്ഥർക്ക് പരിഭാഷപ്പെടുത്തിക്കൊടുത്തു.

“അവൻ ആരുടെ കൂടെ ഉറങ്ങുന്നു എന്നത് ഞങ്ങളെ സംബന്ധിച്ച് ഒരു വിഷയമല്ല.” വിക്റ്റർ പറഞ്ഞു.

“പക്ഷേ കള്ളം പറയാനാണ് ഉദ്ദേശ്യമെങ്കിൽ അതിനവൻ അനുഭവിക്കേണ്ടിവരും എന്നത് തീർച്ചയാണ്.”

“ഞാൻ സത്യമാണ് പറഞ്ഞത്”

ലിയോനിഡിന്റെ പരിഭാഷ കേട്ട ഉടനെ ഡർമുസ് പറഞ്ഞു. “ഓൾഗയോട് സംസാരിക്കുമ്പോൾ നിങ്ങൾക്കത് മനസ്സിലാകും.”

“ഞങ്ങൾ മനസ്സിലാക്കിക്കോളാം.” വിക്റ്റർ പറഞ്ഞു.

“ചോദിക്ക് അവനോട്, അവസാനമായി മുഹമ്മദിനെ എപ്പോഴാണ് കണ്ടതെന്ന്.”

ലിയോനിഡ് ആ ചോദ്യം അവന് പരിഭാഷപ്പെടുത്തിക്കൊടുക്കുമ്പോൾ വിക്റ്ററും നിക്കോളായും ഡർമുസിനെ സസൂക്ഷ്മം നിരീക്ഷിച്ചു. എന്നാൽ ഡർമുസ് ആദ്യം മുതൽ നിലനിർത്തിയ ആശയക്കുഴപ്പത്തിൽപ്പെട്ട ഭാവം തന്നെ അപ്പോഴും തുടർന്നു.

“ഞാൻ അത്താഴത്തിനായി ചെന്നപ്പോൾ അവനെ കണ്ടിരുന്നു. അവൻ അസഫിന്റെ കൂടെ ഇരിക്കുകയായിരുന്നു.”

''അവൻ ഒറ്റയ്ക്കായിരുന്നോ?''

തന്നോടെന്തിനാണ് ഇതൊക്കെ ചോദിക്കുന്നത് എന്ന ഭാവത്തിലാണ് ഡർമുസ് നിന്നത്.

''അവൻ ഒറ്റയ്ക്കായിരുന്നോ?''

''പിന്നീട് സെരിഫ് അവരുടെ കൂടെ ചേർന്നു. ഞാനിറങ്ങുമ്പോഴും മേശയ്ക്കിരുപുറം അവരിരിപ്പുണ്ടായിരുന്നു. എന്താണ്, മുഹമ്മദിന് എന്തെങ്കിലും സംഭവിച്ചോ?''

''അവനോട് കാര്യങ്ങൾ നിങ്ങൾക്കിപ്പോൾ പറഞ്ഞുകൊടുക്കാം.'' വിക്റ്റർ പറഞ്ഞു.

ദീർഘനിശ്വാസമെടുത്ത് ലിയോനിഡ് പറയാനൊരുങ്ങി. ''പാർട്ടി മുറിയിൽവെച്ചും ഇതുപോലെ അയാൾ മുന്നൊരുക്കങ്ങളോടെ ഈ വാർത്ത പറഞ്ഞതാണല്ലോ.''

നിക്കോളായ് താൻ എഴുതിയ നോട്ടുകളിലേക്ക് പാളിനോക്കി. ചില തുർക്കികളുടെ പേരുകൾ ക്കു ചുറ്റും വട്ടം വരച്ചു. ആ ചെറിയ നോട്ട് ബുക്കിൽ അയാൾ ഗ്രീക്ക് സിറിലിക്ക് അക്ഷരങ്ങളിലായിരുന്നു ആ കുറിപ്പുകളൊക്കെ എഴുതിയിരുന്നത്.

പത്ത്

തുർക്കിയിൽനിന്നുള്ള കമ്മ്യൂണിസ്റ്റുകൾ താമസിക്കുന്ന നിലയിലെ മുറികളിൽ പാതിരാത്രിയായിട്ടും വെട്ടമുണ്ടായിരുന്നു. മീറ്റിങ്ങുകൾക്കു ശേഷം ചെറിയ ചെറിയ കൂട്ടങ്ങളായി രണ്ടോ മൂന്നോ ആളുകൾ കൂടി നിന്ന് വീണ്ടും വാദങ്ങൾ നിരത്തി വിസ്തരിച്ചുകൊണ്ടിരുന്നു. അതിനാൽ ത്തന്നെ ഇത്തരം സംഭാഷണങ്ങളുടെ ചൂട് വേഗം ആറിത്തണുക്കു കയും കൃത്യമായ ഒരു പരിസമാപ്തിയിലെത്താതെ കാര്യങ്ങൾ ചിതറി ത്തെറിച്ച് കൂടുതൽ താറുമാറാകുകയും ചെയ്തു. അതുകൊണ്ടുതന്നെ കൂട്ടായ്മയിലെ ആളുകൾ ആ രാത്രി കൊലപാതകസമയത്ത് തങ്ങളെവിടെയൊക്കെയായിരുന്നു എന്ന് എഴുതിവെയ്ക്കാൻ തീരുമാനിച്ചു. സെമിലും സെരിഫും നെജത്തും പരസ്പരം ഒരുപാട് നേരം അവരുടെ തർക്കം തുടർന്നുകൊണ്ടിരുന്നു.

കൂട്ടുകാരുടെ ഈ ചേർന്നിരിപ്പിൽ പ്രത്യേകിച്ച് പുതുമയൊന്നുമില്ല. ഈ രാത്രിയെന്നല്ല, പല രാത്രിയിലും അവരിങ്ങനെ ചേർന്നിരിക്കാറു ണ്ടായിരുന്നു. സെരിഫ് സെമിലിനേയും നെജത്തിനേയും കാണാൻ അവരുടെ മുറിയിലെത്താറുണ്ട്. പല രാത്രികളിലും അവർ ഒന്നിച്ചിരി ക്കാറുണ്ട്. ചായയോ മറ്റോ കുടിക്കുകയും അനൗപചാരികമായ നർമ്മ സംഭാഷണങ്ങളിൽ ഏർപ്പെട്ട് വെളുപ്പാൻകാലംവരെ ഒരുമിച്ചിരിക്കാറു മുണ്ടായിരുന്നു. ക്ലാസ്സുകളിൽ കേട്ടതിനെയോ അറിഞ്ഞതിനെയോക്കുറി ച്ചൊന്നും അവർ അധികം സംസാരിക്കാറില്ലായിരുന്നു. ക്ലാസ്സിലെ തമാശ കളേയും വിഡ്ഢിത്തങ്ങളേയും പറ്റി പറഞ്ഞ് അവർ ഊറിയൂറി ചിരി ക്കാറുണ്ട്. അതിൽ അവരുടെ അധ്യാപകരും സഹപാഠികളും പരിഭാഷ കരും എല്ലാം ഉൾപ്പെടാറുണ്ട്.

അവരുടെ സംഭാഷണങ്ങളിൽ ഉടനീളം ഭാഗഭാക്കാകുന്ന ഒരു കഥാ പാത്രം ഇലിയയായിരുന്നു. സോവിയറ്റ് യൂണിയനിലെ കമ്മ്യൂണിസ്റ്റ് പാർട്ടിയുടെ ചരിത്രം വിശകലനം ചെയ്യുന്ന കോഴ്സിലെ വിദ്യാർത്ഥി യായിരുന്നു അവൻ. മുൻ നയതന്ത്രജ്ഞനായ ലിയോനിഡിനെപോലെ ഊഷ്മളവും ആത്മാർത്ഥത നിറഞ്ഞ പ്രകൃതവുമായിരുന്നില്ല ഇലിയയ്ക്ക്.

വർഷങ്ങളായി അധ്യാപകനായിരുന്നിട്ടും കപടമായ ഒരുതരം വഞ്ചന നിറഞ്ഞ സമീപനമായിരുന്നു അയാൾ ഉള്ളിൽ കാത്തുസൂക്ഷിച്ചിരുന്നത്. താടിയെല്ലാം വടിച്ചൊതുക്കി മീശ എലിമീശക്കട്ടിയിൽ ചെത്തി മിനുക്കി കുറ്റിരോമങ്ങൾപോലും ഓരോ നീളത്തിൽ തന്നെ ചുണ്ടിനു മീതെ അണിയിച്ചൊരുക്കിയാണ് അയാൾ പുറത്തിറങ്ങാറ്. അയാളുടെ ചുണ്ടുകൾ സ്ത്രീകളുടേതുപോലെ ഇളംചുവപ്പാർന്നിരുന്നു. അതിനാൽ തന്നെ അയഥാർത്ഥമായ ഒരു പുരുഷമുഖമായിരുന്നു അവന്റേത്. വൃത്തിയായി വസ്ത്രം ധരിച്ച് മാത്രമേ അയാളെ കാണാൻ കഴിഞ്ഞിരുന്നുള്ളൂ. സോവിയറ്റ് തുണി വ്യവസായത്തിന്റെ പരിമിതികൾക്കകത്തു മാർക്കറ്റിൽ ലഭിച്ചിരുന്ന മികച്ച വസ്ത്രങ്ങൾ അയാൾ നിത്യം ഉപയോഗിച്ചിരുന്നു എന്നുവേണം കരുതാൻ.

അകംപൊള്ളയായ, അർത്ഥശൂന്യമായ എന്നാൽ ഗംഭീരമാണ് എന്ന് തോന്നിപ്പിക്കുന്ന തരത്തിലുള്ള വാക്കുകൾ നിറച്ചാണ് ഇലിയ സംസാരിക്കുക. അതിനാൽ പ്രത്യുത്തരത്തിനോ അർത്ഥവിശകലനത്തിനോ ഉള്ള ഒരു സാദ്ധ്യതയും അയാളോട് സംസാരിക്കുമ്പോൾ ആർക്കും ലഭിച്ചിരുന്നില്ല. സ്വന്തം വിശ്വാസങ്ങളെ ഏതു വിധേനയും സ്ഥാപിച്ചെടുക്കാൻ കിണഞ്ഞു പരിശ്രമിക്കുമ്പോൾ, ജീവിതത്തെക്കുറിച്ചുള്ള സിദ്ധാന്തങ്ങൾ പറഞ്ഞ് സമയം കളയാതെ, മോടിയുള്ള ആർഭാടവാക്കുകൾ കടുകട്ടിയിൽ നിരത്തിവെയ്ക്കുകയാണ്, നഗ്നസത്യത്തിന്റെ ലളിതവഴികൾ തേടുന്നതിനേക്കാൾ ഉത്തമം. ചില നേരത്ത് അവന്റെ വാക്കുകൾ വേദനസംഹാരി പോലെയാണ്. മറ്റു ചിലപ്പോഴാകട്ടെ വിലകെട്ടതാണ്, ഒരു വകയ്ക്കും കൊള്ളാത്തതാണ്. ഒരു കാര്യം പറഞ്ഞ് അടുത്ത ആശയത്തിലേക്കുള്ള വഴിയിൽ വർത്തമാനപ്പാലമായി ഇത്തരം പൊങ്ങച്ച പ്രയോഗങ്ങൾ ഉപയോഗിക്കുമെന്നേയുള്ളൂ. തർക്കങ്ങളിൽ പ്രതിഭാഗത്തിനെതിരെ വാദിഭാഗത്തിന് ഇത്തരം സമ്പൂർണ്ണമായി ചഞ്ചലപ്പെടുത്തുന്ന വാക്യങ്ങൾകൊണ്ട് ഉത്കണ്ഠ കൂട്ടാം എന്നതുമാത്രമാണ് പ്രയോജനം. ഇത്തരം വാചാലത അവനെ മറ്റുള്ളവരുടെ മുന്നിൽ ഒരു വിജ്ഞാനിയും സംസ്കാരസമ്പന്നുമായി അടയാളപ്പെടുത്തുമെന്നത് പറയേണ്ട കാര്യമില്ലല്ലോ. ഇത്തരം വാക്യങ്ങൾ തക്കംപോലെ, കളങ്കരഹിതമെന്നപോലെ ഉപയോഗിക്കുക എന്നതുമാത്രമാണ് കാര്യം. ഭാഗ്യംകൊണ്ട് ഇലിയ അതിൽ പ്രാവീണ്യം നേടിയ ഒരാളെപോലെ തന്റെ മുൻ അനുഭവത്തിന്റെ വെളിച്ചത്തിൽ ഉത്തമനടനായി പകർന്നാടും.

ഗോർക്കിത്തെരുവിലെ പുഷ്ക്കിൻ പ്രതിമയെപ്പോലെപോലെ നിലയുറപ്പിച്ചുകൊണ്ടായിരിക്കും അവൻ പ്രകടനമാരംഭിക്കുക. തല മുന്നിലേക്ക് ചെറുതായി ചെരിച്ച്, കൈകൾ പിന്നിൽ പിണച്ചുവെച്ച് മഞ്ഞുമൂടിക്കിടക്കുന്ന നഗരത്തിലെ വിദൂരപ്രാന്തപ്രദേശങ്ങളിലേക്ക് ഉറ്റുനോക്കുന്നതുപോലെ നിഗൂഢാർത്ഥദ്യോതകദർശനപ്പൊരുൾ തേടുന്നതായി ഭാവിച്ചുനോക്കും. ‘‘ഇനി...’’ എന്നുപറഞ്ഞ് സംഭാഷണമാരംഭിക്കും.

നാടകീയത കൂട്ടാനായി അല്പം നിർത്തി പുനരാരംഭിക്കും. താനുദ്ദേശിച്ച പ്രതീതി കിട്ടിക്കഴിഞ്ഞാൽ അയാൾ വീണ്ടും തുടങ്ങുകയായി. ''നാലു ചുമരുകൾക്കുള്ളിൽ തളച്ചിടപ്പെട്ട മുറി എന്ന ഈ സങ്കല്പയിടത്തിൽ നിന്നുകൊണ്ട് ഞാനുറക്കെ ചിന്തിക്കുന്നു, ചോദിക്കുന്നു, പുറത്തുള്ള ജീവിതം എത്രമാത്രം യാഥാർത്ഥ്യമാണ്?''

ജ്ഞാനിയായ ഒരു മനുഷ്യന്റെ ഭാവതരളിതമായ ശബ്ദത്തിൽ ഈ പ്രപഞ്ചത്തിന്റെയാകെ മാന്ത്രികത അനാവരണം ചെയ്യുന്നതുപോലെ യായിരുന്നു അവന്റെ സംസാരരീതി. തന്റെ വെളിപ്പെടുത്തലിന്റെ പ്രഭാ വലയത്തിൽ ആ മുറിയിൽ ഒരു അജ്ഞാത പ്രതിധ്വനി തുടുക്കുന്ന തായിപോലും തോന്നിയാൽ അതിശയപ്പെടാനൊന്നുമില്ലായിരുന്നു. ഈ വരികൾ തന്റെ സംസാരത്തിനിടയിൽ പലവട്ടം ആവർത്തിക്കും. മറ്റു സഖാക്കളുടെ അഭിപ്രായങ്ങൾ കൂടി ചേർത്ത് അതിനൊരു വ്യത്യ സ്തച്ഛായ പകർന്നു നല്കുക കൂടി ചെയ്യും. ഇതൊക്കെ ശരിയോ? തെറ്റോ? അതൊന്നും ഒരു വിഷയമായിരുന്നില്ല. അവന്റെ ജ്ഞാനമീമാംസയിൽ, എന്തിനും ഏതിനും ഇടമുണ്ടായിരുന്നല്ലോ.

''സഖാവേ, സെമിലിന്റെ മൂല്യനിർണ്ണയം ഏതാണ് സത്യത്തോട ടുത്തു നില്ക്കുന്നതാണ്. അതുകൊണ്ട് നമ്മുടെ ഈ ചർച്ചയിൽ അത് മികച്ചുനില്ക്കാനിടയുണ്ട്. ഹിക്മെത്തിന്റെ ആശയം തൊട്ടു പിന്നിൽ തന്നെയുണ്ട്. രണ്ടാമതായി അത് കണക്കാക്കാം. തുർഗട്ടിനെ അതിന്റെ ഇടത്തേക്ക് നീക്കിനിർത്താം. കാനിന് ഇവരെയെല്ലാം പിന്തുടരാനുള്ള യോഗ്യത തീർച്ചയായും ഉണ്ട്.''

ചിലപ്പോൾ. നീണ്ട് ഇടതൂർന്ന മീശയുള്ള, ഗൗരവക്കാരനായ തുർക്കി കമ്മ്യൂണിസ്റ്റുകൾ അവനെക്കുറിച്ച് ഇത്തരത്തിൽ പറഞ്ഞ് ചിരിക്കാറു ണ്ടെന്നത് അവന് ചിന്തിക്കാൻ കൂടി കഴിഞ്ഞിട്ടുണ്ടാകില്ല. എന്ത് രാഷ്ട്രീയ നിലപാടോ ഏത് പ്രായത്തിലോ ആകട്ടെ ഒരു വിദ്യാർത്ഥി അത്യന്തികമായി എപ്പോഴും ഒരു വിദ്യാർത്ഥി തന്നെയാണല്ലോ. അധ്യാ പകരെ കളിയാക്കുകയും അനുകരിച്ചു രസിക്കുകയുമെല്ലാം അവരുടെ എല്ലാ കാലത്തേയും രസികൻ വിനോദങ്ങളാണല്ലോ. ഇലിയയുടെ ആസൂത്രിതമായ പെരുമാറ്റവും അത്യുക്തി കലർത്തിയ സ്വഭാവ വൈകൃത ങ്ങളും സാഹചര്യവശാൽ കൂട്ടായ്മയുടെ ഈ സ്വാഭാവിക താത്പര്യ ത്തിന് മുതൽക്കൂട്ടായി എന്നേ പറയേണ്ടൂ. കൂട്ടായ്മയിലെ സഖാക്കളായ കരീം, ഹിക്മെത്ത്, ഡർമുസ് എന്നിവരെല്ലാം ഒരു കുറവും സംഭവി ക്കാത്തവണ്ണം അവരവരുടെ കരുതലും കാരുണ്യവും ഇലിയയോട് പ്രകടിപ്പിക്കാൻ മടിച്ചില്ല. സഖാവ് ഇലിയയെ കളിയാക്കുന്നതിനെതിരെ അവർ നീരസത്തോടെ പ്രതികരികരിക്കുകവരെ ചെയ്തു. അതിവിശി ഷ്ടനായ ഒരു വ്യക്തിയെ പരിഹസിക്കുന്നതെന്തിനാണെന്ന് അവർ ചോദ്യം ചെയ്തു. വിപ്ലവത്തിന്റെ ധർമ്മനീതികൾക്കെതിരാണ് ഇത്തരം നിന്ദയെന്ന് ഓർമ്മിപ്പിച്ചു. തന്റെ തൊഴിലിനോട് സമ്പൂർണ്ണമായ ഉത്തര വാദിത്വം കാണിക്കുന്ന ഇലിയയെ അവർ പിൻതാങ്ങി.

ഇത്തരം കളിയാക്കലുകൾ അവസാനിപ്പിക്കാൻ ഒരു പ്രഖ്യാപനം തന്നെയിറക്കാൻ അവർ മുന്നിട്ടിറങ്ങിയെങ്കിലും ഫലമുണ്ടായില്ല എന്നു മാത്രമല്ല പാവം ഇലിയ പിന്നേയും കുട്ടിക്കളിക്കൂട്ടത്തിന്റെ പരിഹാസ ത്തിന്റെ സ്ഥിരം ഇരയായി നിലനിന്നു. സെരിഫും നെജത്തും സെമിലു മായിരുന്നു ബാലിശമായ ആ ചാപല്യക്കൂട്ടത്തിന്റെ നേതാക്കൾ.

മറ്റുള്ളവരെ കളിയാക്കുക മാത്രമല്ല ഇവർ മൂന്നും ചെയ്തത്. അവർ അവരെത്തന്നെ പരസ്പരം പരിഹസിക്കുകയും തമാശ കാണിക്കുകയും ചെയ്തിരുന്നു. അവർ ഗോഷ്ടികൾ കാട്ടി, കൊഞ്ഞനംകുത്തി എന്നാൽ ഉത്സാഹപൂർവ്വം പരസ്പരം ചിരിച്ചാർത്തു. ചെറിയ ചെറിയ കഥകൾ പറഞ്ഞു. കഥയുണ്ടാക്കി. എല്ലാ മാസവും സെരിഫ് നേരിടേണ്ടിവരുന്ന സർജറികളെപ്പറ്റി പറഞ്ഞു ചിരിച്ചു. എത്ര മിനുസവും നീണ്ടതും വളവും തിരിവുമില്ലാത്ത പാതയാണെങ്കിലും സമനിലതെറ്റി നടക്കുന്ന നെജ ത്തിനെപ്പറ്റി പറഞ്ഞു കളിയാക്കി. സെമിൽ ശ്രദ്ധയാകർഷിക്കാൻ കാട്ടി ക്കൂട്ടുന്ന വികൃതികളെപ്പറ്റി പറഞ്ഞു രസിച്ചു. അപ്പോഴെല്ലാം അട്ടഹാസ ത്തിന്റെ ഇരമ്പലിൽ ആ മുറി കുലുങ്ങി ചിരിച്ചു. അതുകേട്ട് മറ്റുള്ള സഖാക്കളും അവരുടെ മുറിയിൽ ഒത്തുകൂടുമായിരുന്നു. തണുപ്പുള്ള ആ മോസ്കോ രാത്രിയിൽ വീടുവിട്ടുവന്നതിലുള്ള വിഷാദം എങ്ങനെ യൊരുമിച്ചിരുന്ന് സുഹൃദ്സംഭാഷണങ്ങളിൽ അലിയിച്ചുകളയാമെന്ന് അവർ തമ്മിൽത്തമ്മിൽ കാട്ടിക്കൊടുത്തു.

സംശയമൊന്നുമില്ല. സ്ത്രീകളെക്കുറിച്ച് ധാരാളം ചർച്ചകൾ അവിടെ നടന്നിരുന്നു. ഈ പുരുഷന്മാരെ അതിന് കുറ്റം പറഞ്ഞിട്ട് കാര്യമൊന്നു മില്ല. സോവിയറ്റ് സ്ത്രീകൾ ആരുടേയും മനസ്സിളക്കാൻ പോന്ന സൗന്ദര്യ ധാമങ്ങളായിരുന്നല്ലോ. എന്നാൽ അവർ മുഴുവനായും സോവിയറ്റ് ജനു സ്സായിരുന്നില്ല. ബ്രസീലിയൻ വംശജരുണ്ട്, നീളൻകാലുകളുള്ള സ്വീഡിഷ് വനിതകളുണ്ട്, ഗയാനക്കാരികളുണ്ട്. സൗന്ദര്യമുള്ള, സ്പാനിഷ് വനിത കളുണ്ട്. തുടുത്ത ചുണ്ടുകളുള്ള ദക്ഷിണാഫ്രിക്കക്കാരികളുണ്ട്, തുർക്കി കളെപ്പോലിരിക്കുന്ന ഗ്രീക്ക് യുവതികളുണ്ട്, അപരിചിതത്വം തോന്നി ക്കുകയേ ചെയ്യാത്ത ജർമ്മൻ വംശജർ ഉണ്ട്, കരിമഷിയെഴുതിയ അറബ് സുന്ദരികൺമണികളുണ്ട്, അതിസുന്ദരമായ മുഖത്ത് ആഭരണ ചാർത്തുന്ന ഇന്ത്യൻ കാമിനികൾ ഉണ്ട്. കണ്ണുകളിലും ശബ്ദത്തിലും നിറത്തിലും ഗുണത്തിലും സ്വന്തം മണ്ണിന്റെ വൈചിത്ര്യങ്ങളെല്ലാം പേറിനടക്കുന്ന സുന്ദരികൾ എത്ര വേണമെങ്കിലും അവിടെയുണ്ടായിരുന്നു.

അപ്പോൾ ഒരു വിദ്യാർത്ഥിയായിരിക്കുകയും ഈ സ്ത്രീകളെക്കുറി ച്ചൊന്നും പറയാതിരിക്കുകയും ചെയ്യുന്നതെങ്ങനെയാണ്? എന്നാലും സ്ത്രീകളെക്കുറിച്ച് സംസാരിക്കുന്നതാരും വിലക്കിയിട്ടില്ലല്ലോ. അവരു മായി ബന്ധങ്ങൾ സ്ഥാപിക്കുന്നതിൽ മാത്രമേ എതിർപ്പ് ഉണ്ടായിരു ന്നുള്ളൂ. ഇതായിരുന്നു അവരുടെ പ്രധാന പ്രശ്നം. മഞ്ഞച്ചുവരുകളിലും

നീളൻ കിടക്കകളിലും വിഷാദഭരിതമായ ജനാലകളിലും അത് നിഴലിച്ചുകിടന്നു. ഈയാഗ്രഹം അവരുടെ കരളിൽ തുടിച്ചുനിന്നു. അത് പൂർത്തിയാകാത്തിടത്തോളം അതവരെ എരിയിച്ചുകൊണ്ടിരുന്നു. അവർ അതിനായി ദാഹിച്ചു വലഞ്ഞു.

സുഖഭോഗങ്ങൾ ഉപേക്ഷിക്കുകയെന്നത് അവരുടെ പാർട്ടി നയമായിരുന്നു. അവർ മോസ്കോയിലെത്തിയത് പഠിക്കാനാണ്. വിദ്യാഭ്യാസത്തിനാണ്. അവർ സ്വയം ഇത്തരം നിസ്സാരകാര്യങ്ങളിലേക്ക് എടുത്തുചാടരുതെന്ന കർശന നിർദ്ദേശമുണ്ടായിരുന്നു. പ്രത്യേകിച്ച് അത് സ്ത്രീവിഷയമാകുമ്പോൾ നിയന്ത്രണങ്ങൾ കടുത്തതാകുമായിരുന്നു. സെരിഫ് ഈ വിലക്കിനെക്കുറിച്ച് ബോധവാനായിരുന്നു. ഒരു ചിരിയോ ഒരു നോട്ടമോ കൊണ്ട് അയാൾ സ്ത്രീകളുമായി സൗഹൃദം തുടങ്ങുകയും അവസാനിപ്പിക്കുകയും ചെയ്യുമായിരുന്നു. അതു മാത്രമല്ല, വിദേശഭാഷാപരിജ്ഞാനമില്ലാത്തതും അതിനൊരു കാരണമായിരുന്നു. സെമിലിനും നെജത്തിനും മറ്റു തടസ്സങ്ങളുണ്ടായിരുന്നു. രണ്ടുപേരും വിവാഹിതരായിരുന്നു. നിരാലംബരായ ഭാര്യയേയും കുഞ്ഞുങ്ങളേയും സ്വേച്ഛാധിപത്യഭരണകൂടത്തിനു കീഴിലുള്ള ഒരു രാജ്യത്ത് തനിച്ചാക്കി ഈ നാട്ടിലേക്ക് പഠനാർത്ഥം കടന്നുവന്നവരായിരുന്നു അവർ. അവർക്ക് നാട്ടിലേക്ക് സന്ദേശങ്ങൾ അയയ്ക്കാനോ കൈമാറാനോ കഴിഞ്ഞിരുന്നില്ല. അത്തരം സാഹചര്യത്തിൽ ഒരു കാമുകിയെ കണ്ടെത്തി പുറകെ നടക്കാനോ പ്രേമിക്കാനോ അവർക്ക് കഴിഞ്ഞില്ല എന്നുമാത്രമല്ല, മോസ്കോ ജീവിതം ആ രീതിയിൽ ആസ്വദിക്കാൻ അവർ ശ്രമിച്ചതുമില്ല. അവർ സ്വയം നീതിയുടേയും സത്യത്തിന്റേയും പോരാളികളായിത്തീർന്നിരുന്നു. അത്തരം ഉന്നതമൂല്യങ്ങൾക്ക് മുകളിൽ കെട്ടിപ്പടുത്തുയർത്തിയ ഒരു സമൂഹം വാർത്തെടുക്കാൻ അവർ ബാധ്യസ്ഥരാണെന്ന് അവർ സ്വയം കരുതി. ലോകത്തെവിടെയാണെങ്കിലും ആ രീതിയിലേ പെരുമാറിയുള്ളൂ. അവർക്ക് ചിന്തകളിൽ സ്ഥിരത അത്യാവശ്യമായിരുന്നു. അവരുടെ നിലപാടുതറകൾ ഉറച്ചതായിരുന്നു. അവർ നാട്ടിൽ അവരെ കാത്തിരിക്കുന്ന ഭാര്യയ്ക്കും കുഞ്ഞുങ്ങൾക്കുമായി തങ്ങളുടെ ജീവിതം സമർപ്പിച്ചാണ് ജീവിക്കുന്നത്.

എന്നിട്ടും ജീവിതം പലപ്പോഴും അനിയന്ത്രിതമായി കുതിച്ചുചാടുകയും തിരിച്ചടിക്കുകയും ചെയ്തുകൊണ്ടിരുന്നു. ആ ഒഴുക്കിന് ഒരു വേലിക്കെട്ടിനകത്ത് സാന്ദ്രതയോടെ നിലനില്ക്കണമെന്ന് നിർബന്ധബുദ്ധിയൊട്ടും ഇല്ലായിരുന്നു. ഓരോ ദിവസവും ജീവിതം എന്തെങ്കിലും ആശ്ചര്യസമ്മാനം അവർക്കായി കാത്തുവെച്ചു. കുടുംബജീവിതവഴിയിൽനിന്ന് വ്യതിചലിപ്പിക്കാൻ പാകത്തിനൊരു വശ്യമായ ബന്ധം അവരെയും കാത്ത് ഓരോ ദിവസവും പെരുവഴിയിൽ നില്ക്കുന്നതുപോലെയായിരുന്നു മോസ്കോയിലെ ദിനങ്ങൾ. അത്തരം നിരന്തരമായ സ്വാധീനങ്ങൾക്ക് മുമ്പിൽ ഏറ്റവും അന്തസ്സുറ്റ മാന്യരായ സഖാക്കൾ വരെ മുട്ടുമടക്കാറുണ്ടായിരുന്നു. അപ്രതീക്ഷിതമായ ഒരു പ്രകമ്പനം

അവരെ അടിമുടി ഉലച്ചുകളഞ്ഞേക്കാം, അപ്പോൾ തങ്ങളുടെ നിഷ്കളങ്കരായ ഭാര്യമാരുടെ കാത്തിരിപ്പുകൾ ഈ ആസക്തികൾക്ക് മുൻപിൽ അവർ മറന്നുപോയേക്കാൻ സാദ്ധ്യത കൂടുതലാണ്.

മോസ്കോ സുന്ദരിയുടെ കണ്ണും കാതും അഴകും ഉടലും സമസ്ത സൗന്ദര്യശീലുകളും അവരെ മയക്കിയേക്കാം. സെമിൽ അത്തരത്തിൽ ഒരു ദിവ്യപ്രേമത്തിനടിപ്പെട്ടിട്ടുണ്ട് ഇപ്പോൾതന്നെ. കൗമാരകൗതുകം പോലെ അയാൾ ആ വലയ്ക്കകത്ത് കുടുങ്ങിക്കിടക്കുന്നു. ഒരു ഗ്രീക്ക് യുവതി. പേര,"അലികി നാടൻ കലാശാസ്ത്രത്തിൽ അധ്യാപിക.

നെജത്തിന്റെ വികാരങ്ങൾ കൂടുതൽ മാനസികസംഘർഷം നിറഞ്ഞതായിരുന്നു. അവന് അവന്റെ മനസ്സിനെ ഇനിയും നിയന്ത്രിച്ചു നിർത്താനായിട്ടില്ല എന്നുവേണം കരുതാൻ. തന്റെ താമസസ്ഥലത്തിന്റെ അടുത്തുള്ള കരിങ്കണ്ണി ഗ്വാട്ടിമലക്കാരി കാമിലയെ പ്രേമിക്കണമോ അതോ കാപ്പിക്കടയിലെ പാത്രം മോറുന്നവളായ ഇറീനയെ വളയ്ക്കണമോ എന്ന കാര്യത്തിൽ നെജത്തിനിനിയും തീരുമാനമെടുക്കാനായിട്ടില്ല. ഈ വെപ്രാളത്തിൽ നെജത്ത് കുഴഞ്ഞുമറിഞ്ഞിരിക്കുമ്പോൾ തന്നെ ക്യാപ്റ്റൻ റിക്കാർഡോയെന്ന നിക്കാരഗ്വൻ ഗ്രൂപ്പിന്റെ കമാൻഡർ ഇറീനയെ വശത്താക്കിക്കഴിഞ്ഞിരുന്നു. ഇനിയും സമയം വൈകിയാൽ കാമിലയും ലെബനൻകാരനായ കാഫിറിന്റെ കൂടെ പോകുമെന്നതാണവസ്ഥ. കാനിന്റേയും തുർഗട്ടിന്റേയും ഡർമുസിന്റേയും അനവധി പ്രേമബന്ധങ്ങൾ സമ്മതിച്ചേ മതിയാകൂ. അങ്ങനെ ആണത്തത്തിന്റെ കൊടുക്കൂറയെന്ന ദേശീയ അഭിമാനചിഹ്നം, ഈ അന്താരാഷ്ട്ര പഠന സാഹചര്യത്തിലും അഹങ്കാരത്തോടെ, കുർക്കിനോയുടെ ആരും കാണാത്ത, ചക്രവാളങ്ങളിലേക്ക് അതിവേഗം വീശിയടിച്ചുകൊണ്ടിരുന്നു. ഈ പ്രേമബന്ധങ്ങൾ പരദൂഷണങ്ങൾ വേണ്ടുംവണ്ണം പറയാൻ ആ മൂന്ന് കൂട്ടുകാർക്കും ആവശ്യത്തിന് വിഷയങ്ങൾ നിത്യവും സംഭാവന ചെയ്തുകൊണ്ടിരുന്നു എന്നിരുന്നാലും ഈ രാത്രി വിചാരിച്ചതു പോലെ സംഭാഷണങ്ങൾ അത്ര ആഹ്ലാദഭരിതമായിരുന്നില്ല.

ചെറിയ ഒരു മേശമേൽ ചാരി, സെരിഫ് ഒരു കസേരയിൽ ഇരിക്കുകയായിരുന്നു. രാത്രിവസ്ത്രമായ പൈജാമയിലേക്ക് മാറാതെ നെജത്തും സെമിലും അവരവരുടെ മെത്തയിൽ ചുരുണ്ടുകൂടാനൊരുങ്ങി.

"എന്തൊക്കെയാണിവിടെ നടക്കുന്നത് സെരിഫ് സഖാവേ?" നെജത്ത് ചോദിച്ചു.

അയാൾ ആകെ വിഷമത്തിലായിരുന്നുവെന്നും അയാൾ കാര്യമായി ഒന്നും മനസ്സിലാകുന്നില്ലെന്നും ഉറപ്പായിരുന്നു. നിരാശയുടെ ഒരു അദൃശ്യ നിഴൽ അയാളുടെ ഓരോ ചലനത്തിലും കാണാമായിരുന്നു. അയാളുടെ അതിവേഗത്തിലുള്ള കൺചിമ്മലുകൾ, ചുവന്ന നാവറ്റംവെച്ചുള്ള അയാളുടെ അടിക്കടിയുള്ള ചിറി നനയ്ക്കൽ, തലവേദനകൊണ്ട് കഴുത്തൊടിയുമെന്ന മട്ടിലുള്ള തലയാട്ടൽ, അടുത്ത കാലത്തായി വളർത്തിയ

താടിയിൽ പിടിച്ചുള്ള കോപ്രായം കാട്ടൽ, ഇതെല്ലാം അയാളുടെ വേവ ലാതികൾ വിളിച്ചറിയിച്ചു.

പകുതി കളിയായും കാര്യമായും സെരിഫ് ചോദിച്ചു.

''എന്നോടാണോ ചോദിക്കുന്നത്?''

''അസഫിനോട് ചോദിക്കൂ. മീറ്റിംഗിൽ നീ അവനെ പിന്താങ്ങി യല്ലോ?''

''വേഗമാകട്ടെ. സഖാവ് സെരിഫ്.''

ബാലിശമായ ചിരിയോടെ നെജത്ത് പറഞ്ഞു.

''ഇതൊക്കെ ഇങ്ങനെ അവസാനിക്കുമെന്ന് എനിക്കറിയാമായി രുന്നോ?''

''ഈ രാത്രി കഴിയുമ്പോൾ കൂടുതൽ കാര്യങ്ങൾ അറിയാൻ പറ്റും. ഭയാകുലമായ ചില കാര്യങ്ങൾ ചുറ്റും നടക്കുന്നുണ്ട്. '' ശബ്ദം താഴ്ത്തി, ആരോ അവരുടെ വർത്തമാനം കേട്ടേക്കുമെന്ന ഭീതിയിൽ, സെരിഫ് പറഞ്ഞു. ''ഒന്നിലും ചെന്ന് ചാടാതെ നമുക്ക് ശ്രദ്ധിക്കാം.''

സെമിൽ തലതാഴ്ത്തി ഇടംകണ്ണിട്ട് സെരിഫിനെ നോക്കി. അയാൾ സെരിഫിന്റെ അന്തസ്സാരമില്ലാത്ത എതിർപ്പിനെ വകവെച്ചില്ല, പ്രത്യേ കിച്ച് വോട്ടെടുപ്പിനുശേഷം. എന്നിട്ടാണ് ഇവൻ നെജത്തിന്റെ മുകളിൽ കുതിര കയറുന്നത്. സെമിലിന് ആകെ ദേഷ്യം വന്നു.

''നമ്മളെ എന്തിന് ഇതിലേക്ക് വലിച്ചിഴയ്ക്കണം?''

അയാളുടെ ശബ്ദം പതിവിലും കനത്തിരുന്നു.

''നമ്മളല്ലല്ലോ മുഹമ്മദിനെ കൊന്നത്?

''എല്ലാവരും നേരെ മറിച്ചുപറയാനുള്ള സാദ്ധ്യതയുണ്ട്.'' സെരിഫ് തന്റെ ന്യായവാദമവതരിപ്പിച്ചു.

''ചിലപ്പോൾ ആർക്കെങ്കിലും മനഃപൂർവ്വം അത് നമ്മുടെ തലയിലി ടണമെന്നുണ്ടെങ്കിലോ?''

''ആർക്ക്? വ്യക്തമായി പറയൂ സഖാവേ. ആർക്കാണാ ആവശ്യ മുള്ളത്?'' സെമിൽ ചോദിച്ചു.

''എനിക്കറിയില്ല.'' സെരിഫ് കൈമലർത്തി.

''ഛെ, പറയൂ. അങ്ങനെ പറഞ്ഞൊഴിയല്ലേ.'' സെമിൽ വെപ്രാള പ്പെട്ടാണെങ്കിലും ആത്മാർത്ഥമായിട്ടാണ് അത് പറഞ്ഞത്.

''എന്താണ് താങ്കളുടെ മനസ്സിൽ?''

''നോക്കൂ. ഉദാഹരണത്തിന് അസഫിനെ നോക്കൂ. ഈ മുഴുവൻ സന്ദർഭവും അവൻ സ്വന്തം വഴിക്കാക്കുകയല്ലേ. രാഷ്ട്രീയം കളിക്കാൻ പറ്റിയ സമയം. വടികൊടുത്തു അടി വാങ്ങാനുള്ള പരിപാടിയാണ് അവന്റേത്.''

''അത് അവൻ ഇപ്പോൾത്തന്നെ ചെയ്തുകഴിഞ്ഞിരിക്കുന്നു.''

നെജത്ത് അതംഗീകരിക്കുന്നതുപോലെ പറഞ്ഞു. ''ഇന്ന് രാത്രിയിലേ അവന്റെ സംസാരം നിങ്ങൾ കേട്ടതല്ലേ... ഈ കൂട്ടായ്മയുടെ സെക്രട്ടറിയെന്ന മട്ടിലാണ് അവന്റെയീ പ്രകടനം.''

സെമിൽ സെരിഫിനെ ചുഴുഞ്ഞുനോക്കി. കാപ്പി നിറത്തിലുള്ള കൃഷ്ണമണികൾകൊണ്ട് അവന്റെ അകം തുരന്നെടുക്കാനുള്ള ശ്രമം പോലെയായിരുന്നു ആ നോട്ടം.

''മുഹമ്മദിന്റെ കൊലപാതകത്തിൽ അസഫിന് എന്തെങ്കിലും പങ്കുണ്ടാകുമോയെന്നാണോ താങ്കൾ പറഞ്ഞുവരുന്നത്?''

''അതെനിക്ക് ഉറപ്പിച്ചു പറയാനാകില്ലല്ലോ!'' സെരിഫ് പറഞ്ഞു. ''എന്നാൽ ഈ സാഹചര്യം അവൻ മുതലെടുക്കുകതന്നെ ചെയ്യും. പാർട്ടിയിൽ തനിക്ക് നഷ്ടപ്പെട്ട പേര് വീണ്ടെടുക്കാൻ അവൻ ഇതു വെച്ച് ശ്രമിക്കുകയും ചെയ്യും. ഈ കൊലപാതകത്തിലും അവന്റെ ഇടപെടലുണ്ടോയെന്ന് സംശയിക്കേണ്ടിയിരിക്കുന്നു. അവരും നമ്മളും എല്ലാവരും ഇപ്പോൾ സംശയത്തിന്റെ നിഴലിൽത്തന്നെയാണ്.''

''കൊലപാതകവുമായി അയാൾക്ക് ഏതെങ്കിലും തരത്തിൽ ബന്ധമുള്ളതായി എനിക്ക് തോന്നുന്നില്ല.''

സെമിൽ ഉറപ്പിച്ചു പറഞ്ഞു. കുശാഗ്രബുദ്ധിയുള്ള ഒരു കുറുക്കനാണ് അസഫ്. കൊലപാതകത്തിലേക്ക് നീങ്ങുന്ന വിധമുള്ള ആസൂത്രണങ്ങളിലൊന്നും അയാൾ പങ്കാളിയാകില്ലതന്നെ.''

സെരിഫ് വാതിൽക്കലേക്കെത്തി നോക്കി. എന്നിട്ട് ശബ്ദം താഴ്ത്തി പറഞ്ഞു.

''സി.പി.എസ്.യു.വിൽ നിന്നുള്ളവർക്കാർക്കെങ്കിലും ഇതിൽ പങ്കുണ്ടെങ്കിലോ?''

''നിനക്കെന്തെങ്കിലും ഇതിനെക്കുറിച്ച് അറിയാമോ?''

''ഇല്ല... ഉം... ഞാൻ നമ്മുടെ മുന്നനുഭവങ്ങളുടെ വെളിച്ചം ഓരോരോ ഊഹങ്ങൾ പറയുകയാണ്.''

''എന്നാലും ഇതുവല്ലാത്ത ഉറപ്പുള്ള ഒരു ഊഹമായിപ്പോയി.'' സെമിൽ ശ്രദ്ധാപൂർവ്വമാണ് ഇത് പറഞ്ഞത്.

''ഇല്ല, സഖാവ് സെരിഫ്, താങ്കൾ വായിൽ തോന്നിയതെല്ലാം വിളിച്ചു പറയുകയാണോ? അതു വേണ്ട.''

നെജത്ത് ഗൗരവമായി പറഞ്ഞു.

''എനിക്കുറപ്പാണ് സോവിയറ്റുകൾക്ക് ഇതുമായി യാതൊരു ബന്ധവുമില്ലതന്നെ.''

''ഞാൻ സോവിയറ്റുകളെ കുറ്റം പറയുകയല്ല.'' സെരിഫ് പറഞ്ഞു. ''ചിലപ്പോൾ പാർട്ടിയിലെ ചെറിയൊരു വിഭാഗം.''

"എനിക്ക് തോന്നുന്നത് നിങ്ങൾ തെറ്റിദ്ധരിച്ചിരിക്കുകയാണെന്ന്" സെമിൽ പറഞ്ഞു.

"സി.പി.എസ്.യു. ഇത്തരം ഉപജാപങ്ങളുമായി സഹകരിക്കില്ല എന്നാണ് എനിക്ക് തോന്നുന്നത്."

"എന്റേത് വെറും ഒരു ഊഹം മാത്രമാണ്."

സെരിഫ് പിൻവാങ്ങി. എന്നാലും ചില അഭിപ്രായങ്ങൾ കൂടി പറയാതിരിക്കാൻ അയാൾക്ക് കഴിഞ്ഞില്ല.

"ഇത്തരം കേസുകളിൽ ജനങ്ങൾ ചില ആളുകളെ പ്രതിക്കൂട്ടിൽ നിർത്താൻ തിടുക്കം കാട്ടാറുണ്ട്. ഇതിലെ പ്രതികളായി അത്തരത്തിൽ അകപ്പെടാതിരിക്കാൻ നമ്മൾ ശ്രദ്ധിക്കണമെന്നേ ഞാൻ ഉദ്ദേശിച്ചിട്ടുള്ളൂ."

"ക്ഷമിക്കണം, പലപ്പോഴും എനിക്ക് നിങ്ങളെ മനസ്സിലാകുന്നില്ലല്ലോ." സെരിഫിനെ ഇമവെട്ടാതെ നോക്കി സെമിൽ പറഞ്ഞു.

"എല്ലാ കാര്യത്തിലും നിങ്ങൾ ഗൂഢാലോചന ആരോപിക്കുന്നതെന്തിനാണ്? പാർട്ടി നേതൃത്വത്തിനും താങ്കൾക്കിടയിലും എന്താണ് സംഭവിച്ചത്? എന്നാൽ ഇത്രയും വലിയ തോതിൽ എല്ലാറ്റിനേയും അവിശ്വസിക്കേണ്ടതില്ല എന്ന് എനിക്ക് തോന്നുന്നു. ആശങ്കാകുലനാകല്ലേ... വെറുതെ."

സെരിഫ് എല്ലാം കേട്ടിരുന്നു. അയാൾ നരച്ചു തുടങ്ങിയ തവിട്ടു നിറമാർന്ന താടി പിടിച്ചുവലിച്ചുകൊണ്ടിരുന്നു.

"താങ്കൾ ഒരു ശുഭാപ്തിവിശ്വാസിയാണ് സെമിൽ."

അനുകമ്പാപൂർവ്വം സെരിഫ് പറഞ്ഞു. താങ്കളുടെ മനസ്സിൽ പാർട്ടി കുറ്റമറ്റതാണ്. എല്ലാം തികഞ്ഞതാണ്. ദൈവം നേരിട്ട് സ്വന്തം കൈക്കൊണ്ട് കൈകാര്യം ചെയ്യുന്ന എന്തോ ഒരു കാര്യമെന്നവണ്ണം."

സെമിൽ ഗൗരവത്തോടെയിരിക്കുകയായിരുന്നു.

"ദൈവമുണ്ടാക്കിയതൊന്നുമല്ലത്. എന്നാലും അത് പൂർണ്ണമാണ്. കുറ്റമറ്റതാണ്."

"അതിശയോക്തി നിറച്ചു സംസാരിക്കുകയാണ് താങ്കൾ. നമ്മുടെ നാട്ടിലെ പാർട്ടികളെ, സംഘടനകളെക്കുറിച്ചോർക്കൂ. നീ ഉദ്ദേശിക്കുന്നതുപോലെ കറ തീർന്ന ഒരു സംഘടന ഇല്ലതന്നെ. ഒരു സംഘടന ഒരു മനുഷ്യനെപ്പോലെത്തന്നെയാണ്. അവയ്ക്ക് അവയുടെതായ കുറ്റവും കുറവും നന്മയും ബലഹീനതകളും എല്ലാമുണ്ടാകും."

"എന്നാൽ തെറ്റുകുറ്റങ്ങൾ മാത്രം പറഞ്ഞുകൊണ്ടിരിക്കുന്നതിൽ ഒരു കാര്യവുമില്ലല്ലോ."

നെജത്ത് അഭിപ്രായപ്പെട്ടു. അയാൾ സെരിഫുമായി വിയോജിച്ചു. "സഖാക്കൾ രാവും പകലും കൈ-മെയ് മറന്നു പണിയെടുക്കുന്നുണ്ട്."

“ശരിയാണ് ആ പറഞ്ഞത്. ഒരു സാധാരണ പാർട്ടിയംഗത്തെ ക്കുറിച്ച്. ഒരു ശരാശരി അണിയെക്കുറിച്ച് എനിക്കൊന്നും പറയാനില്ല.”

“ഭരണനിർവ്വാഹകസമിതി അംഗങ്ങൾ എല്ലാം ദുർവൃത്തിക്കാരാ ണെന്നല്ലേ പറഞ്ഞുവരുന്നത്.” നെജത്തിന്റെ ശബ്ദത്തിൽ വെറുപ്പ് വ്യക്തമായിരുന്നു.

“നിങ്ങൾക്ക് തെറ്റി. നമ്മൾ അഭിമുഖീകരിക്കുന്ന അതേ പ്രശ്നത്തി ലൂടെയാണ് അവരും കടന്നുപോകുന്നത്, കൂടുതലുണ്ടെങ്കിലേയുള്ളൂ. സഖാവ് ഡെന്നീസിനെ ഓർമ്മയില്ലേ? ആ മനുഷ്യനെ സർവ്വരീതിയിലും പീഡിപ്പിച്ചതോർമ്മയില്ലേ? എന്നിട്ട് അയാളിൽനിന്ന് എന്തെങ്കിലും തെളിവ് കിട്ടിയോ?”

“അങ്ങനെയങ്ങ് വേഗം പറഞ്ഞവസാനിപ്പിക്കല്ലേ, സഖാവേ.” സെരിഫ് പ്രതിഷേധിച്ചു.

“നേതൃനിരയിലുള്ള എല്ലാ സഖാക്കളും മോശക്കാരല്ലല്ലോ. പക്ഷേ മാന്യവ്യക്തികൾക്കിടയിൽ അസഫിനെപ്പോലുള്ള കുറുക്കന്മാരും ഉണ്ടാകാം എന്നേ പറഞ്ഞുള്ളൂ.”

“അസഫിനെപോലുള്ളവർക്ക് എന്ത് സ്വാധീനമാണുണ്ടാക്കാൻ കഴിയുക.” ആത്മവിശ്വാസത്തിന്റെ വാക്കുകളായിരുന്നു സെമിലിന്റേത്.

തന്റെ സുഹൃത്തിന്റെ മുഖം കൂടുതൽ കൂടുതൽ ഗൗരവമാർന്നതാ കുന്നതും അയാളുടെ മുഖത്ത് പരിതാപകരമായ ഒരു ചിരി വിടരു ന്നതും സെരിഫ് കണ്ടു.

“നമുക്കെന്തും എന്തിനെക്കുറിച്ചും പാർട്ടിയിൽ തുറന്നു പറയാനാ കുമായിരുന്നെങ്കിൽ ഞാൻ നിങ്ങളോട് ഈ കാര്യത്തിൽ യോജിച്ചേനേ.”

“നിങ്ങൾക്കറിയാമല്ലോ... നമുക്കതിനുള്ള സ്വാതന്ത്ര്യമില്ല. നമ്മൾ ഒരു രഹസ്യ സംഘടനയാണല്ലോ?”

“അത് അങ്ങനെയല്ലാതിരുന്നെങ്കിൽ.”

“അത് നമ്മൾ തെരഞ്ഞെടുത്തതല്ലല്ലോ.”

നെജത്ത് ഇടയ്ക്കു കയറി വീണ്ടും.

“യാഥാസ്ഥിതികർ വേറെ രീതിയിൽ നമ്മളെ നിലനിൽക്കാൻ അനു വദിക്കാത്തതിനാലല്ലേ ഇത്.”

“ശരി, ഇത്...ഈ ഒളിവിലെ രീതി നമ്മൾ തെരഞ്ഞെടുത്ത സംഘ ടനാരീതിയല്ല. പക്ഷേ ഒളിവിടങ്ങളിൽ ഇരുന്നു പ്രവർത്തിക്കാൻ നമ്മളും ഇഷ്ടപ്പെട്ടിരുന്നു. രഹസ്യയിടങ്ങളിലിരുന്ന് പ്രവർത്തിക്കുമ്പോൾ നമ്മൾ വിപ്ലവത്താൽ കൂടുതൽ ഉജ്ജ്വലരാകുന്നതായി നമുക്ക് തോന്നിയിരുന്നു. നല്ലതും ചീത്തയുമായ കാര്യങ്ങൾ രഹസ്യമായി ചെയ്യേണ്ടിവരുമ്പോൾ നന്മയുടെ മുഖം തിന്മയാൽ മറഞ്ഞുപോയേക്കുമെന്നു നമ്മളും തിരി ച്ചറിഞ്ഞിരുന്നില്ലല്ലോ... വിപ്ലവകാരികൾ.”

"നമ്മൾ ചിലപ്പോൾ അപകടസാദ്ധ്യതകൾക്ക് കുറുകെ പോകേണ്ടി വരും."

"അതെ, ശരിയാണ്. പക്ഷേ ഓർത്തോളൂ, ഇത്തരം അടിയന്തിരമായ കാര്യങ്ങളാണ് നമ്മളെ ഈ സാഹചര്യത്തിലേക്ക് ആദ്യമായികൊണ്ടു ചെന്നെത്തിച്ചത്."

സെമിൽ സംസാരവിഷയം മാറ്റിപ്പിടിക്കാൻ തീർച്ചപ്പെടുത്തു. ആരാണ് മുഹമ്മദിനെ കൊന്നതെന്ന് കരീം റൂമിലേക്ക് കടന്നുവന്നപ്പോൾതന്നെ സെമിൽ ചോദിച്ചു. അയാളുടെ കവിളുകൾ ഇപ്പോഴും ചുവന്നുതുടുത്തിരുന്നു. കടുംമാന്തളിർ നിറം അയാളുടെ കൺകുഴികളിൽ കാണാമായിരുന്നു. നിവർന്നുനില്ക്കാൻ അയാൾ പരിശ്രമിച്ചുകൊണ്ടിരുന്നു. എന്നാൽ ഓരോ അടിയും അയാൾ പതറുന്നത് അവർ കണ്ടറിയുന്നുണ്ടായിരുന്നു. അയാൾ ഒന്നുരണ്ടടി മുന്നോട്ട് വന്ന് സെരിഫ് നോക്കിനിന്നു; ആ മുറിയിൽ മറ്റാരുമേയില്ലെന്നതുപോലെ. അയാൾ സഖാവേ എന്നു വിളിച്ചപ്പോൾ അതൊരാജ്ഞപോലെ തോന്നി. അല്പം ആധിപത്യ മനോഭാവത്തോടെ.

"താങ്കൾ ഒരു നിമിഷം ഒന്നു വരൂ. എനിക്ക് നിങ്ങളോട് ഒരു കാര്യം പറയാനുണ്ട്." എന്നയാൾ പറഞ്ഞു.

"എനിക്കിപ്പോൾ വരാനാകില്ല." സെരിഫ് തണുപ്പൻ മട്ടിൽ പറഞ്ഞൊഴിഞ്ഞു. ആ മുറിയിലുള്ള മറ്റുള്ളവരെ ചൂണ്ടിക്കാട്ടി അയാൾ പറഞ്ഞു. "നോക്കൂ., ഞങ്ങൾ അതീവ ഗൗരവമുള്ള ഒരു വിഷയം ചർച്ച ചെയ്യുകയായിരുന്നു."

നിന്ദ്യവും നീചവുമായ ഒരു ഭാവം കരീമിന്റെ കണ്ണുകളിൽ ഇരുണ്ടുകൂടിയത് പെട്ടെന്നായിരുന്നു.

"എനിക്ക് പറയാനുള്ളത് അതിലും പ്രധാനപ്പെട്ട ഒരു വിഷയമാണ്." കൂടുതൽ കടുപ്പിച്ച് അയാൾ പറഞ്ഞു.

"ക്ഷമിക്കണം. എനിക്ക് വരാനാകില്ല." സെരിഫ് പറഞ്ഞു. അയാൾക്ക് സ്വയം നല്ല വിശ്വാസമുണ്ടായിരുന്നു. പോരാത്തതിന് തന്റെ സുഹൃത്തിനോട് തന്നെയൊന്ന് മനസ്സിലാക്കാൻ ശ്രമിക്കണം എന്ന ഭാവവും ആ മുഖത്തുണ്ടായിരുന്നു.

"നാളെ രാവിലെ നമുക്ക് സംസാരിക്കാം."

കരീമിന്റെ പിടിവാശി അല്പമൊന്നയഞ്ഞു. സെരിഫിന്റെ സ്ഥിരോത്സാഹം അത്രയ്ക്ക് ദൃഢമായിരുന്നു. എന്നാലും അയാളുടെ കണ്ണുകളിൽ നിശ്ചയദാർഢ്യം ദൃശ്യമായിരുന്നു. മുറിയിലുള്ളവർ കരീം വീണ്ടും വീശി പിടിക്കുമെന്ന് കരുതിയെങ്കിലും... അതുണ്ടായില്ല.

"ശരി, എന്നാൽ നമുക്ക് നാളെ സംസാരിക്കാം. "

അയാൾ അതു പറഞ്ഞുകൊണ്ട് വാതിലിനടുത്തേക്ക് പോയി. ഒന്നു

പരുങ്ങി അയാൾ വിറച്ചു നിലത്തു മറിഞ്ഞു വീണുപോയി. അതുകണ്ട് സെരിഫ് അയാളുടെ അടുത്തേക്ക് കുതിച്ചെത്തി.

''ഞാൻ നിങ്ങളെ മുറിയിലാക്കണോ?''

കരീം തല അല്പം ചരിച്ച് അയാളെ നോക്കി. വലതുകൈകൊണ്ട് വേണ്ട എന്നാംഗ്യം കാണിച്ചു.

''വേണ്ട, എനിക്ക് നടക്കാനാകും.''

ഒരു യാത്രപറച്ചിലോ, ശുഭരാത്രിയെന്നോ ഒന്നും അയാളുടെ നാവിൽ നിന്ന്, ആ മുറി വിട്ടിറങ്ങുമ്പോൾ, ഉതിർന്നുവീണില്ല.

''കിറുക്കൻ.'' അയാളെ നോക്കി നെജത്ത് പിറുപിറുത്തു.

''എനിക്കയാളെ ഇനി സഹിക്കാനാവില്ല.''

''അയാളത്രയ്ക്ക് പ്രശ്നക്കാരനല്ല.''

സെരിഫ് നെജത്തിന്റെ വാക്ക് ഖണ്ഡിച്ചുകൊണ്ട് പറഞ്ഞുവെച്ചു.

''അയാളെന്നെ ഭയപ്പാടിലാഴ്ത്തുന്നു''

സെമിൽ പറഞ്ഞതങ്ങനെയാണ്. ഇപ്പോഴും ആ വാതില്ക്കലേക്കു തന്നെയാണ് സെമിൽ നോക്കിക്കൊണ്ടിരുന്നത്.

''വിട്ടുകള. സുഹൃത്തുക്കളേ, ആ പാവം കുട്ടിക്ക് എന്തൊക്കെയോ മാനസിക വിഭ്രാന്തികളുണ്ട്.''

''മുഹമദ് കൊല്ലപ്പെട്ടെന്നു കേട്ടപ്പോൾ എന്റെ മനസ്സിൽ ആദ്യം തെളിഞ്ഞ മുഖം കരീമിന്റേതായിരുന്നു.''

സംശയാസ്പദമായ ചില ഊഹങ്ങൾ നിറഞ്ഞതായിരുന്നു അയാളുടെ ഈ വാക്കുകൾ. ''ഇത്രയും അസുഖബാധിതനല്ലായിരുന്നെങ്കിൽ... രോഗശയ്യയിലല്ലായിരുന്നെങ്കിൽ...''

''നേരത്തെ നിങ്ങൾ അതിരു കവിഞ്ഞ ദേശസ്നേഹമുള്ള പൗരന്മാരെ കുറ്റാരോപിതരാക്കി പ്രതി ചേർക്കുന്നുണ്ടായിരുന്നല്ലോ. അതിനെന്തുപറ്റിയിപ്പോൾ?''

നെജത്തിന് തന്റെ സുഹൃത്തിന്റെ നിലപാടുകളിലുള്ള ചാഞ്ചാട്ടങ്ങളെക്കുറിച്ച് ഒന്നും വെളിപ്പെടുത്താൻ തോന്നിയില്ല. എന്നാലും ഇപ്പോൾ എങ്ങനെ മനസ്സുമാറിയെന്ന ആശങ്കപ്പെടുകമാത്രം ചെയ്തു. സെമിൽ ഒരു നിമിഷം സ്തബ്ധനായിനിന്നു. എന്നാൽ പെട്ടെന്ന് തന്നെ സ്വബോധത്തിലേക്ക് മടങ്ങിവന്നു.

''അതൊരു സാധ്യത മാത്രമാണ്. എന്നാൽ കൂടുതൽ ആലോചിച്ചപ്പോൾ കരീമും ഇതിൽ ഉൾപ്പെട്ടിട്ടുണ്ടോയെന്ന സംശയം ബലപ്പെട്ടു.

''ഓഹ്, എന്താണിത്? കരീം എന്തിന് മുഹമ്മദിനെ കൊല്ലണം.'' സെമിലിന്റെ തവിട്ടുനിറത്തിലുള്ള കണ്ണുകൾ ഇരുണ്ടുവന്നു. സെരിഫ്

വിചാരിച്ചത് അയാൾ ആത്മാർത്ഥമായും ഉത്തരം പറയാൻ പോകുക യാണെന്നാണ്. എന്നാൽ അയാളുടെ പ്രതീക്ഷയ്ക്ക് വിപരീതമായി സെമിൽ നിശ്ശബ്ദനായിരുന്നു. കണ്ണിലെ ഇരുളിച്ച അല്പാല്പമായി മാഞ്ഞുതുടങ്ങുകയും ചെയ്തു.

''എനിക്കെങ്ങനെയറിയാം?'' ഉദാസീനതയോടുകൂടി അയാൾ പരുങ്ങി. ''ഞാൻ ഉദ്ദേശിച്ചത് അവന്റെ പ്രസംഗം. ഇന്നത്തെ കൂട്ടായ്മയിൽ നിങ്ങൾ കേട്ടിരുന്നോ, അത് അന്യായമായിരുന്നോ?''

''ഞാൻ നിങ്ങളുമായി അക്കാര്യത്തിൽ യോജിക്കുന്നില്ല.'' സെരിഫ് വീണ്ടും എതിർത്തു പറഞ്ഞു.

''അവൻ ഉദ്ദേശിച്ചതല്ല അവൻ വിളിച്ചുപറഞ്ഞത്. വിഡ്ഢി.''

അയാൾ നിർത്തി. മുഖം എന്തോ ആലോചനയിൽ കുരുങ്ങിക്കിട ക്കുന്നതുപോലെ കൂർത്തുവന്നു. അയാൾ വാതില്ക്കലേക്ക് നോക്കി പതുക്കെ പറഞ്ഞു.

''ഞാൻ പോയി അയാളെ നോക്കി വരണോ?''

''വേണ്ട. അതൊരു ശീലമായി വളർത്തേണ്ടതില്ല.''

നെജത്ത് പറഞ്ഞു.

''അവൻ ആവശ്യപ്പെടുമ്പോഴെല്ലാം പോകേണ്ട കാര്യമെന്താണ്? അല്പം ക്ഷമയോടെ കാത്തിരിക്കാൻ അവൻ പഠിക്കേണ്ടതുണ്ട്.''

''നീ അവനെ അന്വേഷിച്ച് പോകേണ്ടതുണ്ടെന്ന് എനിക്ക് തോന്നു ന്നില്ല.''

സെമിൽ തന്റെ സുഹൃത്തിനെ പിൻതാങ്ങി. ''കരീം അല്ലെങ്കിൽ തന്നെ പകുതി ഉന്മാദാവസ്ഥയിലാണ്. നമ്മൾ അവനെ കാര്യമായിട്ട് കേൾക്കാൻ തുടങ്ങിയാൽ അവന്റെ നില കൂടുതൽ വഷളാകുകയേ ഉള്ളൂ.''

''എനിക്കവനെ മനസ്സിലാകും.'' സെരിഫ് ഉദാരനായി. ''അവൻ ഒരു മോശപ്പെട്ട വ്യക്തിയല്ല.''

''അവൻ ചീത്ത മനുഷ്യനല്ലായിരിക്കും. എന്നാൽ അയാൾ ഒരു രോഗിയാണ്. ഞാൻ ചെറിയൊരു ജലദോഷപ്പനിയെക്കുറിച്ചല്ല സംസാ രിക്കുന്നത്. അവന്റെ തലയ്ക്കെന്തോ കാര്യമായ തകരാറു സംഭവിച്ചി ട്ടുണ്ട്.''

''അവൻ ചില ദുരന്തമുഖങ്ങളിലൂടെ കടന്നുവന്നവനാണ്. രണ്ടു വയസ്സായ കുഞ്ഞ് പൊടുന്നനെ മരിക്കുകയുണ്ടായി. പിന്നീട് ഭാര്യ അവനെ ഉപേക്ഷിച്ച് പോകുകയും ചെയ്തു.''

''നമ്മളെല്ലാവരും അത്തരം അവസ്ഥകളിലൂടെ കടന്നുവരാറില്ലേ?'' നെജത്ത് പറഞ്ഞു.

''സ്വകാര്യമായ ജീവിതപ്രശ്നങ്ങൾ പാർട്ടിയുമായോ സംഘടനാ പ്രവർത്തനങ്ങളുമായോ കൂട്ടിക്കുഴയ്ക്കരുത്. സ്വകാര്യവിഷമങ്ങൾ സ്വകാര്യമായിത്തന്നെയിരിക്കണം.''

''എനിക്ക് തോന്നുന്നത്. ഇവിടത്തെ പ്രശ്നം അവൻ എല്ലാ കാര്യങ്ങളും നിങ്ങളോട് തുറന്നു സംസാരിക്കും എന്നതു തന്നെയാണ്.''

സെമിൽ കുറ്റം ചുമത്തപ്പെട്ടയാളെ നോക്കുന്നതുപോലെ സെരിഫിന്റെ മുഖത്തുനോക്കി.

''തന്റെ വ്യക്തിത്വം വെളിപ്പെടുത്തുന്ന രീതിയിലാണ് അയാൾ കാര്യങ്ങൾ അവതരിപ്പിക്കുന്നത്. നിങ്ങൾ എന്തിനാണ് അയാൾക്ക് ചെവി കൊടുത്തത് സഖാവേ?''

''ഞാൻ നിർത്തൂ, എന്നു പറയുന്നതിനുമുൻപേ അവൻ ഹൃദയം തുറന്നു കാര്യങ്ങൾ പറഞ്ഞു തുടങ്ങിയിരുന്നു. പിന്നെ നിർത്തൂ എന്നെങ്ങനെ ഞാൻ പറയാനാണ്.''

''ശരിയാണ്. നിങ്ങൾ ഒന്നും പറയേണ്ടതില്ല. അവന് സ്വയം തോന്നേണ്ട കാര്യങ്ങളാണിതെല്ലാം.''

നെജത്ത് പറഞ്ഞു. അക്കാര്യത്തിൽ സെരിഫിനെ പിൻതാങ്ങുകയും ചെയ്തു. സെമിൽ തന്റെ സുഹൃത്തിന്റെ വാദങ്ങളുമായി ചേർന്നുപോയില്ല. എന്നാൽ ആ തർക്കം തുടരാൻ അയാൾ ആഗ്രഹിച്ചുമില്ല. അയാൾ കുറച്ചുനേരം മിണ്ടാതിരുന്നു. എന്നിട്ട് വായിലേക്ക് വീണു കിടന്ന മീശയുടെ അറ്റം പതുക്കെ ചവയ്ക്കാൻ ശ്രമിച്ചു. കീഴടക്കാനോ പരിഹരിക്കാനോ കഴിക്കാത്ത പ്രശ്നത്തിലകപ്പെടുമ്പോൾ അയാൾ പലപ്പോഴും മീശ ചവച്ചുകൊണ്ടാണ് പര്യാലോചനയിലേർപ്പെട്ടത്.

പതിനൊന്ന്

എന്നത്തേയുംപോലെ സൈറ്റിനുള്ളിലെ കെട്ടിടങ്ങളുടെ എല്ലാ വാതിലുകലും രാത്രി പന്ത്രണ്ടാകുമ്പോഴേക്കും അടച്ചുകഴിഞ്ഞിരുന്നു. അധികാരികളുടെ നിർദ്ദേശപ്രകാരം ആ രാത്രി ഓരോ വാതിൽപൂട്ടുകളും താക്കോലിട്ട് അങ്ങോട്ടുമിങ്ങോട്ടും തിരിച്ചുനോക്കി പൂട്ടിയിട്ടില്ലേയെന്ന് വീണ്ടും ഉറപ്പുവരുത്തിയത് സെർജി ആന്റോലെയ്‌വിക് ആയിരുന്നു. പഴയ ഒരു യോദ്ധാവായിരുന്നു അയാൾ. കറുത്ത രാത്രി അവിടെയാകെ പടർന്നുകയറിക്കൊണ്ടിരുന്നു. ഇതിനിടയിൽ കൊലപാതകം നടന്ന ആ ചെറിയ പാലത്തിനുമുകളിൽ ചിലർ ഉറങ്ങാതെ കൃത്യതയാർന്ന അവരുടെ അന്വേഷണത്തിൽ മുഴുകി ഉറക്കം ഉപേക്ഷിച്ചുനിന്നിരുന്നു. തുർക്കികൾ താമസിക്കുന്ന കെട്ടിടത്തിന് എതിർവശം പാറാവുകാരുടെ നീണ്ട നിരതന്നെയുണ്ടായിരുന്നു. ആ ജനവാസകേന്ദ്രത്തെ അവർ സൂക്ഷ്മമായി നിരീക്ഷിച്ചുകൊണ്ടിരുന്നു. കെ.ജി.ബി.യിൽനിന്ന് വന്ന ഏഴു സാങ്കേതികവിദഗ്ധർ അതിവേഗം എന്നാൽ ഒട്ടും അലസതയില്ലാതെ അവരുടെ കർമ്മത്തിൽ മുഴുകിയിരുന്നു.

ആയിടം അവർ അരിച്ചുപെറുക്കി. മരത്തിന്റെയടിയിലും കുറ്റിക്കാട്ടിലും ചെടികൾക്കിടയിലും വരെ കിടക്കുന്ന ചെറിയ ചെറിയ സാധനങ്ങളിൽ പോലും അവർ തെളിവുകൾ തെരയുകയായിരുന്നു. എല്ലാത്തിന്റേയും രേഖകൾ ഏറ്റവും സൂക്ഷ്മമായ വിവരങ്ങൾ സഹിതം അവർ കുറിപ്പെഴുതി സൂക്ഷിക്കുന്നുണ്ടായിരുന്നു. എന്നിട്ടും പ്രധാനമായതൊന്നും അവർക്ക് കണ്ടെത്താനായിരുന്നില്ല. ബ്രസീലുകാരുടെ താമസസ്ഥലത്തുനിന്ന് ഏതാണ്ട് 15 മീറ്റർ അകലത്തിൽ തോപ്പിന്റെ കവാടത്തിനരികിൽ കിടന്നുകിട്ടിയ ഉണക്കമാംസത്തിന്റെ ചീളും പച്ച കുറ്റിക്കാട്ടിൽ കിടന്നുകിട്ടിയ നേവി ബ്ലൂ നിറത്തിലുള്ള മഷിപ്പേനയുമായിരുന്നു ആകെ കിട്ടിയ തെളിവുകൾ. ഇറച്ചിക്കഷ്ണം കുട്ടികളുടെ ആരുടെയെങ്കിലും കൈയിൽനിന്ന് വീണുപോയതാകാനേ വഴിയുള്ളൂ. അല്ലെങ്കിൽ ഏതെങ്കിലും ഭക്ഷണപ്രിയന്റെ കൈയിൽനിന്ന് വഴുതിവീണതാകും. വിക്റ്ററിന്റെ കൃത്യനിർവ്വഹണത്തിലുള്ള കണിശതയറിയുന്നതിനാൽ സാങ്കേതിക വിഭാഗം ഉദ്യോഗസ്ഥർ ഉണക്കയിറച്ചികഷ്ണത്തെ കൂടി തെളിവുകളുടെ ലിസ്റ്റിൽ എഴുതിച്ചേർത്തു.

മാനേജ്മെന്റ് മുറിയിൽ ഇരുന്നുകൊണ്ട് നിക്കോളായും വിക്റ്ററും റേഡിയോ സെറ്റിലൂടെ പരസ്പരം ആശയവിനിമയം നടത്തുന്നുണ്ടായിരുന്നു. അന്വേഷണത്തിനുപയോഗിക്കാവുന്ന ഓഫീസ് എന്ന രീതിയിൽ അത് അവരുടെ പ്രവർത്തനങ്ങളുടെ സിരാകേന്ദ്രമായിരുന്നു. അവർ ഇടയ്ക്കിടക്ക് പുറത്തുപോയി സ്ഥിതിഗതികളും ശേഖരിച്ച തെളിവുകളും പരിശോധിച്ച് സാങ്കേതികവിഭാഗത്തിന്റെ കണ്ടെത്തലുകൾ വിലയിരുത്തി മടങ്ങിവരുമായിരുന്നു. അധികവും അവർ സംസാരിച്ച് അവർക്കിടയിൽതന്നെ ചില മൂല്യനിർണ്ണയങ്ങളിൽ ചെന്നെത്തുമായിരുന്നു. ശവശരീരം ഉടനടി അവിടുന്ന് മാറ്റേണ്ടിയിരിക്കുന്നു. സാങ്കേതികസംഘം അവരുടെ പണിതീർത്താലുടൻ ശരീരം അവിടുന്ന് മാറ്റാനുള്ള നടപടി ക്രമങ്ങളിലേക്ക് കടക്കാവുന്നതാണ്. നാളെ രാവിലെ വിദ്യാർത്ഥികൾ ആ വഴി വരുമ്പോൾ, ഇത്തരത്തിൽ ഒരു മരണം നടന്ന വിവരം അവരറിയുകയോ ഒരു അവശേഷിപ്പും അവിടെ കാണികയോ ചെയ്യരുത്. അത് മാത്രമല്ല, ഏറ്റവും പെട്ടെന്ന് പോസ്റ്റ്മോർട്ടം ചെയ്യുകയും മരണകാരണത്തിന്റെ സൂചനകൾ വ്യക്തമാക്കാൻ ശ്രമിക്കുകയും വേണ്ടതുണ്ട്. തുർക്കികളുടെ ഐഡന്റിറ്റിയും പശ്ചാത്തലവും പൂർണ്ണമായും ചികഞ്ഞെടുക്കുകയും മനസ്സിലാക്കുകയും വേണം. എന്നാലേ ആരോഗ്യകരമായ ഒരുന്വേഷണം വളരെ കൃത്യമായി നടത്താനാകുകയുള്ളൂ. അവരുടെ മേലുദ്യോഗസ്ഥൻ, ആൻഡ്രേയ് അലജോവിക് ഇക്കാര്യത്തിൽ സഹായം വാഗ്ദാനം ചെയ്തിട്ടുണ്ട്.

സ്കൂൾ ബ്യൂറോയിൽനിന്ന് മുഴുവൻ തുർക്കി വിദ്യാർത്ഥികളുടേയും കമ്മ്യൂണിസ്റ്റുകാരുടേയും പേരും ഐഡന്റിറ്റിയും രേഖകളും എത്തിച്ചുതരാമെന്ന് അവർ സമ്മതിച്ചിട്ടുണ്ട്. ഇനി ആദ്യമായി വേണ്ടത് വിശ്വസ്തനായ, അനായാസമായി തുർക്കിഭാഷ വിവർത്തനം ചെയ്യുന്ന ഒരു പരിഭാഷകനെയാണ്. പരിഭാഷ ചെയ്യാനാളില്ലാതെ ഈ അന്വേഷണം മുന്നോട്ട് കൊണ്ടുപോവുക അസാധ്യമായിരുന്നു. ആൻഡ്രേയ് അലജോവിക് ആദ്യമേ പറഞ്ഞിരുന്നു ലിയോനിഡ് ആ പണിക്ക് ചേർന്ന ഒരാളാണെന്ന്. എന്നാൽ വിക്റ്ററുമായി ലിയോനിഡ് കൊമ്പുകോർക്കാനുണ്ടായ സാഹചര്യം ഓർത്തപ്പോൾ, അടുത്തദിവസം സ്കൂളിൽവെച്ച് ഒരു മീറ്റിംഗ് സംഘടിപ്പിക്കാമെന്നും ലിയോനിഡും അതിൽ പങ്കുകൊള്ളണമെന്നും നിർദ്ദേശം ഉയർന്നുവന്നു. ആ മീറ്റിംഗിൽ കാര്യങ്ങൾ അവലോകനം ചെയ്തതിനുശേഷം ഒരു റഷ്യൻ അധ്യാപകന്റെ സഹകരണം കൂടി അഭ്യർത്ഥിക്കാൻ തീരുമാനിച്ചു.

സൈറ്റിലെ ഇപ്പോഴും വെളിച്ചം കെടുത്താത്ത മുറികളിലൊന്ന് ലിയോനിഡിന്റേതായിരുന്നു. അയാൾ മേശയ്ക്കരികിലിരുന്ന് ഇപ്പോഴെഴുതിയ റിപ്പോർട്ട് വിശകനം ചെയ്യുകയായിരുന്നു. ആരും അയാളോട് ഒരു റിപ്പോർട്ട് എഴുതാൻ പറഞ്ഞില്ലെങ്കിലും അയാൾക്ക് സ്വയമേവ ഒരു റിപ്പോർട്ടെഴുതി സമർപ്പിക്കണമെന്ന് തോന്നി. കാരണം, കൊലപാതകം നടക്കുന്ന സമയത്ത് അയാൾ ആ സൈറ്റിലുണ്ടായിരുന്നുവെന്നതുതന്നെ.

അന്വേഷണപരിധിയിൽനിന്ന് മാറിനില്ക്കാൻ അയാൾ ആഗ്രഹിച്ചതുമില്ല. മുസ്തഫ സൂഫിക്കും അയാളുടെ പതിന്നാല് സഖാക്കൾക്കുമായി സംഘടിപ്പിക്കപ്പെട്ട അനുസ്മരണ പരിപാടി നടന്നത് സൈറ്റിനകത്തുള്ള ചെറിയ ഒരു അരങ്ങിലായിരുന്നു. അതടക്കം വിശദമായി എഴുതിയ ഒരു റിപ്പോർട്ടായിരുന്നു അയാൾ തയ്യാറാക്കിയത്. പരിപാടിക്ക് മുൻപോ പിൻപോ അതിനിടയ്ക്കോ സംശയാസ്പദമായിട്ടൊന്നും അയാൾ എവിടേയും കണ്ടില്ല. എല്ലാ സഖാക്കളും ആ പരിപാടിയുടെ വിജയത്തിനായി അകമഴിഞ്ഞു പ്രവർത്തിച്ചിരുന്നു. ചടങ്ങ് നടക്കുന്ന ഹാളിന്റെ വാതിൽക്കൽതന്നെ ഒരു പ്രദർശനം സംഘടിപ്പിച്ചിരുന്നു. ടർക്കിയിലെ ഏറ്റവും പഴക്കംചെന്ന രാഷ്ട്രീയപാർട്ടിയായ ടി.സി.വി.യുടെ അതിന്റെ 1920-ലെ ആരംഭകാലത്തുനിന്നു തുടങ്ങി സായുധകലാപത്തിന്റെ വരെ ചിത്രങ്ങൾ അതിലുൾപ്പെടുത്തിയിരുന്നു.

പരിപാടി തുടങ്ങിയതുതന്നെ ആ ചിത്രങ്ങളിലൂടെയുള്ള ഒരു ഓട്ടപ്രദക്ഷിണത്തോടെത്തന്നെയാണ്. പൂക്കളും കൊടിതോരണങ്ങളും വെച്ച് അവിടമാകെ അലങ്കരിച്ചിരുന്നു. ഉദ്ഘാടനപ്രസംഗം നടത്തിയത് ഹിക്മെത്തായിരുന്നു. വികാരത്തിന്റെ വേലിയേറ്റത്താൽ ഹിക്മെത്തിന്റെ സ്വരമിടറി. കരിങ്കടലിൽവെച്ച് കൊല്ലപ്പെട്ട ആ പതിനഞ്ചു സഖാക്കളെപ്പറ്റി അയാൾ പറഞ്ഞു. പാർട്ടിയുടെ സാഹസം നിറഞ്ഞ പോരാട്ടം ഇപ്പോഴും തുടരുന്നതിനെപ്പറ്റിയും അതിന്റെ സംഘർഷങ്ങളെപ്പറ്റിയും പറഞ്ഞാണ് അത് അയാൾ അവസാനിപ്പിച്ചത്.

വർഷങ്ങളുടെ വിലക്ക് അതിജീവിച്ച ചലച്ചിത്രമായ 'മെയ്ഡെയ് റാലീസ്' (മെയ്ദിന റാലികൾ) പിന്നീട് അവിടെ പ്രദർശിപ്പിച്ചിരുന്നു. നിരോധനത്തിനുശേഷം ആ ചിത്രം ആൾക്കൂട്ടത്തിന്റെ ആഘോഷങ്ങളിൽ ഭാഗവാക്കായ ഓർമ്മകൾ പലതും അപ്പോൾ അയവിറക്കി. ടാക്സിം സ്ക്വയറിലേക്ക് ആവേശം അലതല്ലുന്ന ആൾക്കൂട്ടം ആർത്തടുക്കുന്നത് കണ്ട് ലിയോനിഡ് വാ പൊളിച്ചുനിന്നുപോയി. അവരുടെ കൈകളിൽ കൊടിയും എഴുത്തുപലകകളും ബാനറുകളും ഉണ്ടായിരുന്നു. പാട്ടുകൾ പാടിയും നാടൻശീലുകൾക്ക് താളമിട്ടും അവർ വിപ്ലവാവേശം ഉയർത്തിക്കാട്ടി. തന്റെ നാടായ ഇസ്താംബൂളിൽ പണ്ടേതന്നെ കെട്ടടങ്ങിപ്പോയ ഈ ഉന്മാദാവേശം അയാളെ ഉന്മേഷവാനാക്കിത്തീർത്തു.

ചലച്ചിത്രപ്രദർശനത്തിനുശേഷം നിക്കാരാഗ്വൻ കൂട്ടായ്മയുടെ കലാസംവിധായകൻ, സാൻച്ചെസ്, നെരൂദയുടെ ഒരു കവിത വായിച്ചു. അതിനുശേഷം സെമിൽ സംവിധാനംചെയ്ത ഒരു ആംഗ്യനാടകം അവതരിപ്പിക്കപ്പെട്ടു. അതിനുശേഷം കാൻ 'പതിനഞ്ചാളുകൾക്കുവേണ്ടി' എന്ന നസീം ഹിക്മെത്തിന്റെ ഒരു കവിത ചൊല്ലി. 'സോഷ്യലിസ്റ്റുകളുടെ ഗാനം', ടർക്കിഷ്, അറബിക്, റഷ്യൻ, സ്പാനിഷ്, ഇസ്രായേലി, പോർച്ചുഗീസ് എന്നിങ്ങനെ വിവിധ ഭാഷകളിൽ ഒരുമിച്ച് പാടിയാണ് അന്ന് ആ പരിപാടി അവസാനിച്ചത്. എല്ലാ കൂട്ടായ്മകളിലും അന്ന് മുഴുവൻ ഹാജരുണ്ടായിരുന്നു. കാരണം, അവരുടെ അസാധാരണത്വം

ഒന്നുമില്ലാത്ത നരച്ച ദിനങ്ങളെ ഈ ചടങ്ങ് ഭംഗിയുള്ളതാക്കി മാറ്റിയിരുന്നു. സംസാരങ്ങളും കവിതകളും അവതരണങ്ങളും അത്യധ്വാനം ചെയ്തു പരിപാടിയിലുടനീളം നിരന്തരം വിവർത്തനം ചെയ്യേണ്ടിവന്നെങ്കിലും ലിയോനിഡിന് തുർക്കി സഖാക്കളെയോർത്ത് അഭിമാനം തോന്നി. എന്നിട്ട് പകുതി കളിയായി മറ്റു കൂട്ടായ്മകളുടെ അദ്ധ്യാപകരോട് പറയുകയും ചെയ്തു. തന്റേതാണ് ഏറ്റവും വിപ്ലവാവേശം നിറഞ്ഞ വിദ്യാർത്ഥി സംഘമെന്ന്.

പരിപാടി വൻവിജയമായതിന്റെ സന്തോഷം ചടങ്ങിനുശേഷം ഒത്തുകൂടിയ ഓരോ തുർക്കി സഖാവിന്റെ മുഖത്തും ദൃശ്യമായിരുന്നു. കരീം പോലും പതിവായി മുഖത്തണിയാറുള്ള രൂക്ഷത നിറഞ്ഞ ഭാവത്തിൽ നിന്ന് വ്യത്യസ്തമായി, തന്റെ ശാരീരിക സ്ഥിതിപോലും വകവെയ്ക്കാതെ ആ സന്തോഷത്തിൽ പങ്കുചേർന്നിരുന്നു. രാത്രി അത്താഴത്തിനായി വട്ടത്തിൽ നിരന്നിരുന്നപ്പോഴേക്കും ആ പ്രസന്നമായ ദിനത്തിന്റെ അത്യാവേശം കുറച്ചൊക്കെ കെട്ടടങ്ങിയിരുന്നു. എന്നാൽ സെരിഫ്, സെമിൽ, നെജത്ത്, തുർഗട്ട്, കാൻ എന്നിവരൊക്കെ അപ്പോഴും ആത്മാഹങ്കാരത്തിന്റെ ഉന്മാദാവസ്ഥയിലായിരുന്നു. രാത്രിഭക്ഷണത്തിനുശേഷം തുർഗട്ടിനോടൊപ്പം ലിയോനിഡ് രണ്ട് റൗണ്ട് ചെസ് കളിച്ചു. ഒരു റൗണ്ട് അയാൾ ജയിച്ചു. രണ്ടാംവട്ടം പരാജയം നുണഞ്ഞു. ഹിക്മെത്തും കാനും നെജത്തും കളി കണ്ടിരുന്നു. ഇടയ്ക്കിടയ്ക്ക് ചില വാക്കുതർക്കങ്ങളൊക്കെയുണ്ടായി. നെജത്ത് ആവശ്യമില്ലാത്ത കളിയിലിടപ്പെട്ടത് തുർഗട്ടിനിഷ്ടമായില്ല എന്നതിനാലായിരുന്നു ആ വാഗ്വാദം. കളി തീർന്നതും എല്ലാവരും അവരവരുടെ മുറികളിലേക്ക് പോയി. അതിനുശേഷം, ലിയോനിഡ് ആരേയും കാണുകയോ സംസാരിക്കുകയോ ചെയ്തിട്ടില്ലായിരുന്നു. മുഹമ്മദിന്റെ ശവശരീരം ജനലിലൂടെ കാണുന്നതുവരെ.

തുർക്കികളാരെങ്കിലുമാണോ മുഹമ്മദിനെ കൊന്നത്? രഹസ്യാന്വേഷണവിഭാഗത്തിന്റെ അന്വേഷണം ആ ദിശയിലേക്ക് ത്വരിതപ്പെടുത്താനിടയുണ്ടെന്ന് ലിയോനിഡ് സന്ദേഹിച്ചു. എന്നിട്ടൊന്നും തന്റെ വിദ്യാർത്ഥികളിലാരെയെങ്കിലും കൊലപാതകികളായി കാണാൻ അയാൾ ആഗ്രഹിച്ചില്ല. താൻ എല്ലാ ദിവസവും കാണുകയും ഇടപെടുകയും ചെയ്യുന്ന കുട്ടികൾക്കിടയിൽ ഒരു ശത്രുവിനെയോ, ചതിയനെയോ, സങ്കല്പിക്കാനേ അയാൾക്ക് കഴിഞ്ഞില്ല. ആഴ്ചയിൽ അഞ്ചുദിവസങ്ങളിൽ അവരെ അയാൾ കാണാറുമുണ്ട്. ക്ലാസ്സ് മുറികളിലും കോൺഫറൻസ് ഹാളുകളിലും ചുറ്റിത്തിരിയുന്നത് ശ്രദ്ധിക്കാറുണ്ട്. പഠനയാത്രകൾക്ക് അവർക്കൊപ്പം പോകാറുണ്ട്. സൂര്യനു കീഴിലുള്ള എന്തും ഏതും അവർ തന്നോട് പങ്കുവെയ്ക്കാറുണ്ട്. ബാലിശമായ കാര്യങ്ങൾ തുടങ്ങി ഏറ്റവും വ്യക്തിപരമായ വിവരങ്ങൾവരെ അവർ അയാളോട് പറയാറുണ്ട്. അന്തർദ്ദേശീയ രാഷ്ട്രീയ സംഘർഷങ്ങളുടെ പരിണിതഫലം അയാൾ എത്ര കണ്ടിരിക്കുന്നു. അത് അനേകം മനുഷ്യന്റെ

മരണങ്ങളിലോ ദശലക്ഷക്കണക്കിനാളുകളുടെ ദുരിതത്തിനോ കാരണമാകാറുള്ളത് അയാൾ നേരിട്ട് കണ്ടറിഞ്ഞിട്ടുണ്ട്. എന്തോ ഒരജ്ഞാത കാരണംകൊണ്ട് മുഹമ്മദിന്റെ മരണം ഇതിൽനിന്നൊക്കെ വിഭിന്നമാണ് എന്ന് അയാൾക്ക് തോന്നി. ചിലപ്പോൾ താൻകൂടി സംശയത്തിന്റെ നിഴലിൽ നില്ക്കേണ്ടി വരുന്ന ഒരു കൊലപാതകമായതുകൊണ്ടാകാം അങ്ങനെയൊരു തോന്നൽ ഉണ്ടായത്.

സൈദ്ധാന്തികമായി ചിന്തിച്ചാൽ ടർക്കിഷ് കൂട്ടായ്മയ്ക്കിടയിലേക്ക് ഒരു ചാരൻ നുഴഞ്ഞുകയറിയെന്ന സാദ്ധ്യത അപ്പാടെ തള്ളിക്കളയാനാകില്ല. ഇങ്ങനെ പലവിധത്തിലുള്ള സാദ്ധ്യതകൾ ലിയോനിഡ് ആലോചിച്ചു. തന്റെ കൂടെയുള്ള സഖാക്കളോട് നിയമത്തിനനുസൃതമായി കാര്യങ്ങളുടെ രഹസ്യസ്വഭാവം കാത്തുസൂക്ഷിക്കണമെന്ന് പലവട്ടം മുന്നറിയിപ്പ് നല്കുകയും ചെയ്തു. എന്നാൽ കൊലപാതകം ഭീതിജനകമായിരുന്നു. ഏതൊക്കെ സിദ്ധാന്തശാസ്ത്രങ്ങൾവെച്ച് വിശദീകരിക്കാൻ നോക്കിയാലും അത് പേടിപ്പെടുത്തുന്നതും അപൂർണ്ണവുമായി അണയാതെ നിന്നു.

സൈദ്ധാന്തികവാദങ്ങളിൽ അഭിരമിച്ചിരുന്നവർ യഥാർത്ഥജീവിതത്തിൽനിന്ന് ഒരടി മാറി നടക്കുന്നവരാണ് എന്ന് ലിയോനിഡിന് തോന്നി. പരമമായ സത്യത്തിന്റെ എത്ര അടുത്ത് അവർ എത്തിച്ചേർന്നാലും അവരുടെ വാദങ്ങൾക്ക് ജീവിതത്തിന്റെ ചൂടും ചൂരും നനവും നിറവും ഗഹനതയുമൊന്നുമുണ്ടാകില്ല. അവരുടെ ചില പ്രവചനങ്ങൾ പിന്നീട് ഫലവത്താകുമ്പോൾ മറ്റൊന്നും ചെയ്യാനില്ലാതെ നിസ്സംഗരായി, അവർ തങ്ങളുടെ തന്നെ ആത്മവിശ്വാസം നിറഞ്ഞ വിശേഷപ്പെട്ട ദീർഘദർശനത്തെ നിരീക്ഷിച്ചിരിക്കും. ഇപ്പോൾ ഏതാണ്ടിതുപോലൊക്കെ അവർക്കിടയിലും സംഭവിക്കുന്നു. ലിയോനിഡിന്റെ അനുമാനം ശരിയായി വന്നിരിക്കുന്നു. എനിക്കറിയാമായിരുന്നു ഇങ്ങനെയൊക്കെ സംഭവിക്കുമെന്ന് എന്ന് തലചെരിച്ച് ഗമയിൽ പറയുന്നതിനുപകരം അപ്രതീക്ഷിതമായി പിന്നോട്ടാഞ്ഞ് വികാരത്തോണിയിൽ ആടിയുലയുകയാണയാൾ ചെയ്തത്. അതിനാൽത്തന്നെ മറ്റു സാദ്ധ്യതകളിലേക്ക് അയാൾ എത്തിനോക്കുകപോലും ചെയ്തില്ല. എത്രത്തോളും അയാളുടെ അങ്കലാപ്പ് സാമാന്യത്തിൽ കവിഞ്ഞതായിരുന്നോ അത്രത്തോളം ഭ്രമാത്മകമായിരുന്നു കാര്യങ്ങളുടെ കിടപ്പ്. പോരാത്തതിന് ഒരു സഖാവിന്റെ കൊലപാതകം കൂടി നടന്നിരിക്കുന്നു. അതും അവരുടെ കൺമുന്നിൽവെച്ച്. ഇതിനുശേഷം എന്ത് സംഭവിക്കുമെന്നത് പൂർണ്ണമായും അനിശ്ചിതത്വം നിറഞ്ഞതായിരുന്നു.

ലിയോനിഡ് എപ്പോഴും ശ്രദ്ധവെച്ച മറ്റൊരു കാര്യം ഈ അന്വേഷണത്തിനിടയ്ക്ക് ഏതുരീതിയിൽ താൻ പെരുമാറണം എന്നതിനെ സംബന്ധിച്ചാണ്. വിക്റ്ററുമായുള്ള തന്റെ വാക്കുതർക്കത്തിനെല്ലാം അപ്പുറത്ത് തനിക്ക് ഈ അന്വേഷണത്തിൽനിന്ന് ഒഴിഞ്ഞുനിൽക്കാനാകില്ലെന്ന് അയാൾക്ക് ഉത്തമബോധ്യമുണ്ടായിരുന്നു. തനിക്കതിൽ

പങ്കുചേരണമെന്ന് ആഗ്രഹമില്ലെങ്കിലും അലക്ഷ്യമായി പെരുമാറാൻ ഈ സാഹചര്യത്തിൽ സാധ്യമല്ല. അയാൾക്ക് കൃത്യമായി അറിയില്ലായിരുന്നു. താനതിൽ ഉൾപ്പെടണമെന്നുണ്ടോ അതോ അകന്നുമാറി നില്ക്കേണ്ടതുണ്ടോയെന്ന്.

ഒരുപാട് വർഷത്തെ നയതന്ത്രസേവനങ്ങൾക്കുശേഷം, അധികാര വഴിയിലൂടെയുള്ള ഔദ്യോഗികവേഷമഴിച്ചുവെച്ചതിനുശേഷം ആ ജോലിക്കാലം കൃത്രിമമായ കാരുണ്യവും ആത്മാർത്ഥതയില്ലാത്ത ചിരിയും മാത്രമാണ് തനിക്കായി കാത്തുവെച്ചതെന്നയാൾ ഓർത്തു. സ്വന്തം നാട്ടിലെ കരിങ്കാലി രാഷ്ട്രീയം കണ്ടുമടുത്ത് രാഷ്ട്രീയം പഠിക്കാൻ വന്ന സാധാരണ മനുഷ്യരുടെ ലളിതമായ വാക്കുകൾ അയാളെ അത്യധികം ആകർഷിച്ചു. അവരുടെ ജീവിതങ്ങൾപോലും മനുഷ്യത്വപരമായ പച്ചപ്പരമാർത്ഥങ്ങളാൽ വിലയം ചെയ്തിരിക്കുന്നതായി അയാൾക്ക് തോന്നി,

അന്താരാഷ്ട്ര ലെനിൻ കേന്ദ്രത്തിൽ അധ്യാപകന്റെ ജോലി വാഗ്ദാനം വന്നപ്പോൾ വിരമിക്കാൻ പോകുന്ന ആ അവസരത്തിൽ അയാളൊന്നു മടിച്ചുനിന്നു. പുതിയ സാഹസത്തിലേക്ക് കടക്കാനുള്ള ഊർജ്ജം അയാൾ പതുക്കെ ആർജ്ജിച്ചെടുക്കാൻ ശീലിച്ചു. കാര്യമായിട്ടില്ല എങ്കിലും വാർദ്ധക്യം അതിന്റെ സാന്നിദ്ധ്യം അയാളുടെ ശരീരത്തിൽ അറിയിച്ചുതുടങ്ങിയിരുന്നു. എന്നാൽ രണ്ടുവർഷം മുമ്പ് മരണമടഞ്ഞ ആ വിദ്യാലയത്തിന്റെ പൂർവ്വ ഉപദേശകനായ വ്ളാഡിമറും മകളായ അലക്സാൻഡ്രയും ആ ജോലിയേറ്റെടുക്കാൻ അയാളെ വല്ലാതെ നിർബന്ധിച്ചു. പിന്നീട് അവരുടെ കടുംപിടുത്തം അനുഗ്രഹമായെന്ന് ലിയോനിഡിന് തോന്നി. ഈ ജോലി അയാളുടെ ജീവിതത്തിൽ പുതിയ അർത്ഥതലങ്ങൾ കൊണ്ടുവന്നു. ഈ സ്കൂളിൽ, ഈ തുർക്കിക്കുട്ടികൾക്കിടയിൽ അയാളെ അത്രമേൽ ആഴത്തിൽ സ്പർശിച്ചത് എന്താകും? ഈ ചോദ്യം ഒരായിരം വട്ടം അയാൾ തന്നോടുതന്നെ ചോദിച്ചിട്ടുണ്ട്. ഓരോ തവണയും പലതരത്തിലുള്ള ഉത്തരങ്ങൾകൊണ്ടയാൾ വീർപ്പുമുട്ടുകയും ചെയ്തു.

ഈ യുക്തിയുടെ വഴിയെ നടന്നുനടന്ന് ഒരിക്കൽ ഒരു ഒന്നാന്തരം പരികൽപനയിലയാൾ എത്തിച്ചേർന്നു. കമ്മ്യൂണിസ്റ്റുകൾ പ്രതിപക്ഷമായിരിക്കണമെന്നും അധികാരം കൈയ്യാളാൻ ശ്രമിക്കേണ്ടതില്ലെന്നും അയാൾ സാങ്കല്പികസിദ്ധാന്തം ചമച്ചു. എഴുപത് വർഷത്തെ ചരിത്രം പരിശോധിച്ചാൽ അധികാരത്തിലിരിക്കുമ്പോൾ അവർക്ക് ധാർമ്മിക വിജയത്തിന്റെ വഴികൾ അപരിചിതമായിരിക്കുന്നു എന്ന നഗ്നസത്യം കാണാനാകും. എന്നിട്ടും തീവ്രവാദത്തിനെതിരെ, യുദ്ധസന്നാഹങ്ങൾക്കെതിരെ ജനാധിപത്യത്തിനുവേണ്ടിയുള്ള പോരാട്ടങ്ങളിൽ എല്ലാം കമ്മ്യൂണിസ്റ്റുകാർ ചരിത്രമെഴുതിക്കൊണ്ടിരുന്നു. അവർ ഭ്രാന്തുപിടിപ്പിക്കുന്ന ഏകാന്തതകൾ ഇല്ലാതാക്കി. പ്രേമത്തിനും കവിതയ്ക്കും പുതിയ അർത്ഥവിതാനങ്ങൾ നല്കി. എന്നാൽ ഭരണത്തിൽ കയറിയപ്പോൾ മുതൽ

അധികാരം കൈയാളാൻ തുടങ്ങിയപ്പോൾ മുതൽ ആ മാന്ത്രികത മുറിഞ്ഞുപോയി. സാമൂഹിക അന്യവൽക്കരണം ഏതാണ്ട് മുതലാളിത്ത രാജ്യങ്ങൾ സൃഷ്ടിച്ചതിനേക്കാൾ ഭീതിജനകമായി സമൂഹത്തിൽ ഉടലെടുത്തു. ജനങ്ങൾ പതിവുപോലെ ദുരിതം അനുഭവിക്കുകയും ചെയ്തുവെന്നുവേണം പറയാൻ.

ടർക്കി, ചിലി, ലെബനൺ, നിക്കാരഗ്വ എന്നീ രാജ്യങ്ങളിൽ പ്രതിപക്ഷമായിരുന്ന പൊരുതുന്ന കമ്മ്യൂണിസ്റ്റുകാർ ധാരാളമുണ്ട്. അവരുടെ ഇടയിൽനിന്നെത്തിയ സഖാക്കൾക്കറിയാം പ്രതിപക്ഷമായിരിക്കുന്നതിന്റെ സമ്മർദ്ദവഴികൾ. നാഗരികമായ പെരുമാറ്റങ്ങൾ തൊട്ടുതീണ്ടാതെ മൗലികതമാത്രം കൈമുതലായിട്ടുള്ളവരാണ് അവരിൽ അധികവും. ആ സാസംസ്കാരികമായ പിന്നോക്കാവസ്ഥയിലും അവർ പ്രതീക്ഷയുടെ പൊൻകിരണങ്ങളെ തൊടാൻ ശ്രമിച്ചുകൊണ്ടിരുന്നു. ജനാധിപത്യമര്യാദകൾ പാലിക്കാതിരുന്നതുകൊണ്ടോ വൈവിധ്യങ്ങൾ ഉൾക്കൊള്ളാനാവാത്തതുകൊണ്ടോ അല്ല, മറിച്ച് അധികസമയവും ഒളിവിലിരിക്കുന്ന സഖാക്കളുള്ള ഒരു സംഘടനയ്ക്ക് അതിന്റേതായ പരിമിതികളുണ്ടല്ലോ. പക്ഷേ എന്നാലും പ്രതീക്ഷയുടെ കച്ചിത്തുരുമ്പിൽ അവർ മുറുകെ പിടിച്ചുകൊണ്ടിരുന്നു. അത്രയും വിപ്ലവാവേശമുള്ള മനുഷ്യർ ഈ ഭൂമുഖത്ത് ഉണ്ടെന്നതുതന്നെ എല്ലാ അനീതികൾക്കുമെതിരെ പടപൊരുതാനുള്ള പതിന്മടങ്ങ് ഊർജ്ജം മനസ്സിൽ നിറയ്ക്കുന്നു. ഇത്തരം ഒരു പരിസമാപ്തി തികച്ചും യുക്തസഹമല്ല. വികസ്വരരാജ്യങ്ങളിൽനിന്ന് വരുന്ന സഖാക്കൾ അവരുടെ സർവ്വ ആശയുമറ്റു സംഘർഷങ്ങളാൽ നിറഞ്ഞ ജീവിത പരിസരങ്ങളിൽനിന്ന് സ്വരുക്കൂട്ടിയ പ്രത്യാശയിൽ ജീവിക്കുന്നത് കാണുമ്പോൾത്തന്നെ മനം കുളിർക്കും. അവർ അവരുടെ വിശ്വാസ സംഹിതകളിൽ ഉറച്ചുനിൽക്കുന്നു.

ശാസ്ത്രീയമായോ യുക്തിക്കു നിരക്കുന്നതോ ആണോ ഇത്തരം ചിന്താധാരകൾ എന്ന് ചോദിക്കരുത്. പക്ഷേ അതിൽ ജീവന്റെ അർത്ഥം തുടിച്ചുനിൽക്കുമെന്നതാണ് ഉറപ്പ്. തമോവൃതമായ വിഷാദാത്മകത്വത്തിന്റെ യഥാർത്ഥദൃശ്യത്തിന് നേർവിപരീതമായി പൊതുവായ വിശ്വാസത്തിനും സർവ്വജനീനമായ ചിന്തയ്ക്കും സാധാരണമായ പ്രവൃത്തികൾക്കും പരമാർത്ഥങ്ങൾ ലിയോനിഡ് കണ്ടെടുത്തു. ആശാഭരിതമായ സാരസങ്കല്പം ലളിതമായ മിഥ്യാബോധത്തിനപ്പുറമായിരുന്നു. അത്തരം വ്യാമോഹങ്ങൾക്കിടയിലാണ് കാര്യങ്ങളെങ്കിൽ അയാൾ ഓരോ അഞ്ചു വർഷം കൂടുമ്പോഴും നടക്കുന്ന സി.യു.എസ്.പി. തീരുമാനങ്ങളാൽ എത്രമാത്രം സ്വാധീനിക്കപ്പെടുമായിരുന്നു. ലിയോനിഡിനോട് അയഥാർത്ഥമായതിനെ സ്വീകരിക്കാൻ പറഞ്ഞാലും കാപട്യം നിറഞ്ഞവരെ കൈക്കൊള്ളാൻ പറഞ്ഞാൽ നടക്കില്ല. സത്യം പറഞ്ഞാൽ അയാളൊരിക്കലും നിനച്ചിരുന്നില്ല ഇങ്ങനെ ഒരു സഖാവ് തന്റെ കൺമുന്നിൽ, വാതിലിനപ്പുറത്ത് കൊല്ലപ്പെട്ടുകിടക്കുന്ന ദുരന്തക്കാഴ്ച നേർക്കുനേർ കാണേണ്ടിവരുമെന്ന്. അയാൾക്ക് തന്റെ ഉത്തരവാദിത്തങ്ങളിൽ ഒഴിഞ്ഞു

നില്ക്കാൻ ഇഷ്ടമല്ലായിരുന്നു. ഒന്നും പകുതിവെച്ച് മാറ്റിവെയ്ക്കുന്നത് അയാൾക്കിഷ്ടമില്ലായിരുന്നു. എന്തായാലും അന്വേഷണസംഘത്തിലെ വിവർത്തകൻ എന്ന നിലയിൽ ആ പ്രക്രിയയുടെ ഭാഗമാകാൻ അയാൾക്കും സാധിച്ചു. മാത്രമല്ല, ടർക്കിഷ് ഗ്രൂപ്പിന്റെ ക്ലാസ്സ് അധ്യാപകൻ എന്ന നിലയ്ക്കും അയാൾ ആ ഗ്രൂപ്പിന്റെ ഭാഗമായി. രഹസ്യവിഭാഗത്തിൽ നയതന്ത്ര കാര്യാലയങ്ങളിൽ വർഷങ്ങളോളം ജോലിചെയ്തതിന്റെ കൈത്തഴമ്പുള്ളതുകൊണ്ടാകാം അയാൾക്ക് ഇത്തരം ഉത്തരവാദിത്വങ്ങൾ ഏറ്റെടുത്ത് ചെയ്യാനുള്ള കെല്പുണ്ടായിരുന്നു. അത് അങ്ങനെത്തന്നെ നടന്നു. വിവർത്തനത്തിന്റെ പേരിൽ എല്ലാ വിവരങ്ങളും കണക്കുകളും അയാളിലൂടെത്തന്നെ കടന്നുപോയി. തനിക്കറിയാത്ത കാര്യങ്ങൾ അവരിൽ നിന്നയാൾ മനസ്സിലാക്കി.

ഈ തീരുമാനത്തിലെത്തിയപ്പോഴേക്കും അയാൾക്ക് ഒരു സുഖം തോന്നി. അയാൾ സോഡാക്കുപ്പി വാങ്ങി മേശപ്പുറത്തുവെച്ച് അത് ചലുക്കി പ്രത്യേക ശബ്ദമുണ്ടാക്കി. മദ്യപാനിയായിരുന്ന സമയത്തെ ഒരു രുചി വായിലേക്കിരച്ചുവന്നു. ഇതൊക്കെ എവിടുന്നാണ് ഓടിയെത്തുന്നത്? അയാൾ എഴുന്നേറ്റു ജനലിന്റെയടുത്തേക്ക് നടന്നു. ഏതാണ്ട് മറ്റേന്തിൽനിന്നോ ഓടി രക്ഷപ്പെടുന്നതുപോലെയായിരുന്നു ആ പോക്ക്.

ആദ്യമായി ആ ശവശരീരം കാണുമ്പോൾ എവിടെയാണോ നിന്നത്, അവിടെതന്നെ അയാൾ വീണ്ടും നിലയുറപ്പിച്ചു. കുറ്റകൃത്യം നടന്നിടത്ത് നടക്കുന്ന പ്രക്രിയകൾ അയാൾ ശ്രദ്ധയോടെ നോക്കി. ഒരു ആംബുലൻസ് കെട്ടിടത്തിനു നേരെ നീങ്ങി. ലിയോനിഡ് മുഹമ്മദിന്റെ ബഹുമാനം നിറഞ്ഞ ചിരിയോർത്തു. ''മരണം അതിദാരുണം തന്നെയാണ്.'' അയാൾ തനിയെ പറഞ്ഞു.

''ഒരാളുടെ സ്വപ്നരാജ്യത്തുവെച്ച് തന്നെ മരണപ്പെടുക അതീവ ദയനീയമായ ദുരന്തമാണ്.''ടർക്കിയിലേക്ക് ആ ബോഡി കൊണ്ടുപോകാൻ ഇനി ഒരു സാദ്ധ്യതയുമില്ല. ആരോരുമടുത്തില്ലാതെ ഒറ്റയ്ക്കു മരിച്ചുപോയ ഒരു മനുഷ്യൻ. മോസ്കോയിലെ അയാളുടെ ശവക്കല്ലറ കാണാൻ പോലും പ്രിയപ്പെട്ടവർ വരാനിടയില്ല. എവിടെയാണ് അയാളെ അടക്കം ചെയ്യാൻ പോകുന്നത് എന്നത് ഇത്രയ്ക്കും പ്രധാനപ്പെട്ട കാര്യമാണോ? പ്രത്യേകിച്ച് അയാളൊരു ആഗോളനാകുമ്പോൾ. ഈ മണ്ണും താൻ പിറന്നുവീണ മണ്ണും ഒരേപോലെ അയാൾക്ക് പ്രിയപ്പെട്ടതായിരിക്കും.''

താഴെ, ഉദ്യോഗസ്ഥർ ശവശരീരം ആംബുലൻസിൽവെച്ച് വാതിലടച്ചു. വിക്റ്റർ കുറച്ചുനേരം അവരോടെന്തോ സംസാരിക്കുന്നതായി അയാൾ ശ്രദ്ധിച്ചു. ഓഫീസർമാർ ഓരോരുത്തരായി ആംബുലൻസിൽ കയറി. വിക്റ്ററും അവരോടൊപ്പം കയറി. ആംബുലൻസ് തന്റെ കൺമുന്നിൽ നിന്നും മായുംവരെ അയാൾ ജനാലയ്ക്കരികിൽ നിന്നനങ്ങിയതേയില്ല.

പന്ത്രണ്ട്

അന്ന് രാവിലെ മോസ്കോയിൽ ഉറക്കം ഉണർന്നവരെല്ലാം ഒരു അദ്ഭുതം കാണാനായി കണ്ണുതുറന്നതുപോലെയായിരുന്നു അവിടത്തെ അന്തരീക്ഷം. മരങ്ങളാകെ മഞ്ഞിൽപൊതിഞ്ഞ് ഒരു ഭീമൻ കണ്ണാടിക്കളിപ്പാട്ടംപോലെ അപ്പോഴുദിച്ചുയുർന്ന ഇളംസൂര്യന്റെ രശ്മിയിൽ വിളങ്ങിനിന്നു. തലേദിവസം രാത്രിയിൽ ഉതിർന്നുവീണ മഞ്ഞിൻകണങ്ങളായിരുന്നു അവ. എന്നാൽ അതിസുന്ദരമായ പ്രകൃതിദൃശ്യം ആസ്വദിക്കാൻ പറ്റുന്ന മാനസികാവസ്ഥയായിരുന്നില്ല തുർക്കി കമ്മ്യൂണിസ്റ്റുകാർ. ജനുവരി 29, 1986 കുർക്കിനോയിലെ ജീവിതത്തിനിടയിലെ ഏറ്റവും മോശപ്പെട്ട ദിവസമായിട്ടായിരിക്കും അവർ ഓർത്തുവെയ്ക്കുക.

കഴിഞ്ഞ ദിവസത്തെ സന്തോഷനിമിഷങ്ങളെ ഈ ദിവസത്തെ ഒടുങ്ങാത്ത ആവലാതിയും അശുഭചിന്തകളും അപ്പാടെ വിഴുങ്ങിക്കഴിഞ്ഞിരുന്നു. ഇന്നാർക്കും ക്ലാസ്സിൽ ഇരിക്കാൻ തോന്നുന്നുണ്ടായിരുന്നില്ല. എന്നാൽ ഈയവസരത്തിൽ സംസാരിക്കുക എന്ന ഭാരം ചുമക്കാൻ വിധിക്കപ്പെട്ടത് സെരിഫ് ആയിരുന്നു. അക്കൂട്ടത്തിലെ യാതൊരു അല്ലലില്ലാത്തവനും സാമ്പ്രദായിക രീതികൾക്കപ്പുറത്ത് കാര്യങ്ങൾ ചെയ്യുന്നതും അവനായിരുന്നല്ലോ. സുഹൃത്തുക്കളുടെ നിർബന്ധത്തിനുവഴങ്ങി അവനായിരുന്നു ഹിക്മെത്തിന്റെയടുത്തു സംസാരിക്കാനായി പോയത്. ഹിക്മെത്ത് അന്ന് പതിവിലും നേരത്തെ ഉണർന്നിരുന്നു.

അവനെത്തുമ്പോൾ അയാൾ ക്ഷൗരം ചെയ്യാനായി കുളിമുറിയിൽ ആയിരുന്നു. ഇന്ന് കൂട്ടായ്മയിൽ നിന്നാരും ക്ലാസ്സുകളിൽ അധ്യയനത്തിനായി എത്തുന്നില്ല എന്ന കാര്യത്തിൽ അയാൾ സെരിഫിനോട് യോജിച്ചു. എല്ലാ ദിവസവും ചെയ്യുന്നതുപോലെ ആദ്യം താഴെ നിലയിലേക്ക് പോയി തേപ്പെട്ടിസ്റ്റാന്റിന്റെ അടുത്തുചെന്ന് തന്റെ ട്രൗസറുകളും ഷർട്ടും തേച്ച് വടിവൊത്തതാക്കി, അതൊക്കെ ധരിച്ച്, പതിവുപോലെ മുറികളിൽപോയി റിപ്പോർട്ടുകൾ ശേഖരിച്ചു. അയാളുടെ സുഹൃത്തുക്കൾ പ്രഭാതഭക്ഷണശാലയിലേക്ക് നടന്നപ്പോൾ, അയാൾ ക്ലാസ്സ് മുറികൾ ലക്ഷ്യമാക്കി താഴേക്കിറങ്ങി. ലിയോനിഡ് കാന്റീനിൽ ഇരിക്കുന്നത് അയാൾ കണ്ടു. അയാളുടെ മുഖം വിളറിയിരുന്നു. ഒരൊറ്റ രാത്രികൊണ്ട് അയാൾ ഒരുപാട് പ്രായം വെച്ചതുപോലെ തോന്നും ആ ഇരിപ്പുകണ്ടാൽ.

റിപ്പോർട്ടുകൾ കൈമാറിയപ്പോൾ, ഇന്നത്തെ ക്ലാസ്സുകൾ ഒഴിവാക്കാൻ തീരുമാനിച്ച കാര്യം ഹിക്മെത്ത് സൂചിപ്പിച്ചു. അത് സെരിഫിന്റെ നിർദ്ദേശ മായിരുന്നെന്ന് പ്രത്യേകമായി എടുത്തുപറയുകയും ചെയ്തു. വളരെ മാന്യമായി ഹിക്മെത്തിന്റെ നിർദ്ദേശങ്ങളെ കേട്ടതിനുശേഷം കരുത ലിന്റെ സ്വരത്തിൽ ലിയോനിഡ് പ്രതികരിച്ചു. ''അത് ശരിയായില്ല... അതുവേണ്ടായിരുന്നു.'' മറ്റു ഗ്രൂപ്പുകൾ, പ്രത്യേകിച്ച് ഇന്ന് നിങ്ങൾക്ക് ക്ലാസ്സ് എടുക്കാനുള്ള അധ്യാപകർ, അവരൊന്നും ഈ സാഹചര്യത്തെ ക്കുറിച്ച് അറിയാനിടവരരുത്. നമ്മൾ തീർച്ചയായും ഇന്ന് പഠിപ്പിക്കു കയും പഠിക്കുകയും വേണം. ആദ്യ രണ്ടുപാഠങ്ങൾ ഞാനെടുക്കേണ്ട തായതിനാൽ, ആ സമയം നമുക്ക് പൊതുവിലുള്ള എന്തെങ്കിലും കാര്യം ചർച്ച ചെയ്യാനായി വിനിയോഗിക്കാം.''

തന്റെ പണി പൂർണ്ണമായും വേഗതയോടെയും ചെയ്യാനായി ഒരു മാനേജരുടെ പെരുമാറ്റത്വരയോടെ ഹിക്മെത്ത് കോഫി ഷോപ്പിലേക്ക് തന്നെ മടങ്ങിപ്പോയി.

സൈറ്റിലെ കുട്ടികൾ ഇപ്പോഴും ഉറക്കച്ചടവിൽ തന്നെയായിരുന്നു. ഭക്ഷണമുറിയിലെ മേശകൾ പലതും അപ്പോഴും ഒഴിഞ്ഞുതന്നെ കിട ക്കുകയായിരുന്നു. അതിനർത്ഥം കുട്ടികൾ ഉണർന്നിട്ടുണ്ടാകില്ല അല്ലെ ങ്കിൽ അവർ എഴുന്നേറ്റു വരുന്നേയുണ്ടാകൂ. എന്തായാലും സമയം വൈകിയതിനാൽ പ്രാതൽ കഴിക്കാനുള്ള അവരുടെ അവസരം ഇന്ന് നഷ്ടപ്പെടാനും സാധ്യതയുണ്ട് എന്ന് വേണം കരുതാൻ.

ഭക്ഷണത്തിനായി ക്യൂ നിൽക്കുന്നവരുടെ പിന്നിലായി ഹിക്മെത്തും പോയിനിന്നു. അയാളുടെ മുന്നിൽ ബ്രസീലിയക്കാരായിരുന്നു ഉണ്ടാ യിരുന്നത്. രണ്ടു പെൺകുട്ടികളും മൂന്നു പുരുഷന്മാരും. അവർ അല സരായി പാൽക്കട്ടിവെച്ച് പാത്രങ്ങളിലേക്കും ജാം ഇട്ടുവെച്ച ഭരണിക ളിലേക്കും അവർക്ക് മുന്നിൽ നിരത്തിവെച്ചിരുന്ന വലിയ പുഴുങ്ങിയ മുട്ടകളിലേക്കും നോക്കി കോട്ടുവായിട്ടു. ഇന്നലെ രാത്രിയിലെ പാർട്ടി യുടെ ക്ഷീണത്താൽ അവർ തളർന്നിരുന്നതുപോലെ കാണപ്പെട്ടു. പെട്ടെന്ന് ഹിക്മെത്തിന്റെ കണ്ണുകൾ പെപ്പയുടെ കണ്ണുകളിൽ ചെന്ന് മുട്ടി. ആ കൂട്ടായ്മയിലെ ഏറ്റവും സുന്ദരനായ ആകർഷത്വമുള്ള യുവാവാ യിരുന്നു അവൻ. ബ്രസീലിയൻ കൂട്ടായ്മയിലെ ഒരേയൊരു ചുരുണ്ട മുടിക്കാരനും ഏറ്റവും അനുയോജ്യമായ ശരീരമുള്ളവനും പ്രേമലോ ലുപമായ ഒരു പുഞ്ചിരി സ്ഥിരമായി ചുണ്ടിൽ വിരിയിച്ചു പാറിനടക്കുന്ന യൊരാളായിരുന്നു അവൻ.

''സുപ്രഭാതം'' പെപ്പ പറഞ്ഞു. അവൻ മുഹമ്മദിനെക്കുറിച്ച് എന്തെ ങ്കിലും ചോദിക്കുമോയെന്ന് വേവലാതിപ്പെട്ട് അയാൾ മറുപടി അഭി വാദ്യം ചെയ്തു. ആ പിരിമുറുക്കം അടിസ്ഥാനരഹിതമായിരുന്നില്ല. പെപ്പ ഒരു അടി അടുത്തേക്ക് വന്ന്, തുർക്കികൾ ഇരുന്ന് ഭക്ഷണം കഴിക്കുന്ന നീളത്തിലുള്ള മേശയ്ക്കു നേരെ ആംഗ്യം കാട്ടിക്കൊണ്ട് ചോദിച്ചു:

''സഖാവ് മുഹമ്മദ്?''

രാവിലത്തെ ശൈത്യത്തിൽ വിളർത്തുപോയ ചുണ്ടുകൾ ചുരുട്ടി കയറ്റി നാക്കിനാൽ നനച്ച് വിവർണ്ണമായ ഒരു ചിരി വരുത്താൻ ഹിക്മെത്ത് ശ്രമിച്ചു. കൈകൾകൊണ്ട് അംഗവിക്ഷേപം കാട്ടി അവൻ സ്വന്തം രാജ്യത്തേക്ക് മടങ്ങിപോയെന്ന് അയാൾ പറയാൻ ശ്രമിച്ചു. പെപ്പെ ആശ്ചര്യത്തോടെ നോക്കുന്നത് കണ്ടപ്പോഴാണ് തന്റെ ചേഷ്ടകൾകൊണ്ട് ആശയം കൈമാറാനായെന്ന് അയാൾക്ക് ബോധ്യം വന്നത്.

'എന്തിന്?' ഇത്തവണ അയാൾ ഇംഗ്ലീഷിലാണ് ചോദ്യം ചോദിച്ചത്. പകുതിമാത്രം അറിയാവുന്ന റഷ്യൻ ഭാഷയേക്കാൾ അയാൾക്ക് കൈകാര്യം ചെയ്യാൻ സുഖപ്രദം.

ഹിക്മെത്തിന് ആ ചോദ്യം പിടികിട്ടി. എന്നാൽ അയാളുടെ ഇംഗ്ലീഷ് പരിജ്ഞാനം ഒരു വിശദമായ ഉത്തരം നൽകാൻ മാത്രം നല്ലതായിരുന്നില്ല. കൈകൾ രണ്ടുവശത്തേക്കും വിടർത്തി, തല താഴേക്ക് തൂക്കിയിട്ട് വേണം എന്നുവെച്ച് മനഃപൂർവ്വം ഒരു ആംഗ്യം കാട്ടുകയാണ് അയാൾ പിന്നെ ചെയ്തത്. പെപ്പ് ഇഷ്ടമുള്ള രീതിയിൽ അതിനെ വ്യാഖ്യാനം ചെയ്യട്ടെ എന്നയാൾ കരുതി.

അല്പനേരം ഹിക്മെത്തിനെ തുറിച്ച് നോക്കിയതിനുശേഷം ചെറിയൊരു ചേഷ്ട കാട്ടി തനിക്കിത് മനസ്സിലായി എന്ന രീതിയിൽ മറുപടി പറഞ്ഞ് അയാൾ തന്റെ കാര്യം നോക്കി തിരിഞ്ഞുനടന്നു. അയാൾ ഭക്ഷണമെടുത്തു തന്റെ ട്രേയിൽ നിരത്തി. ബ്രെഡും പാൽക്കട്ടിയും ജാമും സലാമിയുടെ കഷ്ണവും ഉണ്ടായിരുന്നു അതിൽ. ഹിക്മെത്തിന്റെ കണ്ണുകൾ ഇപ്പോഴും പെപ്പെയുടെ മേൽതന്നെയായിരുന്നു. അവൻ ഒരു വലിയ ചായ ഗ്ലാസ്സ് എടുത്ത് ഇറീനയ്ക്ക് കൊടുത്തു. എല്ലായ്പ്പോഴും ശൃംഗാരവിവശയായി കാണപ്പെടാറുള്ള പെൺകുട്ടിയായിരുന്നു അവൾ. അവൾ റഷ്യൻ ഭാഷയിൽ പറഞ്ഞു

''ചായയ്ക്ക് നന്ദി.''

ആ പെൺകുട്ടി ചായ പകർന്നുകൊണ്ടിരിക്കുമ്പോൾ ഹിക്മെത്ത് തനിക്ക് ഏറ്റവും പ്രിയപ്പെട്ട സാൻവിച്ചുകളും സെഡാർചീസും ഉപ്പിലിട്ട ചുവന്ന കുരുമുളകും കുറച്ച് ഒലീസ് കായ്കളും ട്രേയിലെടുത്തു. അത് ധാരാളമായിരുന്നു. ചായ ഗ്ലാസ്സ് ഇറീനയുടെ കൈയിൽ നിന്നെടുത്ത്, അവളെ നോക്കിയൊന്ന് ചിരിച്ചപ്പോൾ അത് സുന്ദരമായ ശരത്കാല പ്രഭാതംപോലെ പ്രസന്നമായിരുന്നു. തന്റെ ട്രേ കൗണ്ടറിന്റെ അടുത്തേക്ക് കൊണ്ടുപോയി പെപ്പയ്ക്ക് പുറകിൽനിന്നു. പൈസയടക്കുന്നിടത്തേക്ക് നടക്കുമ്പോൾ പെപ്പ ഹിക്മെത്തിനെ കാണാനായി തിരിഞ്ഞുനോക്കി.

''മുഹമ്മദ്, എനിക്ക് നസീം ഹിക്മെത്തിന്റെ ഫോട്ടോ തരാമെന്നേറ്റിട്ടുണ്ട്. ഇന്നലത്തെ പ്രദർശനത്തിൽ നിങ്ങൾ തൂക്കിയിട്ടയൊരെണ്ണം. ഞാനത് നിങ്ങളുടെ കൈയിൽനിന്ന് എടുക്കട്ടെ.'' അവൻ ഇംഗ്ലീഷിൽ ചോദിച്ചു.

ഫോട്ടോയെന്നും നസീം എന്നുമൊക്കെ പറഞ്ഞതിൽനിന്ന് ഹിക്മെത്ത് അക്കാര്യം അനുമാനിച്ചെടുത്തു.

''ഉറപ്പായും'' അയാൾ തുർക്കിഭാഷയിൽ മറുപടി പറഞ്ഞു. എന്നിട്ട്, ഒരു നിമിഷം ധ്യാനനിരതനായിനിന്ന് ശരിയായ ഇംഗ്ലീഷ് വാക്കുകളിൽ വീണ്ടും മറുപടി പറഞ്ഞു. ''ശരി, ഉറപ്പായും... ഉറപ്പായും.''

പെപ്പെ നന്ദി പറഞ്ഞു, തിരിഞ്ഞുനടന്നു. പിന്നീട് ഹിക്മെത്തിനെ വിളിച്ചതുമില്ല.

ഹിക്മെത്ത് മേശയ്ക്കു ചുറ്റുമിരിക്കുന്ന തന്റെ സുഹൃത്തുക്കളെ ആകെയൊന്നു നോക്കി. ഭക്ഷണത്തിന്റെ കാശ് കൊടുക്കാനായി ക്യാഷിയറിൽ നില്ക്കുമ്പോഴായിരുന്നു അത്. മുഹമ്മദ് മാത്രമില്ല അവിടെ. ബാക്കിയെല്ലാവരും അവിടെയുണ്ടായിരുന്നു. കരീം പോലും അവരോടൊപ്പം ഭക്ഷണം കഴിക്കാനായി നേരത്തെ എഴുന്നേറ്റിരുന്നു എന്നാണ് സംഭവിച്ചതെന്നോ എന്തെങ്കിലുമവിടെ നടന്നെന്നോ പറയാനോ സംസാരിക്കാനോ ആരും മുതിർന്നില്ല. ഈ നിശ്ശബ്ദത അവരെ കൂടുതൽ അടുപ്പിക്കുകയാണുണ്ടായത് എന്നയാൾക്ക് തോന്നി. അതോ ഇനി അത് അയാളുടെ വെറും ഊഹം മാത്രമാണോ, അയാൾ എപ്പോഴും സങ്കല്പിക്കുന്നതുപോലെ. ദുരന്തമുഖത്ത് മനുഷ്യർ പരസ്പരം കൈകോർത്തു പിടിക്കുന്നു. ക്യാഷിയറുടെ അടുത്തെത്താൻ മൂന്നുപേർ മാത്രം ആ വരിയിൽ മുന്നിൽ നില്ക്കുമ്പോഴാണ് അയാളുടെ ചുമലിൽ ആരുടേയെ കൈവന്നു പതിച്ചത്. തിരിഞ്ഞുനോക്കിയപ്പോൾ അസഫിന്റെ കോപത്താൽ വിറയ്ക്കുന്ന മുഖമാണ് കണ്ടത്.

''ഓഹ്, നിങ്ങളായിരുന്നോ സഖാവേ. സുപ്രഭാതം.'' ചിരിച്ചുകൊണ്ട് ഹിക്മെത്ത് പറഞ്ഞു.

''സുപ്രഭാതം.'' തന്റെ കാപ്പിക്കപ്പ് ഹിക്മെത്തിന്റെ ട്രേയിൽവെച്ചുകൊണ്ട് അസഫ് പറഞ്ഞു.

''നിങ്ങൾ ഭക്ഷണമൊന്നുമെടുത്തില്ലേ?''

''ഞാനിപ്പോൾ ഒന്നും കഴിക്കാനുള്ള ഒരു മാനസികാവസ്ഥയില്ല.'' അസഫ് പറഞ്ഞു.

എന്തെങ്കിലുമൊക്കെ പുരോഗതി അന്വേഷണത്തിനുണ്ടായിരിക്കുമെന്നത് ഉറപ്പായിരുന്നു. പോരാത്തതിന് അസഫ് ദുർമ്മുഖം കാട്ടിക്കൊണ്ടാണ് അവിടേക്ക് വന്നതുതന്നെ. എന്താണ് പുതിയ നീക്കങ്ങളെന്ന് ചോദിക്കാനുള്ള ധൈര്യമില്ലാത്തതിനാൽ അയാൾ മിണ്ടാതെ നിന്നു. ഇനി രണ്ടുപേർ മാത്രമേ ക്യാഷ് കൗണ്ടറിലെത്താൻ അവരുടെ മുന്നിലുണ്ടായിരുന്നുള്ളൂ.

''താങ്കൾ വേണമെങ്കിൽ ഇരുന്നോളൂ. ഞാൻ കോഫി എടുത്തുകൊണ്ടുവരാം.'' വിനയത്തോടെ ഹിക്മെത്ത് പറഞ്ഞു.

അസഫ് ഒന്നുകൂടി കുപിതനായി തന്റെ സുഹൃത്തിനെ നോക്കി.

''ഞാനും വരാം നിന്റെ കൂടെ'' അയാൾ പറഞ്ഞു. ഹിക്മെത്ത് നിങ്ങളുടെ ഇഷ്ടംപോലെ എന്നു പറയാനായി വിചാരിച്ചതും ക്യാഷർ ''ഒരു

റൂബിളും പതിനഞ്ച് കോപെക്സും'' എന്നു പറഞ്ഞുകൊണ്ട് ആ സംഭാഷണം മുറിച്ചുകളഞ്ഞു. പണം കൊടുത്തതിനുശേഷം രണ്ടുപേരും സഖാക്കളുടെ അടുത്തേക്ക് പോയി.

ഹിക്മെത്ത് ധൈര്യം സംഭരിച്ച് ഇത്രയെങ്കിലും ചോദിച്ചു.

''എന്തെങ്കിലും കാര്യം പിന്നീട് സംഭവിച്ചോ സഖാവ് അസഫ്. നിങ്ങൾ വല്ലാതെ പരിഭ്രമിച്ചിരിക്കുന്നല്ലോ?''

ആ ചോദ്യം സഖാവ് പാടെ അവഗണിച്ചുകളഞ്ഞു.

''എവിടെയെങ്കിലുമൊന്ന് ഒരുമിച്ചിരിക്കുമ്പോൾ അതിന്റെ ഉത്തരം ഞാൻ പറഞ്ഞുതരാം''

ആ ചോദ്യം ഇങ്ങനെ പറഞ്ഞു അയാൾ തള്ളിക്കളഞ്ഞു.

സൈറ്റിലെ പാചകക്കാരനായിരുന്ന അലക്സിയെ ശ്രദ്ധിക്കുകയായിരുന്നു അസഫ്. അയാൾ മേശയ്ക്കരികിലേക്ക് നീങ്ങി. അവിടെ ടർക്കിഷ് സഖാക്കൾ ഇരിപ്പുണ്ടായിരുന്നു. ഇയാൾ പൊടുന്നനെ ഇപ്പോൾ എവിടുന്നാണ് കേറിവന്നത്. ആ പ്രായംചെന്ന മനുഷ്യൻ മേശയ്ക്കടുത്തേക്ക് ചെന്ന് വറുത്ത സോസേജുകൾ പാത്രത്തിലേക്കെടുത്തിട്ടു. പിന്നെ ഒരു ഗ്ലാസ്സ് ഓറഞ്ച് ജ്യൂസു കൂടിയെടുത്ത് അത് രണ്ടു കരീമിന് മുന്നിൽവെച്ചു. കരീം ആകെ അങ്കലാപ്പിലായിരുന്നു. അലക്സി എന്തോ പറഞ്ഞു, പക്ഷേ അത് ശ്രദ്ധിച്ചതുപോലുമില്ല. വെറുതെ തലയാട്ടുക മാത്രം ചെയ്തു.

അസഫ് ധൃതിയിൽ നടന്ന് അലെക്സിയുടെ അടുത്തെത്തി. ''ഞാൻ നിങ്ങളെ സഹായിക്കാം.'' അയാൾ പറഞ്ഞു.

അസഫിന് റഷ്യൻ അറിയാമെന്ന് കണ്ടപ്പോൾ അലക്സി ആകെയൊന്നു പരുങ്ങി.

''താങ്കൾ തുർക്കിക്കാരനാണോ?''

''അതെ'' അസഫ് മറുപടി പറഞ്ഞു. മേശപ്പുറത്ത് വെച്ചിരിക്കുന്ന സോസേജുകളും ഓറഞ്ച് നീരും ചൂണ്ടിക്കൊണ്ട് ഇതൊക്കെ എന്തിനാണ് എന്ന് അവൻ ചോദിച്ചു.

''എനിക്കൊരു മകനുണ്ട്'' അലക്സി അതുപറഞ്ഞപ്പോൾ അയാളുടെ കണ്ണുകൾ കരീമിന്റെ മേൽതന്നെയായിരുന്നു.

''അലോഷ്യ എന്നാണവന്റെ പേര്. ഇവന്റെ അതേ പ്രായമാണ്. ഇപ്പോൾ അഫ്ഗാനിസ്ഥാനിലാണ്. പോരാളിയാണ്. ഇവനെ ഇങ്ങനെ സുഖമില്ലാതെ കഷ്ടപ്പെടുന്നത് കണ്ടപ്പോൾ എനിക്കെന്റെ മകനെ ഓർമ്മ വന്നു. അതാണ് ഞാൻ ഇവന് ഭക്ഷണം കൊണ്ടുവന്നത്.''

അസഫ് ഒന്നയഞ്ഞു. അയാൾക്ക് ഒരു ഇളക്കം തട്ടി. അയാൾ ആ മനുഷ്യന് നന്ദി പറഞ്ഞു. എന്നിട്ട് അലക്സിയുടെ വാക്കുകൾ അവിടെയുള്ള സഖാക്കൾക്ക് പരിഭാഷപ്പെടുത്തി കൊടുത്തു.

“ഇതാ, ഇവിടെ ഒരു ശരിയായ സോവിയറ്റ് പൗരൻ, കാരുണ്യവാൻ, കരുതലുള്ളവൻ, ആത്മാർത്ഥതയുടെ ആൾരൂപം. സോഷ്യലിസം വളർത്തിയെടുക്കുന്നത് ഇത്തരം വ്യക്തികളെയാണ്.”

അസഫിന്റെ പ്രസംഗത്തേക്കാൾ ആ വൃദ്ധന്റെ കാരുണ്യം അവിടെ കൂടിയിരുന്നവരുടെ കരളലിയിച്ചു.

“അയാൾക്കൊരു സമ്മാനം കൊടുക്കണം നമുക്ക്.” ബെസിർ പറഞ്ഞു. ഡർമുസ് ഒരു പടികൂടി കടന്നുചിന്തിച്ചു.

“അയാൾക്ക് നമുക്കൊരു ബാഡ്ജും സംഘടനയുടെ കൊടിയും ഉച്ചയ്ക്ക് കൈമാറാം.” അവൻ പറഞ്ഞു.

“താങ്കൾ അയാൾക്ക് നന്ദി പറയുന്നില്ലേ?” കാൻ സഖാവിനോട് ചോദിച്ചു. അവർ നിരന്തരം തുമ്മുകയും ചീറ്റുകയും മൂക്ക് ചൊറിയുകയും ചെയ്തുകൊണ്ടിരുന്നു. കരീം കഷ്ടപ്പെട്ടെഴുന്നേറ്റ് ആ മനുഷ്യന്റെ കരം ഗ്രഹിച്ചു.

“നന്ദി.”

അലക്സിക്ക് സന്തോഷമായി. ഒരു കച്ചുകുഞ്ഞ് ചിരിക്കുന്നതുപോലെ അയാൾ പോടുവന്ന പല്ലുകാട്ടി വെളുക്കെ ചിരിച്ചു.

അസഫ് അയാളെ മേശയ്ക്കരികിലേക്ക് ഇരിക്കാൻ ക്ഷണിച്ചു.

“ഇല്ല, എനിക്ക് ഊണ് തയ്യാറാക്കേണ്ടതുണ്ട്.”

അടുക്കളയിലേക്ക് നടന്നുപോയി. അസഫ് അലസമായി ഹിക്മെത്തിന്റെ അടുത്തിരുന്നു. സെരിഫ് കാര്യമായി ആധിയിലായിരുന്നു. അയാൾ അസാഫിനെ പാളിനോക്കി. എന്നിട്ട് ഹിക്മെത്തിന്റെ അടുത്തേക്ക് തിരിഞ്ഞു.

“അപ്പോൾ, എന്തൊക്കെയാണ് വാർത്തകൾ, നിങ്ങൾ ലിയോനിഡിനോട് സംസാരിച്ചിരുന്നുവോ?”

“സംസാരിച്ചു”

ഹിക്മെത്ത് പറഞ്ഞു. “അയാൾ കരുതുന്നത് ക്ലാസ്സുകൾ ഒഴിവാക്കിയാൽ എന്താണ് കാരണമെന്നറിയാൻ ആളുകൾ ശ്രമിക്കുമെന്നാണ്”

അവർ പറയുന്നത് പാതി ചെവിയാൽ കേട്ട അസഫ് ചാടിയെഴുന്നേറ്റ് ഗുണദോഷിക്കാനാരംഭിച്ചു.

“സഖാക്കളേ, ക്ലാസ്സുകൾ ഒഴിവാക്കാമെന്ന നിർദ്ദേശം എവിടുന്നാണ് വന്നത്?”

“എനിക്കറിയില്ല. എനിക്കൊരു സൂചനയുമില്ല.” ഡർമുസ് പറഞ്ഞു.

“നേരത്തെ എഴുന്നേറ്റിരുന്നെങ്കിൽ കാര്യമായ സൂചനകൾ കിട്ടുമായിരുന്നു” കടുത്ത ഭാഷയിൽ സെരിഫ് തിരിച്ചു പറഞ്ഞു.

“സഖാക്കൾക്ക് പലർക്കും സുഖമുണ്ടായിരുന്നില്ല. അതുകൊണ്ട് ഒരു ദിവസം ഓഫ് എടുക്കണമെന്ന് ഞങ്ങൾക്ക് തോന്നി. അത്രയേയുള്ളൂ.”

"സാധ്യമല്ല."

അസഫ് ചാടിയെഴുന്നേറ്റ് മുന്നറിയിപ്പ് എന്നപോലെ ആജ്ഞാപിച്ചു. അത് എല്ലാവരുടേയും ശ്രദ്ധ ക്ഷണിക്കാനേ ഉപകരിക്കൂ. ഇന്നലെ രാത്രി പറഞ്ഞത് മറന്നുപോയോ? ആരും ഈ സംഗതികളൊന്നും അറിയാൻ ഇടവരരുത്."

ഡർമുസ് അസഫിനെ പിൻതാങ്ങി.

"ഞാൻ യോജിക്കുന്നു. എനിക്ക് തോന്നുന്നു നമ്മൾ ക്ലാസ്സുകളിൽ കയറണമെന്ന്."

"ലിയോനിഡ് പറഞ്ഞത് ശരിയാണ്."

സെമിൽ സെരിഫിന് മുഖം തിരിഞ്ഞുനിന്ന് പറഞ്ഞു.

"അപ്പോൾ ശരി. അക്കാര്യത്തിൽ തീരുമാനമായി."

നീരസത്തോടെ സെരിഫ് പറഞ്ഞു.

"ഒരു ദിവസം അവധിയെടുക്കണമെന്ന് നീ ആവശ്യപ്പെട്ടിരുന്നില്ലേ... അതുകൊണ്ടാണ് ഈ ദിവസത്തെ ക്ലാസ്സുകൾ മാറ്റിവെയ്ക്കാൻ ഞങ്ങൾ തീരുമാനിച്ചത്, നിനക്കത് വേണ്ടതുകൊണ്ടുമാത്രം."

"പക്ഷേ, എനിക്ക് ഒരു സുഖമില്ലായ്മ തോന്നുന്നുണ്ട്." കരീം ഊന്നിപ്പറഞ്ഞു.

"എനിക്ക് തോന്നുന്നത് ഈ രോഗം വഷളായിവരുകയാണെന്നാണ്."

"നീ ശരിക്കും കിടന്നു വിശ്രമിക്കണമായിരുന്നു. പുറത്തിറങ്ങിയതു തന്നെ തെറ്റ്." "പോകൂ. എത്രയും പെട്ടെന്ന് പോയി കിടന്നുറങ്ങൂ" സെരിഫ് പറഞ്ഞു.

"ഞാൻ പോകാൻ പോകുകയാണ്. എനിക്ക് നമ്മുടെ കൂട്ടായ്മയിലെ എല്ലാവരും ഒരുമിച്ചിരുന്ന് പ്രാതൽ കഴിക്കുന്നത് കാണണമെന്നുണ്ടായിരുന്നു."

"അപ്പോൾ ശരി. കരീം ഒഴിച്ച് ബാക്കിയെല്ലാവരും ക്ലാസ്സുകളിലേക്ക് പോകൂ." അസഫ് ഈ വർത്തമാനം ഇവിടെ അവസാനിക്കുന്നു എന്ന രീതിയിൽ നിർദ്ദേശങ്ങൾ നല്കി. ഇത്രയൊക്കെ കേട്ടിട്ടും ആരും പ്രതികരിക്കുകയോ എന്തെങ്കിലും പറയുകയോ ചെയ്തില്ല. എല്ലാവരും ഭക്ഷണം കഴിക്കുന്ന തിരക്കിലായിരുന്നു.

ഡർമുസ് കരീമിന്റെ പാത്രത്തിലുള്ള വറുത്ത സോസേജുകളിൽതന്നെ കണ്ണുവെച്ചുകൊണ്ടിരുന്നു. അവസാനം കൊതിമൂത്ത് അയാൾ ചോദിച്ചുപോയി.

"സഖാവേ, നിങ്ങൾ ആ സോസേജുകൾ കഴിക്കുന്നില്ലെങ്കിൽ ഞാനവയെടുത്തോട്ടെ ?"

കരീം ആ പാത്രം ഡർമുസിന്റെ അടുത്തേക്ക് നീട്ടി.

"കഴിക്കൂ സഖാവേ." നെജത്ത് ചിരിച്ചുകൊണ്ടു പറഞ്ഞു. ഞങ്ങളെക്കാൾ നിങ്ങൾ കൂടുതൽ ഊർജ്ജസ്വലനായിരിക്കേണ്ടതുണ്ട്."

''നിങ്ങൾ എന്താണ് പറഞ്ഞുവരുന്നത്?'' ഡർമുസ് മറ്റൊന്നും ആലോചിക്കാതെ അതിവേഗം തിരിച്ചു ചോദിച്ചു.

ഇതൊരു അനാവശ്യതർക്കത്തിലേക്ക് നീങ്ങുമെന്ന് മനസ്സിലാക്കിയ അസഫ്, തന്റെ കാപ്പിയൊരല്പം തണുത്തതിനുശേഷം അവരുടെ സംഭാഷണത്തിൽ കയറി ഇടപ്പെട്ടു.

''സഖാക്കളേ, '' അയാൾ പറഞ്ഞു.

''ഇന്നലെ പാർട്ടി കേന്ദ്രത്തിൽനിന്ന് വിളിച്ചിരുന്നു. ഏതാണ്ട് ഒരാഴ്ചയൊക്കെ കഴിഞ്ഞേ ആഭ്യന്തര അന്വേഷണത്തിനായി അവർ ആരെയെങ്കിലും ഇങ്ങോട്ടേക്ക് അയയ്ക്കൂ.''

''എന്തുകൊണ്ട്?''

വായിൽ ഭക്ഷണം നിറച്ചുവെച്ച് ചവച്ചുകൊണ്ടാണ് സെറിഫ് അത് ചോദിച്ചത്. അയാളുടെ ശബ്ദം അതിനാൽ തന്നെ പരുക്കനായി തോന്നി.

''അവിടെ വല്ലാത്ത തിരക്കുപിടിച്ച സമയക്രമീകരണങ്ങളുള്ള കാലമാണിത്. കോൺഫറൻസിന്റെ ഒരുക്കങ്ങളും മറ്റുമായി എല്ലാവരും തിരക്കിലാണല്ലോ. പാർട്ടിക്കുവേണ്ടി അവരെന്നോട് അന്വേഷണം തുടങ്ങിവെയ്ക്കാൻ ആവശ്യപ്പെട്ടിട്ടുണ്ട്. ആരെയെങ്കിലും അവർ അയയ്ക്കുന്നതുവരെ എനിക്കത് തുടരേണ്ടിവന്നേക്കും.

''എനിക്കിതുതന്നെ തോന്നിയിരുന്നു'' സെരിഫ് പരുങ്ങി,

''ചിലപ്പോൾ ഇത് നല്ലതിനായിരിക്കും'' ഹിക്മെത്ത് ശുഭാപ്തി വിശ്വാസത്തോടെ ആ അഭിപ്രായത്തോട് ചേർന്നുനിന്നു.

''മറ്റൊന്നിനുവേണ്ടിയല്ലെങ്കിലും സഖാവ് അസഫിന് നമ്മളെയൊക്കെ നന്നായി അറിയാമല്ലോ. അയാൾക്ക് റഷ്യൻ ഭാഷയും അറിയാം.''

''എനിക്ക് ഇത് ഒറ്റയ്ക്കു കൈകാര്യം ചെയ്യാൻ കഴിയുമോ എന്നറിയില്ല.'' അസഫ് പറഞ്ഞു. വിനയപൂർവ്വം ഇതുകൂടി ചേർത്തു.

''നിങ്ങളെല്ലാവരും എന്നെ സഹായിക്കണം കേട്ടോ.''

''ഉറപ്പായും ഞങ്ങൾ സഹകരിക്കും.'' ഡർമുസ് ഉറച്ച തീരുമാനത്തോടെ തന്റെ ഫോർക്കിൻ തുമ്പുകൊണ്ട് ഒരു വലിയ സോസേജ് കഷണം കുത്തിയെടുത്തു.

''ഈ അപരാധിയെ കണ്ടുപിടിക്കുക നമ്മുടെയും ആവശ്യമാണ്.''

''പതുക്കെ പറയൂ.'' കാൻ മുന്നറിയിപ്പുപോലെ പറഞ്ഞു.

''അവർ കേൾക്കും.''

''കേട്ടാലും അവരെന്ത് മനസ്സിലാക്കാനാണ്.? എല്ലാവർക്കും തുർക്കി ഭാഷ അറിയണമെന്നില്ല.''

വിശപ്പു സഹിക്കാൻ പറ്റാത്തപോലെ ഫോർക്കിൽ കുത്തിയെടുത്ത സോസേജ് വായിലാക്കി, കണ്ണുരുട്ടികൊണ്ട് ഡർമുസ് പറഞ്ഞു. സിഗരറ്റ് കത്തിച്ച് ആഞ്ഞൊരു പുക അകത്തേക്കെടുത്ത് അസഫ് പറഞ്ഞു.

''ഇന്നലെ രാത്രിയിലെ സംഭവങ്ങളെക്കുറിച്ച് നിങ്ങളിലാരെങ്കിലുമെഴുതിയ റിപ്പോർട്ട് എനിക്കൊന്ന് വേണ്ടതുണ്ട്.''

''നമ്മളത് മാറ്റിയെഴുതാൻ പോകുന്നുണ്ടോ?'' തുർഗട്ട് ചോദിച്ചു. ആ ശബ്ദത്തിന്റെ കനം അല്പം കൂടുതലായിരുന്നു.

''ഇന്നലെത്തന്നെ ഇതുപറഞ്ഞിരുന്നെങ്കിൽ എത്ര നന്നായിരുന്നു സഖാവേ. കാൻ തുർഗട്ടിനെ പിൻതാങ്ങിക്കൊണ്ട് പറഞ്ഞു.

''ഇന്നലെ രാത്രി എനിക്കീ കാര്യത്തിന്റെ ചുമതല കിട്ടിയിട്ടില്ലായിരുന്നു.''

ഹിക്മെത്ത് ഇടപ്പെട്ടു

''ആരും വേവലാതിപ്പെടേണ്ട. എന്തായാലും ലിയോനിഡ് ഈ റിപ്പോർട്ടുകളൊക്കെ റഷ്യനിലേക്ക് പരിഭാഷപ്പെടുത്തുന്നുണ്ട്. ടർക്കിഷ് ഭാഷയിലെഴുതിയ റിപ്പോർട്ടുകൊണ്ട് അയാൾക്കൊന്നും ചെയ്യാനില്ല. നമുക്കിതെല്ലാം അസഫ് സഖാവിനു കൊടുക്കാം.''

''സോവിയറ്റ് പൊലീസ് സേന എന്നാണിനി ഇതിന്റെ അന്വേഷണം തുടങ്ങുക? കാൻ ചോദിച്ചു.

''എനിക്കറിയില്ല. ഞാനവരോട് ഇതുവരെ സംസാരിച്ചിട്ടില്ല.'' അസഫ് വിവിശനായി.

സോവിയറ്റ് പൊലീസും ഉടനെ അവരുടെ അന്വേഷണം തുടങ്ങുമെന്ന വാർത്ത ആ മേശയ്ക്കു ചുറ്റുമിരുന്നവരെ അസ്വസ്ഥരാക്കി. പിന്നീട് ഭക്ഷണം കഴിക്കുന്നതിനിടയിൽ ആരുമാരും ഒന്നും മിണ്ടിയില്ല.

''സെരിഫ് പറഞ്ഞതുപോലെ നന്നായി വിശക്കട്ടെ.''

അത് പറഞ്ഞ് അയാൾ മേശയ്ക്കരികിൽ നിന്നുപോയി. കരീം അവിടുന്ന് എഴുന്നേറ്റു...

''നമുക്കൊരുമിച്ച് ക്ലാസ്സ്മുറിവരെ നടക്കാം. അല്ലേ?''

സെമിലിന്റെ കണ്ണുകൾ അവരെതന്നെ പിൻതുടർന്നു. തന്നെയൊരാൾ നിരീക്ഷിക്കുന്നുണ്ടെന്ന് കരീം മനസ്സിലാക്കി. മേശയ്ക്കരികിൽ നിന്ന് നടന്നകലുമ്പോൾ ശബ്ദം താഴ്ത്തി പുച്ഛത്തോടെ സെമിലിനെ 'നികൃഷ്ടജീവി'യെന്നാണ് കരീം പ്രാകിയത്.

''എന്താണ് അങ്ങനെ വിളിച്ചത്?''

സുഹൃത്തിന്റെ പെട്ടെന്നുള്ള ദേഷ്യപ്രകടനത്തിൽ അമ്പരന്ന് സെരിഫ് ചോദിച്ചുനോക്കി.

''അതുതന്നെ. അയാൾ അധമനായ ഒരു മനുഷ്യനാണ്.''

തന്റെ ട്രേ മേശപ്പുറത്ത് വെച്ച് വേറെയെന്തൊക്കെയോ ഭക്ഷണസാധനങ്ങളെടുക്കാൻ അയാൾ മുന്നോട്ട് നീങ്ങി. കൈയിൽ തന്റെ വലിയ ട്രേയും പിടിച്ച് സെരിഫ് സ്തംഭിച്ചുനിന്നുപോയി അപ്പോൾ.

''ഇവിടെ നോക്കൂ, കരീം'' അയാൾ പറഞ്ഞു.

''എന്റെ സഖാക്കളെക്കുറിച്ച് പ്രത്യേകിച്ച് ഞാനില്ലാത്ത സമയത്ത് ഇങ്ങനെയൊന്നും പറയരുത്.''

''പക്ഷേ നിങ്ങൾക്ക് അറിയില്ല അയാളെ.''

''എനിക്ക് നിങ്ങളെ അറിയുമോ? എന്നിരുന്നാലും ആളുകളെക്കുറിച്ച് ഇങ്ങനെയൊക്കെ പറയാൻ നിനക്കൊരധികാരവുമില്ല.''

''ശരി.'' കരീം അനുസരണയോടെ തലതാഴ്ത്തി.

''ഇല്ല. ഇനിയങ്ങനെ ചെയ്യില്ല.''

അതു കേട്ടപ്പോൾ സെരിഫ് ഒന്നടങ്ങി. അയാൾ തന്റെ ട്രേ കരീമിന്റെ പാത്രത്തിനുമുകളിൽ വെച്ചു. തോളോടുതോൾ ചേർന്ന് അവർ പുറത്തേക്ക് കടക്കാനുള്ള വാതിലിന്റെ അടുത്തേക്ക് നടന്നു.

അവർ രണ്ടുപേരും തന്നെക്കുറിച്ചാണ് സംസാരിക്കുന്നതെന്ന് സെമിലിനു മനസ്സിലായിരുന്നു. അയാൾ തന്റെ മേശയ്ക്കരികിൽ നിന്നെഴുന്നേറ്റു. ഉടനെ നെജത്തും അയാളെ പിന്തുടർന്നു നടന്നു. ആ ഊണുമുറി കടന്ന് അവർ പുറത്തേക്കിറങ്ങിയപ്പോൾ പുറംകാറ്റിന്റെ കുളിർമ്മ അവരുടെ മുഖത്തൊട്ടി. അവർ തങ്ങളുടെ ശരീരമാകെ കമ്പിളിക്കുപ്പായത്തിൽ ഒളിപ്പിക്കാൻ ശ്രമിച്ചു. സെരിഫും കരീമും ഏതാണ്ട് അവരേക്കാൾ അഞ്ചുമീറ്ററോളം മുന്നിലെത്തിയിരുന്നു. തന്റെ അവശനിലയൊന്നും കണക്കിലെടുക്കാതെ കരീം കൈയൊക്കെ പൊക്കിക്കാട്ടി ആവേശത്തോടെ തന്റെ കൂട്ടുകാരനോട് എന്തൊക്കെയോ വർത്തമാനം പറഞ്ഞുകൊണ്ടിരുന്നു. സെരിഫ് തിരിച്ചൊന്നും മിണ്ടാതെ അതൊക്കെ കേൾക്കുകമാത്രം ചെയ്തു. ക്ലാസ്സ് റൂമുകളിൽ എത്തുംവരെ അവർ ഇങ്ങനെത്തന്നെ നടന്നുനീങ്ങി. ആ കെട്ടിടത്തിന്റെ മൂലയിലെത്തിയപ്പോൾ കരീം തിരിഞ്ഞു നോക്കി. അപ്പോൾ സെമിലിനേയും നെജത്തിനേയും കണ്ടു. അയാൾക്ക് നാവു ചൊറിഞ്ഞുവന്നെങ്കിലും ഒന്നും മിണ്ടിയില്ല. പകരം മുഖം കൊണ്ടൊരു ഗോഷ്ടി കാട്ടി.

''അവർ നമ്മളെക്കുറിച്ചാണ് സംസാരിക്കുന്നത്.'' നെജത്ത് പറഞ്ഞു.

''ഓഹ്... നടക്കട്ടെ... നടക്കട്ടെ...''

''അവൻ തീർത്തും ഒരു പ്രാന്തനാണ്.'' സെമിൽ സഹതപിച്ചു.

സെമിലും നെജത്തും നടന്നടുത്തപ്പോൾ കരീം തന്റെ സംസാരം നിറുത്തി. സെരിഫിനെ വിട്ടുനിന്നു. ആ രണ്ടുപേരുടെ അടുത്തുനിന്ന് രക്ഷപ്പെടാമല്ലോ എന്നു കരുതി.

''അയാളെന്താ സംസാരിച്ചുകൊണ്ടിരുന്നത്?'' അവരെ കാത്ത് ക്ലാസ്സ് മുറിയുടെ വാതിൽക്കൽനിന്ന് സെരിഫിനോട് സെമിൽ ചോദിച്ചു.

''പാവം. അയാൾ ആകെയൊരു വിഭ്രാന്തിയിലാണ്. അവൻ എല്ലാവരേയും സംശയിക്കുന്നു. അവൻ നിങ്ങളെക്കുറിച്ച് തന്നെയാണ് പറഞ്ഞുകൊണ്ടിരുന്നത്.''

''ഉം, എന്താണ് പറഞ്ഞത്?''

അത്ര സുഖകരമല്ലാതെ സെമിൽ ചോദിച്ചു.

''അത് ഞാൻ പിന്നീട് പറയാം'' സെരിഫ് തന്റെ വാച്ച് നോക്കിക്കൊണ്ട് പറഞ്ഞു. ''നമ്മളിപ്പോൾതന്നെ വൈകി. നമ്മൾ ലിയോനിഡിന്റെ ക്ലാസ്സിൽ വൈകിയെത്താൻ ഇടവരരുത്.''

അവർ ആ കെട്ടിടത്തിലേക്ക് കടക്കവേ ആരോ ''മുഹമ്മദ്, മുഹമ്മദ്...'' എന്ന് വിളിക്കുന്നത് കേട്ടു. അവർ വിറങ്ങലിച്ചുനിന്നുപോയി.

അവർ മൂന്നുപേരും ആ വിളിച്ച ആളാരാണെന്നറിയാൻ ഒരുമിച്ചുതന്നെ തിരിഞ്ഞുനോക്കിപോയി. തങ്ങളെ നോക്കി കൈവീശി കാണിക്കുന്ന റോസയെയാണ് അവർ കണ്ടത്. അവൾ ഏതാണ്ട് അവരെക്കാളും അഞ്ചോ ആറോ പടികൾ താഴെ നിൽക്കുകയായിരുന്നു. എന്നിരുന്നാലും ആ പെൺകുട്ടിയുടെ ആവേശം ഈ മൂന്നുപേരുടേയും മുഖങ്ങൾ കണ്ടപ്പോൾ തണുത്തുപോയി. അവൾ നിരാശയോടെ അവരുടെ അടുത്തേക്ക് പടികൾ കയറിവന്നു.

റഷ്യൻ ഭാഷയിൽ അവൾ ക്ഷമിക്കണം എന്നുപറഞ്ഞു. എന്നിട്ട് സെമിലിനെ ചൂണ്ടിക്കൊണ്ട് പുറകിൽനിന്നുകണ്ടപ്പോൾ അയാളെ കാണാൻ മുഹമ്മദിനെപ്പോലെയുണ്ടെന്ന് പറഞ്ഞു. സെമിലിന് അത് മനസ്സിലായിരുന്നു. അവർ ഒന്നു ചിരിക്കുകമാത്രം ചെയ്തു. വ്യത്യസ്ത നിറങ്ങളിലോ ശൈലികളിലോ ഉള്ള വസ്ത്രങ്ങളോ കമ്പിളിയുടുപ്പുകളോ ഒന്നും അവർക്കിതുവരെ വാങ്ങാൻ കഴിഞ്ഞിരുന്നില്ല. അതുകൊണ്ട് തന്നെ മുഹമ്മദിനും തുർഗട്ടിനും കാനിനും സെമിലിനും എല്ലാം ഒരേപോലെത്തെ കോട്ടുകളായിരുന്നു ഉണ്ടായിരുന്നത്. ആ പെൺകുട്ടിക്ക് വഴികൊടുക്കാനായി അവർ വാതിലിനടുത്തുനിന്ന് മാറിനിന്നു. നന്ദി പറഞ്ഞുകൊണ്ട് റോസ അവരെ കടന്നുപോയി. അവർ അവൾക്ക് പുറകിലായി നിരനിരയായി നടന്നു. ചുവന്ന കട്ടിക്കമ്പിളിക്കുപ്പായത്തിനു പുറത്തേക്ക് നിഴലിച്ചുകിടന്ന അവളുടെ വടിവൊത്ത ഇടുപ്പ് അവർ താത്പര്യത്തോടുകൂടി നോക്കിപ്പോയി.

കരീമും മുഹമ്മദും ഒഴിച്ച് എല്ലാവരും ക്ലാസ്സുകളിൽ ഉണ്ടായിരുന്നു. തുടക്കത്തിൽ അവിടമാകെ ഒരു നിശ്ശബ്ദത തളം കെട്ടിനിന്നു. ആർക്കും ഒന്നും സംസാരിക്കാൻ തോന്നിയതേയില്ല. ലിയോനിഡ്പോലും ആദ്യം മൂകനായിരുന്നു. എന്നാൽ കൂട്ടായ്മയുടെ സെക്രട്ടറിയെന്ന നിലയ്ക്ക് താനാണാദ്യം സംസാരിക്കേണ്ടത് എന്ന് ബോധ്യം വന്നതിനാൽ ആ ശ്മശാനമൂകത തകർക്കാനായി ഹിക്മെത്ത് സംസാരിക്കാനായി തുടങ്ങി.

''പെപ്പെയ്ക്ക് നസീമിന്റെ ചിത്രം വേണ്ടതുണ്ട്. മുഹമ്മദ് ഒരെണ്ണം കൊടുക്കാമെന്ന് സത്യം ചെയ്തിട്ടുമുണ്ട്. ആ കുട്ടിക്ക് നസീമിനെ എന്തിഷ്ടമാണെന്നോ. അവൻ നെരൂദെയേക്കാളും വലിയ കവിയായിട്ടാണ് അദ്ദേഹത്തെ കാണുന്നത്.''

നെജത്ത് ഹിക്മത്ത് പറഞ്ഞതിനോട് കൂട്ടിച്ചേർത്തു.

''മികച്ചതാണോ അല്ലയോ എന്നതല്ല, മറിച്ച് അയാൾ ഒന്നാന്തരം തൊഴിലാളിവർഗ്ഗ കവിയായിരുന്നു.'' ഡർമുസ് തിരുത്തി.

''ഹും. ഇതിപ്പോ പെപ്പെ സർവ്വലോകത്തൊഴിലാളികളെക്കുറിച്ചു മാത്രം വേപഥു പൂണ്ടിരിക്കുകയാണെന്ന് തോന്നുമല്ലോ. അവന് പ്രേമ കവിതകളിലാണ് കമ്പം. അവൻ പറയുന്നത് നെരൂദയെക്കാൾ നല്ല പ്രണയഗീതങ്ങൾ നസീമിന്റേതാണെന്നാണ്. അതാ കാര്യം.''

നസീമിന്റെ കാവ്യങ്ങളെക്കുറിച്ചും തൊഴിലാളിവർഗ്ഗത്തെക്കുറിച്ചുമുള്ള വർത്തമാനങ്ങൾ കാനിന്റെ വേദന നിറഞ്ഞ ശബ്ദത്തോടുകൂടിയുള്ള ഒരു ചോദ്യത്താൽ പെട്ടെന്നവസാനിച്ചു.

''ശവദാഹത്തെക്കുറിച്ചെന്താണവർ പറയുന്നത്?'' അവൻ വീണ്ടും ചോദിച്ചു.

''നസീമിനെ മോസ്കോയിൽ അടക്കിയപോലെ ഇവനെയും നമ്മൾ ഇവിടെത്തന്നെ ഉപേക്ഷിക്കുമോ?''

ഹിക്മെത്ത് എന്ത് പറയണമെന്നറിയാത്തവിധം വിറങ്ങലിച്ച് ലിയോനിഡിനെ നോക്കി. ഇങ്ങനെ ഒരു കാര്യം അവരാരും ഇതിനുമുൻപ് ആലോചിച്ചിട്ടുപോലുമില്ലായിരുന്നല്ലോ?

''ടർക്കിയിലേക്ക് അവന്റെ ശരീരം അവരെങ്ങനെ കൊണ്ടുവരും എന്നെനിക്കറിയില്ല.'' ലിയോനിഡ് പറഞ്ഞു. അയാളുടെ മുഖത്ത് നിരാശയുടെ നിഴൽ പടർന്നു. ''എനിക്ക് തോന്നുന്നു. നിങ്ങളുടെ സംഘടന ഇതിനൊരു വഴി കണ്ടെത്തും എന്നാണ്.''

ലിയോനിഡിന്റെ ക്ലാസ്സ് കഴിഞ്ഞ് രണ്ടു ക്ലാസ്സും തത്ത്വശാസ്ത്രമായിരുന്നു. ആ ക്ലാസ്സിന്റെ പരിശീലകൻ. ഉസ്ബെകിസ്താൻക്കാരനായ താഹിർ പെട്ടെന്ന് തന്നെ തന്റെ ക്ലാസ്സിലെ രണ്ടു കുട്ടികൾ ക്ലാസ്സിൽ വന്നിട്ടില്ലെന്ന് പെട്ടെന്ന് തിരിച്ചറിഞ്ഞു.

''മുഹമ്മദിനും അസുഖം ബാധിച്ചോ?'' അയാൾ അന്വേഷിച്ചു. മുഹമ്മദങ്ങനെ ക്ലാസ്സുകളൊന്നും ഒഴിവാക്കുന്ന ഒരു കുട്ടിയല്ലല്ലോ.

''മുഹമ്മദ് സ്വന്തം നാട്ടിലേക്ക് തിരിച്ചുപോയി ഇന്നു രാവിലെ.'' ഹിക്മെത്ത് പറഞ്ഞു. അയാൾ പറഞ്ഞ കള്ളം പറ്റുന്നത്ര വിശ്വസനീയമായി തോന്നാൻ അയാൾ അസ്വഭാവികതയൊന്നും ഇല്ലാത്തതുപോലെ വാക്കുകൾ കുടഞ്ഞിട്ടു.

''അവൻ സ്വന്തം രാജ്യത്തേക്ക് തിരിച്ചുപോയെന്നോ?'' ഉസ്ബെക്ക് മാഷ് വീണ്ടും ചോദിച്ചു.

''അതെ, അവിടെ വളരെ പ്രധാനപ്പെട്ട ചില സംഭവ വികാസങ്ങളുണ്ടായി.''

ആദ്യം അയാൾക്ക് ചില സംശയങ്ങൾ തോന്നിയെങ്കിലും ഉത്തരങ്ങൾ തേടി കുട്ടികളെയാകെ ചുഴിഞ്ഞുനോക്കിയെങ്കിലും അയാൾക്ക് മറിച്ചൊരു കാര്യം കണ്ടെത്താനായില്ല. കാര്യമായ കള്ളത്തരത്തിന്റെ

ചിഹ്നങ്ങളൊന്നും കണ്ടെടുക്കാനാകാത്തതിനാൽ തന്റെ കുട്ടികളെല്ലാം സുഖമായിട്ടിരിക്കുന്നുണ്ടാകും എന്നയാൾ സമാശ്വസിച്ചു.

''എന്നാൽ ശരി... നമുക്കെന്ത് ചെയ്യാൻ പറ്റും? അവന് എല്ലാ യാത്രാ ശംസകളും.'' അയാൾ പറഞ്ഞു.

പക്ഷേ ക്ലാസ്സുകൾ തുടങ്ങിക്കഴിഞ്ഞ് തർക്കശാസ്ത്രങ്ങളുടേയും രീതിശാസ്ത്രങ്ങളുടേയും നീതിന്യായങ്ങൾ പഠിപ്പിച്ചുകൊണ്ടിരിക്കു മ്പോഴാണ് അയാൾ ഒരു കാര്യം ശ്രദ്ധിച്ചത്. തന്റെ മുന്നിലിരിക്കുന്ന കുട്ടികളെല്ലാം എന്തോ ചിന്തയിൽ മുഴുകിയിരുന്നു. മനസ്സില്ലാമനസ്സോടെ അവിടെയിരുന്ന് അബോധത്തിൽ അവരെന്തൊക്കെയോ നോട്ടുപുസ്തക ത്തിൽ കുത്തിവരച്ചുകൊണ്ടിരിക്കുകയായിരുന്നു. സെമിലിനേയും തുർ ഗട്ടിനേയും പോലുള്ള കുട്ടികൾ, തത്ത്വശാസ്ത്രക്ലാസ്സുകളിൽ വലിയ താത്പര്യത്തോടുകൂടി ഇരിക്കാറുള്ളവർ വരെ ഇന്ന് വല്ലാതെ മ്ലാനരാ യിരുന്നു. അവർ മഞ്ഞുമൂടിക്കിടക്കുന്ന പുറത്തെ മൈതാനത്തേക്ക് നിസ്സംഗരായി നോക്കിയിരിക്കുകയായിരുന്നു. താൻ ക്ലാസ്സിൽ പറയുന്ന തൊന്നും ഇവർ കേൾക്കുന്നില്ലെന്ന് അയാൾക്ക് മനസ്സിലായി. എന്തോ ഒരു പന്തികേട് അതിൽപിന്നെ അയാൾ തിരിച്ചറിയുകയും ചെയ്തു.

''ഇന്ന് എന്തുപറ്റി കുട്ടികളെ നിങ്ങൾക്ക്?'' അയാൾ എടുത്തടിച്ച പോലെ ചോദിച്ചു.

സ്വയം മുന്നിറങ്ങി തന്റെ കൂട്ടായ്മയെ സംശയത്തിന്റെ നിഴലിൽ നിന്ന് രക്ഷിക്കാനുള്ള ത്വരയിൽ മറ്റാരെങ്കിലും വായ തുറക്കുന്നതിനു മുൻപ് ഹിക്മെത്ത് ഇടപ്പെട്ടു.

''ഒന്നുമില്ല. സഖാവ് താഹിർ. ഇന്നലെ രാത്രിയിലെ നിശാപാർട്ടി ഒരല്പം നീണ്ടുപോയതിന്റെ ക്ഷീണം അത്രയേയുള്ളൂ.''

ഇത്തരം ന്യായീകരണങ്ങൾ താഹിർ ഇനി വിശ്വസിക്കാനിടയില്ല. ഇന്നത്തെ കാര്യം മാത്രമല്ല ഇത്. കാരണം, തുടക്കത്തിലുള്ള ആരംഭ ശൂരത്വമൊന്നും ആർക്കുമിപ്പോൾ തന്റെ വിഷയത്തോടെ പഠിപ്പിനോടോ ഇല്ലഎന്ന് അയാൾക്ക് തോന്നി. അതുകൊണ്ടാണ് ഇത്തരം ചെറിയ ചെറിയ കാരണങ്ങൾ അയാൾ സമ്മതിച്ചുകൊടുക്കാത്തത്. ഞങ്ങൾ ഉറങ്ങാൻ വൈകിയെന്നതുപോലുള്ള ഒഴുക്കൻ മട്ടിലുള്ള കാരണം അയാൾ അതുകൊണ്ടുതന്നെ അവഗണിച്ചു.

അതിനെ തുടർന്ന് സിദ്ധാന്തവും ജീവിതവും വിഷയമായ സാമാന്യം നീണ്ട ഒരു ഉപദേശപ്രസംഗം അയാൾ നടത്തി.

പാഠങ്ങളും പാർട്ടിയോഗങ്ങൾപോലെ പ്രാധാന്യമർഹിക്കുന്നതാണ് എന്നയാൾ ഊന്നിപ്പറഞ്ഞു. മാർക്സിസ്റ്റ് പ്രത്യയശാസ്ത്രത്തിന് അടി ത്തറ പാകിയ തത്ത്വശാസ്ത്രം ശരിക്കും പഠിക്കാതെ ഒരു നല്ല കമ്മ്യൂ ണിസ്റ്റായിത്തീരാൻ ഒരാൾക്ക് കഴിയില്ല എന്ന് അയാൾ അഭിപ്രായപ്പെടു കയുണ്ടായി. തന്റെ ക്ലാസ്സിൽ ഇങ്ങനെ അലസമായി ഇരിക്കുന്നതിന് അയാൾ കുട്ടികളെ വഴക്കും പറഞ്ഞു.

നെജത്തിന് തന്റെ അദ്ധ്യാപകന്റെ കടുപ്പമേറിയ ഈ വാക്കുകൾ കേട്ടപ്പോൾ കലിവന്നു. അവൻ വെറിപിടിച്ചതുപോലെ അയാളോട് ഒരു തർക്കത്തിനായി തയ്യാറായി. ഒരു അറും കൊലപാതകത്തിന്റെ വാർത്തയാണ് അവർ മൂടിവെയ്ക്കാനായിട്ട് ഇത്രയും നേരം പരിശ്രമിച്ചതെന്ന് അവൻ ആ ദേഷ്യത്തിൽ മറന്നതുപോലെ സെരിഫിനു തോന്നി. അത് തിരിച്ചറിഞ്ഞപ്പോൾ സെരിഫ് നെജത്തിന് കൈമുട്ടുകൊണ്ട് ഒരു തട്ട് കൊടുത്തു.

ക്ലാസ്സിന്റെയിടയിലെ ഇടവേളയ്ക്ക് കൂട്ടായ്മയിലെ എല്ലാവരും ഒത്തുചേർന്നിരുന്ന് ഇനിയുള്ള ക്ലാസ്സുകളിൽ ഊർജ്ജസ്വലരായിരിക്കുമെന്ന് തീരുമാനിച്ചു.

അടുത്ത പാഠം തുടങ്ങിയപ്പോഴേക്കും സെമിൽ തന്റെ ചോദ്യങ്ങളുമായി സധൈര്യം മുന്നോട്ടെത്തി. കമ്മ്യൂണിസ്റ്റ് ആശയങ്ങളുടെ ചരിത്രവഴികളും വൈരുദ്ധ്യാത്മക പരികല്പനകളും ഏതു വിധത്തിലാണ് ചേരുംപടി ചേരുക എന്ന ചോദ്യം അവൻ ഉന്നയിച്ചു. ഒന്നും ശാശ്വതമല്ല, മാറ്റത്തിലാണ് സാരം എന്നൊക്കെ പറഞ്ഞ് വൈകാരികത നിറഞ്ഞ ഒരു സംവാദത്തിന് അവൻ തിരികൊളുത്തി.

ക്ലാസ്സിലെ പ്രഭാഷണങ്ങളിൽ പറഞ്ഞതുതന്നെ ആവർത്തിച്ചു പറഞ്ഞുകൊണ്ടിരുന്നാൽ അന്തർലീനമായ വൈരുദ്ധ്യാത്മകതയുടെ നിലനില്പിനെ തെളിയിക്കുന്ന ശക്തമായ വാദങ്ങൾ കണ്ടെത്താനാകില്ല എന്ന് താഹിർ അഭിപ്രായപ്പെട്ടു.

സെമിലിന് തൃപ്തിയായില്ല. താഹിറിന് ഇഷ്ടപ്പെട്ടില്ലെന്നറിഞ്ഞിട്ടും അവൻ തന്റെ അഭിപ്രായങ്ങൾ ഉറക്കെ പറഞ്ഞു.

''സഖാവ് താഹിർ, നിങ്ങൾ പറഞ്ഞതുതന്നെ വീണ്ടും ഞങ്ങളോട് പറയുകയാണോ? ഞങ്ങൾ ഇതിനെയൊക്കെപ്പറ്റി പഠിച്ചിരുന്നു. എനിക്കറിയേണ്ടതും എനിക്ക് കൗതുകം തോന്നുന്നതും വൈരുദ്ധ്യാത്മക ഭൗതികവാദവും ചരിത്രപരമായ ഭൗതികവാദവും തമ്മിൽ എന്തെങ്കിലും ആന്തരിക സംഘർഷമുണ്ടോ എന്ന കാര്യമാണ്.''

''ഇല്ല. അത്തരം സംഘർഷങ്ങളില്ല.''

തന്റെ കുട്ടിയെ നോക്കിക്കൊണ്ട് താഹിർ പറഞ്ഞു. ''ആ വിഷയം ആഴത്തിൽ പഠിച്ചിട്ടില്ല എന്നതാണ് നിങ്ങളുടെ അറിവില്ലായ്മയ്ക്ക് കാരണം. അല്പംകൂടി വിശദമായി അത് പഠിക്കാൻ ശ്രമിക്കൂ.''

ഇക്കാര്യം മാർക്സിസ്റ്റ് ചിന്താധാരയുടെ മൂലപ്രശ്നമായതിനാൽ പലരും പലഘട്ടങ്ങളിൽ ഈ വാദപ്രതിവാദങ്ങളിൽ അണിനിരന്നിട്ടുണ്ട്. ഒരു നിമിഷത്തേക്ക്, തലേദിവസം രാത്രിയിലെ നിർഭാഗ്യകരമായ സംഭവങ്ങൾ എല്ലാവരും മറന്നതുപോലെയായി. സഖാക്കൾ പൊടുന്നനെ തീപ്പൊരി പാറുന്ന ചർച്ചയിൽ പങ്കാളികളായി. കൂട്ടായ്മയിലുള്ള പലർക്കും സെമിലിന്റെപോലെ ഇത്രയും അന്വേഷണത്വരയില്ലായിരുന്നു.

മിതഭാഷിയായ കാൻ പോലും ആവേശത്തോടെ സംവാദത്തിലേർപ്പെട്ടു. തന്റെ സുഹൃത്തിനെതിരായി വാദിച്ചുകൊണ്ട് പറഞ്ഞു:

''നിങ്ങളുടെ കാര്യകാരണം തെറ്റാണ് സുഹൃത്തേ. മാർക്സ് വിഭാവനംചെയ്തത് ഈ ആശയമേയല്ല.''

പിന്മാറാൻ സെമിലിന് ഉദ്ദേശമില്ലായിരുന്നു. അയാൾ ഒരല്പം അഹങ്കാരത്തോടെ കൂട്ടായ്മയിലെ മുഴുവൻ പേരും തന്നെ എതിർത്തിട്ടും തലയുയർത്തിത്തന്നെ നിന്നു തർക്കിച്ചു. തോറ്റുകൊടുക്കാൻ മനസ്സില്ലാത്തതിനാൽ ആ കൂട്ടത്തിലെ ഏറ്റവും ഉറക്കെ പറഞ്ഞ വിദ്യാർത്ഥി സെമിലായിരുന്നു.

''താനിപ്പോഴും പഴയ കാഴ്ചപ്പാടിന്റെ തടങ്കലിലാണ്.''

അവൻ പറഞ്ഞു.

''താൻ തന്റെ കാഴ്ചപ്പാടുകൾ സമയത്തിനനുസരിച്ച് പുതുക്കിയില്ലെങ്കിൽ പുത്തൻ കാലത്തിന്റെ മാറ്റങ്ങളെ ഗ്രഹിക്കാൻ നിനക്കാകില്ല.''

ഡർമുസ് സെമിലിനൊരു കൊട്ട് കൊടുക്കാൻ കാത്തിരിക്കുകയായിരുന്നു. അയാൾ വാശിയോടെ ഇടയ്ക്ക് കയറി ''ശരി, നമ്മൾ പറഞ്ഞതു തെറ്റാണെന്നു സമ്മതിക്കാം. അപ്പോൾ മാർക്സിന്റെ കാര്യമോ? അദ്ദേഹം പറയുന്നതും തെറ്റാകുമോ?''

''ഛെ, എന്തൊരു കഷ്ടമാണിത്. നിന്നെയും മാർക്സിനേയും ഒരേ തട്ടിൽ കാണേണ്ടിവരികയെന്നു പറഞ്ഞാൽ തന്നെ. ശരി. ഞാൻ ഊഹിക്കുന്നു. മാർക്സ് പറഞ്ഞതും തെറ്റാണ്. അല്ലെങ്കിൽ കമ്മ്യൂണിസം ഒരു അനിവാര്യതയാണെന്ന് അദ്ദേഹം കരുതില്ലല്ലോ...''

സെരിഫ് ഈ മറുവാദങ്ങൾ ഉദ്ദേശ്യശുദ്ധിയോടെ കേട്ടുകൊണ്ടിരുന്നു. എന്നാലും അയാൾ ആകെ ആശയക്കുഴപ്പത്തിലായിരുന്നു. സെമിലിനെ പോലൊരു വ്യക്തി പാർട്ടിയോടും സംഘടനാപ്രവർത്തനങ്ങളോടും നൂറുശതമാനം വിധേയത്വവും കൂറും ആത്മാർത്ഥതയും കാണിക്കുന്നൊരാൾ, സൈദ്ധാന്തികമായി കാര്യങ്ങളെ അപഗ്രഥിക്കുമ്പോൾ എങ്ങനെയാണ് ഈ രീതിയിൽ അതിതീവ്രമായ സംശയത്തിന്റെ മുനമ്പിൽ സ്വയം ഇങ്ങനെ ആത്മഹത്യ ചെയ്യാനൊരുങ്ങുന്നത്. അയാൾക്കത് മനസ്സിലായില്ല.

അവസാനമില്ലാത്ത ആ ചർച്ച എവിടെയുമെത്താതെ നീണ്ടുപോയി. തന്റെ മിടുക്കൻ വിദ്യാർത്ഥികളിലൊരാളായ സെമിലിനെ ഇങ്ങനെയൊരു പരിഹാസ കഥാപാത്രമായി മാറ്റിയെടുക്കാൻ മാത്രമേ ഈ ചർച്ചയുതകുകയുള്ളു എന്ന് മനസ്സിലായപ്പോൾ അയാൾ ഈ വാദപ്രതിവാദത്തിൽ ഇടപെടാൻ തീരുമാനിച്ചു. ഭാഗ്യത്തിന് അപ്പോൾ ബെല്ലടിച്ചു. അങ്ങനെ അന്നത്തെ ക്ലാസ്സും പഠനവും വാദങ്ങളും പ്രതിവാദങ്ങളും അപ്പോഴവസാനിച്ചു.

പതിമ്മൂന്ന്

മോസ്കോയിലെ സ്കൂളിന്റെ മഞ്ഞ കെട്ടിടത്തിനുമുമ്പിൽ ലിയോനിഡ് എത്തിയപ്പോഴേക്കും ഉച്ചയായിരുന്നു. രണ്ട് കറുത്ത വോൾഗ കാറുകൾ ഒന്നിനുപുറകെ ഒന്നായി പാർക്ക് ചെയ്തിരിക്കുന്നത് കണ്ടപ്പോൾ താൻ വൈകിയോ എന്ന് ഭയന്ന് അയാൾ നടത്തത്തിന്റെ വേഗത കൂട്ടി. കൊട്ടാര വാതിൽപോലെ രണ്ടു വലിയ ചിറകുപോലുള്ള മരവാതിൽ തുറന്ന കത്തു കയറിയതും അയാളെ സ്വാഗതം ചെയ്തത് അതിപ്രഗൽഭനായ കാവൽഭടൻ ഉസ്റ്റിൻ പെട്രോവിക് ആയിരുന്നു. പ്രായംചെന്ന ആ പാറാവുകാരൻ വിനയത്തോടെ പറഞ്ഞു ‘‘അവർ താങ്കളെ കാത്തിരിക്കുന്നു... യുറിയ് കോൺസ്റ്റാറ്റിനോവിക്കിന്റെ മുറിയിൽ.’’

ലിയോനിഡ് തന്റെ കമ്പിളിത്തൊപ്പിയും കോട്ടും ലഗേജ് സൂക്ഷിക്കുന്ന മുറിയിൽവെച്ചു. കാവൽക്കാരനോട് നന്ദി പറഞ്ഞു. അയാൾ മുന്നോട്ട് നടന്നു. ചുവന്ന പൂക്കൾ കൊണ്ടലംകൃതമായ ലെനിൻ പ്രതിമയ്ക്കടുത്തുകൂടി അയാൾ മുന്നോട്ടു നടന്നു. ചുവന്ന പൂക്കൾ കൊണ്ടലംകൃതമായ ലെനിൻ പ്രതിമയ്ക്കടുത്തുകൂടി അയാൾ നടന്നപ്പോൾ പ്രതിമയ്ക്ക് പുറകിൽ ആളുകൾ നില്ക്കുന്നതായി അയാളുടെ ശ്രദ്ധയിൽപ്പെട്ടു. സഹജാവബോധത്താൽ അയാളുടെ കണ്ണുകൾ അവരിൽ തന്നെ പതിച്ചു. പരസ്പരം കെട്ടുപിണഞ്ഞ്, ഒന്ന് മറ്റൊന്നിൽ സമ്പൂർണ്ണമായി പുണർന്ന് നില്ക്കുന്ന രണ്ടുപേരായിരുന്നു ആ പ്രതിമയ്ക്ക് പിന്നിൽ നിന്നത്. അവരുടെ സ്വർണ്ണത്തലമുടിയും കറുത്ത കുറുനിരകളും സമ്മിശ്രമായി ഇളകുന്നുണ്ടായിരുന്നു.

‘‘ഈ പൊതുഇടത്തിൽ നിന്നവർ പരസ്പരം സ്നേഹം പ്രകടിപ്പിക്കുകയാണല്ലോ’’ അയാൾ ഓർത്തു.

അവരിൽ ഒരാൾ പുരുഷനായിരുന്നു. അയാളെ തനിക്കറിയാം. പലസ്തീൻകാരനായ മൂസ. ഇസ്രയേലി സൈനിക റെയ്ഡിൽ അയാളുടെ ഒരു കൈ നഷ്ടപ്പെട്ടിരുന്നു. എന്നിട്ടു മനസ്സിലെ ജീവന്റെ കനൽ അയാൾ കെടാതെ സൂക്ഷിച്ചു. കരിങ്കണ്ണനായ മൂസ. മറ്റൊരാൾ ഒരു പെൺകുട്ടിയായിരുന്നു, ഇല്ലോന - ജർമ്മൻ കൂട്ടായ്മയിലെ സൗന്ദര്യധാമം.

ലെനിന്റെ പ്രതിമയിൽ അവൾ അലസമായി ചാരിനില്ക്കുകയായിരുന്നു. അവളുടെ പാവാട ഉയർന്നുതാഴുമ്പോൾ രൂപഭംഗിയുള്ള അവളുടെ കാലുകൾ പുറത്തു കാണാമായിരുന്നു. മൂസയുടെ മുറിഞ്ഞുപോയ കൈകൊണ്ട് അയാൾ അവളുടെ ഇടുപ്പിൽ മുറുക്കിപിടിച്ചിരുന്നു. അയാളുടെ ചുണ്ടുകൾ മദാലസമായ അവളുടെ ചുണ്ടുകളെ ഉമ്മകൊണ്ട് കൊളുത്തി വലിക്കുകയായിരുന്നു. അവർ അത്രമേൽ ഒട്ടിച്ചേർന്നിരിക്കുകയായിരുന്നു. അവർക്ക് ലിയോനിഡിനെ എന്നല്ല മറ്റാരേയും ആ നിമിഷത്തിൽ കാണാനായില്ല. മറ്റൊരു സമയത്തായിരുന്നുവെങ്കിൽ ലിയോനിഡ് അവരെ കണ്ണുവെച്ചവിടെത്തന്നെ നിന്നേനേ. എന്തായാലും ഇപ്പോഴയാൾക്ക് അസൂയയാണ് തോന്നിയത്. അതിനു പറ്റിയ ഒരു മാനസികാവസ്ഥയില്ലായിരുന്നു എന്നതാണ് കാര്യം. താൻ വയസ്സനായിപ്പോയല്ലോ എന്ന സങ്കടവും തോന്നിയില്ല. കാരണം, അയാളുടെ ഉള്ളുനിറയെ മുഹമ്മദിനെക്കുറിച്ചുള്ള ചിന്തകളായിരുന്നു. "ചിലർ മരിക്കുന്നു... ചിലർ പ്രേമിക്കുന്നു." അയാൾ സ്വയം പറഞ്ഞുകൊണ്ട് എലവേറ്റർ ലക്ഷ്യമാക്കി നടന്നു. ഭാഗ്യത്തിന് എലവേറ്റർ ആ നിലയിൽതന്നെ നില്പുണ്ടായിരുന്നു. അയാൾ അതിന്റെ ബട്ടൻ തൊട്ടു. വാതിലുകൾ തുറന്നു ഒരു കാൽപൊക്കി അതിന്റെ അകത്തേക്ക് വെച്ച്. അപ്പോഴാണ് പുറകിൽനിന്ന് "ലിയോനിഡ് ഇവാനോവിക്" എന്നാരോ വിളിച്ചത്. അയാൾ ചുറ്റും നോക്കിയപ്പോൾ അത് രാഷ്ട്രീയ സാമ്പത്തിക ശാസ്ത്ര വിഭാഗം അധ്യാപിക സെവ്റ്റ്ലാന അന്റോലിയ്വെനയാണെന്ന് മനസ്സിലായി. അവരെ കണ്ടപ്പോൾ അയാളുടെ അസ്വസ്ഥത മാറുന്നതായി തോന്നി.

ഇന്നലെ രാത്രി മുതൽ ഇതിലും മികച്ചതായ ഒരു കാഴ്ച അയാൾ ഓർക്കുന്നില്ല. അവർ ഒരു നാല്പത് വയസ്സിനോടടുത്ത് പ്രായം കാണും. എന്നാൽ മറ്റ് സോവിയറ്റ് വനിതകളെപ്പോലെയായിരുന്നില്ല അവർ. അവർ ശരീരവും സൗന്ദര്യവും നന്നായി പരിപാലിച്ചു. മെലിഞ്ഞും മേക്കപ്പണിഞ്ഞു ഭംഗിയായി ചിരിച്ചുമാണ് അവരെ എപ്പോഴും കാണാൻ സാധിക്കുക. എന്നാൽ ഇതൊന്നുമല്ല ലിയോനിഡിനെ ആകർഷിച്ചത്. യുവതീയുവാക്കളുടെ കണ്ണിൽ ഒളിമിന്നുന്ന നിഷ്കളങ്കതയിൽ പൊതിഞ്ഞ ഒരു മിന്നിത്തിളക്കം. ഈ മധ്യമവയസ്കയുടെ പ്രലോഭിപ്പിക്കുന്ന പച്ചക്കണ്‍ സ്ഫുരണങ്ങളിൽ ലിയോനിഡിന് കാണാനായി. അതാണയാൾ ശ്രദ്ധിച്ചത്. ചിലപ്പോൾ തിളക്കവും വെളിച്ചവും ഒന്നുമുണ്ടാകില്ല. ലിയോനിഡിനെ തോന്നിയതാകും. അയാളുടെ ഭാവനയാകും. അതിനെന്താകുഴപ്പം? എന്താണ് സുപ്രധാനമായ കാര്യമെന്നുവെച്ചാൽ സെവ്റ്റ്ലാനയെ കാണുമ്പോൾ അയാൾക്ക് സ്വയം ചെറുപ്പക്കാരനായി പരകായ പ്രവേശനം നടത്താനാകുന്നു എന്നതാണ്, അത്രമാത്രം. വേറൊന്നുമില്ല.

നീണ്ടുവന്ന അവരുടെ കൈത്തണ്ട ചുണ്ടോടുചേർത്ത് ലിയോനിഡ് അല്പം കുനിഞ്ഞുനിന്ന് ഉപചാരപൂർവ്വം നല്ലൊരു മദ്ധ്യാഹ്നം ആശംസിച്ചു. സെവ്റ്റ്ലാനയുടെ കണ്ണുകൾ കൂടുതൽ തിളങ്ങിനിന്നു. ലിയോനിഡ് നിവർന്നുനിന്നു. പക്ഷേ അയാൾ ഇപ്പോഴും അവരുടെ കൈയിൽനിന്ന് പിടിവിട്ടിരുന്നില്ല.

''ഇന്ന് നിങ്ങൾ സുന്ദരിയായിരിക്കുന്നു... പതിവിലും സുന്ദരിയായിരിക്കുന്നു.''

''ആ വിശാലമനസ്സിന് നന്ദി. നിങ്ങൾ എപ്പോഴും അങ്ങനെത്തന്നെയാണല്ലോ.'' കരുതലോടെ ലിയോനിഡിന്റെ മുഖത്ത് നോക്കിയവർ പറഞ്ഞു.

''നിങ്ങൾ വല്ലാതെ വിളറിയിരിക്കുന്നു. എല്ലാം തൃപ്തികരമല്ലേ?''

''ഓഹ്, ഞാൻ സുഖമായിരിക്കുന്നു. ഞാനിന്നലെ രാത്രി അധികനേരം ജോലി ചെയ്തിരുന്നു. അതാകാം.''

''നന്നായി ശ്രദ്ധിക്കണേ, ലിയോനിഡ് ഇവാനോവിക്. ഞങ്ങൾക്കെല്ലാവർക്കും നിങ്ങളെ വേണ്ടതുണ്ട്.''

''നന്ദി. എനിക്ക് നിങ്ങളെ വേണം.''

''ഓഹോ, അങ്ങനെയാണോ? ഞാൻ വിചാരിച്ചു, നിങ്ങളത് മറന്നുപോയെന്ന്. നിങ്ങൾ ടർക്കിഷ് കുട്ടികളെ കൊണ്ടുവരുന്നുണ്ടോ?''

അവർ പ്രതീക്ഷിച്ചത്ര ശ്രദ്ധ കിട്ടിയില്ലെന്ന പരിഭവത്താൽ ചിണുങ്ങിയും പിണങ്ങിയും ചിലമ്പിച്ചതുമായ പ്രസന്നമായ ഒരു ഭാവം അവരുടെ സ്വരത്തിലുണ്ടായിരുന്നു. പരിഹാസമൊട്ടുമില്ലാത്ത ശബ്ദമായിരുന്നു അത്.

''എന്നോട് ക്ഷമിക്കണം. സെവ്റ്റ്ലാന അന്റോലിയ്വെന'' ലിയോനിഡ് ലജ്ജയോടുകൂടി പറഞ്ഞു.

''ഞാൻ മറന്നതല്ല, എന്റെ വാക്ക് ഓർമ്മയുണ്ട്. ഇതിനേക്കാൾ മുൻപേ ഞാനിടപെടേണ്ട ചില കാര്യങ്ങൾ അവിടെയുണ്ടായി. അത്തരം കാര്യങ്ങൾക്ക് ആദ്യ പരിഗണന കൊടുക്കേണ്ടി വന്നു. കുട്ടികളുമായി ഉണ്ടാകാനിടയുള്ള പ്രശ്നങ്ങൾ ഊഹിക്കാമല്ലോ? എത്രയും പെട്ടെന്ന് നിങ്ങളെ ക്ഷണിക്കുന്നതാണ്.''

ലിയോനിഡ് സംസാരിച്ചുകഴിഞ്ഞതും അയാൾ കുനിഞ്ഞ് ആ സ്ത്രീയുടെ കൈയിൽ വീണ്ടുമൊരിക്കൽകൂടി ചുംബിച്ചു.

''അധികം വൈകണ്ട.'' അവർ കൈ പതുക്കെ അയാളുടെ കരവലയത്തിൽനിന്ന് പിൻവലിച്ചുകൊണ്ട് പറഞ്ഞു.

''ഞാൻ നിങ്ങളുടെ വിളിക്കായി കാത്തിരിക്കുന്നു.''

''എത്രയും പെട്ടെന്നുതന്നെ വിളിക്കും.''

ലിയോനിഡ് മന്ത്രിച്ചു. അവർ പോയപ്പോൾ അംഗലാവണ്യം തുളുമ്പുന്ന അവളുടെ ശരീരം അടിമുടിയൊന്ന് നോക്കിനിന്നിട്ട് അയാൾ എസ്ക്കലേറ്ററിന്റെ അടുത്തേക്ക് നടന്നു.

സ്കൂൾ ഡീനിന്റെ മുറിക്കുമുന്നിലെത്തിയപ്പോൾ അയാൾ സ്വയം ഒന്നു ചിട്ടപ്പെടുത്തി വെടിപ്പായി ആ വാതില്ക്കൽ ഒന്നുരണ്ടുതവണ തട്ടി അകത്തേക്ക് കയറി. നയതന്ത്രജ്ഞനായിരുന്ന കാലത്തെ ജീവിത ശൈലിയായിരുന്നു ഈ സ്വയം തയ്യാറാകൽ.

അതൊരു വിശാലമായ മുറിയായിരുന്നു. ധാരാളം സ്ഥലം. എളിയ രീതിയിൽ അലങ്കരിച്ച സ്ഥലം. യുറിയ് കൊൻസ്റ്റാന്റിനോവിക്കിനെ കൂടാതെ മുറിയിൽ മറ്റൊരാളുണ്ടായിരുന്നു. ഡീൻ സ്വയം സുഭഗമായി വേഷം ധരിക്കുകയും ശ്ലീലമായി പെരുമാറുകയും ലക്ഷണമൊത്ത മുഖശ്രീയുള്ള ഒരാളുമായിരുന്നു. തന്റെ പുറം കതകിനോട് ചാരിവെച്ച് ആ മുറിയിലുള്ള മറ്റേയാൾ ഡീനിനോട് സംസാരിക്കുകയായിരുന്നു. യുറിയ് കോൻസ്റ്റാന്റിനോവിക് ലിയോനിഡിനെ കണ്ടതും എഴുന്നേറ്റു.

''നിങ്ങൾ എത്തിയോ ലിയോനിഡ് ഇവാനോവിക്. ഈ ഭാഗത്തൂടെ വരൂ.''

അവിടെയിരുന്ന ആൾ ലിയോനിഡ് വന്നപ്പോൾ അവിടുന്ന് എഴുന്നേറ്റു. അയാൾക്ക് നല്ല ഉയരമുണ്ടായിരുന്നു. നീളൻ തലമുടി, അതാകെ നരച്ചിട്ടുണ്ട്. കുറുകെ ചെറുതാക്കി മുറിച്ചിട്ടുമുണ്ട്.

''ഹലോ, ലിയോനിഡ്...'' അത് പറഞ്ഞ് അയാൾ തിരിഞ്ഞു.

പഴയ ഒരു സുഹൃത്തിനെ കണ്ട സന്തോഷം അയാളുടെ മരതക ക്കണ്ണുകളിൽ നിഴലിച്ചുകാണാമായിരുന്നു. ആദ്യം ലിയോനിഡിന് അയാളെ പിടികിട്ടിയില്ല. പക്ഷേ, പിന്നെ പെട്ടെന്ന് തിരിച്ചറിയാനായി. ഉടനെ അയാൾ ആശ്ചര്യപ്പെട്ടു. ''ആൻഡ്രേയ്... ഇത് നീയാണോ?'' രണ്ടു സുഹൃത്തുക്കൾ അല്പനേരം അടിമുടി നോക്കി. പരസ്പരം പുണർന്നു.

''നീയെന്താണിവിടെ?'' ലിയോനിഡിന്റെ നോട്ടം ആൻഡ്രേയുടെ കണ്ണിലുടക്കി. അത് ചോദിച്ചപ്പോൾ... പെട്ടെന്ന് അയാൾ കാര്യത്തിന്റെ കിടപ്പ് പിടികിട്ടി.

''നിങ്ങളാണോ ഈ സംഗതി കൈകാര്യം ചെയ്യുന്നത്? അല്ലേ?''

''നിനക്കത് പറയാം.'' നിസ്സാരപ്പെട്ട കാര്യം പറയുന്നതുപോലെ ആൻഡ്രേയ് പറഞ്ഞു.

''പക്ഷേ ഞാൻ നിങ്ങളെ കാണാനാണ് പ്രധാനമായും വന്നത്.

യുറിയ് കോൻസ്റ്റാന്റിനോവിക് അദ്ഭുതപ്പെട്ടു. ''നിങ്ങൾക്ക് പരസ്പരം അറിയുമോ?''

''ഐക്യരാഷ്ട്രസഭ.'' ലിയോനിഡ് മറുപടി പറയാൻ തുടങ്ങുകയായിരുന്നു.

''ഞങ്ങൾ പഴയ സുഹൃത്തുക്കളാണ്.'' ആൻഡ്രേയ് ലിയോനിഡിനെ കടന്നു പറഞ്ഞുറപ്പിച്ചു.

''അതെ'' ലിയോനിഡ് ആവർത്തിച്ചു. ''വളരെ പഴയ കൂട്ടുകാർ.''

സഹാനുഭൂതിയുടെ ചാഞ്ചനയോടെ ആൻഡ്രേയ് സുഹൃത്തിനെ നോക്കി. അയാൾക്ക് അഞ്ചോ പത്തോ ഇഞ്ചുകൾ ലിയോനിഡിനേക്കാളും ഉയരക്കൂടുതലുണ്ടായിരുന്നു. പക്ഷേ, തല നരച്ചെങ്കിലും ചെറുപ്പക്കാര നായി കാണപ്പെട്ടു.

''നിനക്കൊരു മാറ്റവുമില്ല'' അയാൾ പറഞ്ഞു.

''ഓഹ്, വിട്ടുകള. മതി.'' ലിയോനിഡ് പറഞ്ഞു.

''ഇത് ഇപ്പോ നീയാണ് മാറാത്തത്. നിനക്കൊരു മാറ്റവുമില്ല. എനിക്ക് മനസ്സിലാകുന്നില്ല നിനക്കിങ്ങനെ എപ്പോഴും ചെറുപ്പമായി ഇരിക്കാ നാകുന്നുവെന്ന്.''

''സ്ത്രീകളെ ജീവിതത്തിൽ നിന്നൊഴിവാക്കി.''

ആൻഡ്രേയ് അത് പറഞ്ഞപ്പോൾ ഒരു വികൃതചിരി അയാളുടെ മുഖത്ത് പടർന്നു.

ന്യൂയോർക്കിലുള്ളപ്പോൾ ലിയോനിഡിന്റെ പ്രണയക്കുടുക്കുകൾ സോവിയറ്റ് ഉദ്യോഗസ്ഥന്മാർക്കിടയിൽ കുപ്രസിദ്ധമായിരുന്നു. അയാൾ എംബസ്സിയിലെ ഒരു സാധാരണ ഉദ്യോഗസ്ഥനായതു കാരണം അയാൾക്ക് അത്തരം ബന്ധങ്ങളിൽ ഏർപ്പെടുന്നതിന് വിലക്കൊന്നു മില്ലായിരുന്നു. എന്നാൽ രഹസ്യാന്വേഷണവിഭാഗത്തിലെ ഉദ്യോഗസ്ഥർ അവിടെ കുടുങ്ങിപ്പോയേക്കുമോ എന്ന് ഭയന്ന് ശ്രദ്ധയോടെയായിരുന്നു സ്ത്രീകളുമായി ഇടപ്പെട്ടത്. അതിനാൽ അയാൾക്ക് വിവിധ രാജ്യ ങ്ങളിലെ വിവിധ സംസ്കാരങ്ങളിൽപ്പെട്ട സ്ത്രീകളുമായി കൂട്ടുകൂടാൻ പറ്റി, പ്രത്യേകിച്ച് അമേരിക്കക്കാരികൾ. ആൻഡ്രേയ് ആ ദിനങ്ങൾ ഒന്നും മറന്നുകാണില്ല. ആ ഓർമ്മയിലായിരിക്കണം അയാളിങ്ങനെ മുറുമുറുക്കുന്നത്.

''പെണ്ണുങ്ങൾ.''

ലിയോനിഡ് ദീർഘനിശ്വാസമെടുത്തു. സെവറ്റ്ലാനയുടെ മുഖം അയാളുടെ മുന്നിൽ തെളിഞ്ഞു. സത്യം പറഞ്ഞാൽ കുറേ നാളായി അയാൾ ഒറ്റയ്ക്കാണ്. അത് അയാളുടെ തീരുമാനമായിരുന്നു. ചെറിയ ചെറിയ ബന്ധങ്ങൾ, അധിക കാലം നീണ്ടുനില്ക്കാത്തവ അയാൾക്ക് മടുത്തിരുന്നു. അയാൾക്ക് ശാശ്വതമായ ഒരു ബന്ധുത്വം വേണമായി രുന്നു. മടി കുടഞ്ഞുകളഞ്ഞു ആളുകളുമായി ഇടപെടാൻ അയാൾ എന്തോ അത്രയ്ക്ക് ആഗ്രഹിച്ചില്ല. എന്നതും ബന്ധങ്ങൾ നിലയ്ക്കാൻ കാരണമായി. എന്നിട്ടും ആ പഴയ പ്രേമലോലുപനായ റഷ്യൻ നയതന്ത്ര ജ്ഞനായി അയാൾ നിറഞ്ഞാടാൻ ശ്രമിച്ചു. പഴയ പേരിന് ഒരു കളങ്കവും വരരുതല്ലോ.

''സ്ത്രീകളില്ലാത്തൊരു ലോകം അസഹനീയമാകും.''

''ഒരു രക്ഷയുമില്ലാത്ത ശൃംഗാസുവലനാണ് നിങ്ങൾ.''

ആൻഡ്രേയ് പറഞ്ഞു.

''നിങ്ങൾക്ക് ഹൃദയാഘാതം ഉണ്ടായെന്ന് ഞാൻ കേട്ടിരുന്നു.'' അയാളുടെ ശബ്ദത്തിൽ ആ സ്നേഹ വേവലാതിയറിയാൻ കഴിഞ്ഞു.

'ഓ, അത് വലിയ കാര്യമില്ല. ഞാനങ്ങനെയാണ് മരിക്കുന്നതെങ്കിൽ അങ്ങനെത്തന്നെ സംഭവിക്കട്ടെ.'' ശാന്തമായി കൈകളിളക്കിക്കൊണ്ട് അയാൾ പറഞ്ഞു.

''ഇപ്പോൾ എങ്ങനെയുണ്ട്?''

''ഞാനിപ്പോൾ ഉഷാറാണ്. ഉന്മേഷവാനാണ്.''

''നിങ്ങളുടെ മകൾ എങ്ങനെയുണ്ട്? ആ മുടി പിന്നിക്കൂട്ടിയിട്ട ചെറിയ പെൺകുട്ടി. എനിക്കുറപ്പാണ് അവളിപ്പോൾ സുന്ദരിയായ യുവതിയായിട്ടുണ്ടാകുമല്ലോ.''

''അവൾ നന്നായിരിക്കുന്നു.'' ലിയോനിഡ് പതുക്കെ പറഞ്ഞു. തന്റെ മകളുടെ കത്തിന് താൻ മറുപടി അയച്ചിട്ടില്ലെന്ന് അയാൾ പൊടുന്നെ ഓർത്തു. അവൾക്ക് പ്രസവിച്ച് വളർത്താൻ ആഗ്രഹിക്കുന്ന കുട്ടിയെക്കുറിച്ച് എന്തു പറയണമെന്ന് അയാൾക്കൊരു പിടിയുമില്ലായിരുന്നു. എന്നാലും തിരിച്ചെത്തി, ഒരവസരം കിട്ടുമ്പോൾ അപ്പോൾ തന്നെ അവൾക്ക് മറുപടി കുറിക്കണമെന്ന് അയാൾക്ക് തോന്നി.

യുറിയ് കോൻസ്റ്റാന്റിനോവിക്, രണ്ടു സുഹൃത്തുക്കളുടെ ഹൃദയം തുറന്നുള്ള ഈ സംഭാഷണം കേട്ട് നെറ്റി ചുളിച്ചു. ഇടയ്ക്ക് കയറി തണുപ്പൻ മട്ടിൽ പറഞ്ഞു.

''ലിയോനിഡ് ഇവനോവിക്'' വൃദ്ധനായ ഡീൻ ഗൗരവക്കാരനായി.

''കഴിഞ്ഞ രാത്രിയിലെ സംഭവം അന്വേഷിക്കാൻവന്ന സംഘത്തിന്റെ തലവനാണ് ആൻഡ്രേയ് അൽജോവിക്. ഇവർ നമ്മുടെ സഹകരണവും സഹായവും അഭ്യർത്ഥിച്ചിട്ടുണ്ട്. നമ്മളത് വാഗ്ദാനവും ചെയ്തിട്ടുണ്ട്. ആവശ്യമായ എല്ലാ രേഖകളും കൈമാറാമെന്ന് പറഞ്ഞിട്ടുണ്ട്. ഇപ്പോൾ അവർക്ക് നിങ്ങളോട് സംസാരിക്കേണ്ടതുണ്ട്.''

''അതെ, ഞങ്ങൾക്ക് നിങ്ങളുമായി ഒന്ന് സംസാരിച്ചാൽ കൊള്ളാമെന്നുണ്ട്.'' ആൻഡ്രേയ് ഒന്നാവർത്തിച്ചു.

''ഉറപ്പായും യുറിയ് കോൻസ്റ്റാന്റിനോവിക്.'' ലിയോനിഡ് അതു പറഞ്ഞ് ഡീനിനെ നോക്കി. ''ഞാനെനിക്ക് പറ്റുന്നതുപോലെ എന്തു ചെയ്യാനും തയ്യാറാണ്.''

യുറിയ് കോൻസ്റ്റാന്റിനോവിക്കിന് ആശ്വാസമായി. അയാളൊരു ഒഴിഞ്ഞ കസേര ചൂണ്ടിക്കാട്ടിത്തന്നു. ''ഇരിക്കൂ.'' എന്നു പറഞ്ഞു.

ആൻഡ്രേയ് ഇടയ്ക്കുകയറി തടസ്സപ്പെടുത്തി.

''നമുക്ക് പുറത്തിറങ്ങി ബാക്കിയുള്ള സഖാക്കളെ വിളിച്ച് ഒരുമിച്ച് ചേർത്ത് സംസാരിച്ചാലോ?'' അയാൾ മാന്യമായി പറഞ്ഞു. ''നമ്മൾ നമ്മുടെ ജോലിയിലേക്ക് കടക്കൂ. ഇപ്പോൾ ഏറ്റവും അടിയന്തിരമായ കാര്യമാണ്.''

മുതിർന്ന സ്കൂൾ മേധാവി നിരാശനായി. അയാൾക്ക് താൻ ഒഴിവാക്കപ്പെടുന്നതുപോലെ തോന്നി. അയാൾ പറയാൻ ശ്രമിച്ചു. ''അതെ... പക്ഷേ...''

''പേടിക്കേണ്ട. ഞങ്ങൾ നീക്കങ്ങളും കേസിന്റെ പുരോഗതിയും നിങ്ങളെ കൃത്യസമയത്ത് അറിയിച്ചുകൊണ്ടിരിക്കും.''

ഈ വാക്കുകൾ കൊണ്ടൊന്നും അയാൾ അടങ്ങിയില്ല.

സഖാവ് ആൻഡ്രേയ്, ഞാൻ നിങ്ങളെ ഓർമ്മിപ്പിക്കാൻ ആഗ്രഹിക്കുന്നു. ഈ സ്കൂൾ കേന്ദ്രകമ്മിറ്റിയുമായി സംയോജിപ്പിച്ചുകിടക്കുന്ന ഒരു സ്ഥാപനമാണ്. ഇവിടെ എന്താണ് നടക്കുന്നതെന്നറിയാൻ എനിക്കവകാശമുണ്ട്.''

''ഉറപ്പായും സഖാവ് യൂറിയ്.''

ആ പ്രായം ചെന്ന മനുഷ്യന് നല്ല ബഹുമാനവും ആദരവും നല്കുന്നുവെന്ന് അയാൾക്ക് തോന്നുന്നതുപോലെ ആൻഡ്രേയ് മറുപടി പറഞ്ഞു. ''എന്തും ഏതും ഞങ്ങൾ നിങ്ങളെ അറിയിക്കും. സഖാവ് ലിയോനിഡും മീറ്റിംഗിനുശേഷം വിവരങ്ങൾ നിങ്ങളെ ധരിപ്പിക്കുന്നതാണ്.''

തണുത്തുറഞ്ഞ് നീലിച്ച ഒരു നോട്ടത്താൽ നിർബന്ധബുദ്ധിയോടെ അയാൾ ഇങ്ങനെ പറഞ്ഞു.

''ഞാൻ ആകാംക്ഷയോടെ കാത്തിരിക്കുന്നതായിരിക്കും.''

''ഉറപ്പായും. യുറിയ് കോൻസ്റ്റാന്റിനോവിക്.'' ലിയോനിഡ് പറഞ്ഞു. ''ഞാൻ നിങ്ങളെ പുരോഗതികൾ അറിയിക്കാം.''

ഡീനിന്റെ മുറിയിൽ നിന്നിറങ്ങിയ ആ പഴയ സുഹൃത്തുക്കൾ കടുംകാപ്പികളർ പരവതാനിക്ക് മുകളിലൂടെ, ആ ഇടുങ്ങിയ ഇടനാഴിയിലൂടെ നടന്നുപോയി. നല്ല ഉയരത്തിലുള്ള മച്ചായിരുന്നു ആ ഇടനാഴിക്ക്.

''നമ്മൾ അയാളെ പൊട്ടനാക്കി.'' ആൻഡ്രേയ് ഡീനിന്റെ മുറി നോക്കിക്കൊണ്ട് തലയാട്ടി.

''എനിക്ക് തോന്നുന്നില്ല. അയാൾ അധികാരം കാണിക്കാൻ ശ്രമിക്കുകയായിരുന്നല്ലോ?''

''നിങ്ങൾക്കറിയുമോ, അയാൾ ഫ്രഞ്ച് എംബസ്സിയിൽ ഉണ്ടായിരുന്നില്ലേ.''

''ഞാൻ കേട്ടിട്ടുണ്ട്. നിങ്ങളുടെ കൂട്ടത്തിൽപ്പെട്ടയാളാണോ?''

''ഇല്ല. അയാൾ ഇതുവരെ രഹസ്യാന്വേഷണ ഉദ്യോഗസ്ഥനായിട്ടില്ല. നിങ്ങളെപ്പോലെ.''

''അതിനർത്ഥം. അയാൾക്ക് അയാളുടെ ജോലി ഇഷ്ടമല്ലെന്നാണോ?''

''എനിക്കയാളെ അറിയില്ല. പക്ഷേ നിങ്ങൾക്ക് ഈ ജോലി ഇഷ്ടമല്ലെന്ന് ഞാനൊരിക്കലും പറയില്ല. നീ ആ ജോലിയിൽനിന്ന് മാറി നിന്നത് നിനക്ക് നിന്റെ സ്ത്രീലമ്പടത്വം കൊണ്ടുനടക്കാനല്ലേ?''

ലിയോനിഡ് തന്റെ സുഹൃത്തിനെ കള്ളക്കണ്ണെറിഞ്ഞ് നോക്കി.

''അല്ല.'' അയാൾ എതിർത്തു.

''എനിക്കാ സർവീസിൽ കയറണമെന്നില്ലാഞ്ഞിട്ടല്ല. നീയതിൽ എന്നെ കയറാൻ സമ്മതിക്കാതെ ഇരുന്നതാണ്.''

ആൻഡ്രേയ് തന്റെ നോട്ടം പാളിമാറ്റി. വിഷയം മാറ്റി സംസാരിക്കാൻ തുടങ്ങി.

''ന്യൂയോർക്കിൽനിന്ന് പോയശേഷം ഇസ്താംബൂൾ ജീവിതം എങ്ങനെയായിരുന്നു?''

''രണ്ടു നഗരങ്ങൾക്കും സദൃശ്യമായ തുല്യതയുണ്ട്. മോസ്കോ പോലെ ക്രമവും അടുക്കും ചിട്ടയുമുള്ള നഗരമല്ലത്. രണ്ടിനും അവിടെ ജീവിക്കുന്നവരെ ആ വ്യവസ്ഥയിലേക്ക് വലിച്ചിഴയ്ക്കുന്ന മാസ്മരിക അച്ചടക്കമില്ലായ്മയുണ്ട്. ഓരോ രാത്രിയുടെ ഈ നഗരങ്ങൾ തകർന്നടിയുകയും പിറ്റേന്ന് പുലരിയിൽ ഉയിർത്തെഴുന്നേല്ക്കുകയും ചെയ്യും. പക്ഷേ ഈ അലങ്കോലാവസ്ഥയ്ക്ക് ഒരു സൗന്ദര്യാത്മകതയുണ്ടെന്നെ എനിക്ക് പറയാനാകില്ല. രണ്ട് നഗരങ്ങളും കടൽത്തീരത്താണ്. കിടപ്പറയിൽ കൂടെ കിടക്കാൻ വരുന്ന പെണ്ണിന്റെ ശരീരത്തിന്റെ ചൂടും ചൂരും ഈർപ്പവും ആർദ്രതയും പോലെയാണ് ഈ രണ്ടു നഗരങ്ങളുടേയും ഊഷ്മള സോത്സാഹം.''

ഉള്ളിൽനിറഞ്ഞ ചിരി ആൻഡ്രേയ്ക്ക് അടക്കാനായില്ല.

''ഓഹ്, എന്റെ ലിയോനിഡ്, നീ ഒരിക്കലും മാറില്ല.''

ചിരിച്ചുചിരിച്ച് അയാളുടെ കണ്ണ് നിറഞ്ഞു. ലിയോനിഡിന് അയാളെക്കുറിച്ചാലോചിച്ചപ്പോൾ നല്ല സന്തോഷം തോന്നി. തന്റെ കൂട്ടുകാരൻ ഇതെന്തിനാണ് ഇങ്ങനെ ചിരിക്കുന്നതെന്നോർത്ത് ലിയോനിഡ് കപടമായ ഒരു മാന്യത മുഖത്ത് നിറച്ച് അയാളോടൊപ്പം നടന്നു.

''നിങ്ങളിപ്പോഴും ഏംഗൽസിന്റെ ആരാധകനാണോ?''

ആൻഡ്രേയ് കുശലാന്വേഷണം തുടർന്നു.

''എനിക്ക് ഏംഗൽസിനെ ഇഷ്ടമാണ്. അയാളൊരു കാല്പനികനാണ്... വികാരാധീനൻ. അതിർത്തി കോട്ടകളിലെക്കെത്താൻവേണ്ടിമാത്രം മൈലുകൾ നടന്നു നടന്ന് പോകുന്നവൻ.''

''അയാൾ നിങ്ങളെപ്പോലെയൊരു താന്തോന്നിയാണ്.'' ആൻദ്രേയ് കൂട്ടിച്ചേർത്തു.

''അത് എന്താണെന്നോ, അയാൾക്ക് ജീവിതാസക്തിയുണ്ട്. അത്യുല്ക്കടമായ ഇന്ദ്രിയാധീനതയുണ്ട്. ജീവിച്ചിരിക്കുന്നതിൽ അയാൾ ആനന്ദിക്കുന്നുണ്ട്. എന്നെപ്പോലെ. പക്ഷേ പറയാതെ വയ്യ, അയാളുടെ രീതിക്ക് എന്തോ ചെറിയ പാളിച്ചയുണ്ട്. അദ്ദേഹം വൈരുദ്ധ്യാത്മക ഭൗതികവാദം പ്രയോഗിക്കുന്നതിനെക്കുറിച്ചാണ് ഞാൻ പറഞ്ഞുവരുന്നത്. എന്നിരുന്നാലും അയാളൊരു തത്ത്വജ്ഞാനിയൊന്നുമല്ലല്ലോ.''

''കൊള്ളാമല്ലോ'' ആൻദ്രേയ് പറഞ്ഞു. ''എനിക്കോർമ്മയുണ്ട്, നിനക്ക് പ്രകൃതിയടെ ഭാഷാഭേദങ്ങൾ ഇഷ്ടമായിരുന്നല്ലോ.

''അതെ, ഇഷ്ടമായിരുന്നു. എന്നാൽ ഇപ്പോൾ എനിക്ക് തോന്നുന്നത് പ്രകൃതിയുടെ നിയമങ്ങളും സമൂഹത്തിന്റെ നിയമങ്ങളും രണ്ടും രണ്ടാണ്. പ്രകൃതിയേക്കാൾ സങ്കീർണ്ണം മനുഷ്യകുലം തന്നെയാണ്.

''ആഹാ, ഇത് കേൾക്കുമ്പോൾ ഇയാൾ ഫ്രാങ്ക്ഫ്രട്ട് സ്കൂളിൽ പഠിക്കുന്നതുപോലെയുണ്ട്.''

''അവർ, അവർക്കും മുൻപേ, നീത്ഷേ, ഷോപെൻഹെർ. നമ്മൾ മുമ്പ് അവഗണിച്ചുകളഞ്ഞവരേയെല്ലാം.നീയും അങ്ങനെ ചെയ്യണമെന്നാണെന്റെ അഭിപ്രായം.''

''നമ്മൾ തുടങ്ങിക്കഴിഞ്ഞു. സുഹൃത്തേ, ഈ രാജ്യത്തിനൊരു മാറ്റം സാധ്യമായത് ആ ബുദ്ധിയിലാണ്. അത് മറക്കരുത്.''

''നിങ്ങൾ ആൻദ്രോപോവിനെക്കുറിച്ചാണോ പറഞ്ഞുവരുന്നത്.'' ലിയോനിഡ് ചോദിച്ചു. അയാൾ ഒരു നിമിഷം വർത്തമാനം നിർത്തി. ''അത് ശരിയാണ്. അയാളാണ് ഒരു മാറ്റത്തിന് തുടക്കം കുറിച്ചത്. പക്ഷേ, അത് ഒരു തെറ്റായിരുന്നിരിക്കണം. അത്തരം മാറ്റങ്ങൾക്ക് ചുക്കാൻ പിടിക്കേണ്ട ജനങ്ങളാകണം. അല്ലാതെ ഒരു സ്ഥാപനത്തിന്റെ ചുമതലയല്ല ഒരു സ്റ്റേറ്റിനെ സംരക്ഷിക്കുകയെന്നത്.''

ആൻദ്രേയുടെ മനസ്സുമടുത്തു. നടവഴി അവർ രണ്ടുപേരും കുറച്ചു നേരം ഒന്നും മിണ്ടാതെ നടന്നു.

''എവിടെ നിങ്ങളുടെ കൂട്ടാളികൾ?''

''മുകൾനിലയിലെ ഒരു ക്ലാസ്സ്മുറിയിൽ ഇരുന്ന് ടർക്കിഷ് കൂട്ടായ്മയെക്കുറിച്ച് സ്കൂളിൽനിന്ന് ലഭിച്ച രേഖകളും വാർത്തകളും ഒത്തുനോക്കി പരിശോധിക്കുകയാണ് വിക്റ്റർ. നിക്കോളായ് കാപ്പിക്കടയിൽ കണ്ട ഒരു സ്ത്രീയെ ചോദ്യം ചെയ്യാനായി കുർക്കിനോയിലേക്ക് പോയി. നിങ്ങൾക്കറിയാം അവളെ. ആ രാത്രി സൈറ്റിനു വെളിയിൽ പോയ തുർക്കിക്കാരന്റെ കാമുകിയായിരുന്നവളെ.''

''ഓൾഗ?''

''അതെ, ഓൾഗ. അയാൾ അവളെ ചോദ്യംചെയ്യാൻ പോയി. അതിനുശേഷം അവൻ തിരിച്ചുവന്ന് വിക്റ്ററിനോടൊപ്പം ചേരും. നിങ്ങൾ റിപ്പോർട്ടുകൾ കൊണ്ടുവന്നോ?''

''കൊണ്ടുവന്നിട്ടുണ്ട്.''

''അതെല്ലാം റഷ്യൻഭാഷയിലേക്ക് മൊഴിമാറ്റിയിട്ടുമുണ്ട്.''

''ഗംഭീരം.''

''എപ്പോഴാണ് ഗൗരവമായി അന്വേഷണം തുടങ്ങുക.''

''ഈ റിപ്പോർട്ടുകളെല്ലാം വായിച്ച് പഠിച്ചിട്ട്''

ലിനോയിഡ് തന്റെ സുഹൃത്തിനെ ശങ്കയോടെ ഒറ്റക്കണ്ണാൽ നോക്കി.

''എനിക്ക് തോന്നുന്നത്, നിങ്ങൾ മനഃപൂർവ്വം ഈ അന്വേഷണം വൈകിപ്പിക്കുന്നതായിട്ടാണ്.''

''അതെന്താ അങ്ങനെ തോന്നാൻ'' ആൻഡ്രേയ് ഇളിച്ചു.

''സത്യം പറ, ആൻഡ്രേയ് എനിക്ക് നിന്നെ അറിയാം നന്നായിട്ട്. നീ ഈ അന്വേഷണമൊക്കെ എപ്പോഴേ തുടങ്ങിക്കാണും. നീ എന്തിനോ വേണ്ടി കാത്തിരിക്കുകയാണല്ലോ.''

''ഞങ്ങൾ നിങ്ങളോട് സംസാരിക്കാനായി കാത്തിരിക്കുകയാണ്. ഈ പ്രശ്നം പരിഹരിക്കാൻ നിന്നെ വശത്താക്കുകയാണ് ആദ്യം ചെയ്യേണ്ടതെന്നെനിക്കറിയാം.''

ലിയോനിഡ് അവിശ്വസനീയതയോടുകൂടി തന്റെ സുഹൃത്തിനെ നോക്കി. ''ആണോ, എങ്കിലതു ചെയ്യൂ''

''ചെയ്യുന്നു. വേവലാതി വേണ്ട. നമുക്ക് എവിടെവെച്ച് സംസാരിക്കാം എന്ന് പറയൂ.''

അവർ ആ നടവഴിയുടെ അറ്റത്തെത്തിയിരുന്നു. വലതുവശത്തെ വാതിലിന്റെ അടുത്തെത്തിയപ്പോഴേക്കും ലിയോനിഡ് ആകെ തരിച്ചു നിന്നുപോയി.

''ഈ സ്ഥലം കാലിയാണോ, ആരുമില്ലാത്തതാണോ?''

അവർ വളരെ തെളിച്ചമുള്ള ഒരു ക്ലാസ് മുറിയിലേക്ക് കടന്നു.

''എല്ലാവരും അത്താഴം കഴിക്കുകയാണ്. ഇനിയൊരു അര മണിക്കൂർ ഇവരാരും നമ്മളെ ശ്രദ്ധിക്കാനിടയില്ല.''

ലിയോനിഡ് പറഞ്ഞു. പിന്നീട് മുൻവശത്തെ നിരയിലുള്ള വലിയ ഡെസ്ക്കുകൾ ചൂണ്ടിക്കാട്ടി. ആ രണ്ട് സുഹൃത്തുക്കളും അടുത്തടുത്ത് അവിടെത്തന്നെയിരുന്നു. പ്രായത്തിന്റെ ക്ഷീണം രണ്ടുപേരിലും കാണാമായിരുന്നു.

ഇരുന്ന ഉടനെ ലിയോനിഡ് തന്റെ ബാഗ് തുറന്ന് ചുവന്ന ഫയലിൽ വൃത്തിയിൽ അടുക്കിവെച്ച തുർക്കി സഖാക്കളെഴുതിയ റിപ്പോർട്ടുകൾ

പുറത്തെടുത്ത് ആൻഡ്രേയ്ക്ക് കൈമാറി. ആ റിപ്പോർട്ട് തന്റെ നേരെ അയാൾ വലിച്ചടുപ്പിച്ചു; അത് തുറക്കാതെ തന്നെയിങ്ങനെ പറയുകയും ചെയ്തു.

''എന്തു പറയുന്നു ലിയോനിഡ്?''

ലിയോനിഡിന്റെ മുഖം ഈ ചോദ്യം കേട്ടപ്പോൾ ഇരുണ്ടു.

''എനിക്കറിയില്ല എന്നു ചിന്തിക്കണമെന്ന്. ചിലപ്പോൾ അത് അസൂയ കൊണ്ട് സംഭവിച്ചതാകാം. അല്ലെങ്കിൽ ഒരു കൈയബദ്ധമാകുമത്.''

''അല്ല, അല്ല. മറന്നുകളയൂ അത്.'' ആൻഡ്രേയ് അയാളുടെ വാക്കുകളെ വിച്ഛേദിച്ചുകളഞ്ഞു. ''തുർക്കിക്കൂട്ടായ്മയിൽ ഒരു ചതിയൻ ഉണ്ട്.''

ലിയോനിഡിന് അദ്ഭുതമൊന്നും തോന്നിയില്ല. തന്റെ സുഹൃത്തിന്റെ മുഖഭാവങ്ങൾ ശ്രദ്ധിക്കുകയായിരുന്നു അയാൾ.

''താങ്കൾക്ക് അക്കാര്യം ഉറപ്പാണോ?''

പൂർണ്ണമായും. തുർക്കി രഹസ്യാന്വേഷണവിഭാഗത്തിലെ ഒരാളാണ് ഈ വിവരം ഞങ്ങൾക്ക് കൈമാറിയത്.''

''കളിപ്പാട്ടക്കടയിലാണോ?'' ആൻഡ്രേയുടെ കണ്ണുകൾ അതിശയം കൊണ്ട് വിടർന്നു.

''നിങ്ങൾക്കെങ്ങനെയറിയാം ഇത്?''

'ഡർമുസിനെ ഇന്നലെ രാത്രി ചോദ്യം ചെയ്യുമ്പോൾ ഞാനത് കേട്ടിരുന്നു.''

''എന്തായാലും ശരിയാണ് കേട്ടത്. ആ കളിപ്പാട്ടക്കടയിൽ സ്കൂളിലെ ഒരാൾക്കായി അത് ബാക്കിവെച്ചിരിക്കുകയാണ്.''

''അത് എന്താണ് പറയുന്നത്?''

''ആ രഹസ്യം കണ്ടുപിടിക്കാൻ ഇനിയും കഴിഞ്ഞിട്ടില്ല. വിദഗ്ദ്ധർ ഇപ്പോഴും അതിൽ പണിയെടുക്കുന്നുണ്ട്. ഇത് ഒരു ശാസ്ത്രീയശൈലിയായിപ്പോയി. അവർ ഒരു പുസ്തകം തെരഞ്ഞെടുത്തു. യാതൊരു ശ്രദ്ധയും ക്ഷണിക്കാത്ത ഒരു പുസ്തകം.. എപ്പോഴും കൈയിലുള്ളത്.. നിങ്ങളതിനെക്കുറിച്ച് എന്തു പറയുന്നു.''

''എപ്പോഴും കൈയിലുള്ളത്. ലിയോനിഡ് ആലോചിച്ചു. ലെനിന്റെ പുസ്തകം. 'എന്താണ് ചെയ്യേണ്ടത്?' (What is to be done) ഒരുപക്ഷേ ടി.സി.പി. സംഘടനാ പരിപാടിയുടേത്.''

''എനിക്ക് തോന്നുന്നില്ല അതൊരു പാർട്ടി പരിപാടിയായിരിക്കുമെന്ന്. ആ പുസ്തകം എന്തെങ്കിലും സാഹിത്യസംബന്ധിയായിരിക്കാനാണ് സാദ്ധ്യത...''

''നോവലുപോലെ?''

''അത് നോവലാകണമെന്നില്ല. എന്നാൽ പാർട്ടി പരിപാടിയുടേതു പോലെ വരണ്ടതാകണമെന്നുമില്ല.''

“വലിയ പുസ്തകമാണോ?”

“രഹസ്യകോഡ് പേജ് 58-ൽ ആണ് കുറിച്ചു വെച്ചിരിക്കുന്നത്... എന്നാൽ പുസ്തകം അതിനേക്കാൾ വലുതായിരിക്കണം.”

“ദസ് ക്യാപിറ്റൽ ആകുമോ? എനിക്കുറപ്പാണ് എല്ലാ കുട്ടിയുടേയും കൈയിൽ അതുണ്ട്.”

ആൻഡ്രേയ് ജിജ്ഞാസയോടെ ചോദിച്ചു. “ഇവരൊക്കെ ശരിക്കും ദാസ് ക്യാപിറ്റൽ വായിക്കുമോ?”

“അതെനിക്കറിയില്ല. പക്ഷേ, എന്തോ കാരണംകൊണ്ട് ഒരു കോപ്പി എല്ലാ കുട്ടികളുടെ അടുത്തുമുണ്ടാകും. അത് അവർക്ക് ഒരു ബുദ്ധിജീവി പരിവേഷം നൽകുമായിരിക്കും.

“ദസ് ക്യാപിറ്റൽ. ഹും. ചിലപ്പോൾ.”

രണ്ടുപേരും നിശ്ശബ്ദരായി. ലിയോനിഡ് തന്റെ സുഹൃത്തിനെ തുറിച്ചുനോക്കി. പക്ഷേ, അയാൾ ഉൾക്കണ്ണാലെ കണ്ടത് മുഴുവൻ ടർക്കിഷ് കൂട്ടായ്മയിലെ സഖാക്കളുടെ മുഖങ്ങൾ തന്നെയായിരുന്നു. അവ ഓരോന്നോരോന്നായി അയാളുടെ മുന്നിലൂടെ കടന്നുപോയി.

“ഒരു വഞ്ചകൻ.” അയാൾ പിറുപിറുത്തു. തന്റെ വിദ്യാർത്ഥികളിലാരെങ്കിലും ചതിയന്മാരാണെന്ന് അയാൾ ചിന്തിക്കാൻ പോലുമായില്ല. അയാൾക്കിപ്പോഴും എന്താണ് സംഭവിച്ചതെന്ന് പൂർണ്ണമായി മനസ്സിലാകുന്നുണ്ടായിരുന്നില്ല. പക്ഷേ സാഹചര്യം സ്പഷ്ടമായിരുന്നു. വ്യക്തമായിരുന്നു.. അയാൾ നല്ലവണ്ണം ആൻഡ്രേയെ അറിയാമായിരുന്നു. താൻ ചെയ്യുന്നതിനെക്കുറിച്ച് നല്ലവണ്ണം ബോധ്യമുള്ള രഹസ്യാന്വേഷണ ഉദ്യോഗസ്ഥനായിരുന്നു അയാൾ. ജീവിതം തന്നെയാണ് അയാൾക്ക് കർമ്മം. കർമ്മം തന്നെയാണ് ജീവിതവും. കൃത്യമായ സാഹചര്യതെളിവില്ലാതെ അയാളിത് പറയില്ല...”

“നിങ്ങൾ ഞങ്ങളെ സഹായിക്കണം കേട്ടോ.”

ആൻഡ്രേയ് ചോദിച്ചു. ലിയോനിഡ് തന്റെ സുഹൃത്തിനെ തല പൊക്കി നോക്കി.

“നിനക്കറിയാമല്ലോ ഞാൻ സഹായിക്കുമെന്ന്.” അയാൾ പറഞ്ഞു. “ഞാൻ നിങ്ങളെ ഒരിക്കലും ഒറ്റയ്ക്കാക്കിയിട്ടില്ല.”

ആൻഡ്രേയ് ദീർഘമായി നിശ്വസിച്ചു. തന്റെ സുഹൃത്തിന്റെ തോളിൽ കൈവെച്ചാശ്വസിച്ചു. സത്യമായും. നിങ്ങളിത് പറയുമെന്ന് ഞാൻ കരുതിയില്ല. കാലത്ത് ആളുകൾ വളരെ പെട്ടെന്ന് മാറിപോകും. 70 വർഷങ്ങളോളമായി ഈ രാജ്യത്ത് നിലനില്ക്കുന്ന അമൂല്യ സംസ്കാരചിഹ്നങ്ങൾക്ക് പതുക്കെ വംശനാശം സംഭവിച്ചുകൊണ്ടിരിക്കുകയാണ്. ഞാൻ വിചാരിച്ചു. നിങ്ങളും മാറിയിട്ടുണ്ടാകുമെന്ന്.

“ഞാനും മാറിയിട്ടുണ്ട്.” ലിയോനിഡ് പറഞ്ഞു.

''നമ്മുടെ പഴയകാലത്തെ എന്തെങ്കിലും കഥ പറഞ്ഞ് എതിർക്കാനുണ്ടോ?''

''ഇല്ല. നിങ്ങൾ മാറിയിട്ടില്ല. നിങ്ങൾ ഇപ്പോഴും കമ്മ്യൂണിസ്റ്റാണ്.''

''ശരിയാണ്. ഞാൻ മാറിയിട്ടുണ്ട്. കാരണം ഞാനൊരു കമ്മ്യൂണിസ്റ്റുകാരനാണ്.''

ആൻഡ്രേയ് പൊട്ടിച്ചിരിച്ചുപോയി.

''നിങ്ങൾ വിചിത്രനായ ഒരു മനുഷ്യൻതന്നെയാണ്. നിങ്ങളെ എനിക്കിപ്പോഴും മനസ്സിലായിട്ടില്ല..''

''ഞാനൊരു സാധാരണക്കാരനായ മനുഷ്യനായാണ് എന്നെപ്പറ്റി കരുതിയിട്ടുള്ളത്.''

''ശരി. എന്തായാലും നമുക്ക് വെറുതെ സംസാരിച്ച് സമയം കളയണ്ട. ഏറ്റവും പ്രധാനപ്പെട്ട കാര്യം നിങ്ങൾ ഞങ്ങളെ സഹായിക്കാമെന്ന് സമ്മതിച്ചത് തന്നെയാണ്.

''ഒരൊറ്റ കാര്യം. ഞാനീ അന്വേഷണത്തിൽ ഒരു വെറും പരിഭാഷകനായിട്ടല്ല പങ്കെടുക്കാനാഗ്രഹിക്കുന്നത്.''

ആൻഡ്രേയ് വായ പൊളിച്ചു. ലിയോനിഡിനെ നോക്കി നിന്നു. കുറച്ചുനേരം...

''നിങ്ങൾക്ക് തുർക്കികളെ ഇഷ്ടമാണ് അല്ലേ?''

''അതെ, എനിക്കിഷ്ടമാണ്.''

''എന്തുകൊണ്ട്?''

''ഏയ, ഇതെന്താ, എന്താണിങ്ങനെയുള്ള ചോദ്യങ്ങൾ? ഞാനും നിങ്ങളുടെ സംശയത്തിന്റെ നിഴലിൽ വരുന്നുണ്ടോ?''

''ഛെ, ബാലിശമായി ചിന്തിക്കല്ലേ. ഞാനെന്റെ കൗതുകംകൊണ്ട് ചോദിച്ചതാണ്.''

''ഞാനിനി പറയുന്നത് നിങ്ങൾക്ക് വിചിത്രമായി തോന്നാനിടയുണ്ട്. പക്ഷേ, എനിക്കവർ നമ്മുടെയുള്ളിലൊക്കെ പണ്ടേ മരിച്ചുപോയ വിപ്ലവക്കരുത്തിന്റെ പ്രതിനിധികളാണ്. അവരുടെ വർത്തമാനം, അംഗവിക്ഷേപങ്ങൾ, വേഷവിധാനം ഇതെല്ലാം. എന്നെ 1905 ൽ വിപ്ലവത്തെ ഓർമ്മപ്പെടുത്താറുണ്ട്.

''1905 ആണോ? അതെന്താണ് 1905 ലെ വിപ്ലവം? ഒക്ടോബർ 1917ൽ അല്ലേ.?''

''അധികാരം കാര്യങ്ങളെ കലുഷിതമാക്കും. 1905ൽ വിപ്ലവകാരികളുടെ പ്രതീക്ഷ മലിനപ്പെട്ടതല്ലായിരുന്നു.''

ആൻഡ്രേയുടെ മുഖം പരിഹാസമെന്നോണം ചുളുങ്ങിനിവർന്നു.

''ചിരിക്കണ്ട.'' ലിയോനിഡ് പറഞ്ഞു. ''ഞാൻ കാര്യമായി പറഞ്ഞതാണ്.''

''ഓകെ, ഓകെ. പക്ഷേ ഓർക്കുക. നിങ്ങളുടെ നായകന്മാർക്കിടയിൽ ഒരു ഒന്നാന്തരം ചതിയനുണ്ട്.''

''ബോൾഷെവിക്സിന്റെ ഇടയിലും ഉണ്ടായിരുന്നല്ലോ.''

''എന്നാലും ഇവരെയൊക്കെ അധികം വിശ്വസിക്കാതെയിരിക്കുക. ഞാൻ പറയുന്നത് ആരേയും വിശ്വസിക്കാതിരിക്കുകയെന്നാണ്.''

ലിയോനിഡിന് ആൻഡ്രേയുടെ ഈ മനഃസ്ഥിതി സങ്കീർണ്ണമായി തോന്നി.

''നോക്കൂ ആൻഡ്രേയ്,'' അയാൾ ഒരു താക്കീതെന്നവണ്ണമാണ് തന്റെ പഴയ സുഹൃത്തിനോട് സംസാരിച്ചത്.

''നിങ്ങളീ രീതിയിൽ കബളിപ്പിക്കുന്ന, തെറ്റിദ്ധരിപ്പിക്കുന്ന കാര്യങ്ങളാണ് എന്നോട് പറയാൻ ഉദ്ദേശിക്കുന്നതെങ്കിൽ അത് നേരിട്ട് വളച്ചുകെട്ടില്ലാതെ പറയൂ. അവരെല്ലാം എന്റെ കുട്ടികളാണ്. എനിക്കവരോട് ഉത്തരവാദിത്തമുണ്ടല്ലോ.''

ആൻഡ്രേയ് ശാന്തനായി ലിയോനിഡിനെ നോക്കി. മനസ്സിൽ അയാൾ ലിയോനിഡിനെ കൊഞ്ഞനം കുത്തുന്നതുപോലെയായിരുന്നു ആ നോട്ടം.

''ഒരു രക്ഷയുമില്ല. ഗതികിട്ടാനിടയില്ലാത്ത കാല്പനികൻ.''

''അയ്യോ, ഇത്തരം പ്രശംസകൾ കൊണ്ടെന്നെ മൂടുന്നത് നിർത്തൂ. ഞാൻ ഊർജ്ജസ്വലമായി അന്വേഷണത്തിൽ പങ്കെടുക്കാം. വാക്കു തരൂ. അല്ലെങ്കിൽ എന്റെ സഹായത്തെക്കുറിച്ച് മറന്നേക്കൂ.''

''നിനക്കറിയുമോ, നിന്നെക്കുറിച്ച് ഇത്രയും വർഷങ്ങൾക്കിടയിൽ ഞാൻ പഠിച്ച കാര്യമെന്താണെന്നറിയാമോ? വികാരാധീനനായാണ് ആൻഡ്രേയ് ചോദിച്ചത്.

ലിയോനിഡ് തന്റെ സുഹൃത്തിനെ തന്നെ ശ്രദ്ധിച്ചുനിന്നു. ഒന്നും മിണ്ടിയില്ല. ധാരാളം അനുഭവസമ്പത്തുള്ള ആ രഹസ്യാന്വേഷണ ഉദ്യോഗസ്ഥൻ തലകുലുക്കി പറഞ്ഞത് തുടർന്നുകൊണ്ടിരുന്നു.

''നിങ്ങൾ ആർക്കു മുന്നിലും വഴങ്ങാത്ത, തന്റേടമുള്ള, ഒഴിയാബാധയായ, നിർബന്ധബുദ്ധിയുള്ള ഒരാളാണ്.''

പതിന്നാല്

രാവിലെ നന്നായി വെയിൽ തെളിഞ്ഞിരുന്നു. ഉച്ച തിരിഞ്ഞപ്പോഴേക്കും ആകാശത്ത് ഉരുണ്ടുകൂടിയ മേഘങ്ങൾക്കിടയിൽ സൂര്യൻ മറഞ്ഞു. സന്ധ്യ കറുത്തു തുടങ്ങുമ്പോഴുണ്ടായിരുന്ന നേർത്ത മഞ്ഞുവീഴ്ച രാത്രിയായപ്പോഴേക്കും ഒരു ഹിമപാതമായി മാറിക്കഴിഞ്ഞിരുന്നു.

ഡൈനിംഗ് ഹാളിൽ രാവിലെ ഉണ്ടായിരുന്നതിക്കോൾ തിരക്കുണ്ടായിരുന്നു. ഹാൾ നിറഞ്ഞു കവിഞ്ഞ് മുൻവാതിൽ വരെ നീണ്ടു. ഭാഷ കൊണ്ടും ആചാരം കൊണ്ടും നിറം കൊണ്ടും വ്യത്യസതരായ നാനാജാതി ആളുകൾ വരി നിൽക്കുന്നുണ്ടായിരുന്നു. നേരത്തെ എത്തി, ക്യൂവിൽ ഏറ്റവും മുന്നിലായി നിന്നിരുന്ന വിദ്യാർത്ഥികൾ ജനാലിനോട് ചേർന്ന ഇരിപ്പിടം സ്വന്തമാക്കുകയും പുറത്തെ മഞ്ഞുവീഴ്ച നോക്കി ആസ്വദിച്ച് ഭക്ഷണം സ്വാദോടെ അകത്താക്കുകയായിരുന്നു. വൈകുന്നേരമായപ്പോഴേക്കും സംഘർഷം നിറഞ്ഞ വിഷാദം ടർക്കിഷ് കൂട്ടായ്മയ്ക്കിടയിൽ പോലും ഒരു പരിധി വരെ കെട്ടടങ്ങുകയും സംഭാഷണം നാളെ സ്കൂളിലേക്കു പഠിച്ചു കൊണ്ടു ചെല്ലേണ്ട കാര്യങ്ങളിലേക്ക് അവരുടെ ശ്രദ്ധ മാറി. എല്ലായ്പ്പോഴും മോശമായി പെരുമാറിയിരുന്ന കരീമിനെയും തന്നെ വിലമതിക്കണമെങ്കിൽ ഗൗരവം കൈവിടരുതെന്ന് തെറ്റിദ്ധരിച്ചിരുന്ന ഡെർമുസിനെയും മാറ്റി നിർത്തിയാൽ സ്വതവേ സഖാക്കൾ ഒരു തമാശ മൂഡിലെത്തിയിരുന്നു.

ഡൈനിംഗ് ഹാളിൽ ഒത്തുകൂടിയ തുർക്കിഷ് കൂട്ടായ്മയുടെ ജീവിതം പതുക്കെ സാധാരണ നിലയിലേക്ക് തിരിയുമ്പോൾ, പാർട്ടി മുറികൾക്കുള്ളിൽ മൂന്ന് സോവിയറ്റ് പൗരന്മാർ അവരുമായി ബന്ധപ്പെട്ട ഒരു പ്രധാന വിഷയം ചർച്ച ചെയ്യുകയായിരുന്നു. വിക്റ്ററും ലിയോനിഡും നിക്കോളായുമായിരുന്നു അവർ. മേശപ്പുറത്ത് ചെറിയ ട്രാൻസ്മിറ്ററും ടേപ്പ് റെക്കാർഡറും എന്തൊക്കെയോ രേഖകളടങ്ങിയ തടിച്ച രണ്ട് ഫയലുകളും ഉണ്ടായിരുന്നു.

''അസഫിനു ചോദ്യം ചെയ്യലിൽ പങ്കെടുക്കണമെന്നുണ്ട്.'' ലിയോനിഡ് പറഞ്ഞു.

അസഫുമായുള്ള വാദങ്ങൾ ഓർത്തെടുത്തിട്ടെന്ന പോലെ വിക്റ്ററിന്റെ മുഖത്ത് അനിഷ്ടം നിഴലിച്ചു.

''ഇന്നലെ രാത്രിയിൽ നമുക്കൊപ്പമുണ്ടായിരുന്ന ആ ആളെക്കുറിച്ചാണോ നിങ്ങൾ പറയുന്നത്. അയാൾ നമ്മുടെ പദ്ധതിയ്ക്ക് തുരങ്കം വെയ്ക്കുകയേയുള്ളൂ'' അയാൾ പറഞ്ഞു.

അവരുടെ പാർട്ടി അന്വേഷണത്തിനായി അയാളെ നിയോഗിച്ചിരുന്നു.

''എന്തുകൊണ്ടാണ് അവർ പ്രത്യേക അന്വേഷണം നടത്തുന്നത്? അവർ ഞങ്ങളെ വിശ്വസിക്കുന്നില്ലേ? ഇതിനെക്കുറിച്ച് അറിയാൻ കഴിയുന്ന ഒരു ടിസിപി പ്രതിനിധിയാണ് ലിയോനിഡ് എന്ന മട്ടിലായിരുന്നു നിക്കോളായുടെ ചോദ്യം.

''ഇത് വിശ്വസ്തതയുടെ കാര്യമായി നിങ്ങൾ കാണരുത്.'' വിശദീകരിക്കാൻ ബാദ്ധ്യതയുണ്ടെന്ന മട്ടിൽ ലിയോനിഡ് പറഞ്ഞു.

''അവർക്കും അവരുടെ അംഗങ്ങളോട് ഒരു ബാധ്യതയുണ്ട്. നടക്കുന്ന കാര്യങ്ങളിൽ അവർക്കും ഉത്തരവാദിത്തമുണ്ടാകും. നിങ്ങൾ വേണ്ട എന്ന് പറഞ്ഞാൽ പോലും അവരുടെ തീരുമാനത്തെക്കുറിച്ച് നാളെ നിങ്ങളെ അറിയിക്കുമെന്ന് കേന്ദ്രം ഇതിനോടകം തന്നെ തീരുമാനിച്ചിട്ടുണ്ട്. ഇന്നു തന്നെ അന്വേഷണത്തിന്റെ ഭാഗമാകണമെന്നാണ് അസഫിന്റെ ആഗ്രഹം.''

''കേന്ദ്രത്തിന് ഇത് സ്വീകാര്യമാണെന്ന് നിങ്ങൾക്ക് ഉറപ്പാണോ?''

അനിഷ്ടം പുറത്തു കാണിച്ചു കൊണ്ട് തന്നെ വിക്റ്റർ ചോദിച്ചു.

''എനിക്കുറപ്പുണ്ട്.''ലിയോനിഡ് മറുപടി നൽകി.

''ഒരു വഴിയുമില്ല'' എന്ന് തന്നോടു തന്നെ പറയാൻ വിക്റ്റർ ആഗ്രഹിച്ചുവെങ്കിലും ബ്യൂറോ മേധാവി ആൻഡ്രേയ് പറഞ്ഞത് അയാൾ ഓർത്തു.'ബുദ്ധിമാനായ ഈ മനുഷ്യന്റെ ആവശ്യങ്ങൾ അത്ര എളുപ്പത്തിൽ തള്ളിക്കളയാൻ പാടില്ല.

ലിയോനിഡ് ഇവാനോവിച് നിങ്ങൾ ആഗ്രഹിക്കുന്നതുപോലെ നമുക്ക് ചെയ്യാം.''തന്റെ ദേഷ്യം മറച്ചു വെച്ചുകൊണ്ട് അയാൾ പറഞ്ഞു. അയാൾ ചോദ്യം ചെയ്യലിൽ പങ്കെടുക്കട്ടെ. എന്നാൽ, ഞങ്ങൾ ആവശ്യപ്പെട്ടാൽ മുറിവിട്ടു പോകാൻ അയാൾ ബാദ്ധ്യസ്ഥനായിരിക്കും.

''ശരി,'' ലിയോനിഡ് പറഞ്ഞു. ''അപ്പറഞ്ഞതിൽ കാര്യമുണ്ട്.''

അവർ ഇതു തന്നെ അംഗീകരിക്കുമെന്ന് ലിയോണിഡ് പ്രതീക്ഷിച്ചിരുന്നില്ല. കേന്ദ്രം മുഖേന അറിയിക്കുന്നതിനു മുമ്പ മർക്കട മുഷ്ടിക്കാരായ രഹസ്യാന്വേഷണ ഉദ്യോഗസ്ഥർ അസഫിന്റെ ഇടപെടൽ അംഗീകരിക്കില്ലെന്ന് അദ്ദേഹം അനുമാനിച്ചു. വിക്റ്റർ അയാളുടെ മനസ്സ് മാറ്റുമെന്ന് ഭയപ്പെടുന്നതുപോലെ ലിയോനിഡ് ഇരുന്നിടത്തു നിന്നും ചാടിയെണീറ്റു.

നമ്മുടെ തീരുമാനം അറിയാൻ അയാൾ പുറത്തു നിൽക്കുന്നുണ്ട്, ഞാൻ വിളിച്ചു കൊണ്ടു വരാമെന്ന് പറഞ്ഞ് അയാൾ മുറി വിട്ടുപ്പോയി.

പട്ടാളച്ചിട്ടയുള്ള ഒരു വേലക്കാരൻ നോക്കുന്നത് പോലെ വെടിപ്പായിരുന്ന ഹിക്മെത്തിന്റെ മുറിയിലെ ജാലകത്തിനു മുന്നിൽ അക്ഷമനായി അസഫ് കാത്തു നിന്നിരുന്നു. ബെർലിനിൽ നിന്ന് ആ ഫോൺ കോൾ ലഭിച്ചതുമുതൽ അദ്ദേഹം കടുത്ത പ്രതിസന്ധിയിലായിരുന്നു.

ആദ്യമുണ്ടായ ഞെട്ടലിൽ നിന്നും കര കയറിയപ്പോൾ, ഈ നടക്കുന്നതെല്ലാം സംഘടനയിൽ തനിക്കൊരു പേരുണ്ടാക്കാനുള്ള അവസരമാക്കണമെന്ന് അദ്ദേഹം തീരുമാനിച്ചു. പാർട്ടിക്കു വേണ്ടി ഈ അന്വേഷണം നടത്തണമെന്ന് സഖാവ് ഫോൺ ചെയ്തറിയിച്ചപ്പോൾ, യഥാർത്ഥ്യം അതല്ലെന്ന് അയാൾ മനസ്സിലാക്കി. ടിസിപിയുടെ സ്ഥാപക നാളുകൾ മുതൽ നിരവധി അംഗങ്ങളും അനുയായികളും കൊല്ലപ്പെട്ടിരുന്നുവെങ്കിലും മോസ്കോയിലും പാർട്ടി സ്കൂളിലും ഇത്തരമൊരു സംഭവം മുമ്പ് കണ്ടിട്ടില്ല. കേസിനെക്കുറിച്ച് ധാരാളം അവ്യക്തതകൾ ഉണ്ടായിരുന്നു. വിക്റ്ററുടെയും നിക്കോളായുടെയും മനോഭാവത്തിൽ അത് വ്യക്തമായിരുന്നു. തന്റെ പരിധിക്കും അപ്പുറത്തുള്ള ഒരു ഗൂഢാലോചനയുടെ മുന്നിലാണ് താൻ നിൽക്കുന്നതെന്ന് അയാൾ തിരിച്ചറിയുന്നുണ്ടായിരുന്നു. ഇതിനൊക്കെയൊടുവിൽ തന്നെ ശരിക്കുമൊരു ബലിയാടാക്കപ്പെട്ടേക്കാമെന്ന് അയാൾ മനസിലാക്കി. ഈ ജോലി തന്നെ ഏൽപ്പിക്കുന്നത്, തന്നെ എന്നന്നേക്കുമായി പുറത്താക്കാനുള്ള പുതിയ ഭരണക്കൂടത്തിന്റ കുതന്ത്രത്തിന്റെ ഭാഗമാകാം.

താൻ ക്രമേണ ഒഴിവാക്കപ്പെടുകയാണെന്ന് അസാഫിന് അറിയാമായിരുന്നു. 1974ൽ തന്റെ ആദ്യ വിദേശയാത്രയിൽ കാണിച്ച പ്രതീക്ഷയും ആത്മാർത്ഥതയും ഓർത്തപ്പോൾ അയാൾക്ക് സങ്കടം തോന്നി. വർഷങ്ങളായി നിർജീവമായിരുന്ന പാർട്ടി തന്നെപ്പോലെയുള്ള യുവ വിപ്ലവകാരികളെ കണ്ടെത്തി '1973 ബ്രേക്ക് ത്രൂ' എന്ന പേരിൽ കാമ്പയിൻ നടത്തി വന്നിരുന്ന കാലമായിരുന്നു അത്. ഫെഡറേഷൻ ഓഫ് ഐഡിയ ക്ലബ്ബിന്റെ മാനേജരായിരുന്ന അസഫ് പാർട്ടിയിൽ ചേരാൻ പോകുന്ന ദിവസം വല്ലാത്ത ആവേശത്തിലായിരുന്നു. കാര്യങ്ങൾ അടുത്തു കാണാൻ തുടങ്ങിയപ്പോൾ ആ ആവേശം പെട്ടെന്നു തണുത്തു. നല്ല വിദേശ ബന്ധങ്ങളുള്ള കുറച്ചു വയസന്മാരൊഴികെ മറ്റാരുമവിടെയുണ്ടായിരുന്നില്ല, ഒരു പാർട്ടി പോലും. ടി സി പി ചേതനയറ്റ ഒരു ശരീരം പോലെയായിരുന്നു. പാർട്ടിയുടെ ഇപ്പോഴത്തെ അവസ്ഥയെക്കുറിച്ച് അസഫ് ചിന്തിക്കുന്നതൊന്നുമറിയാതെ പാർട്ടിയുടെ ചരിത്രത്തെക്കുറിച്ചും വിപ്ലവത്തിന്റെ പതാക വഹിച്ച പാർട്ടി വീരന്മാരെക്കുറിച്ചും പ്രത്യേകിച്ച് നസീം ഹിക്മെത്തിനെക്കുറിച്ചും സംസാരിച്ചുകൊണ്ടിരിക്കുകയായിരുന്നു പഴയ ജനറൽ സെക്രട്ടറി. കുറച്ച് മാസങ്ങൾ കൊണ്ട്, അസഫിന്റെ നിരാശ ഒരു പുതിയ പാർട്ടി സൃഷ്ടിക്കാനുള്ള ആവേശമായി മാറി.

ഇതിഹാസപുരുഷന്മാരായ മുസ്തഫ സൂഫി, എഥെം നെജത്ത്, എഫിക് ഹസ്നെ, നസീം ഹിക്മെത്ത് എന്നിവരെ പോലെ തുർക്കിയിൽ വലിയ മാറ്റത്തിനു കാരണമാകാവുന്ന ഒരു പ്രസ്ഥാനത്തിന്റെ ഭാഗമാണെന്ന ചിന്ത അയാളെ ഉൾപ്പുളകം കൊള്ളിച്ചു. ഹൃദയം കൊണ്ടും ആത്മാവു കൊണ്ടും അയാൾ പ്രവർത്തിക്കാൻ തുടങ്ങി. ഓരോ വ്യക്തിയേയും അമ്പേ തറ പറ്റിക്കാവുന്ന തീവ്രമായ ഒരനുഭവമാണ് രഹസ്യ പാർട്ടി പ്രവർത്തനം, പ്രത്യേകിച്ച് രാഷ്ട്രീയ കുടിയേറ്റം, എന്ന് അയാൾക്ക് പെട്ടെന്നു തന്നെ മനസിലായി. പ്രതീക്ഷിച്ചതുപോലെ, ചരിത്രത്തിൽ മുമ്പൊന്നുമുണ്ടായിട്ടില്ലാത്ത ഒത്തുചേരലുകളിലൂടെ, പാർട്ടി രാജ്യത്തിനുള്ളിൽ അതിവേഗം വളരുകയായിരുന്നു.

അണികളെ സൃഷ്ടിക്കുന്നതിലായിരുന്നില്ല, യോഗ്യതയുള്ള പാർട്ടി ഭാരവാഹികളെ കണ്ടെത്തുന്നതിലായിരുന്നു പ്രശ്നം. ഇതിനായി രാജ്യത്തിനുള്ളിലെ സംഘടനകളും രാജ്യത്തിന് പുറത്തുള്ള ഭരണസംവിധാനങ്ങളുമായി ആരോഗ്യകരമായ ബന്ധം സ്ഥാപിക്കേണ്ടതുണ്ടായിരുന്നു. ഇതിനൊക്കെ പുറമേ ഒരു കേന്ദ്രകമ്മിറ്റിയാൽ നിയന്ത്രിക്കപ്പെടുന്ന, കൃത്യമായി സമ്മേളനങ്ങൾ ചേരുന്ന സംഘടിതമായ ഒരു പാർട്ടി സംവിധാനം ഉണ്ടാക്കേണ്ടിയിരിക്കുന്നു. ഈ ദിശയിലേക്ക് പാർട്ടി മുന്നോട്ട് പോകുന്നതിന് ആവശ്യമായ ചർച്ചകൾ ആരംഭിച്ചിരുന്നുവെങ്കിലും കൃത്യസമയത്ത് ഉചിതമായ തീരുമാനമെടുക്കാതിരുന്നതിനാൽ അവ വേണ്ടത്ര വേഗത്തിൽ പ്രാവർത്തികമായില്ല. അത്തരം നിർഭാഗ്യകരമായ സാഹചര്യത്തിലാണ് 1980 സെപ്റ്റംബർ 12 ലെ അട്ടിമറി പാർട്ടിക്ക് മേൽ വന്ന് പതിച്ചത്.

സൈനിക ഭരണകൂടത്തിന്റെ നടപടികളിൽ തകരാതെ, ശക്തമായ സംഘടനകൾ രക്ഷപ്പെട്ടപ്പോൾ, ചെറിയ ഗ്രൂപ്പുകളിൽ നല്ലൊരു ശതമാനവും ഛിന്നഭിന്നമായി. ആയിരക്കണക്കിന് പാർട്ടി അംഗങ്ങളും അനുയായികളും പീഡിപ്പിക്കപ്പെട്ടു. നിരവധി പേർ അറസ്റ്റിലായി. പിടിച്ചു നിന്ന സംഘടനകൾ പാർട്ടി ഭരണത്തിന്മേൽ അധികാരം പ്രയോഗിക്കാൻ തുടങ്ങി. അസഫ് ഉൾപ്പെടെയുള്ള മുൻഎക്സിക്യൂട്ടീവുകളെ പലപ്പോഴും ഒരു മൂലയിലേക്ക് തള്ളിമാറ്റപ്പെടുകയോ അവർക്ക് സ്വയം ഭരണപരമായ സ്ഥാനങ്ങളിൽ നിന്ന് പിന്മാറുകയോ ചെയ്യേണ്ടി വന്നു. ഇതിനിടയിൽ, അസഫ് യുവത്വം കഴിഞ്ഞ് മധ്യവയസ്സിലെത്തിയിരുന്നു. വിപ്ലവത്തോടുള്ള തീവ്രമായ ഭക്തി നല്ല രീതിയിൽ കുറഞ്ഞിരുന്നെങ്കിലും രണ്ടുവർഷത്തെ പ്രവാസത്തിന് ശിക്ഷിക്കപ്പെടുന്നത്, മോസ്കോയിലേക്കായിരുന്നിട്ടു കൂടി, അയാൾക്ക് ഭയങ്കര കാര്യമായിരുന്നു. സംഭവിച്ചതിന്റെ ഉത്തരവാദിത്തം അസഫ് ഏറ്റെടുത്തില്ല. എന്തെല്ലാമായിരുന്നു അയാൾക്ക് സ്വയം ചെയ്യാൻ കഴിയുമായിരുന്നത് ? എന്ത് മാറ്റമാണുണ്ടാക്കാനാകുമായിരുന്നത്? മാത്രമല്ല, പാർട്ടിയുടെ പ്രത്യയശാസ്ത്രപരമായ കാര്യങ്ങളിൽ മാത്രമാണ് അയാൾക്കെന്തെങ്കിലും ചെയ്യാൻ കഴിയുമായിരുന്നത്.

പാർട്ടിയുടെ ഭരണപരമായ കാര്യങ്ങളിൽ ഇടപ്പെടുന്നത് ചിന്തിക്കാൻ പോലും ആകാത്തതായിരുന്നു. അസഫിനു പ്രതീക്ഷ നശിച്ചിരുന്നില്ല.

കുറച്ചുകാലം കഴിഞ്ഞാൽ സംഭവിച്ചതെല്ലാം യുക്തിസഹമായി വിലയിരുത്തപ്പെടുമെന്നും അദ്ദേഹത്തിന്റെ പ്രശസ്തി പുനഃസ്ഥാപിക്കപ്പെടുമെന്നും അദ്ദേഹം ഉറച്ച് വിശ്വസിച്ചു. തന്നെ പുറത്താക്കാതിരിക്കാൻ സ്വയം ജാഗ്രത കാണിച്ചേ മതിയാകുവെന്ന് അയാൾക്കറിയാമായിരുന്നു; അതുകൊണ്ടാണ് അന്വേഷണചുമതലയുള്ള സോവിയറ്റ് പൊലീസിനെ ആശ്രയിക്കാനും അവർക്കു വേണ്ടി പ്രവർത്തിക്കാനും അയാൾ തീരുമാനിച്ചത്. ഈ തീരുമാനത്തിലെത്തിയ ഉടൻ, സിപിഎസ്യു കേന്ദ്ര കമ്മിറ്റിയിലെ ടി സി പി പ്രശ്നങ്ങൾ കൈകാര്യം ചെയ്യുന്ന ഓഫീസിൽ ജോലി ചെയ്തിരുന്ന ഇഗോറിനെ അദ്ദേഹം വിളിച്ചു. ഇഗോറുമായി അയാൾക്ക് എക്കാലത്തും നല്ല ബന്ധമുണ്ടായിരുന്നു. കൊലപാതകത്തെക്കുറിച്ച് പറയാൻ തുടങ്ങിയപ്പോൾ, തനിക്ക് എല്ലാം അറിയാമെന്ന് ഇഗോർ അസഫിനോട് പറഞ്ഞു. താൻ ഒരു വലിയ കെണയിൽപ്പെട്ടിരിക്കുകയാണെന്ന് അസഫ് ഉറപ്പിച്ചു മനസ്സിലാക്കി. പാർട്ടിക്കു വേണ്ടി അന്വേഷണത്തിൽ പങ്കെടുക്കാൻ താൽപ്പര്യമുണ്ടെന്ന് അയാൾ ഇഗോറിനെ അറിയിച്ചു. ഇഗോർ പൂർണമനസ്സോടെ ഇതിന് സമ്മതിച്ചു. ഉയർന്ന ഉദ്യോഗസ്ഥരുടെ ശ്രദ്ധയിൽ ഇത് കൊണ്ടുവരുമെന്ന് അദ്ദേഹം ഉറപ്പ് നൽകി. വൈകുന്നേരത്തോടെ അയാൾക്ക് ഫോൺ കോൾ ലഭിച്ചു. ചോദ്യം ചെയ്യലുകളിൽ പങ്കെടുക്കാമെന്ന് അവർ അയാളെ അറിയിച്ചു. അതേ സമയം, ഈ വിവരം സുരക്ഷാ യൂണിറ്റുകളേ അറിയിക്കുന്നതിൽ കാലതാമസം നേരിടാമെന്ന് അവർ അയാളെ ഓർമ്മിപ്പിച്ചു.

ലിയോനിഡ് മോസ്കോയിൽ നിന്ന് മടങ്ങിവരുന്നതുവരെ അസഫ് അക്ഷമയോടെ കാത്തിരിക്കുകയായിരുന്നു. രാവിലെ അദ്ദേഹവുമായി സംസാരിക്കാൻ സമയം കണ്ടെത്താൻ കഴിയാത്തതിനാൽ, ലിയോനിഡ് വന്നയുടനെ അസഫ് മുറിയിൽ നിന്ന് ഇറങ്ങി, പാർട്ടിയുടെ തീരുമാനത്തെക്കുറിച്ച് പറഞ്ഞു സ്ഥിതിഗതികൾ വിശദീകരിച്ചു. അയാളുടെ ആവശ്യം തന്നിക്കു സ്വീകാര്യമാണെന്നും എന്നാൽ തീരുമാനമെടുക്കേണ്ടത് വിക്റ്ററാണെന്നും അയാൾ അറിയിച്ചു. അന്വേഷണത്തിനു മുമ്പായുള്ള തയ്യാറെടുപ്പുകൾ പൂർത്തിയാക്കാൻ വിക്റ്ററും നിക്കോളയുമൊത്ത് മുറിയിൽ കയറി വാതിലടച്ചപ്പോൾ മുതൽ അസഫ് ഹിക്മെത്തിന്റെ മുറിയിൽ കാത്തിരിക്കാൻ തുടങ്ങി. കൂട്ടത്തിൽ അയാൾക്ക് ഏറ്റവും കൂടുതൽ വിശ്വസിക്കാൻ കഴിയുന്ന വ്യക്തി പാർട്ടി സെക്രട്ടറിയായിരുന്നു. തുറന്ന വാതിലിലൂടെ ലിയോനിഡിന്റെ തല പുറത്തേക്ക് വരുന്നത് കണ്ടപ്പോൾ അദ്ദേഹം ആവേശത്തോടെ ചോദിച്ചു:

“അവർ അത് സ്വീകരിച്ചോ?”

‘‘ഉം.’’ ലിയോനിഡ് പറഞ്ഞു.‘‘ചോദ്യം ചെയ്യലിലും നിങ്ങൾക്ക് പങ്കെടുക്കാം.’’

അസഫ് ഒരു ദീർഘനിശ്വാസം എടുത്തു. അയാൾ ഹിക്മെത്തിന്റെ മേശപ്പുറത്ത് വച്ചിരുന്ന തവിട്ട് നിറമുള്ള ലെതർ ബ്രീഫ്കേസ് എടുത്ത് ലിയോനിഡിനെ പിന്തുടർന്നു. ഇപ്പോഴത്തെ നിലയിൽ കൊലയാളിയെ എന്നെങ്കിലും കണ്ടെത്തിയാൽ കുറ്റാന്വേഷണത്തിൽ തനിക്കുള്ള അയാൾക്ക് പെരുപ്പിച്ചു കാണിക്കാം. അല്ല, തോൽക്കുയാണെങ്കിൽ സോവിയറ്റ് പൊലീസിന്റെ കഴിവില്ലായ്മയെക്കുറിച്ച് അദ്ദേഹത്തിന് കുറ്റപ്പെടുത്താം.

മുറിയിൽ കയറിയപ്പോൾ വിക്റ്റർ മേശയിലിരുന്ന് തന്റെ മുന്നിൽ പേപ്പറുകൾ വായിക്കുന്നത് കണ്ടു. അയാളുടെ മുന്നിലേക്കെത്തിയപ്പോൾ ലിയോനിഡ് ആ മനുഷ്യന്റെ മുന്നിലേക്ക് വലിയ ശബ്ദത്തോടെ ഇരുന്നു. ലിയോനിഡിന് എതിർവശത്തായി ഇരുന്നു റെക്കോർഡിംഗ് സംവിധാനം സജ്ജീകരിച്ച് ടേപ്പ് റിവൈൻഡ് ചെയ്യുകയായിരുന്നു, നിക്കോളായ്.

നിക്കോളെയുടെ അടുത്തുള്ള കസേരയിൽ അമർന്നിരുന്ന് അസഫ് ‘ഡോബ്രി വെച്ചർ’ എന്ന് അഭിവാദ്യം ചെയ്തു. തന്റെ മുന്നിലുള്ള പേപ്പറിൽ നിന്ന് തല ഉയർത്തി വിക്റ്റർ അസഫിനെ നോക്കി.

‘ഡോബ്രി വെച്ചർ,’ അദ്ദേഹം മറുപടി നൽകി, പിന്നെ കൈയിലിരുന്ന പേപ്പറുകളിലേക്ക് തന്നെ മടങ്ങി.

ആരും മുറിയിൽ പ്രവേശിച്ചിട്ടില്ലെന്ന മട്ടിൽ നിക്കോളായ് ടേപ്പ് റെക്കാർഡറിൽ ത്തന്നെ ശ്രദ്ധ കേന്ദ്രീകരിച്ചു. തന്നെ അവിടെ ആവശ്യമില്ലെന്ന് തിരിച്ചറിഞ്ഞെങ്കിലും അനാവശ്യമായ ഒരു വഴക്കിനുള്ള മൂഡിലായിരുന്നില്ല, അസഫ്. അയാൾ തന്റെ ലെതർ ബ്രീഫ്കേസ് തുറന്നു, വിക്റ്ററിന് മുന്നിലുള്ള അതേ ചുവന്ന ഫയൽ പുറത്തെടുത്ത് മേശപ്പുറത്ത് വച്ചു.

‘‘എനിക്ക് പോസ്റ്റ്മോർട്ടം റിപ്പോർട്ട് ലഭിച്ചു,’’ വിക്റ്റർ പറഞ്ഞു; തന്റെ മുന്നിലുള്ള പേപ്പറുകളിൽ നിന്ന് കണ്ണെടുക്കാതെ അയാൾ വായിക്കാൻ തുടങ്ങി. ‘പുറത്തു നിന്നുള്ള ആക്രമണത്തിൽ ഇടത് ഡോർസലിൽ ഒരു മുറിവും ഒരു സെന്റിമീറ്റർ ഇടതു മാറി സ്കാപുലയുടെ ആന്തരിക ലാറ്ററൽ അരികിൽ മറ്റൊന്നും ഇന്റർകോസ്റ്റൽ സ്പേസിൽ മൂന്നാമതൊരു മുറിവും കാണപ്പെടുന്നു. രണ്ട് സെന്റിമീറ്റർ വ്യാസമുള്ള മുറിവുകൾക്ക് ക്രമരഹിതമായ അരികുകളുണ്ട്. പൊള്ളലിന്റെ അടയാളങ്ങളൊന്നും കാണാനില്ല.

‘‘പ്രിയപ്പെട്ട വിക്റ്റർ സഹാറോവിക്,’’ ലിയോനിഡ് പരാതിപ്പെട്ടു. ‘‘ഞങ്ങൾക്ക് മനസിലാക്കാൻ കഴിയുന്ന ഭാഷയിൽ ഒന്നുകൂടി പറഞ്ഞാലും.’’

‘‘ശരി.’’ വിക്റ്റർ പുഞ്ചിരിയോടെ പറഞ്ഞു.

''മൂർച്ചയുള്ള ഒരു വസ്തുകൊണ്ടുണ്ടായ മുറിവ് മൂലമുണ്ടായ ഹൈപ്പോവോൾമിക് ഷോക്കാണ് മരണകാരണം. ചുരുക്കത്തിൽ, ആ മനുഷ്യന്റെ ഹൃദയം ഛിന്നഭിന്നമാക്കി കളഞ്ഞു.''

''മുഹമ്മദ് കൊല്ലപ്പെട്ടത് ഒരു ഇരുമ്പു വടികൊണ്ടുള്ള പ്രഹരം കൊണ്ടാണെന്ന് ഇതു ഉറപ്പിക്കുന്നു.''നിക്കോളായ് പറഞ്ഞു.

'അതെ,' എന്നു പറഞ്ഞു വിക്റ്റർ തന്റെ മുമ്പിലുള്ള പേപ്പറുകളിലേക്ക് ചാഞ്ഞു. അതിൽ നിന്നും ഒരെണ്ണം പുറത്തെടുത്തു, തൊണ്ട ശരിയാക്കിക്കൊണ്ട് പറഞ്ഞു: ''ഇതാണ് ഫ്ളോർ പ്ലാൻ.'' എന്നിട്ട് ലിയോനിഡിലേക്ക് തിരിഞ്ഞു ചോദിച്ചു:

''ഈ നിലയിൽ നാല് അപ്പാർട്ടുമെന്റുകൾ ഉണ്ട്, അല്ലേ? ആ അപ്പാർട്ടുമെന്റുകളിൽ ആരാണ് താമസിക്കുന്നതെന്ന് നിങ്ങൾക്കറിയാമോ?''

''സഖാവ് അസഫിന് നന്നായി അറിയ്ണ്ടതാണ്.'' ലിയോനിഡ് പറഞ്ഞു.

അതിനുത്തരം പറയാനുള്ള അവസരം ലിയോനിഡ് തന്നിൽ ഏൽപ്പിച്ചതിൽ അസഫിന് സന്തോഷമായി. അശ്രദ്ധമായി പ്ലാൻ പുറത്തെടുത്ത്, കസേര എല്ലാവർക്കും മധ്യത്തിലേക്ക് നീട്ടിയിട്ടിട്ട്, അയളത് സൂക്ഷ്മമായി പരിശോധിക്കാൻ തുടങ്ങി.

''അതേ, ഈ നിലയിൽ നാല് അപ്പാർട്ട്മെന്റുകൾ ഉണ്ട്.''

''താഴത്തെ നിലയിൽ ആളുകൾ താമസിക്കുന്നില്ലേ,?'' വിക്റ്റർ ചോദിച്ചു.

''ശരിയാണ്, താഴത്തെ നിലയിലാരുമില്ല. നമ്മുടെ ആളുകൾ ചിലപ്പോൾ അവിടെ ഇസ്തിരിയിടാനും മറ്റുമായി പോകാറുണ്ട്.'

ഇടതുവശത്തെ ഗോവണിക്ക് താഴെ വരച്ച സർക്കിളിൽ അസഫ് വിരൽ വച്ചുകൊണ്ട് വിശദീകരിക്കാൻ തുടങ്ങിയപ്പോൾ നിക്കോളായ് റെക്കോർഡ് ബട്ടൺ ടാപ്പുചെയ്തു.

''സെമിലും നെജത്തും ഈ അപ്പാർട്ട്മെന്റിലെ ഒരു മുറിയിലാണ് താമസം. കാൻ, മുഹമ്മദ് എന്നിവർ മറ്റൊന്നിലാണ്,'' അസഫ് പറഞ്ഞു. എന്തെങ്കിലും ചോദിക്കാനുണ്ടോ എന്ന് വിക്റ്ററിനോട് അന്വേഷിച്ചതിനുശേഷം അസഫ് വിരൽ അടുത്ത വൃത്തത്തിലേക്ക് മാറ്റി.

''ഇവിടെ, സെരിഫും തുർഗട്ടും ഒരു മുറിയിലാണ്. ഹിക്മെത്തും ഡർമസ്സും മറ്റൊന്നിലും.'' അദ്ദേഹം വിരൽ വലത്തേക്ക് നീക്കി, ''നിങ്ങൾക്കറിയാവുന്നതുപോലെ, ഞങ്ങളിവിടെയാണ് താമസം. ഇത് പാർട്ടി മീറ്റിംഗുകൾക്കായി ഉപയോഗിക്കുന്നു. തൊട്ടടുത്തുള്ള അപ്പാർട്ട്മെന്റിൽ, അല്പം അസ്വസ്ഥനായ സഖാവ് കരീമും കൂർക്കം വലിക്കാരനായ ബെസീറും പ്രത്യേക മുറികളിലായി താമസിക്കുന്നു.''

പ്ലാൻ തന്നിലേക്ക് അടുപ്പിച്ച് വിക്റ്റർ അസാഫ് പറഞ്ഞ പേരുകൾ

സർക്കിളുകളിൽ എഴുതി. ഓർമ്മിക്കാൻ കഴിയാത്തവ ആവർത്തിക്കാൻ അയാളെ പ്രേരിപ്പിച്ചു.

''ഞാൻ ആദ്യമായി സൈറ്റിലെത്തിയപ്പോൾ, ലിയോനിഡിനെപ്പോലെ ഗ്രോവിന് അടുത്തുള്ള കെട്ടിടത്തിലാണ് താമസിച്ചിരുന്നത്,'' അസഫ് പറഞ്ഞു. അസഫിന് മുന്നിലുള്ള ഫയൽ വിക്റ്ററുടെ കണ്ണുകളിലുടക്കി.

''ഇവ ടർക്കിഷ് ഭാഷയിലാണ്.'' വിക്റ്ററിന് മുന്നിലെ കടലാസ് ബണ്ടിൽ ചൂണ്ടിക്കാണിച്ചുകൊണ്ട് ലിയോനിഡ് വിശദീകരിച്ചു.

''ഞാൻ അവ വിവർത്തനം ചെയ്ത ശേഷം തിരികെ നൽകി.''

വിക്റ്റർ പെട്ടെന്ന് അസഫിനെ നോക്കിയിട്ട് അയാളെ ഓർമ്മിപ്പിച്ചു, ''നിങ്ങളുടെ റിപ്പോർട്ട് ആ കൂട്ടത്തിലില്ല.''

''എന്റെ റിപ്പോർട്ട്? ഞങ്ങളുടെ റിപ്പോർട്ടിൽ ഒന്നു നിങ്ങൾക്ക് വേണോ?''

''സഖാവ് ലിയോനിഡ് പോലും ഒന്ന് എഴുതി, നിങ്ങൾക്ക് മാത്രം എന്ത് പ്രത്യേകതയാണുള്ളത്?'' നിക്കോളായ് ചോദിച്ചു. അസഫുമായി കലഹിക്കുന്നത് അയാൾ ആസ്വദിക്കുന്നതായി തോന്നി.

''അല്ല, ഞാൻ വിചാരിച്ചു.''

''ചിന്തിക്കാൻ ഒന്നുമില്ല. കഴിഞ്ഞ രാത്രി നിങ്ങൾ എവിടെയായിരുന്നു വെന്ന് നിങ്ങൾ വ്യക്തമായി എഴുതേണ്ടതായിരുന്നു.''

''എനിക്ക് ഒളിക്കാൻ ഒന്നുമില്ല.'' അസഫ് പറഞ്ഞു.

''ഇന്നലെ രാത്രി 10.25നും 22.45നും ഇടയിൽ നിങ്ങൾ എന്തു ചെയ്യുകയായിരുന്നു?''

''ഞാൻ എന്റെ മുറിയിലായിരുന്ന് എന്റെ റഷ്യൻ ഭാഷ മെച്ചപ്പെടുത്താനായി പുഷ്കിന്റെ പുസ്തകം വായിക്കുകയായിരുന്നു.''

അവരുടെ സംഭാഷണം താൽപ്പര്യത്തോടെ കണ്ട വിക്റ്റർ ചോദ്യം ചെയ്യലിൽ ചേർന്നു: ''ഏത് പുസ്തകം?''

''മഹാനായ പത്രോസിന്റെ തരിശുനിലം.'' (ദി മൂർ ഓഫ് പീറ്റർ ദ് ഗ്രേറ്റ്)

''എനിക്കും ആ കഥ ഇഷ്ടമാണ്.'' നിക്കോളായ് പറഞ്ഞു. അവ്യക്തമായ ചില ചോദ്യങ്ങൾക്ക് ഉത്തരം തേടുന്നതുപോലെ അദ്ദേഹം തല ചൊറിഞ്ഞു കൊണ്ട് ചോദിച്ചു: ''സാർ ചക്രവർത്തിയുടെ ദൈവ പുത്രനായിരുന്ന ആ അറബിയുടെ പേരെന്താണ്?''

അസഫിന്റെ മുഖം ഇരുണ്ടു, നെറ്റി ചുളുങ്ങി.

''മുസ്തഫ എന്നാണോ?'' അയാൾ ഉറപ്പില്ലാതെ പിറുപിറുത്തു.

''അല്ല, ഇബ്രാഹിം.'' നിക്കോളായ് പറഞ്ഞു. അവന്റെ കണ്ണുകളിൽ

അവിശ്വസനീയമായ ഒരു ഭാവം സ്ഫുരിച്ചു. ''നിങ്ങൾ ശ്രദ്ധാപൂർവം പുഷ്കിനെ വായിക്കുന്നുണ്ടല്ലോ.''

''എന്റെ റഷ്യൻ ഭാഷ മെച്ചപ്പെടുത്താനാണ് പ്രധാനമായും വായിക്കുന്നത്'' അസഫ് എതിർക്കാൻ തുടങ്ങുമ്പോഴേക്കും വിക്റ്റർ ഇടപെട്ടു.

''ആരെങ്കിലും നിങ്ങളെ നിങ്ങളുടെ മുറിയിൽ വെച്ചു കണ്ടിരുന്നോ?' വിക്റ്റർ ഉറച്ചുനിന്നു.

''ഞാൻ അവനെ കണ്ടു.'' ലിയോനിഡ് പറഞ്ഞു.

''പക്ഷേ അത് മൃതദേഹം കണ്ടെത്തിയതിനുശേഷമാണെന്ന് മാത്രം.'' വിക്റ്റർ തന്റെ സംശയം പ്രകടിപ്പിക്കാൻ മടിച്ചില്ല.

''അതെ, മൃതദേഹം കണ്ടെത്തിയ ശേഷമാണ്.''

''ഉം,'' ഉച്ചത്തിൽ മൂളിക്കൊണ്ട് വിക്റ്റർ തന്റെ യുവസുഹൃത്തിന്റെ നേർക്കു തിരിഞ്ഞു. തുർക്കിഷ് ഭാഷ അറിയില്ലെങ്കിലും അസഫിന് മുന്നിലിരുന്നു റിപ്പോർട്ടുകളിലൂടെ നിക്കോളായ് കണ്ണോടിച്ചു.

''നിങ്ങൾ ഇവ വായിച്ചിട്ടുണ്ടോ?'' അദ്ദേഹം അസഫിനോട് ചോദിച്ചു.

''ഉണ്ട.'' അസഫ് മറുപടി പറഞ്ഞു. ഒരു കുറ്റവാളിയെപ്പോലെ അവരുടെ മുന്നിലിരിക്കേണ്ടി വരുന്നത് അസഫ് ഒട്ടും ആസ്വദിക്കുന്നുണ്ടായിരുന്നില്ല.

''ഞങ്ങൾ ഞങ്ങൾ ആരെയാണ് ആദ്യം ചോദ്യം ചെയ്തു തുടങ്ങേണ്ടത്? എന്താണ് നിങ്ങളുടെ അഭിപ്രായം?

ഈ ചോദ്യങ്ങൾ അസഫിനെ സംശയത്തിലാക്കി.

''ക്ഷമിക്കണം.'' നിക്കോളായുടെ മുന്നിലുള്ള റിപ്പോർട്ടുകളെടുത്ത് അസഫ് പേജുകളിലൂടെ മറിച്ചു നോക്കി.

''ഹിക്മെത്തും തുർഗട്ടും കാനും അത്താഴത്തിന് ശേഷം ഒരുമിച്ചായിരുന്നു,'' അസഫ് പറഞ്ഞു.

''അദ്ദേഹം നിശിതമായി സംസാരിച്ചു. പാർട്ടി മീറ്റിംഗ് തുടങ്ങുന്നതു വരെ അവർ ഹിക്മെത്തിന്റെ മുറിയിൽ ചെസ്സ് കളിച്ചിരുന്നു. കരീം അസുഖബാധിതനായിരുന്നതു കൊണ്ട് രാത്രി മുഴുവൻ ഉറങ്ങിയതായി അയാൾ കുറിച്ചിട്ടുണ്ട്. ശബാഹതിൻ അലിയുടെ ഒരു പുസ്തകം വായിക്കുകയായിരുന്ന നെജത്ത്. ഒരു രാത്രിയിലെപ്പോഴേ കാൻ അയാളുടെ മുറിയിലെത്തി. ഒരു സിഗരറ്റ് വാങ്ങിയിരുന്നു. കുറച്ചു നേരം അവർ വർത്തമാനം പറഞ്ഞിരുന്നിരുന്നു.

''ഡർമുസ് ഓൾഗയുടെ കൂടെയായിരുന്നു.'' നിക്കോളായ് ഇടയ്ക്ക് കയറിപ്പറഞ്ഞു.

അസഫിനെ നോക്കിക്കൊണ്ട് അയാൾ തുടർന്നു. ''ഞാൻ രാവിലെ

ആ സ്ത്രീയോട് സംസാരിച്ചിരുന്നു. നിങ്ങളുടെ സഖാവ് പറഞ്ഞത് അവർ സ്ഥിരീകരിച്ചു.''

''ഇനിയുള്ളത് ബെസിർ, സെരിഫ്, സെമിലുമാണ്.'' അസാഫ് പറഞ്ഞു.

''തനിച്ച് ബില്യാർഡ്സ് കളിക്കുകയായിരുന്നുവെന്നാണ് ബെസിർ എഴുതിയിരിക്കുന്നത്. ഗെയിം റൂമിൽ നിന്ന് അവസാനം പുറത്തേക്ക് പോയത് അയാളാണ്. അയാൾ ആരുമായും കൂടിക്കാഴ്ച നടത്തിയിട്ടില്ല. ചോദ്യം ചെയ്യപ്പെടുന്നതിൽ ആദ്യത്തെ ആളുകളിലൊരാൾ അയാളായിരിക്കണമെന്ന് ഞാൻ കരുതുന്നു.''

''സെരിഫിന്റെ കാര്യമോ?'' വിക്റ്റർ ചോദിച്ചു. ''സൈറ്റിന് ചുറ്റും നടക്കുകയായിരുന്നുവെന്ന് അദ്ദേഹം പറയുന്നു. അത് തെളിയിക്കാൻ അയാൾക്ക് സാക്ഷികളില്ല.''

''നിങ്ങൾ പറഞ്ഞത് ശരിയാണ്.'' അസഫ് പറഞ്ഞു. ''സെരിഫിനെയും എത്രയും പെട്ടെന്ന് ചോദ്യം ചെയ്യണം. എന്നാൽ സെമിലിനെ വിട്ടുകളയരുത്. അന്നു രാത്രി മുഴുവൻ തന്റെ പ്രബന്ധം എഴുതിക്കൊണ്ടിരിക്കുകയായിരുന്നു എന്നാണ് അയാൾ പറഞ്ഞിരിക്കുന്നത്. സെരിഫ് കെട്ടിടത്തിലേക്ക് വരുകയും പാർട്ടി മുറിയുടെ അരികിൽ വന്നു നിന്നു. ആ മുറിയിൽ വെളിച്ചമുണ്ടായിരുന്നു. പക്ഷേ, സെമിൽ അവിടെ ഉണ്ടായിരുന്നില്ല.''

''ബ്രാവോ.'' നിക്കോളായ് ആവേശത്തോടെ പറഞ്ഞു. ''നിങ്ങൾ ഒരു പൊലീസുകാരനാകണമായിരുന്നു.''

നിക്കോളായുടെ വാക്കുകളെ പ്രശംസയായി ഏത് അർത്ഥത്തിലുമെടുക്കാമായിരുന്ന ആ വാചകത്തെ പ്രശംസയായി കാണാൻ അസഫ് തീരുമാനിച്ചു.

''ഒരു രഹസ്യ സംഘടനയുടെ പ്രവർത്തകനായിരിക്കുന്നത് നിങ്ങളെ ഒരു പൊലീസുകാരനെപ്പോലെ ചിന്തിപ്പിക്കാൻ പ്രേരിപ്പിക്കുന്നു.''

പതിനഞ്ച്

ആത്മവിശ്വാസം നിറഞ്ഞ പുഞ്ചിരിയോടെ ബെസിർ മുറിയിലേക്ക് വന്നു. റഷ്യക്കാരുടെ നിസ്സംഗത കണ്ടപ്പോൾ അൽപ്പം ആശങ്കാകുലനായിരുന്നിട്ടും അയാൾക്ക് പുഞ്ചിരിച്ചു. പിന്തുണ ലഭിക്കുമെന്ന പ്രതീക്ഷയിൽ അദ്ദേഹം അസഫിനെ നോക്കി. എന്നാൽ അസഫ് അയാളെ ശ്രദ്ധിക്കാതെ നിർവികാരനായിരുന്നു. ബെസിർ ശരിക്കും അസ്വസ്ഥനാണെന്നറിഞ്ഞ, ലിയോനിഡ് ഗൗരവത്തോടെ എഴുന്നേറ്റ് കൂടുതൽ അടുത്തേക്ക് വരാൻ ആവശ്യപ്പെട്ടു.

‘‘വരൂ, സഖാവ് ബെസിർ, അസഫിന്റെ അടുത്തായി ഇരിക്കുക.’’

ലിയോനിഡ് ചൂണ്ടിക്കാണിച്ച കസേരയിലേക്കാണ് ബെസിർ പോയത്, എന്നിട്ടും വിക്റ്റർ അവിടെ ഇരിക്കുന്നതിൽ നിന്ന അയാളെ തടഞ്ഞു.

‘‘എന്റെ മുന്നിൽ ഇരിക്കൂ, എനിക്ക് നിങ്ങളുടെ മുഖം വ്യക്തമായി കാണണം.’’

ലിയോനിഡിന് ചെറുതായി അപമാനം തോന്നിയെങ്കിലും രഹസ്യാന്വേഷണ ഉദ്യോഗസ്ഥന്റെ വാക്കുകൾ വിവർത്തനം ചെയ്യാതിരുന്നില്ല. യാതൊരു ഭാവമാറ്റവുമില്ലാതെ ബെസിർ അയാൾ നിർദ്ദേശിച്ച സ്ഥലത്തേക്ക് മാറിയിരുന്നു.

‘‘ദൈവം നിങ്ങളെ അനുഗ്രഹിക്കട്ടെ.’’

കട്ടിയുള്ള പുരികത്തിനു താഴെ നീലക്കണ്ണുകൾ അയാളിൽ ഉറപ്പിച്ച് വിക്റ്റർ പറഞ്ഞു.

റഷ്യൻ ഭാഷയിൽ ‘നിങ്ങളെ സ്വാഗതം ചെയ്യുന്നു’ എന്ന് എങ്ങനെ പറയണമെന്ന് അറിയാതെ, ബെസിർ തലകുലുക്കുക മാത്രം ചെയ്തു. അവൻ ഈ വിക്റ്ററിനെ ഇഷ്ടപ്പെടാൻ തുടങ്ങിയിരുന്നു. തിങ്കളാഴ്ച സ്കൂളിന്റെ ആസ്ഥാനത്ത് അവർ കണ്ട ‘ഫേയ്റ്റ് ഓഫ് എ മാൻ’ എന്ന സിനിമയിലെ നായകനോട് അയാളെ ഉപമിച്ചു. കണ്ടാൽ മുരടനെന്നു തോന്നിക്കുന്ന ഈ പൊലീസുകാരന് മനസ്സ് നല്ലതാണെന്ന് ഹൃദയമുണ്ടെന്ന് ബെസിറിന് തോന്നി. അത്രയ്ക്കൊന്നും തുർക്കി ഛായയില്ലാത്ത, സ്വർണത്തലമുടിക്കാരനായ, ഗൗരവപ്രകൃതക്കാരനായ അയാൾ

തന്നെ തുറിച്ചുനോക്കുന്നത് തിരിച്ചറിഞ്ഞ വിക്റ്റർ ചോദ്യം ചെയ്യൽ ആരംഭിക്കാൻ ഇനിയും വൈകിക്കൂടാ എന്നുറപ്പിച്ചു.

''അവൻ എന്തിനാണ് ഇവിടെ വന്നതെന്ന് അവനറിയാമോ?''

''നിങ്ങളെ സഹായിക്കാൻ.'' ലിയോനിഡിന്റെ വിവർത്തനം കേട്ട ശേഷം ബെസിർ ഒരു മടിയും കൂടാതെ പറഞ്ഞു.

''താനും സംശയത്തിന്റെ നിഴലിലായിരിക്കുമെന്ന് അയാൾ ഒട്ടും ചിന്തിക്കുന്നില്ലേ?'' നിക്കോളായ് ചാടിക്കയറി ചോദിച്ചു.

ഒരു നിമിഷം മുമ്പ് ബെസിറിന്റെ അനാവശ്യ സൗഹൃദത്തിൽ വിസ്മയിച്ച വിക്റ്ററിനെപ്പോലെ, ബെസിറിന്റെ തന്നെ ഒന്നുംബാധിക്കാത്ത രീതിയിലുള്ള ഇരുപ്പ് നിക്കോളായെ കുറച്ചൊന്നു ചൊടിപ്പിച്ചു.

''അവൻ തോന്നുന്നതെന്തും ചിന്തിക്കട്ടെ.'' നിക്കോളായുടെ ചോദ്യത്തിന് ഉത്തരം നൽകാൻ വിക്റ്റർ അനുവദിച്ചില്ല.

''ഇന്നലെ രാത്രി അവൻ എന്തു ചെയ്യുകയായിരുന്നു എന്നു ചോദിക്കൂ.''

''ഞങ്ങൾ എല്ലാവരും ഒരുമിച്ചാണ് അത്താഴം കഴിച്ചത്.''

ലിയോനിഡിനെ നോക്കിക്കൊണ്ട് ബെസിർ ഓർമിക്കാൻ തുടങ്ങി,. ''അത്താഴത്തിന് ശേഷം നിങ്ങൾ തുർഗട്ടുമായി ചെസ്സ് കളിക്കാൻ തുടങ്ങി. നിങ്ങൾക്ക് ഓർമ്മയുണ്ടോയെന്നറിയില്ല. ഞാൻ കുറച്ചുനേരം നിങ്ങളുടെ കളി കണ്ടുനിന്നു. നിരീക്ഷിച്ചു. നിങ്ങൾ ആദ്യ റൗണ്ട് ജയിച്ചതിന് ശേഷം ഞാൻ പോയി. ഞാൻ മുകളിലുള്ള ഹാളിലേക്ക് പോയി കളിപ്പാട്ടത്തോക്കുകൾക്കൊണ്ട് വെടിവെയ്ക്കാൻ തുടങ്ങിയപ്പോൾ സെമിൽ കയറി വന്നു. ''നാളത്തെ ഉച്ചഭക്ഷണത്തിനായി നിങ്ങൾക്ക് ഷൂട്ട് ഔട്ട് നടത്തിയാലോ?'' വെല്ലുവിളി ഞാൻ സ്വീകരിച്ചു. കളിയിൽ സെമിൽ വിജയിച്ചു. ''ഒരു റൗണ്ടു കൂടിയായാലോ'' എന്ന് ഞാൻ ചോദിച്ചു. അല്പം മടിയോടെ അയാളത് സ്വീകരിച്ചു, ആകെ കുഴപ്പം പിടിച്ചതു പോലെ മുഹമ്മദ് ഞങ്ങളോടൊപ്പം ചേർന്നു. അയാൾക്ക് സെമിലുമായി സംസാരിക്കണമെന്നുണ്ടായിരുന്നു.

''ഒരു മിനിറ്റ് നിൽക്കൂ.'' ലിയോനിഡിന്റെ വിവർത്തനം കേട്ട് വിക്റ്റർ ഇടയിൽ കയറി.

''താൻ അസ്വസ്ഥനാണെന്ന് അദ്ദേഹം പറയുമ്പോൾ, അക്കാര്യം കൂടുതൽ വ്യക്തമായി വിശദീകരിക്കാൻ പറയൂ.''

''മുഹമ്മദ് അങ്ങനെയെല്ലാം വിളിച്ചു പറയുന്നയാളല്ല.'' ബെസിർ സംസാരിക്കാൻ തുടങ്ങി. ''അന്ന് വൈകുന്നേരം ഹാളിലേക്ക് വന്നപ്പോൾ അയാൾ ഒരു 'ഹലോ' പോലും പറഞ്ഞിരുന്നില്ല. എന്തോ കാര്യത്തിൽ അയാൾ ആകെ അസ്വസ്ഥനായിരുന്നുവെന്ന് വ്യക്തമായിരുന്നു. കാര്യമെന്താണെന്ന് സെമിലിന് അറിയാമായിരുന്നു. ഞാൻ കേൾക്കാതിരിക്കാനായി അവർ പുറത്തു പോയിട്ടാണ് സംസാരിച്ചത്. അത് ചോദിച്ചു മനസിലാക്കാൻ മാത്രം താൽപര്യം എനിക്ക് അന്നു തോന്നിയില്ല. സെമിൽ

തിരിച്ചുവന്ന് പറഞ്ഞു, ''എന്നോട് ക്ഷമിക്കണം, നമുക്ക് നാളെ കളിക്കാം. എനിക്ക് മുഹമ്മദിനോട് കുറച്ച് കാര്യങ്ങൾ സംസാരിക്കേണ്ടതുണ്ട്.'' തിരിച്ചു വന്നപ്പോൾ സെമിലിനും എന്തോ ആശങ്കയുണ്ടായിരുന്നതായി എനിക്ക് തോന്നി.

''സെമിലും മുഹമ്മദും തമ്മിലുള്ള ബന്ധം എങ്ങനെയായിരുന്നു?''

ഇത്തവണ നിക്കോളായ് ബെസിറിനെ തടസ്സപ്പെടുത്തി.

''നല്ല ബന്ധമായിരുന്നു. സത്യം പറഞ്ഞാൽ മുഹമ്മദിന് ആരുമായും പ്രശ്നങ്ങളൊന്നുമുണ്ടായിരുന്നില്ല.''

''എകദേശം ഏതു സമയമായിക്കാണും അവർ രണ്ടുപേരും അവിടെ നിന്നു പോകുമ്പോൾ?''

''എനിക്ക് കൃത്യമായി പറയാൻ കഴിയില്ല, പക്ഷേ ഒൻപത് മണി കഴിഞ്ഞിരിക്കണം.''

''പിന്നെ നിങ്ങൾ എന്തു ചെയ്തു?''

''പിന്നെ...'' അയാൾ കുറച്ചു കൂടി ചിന്തിച്ചു.

''ഞാൻ അരമണിക്കൂറോളം സ്വയം വെടിവച്ചു കളിച്ചു. സത്യം പറഞ്ഞാൽ, സെമിലിനു മുന്നിൽ പരാജയപ്പെട്ടത് എന്റെ അഭിമാനത്തെ വ്രണപ്പെടുത്തിയിരുന്നു. അടുത്ത ദിവസം ഈ തോൽവിക്ക് പകരം വീട്ടണമെന്ന് ഞാൻ ഉറപ്പിച്ചു. അതിനു വേണ്ടി കുറേ നേരം കൂടി ഞാൻ പരിശീലനം തുടർന്നു. ഞാൻ ഷൂട്ടിംഗ് ചെയ്തുകൊണ്ടിരുന്നപ്പോൾ, കോംഗോക്കാരൻ കസാവുബു കയറി വന്നു. ഞാൻ അയാളെ ഒരു ഷൂട്ട്ഔട്ട് മത്സരത്തിനായി വിളിച്ചു. അദ്ദേഹം പച്ച ബ്രോഡ്ക്ലോത്ത് മേശയിലേക്ക് ചൂണ്ടിക്കാണിച്ച് പറഞ്ഞു, 'ബില്യാർഡ്സ്'. ഞാൻ അയാളുടെ ഓഫർ സ്വീകരിച്ചു. ഏകദേശം കളിച്ചു. പക്ഷേ ഞാൻ നിർഭാഗ്യവാനായിരുന്നു, ഒരിക്കൽ കൂടി ഞാൻ തോറ്റു. കുറച്ചു കഴിഞ്ഞപ്പോൾ അയാൾക്ക് ഉറക്കം വന്നു. അയാൾ മുറിയിലേക്ക് പോയി. ഞാൻ തനിച്ച് ബില്യാർഡ്സ് കളിച്ചു. എനിക്ക് മുഷിഞ്ഞുതുടങ്ങിയിരുന്നു.

പത്തരയാകുന്നതു വരെ ഞാൻ കളിച്ചു. വൈകിപ്പോകുന്നുവെന്ന് മനസിലാക്കിയപ്പോൾ ഞാൻ പരിഭ്രമിച്ചു. അടുത്ത ദിവസം ഫിലോസഫി ക്ലാസ്സിനായി അമ്പത് പേജുള്ള ഒരു പുസ്തകം വായിക്കേണ്ടിയിരുന്നു. ഞാൻ തിടുക്കത്തിൽ സാധനങ്ങൾ എടുത്ത് ഞങ്ങൾ താമസിക്കുന്ന കെട്ടിടത്തിലേക്ക് പോയി.

''വഴിയിൽ എന്തെങ്കിലും അസാധാരണമായി കണ്ടിരുന്നോ?''

''ഇല്ല. സാധാരണയിൽ നിന്നും വ്യത്യസ്തമായി ഒന്നും ഉണ്ടായിരുന്നില്ല. ബ്രസീലുകാർ താമസിക്കുന്ന കെട്ടിടത്തിൽ നിന്ന് സംഗീതത്തിന്റെയും ചിരിയുടെയും ശബ്ദം ഞാൻ കേട്ടു. ങാ, പിന്നെ എന്റെ റിപ്പോർട്ടിൽ ഞാൻ പരാമർശിക്കാത്ത ചിലത് ഉണ്ട്. അത് പ്രധാനപ്പെട്ടതാണെന്ന് കരുതാത്തതിനാൽ ഞാൻ മനപ്പൂർവം ഒഴിവാക്കിയതാണ്.

ഞങ്ങളുടെ കെട്ടിടത്തിനു മുന്നിലെത്തിയപ്പോൾ ആരോ അകത്തേക്ക് പോകുന്നത് ഞാൻ കണ്ടു. പക്ഷേ അത് ആരാണെന്ന് എനിക്ക് പറയാനാകില്ല. ആ നിമിഷം, സൈറ്റിന് ചുറ്റും നടന്നു കൊണ്ടിരുന്നു സെരിഫ് മുകളിലേക്ക് വന്നു. ആ പോയതാരാണെന്ന് സെരിഫ് എന്നോട് ചോദിച്ചു. എനിക്കയാളെ തിരിച്ചറിയാൻ കഴിഞ്ഞിരുന്നില്ല. പിന്നീട് ഞങ്ങൾ താമസിക്കുന്ന സ്ഥലത്തേക്ക് കയറിപ്പോയി.''

റഷ്യക്കാരെല്ലാവരും സാകൂതം കേട്ടിരിക്കുകയായിരുന്നു. ആ രാത്രിയിൽ രണ്ടുപേർ മാത്രമേ പുറത്തുണ്ടായിരുന്നുള്ളൂ എന്നാണ് റിപ്പോർട്ടു ചെയ്യപ്പെട്ടിരിക്കുന്നത്. അങ്ങനെയാണെങ്കിൽ ആ മൂന്നാമൻ ആരായിരിക്കും.

''നിങ്ങൾ കണ്ട വ്യക്തിയെക്കുറിച്ച് എന്തെങ്കിലും വിശദാംശങ്ങൾ നൽകാൻ നിങ്ങൾക്ക് കഴിയുമോ? ലിയോനിഡ് ചോദിച്ചു.

''പറയാൻ പ്രയാസമാണ്.'' ബെസിർ അനിഷ്ടത്തോടെ പറഞ്ഞു അവൻ ഇരുട്ടിലൂടെ കടന്നുപോയി.

ചോദ്യം ചെയ്യൽ താൽപ്പര്യത്തോടെ നിരീക്ഷിച്ച അസഫും കാര്യങ്ങൾ അറിയാൻ ഉത്സുകനായിരുന്നു; അദ്ദേഹം ഇങ്ങനെ ചോദിച്ചു: ''സഖാവ് ബെസിർ, ഇത് വളരെ പ്രധാനപ്പെട്ട കാര്യമാണ്. നിങ്ങൾ ഓർമിക്കാൻ ശ്രമിക്കണം. അവൻ എന്താണ് ധരിച്ചിരുന്നത്, എത്ര ഉയരമുണ്ടായിരുന്നു, എങ്ങനെ നടന്നു? നിങ്ങൾ ഒന്നും കണ്ടില്ലേ?''

ബെസിർ അത് ഓർത്തെടുക്കാൻ ശ്രമിച്ചു. എന്നിട്ടും വിശദാംശങ്ങളൊന്നും ഓർമ്മിക്കാൻ അദ്ദേഹത്തിന് കഴിഞ്ഞില്ല.

''ഒരു നിഴൽ, ഞാൻ ഒരു നിഴൽ മാത്രമേ കണ്ടുള്ളൂ.''

''നിങ്ങൾക്കറിയുന്ന ഏതെങ്കിലും സഖാക്കളോടു അയാൾക്ക് സാമ്യമുണ്ടോയിരുന്നോ?''

''ഒരു നിഴലിന് ആരെങ്കിലുമായി സാമ്യമുണ്ടോ എന്ന് ഞാൻ എങ്ങനെ അറിയും? സെരിഫൊഴിച്ച് മറ്റാരുമാകാം അത്. ആ സമയത്ത് അയാൾ എനിക്കൊപ്പമുണ്ടായിരുന്നു.''

''ഒരുപക്ഷേ സെരിഫിന് കൂടുതൽ വിശദാംശങ്ങൾ നൽകാൻ കഴിഞ്ഞേക്കും,''

അസഫ് റഷ്യൻ ഭാഷയിൽ രഹസ്യാന്വേഷണ ഉദ്യോഗസ്ഥരോട് പറഞ്ഞു.

''ഞാനും അങ്ങനെ തന്നെയാണ് കരുതുന്നത്.'' വിക്റ്റർ മറുപടി നൽകി.

''കെട്ടിടത്തിലേക്ക് കയറിയപ്പോൾ നിങ്ങൾ മറ്റെന്തെങ്കിലും കണ്ടിരുന്നോ? തന്റെ കോട്ട് എടുത്തിടാനായി പുറത്തേക്ക് വന്ന സഖാവിനെ പോലെ ആരെങ്കിലും പുറത്തേക്ക് വരുന്നത് പോലെ കണ്ടിരുന്നോ?''

നിക്കോളായ് ചോദിച്ചു.

''ഞാനൊന്നും കണ്ടില്ല. ഞാൻ നേരെ ഹിക്മെത്തിന്റെ റൂമിലേക്ക് പോയി. ഹിക്മെത്തും തുർഗട്ടും അപ്പോഴും ചെസ് കളിക്കുകയായിരുന്നു. അവർ കളിക്കുന്നതും നോക്കി കാൻ അവിടെ ഇരിക്കുന്നുണ്ടായിരുന്നു. നിങ്ങൾ വന്ന് ഞങ്ങളെ മീറ്റിംഗിന് വിളിക്കുന്നതുവരെ ഞാൻ അവിടെ ത്തന്നെയുണ്ടിയിരുന്നു.''

''ശരി, നിങ്ങൾ പലപ്പോഴും കുർക്കിനോയിലേക്ക് പോകാറുണ്ടോ?''

അജ്ഞാതമായ ആ നിഴലിൽനിന്ന് ഉദ്യോഗസ്ഥരുടെ ശ്രദ്ധ വീണ്ടും തന്നിലുണ്ടായതിൽ ബെസിറിന് സന്തോഷം തോന്നി.

''ഞാൻ ഒരു തവണ മാത്രമാണ് പോയത്.''

അദ്ദേഹം പറഞ്ഞു. ''സഖാക്കൾ കൂടുതലായും അവിടെ പോകാറുണ്ട്. പക്ഷേ ഞാൻ അവരോടൊപ്പം ചേരാറില്ല. കുർക്കിനോയേക്കാൾ മോസ്കോയിലേക്ക് പോകാനാണ് എനിക്കിഷ്ടം.''

''എന്തുകൊണ്ടാണ് സഖാക്കൾ കുർക്കിനോ സന്ദർശിക്കുന്നത്?''

ആ ചോദ്യത്തിനുത്തരം നൽകാൻ ബെസിർ മടിച്ചു. അയാൾ സമ്മർദ്ദത്തിലായി. സഹായത്തിനു വേണ്ടിയെന്നപ്പോലെ അയാൾ അസഫിനെ നോക്കി. ബെസിറിന്റെ ഭാവമാറ്റം രഹസ്യാന്വേഷണ ഉദ്യോഗസ്ഥരുടെ ശ്രദ്ധയിൽപ്പെടാതിരുന്നില്ല.

''എന്തുകൊണ്ടാണ് അയാൾ ആ ചോദ്യത്തിന് ഉത്തരം നൽകാത്തത്?''

ലിയോനിഡിന്റെ വിവർത്തനം ബെസിർ കേട്ടിരുന്നുവെങ്കിലും അദ്ദേഹം ആദ്യം അസഫിലേക്ക് തിരിഞ്ഞു ചോദിച്ചു: ''മദ്യം കൊണ്ടു വരാൻ ഞങ്ങൾ അവിടെ പോകുന്നുവെന്ന് പറയാൻ എനിക്ക് അനുവാദമുണ്ടോ?''

''സഖാവേ, അല്ലാഹു നിങ്ങളെ അനുഗ്രഹിക്കട്ടെ. അതാണോ നിങ്ങൾ ഭയപ്പെട്ടിരുന്നത്? തീർച്ചയായും നിങ്ങൾക്കറിയുന്ന കാര്യങ്ങൾ അതേപടി പറയണം. നമ്മളുടെ സോവിയറ്റ് സഖാക്കളിൽ നിന്ന് നമ്മൾ ഒന്നും മറച്ചുവെക്കരുത്.'' അസഫ് ചിരിച്ചുകൊണ്ടു പറഞ്ഞു.

ലിയോനിഡ് അവരുടെ സംഭാഷണം റഷ്യൻ ഭാഷയിലേക്ക് വിവർത്തനം ചെയ്തു. അമിതമദ്യപാനികളായിരുന്ന നിക്കോളായ്ക്കും വിക്റ്ററിനും അവർ തുർക്കികൾ എന്തുകൊണ്ടാണ് മദ്യപാനത്തിൽനിന്ന് വിട്ടുനിൽക്കുന്നതെന്ന് വ്യക്തമായി മനസ്സിലായില്ല.

''അമിതമദ്യപാനത്തിൽനിന്ന് രക്ഷപ്പെടാൻ വേണ്ടി ഞങ്ങൾ വോഡ്കയെ മാറ്റി നിർത്തിയിരിക്കയാണ്. പക്ഷേ എന്തുകൊണ്ടാണ് നിങ്ങൾ മദ്യപിക്കാത്തത്?'' വിക്റ്റർ അത്ഭുതത്തോടെ ചോദിച്ചു.

''നിങ്ങളോട് ഐക്യദാർഢ്യം പുലർത്താൻ.'' അസഫ് പ്രതികരിച്ചു.

''നിങ്ങൾ കുടിക്കാത്തതുകൊണ്ട് ഞങ്ങൾക്ക് എന്ത് പ്രയോജനമാണ്?''

''എന്നാലും'' അസഫ് അഭിമാനത്തോടെ പറഞ്ഞു. ''ഇപ്പോൾ ഈ രാജ്യത്തു താമസിക്കുമ്പോൾ, നിങ്ങളുടെ പാർട്ടിയുടെ തീരുമാനങ്ങൾ ഞങ്ങൾ പാലിക്കാൻ ഞങ്ങൾ ബാദ്ധ്യസ്ഥരാണല്ലോ.''

''ശരി, അപ്പോൾ നിങ്ങൾ അത് വളരെ കർശനമായി പാലിക്കുന്നില്ലെന്നാണ് തോന്നുന്നത്.'' നിക്കോളായ് ചിരിച്ചുകൊണ്ട് പറഞ്ഞു.

''എല്ലാ സമയത്തും നൂറു ശതമാനം കാര്യക്ഷമത പുലർത്തുക പ്രയാസമാണ്.'' അസഫ് പറഞ്ഞു.

''ഇപ്പോൾ നിങ്ങൾ, ഒരു കൊൽഖോസിന്റെ (പഴയ സോവിയറ്റ് യൂണിയനിലെ കൂട്ടുകൃഷിസ്ഥലങ്ങൾ) പ്രധാന അധ്യാപകനെപ്പോലെ സംസാരിക്കുന്നു.'' നിക്കോളായ് പറഞ്ഞു.

''എന്തായാലും നമുക്ക് ചോദ്യം ചെയ്യലിലേക്ക് മടങ്ങാം.''

മുറിയിലെ അന്തരീക്ഷം മാറുകയും കൂടുതൽ സൗഹാർദ്ദപരമായി മാറിയെന്നു തോന്നിയ ബെസിർ മനസ്സമാധാനത്തോടെ മറുപടി പറഞ്ഞു:

''ഞങ്ങൾ പാനീയങ്ങൾ വാങ്ങാനും പിന്നെ കുറച്ച് കളിപ്പാട്ടങ്ങളും വാങ്ങാനുമാണ് അവിടെ പോകാറുള്ളത്.''

''കളിപ്പാട്ടങ്ങൾ?'' ശബ്ദത്തിൽ വ്യാജകൗതുകത്തോടെ വിക്റ്റർ ചോദിച്ചു.

''അതെ, കുർക്കിനോയിൽ വിലകുറഞ്ഞ കളിപ്പാട്ടക്കടയുണ്ട്.''

''അതെ. ആരാണ് ഈ കട കണ്ടെത്തിയത്?''

''സെരിഫും സെമിലും. നെജത്തും അവർക്കൊപ്പമുണ്ടായിരുന്നുവെന്ന് ഞാൻ കരുതുന്നു.''

''നിങ്ങൾക്കും കളിപ്പാട്ടം കിട്ടിയോ?''

''ഞാൻ ഒരെണ്ണം വാങ്ങി. എന്റെ സഹോദരിക്ക് വേണ്ടി സുന്ദരമായ മുടിയുള്ള റഷ്യൻ പാവ.''

''മറ്റാരൊക്കെയാണ് ആ കടയിലേക്ക് പോയത്?''

''കൂട്ടായ്മയിലെ എല്ലാവരും ഒരു തവണയെങ്കിലും അവിടെ പോയിട്ടുണ്ടെന്ന് ഞാൻ കരുതുന്നു. കളിപ്പാട്ടങ്ങൾക്ക് അവിടെ വലിയ വിലകുറവാണ്, അതിനാൽ ഞങ്ങൾ എല്ലാവരും ഞങ്ങളുടെ ബന്ധുക്കൾക്കായി സമ്മാനങ്ങൾ വാങ്ങി.''

കളിപ്പാട്ടക്കടയെക്കുറിച്ചുള്ള ഈ ചോദ്യം ചെയ്യലിൽ സംശയാസ്പദമായ എന്തോ ഉണ്ടെന്ന് അസഫിനു തോന്നി. ചോദ്യം ചെയ്യൽ എവിടേക്കാണ് പോകുന്നതെന്ന് അയാൾ സാകൂതം നിരീക്ഷിച്ചു കൊണ്ടിരുന്നു. കൊലപാതകക്കേസ് പരിഹരിക്കുന്നതിനുള്ള കളിപ്പാട്ടമാണ് ടോയ് സ്റ്റോറെന്ന് ലിയോനിഡിന് അറിയാമായിരുന്നു. അതിനാൽ സംഭാഷണത്തിൽ പൂർണ്ണമായും മുഴുകി, ബെസിറിന്റെ വായിൽ നിന്ന് വരുന്ന വാക്കുകൾ റഷ്യൻ ഭാഷയിലേക്ക് വിവർത്തനം ചെയ്തു.

എന്തെങ്കിലും വ്യക്തമായ സൂചന അയാൾ നൽകുന്നുണ്ടോയെന്നറിയാൻ അയാൾ ശ്രദ്ധാപൂർവം കാത്തിരുന്നു. ആരെങ്കിലും വന്ന് തെളിവു കിട്ടാനായി വിക്റ്ററിന്റെ ആളുകൾ ദിവസം മുഴുവൻ കടയ്ക്കുള്ളിൽ കാത്തുനിൽക്കുകയായിരുന്നുവെന്ന് അവനറിയാമായിരുന്നു. പക്ഷേ അങ്ങനെയൊന്നു ഇതുവരെ സംഭവിച്ചില്ല. സന്ദേശം സ്വീകരിക്കാൻ വരുന്ന വ്യക്തിയെ ഭയപ്പെടുത്താതിരിക്കുക എന്നതാണ് അവർ ഒരു ദിവസത്തേക്ക് അന്വേഷണം മാറ്റിവച്ചതിന്റെ കാരണമെന്ന് വിക്റ്റർ അദ്ദേഹത്തോട് വെളിപ്പെടുത്തി.

''ഏതെങ്കിലും അപരിചിതനോടോ സംശയം തോന്നുന്ന ഏതെങ്കിലും ആളുകളോടോ സംസാരിക്കുന്നത് നിങ്ങൾ കണ്ടിട്ടുണ്ടോ?''

''ഞങ്ങൾ എല്ലാവരും ഞങ്ങളുടെ വിദേശ സഖാക്കളുമായി ചാറ്റ് ചെയ്യാറുണ്ട്.''

''അവർ വിദ്യാർത്ഥികളേക്കുറിച്ചല്ല ചോദിക്കുന്നത്.'' ലിയോനിഡ് വിശദീകരിച്ചു. ''പുറത്തുനിന്നോ തെരുവിലോ സബ്‌വേയിലോ മറ്റാരെങ്കിലുമോ?''

കുറച്ച് സമയം ആലോചിച്ചശേഷം ബെസിർ സംസാരിക്കാൻ തുടങ്ങി:

''ഒരു ദിവസം, ഒരു വയസനായ അസർബൈജാൻകാരൻ മയകോവ്സ്കി സ്റ്റേഷനിൽ ഞങ്ങൾ തുർക്കിഷ് സംസാരിക്കുന്നത് കേട്ട് ഞങ്ങളെ സമീപിച്ചു. കുശലാന്വേഷണത്തിലാണ് തുടങ്ങിയത്. പിന്നെ ഞങ്ങൾ ചറപറ സംസാരിക്കാൻ തുടങ്ങി. പക്ഷേ, ആ മനുഷ്യൻ ഏതോ മതിഭ്രമത്തിലെന്നപോലെ വഴിയേ നടന്നു പോകുന്നവരെ പൗരസേനയിലുള്ളവരെ മഞ്ഞ ചെവികൾ എന്ന് വിളിക്കാൻ തുടങ്ങി. ആ മനുഷ്യൻ അല്പം അപകടകാരിയാണെന്ന് അറിഞ്ഞപ്പോൾ ഞങ്ങൾ അവനിൽ നിന്ന് അകന്നുപോയി. പിന്നീട് അപരിചിതരുമായി ഞങ്ങൾ സംസാരിച്ചിട്ടില്ല.

വിക്റ്റർ തന്റെ മുന്നിലുള്ള ചുവന്ന ഫയലിനടുത്തുള്ള നൈലോൺ ബാഗ് തുറന്ന് മരക്കൂട്ടങ്ങൾക്ക് ഇടയിൽ നിന്ന് കണ്ടെത്തിയ ഇരുണ്ട, നീല നിറത്തിലുള്ള ഫൗണ്ടൻ പേന പുറത്തെടുത്തു.

''ഈ പേന അവന് പരിചയമുണ്ടോയെന്ന് അവനോട് ചോദിക്കൂ?''

ലിയോനിഡ് ചോദ്യം വിവർത്തനം ചെയ്യുന്നതിനിടയിൽ, അസഫിന്റെ മുഖം ആശങ്കക്കൊണ്ട് വികലമായി.

''എനിക്കറിയില്ല.'' ബെസിർ പറഞ്ഞു. 'ഞാൻ ആദ്യമായാണ് ഈ പേന കാണുന്നത്.''

''ഒരു മിനിറ്റ്, എനിക്ക് ആ പേനയൊന്ന് നോക്കിക്കോട്ടെ?'' അസഫ് ഉറക്കെ ചോദിച്ചു.

വിക്റ്റർ പേന അയാൾക്ക് കാണാവുന്ന വിധത്തിൽ നീട്ടിപ്പിടിച്ചു. അസഫ് അത് എടുത്ത് പരിശോധിക്കാൻ തുടങ്ങി.

“ഈ പേന എന്റേതാണ്.” അവൻ ആശ്ചര്യത്തോടെ പറഞ്ഞു. “നിങ്ങൾക്കിത് എവിടെ നിന്നാണ് കിട്ടിയത്?”

വിക്റ്ററും നിക്കോളേയും പരസ്പരം നോക്കി.

“ഇത് നിങ്ങളുടേതാണോ? നിങ്ങൾക്കത് ഉറപ്പാണോ?‘ വിക്റ്റർ ചോദിച്ചു.

“തീർച്ചയായും, എനിക്ക് ഉറപ്പുണ്ട്. ഇത് എന്റെ സഖാവ് ബിലൻ എനിക്കു സൂക്ഷിച്ചു വെയ്ക്കാനായി തന്നതാണ്.”

“എപ്പോഴാണ് നിങ്ങൾക്കിത് നഷ്ടമായത്?”

“എനിക്കറിയില്ല, പക്ഷേ ഇന്ന് ഉച്ചയ്ക്ക് എനിക്ക് റിപ്പോർട്ടുകൾ അവലോകനം ചെയ്യുന്ന കുറിപ്പുകൾ നോക്കേണ്ടി വന്നപ്പോഴാണ് ഇത് നഷ്ടപ്പെട്ട കാര്യം ഞാനറിയുന്നത്. നിങ്ങൾക്കിതെവിടെ നിന്നാണ് കിട്ടിയത്?”

“ഞങ്ങൾ അത് കൊലപാതകം നടന്ന സ്ഥലത്തുനിന്നാണ് കണ്ടെത്തിയത് എന്ന് ഞാൻ പറഞ്ഞാൽ നിങ്ങൾ ആശ്ചര്യപ്പെടുമോ?”

വിക്റ്ററുടെ കുറ്റാരോപണത്തിൽ അസഫ് അസ്വസ്ഥനാകാൻ തുടങ്ങി.

“നിങ്ങൾ എന്തിനാണ് എന്നോട് ഇങ്ങനെ സംസാരിക്കുന്നത്? ഞാൻ എന്തിന് ആശ്ചര്യപ്പെടണം?”

“കുറ്റകൃത്യം നടന്ന സ്ഥലത്ത് എന്റെ ഒരു സ്വകാര്യ വസ്തു കണ്ടെത്തിയാൽ ഞാൻ ആശ്ചര്യപ്പെടുക മാത്രമല്ല വല്ലാതെ ഭയപ്പെടുകയും ചെയ്യും.” നിക്കോളായ് പറഞ്ഞു.

“എനിക്ക് ഭയപ്പെടേണ്ട ഒരു കാര്യവുമില്ല.” അസഫ് ഉറപ്പിച്ചു പറഞ്ഞു. “കഴിഞ്ഞ രാത്രി മുതൽ താൻ സഹിച്ച പരിഹാസം നിറഞ്ഞ നിന്ദ കൊണ്ട് ഈ യുവാവിനോടുള്ള ക്ഷമയുടെ നെല്ലിപ്പലകയിലാണ് താനെന്ന് അദ്ദേഹം മനസ്സിലാക്കി.

“ഞാൻ ആരെയും കൊന്നിട്ടില്ല.”

“നിങ്ങൾ കൊല ചെയ്തുവെന്ന് ആരും പറഞ്ഞിട്ടുമില്ല.” നിക്കോളായ് പറഞ്ഞു. “ശരിയല്ലേ, ലിയോനിഡ് ഇവാനോവിച്ച്?”

“നമ്മൾ എല്ലാവരും ശാന്തരായിരിക്കണമെന്ന് ഞാൻ കരുതുന്നു.” ലിയോനിഡ് എല്ലാവരെയും പ്രീതിപ്പെടുത്താൻ ശ്രമിച്ചു. അസഫിന്റെ തന്ത്രപരവും എല്ലാവരെയും പ്രീതിപ്പെടുത്താൻ ലക്ഷ്യമിട്ടുള്ളതുമായ രീതികൾ അദ്ദേഹത്തിന് പ്രത്യേകിച്ച് ഇഷ്ടപ്പെട്ടില്ല. എല്ലാവരും അവരവരുടെ കടമകളിൽ വ്യാപൃതരായിരിക്കുമ്പോൾ യാതൊരു നിയമങ്ങളുമനുസരിക്കാതെ ധിക്കാരിയായി നിൽക്കുന്നത് അയാൾക്ക് അംഗീകരിക്കാൻ കഴിഞ്ഞില്ല.

“ശരി, സഖാവ് ലിയോനിഡ്, നിങ്ങൾ പറഞ്ഞതുപോലെ നമുക്ക് ശാന്തമായി കാര്യങ്ങൾ മുന്നിലേക്ക് കൊണ്ടുപോകാം.”

നിക്കോളായ് സമ്മതിച്ചു.

‘‘എന്നാൽ ഈ പേന എങ്ങനെയാണ് മൃതശരീരത്തിൽ നിന്നും പതിനഞ്ച് മീറ്റർ മാറി കിടന്നതെന്നതിന് ഒരു വിശദീകരണം കിട്ടണം.’’

‘‘എന്റെ കൈയിൽ നിന്നും വീണു പോയതാകാം.’’ അസഫ് ശബ്ദം ഉയർത്തി.

‘‘ഞാൻ പതിവായി ആ വഴിയിലൂടെയാണ് പോകാറുള്ളത്. എന്റെ സിഗരറ്റ് പായ്ക്കറ്റ് പുറത്തെടുക്കുമ്പോൾ അത് വീണതാവാം.’’

‘‘ശരിയായിരിക്കാം.’’ നിക്കോളായ് പറഞ്ഞു. ‘‘പക്ഷേ, കൊലപാതകം നടന്ന സമയത്ത് നിങ്ങൾ എവിടെയായിരുന്നുവെന്ന് തെളിയിക്കാൻ ആരുമില്ല.’’

‘‘ഇത് സഹിക്കാവുന്നതിലപ്പുറമാണ്.’’

അസഫ് എതിർത്തു. ‘‘ഒരു സഖാവിനെ കൊന്ന കുറ്റം നിങ്ങൾക്ക് എന്റെ മേൽ കെട്ടിവെക്കാനാവില്ല. പാർട്ടി കെട്ടിപ്പെടുത്ത ആളുകളിൽ ഒരാളാണ് ഞാൻ. ഞാൻ അതിനെ ഒറ്റിക്കൊടുക്കില്ല.’’

‘‘നിങ്ങൾ അങ്ങനെ ചെയ്യില്ലെന്ന് എനിക്ക് ഉറപ്പുണ്ട്.’’ വിക്റ്റർ തണുത്ത മറുപടി നൽകി.

‘‘പാർട്ടിക്കുവേണ്ടിയുള്ള നിങ്ങളുടെ എല്ലാ പ്രവർത്തനങ്ങളെയും ഞങ്ങൾ ബഹുമാനിക്കുന്നു, പക്ഷേ ഒരു കൊലപാതകം നടന്നിട്ടുണ്ട്. നിങ്ങൾ ഞങ്ങളെ മനസിലാക്കണം. നിരപരാധിയെന്ന് തെളിയിക്കപ്പെടുന്നതുവരെ ഇവിടെ എല്ലാവരും സംശയത്തിന്റെ നിഴലിലാണ്.’’

‘‘ഇനി ചോദ്യം ചെയ്യലിൽ പങ്കെടുക്കാൻ നിങ്ങൾ എന്നെ അനുവദിക്കില്ലെന്ന് ഞാൻ കരുതുന്നു.’’

‘‘ചില കാര്യങ്ങളിലെ അവ്യക്തത നീങ്ങുന്നതു വരെ അങ്ങനെ വേണ്ടി വരും അസഫ്.’’ വിക്റ്റർ പറഞ്ഞു.

‘‘ഇത് നിങ്ങളുടെ അഭിപ്രായമാണ്.’’ ഒരു പോരിനൊരുങ്ങുന്നതു പോലെ എഴുന്നേറ്റുകൊണ്ട് അസഫ് പ്രസ്താവിച്ചു. ‘‘എന്നാൽ എനിക്കു നിങ്ങളുടെ മേലുദ്യോഗസ്ഥരുമായി സംസാരിക്കേണ്ടി വരും.’’

‘‘തീർച്ചയായും നിങ്ങൾക്ക് അങ്ങനെ ചെയ്യാൻ അവകാശമുണ്ട്. എന്നാൽ ഇനി മുതൽ നിങ്ങൾ ചോദ്യം ചെയ്യലിൽ പങ്കെടുക്കുന്നത് ഉചിതമായിരിക്കുമെന്ന് തോന്നുന്നില്ല.’’

‘‘ശരി, അതു നമുക്ക് നോക്കാം.’’ അസഫ് ഫയൽ എടുത്ത് ബാഗിൽ വച്ചു. ‘‘ഇത്ര എളുപ്പം ഒരു വ്യക്തിയുടെ മേൽ കുറ്റം ചുമത്തരുത്.’’ അയാൾ വാതിലിനടുത്തേക്ക് നടന്നുകൊണ്ട് പറഞ്ഞു.

ലിയോനിഡ് അസ്വസ്ഥനായിരുന്നു. അയാൾക്ക് അസാഫിനെ ഇഷ്ടമായിരുന്നില്ല. പേന അവന്റേതാണെന്നത് കണ്ടെത്തിയത്

സംശയാസ്പദമായിരുന്നു. അയാൾ പുറത്താക്കിയ രീതി തികച്ചും പരുഷമായിരുന്നു. ലിയോനിഡ് അപ്പോൾ ഒന്നും പറഞ്ഞില്ല. പിന്നീട് ആൻഡ്രേയുമായി ഇക്കാര്യം സംസാരിക്കണമെന്ന് അയാൾ തീരുമാനിച്ചു. അയാളിൽ. എന്തായാലും ആവശ്യമായ എല്ലാ നടപടികളും അസാഫ് എടുക്കുമെന്ന് അദ്ദേഹത്തിന് ഉറപ്പുണ്ടായിരുന്നു.

വാദം എന്താണെന്ന് മനസിലാക്കാൻ കഴിയാത്ത ബെസിർ, ഒരു ടെന്നീസ് മത്സരം കാണുന്നത് പോലെ റഷ്യക്കാരെയും അസഫിനെയും തമ്മിൽ മാറിമാറി നോക്കിക്കൊണ്ടിരുന്നു. അസഫ് എഴുന്നേറ്റു പുറത്തേക്ക് പോയപ്പോൾ അത്ര പന്തിയല്ലെന്ന് അയാൾക്ക് മനസ്സിലായി. അയാൾക്കും എഴുന്നേറ്റു പോകണമെന്നായിരുന്നു.

''ലിയോനിഡ് ഇവാനോവിച്ച്, അയാളോടു ദയവായി അവിടെത്തന്നെ ഇരിക്കാൻ പറയൂ.'' നിക്കോളായ് മാന്യമായി അഭ്യർത്ഥിച്ചു, തുടർന്ന് കൂട്ടിച്ചേർത്തു: ''അയാൾക്ക് കഴിക്കാൻ എന്തെങ്കിലും വേണോ എന്ന് ചോദിക്കാമോ?''

വിവർത്തനം കേട്ട ശേഷം, ബെസിറിന്റെ മുഖത്ത് ബാലിശമായ പുഞ്ചിരി വീണ്ടും പ്രത്യക്ഷപ്പെട്ടു:

''ഞാൻ ഭക്ഷണം കഴിക്കാൻ ഇഷ്ടപ്പെടുന്ന ആളാണ്. ഞാൻ നന്നായി കഴിക്കുന്നുണ്ട്. ഇവിടെ നല്ല മാംസവും ബ്രെഡും സമൃദ്ധമായി ലഭിക്കുന്നുണ്ട്. വയറ്റിൽ തടവിക്കൊണ്ട് അയാൾ പറഞ്ഞു. ''ഞങ്ങളെ നോക്കൂ, ഞങ്ങൾ തടിയന്മാരായിക്കൊണ്ടിരിക്കുകയാണ്.''

''നിങ്ങൾക്ക് ഉണക്കിയ പന്നിയിറച്ചി ഇഷ്ടമാണോ?''

''സലാമിയോ?'' ബെസീർ ചോദിച്ചു.

''അതെ, അത്തരത്തിൽപ്പെട്ടത്.'' ലിയോനിഡ് വിശദീകരിച്ചു.

''അതെനിക്കിഷ്ടമാണ്, ബെസിർ ഒരു ചിരിയോടെ പറഞ്ഞു. ''പക്ഷേ, ഞാൻ ഒരേ തരത്തിലുള്ള ഭക്ഷണം വീണ്ടും വീണ്ടും കഴിക്കാൻ ഇഷ്ടപ്പെടുന്ന ആളല്ല.''

''രാത്രി ഉറങ്ങാൻ പോകുന്നതിനുമുമ്പ് നിങ്ങൾക്ക് ലഘുഭക്ഷണം കഴിക്കുന്ന സ്വഭാവമുണ്ടോ?''

''ഒരിക്കലുമില്ല, പിന്നെ എനിക്ക് ഉറങ്ങാൻ കഴിയില്ല.''

''സഖാവ് ബെസിറിനോട് എനിക്ക് അവസാനമായി ഒരു ചോദ്യമുണ്ട്. വിക്റ്റർ പറഞ്ഞു. അയാൾ നോട്ടം മയപ്പെടുത്തുകയും മുഖത്ത് ഒരു ഊഷ്മളത വരുത്തുകയും ചെയ്തു. 'ഈ ചോദ്യത്തോട് അദ്ദേഹം പ്രതികരിക്കാനിടയില്ല. എന്നാലും ഒരു ജിജ്ഞാസ കൊണ്ട് ചോദിക്കുകയാണ്; എന്തുകൊണ്ടാണ് അയാൾ കമ്മ്യൂണിസ്റ്റായത്?''

''ഞാൻ ഒരു തൊഴിലാളിയാണ്.'' ബെസിർ മറുപടി പറഞ്ഞു. ''ഈ ലോകത്തും മരണാനന്തര ജീവിതത്തിലും തൊഴിലാളിയുടെ ഏക പറുദീസയാണ് കമ്മ്യൂണിസം.''

വിക്റ്റർ ആത്മാർത്ഥതയോടെ പുഞ്ചിരിച്ചു. ബെസിറിന്റെ പ്രതികരണത്തെ അദ്ദേഹം അഭിനന്ദിച്ചു. പ്രകോപനപരമായ ചോദ്യമാണ് അയാളോട് ചോദിച്ചത്.

''അങ്ങനെയാണെങ്കിൽ, സോവിയറ്റ് പറുദീസയിൽ ജീവിക്കുന്നതിനെ അദ്ദേഹം എങ്ങനെ കാണുന്നു?''

ലിയോനിഡ് പ്രകോപിതനായിരുന്നെങ്കിലും ചോദ്യം വിവർത്തനം ചെയ്തു. എന്നിരുന്നാലും നിക്കോളായുടെ വാക്കുകളിലെ പരിഹാസം ബെസിർ തിരിച്ചറിയാതിരുന്നില്ല, അതിനാൽ അദ്ദേഹം വലതു കൈമുട്ടു വായുവിൽ പറത്തി. ''ഗംഭീരം, വളരെ ഗംഭീരം. വളരെ നല്ലത്'' എന്ന് പറഞ്ഞു, തുടർന്ന് റഷ്യൻ ഭാഷയിലും ആവർത്തിച്ചു.

വിക്റ്ററുടെ പുച്ഛഭാവം അവഗണിച്ച് നിക്കോളായ് ഉറക്കെ ചിരിച്ചു.

നിക്കോളായുടെ മനോഭാവത്തിൽ ലിയോനിഡിനും അതൃപ്തിയുണ്ടായിരുന്നു. അദ്ദേഹം വിക്റ്ററിനെ അഭിമുഖീകരിച്ച് ചോദിച്ചു, ''ബെസിറിന് ഇപ്പോൾ പോകാമോ?''

''എനിക്ക് ഒന്നും ചോദിക്കാനില്ല.'' വിക്റ്റർ മറുപടി പറഞ്ഞു. നിക്കോളായോട് ചോദിക്കേണ്ട ആവശ്യം പോലും ലിയോണിഡിന് തോന്നിയില്ല.

''നന്ദി, സഖാവ് ബെസിർ.'' അദ്ദേഹം പറഞ്ഞു. ''നിങ്ങൾക്ക് പോകാം.'' നിഷ്കളങ്കവും സഹാനുഭൂതി നിറഞ്ഞതുമായ പുഞ്ചിരിയോടെ ബെസിർ വന്ന അതേ മുറിയിൽ നിന്ന് പുറത്തിറങ്ങി.

''ഓച്ചെൻ'' ഖൊരോഷോ, (റഷ്യൻ) അല്ലേ?'' പോകുമ്പോൾ നിക്കോളായ് പരിഹസിച്ചു. ''അയാൾക്ക് അയാളുടെ റഷ്യൻ അറിയാം.''

''നിങ്ങൾ പാർട്ടി മെംബറാണോ നിക്കോളായ്?''

''നിങ്ങൾ എന്നോടാണോ സംസാരിക്കുന്നത്?'' നിക്കോളായ് പിറുപിറുത്തു.

''ഞാൻ ചോദിച്ചത് നിങ്ങൾ ഒരു പാർട്ടി അംഗമാണോ എന്നാണ്?'' തന്നെ എതിർക്കുന്നതായി നിക്കോളായ് മനസ്സിലാക്കി.

''അതെ, ഞാൻ അഞ്ച് വർഷമായി ഒരു പാർട്ടി അംഗമാണ്. അതിനെന്താണ്?

''സ്ഥാനമാനങ്ങൾ ആഗ്രഹിച്ചാണോ അതോ ശരിക്കും കമ്മ്യൂണിസ്റ്റ് ആശയങ്ങളിൽ വിശ്വസിച്ചാണോ നിങ്ങൾ ചേർന്നത്?''

''ഞാൻ ഒരു കമ്മ്യൂണിസ്റ്റുകാരനായതിനാൽ തന്നെയാണ് ചേർന്നത്.''

''അങ്ങനെയെങ്കിൽ നിങ്ങൾക്ക് ബെസിറിനെ പരിഹസിക്കാൻ അർഹതയില്ല.''

''എന്തുകൊണ്ട്? തമാശയായി തോന്നുന്ന ആരെയും എന്തിനെയും ഞാൻ കളിയാക്കും.''

''പക്ഷേ അവൻ തമാശക്കാരനല്ല, അവൻ യഥാർത്ഥ നായകനാണ്.''

''നായകൻ?''

''അതെ, ഒരു നായകൻ.'' ലിയോനിഡ് ഉറപ്പിച്ചു പറഞ്ഞു. ചുവന്ന ഫയലുകളിലൊന്നിൽ തല ചേർത്ത് അദ്ദേഹം ചോദിച്ചു: ''നിങ്ങൾ അവന്റെ കഥ വായിച്ചില്ലേ?''

''ഞാൻ വായിച്ചിട്ടുണ്ട്.'' വിക്റ്റർ പറഞ്ഞു, അയാളുടെ പെരുമാറ്റം അയാൾ ലിയോനിഡിന്റെ പക്ഷത്താണെന്ന് വ്യക്തമാക്കിയിരുന്നു.

''നിങ്ങളോ?''

''ഞാൻ എങ്ങനെ വായിക്കാനാണ്?'' അന്വേഷണത്തിനായി ഞാൻ ദിവസം മുഴുവൻ തെരുവിലിറങ്ങിയിരുന്നു.

''അപ്പോൾ എനിക്ക് പറയാനുള്ളത് കേട്ട് ബെസിർ എങ്ങനെയുള്ള ആളാണെന്ന് കാണുക. സൈനിക അട്ടിമറിക്ക് ശേഷം ടി സി പിയെ താഴെയിറക്കാൻ പൊലീസ് ആരംഭിച്ച 'ഓപ്പറേഷൻ റെഡ് ലാന്ററി'ൽ അറസ്റ്റിലായ ആദ്യത്തെ ആളുകളിൽ ഒരാളാണ് ബെസിർ. ആ സമയത്ത് അദ്ദേഹം ഒരു വാർപ്പ് കമ്പനിയിൽ ജോലി ചെയ്യുകയായിരുന്നു. ചെറുകിട ബിസിനസുകളുടെ പ്രവർത്തനങ്ങളെ പ്രോത്സാഹിപ്പിക്കാൻ അദ്ദേഹം ശ്രമിച്ചുകൊണ്ടിരുന്നു, കൂടാതെ അദ്ദേഹം താമസിച്ചിരുന്ന ചെറിയ ടൗണിലെ പാർട്ടിയുടെ പ്രവർത്തനങ്ങളിലും പങ്കെടുക്കുകയായിരുന്നു. അറസ്റ്റ് തുടങ്ങിയ സമയത്ത് അദ്ദേഹം ഭയപ്പെട്ടിരുന്നില്ല. കാരണം അയാൾ പാർട്ടിയിൽ അത്രയ്ക്കേറെ വിശ്വസിച്ചിരുന്നു. 'റെഡ് ലാന്റേൺ ഓപ്പറേഷൻ' തുടങ്ങി കുറച്ചു ദിവസങ്ങൾക്കകം ഫലപ്രദമാകുകയും കുറച്ചു ദിവസങ്ങൾക്കു ശേഷം അത് അങ്കാറ പ്രവിശ്യാ സംഘടനയുടെ തകർച്ചയ്ക്ക് കാരണമാകുകയും ചെയ്തു. അതിനുശേഷം പ്രവിശ്യായുടെ കീഴ്ഘടകങ്ങളിലേക്ക് ശ്രദ്ധ തിരിഞ്ഞു.

ഏകദേശം ഒരാഴ്ച്ചയ്ക്ക് ശേഷം ബെസിറിനെ പൊലീസ് അറസ്റ്റു ചെയ്തു. അറസ്റ്റ് ചെയ്യപ്പെട്ടതിനു ശേഷം പോലും അത് അബദ്ധത്തിൽ സംഭവിച്ചതായിരിക്കാനേ വഴിയുള്ളൂ എന്ന വിശ്വാസത്തിലായിരുന്നു അദ്ദേഹം. ആറു മണിക്കൂറോളം കസ്റ്റഡിയിൽ നിറുത്തിയ ശേഷം അയാളെ അവർ ക്രൂരമായ പീഡനത്തിനു വിധേയനാക്കി. ഒരു ചോദ്യം പോലും ചോദിക്കാതെ അയാളെ അവർ നിലത്തു വീഴുന്നതു വരെ തല്ലിചതച്ചു. 'ഇവർ പീഡനം ആസ്വദിക്കുന്ന സ്വഭാവമുള്ളവരായിരിക്കണം. കാരണം, ഒരു ചോദ്യവും ചോദിക്കാതെ അവർ എന്നെ തല്ലി,'' ബെസിർ കരുതി. എന്നിട്ടും പാർട്ടിയെക്കുറിച്ച് അവർ തന്നോട് ചോദിക്കാത്തതിൽ അദ്ദേഹം സന്തുഷ്ടനായിരുന്നു, യൂണിയനൈസേഷന് ശ്രമിച്ചതുകൊണ്ടാണ് അറസ്റ്റ് സംഭവിച്ചതെന്ന് അദ്ദേഹം കരുതി.

അയാളെ രണ്ടാമത് അറസ്റ്റ് ചെയത്പ്പോൾ അവർ അയാളെ തല്ലിയില്ല. കണ്ണു കെട്ടിയിരുന്നതിനാൽ മുഖം കാണാൻ കഴിയാതിരുന്ന

ഒരു പൊലീസുകാരൻ തന്റെ പേരും പാർട്ടിയിലെ സ്ഥാനവും എന്താണെന്നന്വേഷിച്ചു. ചോദ്യം ചെയ്യൽ പാർട്ടിയെക്കുറിച്ചാണെന്ന് ബെസിറിന് മനസ്സിലായത് അപ്പോഴാണ്. എന്നിട്ടും അദ്ദേഹം ജാഗ്രത പാലിച്ചു. തന്റെ പേര് നൽകിയ സഖാവിനെക്കുറിച്ചും സ്വന്തം കോഡ് പേരിനെക്കുറിച്ചും പൊലീസ് അദ്ദേഹത്തോട് പറഞ്ഞപ്പോഴും അദ്ദേഹം വിവേകപൂർവ്വം ചിന്തിച്ചു, അവർ ഒരു ഭാഗ്യപരീക്ഷണം നടത്തുകയാവാം. അദ്ദേഹത്തിന്റെ മേലുദ്യോഗസ്ഥരേക്കാൾ സംഘടനകളിൽ അദ്ദേഹത്തിന് താഴെയുള്ളവരുടെ പേരും വിലാസവും പൊലീസ് ചോദിക്കുകയായിരുന്നു. അവർ അദ്ദേഹത്തോട് ശാന്തമായി പറഞ്ഞു ''സംഘടനയുടെ മേൽഘടകങ്ങൾ ഇപ്പോൾ തന്നെ തകർന്നു കഴിഞ്ഞു. ഉത്തരവാദിത്തമുള്ള എല്ലാവരേയും ഞങ്ങൾക്കറിയാം. നിങ്ങൾ കുറച്ച് പേരുകൾ കൂടി നൽകേണ്ടതുണ്ട്. അങ്ങനെയെങ്കിൽ ഞങ്ങൾക്ക് ഈ നടപടികൾ പൂർത്തിയാക്കാം.''

ബെസിർ പേരുകളൊന്നും നൽകിയില്ല. അവർ അവനെ വീണ്ടും പീഡിപ്പിച്ചു, പക്ഷേ ഇത്തവണ അത് അടിക്കുകയായിരുന്നില്ല; ആദ്യം അവർ അവന്റെ ശരീരം മുഴുവൻ വെള്ളത്തിൽ വലിക്കുകയും ഷോക്കടിപ്പിക്കുകയും ചെയ്തു. അത് പ്രവർത്തിക്കാത്തപ്പോൾ, അവർ അവനെ ഒരു സ്ട്രാപ്പഡോയിൽ തൂക്കിയിട്ടു, എന്നിട്ടും അവർക്ക് ഒരു പേര് പോലും ലഭിച്ചില്ല.

പൊലീസ് വ്യക്തമായ വിവരങ്ങൾ നൽകിയിട്ടും അയാൾ തന്റെ വിശ്വാസം മുറുകെ പിടിക്കുന്നത് തുടർന്നു. ഒടുവിൽ അവർ പാർട്ടി നേതാവിനെ അവന്റെ മുമ്പാകെ കൊണ്ടുവന്നു. മുഖം മറച്ചിരുന്ന തുണി മാറ്റിയപ്പോൾ ബെസിർ തന്റെ സഖാവിനെ കണ്ടു. അവന്റെ ഹൃദയം മൃദുവായി, കണ്ണുകൾ നിറഞ്ഞു. പൊലീസുകാരുടെ മുന്നിൽ അയാൾ അപ്പോഴും പിടിച്ചു നിന്നു. അവൻ സ്വന്തം ദുഃഖകരമായ അവസ്ഥ മറന്നു. അയാളുടെ മനസിൽ അയാളുടെ സുഹൃത്തിന്റെ കാര്യം മാത്രമായിരുന്നു. അവന്റെ സഖാവ് അയാളുടെ കണ്ണുകളിലേക്ക് നോക്കിക്കൊണ്ട് പറഞ്ഞു: ''നോക്കൂ, ബെസിർ, പാർട്ടി തകർന്നു കഴിഞ്ഞു. ഇവർക്കെല്ലാം അറിയാം. അറിയാവുന്നതൊക്കെ ഒളിപ്പിച്ചു വെക്കേണ്ടതില്ല. നിങ്ങളോട് സഹതാപം കാണിക്കുക, നിങ്ങളുടെ ജീവിതം വെറുതെ പാഴാക്കരുത്.''

അഭൂതപൂർവമായ നിരാശ ആ പഴയ സഖാവിന്റെ ശബ്ദത്തിൽ പ്രതിധ്വനിച്ചു. തന്റെ സഖാവ് എന്താണ് ഉദ്ദേശിക്കുന്നതെന്ന് ആദ്യം ബെസിറിന് ഉറപ്പില്ലായിരുന്നു. പൊലീസിനെ ഒഴിവാക്കാനുള്ള ഒരു കുതന്ത്രമാണിതെന്ന് അദ്ദേഹം കരുതി. എന്നിരുന്നാലും അദ്ദേഹത്തിന്റെ സഖാവ് പറഞ്ഞത് ഒരു ലളിതമായ കുസൃതിയായിരിക്കില്ല. എന്താണ് സംഭവിക്കുന്നതെന്ന് ബെസിറിനു മനസിലാകുന്നുണ്ടായിരുന്നു. പക്ഷേ അത് സ്വയം സമ്മതിക്കാൻ അവൻ ആഗ്രഹിച്ചില്ല.

തനിക്ക് മുമ്പുള്ളയാൾ ആരാണെന്ന് അറിയില്ലെന്നതിൽ അദ്ദേഹം ഉറച്ചു നിന്നു. തല കറങ്ങി നിലത്തു വീണിട്ടും ബെസിറിനെ വിടാൻ പൊലീസ് തയ്യാറായിരുന്നില്ല. അവർ അവനെ ഉയർത്താൻ ശ്രമിച്ചെങ്കിലും അദ്ദേഹം ചെറുത്തുനിൽക്കുകയും നിലവിളിക്കുകയും ചെയ്തു. മുമ്പത്തേക്കാളും പ്രകോപിതരായ പൊലീസുകാർ അയാളെ അടിക്കാൻ തുടങ്ങി. അവൻ ബോധരഹിതനായി, പക്ഷേ അവർ പിന്മാറിയില്ല, അവർ അവന്റെ മേൽ വെള്ളം ഒഴിച്ചു വീണ്ടും അടിക്കാൻ തുടങ്ങി. അവസാനമായപ്പോഴേക്കും അവന്റെ ശരീരം ശരിക്കും ദുർബലമായിരുന്നു. അത് ഒരു തുണിക്കഷണം പോലെ മരവിച്ചിരുന്നു. ഒടുവിൽ കണ്ണു തുറക്കാൻ കഴിഞ്ഞപ്പോൾ, കുറ്റവാളികൾ ഇപ്പോൾ ചുറ്റിലുമില്ലാത്തതിൽ സന്തോഷിച്ചു. ആ ആശ്വാസത്തിനുശേഷം, തന്റെ സഖാവിൽ നിന്ന് കേട്ട കാര്യങ്ങൾ അവഗണിക്കാൻ അദ്ദേഹം വീണ്ടും തീരുമാനിച്ചു, പാർട്ടിയിലുള്ള തന്റെ അചഞ്ചലമായ വിശ്വാസത്തിൽ അയാൾ ഉറച്ചു നിന്നു.

ബെസിർ ഒരാളുടെ പോലും പേരു വെളിപ്പെടുത്തിയില്ല.

പൊലീസ് വീണ്ടും അയാളെ പീഡിപ്പിച്ചു. ഇത്തവണ വെറുതേ മർദ്ദനം മാത്രമായിരുന്നില്ല. ആദ്യം അവർ ബെസിറിന്റെ ശരീരം വെള്ളത്തിൽ മുക്കിപ്പിടിച്ചു ശ്വാസം മുട്ടിച്ചു. എന്നിട്ട് വൈദ്യുതാഘാതമേല്പിച്ചു. അതും ഫലിക്കാതെ വന്നപ്പോൾ അവർ ബെസിറിനെ കയറിൽ കെട്ടിത്തൂക്കിയിട്ടു. എന്നിട്ടും അയാൾ പൊലീസിനോട് ഒന്നും വെളിപ്പെടുത്തിയില്ല. പാർട്ടി തകർന്നുവെന്നതിന് വ്യക്തമായ തെളിവുകൾ നിരത്തി പൊലീസ് സംസാരിച്ചപ്പോഴും ബെസിർ തന്റെ വിശ്വാസപ്രമാണങ്ങളിൽ ഉറച്ചു നിന്നു. അവസാനം പാർട്ടിയുടെ ഉന്നത നേതാവിനെ പൊലീസ് അയാൾക്കു മുന്നിൽ കൊണ്ടു വന്നു നിർത്തി. ബെസിറിന്റെ കണ്ണു മൂടിയിരുന്ന തുണി അഴിച്ചു മാറ്റി. അയാൾ തന്റെ സഖാവിനെ കണ്ടു. ബെസിറിന്റെ ഹൃദയമലിഞ്ഞു. കണ്ണുകൾ നിറഞ്ഞു. എന്നിട്ടും പൊലീസുകാർക്കു മുന്നിൽ അയാൾ പിടിച്ചു നിന്നു. വൃദ്ധനായ തന്റെ സഖാവിനു സഹിക്കേണ്ടി വന്ന പീഡനങ്ങളെക്കുറിച്ചോർത്ത് ബെസിർ വല്ലാതെ സങ്കടപ്പെട്ടു. സ്വന്തം ദൈന്യാവസ്ഥ അയാൾ മറന്നു.

ആ സഖാവ് ബെസിറിനോടു പറഞ്ഞു: ''നോക്കൂ, ബെസിർ. പാർട്ടി പിരിച്ചു വിട്ടു കഴിഞ്ഞു. ഇവർക്കിപ്പോൾ എല്ലാം അറിയാം. ഇനി സ്വന്തം കാര്യം നോക്കൂ. വെറുതേ ജീവിതം പാഴാക്കല്ലേ.''

വൃദ്ധനായ സഖാവിന്റെ ശബ്ദത്തിൽ മുമ്പെങ്ങുമില്ലാത്ത ഒരു നിരാശയുണ്ടായിരുന്നു. അദ്ദേഹം പറഞ്ഞതിന്റെ അർത്ഥമെന്താണെന്ന് ആദ്യം ബെസിറിനു പിടികിട്ടിയില്ല. പൊലീസിനെ കബളിപ്പിക്കാനുള്ള ഒരു കപടപദ്ധതിയുടെ ഭാഗമായാണ് സഖാവ് ഇങ്ങനെ സംസാരിക്കുന്നതെന്ന് ബെസിർ കരുതി. പക്ഷേ, സഖാവ് പറഞ്ഞത് യാഥാർത്ഥ്യമായിരുന്നു.

പെട്ടെന്ന് ബെസിറിന് സംഭവിച്ചതെന്തൊക്കെയാണെന്നു മനസ്സിലായി. പക്ഷേ, ആ യാഥാർത്ഥ്യം അംഗീകരിക്കാൻ അയാൾ വിസമ്മതിച്ചു. അയാൾ സ്വയം പ്രതിരോധിക്കുകയായിരുന്നു. മുന്നിൽ നിൽക്കുന്ന ഈ സഖാവ് ആരാണെന്നു തനിക്കറിയില്ലെന്ന് ബെസിർ അലറി വിളിച്ചു പറഞ്ഞു. നിലത്തു വീണുരുണ്ട് ബഹളം വച്ച ബെസിറിനെ പൊലീസു കാർ ആക്രമിച്ചു. അവർ അയാളെ പൊക്കിയെടുക്കാൻ ശ്രമിച്ചു. പക്ഷേ, ബെസിർ ഉറക്കെ നിലവിളിച്ചുകൊണ്ട് ചെറുത്തു നിന്നു. ഇതോടെ കലി മൂത്ത പൊലീസുകാർ ബെസിർ മരിച്ചാലും വേണ്ടില്ലെന്ന മട്ടിൽ അയാളെ ക്രൂരമായി തല്ലിച്ചതയ്ക്കാൻ തുടങ്ങി. ബെസീർ ബോധം കെട്ടു വീണിട്ടും അവർ നിർത്തിയില്ല. അവർ അയാളുടെ മുഖത്ത് വെള്ളം കോരിയൊഴിച്ചതിനു ശേഷം വീണ്ടും തല്ലാൻ തുടങ്ങി. ഒടുവിൽ പൊലീസ് മർദ്ദനം അവസാനിപ്പിച്ചപ്പോഴേക്ക് ബെസിറിന്റെ ശരീരം ആകെ തളർന്നൊടിഞ്ഞ് ഒരു പഴന്തുണിപ്പാവ പോലെയായി. കണ്ണു തുറക്കാനുള്ള ശേഷി വീണ്ടു കിട്ടിയപ്പോൾ ബെസിർ ആശ്വസിച്ചു - അയാളെ തല്ലി നശിപ്പിച്ചവർ അവിടെ നിന്നു പോയിരുന്നു. ബെസിർ അയാളുടെ നേതാവായ സഖാവ് വെളിപ്പെടുത്തിയ സത്യങ്ങൾ അവഗ ണിച്ചു. അങ്ങനെയൊന്നും കേട്ടിട്ടേയില്ലെന്ന മട്ടിൽ പാർട്ടിയിലുള്ള അചഞ്ചല വിശ്വാസത്തിൽ ബെസിർ മുറുകെപ്പിടിച്ചു.

പൊലീസിനു കിഴടക്കാൻ കഴിയാത്ത അങ്കാറയിലെ ചുരുക്കം സെല്ലുകളിൽ ഒന്നിലായി ബെസിർ ഉൾപ്പെട്ടിരുന്നു പാർട്ടി സെൽ മാറി. അവർ അദ്ദേഹത്തിന് അഞ്ച് വർഷം തടവ് ശിക്ഷ വിധിച്ചു, എന്നാൽ ആറുമാസത്തിനുശേഷം പാർട്ടി പുനഃസംഘടിപ്പിക്കാൻ തുടങ്ങി. പിടിക്ക പ്പെടാതിരുന്നു ആളുകളെ ചേർത്തായിരുന്നു അത്. പലരുടെയും പേരുകൾ വെളിപ്പെടുത്താൻ ബെസിർ വിസമ്മതിച്ചു. അതിലൂടെ നിങ്ങൾ നിഷ്കരുണം പരിഹസിച്ച ആ മനുഷ്യൻ തന്റെ സുഹൃത്തുക്കളുടെ മാത്രമല്ല അദ്ദേഹത്തിന്റെ പാർട്ടിയുടെയും ജീവൻ രക്ഷിച്ചു.

ലിയോനിഡ് തന്റെ പ്രസംഗം താൽക്കാലികമായി നിർത്തി നിക്കോ ളായെ കുറച്ചു സമയം നോക്കി നിന്നു.

യുവരഹസ്യാന്വേഷണ ഉദ്യോഗസ്ഥൻ പരിഭ്രാന്തരായി.

''നിങ്ങൾ തമാശക്കാരനാണെന്ന് കരുതുന്ന അയാളാണ് ഇതെല്ലാം ചെയ്തത്.'' ലിയോനിഡ് കൂട്ടിച്ചേർത്തു.

''എന്തായാലും അവന്റെ സ്ഥാനത്ത് ഞാനായിരുന്നെങ്കിലും ഞാനും അതുതന്നെ ചെയ്യുമായിരുന്നു.''

''നിങ്ങൾക്കത് ഉറപ്പാണോ?'' അവിശ്വാസത്തിൽ നിക്കോളായെ നോക്കിക്കൊണ്ട് ലിയോനിഡ് ചോദിച്ചു.

''തീർച്ചയായും എനിക്ക് ഉറപ്പുണ്ട്. ഞാൻ എങ്ങനെയുള്ള ആളാ ണെന്നാണ് നിങ്ങൾ കരുതുന്നു?''

''നിങ്ങളെ അപമാനിക്കാൻ എനിക്ക് ഉദ്ദേശ്യമില്ല. എന്നാൽ മിക്ക പാർട്ടി അംഗങ്ങളും അവരുടെ പ്രതിമാസ സംഭാവന പോലും സോവിയറ്റുകളിൽ നൽകുന്നില്ല.''

''ഞാൻ അങ്ങനെയുള്ള ഒരാളാണെന്ന് നിങ്ങൾക്ക് എങ്ങനെ അറിയാം?'' നിക്കോളായ് താഴ്ന്ന ശബ്ദത്തിൽ ചോദിച്ചു.

''എനിക്ക് ഉറപ്പില്ല, പക്ഷേ ഊഹിക്കാൻ പ്രയാസമില്ല.'' ലിയോനിഡ് വാദിച്ചു. ''സ്വയം വഞ്ചിതരാകേണ്ട ആവശ്യമില്ല. നമ്മുടെ പൊതുവായ ആദർശങ്ങൾക്കായി ഒരു വിരൽ പോലും ചലിപ്പിക്കാൻ നിങ്ങൾ തയ്യാറായില്ല. ഞങ്ങൾ മടിയന്മാരായിരിക്കുമ്പോഴാണ് അദ്ദേഹം തന്റെ ജീവിതം തന്നെ അപകടപ്പെടുത്താൻ തയ്യാറായത്. എന്നിട്ട് നമ്മൾ അയാളുടെ സത്യസന്ധതയെ സംശയിക്കുകയും ചെയ്തു. ആ മനുഷ്യനോട് അല്പം ബഹുമാനം കാണിക്കാനുള്ള ബാദ്ധ്യത നമുക്കുണ്ട്.''

''സഖാക്കളെ നിറുത്തൂ.'' വിക്റ്റർ ഇടപെട്ടു.

ലിയോനിഡ് യുവാവിനെ ശകാരിച്ചതിൽ അദ്ദേഹം ശരിക്കും സന്തോഷിക്കുകയായിരുന്നു. പക്ഷേ ഒരു വിവർത്തകൻ മാത്രമായ ലിയോനിഡ് അങ്ങനെ മേൽക്കൈ നേടുന്നത് അയാൾ തടഞ്ഞു.

''നമ്മളിവിടെ പാർട്ടിസെല്ലിന്റെ യോഗമൊന്നുമല്ല ചേർന്നിരിക്കുന്നത്. ചാരനെ കണ്ടെത്തുകയാണ് നമ്മുടെ ജോലി. സെരിഫിനെ വേഗം വിളിക്കൂ.''

''ശരി.''

ലിയോനിഡ് മറുപടി നൽകി. അവൻ എഴുന്നേറ്റു നിൽക്കുമ്പോൾ, അയാൾ വീണ്ടും നിക്കോളായുടെ നേർക്കുനേരെ തിരിഞ്ഞു പറഞ്ഞു: ''ചുരുങ്ങിയത് ഞാൻ പറഞ്ഞതിനെക്കുറിച്ചെങ്കിലും ചിന്തിക്കൂ.''

പതിനാറ്

അപ്പാർട്ട്മെന്റിന്റെ വിശാലമായ ആന്റിചേമ്പറിനു കുറുകെ ക്രമീകരിച്ചിരിക്കുന്ന കസേരകളിൽ ഇരിക്കുന്ന സുഹൃത്തുക്കളോടൊപ്പം ടെലിവിഷൻ കണ്ടുകൊണ്ടിരുന്ന സെരിഫ്, അസഫ് മുറിയിൽ നിന്ന് കോപാകുലനായി വരുന്നതു കണ്ടപ്പോൾ, അകത്ത് ശക്തമായ തർക്കമുണ്ടെന്ന് മനസ്സിലാക്കി. എന്നിട്ടും അത് എന്തിന്റെ സൂചനയാണെന്ന അദ്ദേഹത്തിന് ഉറപ്പില്ലായിരുന്നു. സാഹചര്യങ്ങൾ ആർക്കും അനുകൂലമായിരുന്നില്ല.

''എന്താണ് സംഭവിച്ചത്?'' ഹിക്മെത്ത് ആകാംക്ഷയോടെ ചോദിച്ചു.

''ഒന്നുമില്ല,.'' അസഫ് തട്ടിമാറ്റി, എന്നിട്ട് അയാൾ പടിക്കെട്ടിലേക്ക് നീങ്ങി, ആരോടും ഒരു വാക്കുപോലും പറയാതെ പടിയിറങ്ങി.

കൂട്ടത്തിലെ മറ്റ് അംഗങ്ങൾക്ക് അസഫിന്റെ മനോഭാവം എന്താണെന്ന് അറിയില്ല. റഷ്യൻ പൊലീസുകാർക്ക് പോലും സഖാവ് അസഫിനെ പിടിച്ചുനിർത്താൻ കഴിഞ്ഞില്ല എന്ന് സെമിൽ പിറുപിറുത്തു. നടന്ന സംഭവങ്ങൾ സെമിലിന് ഇഷ്ടപ്പെട്ടെന്ന് അയാളുടെ ചിരിയിൽ നിന്ന് വ്യക്തമായിരുന്നു. എന്നാൽ സെമിലിന്റെ പരാമർശത്തിൽ അദ്ദേഹത്തിന്റെ സുഹൃത്തുക്കൾ ചിരിച്ചില്ല. ചോദ്യംചെയ്യൽ മുറിയിലേക്ക് വിളിപ്പിക്കുന്നതും കാത്തിരിക്കുകയായിരുന്നു അവർ. ഒന്നും മനസ്സിലാകുന്നുണ്ടായിരുന്നില്ലെങ്കിലും ഒരു ഫ്രഞ്ച് റൊമാൻസ് സിനിമ കണ്ടുകൊണ്ട് ഈ ഒരു അനിശ്ചിതത്വത്തെ അവഗണിക്കാൻ അവർ ശ്രമിച്ചു.

തുർക്കി സംഘത്തിൽപ്പെട്ടവർ അത്താഴം കഴിഞ്ഞു തിരിച്ചെത്തിയപ്പോൾ, ലിയോനിഡ് എല്ലാവരെയും വിളിച്ചു ചേർത്ത് എല്ലാവരിൽ നിന്നും പൊലീസിനു വിവരങ്ങൾ ചോദിച്ചറിയേണ്ടതുണ്ടെന്ന് അറിയിച്ചു. ബെസിറിനെയാണ് ഇപ്പോൾ ചോദ്യം ചെയ്യാൻ ആരംഭിച്ചിട്ടുള്ളത്. സെമിലിനെയും സെരിഫിനെയും അവർക്ക് കാണേണ്ടതുണ്ട്. അവരോടു കെട്ടിടത്തിനു പുറത്തു പോകരുതെന്ന് ആവശ്യപ്പെട്ടതായി അയാൾ അവരെ അറിയിച്ചു. ബെസിറിനൊപ്പം അദ്ദേഹത്തിന്റെ പേരും നൽകിയപ്പോൾ, രണ്ടു പേരും സംശയത്തിന്റെ നിഴലിലാണെന്ന്

സെരിഫിനു മനസിലായി. കൊലപാതകം നടന്ന സമയത്ത് രണ്ടുപേരും പുറത്തായിരുന്നല്ലോ. ഇപ്പോൾ അവർ അദ്ദേഹത്തിന് മനസിലാക്കാൻ കഴിയാത്ത കാര്യം, രാത്രി മുഴുവൻ പാർട്ടി മുറിയിൽ തന്റെ പ്രബന്ധം എഴുതുകയായിരുന്ന സെമിലും ആദ്യം ചോദ്യം ചെയ്യപ്പെടുന്നവരിൽ ഉൾപ്പെടുന്നു എന്നതാണ്. എന്താണ് അദ്ദേഹത്തെ കരീമിനേക്കാളും നെജത്തിനേക്കാളും കൂടുതൽ സംശയിക്കപ്പെടുന്നവരുടെ ലിസ്റ്റിലെത്തിക്കുന്നത്?

മൂന്നുപേരും തങ്ങളുടെ മുറികളിൽ തനിച്ചാണെന്ന് പറഞ്ഞിരുന്നു. എന്തുകൊണ്ടാണ് അവർ കരീമിനും നെജത്തിനും പകരം സെമിലിനെ കൊണ്ടുപോകുന്നത്? ഒരുപക്ഷേ അത് യാദൃച്ഛികമായിരിക്കാം. എന്തായാലും കുറച്ച് മണിക്കൂറിനുള്ളിൽ അതിന്റെ കാരണം അവർ മനസിലാക്കാൻ പോകുന്നതിനാൽ, അധികം ആലോചിച്ചു തല പുകയ്ക്കുന്നതിൽ പ്രയോജനമില്ല. സെരിഫിനോടു ചേർന്നിരുന്ന ടെലിവിഷൻ കാണാൻ ശ്രമിക്കുന്ന സെമിലിന് ഒന്നും പ്രശ്നമായിരുന്നില്ല. അസ്വദിച്ചു സിനിമ കാണുകയായിരുന്നുവെങ്കിലും ചോദ്യം ചെയ്യപ്പെടുന്ന ആദ്യത്തെ ആളുകളിൽ ഒരാളായിരിക്കുമെന്ന ആശങ്ക സെരിഫിനെ ഉലക്കാതിരുന്നില്ല. അയാളുടെ കണ്ണുകൾ സിനിമയിലായിരുന്നുവെങ്കിലും ചോദ്യം ചെയ്യലിൽ അദ്ദേഹം എന്ത് പറയും എന്നതിലായിരുന്നു അയാളുടെ മനസ്സ്. അയാൾ അസ്വസ്ഥനായി തന്റെ കസേരയിൽ ഇരുന്നു.

കരീമിന്റെ കാര്യവും മെച്ചമായിരുന്നില്ല. ലിയോനിഡിന്റെ പ്രസംഗം കേട്ട ശേഷം കരീം പതിവുപോലെ സുഹൃത്തുക്കളിൽ നിന്ന് പിരിഞ്ഞു; സഖാക്കൾ എല്ലാവരും ടെലിവിഷന് മുന്നിൽ ഇരിക്കുമ്പോൾ, അയാൾ പുസ്തകങ്ങളുടെയും സിഗരറ്റിന്റെയും ഗന്ധം ഒഴുകുന്ന മുറിയിലേക്ക് തിരിച്ചു പോയി.

എന്നിട്ടും, ചോദ്യം ചെയ്യലിൽ നിന്ന് അസഫിനെ പുറത്താക്കിയതിന് പത്തുമിനിറ്റിനുശേഷം കരീം തന്റെ മുറി വിട്ട് സെരിഫിനടുത്തേക്ക് വരുകയും അവനുമായി സംസാരിക്കണമെന്ന് ആവശ്യപ്പെടുകയും ചെയ്തു. ചോദ്യം ചെയ്യലുമായി ബന്ധപ്പെട്ട് തന്റെ മനസ്സിലെ ചോദ്യങ്ങളും വേവലാതികളുംകൊണ്ട്സെരിഫ്ഇതിനകം അസ്വസ്ഥനായിരുന്നുവെങ്കിലും അദ്ദേഹത്തിന് കരീമിനെ നിരസിക്കാൻ കഴിയാതെ മനസ്സില്ലാമനസ്സോടെ മുറിയിലേക്ക് പോയി.

രണ്ടുപേർക്ക് താമസിക്കാവുന്ന മുറിയിൽ കരീം തനിച്ചാണ് കഴിഞ്ഞിരുന്നുത്. അദ്ദേഹത്തിന്റെ കട്ടിലിനടുത്തുള്ള അലമാരയിൽ എണ്ണമറ്റ മരുന്നുപെട്ടികളും കുപ്പികളും ഉണ്ടായിരുന്നു. ഡയസെം ബോക്സുകൾ, വേദനസംഹാരികൾ, ചുമയ്ക്കുള്ള സിറപ്പുകളുമുണ്ടായിരുന്നു അക്കൂട്ടത്തിൽ.

''ഇത്രയധികം മരുന്നുകൾ. നിങ്ങൾ ഇതെല്ലാം ഒറ്റയടിക്ക് എടുക്കുന്നുണ്ടോ?'' സെരിഫ് സ്തംഭിച്ചു.

''അത് കാര്യമാക്കേണ്ട.'' അദ്ദേഹം പറഞ്ഞു. ''ബെസിറിനുശേഷം നിങ്ങളെ ചോദ്യം ചെയ്യും, അല്ലേ?''

''അങ്ങനെ തോന്നുന്നു.''

''പിന്നെ നിങ്ങളുടെ പിന്നാലെ?''

''സെമിൽ.''

''ഇല്ല.'' ശാരീരിക വേദന അനുഭവിക്കുന്നതുപോലെ കരീം നില വിളിച്ചു. ''അത് സംഭവിക്കാൻ പാടില്ല. നിങ്ങൾ അവനെ തടയണം. സെമിലിന് മുമ്പായി എന്നെ ചോദ്യം ചെയ്യണം.''

''പിന്നെ നിങ്ങളുടെ പിന്നാലെ?''

''സെമിൽ.''

''ഇല്ല.'' ശാരീരിക വേദന അനുഭവിക്കുന്നതുപോലെ കരീം നില വിളിച്ചു. 'അത് സംഭവിക്കാൻ കഴിയില്ല. നിങ്ങൾ അവനെ തടയണം. സെമിലിന് മുമ്പായി എന്നെ ചോദ്യം ചെയ്യണം.''

കരീമിന്റെ പ്രതികരണം കണ്ട് സെരിഫ് ഭയന്നുപോയി:

''പക്ഷേ എന്തിന്?''

''എനിക്ക് അത് നിങ്ങളോട് പറയാൻ കഴിയില്ല. ചോദ്യം ചെയ്യുന്ന വരോട് മാത്രമേ എനിക്ക് പറയാൻ പറ്റൂ.'' കരീം പറഞ്ഞു. അയാൾ ക്ഷമ ചോദിക്കുന്നപോലെ സെരിഫിനെ നോക്കി.

''എന്നാൽ പിന്നെ അക്കാര്യം നിങ്ങൾക്കു തന്നെ ലിയോനിഡിനോട് പറയാമായിരുന്നില്ലേ?''

''അവർ ഞാൻ പറയുന്നത് കേൾക്കില്ല. പക്ഷേ നിങ്ങൾക്ക് ലിയോനി ഡിനെ അനുനയിപ്പിക്കാൻ കഴിയും.'' പതിവു ധാർഷ്ട്യത്തേക്കാൾ സഹായം ആവശ്യമുള്ള ഒരാളുടെ ശബ്ദമായിരുന്നു കരീമിന്റേത്.

സെരിഫ് തന്റെ സുഹൃത്തിന്റെ വിളറിയ മുഖത്തേക്ക് ഉറ്റുനോക്കി, അയാളെ മനസിലാക്കാൻ ശ്രമിച്ചു. അവൻ ആത്മാർത്ഥതയുള്ളവ നാണെന്ന് പ്രത്യക്ഷത്തിൽ തോന്നിയെങ്കിലും ചെറിയ ഒരു ആശയ ക്കുഴപ്പം ഉണ്ടായി. ഇതൊക്കെ ഇവൻ മതിഭ്രമംകൊണ്ട് പറയുന്നതാണോ? അതോ വളരെ പ്രധാനപ്പെട്ട എന്തെങ്കിലും രഹസ്യങ്ങൾ കൈമാറാ നുണ്ടാകുമോ? സെമിലിനേക്കാൾ മറ്റേതെങ്കിലും സഖാവിനെ കരീമിന് സംശയമുണ്ടെങ്കിൽ വിശ്വസിക്കാൻ എളുപ്പമായിരുന്നു. അയാൾക്ക് സെമിലിനെ അറിയാമായിരുന്നു, അയാൾക്ക് പെട്ടെന്ന് ദ്വേഷ്യം വരുന്ന കൂട്ടത്തിലാണെന്നത് ശരിയാണ്. അയാൾക്കെല്ലാം അറിയാം എന്നൊരു തോന്നലുമുണ്ട്. അയാൾ അഹങ്കാരിയുമാണ്. സെമിലിന് രാജ്യദ്രോഹം ചെയ്യുമെന്ന് വിശ്വസിക്കാനാവില്ല. അങ്ങനെയുള്ള ഒരാൾ എങ്ങനെ മുഹമ്മദിന്റെ കൊലപാതകിയാകും? കരീം അപ്പോഴും സെരിഫിന്റെ തിളങ്ങുന്ന കണ്ണുകളിൽ നോക്കിയിരിക്കുകയായിരുന്നു. തന്റെ അഭ്യർത്ഥന

നിരസിക്കരുതെന്ന് സെരിഫിനെ നിർബന്ധിക്കുന്നതുപോലെയായിരുന്നു അയാളുടെ നോട്ടം.

ഇവന്റെ സ്ഥിതി കൂടുതൽ വഷളാകുകയാണല്ലോ. സെരിഫ് ചിന്തിച്ചു. 'അവനെ ആശുപത്രിയിൽ പ്രവേശിപ്പിക്കേണ്ടി വരും. പക്ഷേ, സെരിഫ് അത് പറഞ്ഞില്ല. സമാധാനപൂർവം സംസാരിച്ച് കരീമിനെ വരുതിയിലാക്കാനേ പറ്റൂ. പക്ഷേ അവനുമായി തർക്കിച്ചിട്ട് കാര്യമില്ല. സെമിലിന് മുമ്പായി കരീം പൊയ്ക്കോട്ടെ. അവനെ ചോദ്യം ചെയ്താൽ എന്താണ് കുഴപ്പം? സെരിഫ് വിചാരിച്ചു. സെമിലിനോട് ഇക്കാര്യം പറഞ്ഞാൽ ഒരുപക്ഷേ തന്റെ സഖാവിന് മനസ്സമാധാനമായിക്കോട്ടെ എന്നു കരുതി അയാൾ തന്നെ കരീമിനെ പോകാൻ അനുവദിച്ചേക്കാം.

''ശരി.'' ഒരു പിതാവിന്റെ പക്വതയോടെ പറഞ്ഞു. 'വിഷമിക്കേണ്ട, ഞാൻ ലിയോനിഡുമായി സംസാരിക്കാം.

''നന്ദി.'' തന്റെ സുഹൃത്തിന്റെ രണ്ടു കൈകളും കൈയിൽ പിടിച്ച് കരീം പറഞ്ഞു. 'ഇപ്പോൾ നിങ്ങൾ ഒരു നല്ല കാര്യമായിരുന്നുവെന്ന് പിന്നീട് നിങ്ങൾക്ക് പിന്നീട് മനസ്സിലാകും.''

സെരിഫ് ആന്റിചേമ്പറിലേക്ക് മടങ്ങിയെത്തിയപ്പോഴേക്കും അവിടെയുണ്ടായിരുന്നവർ സിനിമ കാണുന്നത് നിർത്തി ചോദ്യം ചെയ്യൽ നടക്കുന്ന മുറിയിൽനിന്ന് അപ്പോൾ പുറത്തിറങ്ങിയ ബെസിറിനു ചുറ്റും കൂടിയിരുന്നു. ''ഭയപ്പെടാനൊന്നുമില്ല,'' ബെസിർ അവരോടു പറഞ്ഞു. പിന്നെ നെജത്തിനെ നോക്കി, അവർ വെറുതെ സംസാരിക്കുന്നതേയുള്ളൂ എന്ന് കൂട്ടിച്ചേർത്തു.

''അവർ എന്താണ് ചോദിച്ചത്?'' സെമിൽ ചോദിച്ചു. അയാളുടെ മുഖത്ത് പതിവായുണ്ടായിരുന്ന ശാന്തതയ്ക്ക് പകരം ഇപ്പോൾ ഒരസ്വസ്ഥപടർന്നിരുന്നു. സെമിലിന്റെ മുഖത്തുണ്ടായ ഭാവമാറ്റം സെരിഫ് ശ്രദ്ധിച്ചുവെങ്കിലും അയാൾ തന്റെ ശ്രദ്ധ ബെസിറിൽ തന്നെ കേന്ദ്രീകരിച്ചു.

''കാര്യമായിട്ടൊന്നും ചോദിക്കുന്നില്ല.'' ബെസിർ പറഞ്ഞു. ''ഇന്നലെ രാത്രി നിങ്ങൾ എന്താണ് ചെയ്തത്? നിങ്ങൾ സംശയാസ്പദമായി എന്തെങ്കിലും കണ്ടോ? അതുപോലുള്ള കാര്യങ്ങൾ.''

''അവർ നിങ്ങളെ ഭീഷണിപ്പെടുത്താൻ ശ്രമിച്ചോ?''

ചോദ്യം അനുചിതമെന്ന് കണ്ടെത്തിയ ഹിക്മെത്ത് തിരിഞ്ഞു സെമിലിനെ നോക്കി. സെമിൽ അയാളെ നോക്കുന്നുണ്ടെന്നു തോന്നിയെങ്കിലും മുഴുവൻ ശ്രദ്ധയും ബെസിർ പറയുന്നതിലായിരുന്നു.

''തീർച്ചയായും ഇല്ല. അവരെന്തിനങ്ങനെ ചെയ്യണം? അവരെ സഹായിക്കാനാണ് ഞാൻ അവിടെ പോയത്.''

''എന്തിനാണ് അസഫ് കോപാകുലനായി മുറി വിട്ടത്?''

ബെസിറിനെ ചുറ്റി നിന്നിരുന്ന ആൾക്കൂട്ടത്തിനു മുകളിലൂടെ തല നീട്ടിക്കൊണ്ട് സെരിഫ് ചോദിച്ചു.

''എനിക്കറിയില്ല,'' ബെസിർ മറുപടി പറഞ്ഞു. ''അവർ റഷ്യൻ ഭാഷയിലാണ് സംസാരിച്ചത്, എനിക്ക് മനസ്സിലായില്ല.''

ഇത്തവണ അത് അദ്ദേഹത്തിന്റെ നിഷ്കളങ്കതയല്ല, മറിച്ച് അദ്ദേഹത്തിന്റെ തന്ത്രമായിരുന്നു. അസഫിനെക്കുറിച്ച് സംസാരിക്കുന്നത് തനിക്ക് അനുകൂലമാകില്ലെന്ന് അദ്ദേഹത്തിന് നന്നായി അറിയാമായിരുന്നു. ഫലപ്രഖ്യാപനം വരുംമുമ്പേ പരീക്ഷയിൽ വിജയിച്ചതായി അറിഞ്ഞ ഒരു വിദ്യാർത്ഥിയെപ്പോലെ അലസമായി, അവൻ തന്റെ സുഹൃത്തുക്കളുടെ ചോദ്യങ്ങൾക്ക് മറുപടി നൽകിക്കൊണ്ടിരുന്നു. അവർ കൂടുതൽ ചോദ്യങ്ങൾ ചോദിക്കുകയും അയാൾ ഉത്തരം നൽകിക്കൊണ്ടിരിക്കുകയും ചെയ്തു. ലിയോനിഡ് വാതിൽ തുറന്ന് സെരിഫിനെ അകത്തേക്ക് വിളിച്ചതോടെ ബെസിറിനോടുള്ള ചോദ്യങ്ങൾ അവസാനിച്ചു.

''ഇത് എന്റെ ഊഴമാണോ?'' അല്പം പരിഹാസ മനോഭാവത്തോടെ വാതിലിനടുത്തേക്ക് പോകുമ്പോൾ സെരിഫ് ചോദിച്ചു.

''അതെ.'' ലിയോനിഡ് പറഞ്ഞു. വാതിൽ പകുതി തുറന്ന് അയാളോട് അകത്തേക്ക് പൊയ്ക്കൊള്ളാൻ ലിയോനിഡ് പറഞ്ഞു. ഒരു പുഞ്ചിരി വിടർത്താൻ ശ്രമിച്ച അദ്ദേഹം കൂട്ടിച്ചേർത്തു, ''ഒന്നും ഭയപ്പെടാനില്ല. ബെസീർ നിങ്ങളോടു പറഞ്ഞിരിക്കുമല്ലോ?''

''നോക്കാം.'' വാതിലുടെ അകത്തേക്ക് നൂണ്ട് കയറുന്നതിനിടയിൽ സെരിഫ് പറഞ്ഞു, ''പേടിക്കണോ വേണ്ടയോ എന്ന്?

അകത്തേക്ക് കയറാനായി തുനിഞ്ഞിരുന്ന ലിയോനിഡ് പെട്ടെന്നെന്തോ ഓർത്തതു പോലെ തിരിഞ്ഞ് ഹിക്മെത്തിനെ വിളിച്ചു:

''സഖാക്കളേ, നിങ്ങളുടെ പരമ്പരാഗത ടർക്കിഷ് ആതിഥ്യമര്യാദ എവിടെപ്പോയി?''

അവരെ ശകാരിക്കുന്ന തരത്തിലായിരുന്നു ലിയോനിഡിന്റെ സംസാരം. ''എന്നോട് മോശമായി പെരുമാറിയതിന് ഞാൻ നിങ്ങളോട് ക്ഷമിക്കും. എല്ലാറ്റിനുമുപരിയായി നമ്മൾ സുഹൃത്തുക്കളാണല്ലോ. എന്നാൽ നിങ്ങളുടെ അതിഥികൾക്ക് ഒരു കപ്പ് ചായ പോലും നിങ്ങൾ നൽകിയില്ല.''

''ഒട്ടും വിഷമിക്കേണ്ട.'' നെജത്ത് തിടുക്കത്തിൽ സംസാരിച്ചു. ''നിങ്ങളുടെ ചായ സ്റ്റൗവിലുണ്ട്. അത് ഉണ്ടാക്കാൻ ഞങ്ങൾ കാത്തിരിക്കുകയാണ്.'

''നന്ദി,'' ലിയോനിഡ് ഊഷ്മളമായി പുഞ്ചിരിച്ചു.''ഞാൻ ഊഹിച്ചു.''

അവൻ സെരിഫിന്റെ പിന്നാലെ പോയി അകത്തു നിന്ന് വാതിൽ അടച്ചു.

ഗുഡ് ഈവനിങ്ങ് എന്ന ആമുഖ വാക്യത്തോടെ സെരിഫ് മുറിയിൽ പ്രവേശിച്ചു. അടുത്തിടെയുണ്ടായ വാദത്തിന്റെ ആഘാതം മറികടക്കാൻ

കഴിയാത്ത നിക്കോളായ് അകത്തേക്ക് നടക്കുന്ന ആളെ നോക്കിയിരിക്കെ വിക്റ്റർ അദ്ദേഹത്തെ അഭിവാദ്യം ചെയ്തു. എവിടെയാണ് ഇരിക്കേണ്ട തെന്ന് സെരിഫ് നോക്കിക്കൊണ്ടിരുന്നപ്പോൾ വിക്റ്റർ ഏതാനും മിനിറ്റ് മുമ്പ് ബെസിർ ഇരിക്കുന്ന കസേരയിലേക്ക് വിരൽ ചൂണ്ടി. സെരിഫ് കസേരയിലിരുന്നപ്പോൾ സെരിഫ് മേശയിലേക്ക് ചെന്നിരുന്നു.

''ഞങ്ങളുടെ ചായ ഉടൻ തന്നെ തയ്യാറാകും.'' അദ്ദേഹം ഇരിക്കുമ്പോൾ പ്രഖ്യാപിച്ചു.

നിക്കോളായോട് അയാൾ ആംഗ്യം കാണിച്ചു.

''ശരി.'' വിക്റ്റർ കൈകൾ തടവി. ''സംസാരിച്ചു സംസാരിച്ചു തൊണ്ട വരണ്ടു തുടങ്ങിയിരിക്കുന്നു.''

ഒരാൾ മദ്യം കഴിക്കാൻ ആഗ്രഹിക്കുമ്പോൾ സാധാരണയായി പറ യുന്ന വാക്കുകൾ കേട്ട് ലിയോനിഡും നിക്കോളായും ഉറക്കെ ചിരിച്ചു. തന്റെ ആദ്യ ചോദ്യം മനസിൽ കണക്കു കൂട്ടുന്ന തിരക്കിലായിരുന്നു വിക്റ്റർ. ഫയലിൽ നിന്ന് സെരിഫിന്റെ റിപ്പോർട്ട് പുറത്തെടുക്കുമ്പോൾ അവരുടെ ഭാവമാറ്റം അവർ ശ്രദ്ധിച്ചില്ല. അദ്ദേഹത്തിന്റെ അഭിപ്രായത്തിൽ, സ്കൂളിൽ നിന്ന് ലഭിച്ച ജീവചരിത്രങ്ങളിൽ, ഏറ്റവും രസകരമായ രണ്ടാ മത്തേത് സെരിഫിന്റേതാണെന്നായിരുന്നു വിക്റ്ററിന്റെ വിലയിരു ത്തൽ. സെപ്റ്റംബർ 12ലെ അട്ടിമറിക്ക് ശേഷം പാർട്ടിയുമായുള്ള അദ്ദേഹ ത്തിന്റെ ബന്ധം മുമ്പത്തെപ്പോലെ ശക്തമായിരുന്നില്ല. വിക്റ്ററിന് ഇത് മനസ്സിലാക്കാൻ കഴിഞ്ഞു; കമ്യൂണിസ്റ്റ് പാർട്ടി ഭരണകൂടവുമായി വൈരുദ്ധ്യത്തിലാകുന്നത് അസാധാരണമല്ല. അയാളെ വിദേശത്തേക്ക് നാടു കടത്തുന്നതിനാൽ മോസ്കോയിലേക്ക് അയയ്ക്കാൻ സെരി ഫിനെ നിർബന്ധിച്ചു എന്നതാണ് അദ്ദേഹത്തിന്റെ താൽപ്പര്യത്തെ ആകർഷിച്ചത്. എന്നിട്ടും കൊലപാതകത്തിന്റെ രാത്രിയെക്കുറിച്ച് ചോദിച്ചുകൊണ്ടാണ് അയാൾ ചോദ്യം ചെയ്യൽ ആരംഭിച്ചത്.

''നിങ്ങൾ ഇന്നലെ രാത്രി നടക്കാൻ പോയത് കൃത്യമായി ഏതു സമയത്താണെന്ന് ഓർമ്മയുണ്ടോ?'' അയാളുടെ അരികിലെ ചുവരിൽ തൂക്കിയിരുന്നു ചുവന്ന ടിസിപി പതാകയിൽ നോക്കിക്കൊണ്ട് സെരിഫ് ഒന്ന് ആലോചിച്ചു.

''പത്തു മണിക്കു ശേഷമായിരിക്കും.'' ലിയോനിഡിലേക്ക് കണ്ണുകൾ തിരിച്ചുകൊണ്ട് അയാൾ പറഞ്ഞു. ''ഏകദേശം ഒരു പത്തേകാൽ കഴി ഞ്ഞിട്ടുണ്ടാകും.''

''നിങ്ങളുടെ നടത്തത്തിനു പിന്നിൽ എന്തെങ്കിലും പ്രത്യേക കാരണ മുണ്ടോ?''

''എനിക്ക് ബോറടിച്ചിരുന്നു.'' സെരിഫ് പ്രതികരിച്ചു, അദ്ദേഹത്തിന്റെ രീതി പഴയതും സ്വാഭാവികവുമായിരുന്നു. ''ഇവിടെ പെട്ടെന്നു ബോറ ടിക്കും.''

''ഒരു വിദ്യാർത്ഥിയാകുന്നത് ആസ്വാദ്യകരമാണെന്ന് ഞാൻ കരുതുന്നു.'' നിക്കോളായ് പറഞ്ഞു.

''ഞങ്ങളുടെ പ്രായത്തിൽ അതു ശരിക്കും ബുദ്ധിമുട്ടാണ്.''

''നിങ്ങൾ സ്ഥിരമായി നടക്കാറുണ്ടോ?''

''ഉണ്ട്. സെമിലും നെജത്തും സാധാരണയായി എന്നോടൊപ്പം ചേരും. എന്നാൽ കഴിഞ്ഞ രാത്രിയിൽ, സെമിൽ പ്രബന്ധം എഴുതുകയായിരുന്നു. ക്ഷീണമാണെന്ന് പറഞ്ഞ് നെജത്തും പിന്മാറി. അതിനാൽ ഞാൻ സ്വന്തമാണ് പോയത്.''

''നിങ്ങൾ എവിടെക്കാണ് നടന്നത്?''

''താഴേക്ക് കുറച്ചു നടന്നെങ്കിലും താഴ്വാരത്തെത്തിയില്ല.''

''അപ്പോൾ നിങ്ങൾ കാട്ടിലേക്ക് പോയില്ലേ?''

''ഇല്ല, ഞാൻ ഭക്ഷണശാലയ്ക്ക് ചുറ്റുമാണ് നടന്നത്.''

''തോട്ടത്തിനടുത്ത് നടക്കുമ്പോൾ നിങ്ങൾ ആരെയും കണ്ടില്ലേ? ഒന്നും കേട്ടില്ലേ?''

''ഞാൻ ഒന്നും കണ്ടിട്ടില്ല. പെട്ടെന്ന് കാറ്റ് ശക്തമാവുകയായിരുന്നു, അതിന്റെ അലർച്ചയല്ലാതെ മറ്റൊന്നും കേട്ടിട്ടില്ല. ഓ, ബ്രസീലുകാർ താമസിച്ചിരുന്ന കെട്ടിടത്തിൽ ആരോ ഗിത്താർ വായിക്കുന്നുണ്ടായിരുന്നു. അവിടെനിന്ന് പൊട്ടിച്ചിരിയും കേട്ടു. തണുപ്പ് കൂടി വന്നപ്പോൾ ഞാൻ തിരിച്ചു പോന്നു. വന്ന അതേ പാത പിന്തുടർന്ന് ഞങ്ങളുടെ കെട്ടിടത്തിലെത്തി.''

''കെട്ടിടത്തിന് മുന്നിൽ ആരെങ്കിലും ഉണ്ടായിരുന്നോ?''

തന്റെ മുമ്പിലുള്ള കുറിപ്പുകൾ പരിശോധിച്ച ശേഷം വിക്റ്റർ ചോദ്യം ചെയ്യൽ തുടർന്നു. ഇരുവരും അവരവർ ചെയ്യുന്ന കാര്യങ്ങളിൽ വളരെ നല്ലവരായിരന്നു. രണ്ട് രഹസ്യാന്വേഷണ ഉദ്യോഗസ്ഥരും അവരുടെ ചോദ്യങ്ങൾ മുൻകൂട്ടി ആസൂത്രണം ചെയ്യുകയും അവർ അവരുടെ ചുമതലകൾ ഓരോരുത്തർക്കും അനുവദിക്കുകയും ചെയ്യുമെന്ന് ലിയോനിഡ് കരുതി. എന്നാൽ വാസ്തവത്തിൽ, ചോദ്യം ചെയ്യലിന്റെ സ്വാഭാവിക ഒഴുക്കിൽ ചോദ്യങ്ങൾ ഉയർന്നു. രണ്ട് രഹസ്യാന്വേഷണ ഉദ്യോഗസ്ഥരും ചെറിയ വിശദാംശങ്ങൾ പോലും പരാമർശിക്കാതെ വിടില്ലെന്നതിൽ ഉറച്ചു നിന്നു.

''ഞാൻ മുകളിലെ ഒരു മൂലയിലെത്തി തിരിഞ്ഞു നോക്കുമ്പോൾ, വാതിലിലൂടെ ഒരു നിഴൽ അകത്തേക്ക് പോകുന്നത് കണ്ടു. അതാരാണെന്ന് ചിന്തിക്കാൻ പോലും സമയം കിട്ടുന്നതിനു മുമ്പ്, മറ്റൊരാൾ ഇരുട്ടിൽ നിന്ന് പുറത്തുവന്നു. അയാൾ മറ്റ ആളെപ്പോലെ തിരക്കിലായിരുന്നില്ല. അടുത്തെത്തിയപ്പോൾ അത് സഖാവ് ബെസിർ ആണെന്ന് മനസ്സിലായി. ഒരാൾ അകത്തേക്ക് പോകുന്നത് ബെസിറും കണ്ടിട്ടുണ്ട്.

അത് ആരാണെന്ന് അദ്ദേഹത്തിന് അറിയാമോ എന്ന് ഞാൻ ചോദിച്ചു. എന്നാൽ ആ ചോദ്യത്തിന് അയാൾ ഉത്തരം പറഞ്ഞില്ല.

''നിങ്ങൾ അകത്തേക്ക് കടന്നപ്പോൾ, ആരെങ്കിലും അവിടെ നിൽക്കുന്നുണ്ടായിരുന്നോ?''

''ഇല്ല. അകത്തേക്ക് കയറിയപ്പോൾ ഞാൻ സെമിലിനെ കാണാൻ പോയി. പക്ഷേ അയാൾ അകത്തുണ്ടായിരുന്നില്ല. അയാൾ ടോയ്‌ലറ്റിലേക്കോ മറ്റോ പോയിരിക്കണം. ഞാൻ കാത്തിരുന്നില്ല. ഞാൻ തിരികെ മുറിയിലേക്ക് പോയി. ഞാൻ കടന്നുപോകുമ്പോൾ ഹിക്‌മെത്തിന്റെ മുറിക്ക് മുന്നിലൂടെ പോകുമ്പോൾ അയാൾ തുർഗട്ടിനോടൊപ്പം ചെസ്സ് കളിച്ചുകൊണ്ടിരുന്നു. അവരോടു ചേർന്ന് കാനും ബെസിറും ഗെയിം കാണുന്നുണ്ടായിരുന്നു. അതിനുശേഷം ഞാൻ എന്റെ മുറിയിലെത്തി. മുറിയിലെത്തി വസ്ത്രം മാറിയ ശേഷം ഞാൻ ഫിലോസഫി ക്ലാസിന്റെ കുറിപ്പുകൾ വായിക്കാൻ തുടങ്ങി.''

''വാതിൽക്കൽ കണ്ട ആ വ്യക്തി ആരായിരുന്നു, നിങ്ങൾക്ക് ഒരു ഊഹിക്കാൻ പോലും കഴിയുന്നില്ലേ?''

സെരിഫ് വിക്റ്ററിലേക്കും പിന്നീട് ലിയോനിഡിലേക്കും ഒരു ചോദ്യവുമായി കണ്ണോടിച്ചു.

''ആ വ്യക്തിയാണ് കൊലയാളിയാണെന്ന് നിങ്ങൾ കരുതുന്നുണ്ടോ?''

''ഒന്നും ഉറപ്പിച്ചു പറയാൻ കഴിയില്ല. എന്നാൽ നിങ്ങളും ബെസിറും ഒഴികെ മറ്റാരും രാത്രി പുറത്തിറങ്ങിയതായി സമ്മതിച്ചിട്ടില്ല. നിങ്ങൾ രണ്ടുപേരും ആളെ കണ്ടു. ആ സ്ഥിതിക്ക് അയാളാരാണെന്ന സത്യം മറച്ചു പിടിച്ചാൽ ഞങ്ങൾക്ക് സംശയം കൂടുകയേയുള്ളൂ.'' വിക്റ്റർ വ്യക്തമാക്കി. ''ഇനി പറയൂ, അതാരാണെന്ന് നിങ്ങൾക്ക് ഊഹിക്കാൻ കഴിയുന്നുണ്ടോ?''

''അത് പറയാൻ വളരെ പ്രയാസമാണ്. ഇരുട്ടായിരുന്നു, എനിക്ക് ഒരു നിമിഷനേരം മാത്രമേ കാണാൻ കഴിഞ്ഞുള്ളൂ. അത് ആരുമാകാം.''

''അങ്ങനെ എല്ലാവരേയും സംശയിക്കാൻ പറ്റില്ലല്ലോ.'' നിക്കോളായ് തന്റെ മുന്നിലുള്ള കുറിപ്പുകൾ പരിശോധിച്ച് പറഞ്ഞു. ''നിങ്ങൾ പറഞ്ഞതനുസരിച്ച് അത് നിങ്ങളല്ലാത്ത ആരുമാകാം. നിങ്ങളും ബെസിറും തുർഗട്ടും കാനും ഹിക്‌മെത്തും ഡർമുസും ഒഴികെ ഒരാളായിരിക്കണം അത്. എന്നുവെച്ചാൽ നെജത്ത്, കരീം അല്ലെങ്കിൽ സെമിൽ എന്നിവരിൽ ഒരാളെയായിരിക്കണം നിങ്ങൾ കണ്ടത്. നിങ്ങൾ ചെല്ലുമ്പോൾ സെമിൽ മുറിയിലുണ്ടായിരുന്നില്ല എന്നല്ലേ പറഞ്ഞത്?''

ലിയോനിഡിന്റെ പരിഭാഷ കേട്ട് സെരിഫ് താൽക്കാലികമായി നിർത്തി. സെരിഫിനെക്കുറിച്ച് കരീം പറഞ്ഞത് അയാൾ ഓർത്തു. എന്നിരുന്നാലും അദ്ദേഹം ഈ ചിന്തകളെ മനസ്സിൽ നിന്നും അകറ്റി.

കരീമിനെ വിശ്വാസിക്കാൻ കഴിയില്ലെന്ന് അയാൾക്കറിയാമായിരുന്നു. ''ഒരുപക്ഷേ അയാൾ മറ്റെവിടെ നിന്നെങ്കിലും വന്നതായിരിക്കണം.'' വാക്കുകൾ അവന്റെ വായിൽ നിന്ന് തിടുക്കത്തിൽ ഒഴുകി, സാഹചര്യം മുഴുവൻ തന്നോട് തന്നെ ന്യായീകരിക്കാൻ ശ്രമിക്കുന്നതുപോലെ. ''മറ്റ സംഘത്തിൽ നിന്നുള്ള ഒരാൾ. ഞാൻ അടുത്തുവരുന്നത് കണ്ടപ്പോൾ അയാൾ ഓടിപ്പോയിരിക്കാം. ഞാൻ അവനെ തിരിച്ചറിയുമെന്ന് അവൻ ഭയപ്പെട്ടിരുന്നു. ഞാൻ അവനെ കാണണമെന്ന് അവൻ ആഗ്രഹിച്ചില്ല, താഴത്തെ നില ശൂന്യമാണെന്ന് അവനറിയാം. അതുകൊണ്ട് അവൻ അവിടേക്ക് ഓടിപ്പോയി.''

''അതായിരിക്കാം.'' വിക്റ്റർ പ്രതിവചിച്ചു. സെരിഫ് തന്നോട് തന്നെ സംസാരിക്കുന്നുണ്ടെന്ന് അവനറിയാമായിരുന്നു. അവൻ എന്തിനെ ക്കുറിച്ചോ ഗൗരവമായി ചിന്തിച്ചുകൊണ്ടിരിക്കുകയായിരുന്നു. ''എന്താണ് ചിന്തിക്കുന്നത്?'' അവൻ ചോദിച്ചു. ''അവന്റെ മനസ്സിൽ എന്തെങ്കിലും ഉണ്ടെങ്കിൽ, അത് ഞങ്ങളുമായി പങ്കിടാൻ ഞങ്ങൾ ആഗ്രഹിക്കുന്നു.''

''എന്തോ ഉണ്ട്. പക്ഷേ അതു പറയാൻ എനിക്കു കഴിയുമോയെ ന്നറിയില്ല.'' സെരിഫ് പറഞ്ഞു.

''എന്താ അത്?'' കൗതുകത്തോടെ ലിയോനിഡ് ചോദിച്ചു.

''സെമിലിനേക്കാൾ മുമ്പ് തന്നെ ചോദ്യം ചെയ്യണമെന്ന് കരീം ആവശ്യപ്പെടുന്നു.''

''അതു കൊള്ളാം. പക്ഷേ, എന്തു കൊണ്ട്?''

''അയാളതെന്നോടു പറയില്ല. നിങ്ങളോടു മാത്രമേ പറയൂ.''

സെരിഫിന്റെ വാക്കുകൾ ലിയോനിഡ് റഷ്യനിലേക്ക് തർജ്ജമ ചെയ്തു. വിക്റ്ററുടെ കണ്ണുകൾ തിളങ്ങി.

''കരീം എന്ന് പറയുന്നത് ആ സുഖമില്ലാത്ത ആളല്ലേ?''

''അതേ.'' ലിയോനിഡ് പറഞ്ഞു. ''അയാൾക്ക് ചെറിയ രീതിയിൽ മാനസിക പ്രശ്നങ്ങളുണ്ട്.. അയാളുടെ രാജ്യത്ത് അയാൾ കുറേയേറെ അസുഖകരമായ അനുഭവങ്ങളുണ്ടായിട്ടുണ്ട്. തുർക്കി സംഘത്തിലെ ഒട്ടുമിക്ക ആളുകളുമായി തന്നെ അയാൾ വഴക്കിടാറുണ്ട്.''

ലിയോനിഡ് സംസാരിച്ചു കൊണ്ടിരുന്നപ്പോൾ, വാതിലിൽ ഒരു മുട്ട് കേട്ടു. ഒരു ട്രേയിൽ ചായയുമായി നെജത്ത് റൂമിലേക്ക് കയറി വന്നു.

''ഇതാ ചായ.'' നെജത്ത് പറഞ്ഞു

റഷ്യൻ ഭാഷയിൽ അയാൾ അവർക്ക് നന്ദി പറഞ്ഞു, തുടർന്ന് തുർക്കിഭാഷയിലും.

'സ്വാഗതം' എന്നു പറഞ്ഞു കൊണ്ട് നെജത്ത് ടീ ട്രേ മേശപ്പുറത്ത് വെച്ചു. വിക്റ്ററും നിക്കോളായും നന്ദി അറിയിച്ചു. നെജത്ത് ചായ

വിളമ്പി, ഉറക്കത്തിൽ സെരിഫിന്റെ പുറകിൽ സൗമ്യമായി തട്ടി, തുടർന്ന് ട്രേ എടുത്ത് മുറി വിട്ടു.

ലിയോനിഡ് ചായ കുടിച്ചു.

''ഓ, ചായ കൊള്ളാം.'' അദ്ദേഹം സന്തോഷത്തോടെ പറഞ്ഞു.

''അമിതമായി ചായ കുടിക്കുന്നത് ഞരമ്പുകൾക്ക് നല്ലതല്ലെന്നാണ് പറയുന്നത്. അത് നിങ്ങളെ പ്രകോപിതനാക്കും.'' നിക്കോളായ് പകുതി തമാശയായും പകുതി കാര്യമായും പറഞ്ഞു.

''ഏതായാലും ചായ മദ്യത്തിന്റെ അത്ര ദോഷം ചെയ്യില്ല. അക്കാര്യത്തിൽ വാതുവെയ്ക്കാൻ ഞാൻ തയ്യാറാണ്.'' ലിയോനിഡ് പറഞ്ഞു. അന്തരീക്ഷം ലഘൂകരിക്കാൻ നിക്കോളായ് തമാശ പറയുകയാണെന്ന് ലിയോനിഡിന് മനസിലായി. എല്ലാവരും ചായ കുടിച്ചതിനുശേഷം വിക്റ്റർ ചോദ്യങ്ങൾ തുടർന്നു:

''നിങ്ങൾ ഇടയ്ക്കിടെ കുർക്കിനോയിലേക്ക് പോകാറുണ്ടോ?''

''ഞാൻ ആകെ അഞ്ചോ ആറോ തവണ അവിടെ പോയിട്ടുണ്ട്.''

''അവിടെ ചെല്ലുമ്പോൾ നിങ്ങൾ എവിടെയാണു കയറാറുള്ളത്?''

''മദ്യവിൽപ്പനശാല, കളിപ്പാട്ടക്കട.''സെരിഫ് ആത്മാർത്ഥമായി പട്ടിക നിരത്തി. ''ആ സ്റ്റോറിൽ ആകർഷകമായ ചില കളിപ്പാട്ടങ്ങളുണ്ട്. ഞാൻ ഒരിക്കൽ എന്റെ അനന്തരവന് ഒരു കളിപ്പാട്ടം വാങ്ങി.''

''നിങ്ങൾ ആരുടെ കൂടെയാണ് പോയത്?''

''ഓർത്ത് നോക്കട്ടെ. സമിൽ കൂടെ ഉണ്ടായിരുന്നു. മുഹമ്മദും നെജത്തും ഞങ്ങളോടൊപ്പം ഉണ്ടായിരുന്നു. എല്ലാവരോടൊപ്പവും ഞാൻ അവിടെ പോയിട്ടുണ്ടെന്നാണ് തോന്നുന്നത്.''

സ്റ്റോറിലെ അവരുടെ താൽപ്പര്യം സെരിഫ് കൃത്യമായി മനസ്സിലാക്കിയിട്ടില്ലെന്ന് ഉറപ്പാക്കുന്നതിന്, നിക്കോളായ് വിഷയം മാറ്റി.

''കുർക്കിനോയിൽ സ്ഥിരമായി ഒരു അപരിചിതനുമായി സംസാരിക്കുന്ന ആളെ നിങ്ങൾ എപ്പോഴെങ്കിലും കണ്ടിട്ടുണ്ടോ?''

ഈ ചോദ്യങ്ങളിൽ നിന്ന് അവർ എന്താണ് മനസിലാക്കാൻ ശ്രമിക്കുന്നതെന്ന് സെരിഫ് ആലോചിച്ചു. പക്ഷേ ചോദ്യത്തിന് ഉത്തരം നൽകാൻ അദ്ദേഹം മടിച്ചില്ല.

''ഞാൻ അങ്ങനെ വിചാരിക്കുന്നില്ല. ഞങ്ങൾ എല്ലാവരും ഒരുമിച്ച് നടക്കാറുള്ളത്. ഒരു നിമിഷം നിൽക്കൂ. പുതുവത്സരാഘോഷത്തിന് മുമ്പായി ഞങ്ങൾ ഒരു ദിവസം ബോൾഷോവിക്കിലേക്ക് പോയി. സുവർണ്ണകാലം(ഗോൾഡൻ ഏജ്) എന്ന ബാലെ കാണാൻ.''

''ഷോസ്റ്റാകോവിച്ചിന്റെ...?'' നിക്കോളായ് പിറുപിറുത്തു.

''അതെ ഷോസ്റ്റാകോവിച്ച്.'' സെരിഫ് ഒരു പുഞ്ചിരിയോടെ ആവർത്തിച്ചു. ''മുഹമ്മദിന് അന്ന് അൽപ്പം അസുഖമായിരുന്നു. താമസിക്കാൻ

ഞങ്ങൾ അദ്ദേഹത്തെ ഉപദേശിച്ചെങ്കിലും അദ്ദേഹം നിരസിച്ചു. കരീം, സെമിൽ, തുർഗട്ട് എന്നിവരൊഴികെ ഞങ്ങൾ എല്ലാവരും അവിടെ ഉണ്ടായിരുന്നു.''

''എന്തുകൊണ്ടാണ് കരീം നിങ്ങൾക്കൊപ്പം ഉണ്ടാകാതിരുന്നത് എനിക്ക് മനസ്സിലായി, പക്ഷേ എന്തുകൊണ്ടാണ് സെമിലും തുർഗട്ടും അന്ന് ഉണ്ടാകാതിരുന്നത്?''സെരിഫ് പുഞ്ചിരിച്ചു.

''അവർ ചില ഗ്രീക്ക് സുഹൃത്തുക്കൾക്കൊപ്പമായിരുന്നു. തുർഗട്ടിന് ഒരു ഗ്രീക്ക് കാമുകി ഉണ്ട് ''

''സെമിലിന്റെ കാര്യമോ?''

''സെമിലിനും ഒരു പെണ്ണുമായി ബന്ധമുണ്ട്.''

''അവളുടെ പേര് എന്താണ്?''

സെരിഫ് മടിച്ചു. ഈ കാര്യങ്ങൾ പറഞ്ഞതിൽ അദ്ദേഹം ഖേദിച്ചു കൊണ്ട് ആ സംഭാഷണത്തിൽ നിന്ന് പുറത്തുകടക്കാൻ അയാൾ ശ്രമിച്ചു.

''അവർ തമ്മിൽ ശരിക്കും ഒരു ബന്ധവുമില്ല. സെമിൽ ഇപ്പോൾ തന്നെ ആ ബന്ധം ഉപേക്ഷിച്ചിട്ടുണ്ടാകും..''

''അവളുടെ പേര് എന്താണ്?'' വിക്റ്റർ ഒരു മങ്ങിയ സ്വരത്തിൽ ആവർത്തിച്ചു.

''അലികി. തെസ്സലോനികിയിലെ വനിതാ പ്രസ്ഥാനത്തിന്റെ ചുമതല അവൾക്കായിരുന്നു. തവിട്ടുനിറത്തിലുള്ള സുന്ദരിയായിരുന്നു അവർ.''

വിക്റ്റർ തന്റെ നോട്ട്ബുക്കിലേക്ക് വിവരങ്ങൾ എഴുതിക്കൊണ്ടിരുന്നപ്പോൾ സെരിഫ് തുടർന്നും വിശദീകരിച്ചു. ''അതെ, ഞങ്ങൾ ബോൾ ഷോയിയിലേക്ക് പോയി. അവിടം എല്ലായ്പ്പോഴും എന്നപോലെ നിറഞ്ഞിരുന്നു. ഒടുവിൽ ലൈറ്റുകൾ അണഞ്ഞു. നാടകം ആരംഭിച്ചു. ആദ്യത്തെ രംഗം തീരാറായപ്പോൾ എന്റെ അരികിൽ ഇരിക്കുകയായിരുന്ന മുഹമ്മദ്, വേദനകൊണ്ട് പുളയുന്ന ഭാവത്തിൽ വയറിൽപ്പിടിച്ചുകൊണ്ട് എഴുന്നേറ്റു. എന്തുപറ്റിയെന്നു ചോദിച്ചപ്പോൾ എനിക്ക് ടോയ്ലെറ്റിൽ പോകണമെന്നായി അദ്ദേഹം. അങ്ങനെ പറഞ്ഞ് അയാൾ പുറത്തേക്ക് ഓടി. ഞാൻ കുറച്ചുനേരം കാത്തിരുന്നു. പക്ഷേ എനിക്ക് ആകാംക്ഷ തോന്നി പുറത്തിറങ്ങിയപ്പോൾ മുഹമ്മദ് ഇടത്തരം ഉയരമുള്ള ഒരു സുന്ദരിയുമായി സംസാരിക്കുന്നത് ഞാൻ കണ്ടു. ഞാൻ അവരെ ശ്രദ്ധിക്കുന്നുണ്ടെന്ന് അവർക്ക് മനസ്സിലായി. ഞാൻ അവരുടെ അടുത്തേക്ക് ചെന്നു. അവർ ഇംഗ്ലീഷിലായിരുന്നു സംസാരിച്ചിരുന്നത്.

''എന്താണ് നടക്കുന്നത്?'' ഞാൻ മുഹമ്മദിനോട് ചോദിച്ചു.

എന്നെ അടിമുടി നോക്കിക്കൊണ്ടിരുന്ന ഒരാളെ ചൂണ്ടിക്കാണിച്ചിട്ട് ഇയാൾ ഒരു തിയറ്റർ തൊഴിലാളിയാണെന്ന് പറഞ്ഞു. തിയേറ്റർ ഹാളിലേക്ക് തിരികെ പോയാൽ കാണികൾക്ക് അത് ശല്യമാകുമെന്നും അവൻ

പറഞ്ഞു. ആ മനുഷ്യൻ ഒന്നും പറയാതെ മടങ്ങി പോയി. രണ്ടാമത്തെ ഭാഗം തീരും വരെ ഞങ്ങൾ ഹാളിൽ കാത്തിരുന്നു. ഇതുപോലുള്ള മറ്റ് ചില സംഭവങ്ങൾ മുമ്പുണ്ടായിട്ടുണ്ട്. ഒരിക്കൽ ഞങ്ങൾ സെമിലിനൊപ്പം നടക്കുമ്പോൾ ഗോർക്കി സ്ട്രീറ്റിന്റെ അറ്റത്ത്, മയകോവ്സ്കി പ്രതിമയ്ക്ക് മുന്നിൽ ഒരാൾ ഞങ്ങളെ തടഞ്ഞു. ആദ്യമൊന്നും അയാൾ എന്താണ് പറയുന്നതെന്ന് ഞങ്ങൾക്ക മനസിലായിരുന്നില്ല. അയാൾ ഒരു പിംമ്പാണെന്ന് മനസിലായപ്പോൾ ഞങ്ങൾ അവിടെ നിന്നും വേഗത്തിൽ നടന്നു. കുറച്ചു പേർ വിലാസവും നമ്പറുകളും പണവും ചോദിച്ചു ഞങ്ങൾ തുർക്കിയിൽ നിന്നുള്ളവരാണെന്ന് മനസ്സിലാക്കിയപ്പോൾ ചില അസർബൈജാനികൾ ഞങ്ങളോടു സംസാരിക്കാൻ വന്നിട്ടുണ്ട്. ഞങ്ങളിൽ ഏതാണ്ടെല്ലാവർക്കും ഇതേ അനുഭവം ഉണ്ടായിട്ടുണ്ട്.

''അതു ശരി.'' വിക്റ്റർ ഉച്ചത്തിൽ പറഞ്ഞു, എന്നിട്ട് തന്റെ കപ്പിൽ നിന്നും അവസാനത്തെ തുള്ളിയും ഊറ്റിക്കുടിച്ചു. കുറിപ്പുകളിലേക്ക് നോക്കിയ ശേഷം അദ്ദേഹം സെരിഫിലേക്ക് തിരിഞ്ഞു.

''നിങ്ങളും പാർട്ടിയും തമ്മിൽ ചില സംഘർഷങ്ങളുണ്ടെന്ന് ഞാൻ കേട്ടിട്ടുണ്ട്.''

വിവർത്തനം ശ്രദ്ധിക്കുമ്പോൾ സെരിഫിന്റെ മുഖം ചുളിച്ചു.

''പാർട്ടിയുമായിട്ടല്ല അല്ല, ചില ഭാരവാഹികളുമായി മാത്രം.''

''എല്ലാം ഒന്നുതന്നെ.'' വിക്റ്റർ പറഞ്ഞു. ''പാർട്ടിയെ അതിന്റെ ഭരണത്തിൽ നിന്ന് വേർതിരിച്ച് കാണാനാകില്ല.''

അദ്ദേഹത്തിന്റെ മനോഭാവം സെരിഫിനെ കൂടുതൽ പ്രകോപിപ്പിച്ചു.

''അതു തെറ്റാണ്.'' അയാൾ ദേഷ്യത്തോടെ പറഞ്ഞു. ''പാർട്ടി അതിന്റെ ഭരണ സിരാകേന്ദ്രങ്ങളും അവസാനത്തെ അണിയും ചേരുന്നതിന്റെ ആകെത്തുകയാണ്. ചിലപ്പോൾ കേന്ദ്രകമ്മിറ്റി പ്രവർത്തനരഹിതമായിത്തീരും. അപ്പോൾ പാർട്ടിയുടെ കീഴ്ഘടകങ്ങൾ ചാരത്തിൽ നിന്നും അതിനെ പുനർജ്ജിവിപ്പിക്കും. പാർട്ടിയുമായി എനിക്കൊരിക്കലും ഒരു പ്രശ്നവുമുായിരുന്നില്ല. ഞാൻ എല്ലായ്പ്പോഴും പാർട്ടിയുടെ വിശ്വസ്തനായിരുന്നു; രാഷ്ട്രീയ പൊലീസിനോ കഴിവില്ലാത്ത എക്സിക്യൂട്ടീവുകൾക്കോ എന്റെ വിശ്വസ്തത പരീക്ഷിക്കാൻ ധൈര്യമുണ്ടായിരുന്നില്ല. '

സെരിഫിന്റെ കണ്ണുകളിൽ തീപ്പൊരി പാറി. അവന്റെ ശബ്ദം വിറച്ചു.

''സഖാവ് സെരിഫ് ശാന്തനാകൂ. നിങ്ങളുടെ ആഭ്യന്തരകാര്യത്തിൽ ഇടപെടാൻ ഞങ്ങൾക്ക് ഉദ്ദേശ്യമില്ല. നിങ്ങൾ പറഞ്ഞത് ശരിയോ തെറ്റോ ആകാം. ഞങ്ങൾക്ക് ഒരു തരത്തിലും മധ്യസ്ഥത വഹിക്കാൻ കഴിയില്ല. ഞങ്ങളുടെ ലക്ഷ്യം അന്വേഷണം കഴിയുന്നത്ര കാര്യക്ഷമമായി മുന്നോട്ട് കൊണ്ടുപോകുക മാത്രമാണ്.''

ലിയോനിഡിന്റെ വാക്കുകൾ സെരിഫിന്റെ ദേഷ്യം ശമിപ്പിച്ചു. ‘‘എന്താണ് സംഭവിച്ചതെന്ന് ഞാൻ ചുരുക്കി വിശദീകരിക്കാം: ഞാൻ ട്രേഡ് യൂണിയൻ പ്രവർത്തനങ്ങളിൽ സജീവമായിരുന്ന കാലം. പാർട്ടിയുടെ 1973ലെ മുന്നേറ്റത്തിന് ശേഷം ഞങ്ങൾ തൊഴിലാളി വർഗത്തിനിടയിൽ ചില വിജയകരമായ പ്രവർത്തനങ്ങൾ നടത്തി. പക്ഷേ രാജ്യത്ത് രാഷ്ട്രീയ സംഘർഷങ്ങൾ രൂക്ഷമാകാൻ തുടങ്ങിയപ്പോൾ, ഞങ്ങൾ സജീവ പങ്കുവഹിച്ച യൂണിയനുകളിലും പലതും പാർട്ടിയുടെ പോഷക സംഘടനകളായി മാറുന്നതു പോലെയായിരുന്നു. ഇത് അവരുടെ സാമ്പത്തിക ആവശ്യങ്ങൾക്കായി അണിനിരന്ന തൊഴിലാളികളെയും ട്രേഡ് യൂണിയനിസ്റ്റുകളെയും അസ്വസ്ഥതപ്പെടുത്തി. അവർ പാർട്ടിയിൽ നിന്ന് അകലാൻ തുടങ്ങി. പാർട്ടിയുടെ ഉപഗ്രഹങ്ങളായി പ്രവർത്തിക്കുന്ന യൂണിയനുകളെ ഞാൻ എതിർത്തു. പ്രധാനപ്പെട്ട രണ്ട് വലിയ തൊഴിലാളി കോൺഫെഡറേഷനുകളുടെ നിരുപാധികമായ ഏകീകരണത്തിനായി ചർച്ചകൾ നടത്തണമെന്ന് ഞാൻ നിർദ്ദേശിച്ചു. അവർ ഒരു വിശദീകരണവും നൽകാതെ എന്നെ പിരിച്ചുവിട്ടു. എന്റെ എതിർപ്പിനെ ഒരു വലതുപക്ഷവ്യതിയാനമായാണ് പാർട്ടി കണ്ടത്. കൂടാതെ, എന്റെ പുറത്താക്കലിനെക്കുറിച്ചുള്ള സത്യം എന്നോട് പറയാനുള്ള മര്യാദ പോലും അവർ കാണിച്ചില്ല. പകരം, അവർ ഗൂഢാലോചനയിലൂടെ ലളിതമായ ഒരു ചുമതല മാറ്റമായി ചിത്രീകരിക്കുകയും ചെയ്തു. സംഭവിക്കുന്ന കാര്യങ്ങളെക്കുറിച്ച് അറിയാത്തതിനാൽ ഞാൻ എന്റെ ഡ്യൂട്ടി കൈമാറി. ആ സമയത്താണ് സൈനികർ ഭരണം പിടിച്ചെടുത്തത്. ഞാൻ യൂണിയന്റെ മാനേജർ ആയതിനാൽ, സി.പി.ടി.യു (ദി കോൺഫെഡറേഷൻ ഓഫ് പ്രൊഗ്രസ്സീവ് ട്രേഡ് യൂണിയൻസ് ഓഫ് ടർക്കി)കേസിന്റെ പരിധിയിൽ എന്നെ അന്വേഷിച്ചു. പിന്നെ ടിസിപി അങ്കാറ കേസിലും ഞാൻ ഉൾപ്പെട്ടു.

അങ്കാറയിൽ ഞാൻ സുരക്ഷിതനല്ലാത്തതിനാൽ പാർട്ടി എന്നെ ഇസ്താംബൂളിലേക്ക് അയച്ചു. ഞാൻ ഇസ്താംബൂളിലെ ഒരു പാർട്ടി ഉദ്യോഗസ്ഥനോടൊപ്പം പ്രവർത്തിക്കാൻ തുടങ്ങി. അയാൾ എന്റെ ബോസായിരുന്നില്ല. പക്ഷേ അവനാണ് എനിക്ക് ആവശ്യമായ ബന്ധങ്ങൾ ഉണ്ടാക്കി തന്നത്. അയാൾ ശരിക്കുമൊരു കഥാപാത്രമായിരുന്നു. ആഴ്ചയിൽ നാല് ദിവസം മദ്യപിച്ചിരുന്നു. സാഹചര്യത്തിന്റെ ഗൗരവം നിങ്ങൾക്ക് മനസ്സിലാകുന്നുണ്ടോ?

നായ്ക്കളെപ്പോലെ പൊലീസ് വേട്ടയാടുന്ന പാർട്ടിയുടെ പ്രവർത്തകൻ കടുത്ത മദ്യപാനിയാകുന്നതിലെ അപകടം നിങ്ങൾക്ക് മനസിലാകുമോ? അയാൾക്കൊപ്പം ഞങ്ങൾക്ക് കുറച്ചു കാലം വീടു പങ്കിടേണ്ടിവന്നു. ഉപേക്ഷിച്ച മദ്യക്കുപ്പികൾ കൊണ്ട് ബാൽക്കണി ഉപയോഗശൂന്യമായി. സത്യസന്ധമല്ലാതായിരിക്കാൻ ഞാൻ ആഗ്രഹിക്കുന്നില്ല. ഞങ്ങൾ ദുഷ്കരമായ കാലത്തിലൂടെ കടന്നുപോകുകയായിരുന്നു.

സഖാക്കളെ തടങ്കലിൽ പാർപ്പിച്ച വാർത്ത ദിനംപ്രതി സംപ്രേഷണം ചെയ്യപ്പെട്ടു. ചില സമീപസ്ഥലങ്ങളിൽ ആളുകൾ പകൽസമയത്ത് പോലും പീഡിപ്പിക്കപ്പെട്ടു. സഖാക്കൾ സ്വയം രക്ഷിക്കാനുള്ള മാർഗ ങ്ങൾ തിരയുകയായിരുന്നു. ഞങ്ങൾ അനുഭവിച്ച പ്രയാസങ്ങൾ ശരിക്കും വേദനാജനകമായിരുന്നു, നിഷ്ക്രിയമായ മദ്യപാനത്തിലൂടെ വർഗസമരത്തെ നേരിടാൻ ഒരു വഴിയുമില്ല. ശരിയായ ഭാഷ ഉപയോ ഗിച്ച് ഞാൻ അദ്ദേഹത്തിന് കുറച്ച് തവണ മുന്നറിയിപ്പ് നൽകിയെങ്കിലും അദ്ദേഹം അത് കാര്യമാക്കിയില്ല. അതിനാൽ ഞാൻ ഞങ്ങളുടെ മേലു ദ്യോഗസ്ഥർക്ക് ഒരു റിപ്പോർട്ട് എഴുതി. അയാളെ ആ സ്ഥാനത്തു നിന്നും മാറ്റി എന്നെ സ്ഥാനമേൽപ്പിക്കാൻ ഞാൻ ആവശ്യപ്പെട്ടു. മാസങ്ങളോളം ഞാൻ കാത്തിരുന്നു, പക്ഷേ ഒരിക്കലും ഉത്തരം ഉണ്ടാ യില്ല''

മൂന്ന് റഷ്യക്കാരും അയാൾ പറയുന്നത് ശ്രദ്ധാപൂർവ്വം കേട്ടിരുന്നു. സെരിഫ് ശ്വാസമെടുക്കാനായി അൽപ്പനേരം നിറുത്തിയപ്പോൾ വിക്റ്റർ ഫയലിലേക്ക് ചൂണ്ടി താൻ ഇങ്ങനെയെഴുതുന്നതായി അയാളെ അറി യിച്ചു. ഏതെങ്കിലും സോഷ്യലിസ്റ്റ് രാജ്യത്തേക്ക് അയയ്ക്കണമെന്ന് നിങ്ങൾ നിർബന്ധപൂർവം ആവശ്യപ്പെട്ടതായാണ് ഈ ഫയലിൽ എഴു തിയിട്ടുള്ളത്.

''അത് ശരിയാണ്.''

സെരിഫ് കയ്പു നിറഞ്ഞ പുഞ്ചിരിയോടെ സ്ഥിരീകരിച്ചു. ''ഞാൻ അത് ചോദിച്ചു. പക്ഷേ കാരണം ഞാൻ വിശദീകരിക്കട്ടെ. മാസങ്ങളുടെ നിശ്ശബ്ദതയ്ക്ക് ശേഷം ഞാൻ ഒടുവിൽ എന്റെ മേലുദ്യോഗസ്ഥരിൽ നിന്ന് മറുപടി കിട്ടി. അവർ എനിക്ക് ഒരു വ്യാജ പാസ്പോർട്ട് കൈമാറി എന്നെ പെട്ടെന്ന് വിദേശത്തേക്ക് അയയ്ക്കുമെന്ന് പ്രഖ്യാപിച്ചു. ഒരു രാഷ്ട്രീയ അഭയാർത്ഥിയായി പടിഞ്ഞാറൻ യൂറോപ്പിലേക്ക് അയയ്ക്കു ന്നതിലൂടെ എന്റെ ശല്യം ഒഴിവാക്കുകയായിരുന്നു പലരുടെയും ആവ ശ്യമെന്ന് എനിക്കറിയാമായിരുന്നു. ഞാൻ പറഞ്ഞു, ''എനിക്ക് ഒരു രാഷ്ട്രീയ കുടിയേറ്റക്കാരനാകാൻ താൽപ്പര്യമില്ല.'' അവർ പിന്നെയും നിർബന്ധിച്ചു. അതിനാൽ ഞാൻ രാജ്യം വിടാൻ വിസമ്മതിച്ചു. തുടർന്ന് അവർ വാഗ്ദാനം ചെയ്തു, ''ശരി, ഞങ്ങൾ നിങ്ങളെ പടിഞ്ഞാറൻ യൂറോപ്പിലേക്കല്ല, വിദ്യാഭ്യാസത്തിനായി ഒരു സോഷ്യലിസ്റ്റ് രാജ്യ ത്തേക്ക് അയയ്ക്കില്ല. ''ഞാൻ സമ്മതിച്ചു. പക്ഷേ ഞാൻ ബൾഗേ റിയയിൽ എത്തിയപ്പോൾ കാര്യങ്ങൾ മാറി. അവർ എന്നെ വീണ്ടും പടിഞ്ഞാറൻ യൂറോപ്പിലേക്ക് അയയ്ക്കുമെന്ന് പറഞ്ഞു, ഞാൻ പറഞ്ഞു. ''ഞാൻ പോകില്ല. ഒന്നുകിൽ നിങ്ങൾ എന്നെ മോസ്കോ യിലേക്ക് അയയ്ക്കുകയോ അല്ലെങ്കിൽ ഇന്ന് വൈകുന്നേരം തുർക്കി യിലേക്ക് പോകുന്ന ട്രെയിനിൽ ടിക്കറ്റ് എടുക്കുകയോ ചെയ്യും. അവർ എന്നെ ഒരാഴ്ച കാത്തിരിക്കാൻ പ്രേരിപ്പിച്ചു. പക്ഷേ അവസാനം അവർക്ക് എന്റെ ഓഫർ സ്വീകരിക്കേണ്ടിവന്നു.''

''നിങ്ങളുടെ പരിശീലനത്തിന് ശേഷം നിങ്ങൾ എവിടെ പോകും?''

നിക്കോളായ് ആണ് ഇത് ചോദിച്ചത്. അയാൾക്കതിൽ ശരിക്കും കൗതുകമുള്ളതായി തോന്നി.

''തീർച്ചയായും എന്റെ രാജ്യത്തേക്ക് മടങ്ങുക, മറ്റെവിടെ?'' സെരിഫ് മറുപടി നൽകി. ''എനിക്ക് മറ്റെവിടെയെങ്കിലും പോകാൻ ആഗ്രഹമുണ്ടെന്ന് നിങ്ങൾ കരുതുന്നുണ്ടോ?''

മറുപടിയിൽ റഷ്യക്കാർ പുഞ്ചിരിച്ചു.

അപ്പോൾ തന്നെ വിക്റ്ററിനടുത്തുള്ള റേഡിയോ മുഴങ്ങാൻ തുടങ്ങി. ''അവർ ഞങ്ങളെ വിളിക്കുന്നുവെന്ന് ഞാൻ കരുതുന്നു, വിക്റ്റർ സഹാറോവിക്,'' നിക്കോളായ് പറഞ്ഞു. വിക്റ്റർ അത് ഓണാക്കിയപ്പോൾ റേഡിയോയിലൂടെ ഒരു ശബ്ദം വന്നു:

''കുർക്കിനോയെ കേന്ദ്രം വിളിക്കുന്നു, ഓവർ.''

ആൻഡ്രേയുടെ ശബ്ദം ലിയോണിഡ് തിരിച്ചറിഞ്ഞു.

''കേന്ദ്രം, ഇതാ കുർക്കിനോയാണ്. മുന്നോട്ട് പോകാം,'' വിക്റ്റർ മറുപടി നൽകി.

''ഒരു മണിക്കൂറിനുള്ളിൽ കുർക്കിനോ സിറ്റി സെന്ററിൽ കണ്ടുമുട്ടുക. ഓവർ,''

''ഞങ്ങൾ ഒരു ചോദ്യം ചെയ്യലിന് നടുവിലാണ്, അത് അവസാനിപ്പിക്കണമോ. ഓവർ.''

''നിങ്ങളുടെ ചോദ്യം ചെയ്യൽ പൂർത്തിയാക്കി ഉടൻ തന്നെ വരൂ.''

''ഞങ്ങൾക്ക് മനസിലായി. ഓവർ ആന്റ് ഔട്ട്,' വിക്റ്റർ റേഡിയോ താഴെ വെച്ചിട്ട് നിക്കോളായെ നോക്കി. തന്റെ യുവ സഹപ്രവർത്തകനിൽ നിന്ന് അദ്ദേഹത്തിന് പ്രതികരണം ലഭിച്ചില്ല. എന്നിരുന്നാലും ലിയോനിഡിന്റെ കണ്ണുകളിലെ തിളക്കം അദ്ദേഹത്തിന് കാണാൻ കഴിഞ്ഞിരുന്നുവെങ്കിൽ, ഈ അപ്രതീക്ഷിത കോളിൽ അസഫിന് പങ്കുണ്ടെന്ന് അയാൾക്ക് മനസ്സിലായേനേ.

പതിനേഴ്

സെരിഫിന്റെ ചോദ്യം ചെയ്യൽ കഴിഞ്ഞ് രണ്ടു ഉദ്യോഗസ്ഥരും ഗ്ലോഷാഡ് ഡെർജിൻസ്കോവയിലെ കെ ജി ബി കെട്ടിടത്തിലെത്തിയപ്പോൾ, സമയം രാത്രി 11 മണി ആയിരുന്നു. എന്നിട്ടും അവിടെ പകലിലെന്ന പോലെ തിരക്കുണ്ടായിരുന്നു. ഒന്നാം നിലയിലെ സഖാവ് ആൻഡ്രേയുടെ മുറിയിൽ അവരെ പ്രതീക്ഷിച്ച് മറ്റുള്ളവർ നിൽക്കുന്നുണ്ടെന്ന സ്ഫിങ്ക്സ് എന്ന് വിളിപ്പേരോടുകൂടിയ തണുത്തതും വികാരരഹിതവുമായ മുഖമുള്ള ഉദ്യോഗസ്ഥൻ പറഞ്ഞപ്പോൾ, അവർ സഹപ്രവർത്തകരുടെ കൂട്ടത്തെ വകഞ്ഞു മാറ്റി മാർബിൾ പടികൾ കയറി.

''രാത്രി ഷിഫ്റ്റിന്റെ തിരക്കാണെന്നു തോന്നുന്നു.'' നിക്കോളായ് പിറുപിറുത്തു.

''ഉച്ചകോടി നടക്കുന്നതിന്റെ തിരക്കാണ്,'' വിക്റ്റർ വിശദീകരിച്ചു. ''നിരായുധീകരണ യോഗങ്ങൾ തിങ്കളാഴ്ച തുടങ്ങും.''

''അത് ശരിയാണ്, ഞാൻ മറന്നു,'' നിക്കോളായ് നെറ്റിയിൽ കൈവെച്ച് കൊണ്ട് പറഞ്ഞു. ''നമുക്കിനി അതിന്റെ ജോലിയും ഉണ്ടാകുമോ?''

സഹപ്രവർത്തകനെ അഭിമുഖീകരിക്കാതെ വിക്റ്റർ പിറുപിറുത്തു. ''നമുക്ക് തുടങ്ങി വെച്ച ജോലി ആദ്യം തീർക്കാം.''

''സ്ഥാനക്കയറ്റത്തിനുള്ള ആർത്തി ഈ മനുഷ്യന്റെ നാശത്തിനു വഴി വയ്ക്കും,'' നിക്കോളായ് ചിന്തിച്ചു. ''അദ്ദേഹത്തിന് ഈ തൊഴിൽ ഒട്ടും അറിയില്ല. അത്തരം അഭിലാഷങ്ങളുള്ളവരെ ഇവിടെ വച്ചു പൊറുപ്പിക്കില്ല.'' ഒരുപക്ഷേ അദ്ദേഹത്തിന്റെ ചിന്തകൾ തെറ്റായിരിക്കാം. ശീതയുദ്ധം ഏതാണ്ട് അവസാനിച്ചു. ലോകം ഒരു പുതിയ യുഗത്തിലേക്ക് ഉണരുകയാണ്. പുതിയ കാലത്തിനാവശ്യം പുതിയ ചിന്താമാർഗ്ഗങ്ങളാണ്. മത്സരം, സ്വകാര്യ ഉദ്യമങ്ങൾ, വ്യക്തിഗത ക്ഷേമം തുടങ്ങിയ ആശയങ്ങൾ പ്രാവ്ദയിൽ പോലും പരാമർശിക്കപ്പെടുന്നുണ്ട്.

ആൻഡ്രേയ് അൽഗോവിച്ചിന്റെ മുറിയിൽ പ്രവേശിക്കുമ്പോഴും നിക്കോളായുടെ മനസ്സ് ഈ ചിന്തകളിൽ മുഴുകിയിരുന്നു.

ആൻഡ്രേയ് അൽഗോവിച്ച് ഒരു പത്രം വായിച്ചുകൊണ്ട് വിശാലമായ മേശയ്ക്കരികിൽ ഇരിക്കുന്നുണ്ടായിരുന്നു. ചുറ്റും ഇത്രയും ബഹളങ്ങൾ നടക്കുമ്പോൾ തന്റെ മേലുദ്യോഗസ്ഥന് ഇങ്ങനെയിരുന്നു പത്രം വായിക്കാൻ എങ്ങനെ സമയം കിട്ടുന്നു എന്ന് വിക്റ്റർ അത്ഭുതപ്പെട്ടു.

"വരൂ, സഖാക്കളേ," അവരെ കണ്ടപ്പോൾ ആൻഡ്രേയ് പത്രം വായന നിർത്തി. "എന്റെ മേശയ്ക്കരികിൽ ഇരിക്കൂ."

രണ്ട് രഹസ്യാന്വേഷണ ഉദ്യോഗസ്ഥരും ബഹുമാനപുരസ്സരം ഇരുന്നപ്പോൾ, ആൻഡ്രേയ് അലഗോവിച്ച്, വിക്റ്ററുടെ ചിന്തകൾ കേട്ടതുപോലെ പറഞ്ഞു.

"നിങ്ങൾക്ക് ഭാഗ്യമുണ്ട്. ഒരു പതിനഞ്ച് മിനുറ്റുകൾക്ക് മുൻപ് ഇവിടെ കാര്യങ്ങൾ കീഴ്മേൽ മറിഞ്ഞപോലെയായിരുന്നു. എനിക്കായി ഇത്തിരി നേരം ഇപ്പോഴാണ് ഒന്ന് തരപ്പെട്ടത്. ഞാനിപ്പോൾ സഖാവ് മാലേവിന്റെ 'രഹസ്യാന്വേഷണത്തിന്റെ പുതുകാലസാദ്ധ്യതകൾ' എന്ന ലേഖനം വായിക്കാൻ ഇരുന്നതാണ്."

എന്നാൽ അവരിരുവരും തന്റെ കൈയിലിരിക്കുന്ന ഇസ്വെസ്റ്റിയ (Izvestiya) പത്രത്തിലേക്ക് ഒരെത്തും പിടിയുമില്ലാതെ തുറിച്ചുനോക്കുന്നതു കണ്ടപ്പോൾ ആൻഡ്രേയ് ഒരല്പം ഗൗരവത്തോടെ പതുക്കെ പറഞ്ഞു:

"നിങ്ങൾ ഈ ലേഖനത്തെപ്പറ്റി കേട്ടിട്ടേയില്ല എന്നു പറയരുത്."

സത്യം പറഞ്ഞാൽ ആരും വിശ്വസിക്കാൻ പോകുന്നില്ല. നിലത്തു നിൽക്കാതെയുള്ള ഓട്ടപ്പാച്ചിലിനിടയിൽ പത്രമൊന്ന് മറിച്ചുനോക്കാനുള്ള സമയം അവർക്കു കിട്ടിയില്ലയെന്നതായിരുന്നു വാസ്തവം.

അക്കാര്യം തുറന്നു സമ്മതിക്കാൻ ഇരുകൈകളും തന്റെ നുണക്കുഴിക്കവിളിൽ തിരുമ്മിത്തൊട്ടു വിക്റ്റർ ഒരുങ്ങിയപ്പോഴേക്ക് "ഈ ലേഖനത്തെപ്പറ്റി ഞങ്ങൾക്കറിയാം." എന്ന് നിക്കോളായ് തന്റെ ചിലമ്പിച്ച ശബ്ദത്തിൽ പറഞ്ഞു കഴിഞ്ഞിരുന്നു. "പക്ഷേ കേസും തിരക്കും കാരണം ഞങ്ങൾക്കതു വായിക്കാനുള്ള സാവകാശം കിട്ടിയില്ല."

വിക്റ്റർ തന്റെ യുവസഹപ്രവർത്തകനെ ഒളികണ്ണിട്ട് നോക്കി. ഒട്ടും പരിഭ്രമമോ ഇടർച്ചയോ ഇല്ലാതെ ഇരിക്കുകയാണ് അയാൾ. "ഇവൻ ഒരൊന്നാന്തരം കള്ളൻ തന്നെ." അയാൾ മനസ്സിൽ കരുതി. രഹസ്യാന്വേഷണ ഉദ്യോഗസ്ഥനായാൽ ഇങ്ങനെ വേണം.

"അങ്ങനെയാണല്ലേ..." ആൻഡ്രേയ് പത്രമൊന്നു കുടഞ്ഞു നിവർത്തി അത്യാവേശത്തോടെ ഉപദേശിച്ചു: "എന്തായാലും നിങ്ങൾ നിർബന്ധമായും ഈ ലേഖനം വായിച്ചിരിക്കണം. ആധുനിക ലോകത്ത് രഹസ്യാന്വേഷണത്തിന്റെ രാഷ്ട്രീയ പ്രാധാന്യമെന്താണ്? ഈ പുതുകാലം നമ്മിൽ നിന്നെന്താണ് പ്രതീക്ഷിക്കുന്നത്? ഈ ചോദ്യങ്ങൾക്കെല്ലാമുള്ള ഉത്തരങ്ങൾ നിങ്ങൾക്ക് ഈ ലേഖനത്തിൽ നിന്നു കിട്ടും. അസാധ്യമായ ലേഖനമാണിത്. ഫലപ്രദമായ അവതരണത്തോടു കൂടിയത്."

നിക്കോളായ് തന്റെ മേലുദ്യോഗസ്ഥന്റെ ഊർജ്ജസ്വലമായ വാക്കുകൾ കേട്ട് ആരാധനാപൂർവ്വം കോരിത്തരിച്ചു നിൽക്കുകയായിരുന്നു. എന്നാൽ വിക്റ്ററിന്റെ മുഖത്ത് മുന്നനുഭവങ്ങളുടെ വിളർച്ചയും ക്ഷീണവുമെന്നപോലെ ഒരു താത്പര്യമില്ലായ്മ ദൃശ്യമായിരുന്നു. ആവേശോജ്ജ്വലങ്ങളായ വർത്തമാനങ്ങൾ അയാൾ എത്രയോ തവണ കേട്ടിരിക്കുന്നു.

പുതുയുഗത്തിന്റെ നാന്ദി കുറിക്കുന്നിടത്ത്, ചരിത്രത്തിന്റെ നൂതന സന്ധികളിൽ ഇത്തരം ഗംഭീര വാക്യങ്ങൾ മുഴങ്ങിക്കേൾക്കും. പലതും അകംപൊള്ളയായ കട്ടിവാക്കുകളായിരിക്കും. ചെറിയ മാറ്റങ്ങൾ സംഘടനയിൽ വരുത്താറുണ്ട്. എന്നാൽ എത്ര കൂടുതൽ മാറ്റങ്ങൾ വരുത്തുന്നോ അത്ര തന്നെ കാര്യങ്ങൾ പഴയ സ്ഥിതിലേക്കുതന്നെ തിരിച്ചുപോകാനും ഇടയുണ്ട്.

പക്ഷേ, ഈ പ്രാവശ്യം വിക്റ്റർക്ക് ഭയമുണ്ടായിരുന്നു. രാജ്യത്തിന്റെ ചരിത്രത്തിൽ ആദ്യമായാണ് ''മാറ്റം'' എന്ന വാക്ക് ഇത്രയും തവണ ആവർത്തിച്ച് ഉച്ചരിച്ചു കേൾക്കുന്നത്. മാറ്റത്തിന് വേണ്ടി കാതോർക്കുന്നവരല്ലാത്ത ആരുമവിടെയില്ല എന്നു തോന്നിപ്പോയി. രാജ്യത്തിലെ ഓരോരുത്തരും പാർട്ടി സെക്രട്ടറി മുതൽ സാധാരണ തൊഴിലാളി വരെ, ചുവപ്പു പടയുടെ സേനാധിപതി മുതൽ അർബാത് തെരുവിലെ ചിത്രകാരൻ വരെ ഏകസ്വരത്തിൽ മാറ്റത്തിനായി സ്തുതിഗീതം പാടി. ''പുനരുദ്ധാരണം വരട്ടെ.'' ''സുതാര്യമായ നയങ്ങൾ ഉണ്ടാവട്ടെ.'' വിക്റ്റർ ഇതൊക്കെ കണ്ടും കേട്ടും അന്തം വിട്ടുനിന്നു. ടെലിവിഷൻ സ്ക്രീനുകളിലും പത്രങ്ങളിലും നിറഞ്ഞുനിന്ന് പഴയ രീതികളെയും ചിട്ടകളെയും വാതോരാതെ വിമർശനമുന്നയിക്കുന്നത് അല്പകാലം മുൻപു വരെ ആ വ്യവഹാരതാത്പര്യങ്ങളോടെ രാജ്യം ഭരിച്ചവരാണ്. അവരാണ് അന്നന്നത്തെ ആഹാരത്തിനും മറ്റ് അടിസ്ഥാനസൗകര്യങ്ങൾക്കുമായി നീണ്ട വരിയിൽ ഇടംപിടിച്ചു നിൽക്കുന്ന സാധാരണക്കാരുടെ ശത്രുക്കൾ. അവരാണ് കീറത്തുണിക്കും പഴങ്കഞ്ഞിക്കും വേണ്ടി കൈനീട്ടി ഇരക്കേണ്ടി വരുന്നവരെ സൃഷ്ടിച്ചത്. വ്യാപകമായ മദ്യപാനാസക്തിക്കും സാമൂഹിക ഒറ്റപ്പെടലിനുമൊക്കെ കാരണക്കാർ ഇക്കൂട്ടരാണ്.

തുറന്ന സമീപനത്തിന്റെ കാലമാണ് വരുന്നതെങ്കിൽ എന്തിനാണിവർ കഴിഞ്ഞ കാലഘട്ടത്തെ ഇങ്ങനെ വിമർശിക്കുക മാത്രം ചെയ്തുകൊണ്ടിരിക്കുന്നത്? അത്തരം ഒരു ഇരട്ടത്താപ്പ് സമീപനം സമൂഹത്തിന് എന്ത് മാതൃകയാണ് കാട്ടിക്കൊടുക്കുക? സ്വന്തം തെറ്റുകൾ പൊതുജനമധ്യത്തിൽ ഏറ്റുപറയാനുള്ള മാന്യതയെങ്കിലും കാണിക്കേണ്ടതല്ലേ?

പക്ഷേ, ഇത് അതൊന്നുമല്ലല്ലോ. കാര്യങ്ങളുടെ ഈ പോക്കിൽ അയാൾക്ക് വല്യ പ്രതീക്ഷയൊന്നുമില്ലായിരുന്നു. മാറ്റം എന്നത് പേയിളകിയ മൂന്ന് കുതിരകളെ ഒരേ നുകത്തിൽ കെട്ടിയ വണ്ടി പോലെയാണ്.

അത് രാജ്യത്തെ ഇരുട്ടിന്റെ അന്തമില്ലാത്ത ആഴങ്ങളിലേക്ക് കൊണ്ടുപോകുന്നു. ഇതേക്കുറിച്ചാരും ഇപ്പോൾ ആരും ബോധവാന്മാരല്ലെന്നതാണ് സങ്കടകരമായ കാര്യം. സ്വന്തം മുഖം രക്ഷിക്കാനുള്ള തത്രപ്പാടിൽ അവരിതൊന്നും അറിയുകയോ മനപ്പൂർവ്വം ശ്രദ്ധിക്കുകയോ ചെയ്യുന്നില്ല.

രഹസ്യാന്വേഷണവിഭാഗത്തിന്റെ അവസ്ഥയും ഇതുതന്നെയായിരുന്നു. ഉയർന്ന ഉദ്യോഗസ്ഥനായ ആൻഡ്രേയ്, വിക്റ്ററിനെപ്പോലെയുള്ള ഉദ്യോഗസ്ഥരെ അവഗണിക്കുകയും തങ്ങളുടെ ആത്മാർത്ഥതയും കടമയും കാണിക്കാനെന്നവണ്ണം ചെറുപ്പക്കാരനും നവചിന്തകൾക്കുടമയുമായ നിക്കോളായെപ്പോലെയുള്ളവരെ നിയമിക്കുകയും ചെയ്യുന്നു. പഴയകാലത്തിന്റെ തെറ്റുകൾ ശരാശരിക്കാരായ ഉദ്യോഗസ്ഥരുടെ പുറത്തു കെട്ടിവെച്ച് അവരെ ഒഴിവാക്കി, സ്വന്തം പ്രതിച്ഛായ രക്ഷിക്കാൻ ശ്രമിക്കുന്നത് രഹസ്യാന്വേഷണ വിഭാഗത്തിൽ പതിവായിരുന്നു.

''വിക്റ്റർ, എന്തിനെക്കുറിച്ചാണ് താങ്കൾ ആലോചിക്കുന്നത്?'' ആൻഡ്രേയ് ആരാഞ്ഞു. ''നിങ്ങളെന്നെ ശ്രദ്ധിക്കുന്നില്ല എന്നു തോന്നുന്നു.''

''ക്ഷമിക്കണം സഖാവ് ആൻഡ്രേയ്.'' അല്പം അകൽച്ചയോടെ തികച്ചും ഔപചാരികമായി വിക്റ്റർ പറഞ്ഞു: ''ഞാൻ ആ കൊലപാതകത്തിന്റെ പുറകെയാണ്.''

താൻ നിന്ദിക്കപ്പെട്ടതായി തോന്നിയെങ്കിലും, ആൻഡ്രേയ് പതിഞ്ഞ ചിരിയോടെ ആ അവമതിയെ അവഗണിച്ചു.

''സത്യത്തിൽ ഞാൻ നിങ്ങളെ വിളിപ്പിച്ചത് ആ കേസ്സിനെക്കുറിച്ച് സംസാരിക്കാനാണ്.''

വിക്റ്റർ പ്രതീക്ഷയോടെ ചോദിച്ചു: ''എന്തു സംഭവിച്ചു? എന്തെങ്കിലും പുതിയ വിവരം ലഭിച്ചോ?''

''ഇല്ല. അത്ര പ്രധാനപ്പെട്ടതൊന്നുമല്ല.'' അധികം വെളിപ്പെടുത്താനാഗ്രഹിക്കാത്തതുപോലെ ആൻഡ്രേയ് പറഞ്ഞു. ''അയാൾ... ആ ടി.സി.പി. കമ്മിറ്റിയുടെ അംഗമായിരുന്ന അയാളുടെ പേര് എന്താണ്.. ഹോ... ഞാൻ മറന്നല്ലോ?'' പേര് ഓർത്തെടുക്കാൻ ശ്രമിക്കുന്നതിനിടയിൽ താൻ തന്നെ വിരലുകൊണ്ട് മേശമേൽ കോറിയിട്ട ചിത്രവട്ടങ്ങളിലായി ആൻഡ്രേയുടെ ശ്രദ്ധ.

''അസഫ്.'' നിക്കോളായ് അതിഭവ്യതയോടെ പറഞ്ഞു.

''അതെ... അവൻ തന്നെ. ഈ അന്വേഷണങ്ങളുടെ ഭാഗമാകാൻ അവന് ആഗ്രഹമുണ്ടെന്നാണ് ഞാൻ കേട്ടത്. അവന്റെ പാർട്ടിയുടെ പ്രതിനിധിയായി. പക്ഷേ, നിങ്ങൾ അത് അനുവദിച്ചില്ല എന്നാണല്ലോ ഞാൻ അറിഞ്ഞത്.''

''ഞങ്ങൾ അനുമതി നൽകിയിരുന്നു.'' വിക്റ്റർ തിരുത്തി. അയാളുടെ അതൃപ്തിയും അസന്തുഷ്ട ഭാവവും ആ മറുപടിയിൽ നിഴലിച്ചു.

''പക്ഷേ, അയാളുടെ പേര് നമ്മൾ സംശയിക്കുന്നവരുടെ കൂട്ടത്തിൽ വന്നപ്പോൾ, ഞങ്ങൾ അയാളോട് മാറിനിൽക്കാൻ ആവശ്യപ്പെട്ടു.''

''അയാൾ കുറ്റക്കാരനാണെന്ന് നിങ്ങൾ സംശയിക്കുന്നുണ്ടോ?''

തന്റെ മേലധികാരിയുടെ ഞെട്ടലിൽ ഒട്ടും ആത്മാർത്ഥതയില്ലെന്ന് മനസ്സിലാക്കിയിട്ടും വിക്റ്റർ തന്റെ വിശദീകരണം തുടർന്നു.

''അയാളുടെ പേന ക്രൈം നടന്നിടത്തുനിന്ന് ഞങ്ങൾക്ക് കിട്ടിയിരുന്നു.''

''മൃതദേഹത്തിനടുത്തു നിന്നാണോ?''

''അല്ല, പത്തോ പതിനഞ്ചോ മീറ്റർ അപ്പുറത്തുനിന്ന്. അതേ റോഡിൽ നിന്നു തന്നെ.''

''അത് അറിയാതെ വീണുപോയതാണെങ്കിലോ?''

''അതും അയാൾ ഉന്നയിച്ചിരുന്നു. പക്ഷേ, കൊലപാതകം നടന്ന സമയത്ത് താൻ എവിടെയായിരുന്നു എന്നു തെളിയിക്കാൻ അയാൾക്കു കഴിഞ്ഞിട്ടില്ല. അതു മാത്രമല്ല, അയാൾ താമസിച്ചിരുന്ന കെട്ടിടത്തിന്റെ തൊട്ടുമുന്നിലായിട്ടാണ് കൊലപാതകം നടന്ന സ്ഥലം.''

''കൊലപാതകസമയത്ത് എവിടെയായിരുന്നു എന്നാണ് അയാൾ അവകാശപ്പെടുന്നത്?''

''മുറിയിൽ തനിച്ചിരിക്കുകയായിരുന്നു എന്നാണ് അയാൾ പറഞ്ഞത്. ആരും അയാളെ മുറിയിൽ കണ്ടിട്ടുമില്ല,''

''സമയം വല്ലാതെ വൈകിയിരുന്നല്ലോ. എല്ലാവരും ഉറങ്ങാനുള്ള തയ്യാറെടുപ്പിലായിരുന്നു കാണും. അപ്പോൾപ്പിന്നെ അയാളെ ആരും അയാളെ കണ്ടിട്ടില്ലെന്നു പറയുന്നത് സ്വാഭാവികമല്ലേ?'' കുറച്ചുനേരം അവരെ തുറിച്ചുനോക്കി എന്തോ ഓർത്തു നിന്നശേഷം ആന്ദ്രേയ് ഒരു ഉപസംഹാരമെന്നോണം പറഞ്ഞു: ''എനിക്കു തോന്നുന്നില്ല ആ മനുഷ്യന് ഒരു കൊലപാതകിയാകാൻ കഴിയുമെന്ന്. കരുതിക്കൂട്ടി കൊലപാതകം ചെയ്യാൻ ഇറങ്ങിത്തിരിച്ചവനാണെങ്കിൽ താൻ താമസിക്കുന്ന കെട്ടിടത്തിനു മുൻപിൽ വെച്ചു തന്നെ അത് ചെയ്യാൻ ഒരുമ്പിട്ടിറങ്ങുകയില്ലല്ലോ.''

''അത് മുന്നേ തീരുമാനിച്ചതല്ലെങ്കിലോ, ഒരു നിമിഷത്തിന്റെ സമ്മർദ്ദത്തിന്റെ ഫലമായി സംഭവിച്ചുപോയതാണെങ്കിലോ?''

''അങ്ങനെയെങ്കിൽ കൂടുതൽ തെളിവുകൾ അയാൾ ബാക്കിവെച്ചേനേ എന്നുറപ്പല്ലേ? അയാളുടെ തൊട്ടടുത്ത അപ്പാർട്ട്മെന്റിലാണ് ലിയോനിഡ് താമസിച്ചിരുന്നത്. അയാൾ തീർച്ചയായും എന്തെങ്കിലും കാണുകയോ കേൾക്കുകയോ ചെയേതേനേ. തന്നെയുമല്ല, ആ മനുഷ്യൻ വർഷങ്ങളോളം വിപ്ലവ പ്രസ്ഥാനത്തിലായിരുന്നു. സി.പി.എസ്.യുവും ടി. സി.പിയുമായുള്ള ബന്ധം അദ്ദേഹം വളരെക്കാലം നല്ല രീതിയിൽ

തുടർന്നു. അയാൾ വിശ്വസ്തനും സത്യസന്ധനുമാണ്.'' ആൻഡ്രേയ് സഹപ്രവർത്തകരുടെ പ്രതികരണം നിരീക്ഷിച്ചു.

''ഇല്ല, എനിക്കു തോന്നുന്നില്ല, അയാൾക്കൊരു കൊലപാതകം ചെയ്യാൻ കഴിയുമെന്ന്.''

''അപ്പോൾ നമ്മൾ അയാളെ വീണ്ടും ചോദ്യം ചെയ്യലിൽ പങ്കെടുപ്പിക്കാൻ പോകുകയാണോ?'' വിക്റ്റർ നിരാശനായി.

''ആ മനുഷ്യൻ കൊലയാളിയാണെന്ന് കാണിക്കാൻ മതിയായ തെളിവുകൾ നമ്മുടെ പക്കലില്ല.''

ഈ സംവാദം എങ്ങോട്ടാണു പോകുന്നതെന്ന് വിക്റ്ററിനു ശരിക്കും മനസ്സിലാകുന്നുണ്ടായിരുന്നു.

അസഫിനെ ചോദ്യം ചെയ്യലിൽ ഉൾപ്പെടുത്തണമെന്ന നിർദ്ദേശം മുകളിൽ നിന്നുണ്ടായതാണ്. വർഷങ്ങളുടെ പരിചയ സമ്പത്തുള്ള ആൻഡ്രേയ് ഈ തീരുമാനം അടിച്ചേൽപ്പിക്കാൻ സാധ്യത വളരെ കുറവാണ്. സമാധാനപൂർവ്വം പറഞ്ഞു സമ്മതിപ്പിക്കാനാണ് സാധ്യത. തന്റെ മേലുദ്യോഗസ്ഥനെ സാകൂതം നിരിക്ഷിച്ചു നിന്ന നിക്കോളായെ അയാൾ ഏറുകണ്ണിട്ടൊന്നു നോക്കി.

''സഖാവ് ആൻഡ്രേയ്, നമ്മളിപ്പോൾ എന്താണു ചെയ്യാൻ പോകുന്നത്?'' വിക്റ്റർ ചോദിച്ചു. ജോലിയോട് ഉത്തരവാദിത്വമുള്ള ഒരു ഉദ്യോഗസ്ഥനെന്ന നിലയിൽ അയാളുടെ ശബ്ദത്തിൽ ആത്മവിശ്വാസം സ്ഫുരിച്ചു.

''അയാൾ ചോദ്യം ചെയ്യലിൽ ചേരട്ടെ. അയാളുടെ മേൽ ഒരു കണ്ണുണ്ടായാൽ മതി. നമുക്ക് നോക്കാം. ഭയപ്പെടേണ്ട.''

''അയാൾ ശരിക്കും കൊലപാതകിയണെങ്കിൽ എന്തു ചെയ്യും?'' വിക്റ്റർ ചോദിച്ചു.

''നമ്മൾ ശ്രദ്ധയോടെയിരുന്നാൽ മതി, സഖാവേ,'' ആൻഡ്രേയ് പറഞ്ഞു. വിക്റ്ററുടെ ചോദ്യം അയാളെ അസ്വസ്ഥനാക്കി എന്ന് വ്യക്തമായിരുന്നു. ''ഇതാണ് അതിന്റെ ശരിയായ രീതി. നമ്മുടെ മേലുദ്യോഗസ്ഥർ ആവശ്യപ്പെട്ട കാര്യമാണ്. ഇക്കാര്യത്തിലെന്തെങ്കിലും സംഭവിച്ചാൽ അവരും ഉത്തരവാദികളായിരിക്കും. ഇപ്പോൾ നമ്മൾ ഈ റിസ്ക് ഏറ്റെടുക്കുകയാണ്.''

കുറച്ചു നേരത്തേക്ക് ആരുമൊന്നും മിണ്ടിയില്ല. ആൻഡ്രേയുടെ സന്തോഷം നിറഞ്ഞ ശബ്ദമാണ് പിന്നീട് ആ നിശ്ശബ്ദത ലംഘിച്ചത്.

''മറ്റൊരു സന്തോഷ വാർത്ത കൂടിയുണ്ട്. നമ്മുടെ പിള്ളേർ ആ കോഡ് ബ്രേക്ക് ചെയ്തു.''

വിക്റ്റർ അതു കേൾക്കാൻ കാത്തിരിക്കുകയായിരുന്നു. അയാൾ തന്റെ യുവസഹപ്രവർത്തകനെ തിരിഞ്ഞു നോക്കി. അയാളും വല്ലാത്ത

സന്തോഷത്തിലായിരുന്നു. നിക്കോളായ് ചോദിച്ചു: ''ഏതു പുസ്തകത്തിൽ നിന്നാണ് അവർ ആ കോഡ് എടുത്തത്?''

ആൻഡ്രേയുടെ മുഖത്ത് പ്രകാശം തെളിഞ്ഞു. അയാൾ ആ സന്തോഷ വാർത്ത ആവോളം അസ്വദിക്കുകയായിരുന്നു. ''ദസ് കാപ്പിറ്റലിൽ നിന്നെടുത്തതാകാം എന്നാണ് ലിയോനിഡ് പറയുന്നത്. പക്ഷേ എന്റെ മനസ്സിലേക്ക് മറ്റെന്തോ ആണ് കടന്നു വന്നത്. 60 പേജു വരെയേ കോഡ് ഉപയോഗിച്ചിട്ടുള്ളൂ. ഇതെന്തോ ഒരു സൂത്രമാകാം. നമ്മൾ എന്തായാലും ഒരു ഭാഗ്യപരീക്ഷണം നടത്തിയേ മതിയാവൂ. കുറച്ചു കൂടി ചെറിയ ഒരു പുസ്തകം നോക്കാൻ ഞാൻ ഒസിപ്പിനോട് ആവശ്യപ്പെട്ടിട്ടുണ്ട്. എന്നാൽ ലിയോനിഡ് പറഞ്ഞതു പോലെ, ഒരു പുസ്തകം എപ്പോഴും കൈയിലിരിക്കുകയാണെങ്കിൽ അതു മറ്റുള്ളവരുടെ ശ്രദ്ധ പിടിച്ചു പറ്റില്ല. അതുകൊണ്ടു തന്നെ ഏതെങ്കിലും മാർക്സിസ്റ്റ് ക്ലാസ്സിക്കാകാനാണ് സാദ്ധ്യത.''

അത്യുത്സാഹത്തോടെ അയാൾ തന്റെ യുവ സഹപ്രവർത്തകരെ കണ്ണുകൾ വിടർത്തി നോക്കി.

''അവർ ഏതു പുസ്തകത്തിൽ നിന്നായിരിക്കാം ആ കോഡ് എടുത്തിട്ടുണ്ടാകുക? എന്താണ് നിങ്ങളുടെ അഭിപ്രായം?''

''കാൾ മാർക്സ് എഴുതിയ പുസ്തകമല്ലേ അത്?'' തന്റെ മേലുദ്യോഗസ്ഥന്റെ തമാശയിൽ പങ്കു ചേർന്നുകൊണ്ട് നിക്കോളായ് ചോദിച്ചു.

''മാർക്സും ഏംഗൽസും ചേർന്ന് എഴുതിയത്,'' ഒരു പ്രധാന സൂചന വെളിപ്പെടുത്തുന്നതിലെ സന്തോഷം പുറത്തു കാണിച്ചുകൊണ്ട് ആൻഡ്രേയ് അഭിപ്രായപ്പെട്ടു.

കവിളിൽ കൈ വച്ചുകൊണ്ട് നിക്കോളായ് ആലോചിച്ചു നോക്കി. പക്ഷേ ഉത്തരം കണ്ടെത്താൻ കഴിഞ്ഞില്ല. നിശ്ശബ്ദനായി ഇരുന്ന വിക്റ്ററിനെ മറുപടി നൽകാൻ ആൻഡ്രേയ് പ്രേരിപ്പിച്ചു:

''നിനക്കെന്തു തോന്നുന്നു?''

''മാനിഫെസ്റ്റോ ആണോ?'' അയാൾ സംശയത്തോടെ ചോദിച്ചു.

''ബ്രാവോ.'' ആൻഡ്രേയ് അയാളെ പ്രശംസിച്ചു. അദ്ദേഹം ലെതർ ബാഗ് തുറന്ന് സോൽ പബ്ലിക്കേഷൻസ് പ്രസിദ്ധീകരിച്ച കമ്മ്യൂണിസ്റ്റ് മാനിഫെസ്റ്റോയുടെ തുർക്കി പരിഭാഷ പുറത്തെടുത്തു. ''കമ്മ്യൂണിസ്റ്റ് മാനിഫെസ്റ്റോ ആയിരിക്കും എന്നാണ് നിങ്ങളുടെ ഊഹം. അത്ര വലിയ പുസ്തകമല്ല ഇത്. ഓരോ മാർക്സിസ്റ്റ് വിദ്യാർത്ഥിയും കൈയിൽ കരുതേണ്ടതാണു താനും.''

''തന്റെ പുസ്തകം ഇതുപോലുള്ള ശത്രു ചാരന്മാർ ഉപയോഗിക്കുമെന്ന് മാർക്സ് ഒരിക്കലും കരുതിയിട്ടുണ്ടാകില്ല,'' നിക്കോളായ് അർദ്ധ പരിഹാസത്തോടെ പറഞ്ഞു. ''അദ്ദേഹമിപ്പോൾ കുഴിമാടത്തിൽ കിടന്ന് ദേഷ്യം കൊണ്ടു പുളയുന്നുണ്ടാകും.''

''രഹസ്യ സന്ദേശത്തിൽ എന്താണ് പറയുന്നത്?'' പതിവ് ഗൗരവത്തോടെ വിക്റ്റർ ചോദിച്ചു. ''അതാണ് ഏറ്റവും പ്രധാനം.''

ആൻഡ്രേയ് തന്റെ ബാഗിൽ നിന്ന് ഒരു കടലാസ് പുറത്തെടുത്തു. പേപ്പറിൽ സിറിലിക് അക്ഷരമാലയിൽ എന്തോ എഴുതിയിട്ടുണ്ടായിരുന്നു. അദ്ദേഹം അത് വിക്റ്ററിന് കൈമാറി.

''ദാ, വായിച്ചു നോക്കൂ.''

വിക്റ്റർ കുറിപ്പ് എടുത്ത് ഉറക്കെ വായിച്ചു:

''നമ്മൾ നേരിട്ടു കാണേണ്ടിയിരിക്കുന്നു. ഫെബ്രുവരി 3 തിങ്കളാഴ്ച ഉച്ചയ്ക്കു രണ്ടു മണിക്ക് ദിനാമോ സബ് വേ സ്റ്റേഷനിൽ നിന്ന് റോഡിന്റെ വലതുവശത്ത് കൂടി ബെലോറുസ്കയ സ്റ്റേഷനിലേക്ക് നടക്കുക. നിങ്ങൾ സ്റ്റേഷനിൽ എത്തിക്കഴിഞ്ഞാൽ താഴേക്കു നടക്കുക. 2.20ന് എസ്കലേറ്ററിന് മുന്നിൽ എന്നെ കാത്തിരിക്കുക.

''ഇതിനൊക്കെയുള്ള ധൈര്യം സമ്മതിക്കണം.'' വിക്റ്റർ അത്ഭുതത്തോടെ പറഞ്ഞു. ''ഈ പറഞ്ഞ സ്ഥലം സ്കൂളിനു തൊട്ടടുത്താണ്.''

''ഇതിന് ധൈര്യവുമായി യാതൊരു ബന്ധവുമില്ല,'' ആൻഡ്രേയ് അവകാശപ്പെട്ടു. ''അവർ സ്കൂളിനടുത്തുള്ള ഒരു സ്ഥലം മനഃപൂർവ്വം തിരഞ്ഞെടുത്തതാണ്. ചാരപ്രവൃത്തി ചെയ്യുന്ന വ്യക്തിയുടെ പെട്ടെന്നുള്ള തിരോധാനം ആരും ശ്രദ്ധിക്കാതിരിക്കാൻ. മീറ്റിംഗ് തിങ്കളാഴ്ചയാണെന്ന് സന്ദേശത്തിൽ പറയുന്നു. എല്ലാ തിങ്കളാഴ്ചയും കുർക്കിനോയിലെ വിദ്യാർത്ഥികൾ സ്കൂൾ ഹെഡ്ക്വാർട്ടേഴ്സിലേക്ക് വരാറുണ്ട്. രാവിലെ അവർ ക്ലാസ്സുകളിലിരിക്കും. ഉച്ചതിരിഞ്ഞ് സിനിമ കാണും. സംഘത്തിലെ മറ്റുള്ളവർ സിനിമ കാണുമ്പോൾ, ചാരൻ എന്തെങ്കിലും ഒരൊഴിവുകഴിവ് കണ്ടെത്തുകയും നേരത്തെ പറഞ്ഞു വെച്ച മീറ്റിംഗിലേക്ക് പോവുകയും ചെയ്യും.''

''കൺമുന്നിൽ നടക്കുന്ന കാര്യങ്ങൾ നമ്മൾ പലപ്പോഴും അവഗണിക്കുന്നു,'' നിക്കോളായ് പറഞ്ഞു. ''പക്ഷേ സന്ദേശം ഇപ്പോഴും ആ കളിപ്പാട്ടക്കടയുടെ ടോയ്‌ലറ്റിൽ മറഞ്ഞിരിക്കുകയാണ്. നമ്മുടെ ചാരന് അതു ലഭിച്ചില്ലെങ്കിൽ മീറ്റിംഗ് നടക്കില്ല.''

''അതു പറയാറായിട്ടില്ല,'' ആൻഡ്രേയ് പറഞ്ഞു. ''നമുക്കിനിയും അഞ്ചു ദിവസം കൂടി ബാക്കിയുണ്ട്.''

''സന്ദേശം അവിടെ നിന്നു വാങ്ങാൻ ചാരൻ പോകുമെന്ന് ഞാൻ പ്രതീക്ഷിക്കുന്നു. അല്ലാത്തപക്ഷം, നമ്മൾ മീറ്റിംഗ് നടക്കുന്ന സ്ഥലത്തേക്കു പോയി യിൽഡിറിമിനെ അറസ്റ്റ് ചെയ്യേണ്ടിവരും.'' വിക്റ്റർ പറഞ്ഞു.

സുഹൃത്തിന്റെ തെറ്റ് മനസ്സിലാക്കിയ നിക്കോളായ് പെട്ടെന്നു പറഞ്ഞു: ''ഇല്ല, നമുക്കയാളെ അറസ്റ്റു ചെയ്യാൻ കഴിയില്ല. അയാൾക്ക് രാഷ്ട്രീയ സംരക്ഷണമുണ്ട്.''

വിക്റ്ററുടെ മുഖം മങ്ങി. ആൻഡ്രേയ് നിക്കോളായോട് ചോദിച്ചു:

''അന്വേഷണം എങ്ങനെ പോകുന്നു?'' അന്വേഷണത്തിന്റെ ചുമതലക്കാരൻ നിക്കോളായ് ആണെന്ന മട്ടിലായിരുന്നു ആൻഡ്രേയുടെ ചോദ്യം.

വിക്റ്ററുടെ മുഖത്തെ അതൃപ്തി കണ്ടപ്പോൾ നിക്കോളായ് ഒന്ന് മടിച്ചു. വിക്റ്റർ നിസ്സംഗതയോടെ നിക്കോളായോട് വിശദീകരണം കൊടുക്കാൻ ആംഗ്യം കാണിച്ചു.

''ഞങ്ങൾ തുടങ്ങിയിട്ടേയുള്ളൂ,'' നിക്കോളായ് പറഞ്ഞു. ''കൊലപാതകം നടക്കുമ്പോൾ പുറത്തുണ്ടായിരുന്ന ബെസിറിനെയും സെരിഫിനെയും ഞങ്ങൾ ചോദ്യം ചെയ്തു. ബെസിർ കൊലപാതകിയാകാമെന്ന് ഞാൻ കരുതുന്നില്ല. അയാൾ വളരെ നിഷ്കളങ്കനാണ്. സെരിഫും സംശയിക്കാവുന്ന ആളാണെന്നു തോന്നുന്നില്ല. രണ്ടു പേരും ഒരു കാര്യം ചോദ്യം ചെയ്യലിനിടെ പറഞ്ഞിട്ടുണ്ട്. അപരിചിതനായ ഒരാൾ കെട്ടിടത്തിലേക്ക് പ്രവേശിക്കുന്നത് അവർ രണ്ടുപേരും കണ്ടു. അയാളായിരിക്കാം കൊലപാതകി. പക്ഷേ, ആ മനുഷ്യൻ ആരാണെന്ന് ഇതുവരെ ഞങ്ങൾക്ക് പിടികിട്ടിയിട്ടില്ല.''

''നിങ്ങൾക്കാരെയെങ്കിലും സംശയമുണ്ടോ?'' ആൻഡ്രേയുടെ ചോദ്യം വിക്റ്ററിനോടായിരുന്നു: ''സഖാവേ, നിങ്ങൾക്കെന്തു തോന്നുന്നു?''

തന്റെ പാദങ്ങളിലേക്കു കണ്ണു നട്ടിരിക്കുകയായിരുന്ന വിക്റ്റർ പതുക്കെ മുഖമുയർത്തി മനസ്സില്ലാമനസ്സോടെ ആൻഡ്രേയ്ക്കു നേരെ നോക്കി.

''ഒന്നും പറയാനായിട്ടില്ല,'' അദ്ദേഹം പിറുപിറുത്തു. ''ഞങ്ങളുടെ സംശയങ്ങൾ പ്രധാനമായും കേന്ദ്രീകരിക്കുന്നത് സെമിലിലും കരീമിലുമാണ്.''

''എന്തുകൊണ്ട് ആ രണ്ടുപേർ?'' ആൻഡ്രേയ് കൗതുകത്തോടെ ചോദിച്ചു. ''അവരെ സംശയിക്കാൻ മാത്രം എന്തു തെളിവാണ് നിങ്ങളുടെ കയ്യിലുള്ളത്?''

''അങ്ങനെ കൃത്യമായ തെളിവുകളൊന്നുമില്ല. പക്ഷേ സംഭവത്തെപ്പറ്റി അവർ തന്ന റിപ്പോർട്ടുകളെക്കുറിച്ച് ഞങ്ങൾക്ക് ചില സംശയങ്ങളുണ്ട്. കൊലപാതകം നടക്കുമ്പോൾ പ്രബന്ധം എഴുതുകയായിരുന്നുവെന്ന് ഒരാൾ പറയുന്നു. എന്നാൽ മുറിയിൽ അയാൾ ഉണ്ടായിരുന്നില്ല. മാത്രവുമല്ല, അയാളാണ് മുഹമ്മദിനെ നാട്ടിൽ വച്ചുതന്നെ അറിയാവുന്ന രണ്ടു പേരിൽ ഒരാൾ.''

''മറ്റെയാളുടെ കാര്യമോ?''

''കരീം,''നിക്കോളായ് വീണ്ടും സംഭാഷണത്തിൽ പങ്കുചേർന്നു. ''കൊലപാതകം നടന്ന രാത്രിയിൽ 39 ഡിഗ്രി പനി ബാധിച്ച് വിശ്രമിക്കുകയായിരുന്നു അയാൾ. ലിയോനിഡ് പറയുന്നതനുസരിച്ച്, എഴുന്നേറ്റ് മീറ്റിംഗിൽ പങ്കെടുക്കാൻ അയാൾക്കു കഴിയുമായിരുന്നില്ല. അയാളല്ല

കൊലയാളി എന്ന് ഇതിനർത്ഥമില്ല. അയാളും രാത്രി മുറിയിൽ ഉണ്ടായിരുന്നില്ലെന്നാണ് അറിയുന്നത്.''

''അതു ശരി'' ആൻഡ്രേയ് പറഞ്ഞു. അടുത്ത ചോദ്യം വിക്റ്ററിനോടായിരുന്നു. ''ആ സെമിലിനെക്കുറിച്ച് കുറച്ച് പറയൂ. അയാൾ ആളെങ്ങനെയാണ്?''

''ചെറുപ്പക്കാരനാണ്, നല്ല ചുറുചുറുക്കുണ്ട്. പാർട്ടിയുമായുള്ള ബന്ധവും നല്ലതാണ്. ചെറുപ്പം മുതൽക്കേ വിപ്ലവകാരിയായിരുന്നു. ആദ്യം അയാൾ ഒരു അർദ്ധ അരാജകവാദി സംഘടനയിലാണ് പ്രവർത്തിച്ചിരുന്നത്. ആ സംഘടന പിരിച്ചുവിട്ടപ്പോൾ ടി.സി.പിയുടെ യുവജന വിഭാഗം സ്ഥാപിച്ച ഒരു സംഘടനയിൽ പ്രവർത്തിക്കാൻ തുടങ്ങി. പാർട്ടിയുടെ യുവജന സംഘടനയിൽ എല്ലാ തലങ്ങളിലും അയാൾ പ്രവർത്തിച്ചിട്ടുണ്ട്. പലതവണ പൊലീസിന്റെ ആക്രമണത്തിനു വിധേയനാകുകയും കസ്റ്റഡിയിലെടുക്കപ്പെടുകയുമുണ്ടായിട്ടുണ്ട്. പക്ഷേ ഒരിക്കൽപ്പോലും അറസ്റ്റിലായിട്ടില്ല. പിന്നീട് അയാളെ പാർട്ടി റിക്രൂട്ട് ചെയ്തു. പട്ടാള അട്ടിമറിയുടെ കാലത്തുള്ള രഹസ്യപ്രവർത്തനങ്ങൾ നടക്കുമ്പോഴാണ് അയാളുടെ ഭാഗ്യം തെളിഞ്ഞത്. കേന്ദ്ര കമ്മിറ്റിയുമായി ബന്ധപ്പെട്ട് പ്രവർത്തിക്കുന്ന വിദ്യാർത്ഥി-യുവജന കാര്യ ഓഫീസിന്റെ ചുമതല അയാൾക്കും മുഹമ്മദിനുമായിരുന്നു. ഈസ്താംബൂളിലെ ഉന്നത വിദ്യാഭ്യാസ യുവജന സംഘടനയുടെ കുടക്കീഴിലായിരുന്നു ഈ ഓഫീസ് പ്രവർത്തിച്ചിരുന്നത്.''

''പാർട്ടിയുടെ ഒന്നാന്തരമൊരു പ്രവർത്തകനായതു കൊണ്ട് അയാളെ ഈ കൊലപാതകക്കേസിൽ സംശയിക്കാൻ നമുക്കു പറ്റില്ല,'' ആന്ദ്രേയ് എതിർപ്പിന്റെ സ്വരത്തിൽ പറഞ്ഞു. അദ്ദേഹം വീണ്ടും നിക്കോളായ്ക്കു നേരെ തിരിഞ്ഞു: ''എന്താണ് കരീമിന്റെ അവസ്ഥ?''

''നിയമവിരുദ്ധമായ പ്രസിദ്ധീകരണങ്ങൾ സംഘടനയുടെ മേധാവികൾക്ക് വിതരണം ചെയ്യുകയായിരുന്നു കരീമിന്റെ ജോലി. മുഹമ്മദിനൊപ്പമാണ് അയാളെ നിയോഗിച്ചിരുന്നത്. എന്നാൽ നിയമവിരുദ്ധമായ ഉരുപ്പടികൾ രണ്ടു പേരുടെയും സംഘടനകളിലേയ്ക്ക് എത്തിക്കാനുള്ള ഉത്തരവാദിത്തം കരീമിനായിരുന്നു.''

''പ്രധാനപ്പെട്ട ദൗത്യം തന്നെ,'' ആൻഡ്രേയ് പിറുപിറുത്തു. അദ്ദേഹം മുന്നിലിരിക്കുന്ന ഉദ്യോഗസ്ഥരെ സൂക്ഷ്മമായി നോക്കി: ''അപ്പോൾ ഇവരെ രണ്ടുപേരെയുമാണ് നിങ്ങൾ പ്രധാനമായും സംശയിക്കുന്നത്, അല്ലേ? നമുക്ക് അവരെക്കുറിച്ച് അന്വേഷിക്കാം. എന്തെങ്കിലും തുമ്പു കിട്ടുമോ എന്നു നോക്കാം.''

പതിനെട്ട്

ഉറക്കമുണർന്നപ്പോൾ, തുർഗട്ടിന്റെ കിടക്കയിൽ അവനുണ്ടായിരുന്നില്ലെന്ന് സെരിഫ് കണ്ടു. അയാൾ കുളിക്കുകയായിരിക്കുമെന്ന് സെരിഫ് കരുതി. അയാൾ എഴുന്നേറ്റു ജനലിന്റെ കർട്ടൻ മാറ്റി, ഇരട്ടപ്പാളികളിലൂടെ പുറത്തേക്കു നോക്കി. കഴിഞ്ഞ രാത്രി പോലെ ശക്തമല്ലെങ്കിലും അപ്പോഴും മഞ്ഞുവീണുകൊണ്ടിരുന്നു. ഡൈനിംഗ് ഹാളിലേക്കുള്ള വഴിയിൽ രണ്ട് നിഴലുകൾ സ്നോബോൾ കളിക്കുന്നത് അദ്ദേഹം ശ്രദ്ധിച്ചു. അടുത്തെത്തിയപ്പോൾ അവരെ തിരച്ചറിയാൻ അയാൾക്കു കഴിഞ്ഞു: മൃദുവായ ശാരീരിക വളവുകളോടു കൂടിയവളും കറുത്ത വർഗക്കാരിയുമായ ബ്രസീലുകാരി ഇസബെലും അവളുടെ ദീർഘകാല കാമുകനായ ലെബനൺകാരൻ ഒമറും ആയിരുന്നു അത്. ഇസബെലിന്റെ സ്നോബോൾ ആക്രമണത്തിനോട് പ്രതികരിക്കാൻ വിസമ്മതിക്കുന്നതായി തോന്നിയ ഒമറിനെ അവൾ പിന്തുടരുകയായിരുന്നു; സ്നോബോൾ ഒഴിവാക്കാൻ ഇടത്തോട്ടും വലത്തോട്ടും ചാഞ്ഞ് അയാൾ ഓടിക്കൊണ്ടിരുന്നു. അത്രയും തടിച്ച ഒരാൾക്ക് പന്ത് ദേഹത്തുകൊള്ളാതെ ഒഴിഞ്ഞു മാറുക എളുപ്പമായിരുന്നില്ല. തന്റെ പന്ത് കൃത്യമായി ലക്ഷ്യത്തിൽ കൊള്ളുന്നതിൽ ആവേശഭരിതയായ ഇസബെല്ല ഉന്മാദിയായ ഒരു ഇസ്രായേലി ഫുട്ബോൾ കളിക്കാരനെപ്പോലെ പൊട്ടിച്ചിരിച്ചുകൊണ്ട് പിന്നെയും പന്തെറിഞ്ഞു കൊണ്ടിരുന്നു.

സെരിഫ് തന്റെ സഹസഖാവിന്റെ അവസ്ഥ ഒരു ചെറുപുഞ്ചിരിയോടെ നോക്കിക്കാണുകയായിരുന്നു. ഓ, സ്ത്രീകളുടെ സ്നേഹം പിടിച്ചു പറ്റാൻ വേണ്ടി പുരുഷന്മാർ ചെയ്യുന്ന ഓരോ കാര്യങ്ങൾ. എന്നു സ്വയം പറഞ്ഞുകൊണ്ട് ജനാലയിൽ നിന്നു മാറി. അപ്പോഴേക്കും രണ്ടു പ്രണയികളും അവിടെ നിന്നു പോയിരുന്നു. പതിവില്ലാതിരുന്നിട്ടും പ്രഭാതഭക്ഷണത്തിനു മുമ്പ് ഒന്നു പുകയ്ക്കണമെന്ന് അയാൾക്ക് തോന്നി. അയാൾ മേശപ്പുറത്തു കിടന്ന സിഗരറ്റ് പായ്ക്കറ്റിലേക്ക് നോക്കി. കൈകൾ അവിടെ വരെ എത്തിയെങ്കിലും അവസാന നിമിഷം അയാൾ വേണ്ടെന്നു വച്ചു മുറിയുടെ പുറത്തേക്ക് പോയി. അയാൾ മുറി വിട്ടു.

കുളിമുറിയിൽ നിന്നു വെള്ളം വീഴുന്ന ഒച്ച കേട്ടപ്പോൾ തുർഗട്ട് കുളിക്കുകയായിരിക്കും എന്ന തന്റെ ഊഹം തെറ്റിയിട്ടില്ലെന്ന് അയാൾക്ക് മനസ്സിലായി. എല്ലാ ദിവസവും രാവിലെ ചെയ്യാറുള്ളതു പോലെ അയാൾ ഹിക്മെത്തിന്റെയും ഡർമുസിന്റെയും മുറിയിലേക്കു പോയി. അയാൾ വാതിലിൽ മുട്ടിയിട്ട് മുറിയിലേക്ക് എത്തിനോക്കി. അവർ കിടക്കയിലിരുന്നു എന്തൊക്കെയൊ സംസാരിച്ചു കൊണ്ടിരിക്കുകയായിരുന്നു.

''ഗുഡ് മോണിങ്.''

സെരിഫ് പറഞ്ഞു.

''ഗുഡ് മോണിങ്,'' അവർ മറുപടി പറഞ്ഞു.

''നിങ്ങൾക്കു മുമ്പേ അയാൾ ഇന്നും ബാത്ത്റൂമിൽ കയറിയല്ലേ?'' ഡർമുസ് ചോദിച്ചു. തമാശയ്ക്കാണെങ്കിലും തന്റെ സുഹൃത്തിനെക്കുറിച്ച് അയാളുടെ അസാന്നിദ്ധ്യത്തിൽ കുറ്റം പറയാൻ താൽപര്യമില്ലാത്തതു കൊണ്ടാവാം സെരിഫ് വെറുതെ പുഞ്ചിരിച്ചതേയുള്ളു. ''അവർ നമ്മുടെ പരിശീലനം അവസാനിപ്പിച്ച് നമ്മളെ നാട്ടിലേക്ക് തിരിച്ചയയ്ക്കുമോ, സഖാവ് സെരിഫ്?'' സെരിഫിന്റെ പ്രതികരണത്തിലെ ചടുലതയില്ലായ്മ ശ്രദ്ധിക്കാതെ ഡർമുസ് തുടർന്നു.

ആ ചോദ്യത്തിൽ സംശയം തോന്നിയ സെരിഫ് എന്തെങ്കിലും വാർത്തയുണ്ടോ എന്ന മറുചോദ്യം ഉന്നയിച്ചു.

''ഇല്ല സുഹൃത്തേ, ഡർമുസ് വെറുതെ ഓരോന്നൂഹിച്ചു പറയുന്നതാണ്,'' കട്ടിലിൽ നിവർന്നിരുന്നു കൊണ്ട് ഹിക്മെത്ത് പറഞ്ഞു.

''ഇവിടെ നമ്മുടെ പരിശീലനത്തിന് എന്തെങ്കിലും തടസ്സമുണ്ടാകുമെന്ന് ഞാൻ കരുതുന്നില്ല. അങ്ങനെയുണ്ടാകേണ്ട കാര്യമില്ലെന്നാണ് എന്റെ വിശ്വാസം.''

''അതു ഞാൻ സമ്മതിക്കുന്നു,'' ഹിക്മെത്ത് പറഞ്ഞു.

ഈ പ്രതികരണങ്ങളിൽ സന്തോഷമുണ്ടെന്ന് തോന്നുന്ന തരത്തിൽ ഡർമുസിന്റെ കണ്ണുകൾ തിളങ്ങി.

''ഞാനും അങ്ങനെ കരുതുന്നു. ഇത് നമ്മുടെ മറ്റൊരു യുദ്ധമുഖമാണ്. കൂട്ടത്തിലൊരാൾ കൊല്ലപ്പെട്ടതുകൊണ്ട് നമുക്ക് സമരം ഉപേക്ഷിച്ച് ഓടിപ്പോകാൻ കഴിയില്ല.''

ഡർമുസിന്റെ ആശങ്കയ്ക്ക് പിന്നിലെ കാരണം സെരിഫിന് അറിയാമായിരുന്നു. ഈ വിഡ്ഢി ആ റഷ്യൻ പെൺകുട്ടിയുമായി പ്രണയത്തിലായിരുന്നു. അവരെ പരിശീലനം അവസാനിപ്പിച്ച് തുർക്കിയിലേക്ക് തിരിച്ചയയ്ക്കുമെന്ന് അയാൾ ഭയപ്പെട്ടു.

''നമ്മൾ ഓടിപ്പോകും എന്ന ആശയം നിങ്ങൾക്കെവിടെ നിന്നു വന്നു?'' ഹിക്മെത്ത് ചോദിച്ചു. ഡർമുസിന്റെ വാക്കുകൾ അയാളെ അസ്വസ്ഥനാക്കിയിരുന്നു.

''ഞാൻ വെറുതെ പറഞ്ഞതാണ്,'' ഡർമുസ് പറഞ്ഞു. ''എന്തായാലും ഞാൻ ബെസിറിനെ ഒന്നു നോക്കട്ടെ. അല്ലെങ്കിൽ അവൻ വീണ്ടും കിടന്നുറങ്ങും.''

അയാൾ മുറിയുടെ പുറത്തേക്ക് പോകുമ്പോഴും ബാത്ത്റൂമിൽ വെള്ളം വീഴുന്ന ശബ്ദം സെരിഫ് കേട്ടു. അതിനർത്ഥം തന്റെ റൂം മേറ്റ് കുറഞ്ഞത് പതിനഞ്ച് മിനിറ്റ് കൂടി കഴിഞ്ഞേ കുളി തീർന്നു പുറത്തിറങ്ങൂ എന്നാണ്.

സെരിഫ് അപ്പാർട്ട്മെന്റ് വാതിലിനടുത്തു കൂടി കടന്നുപോകുമ്പോൾ, നെജത്ത് ആന്റിചേംബറിൽ ഒറ്റയ്ക്കിരുന്നു ടെലിവിഷൻ കാണുന്നതു കണ്ടു.

''നിങ്ങൾ ഈ വെളുപ്പാൻ കാലത്ത് എന്തു കണ്ടുകൊണ്ടിരിക്കുകയാണ്? ഇന്നലെ രാത്രി ടെലിവിഷന് മുന്നിൽ ഇരിക്കുന്നതിനെക്കുറിച്ച് നിങ്ങൾ സ്വപ്നം കണ്ടോ?'' അയാൾ സുഹൃത്തിനെ കളിയാക്കി.

നെജത്ത് നീരസത്തോടെ അവനെ തിരിഞ്ഞുനോക്കി. ''നിങ്ങൾക്ക് ആദ്യം 'സുപ്രഭാതം' പറയാമായിരുന്നു.''

''ഗുഡ് മോർണിംഗ്, സഖാവേ,'' സെരിഫ് അയാളുടെ അടുത്തേയ്ക്കു ചെന്നു. ടെലിവിഷനിൽ ഒന്നു നോക്കിയതിനു ശേഷം, നിങ്ങൾ കാർട്ടൂണുകളും കാണുമോ, എന്ന് അതിശയോക്തി കലർന്ന സ്വരത്തിൽ അയാൾ ചോദിച്ചു.

''നിങ്ങൾ പോയി ബെസിറിനെ ഉണർത്തൂ,'' നെജത്ത് പറഞ്ഞു. ''ഞാനിവിടെ റഷ്യൻ പഠിക്കാൻ ശ്രമിക്കുകയാണ്.''

''നിങ്ങൾ ഹെയ്ഡിയെ കണ്ടാണോ പഠിക്കുന്നത്?''

''ഹെയ്ഡിയല്ല, അത് മിഷയാണ്. അവൾ ശത്രു പക്ഷപാതിയാണ്.''

''കൊള്ളാം, നിങ്ങൾ ഒരേസമയം റഷ്യൻ ഭാഷ പഠിക്കുകയും രാഷ്ട്രീയ വിദ്യാഭ്യാസം നേടുകയും ചെയ്യുന്നു.''

സെരിഫിന്റെ പരിഹാസത്തിൽ മടുപ്പും ദേഷ്യവും വന്ന നെജത്ത് സീറ്റിൽ നിന്നു ചാടിയെഴുന്നേറ്റ് അയാളെ ഓടിക്കാൻ ചെന്നു. പക്ഷേ അതിനു മുമ്പ് സെരിഫ് നടന്നു തുടങ്ങിയിരുന്നു. ബെസിറിന്റെയും കരീമിന്റെയും അപ്പാർട്ട്മെന്റിലേക്ക് നടക്കുമ്പോൾ അയാൾ വെറുതെ ചിരിച്ചു. വാതിൽ തുറന്ന ഉടനെ ബെസിറിന്റെ കുപ്രസിദ്ധമായ കൂർക്കം വലിയാണ് അയാളെ സ്വാഗതം ചെയ്തത്. ''ഇവിടെ ആവശ്യത്തിനു മുറികൾ ഒഴിവുള്ളത് നന്നായി. അല്ലാത്തപക്ഷം ഈ മനുഷ്യനോടൊപ്പം താമസിക്കാൻ ആർക്കാണ് കഴിയുക?'' സെരിഫ് ചിന്തിച്ചു. അയാളുടെ കണ്ണുകൾ കരീമിന്റെ മുറിയുടെ വാതിലിലേക്ക് തിരിഞ്ഞു. വിക്റ്ററിനും നിക്കോളായ്ക്കും രാത്രി നേരത്തെ പോകേണ്ടിവന്നപ്പോൾ, അവൻ തിടുക്കത്തിൽ സെരിഫിനെ ഒരു കോണിലേക്ക് പിടിച്ചുമാറ്റി എന്തിനാണ് പോകുന്നതെന്ന് ചോദിച്ചിരുന്നു. ഒരു വിശദീകരണവും അയാളെ

തൃപ്തനാക്കിയില്ല. സെരിഫ് കള്ളം പറയുകയാണെന്ന് അവൻ ആരോപിച്ചിരുന്നു. അവനെ പ്രീണിപ്പിക്കാൻ സെരിഫ് മണിക്കൂറുകളോളം ശ്രമിച്ചു. ഒടുവിൽ താൻ സത്യമാണ് പറയുന്നതെന്ന് അവനെ ബോദ്ധ്യപ്പെടുത്തുന്നതിൽ സെരിഫ് വിജയിച്ചു. എന്നിട്ടും കരീമിന്റെ അസ്വസ്ഥത മാറിയിരുന്നില്ല. യുക്തിരഹിതമായ കാര്യങ്ങൾ പറഞ്ഞ് അർദ്ധരാത്രി വരെ സെരിഫിനെ അവനവിടെ പിടിച്ചിരുത്തി.

ഇരുട്ടിൽ കരീമിന്റെ വാതിലിനു പുറത്തു നിന്ന സെരിഫിന് അയാളെ വിളിച്ചുണർത്തണോ എന്ന കാര്യത്തിൽ ആശങ്കയുണ്ടായിരുന്നു. തലേന്നു രാത്രി അയാളുമായി നടന്ന സംഭാഷണങ്ങൾ അയാളോർത്തു. അസംബന്ധമായ കാര്യങ്ങൾ പറഞ്ഞ് അയാൾ വീണ്ടും തന്നെ ബുദ്ധിമുട്ടിക്കുമോ എന്ന് അയാൾ ശങ്കിച്ചു. എന്നാലും മറ്റാരുമായും കൂട്ടില്ലാത്ത അയാളെ തനിച്ചാക്കി പോകാൻ അയാൾക്കു തോന്നിയില്ല. അങ്ങനെ ചെയ്താൽ അയാൾ കൂടുതൽ ഭ്രാന്തനായി തീരുമെന്ന് സെരിഫിനു തോന്നി. അയാൾ വാതിലിനടുത്തെത്തി, അയാളുടെ അവസ്ഥയ്ക്കു ഭേദമുണ്ടോ എന്ന് നോക്കുകയായിരുന്നു സെരിഫിന്റെ ഉദ്ദേശ്യം. പകുതി തുറന്നിരുന്ന വാതിലിന്റെ ഹാൻഡിലിൽ തൊടാൻ തുടങ്ങുമ്പോൾ സെരിഫിന്റെ കാലുകളിൽ ഒരു നനവ് അനുഭവപ്പെട്ടു. കാര്യമെന്താണെന്നു തിരിച്ചറിയാൻ മാത്രം വെളിച്ചം മുറിയിലുണ്ടായിരുന്നില്ല. ചായയോ കാപ്പിയോ മറ്റോ തുളുമ്പിവീണതായിരിക്കും. അപ്പാർട്ടുമെന്റുകൾ വൃത്തിയാക്കാൻ വരുന്ന കത്യാ ഇതു കണ്ടാൽ ശുണ്ഠി പിടിക്കും. റഷ്യൻ ഭാഷ അവർക്കു മനസ്സിലാകില്ലെന്നറിഞ്ഞു കൊണ്ടു തന്നെ കത്യാ വാതോരാതെ ശകാരിക്കും. കരിമും ബെസീറുമാണ് ഇന്ന് കത്യായുടെ ചീത്തവിളി കേൾക്കാൻ പോകുന്നത്.

കത്യ കാണുന്നതിന് മുമ്പ് ഇത് വൃത്തിയാക്കാൻ അവരോട് പറയണം, എന്നു വിചാരിച്ചു കൊണ്ട് അയാൾ വാതിൽ തള്ളിത്തുറന്ന് അകത്തേക്ക് കയറി. തുറന്ന വാതിലിലൂടെ ഒഴുകി വന്ന വെളിച്ചം കൊണ്ട് അയാൾക്കു കണ്ണു കാണാതായി. കർട്ടനിടാതെയാണോ ഇവൻ ഉറങ്ങുന്നത് എന്ന് സെരിഫ് ചിന്തിച്ചു. അപ്പോഴേക്കും അയാളുടെ കണ്ണുകൾ തെളിഞ്ഞു. എന്നാലും ആകെ ഒരു വല്ലാത്ത വെളിച്ചം ആ മുറിയിലുണ്ടായിരുന്ന എല്ലാ വസ്തുക്കളിൽ നിന്നും പുറപ്പെടുന്നുണ്ടായിരുന്നു. വാൾ പേപ്പറുകൾ, മേശ, ചെറിയ ബുക്ക് കെയ്സ്, കിടക്ക, കരീമിന്റെ ഉറങ്ങുന്ന മുഖം എല്ലാം വെള്ളി നിറത്തിൽ തിളങ്ങി. അയാൾ മെല്ലെ മുന്നോട്ടു നടന്നു. മുറിയിലെ വസ്തുക്കൾ അവയുടെ സ്വാഭാവിക നിറങ്ങൾ കൈവരിക്കാൻ തുടങ്ങി. കരീമിന്റെ മുഖം മാത്രം വല്ലാതെ വിളറിയിരുന്നു. നല്ല വെള്ള നിറമായിരുന്നില്ല. ഒരു വല്ലാത്ത മഞ്ഞ കലർന്ന വെള്ളനിറം. തറയിലെ ചുവപ്പു നിറം കണ്ട് അയാൾ ഒന്നു പകച്ചു. കരീമിന്റെ വലതു കൈ ചോരകൊണ്ടു ചുവന്നിരുന്നു. വിരലുകൾ

കട്ടിലിൽ നിന്ന് തറയിലേക്കു തൂങ്ങിക്കിടക്കുകയായിരുന്നു. കണ്ണുകൾ കൂടുതൽ വലിച്ചു തുറന്ന് സെരിഫ് കട്ടിലിലേക്ക് ഉറ്റുനോക്കി. സീലിങ്ങിലെ ചിത്രപ്പണികളിലേക്ക് കണ്ണു നട്ട് അയാളുടെ സുഹൃത്ത് ബെഡിൽ കിടക്കുകയായിരുന്നു. അയാളുടെ മുഖത്ത് അയാളിൽ മുമ്പൊരിക്കലും കാണാത്ത ഒരു ഭാവമായിരുന്നു. ഒരു വല്ലാത്ത ശാന്തത. കരീം കഴിഞ്ഞ രാത്രി അവസാനമായി പറഞ്ഞ വാക്കുകൾ അയാളുടെ ചെവിയിൽ മുഴങ്ങി: ''നാളെ.. വല്ലാതെ വൈകിപ്പോയേക്കും.''

വിചിത്രമായ വെളിച്ചത്തിൽ തിളങ്ങി നിൽക്കുന്ന കരീമിന്റെ മുഖത്തേക്ക് അധികനേരം നോക്കി നിൽക്കാൻ സെരിഫിനു കഴിയുമായിരുന്നില്ല. കരീമിന്റെ മുഖത്തു നിന്നു കണ്ണു വെട്ടിച്ചെങ്കിലും തറയിലെ രക്തത്തിന്റെ ചുവപ്പ് അയാൾക്കു ശ്രദ്ധിക്കാതിരിക്കാൻ കഴിഞ്ഞില്ല. ഭാഗികമായി ഉണങ്ങിയ ഇരുണ്ട ചോര അയാളുടെ കാലുകൾക്കടുത്തു വരെ എത്തിയിരുന്നു. അയാൾ ഭയത്തോടെ താഴേക്ക് നോക്കി. തന്റെ നീല നിറത്തിലുള്ള ചെരുപ്പുകൾ രക്തത്തിൽ പുതയുന്നത് അയാൾ കണ്ടു. ഇവിടെ നിന്ന് എത്രയും പെട്ടെന്ന് പുറത്തെത്തണം എന്നു സ്വയം പറഞ്ഞു കൊണ്ട് അയാൾ വാതിലിനടുത്തേക്ക് ഓടി. പെട്ടെന്ന് അയാൾക്ക് ഛർദ്ദിക്കാൻ വരുന്നതു പോലെ തോന്നി. വാ കൈ കൊണ്ടു പൊത്തി അയാൾ ടോയ്‌ലറ്റിലേക്ക് ഓടി. അയാൾക്ക് ഛർദ്ദിക്കണമെന്നുണ്ടായിരുന്നെങ്കിലും ഒന്നും പുറത്തേക്ക് വന്നില്ല. അയാളുടെ കണ്ണുകളിൽ നിന്നു വെള്ളം വന്നു. ഒരു ദീർഘനിശ്വാസമെടുത്തപ്പോൾ ഛർദ്ദി കുറേയെറെ കുറഞ്ഞതു പോലെ തോന്നി. മുഖം കഴുകാനായി അയാൾ കൈകൾ ടാപ്പിനു താഴെ വെച്ചു. കൈകൾ കാറ്റിൽ കരിയിലയെന്ന പോലെ വിറയ്ക്കുന്നുണ്ടായിരുന്നു. കുറച്ചു കഴിഞ്ഞപ്പോഴാണ് താൻ ടാപ്പ് തുറന്നിട്ടില്ലെന്ന് അയാൾ മനസ്സിലാക്കിയത്. വിറയ്ക്കുന്ന കൈകളാൽ അയാൾ ടാപ്പ് തുറന്നു.

തണുത്ത വെള്ളം അയാളെ കുറച്ചൊന്നുണർത്തി. ഇത് സഖാക്കളെ അറിയിക്കണം. സെരിഫ് വിചാരിച്ചു. അയാൾ തിരിഞ്ഞു നോക്കിയപ്പോൾ കുളിമുറിയുടെ തറയിൽ രക്തത്തിന്റെ അടയാളങ്ങൾ കണ്ടു. ഇത് എന്താണ്? അയാൾ ഭയപ്പാടോടെ സ്വയം ചോദിച്ചു. സ്വന്തം ചെരിപ്പിൽ നിന്നു പറ്റിയതാണെന്നു മനസിലായപ്പോൾ തറയിൽ ചവിട്ടാതിരിക്കാൻ ശ്രദ്ധിച്ച് അയാൾ കുളിമുറി വിട്ട് പുറത്തേക്ക് പോയി.

ഇതൊന്നുമറിയാതെ ബെസിർ കൂർക്കം വലിച്ചുറങ്ങുകയായിരുന്നു. അവനെ ഉണർത്താതിരിക്കുന്നതാണു നല്ലത്. സെരിഫ് സ്വയം പറഞ്ഞു. സെമിലിനെ ഇക്കാര്യം അറിയിക്കണം എന്നാണ് അയാൾക്ക് ആദ്യം തോന്നിയത്. സെരിഫ് ഒന്നു കൂടി ആലോചിച്ചു. സെമിലിനെക്കുറിച്ചുള്ള തന്റെ വിലയിരുത്തൽ ഇപ്പോഴും കൃത്യമല്ല. കരീമിന്റെ വാക്കുകൾ അയാളുടെ തലച്ചോറിൽ പ്രതിധ്വനിച്ചു. അയാൾ ഒന്നു മടിച്ചു. ഏറ്റവും

അടുത്ത സുഹൃത്തിനെ അയാൾ സംശയിക്കുകയാണോ? സെരിഫ് അതിനെക്കുറിച്ച് കൂടുതൽ ചിന്തിക്കാൻ നിന്നില്ല. ആദ്യം പാർട്ടി സെക്രട്ടറി ഹിക്മെത്തിനെ അറിയിക്കണമെന്ന് സെരിഫ് ഉറപ്പിച്ചു. സഖാക്കൾ ഉറക്കമുണർന്ന് സ്ഥലത്തെ തെളിവുകൾ നശിപ്പിക്കുന്നതിനു മുമ്പ് പൊലീസിൽ അറിയിക്കണമെന്നും അയാൾ ഉറപ്പിച്ചു. കരീമിന്റെ മുറിയിലേക്ക് തിരിഞ്ഞു നോക്കാതിരിക്കാൻ അയാൾ ശ്രമിച്ചു.

ഏകദേശം ഒന്നര മണിക്കൂറിനു ശേഷം, അധികൃതർ സംഭവസ്ഥലത്തെത്തി. സുഹൃത്ത് മരിച്ചതറിഞ്ഞപ്പോൾ പരിഭ്രാന്തരായ തുർക്കി വിദ്യാർത്ഥികളെ വിക്റ്റർ പെട്ടെന്നു തന്നെ കെട്ടിടത്തിൽ നിന്ന് ക്ലാസ് മുറികളിലേക്ക് മാറ്റി.

നിക്കോളായ്, അസഫ്, ലിയോനിഡ് എന്നിവരടങ്ങുന്ന ചോദ്യം ചെയ്യൽ സംഘം കരീമിന്റെ മൃതദേഹം കണ്ടെത്തിയ അപ്പാർട്ട്മെന്റിലായിരുന്നു, സാങ്കേതിക വകുപ്പിലെ അഞ്ച് പേർ വീണ്ടും മറ്റു മുറികളിൽ പരിശോധന തുടങ്ങി.

വിക്റ്റർ മൃതദേഹം പരിശോധിക്കുമ്പോൾ, നിക്കോളായുടെ അഭ്യർത്ഥനപ്രകാരം, ലിയോനിഡ് മേശപ്പുറത്തെ ടൈപ്പ്റൈറ്ററിൽ ഉണ്ടായിരുന്ന കുറിപ്പ് വിറയ്ക്കുന്ന ശബ്ദത്തോടെ വിവർത്തനം ചെയ്യാൻ തുടങ്ങിയിരുന്നു. ലിയോനിഡിന് എഴുന്നേറ്റുനിൽക്കാൻ പോലും കഴിയുന്നില്ലെന്ന് സൂക്ഷ്മമായി നിരീക്ഷിച്ചാൽ ആർക്കും മനസ്സിലാകുമായിരുന്നു. കുറ്റകൃത്യം നടന്ന സ്ഥലത്തുനിന്ന് ഒരു വസ്തു പോലും നീക്കാൻ പാടില്ലാത്തതിനാൽ വിക്റ്റർ ലിയോനിഡിനെ എവിടെയും ഇരിക്കാൻ പോലും അനുവദിച്ചില്ല.

''നമുക്ക് ഈ സാഹചര്യത്തിൽ വളരെ കർക്കശമായി ജോലി ചെയ്തേ പറ്റൂ, ലിയോനിഡ്,'' വിക്റ്റർ ക്ഷമാപണത്തോടെ പറഞ്ഞു. ''കുറച്ചു നേരം കൂടി പിടിച്ചു നിൽക്കൂ. പെട്ടെന്നു തന്നെ നിങ്ങളെ വിശ്രമിക്കാൻ പറഞ്ഞയയ്ക്കാം.''

''എനിക്ക് വിശ്രമം ആവശ്യമില്ല,'' ലിയോനിഡ് പരിഹസിച്ചു. സ്ഥിരമായി കഴിക്കുന്ന രണ്ട് ഗുളികകൾ എടുത്തതിനുശേഷം ആത്മഹത്യാക്കുറിപ്പ് റഷ്യൻ ഭാഷയിലേക്ക് വിവർത്തനം ചെയ്യുന്നത് തുടർന്നു. നിക്കോളായ് അയാളുടെ ഓരോ വാക്കും എഴുതിയെടുത്തു കൊണ്ടിരുന്നു. തനിക്കു മനസ്സിലാകാത്ത ചില കാര്യങ്ങളെക്കുറിച്ച് അയാൾ സംശയം ചോദിച്ചു. ചില ഭാഗങ്ങൾ വീണ്ടും വിവർത്തനം ചെയ്യാൻ ലിയോനിഡിനോട് അഭ്യർത്ഥിച്ചു. അസഫ് വാതിൽക്കൽ ചാരിയിരുന്നു. അയാളുടെ മുഖം ചോക്കു പോലെ വിളറിയിരുന്നു. കുറിപ്പിലെ ഓരോ വാക്കും കേൾക്കുമ്പോൾ അയാൾ കൂടുതൽക്കൂടുതൽ വിവശനായി. അനുമാനങ്ങൾക്കുള്ള കഴിവു പൂർണമായും നഷ്ടപ്പെട്ടതു പോലെ അയാൾ വെറുതെ ചുറ്റും നോക്കിക്കൊണ്ടിരുന്നു.

ആത്മഹത്യാക്കുറിപ്പ് ഇങ്ങനെ തുടർന്നു:

''സഖാക്കളെ,

ഈ നരകയാതന ഇനി പിടിച്ചു നിർത്തുന്നതിൽ അർത്ഥമില്ല. ഞാൻ മുഹമ്മദിനെ കൊന്നു. കാരണം അയാൾ പൊലീസുകാരനായിരുന്നു. എന്റെ മകന്റെ മരിക്കാനും എന്റെ ഭാര്യയ്ക്കു സമനില തെറ്റാനും അയാളായിരുന്നു കാരണക്കാരൻ. ഞാൻ അയാളെ കൊന്നില്ലായിരുന്നെങ്കിൽ, മുസ്തഫ സൂഫിയുടെയും അദ്ദേഹത്തിന്റെ പതിന്നാല് സഖാക്കളുടെയും വിധി ഞങ്ങൾക്കുമുണ്ടായേനേ. അവർ നമ്മളെ ഒന്നുകിൽ കൊന്നു കളയും; അല്ലെങ്കിൽ അറസ്റ്റു ചെയ്ത് ക്രൂരമായി പിഡിപ്പിക്കും. നിങ്ങളിൽ ഭൂരിഭാഗവും എന്നെ വിശ്വസിക്കാൻ പോകുന്നില്ലെന്ന് എനിക്കറിയാം. നിങ്ങളുടെ കണ്ണിൽ ഞാനൊരു ഭ്രാന്തനോ ഉന്മാദിയോ ആയിരിക്കാം. പക്ഷേ ഞാൻ പറഞ്ഞതാണ് ശരി എന്ന് ചരിത്രം തെളിയിക്കും. വിപ്ലവത്തിനുശേഷം രഹസ്യപ്പൊലീസിന്റെ രേഖകൾ പുറത്തുവരും. അപ്പോൾ മുഹമ്മദ് ഒരു രഹസ്യപ്പൊലീസുകാരനായിരുന്നുവെന്ന് നിങ്ങൾ മനസ്സിലാക്കും. നിങ്ങൾ എന്നെ ഒരു തരിമ്പും വിശ്വസിക്കുമെന്ന് ഞാൻ കരുതുന്നില്ല. മുഹമ്മദ് ഒരു പൊലീസുകാരനാണെന്ന് തെളിയിക്കുന്നതിനുള്ള തെളിവുകൾ എന്റെ പക്കലുണ്ടായിരുന്നുവെങ്കിൽ, ഞാൻ ആത്മഹത്യ ചെയ്യുമായിരുന്നില്ല. പക്ഷേ, നിർഭാഗ്യവശാൽ അങ്ങനെയൊരു തെളിവും എന്റെ കൈയിലില്ല. ഞാൻ എന്റെ രാജ്യത്തുണ്ടായിരുന്ന കാലത്ത് ഇതു സംബന്ധിച്ച എല്ലാ വിവരങ്ങളും പാർട്ടിയുടെ ശ്രദ്ധയിൽ കൊണ്ടു വന്നിരുന്നു. പക്ഷേ അവർ ഞാൻ പറയുന്നത് ശ്രദ്ധിച്ചില്ല.

സോവിയറ്റ് പൊലീസ് ഒടുവിൽ മുഹമ്മദിന്റെ കൊലപാതകത്തെക്കുറിച്ചുള്ള സത്യം കണ്ടെത്തുമെന്നറിയാവുന്നതു കൊണ്ടാണ് ഞാൻ ആത്മഹത്യ ചെയ്യുന്നത്. അവർ എന്നെ അറസ്റ്റ് ചെയ്യുന്നതും ചോദ്യം ചെയ്യുന്നതും എനിക്ക് അനുവദിക്കാനാവില്ല. എന്റെ പ്രവൃത്തികൾ കാരണം നിരപരാധികളായ മറ്റുള്ളവർ പീഡിപ്പിക്കപ്പെടുന്നതും എനിക്കു സഹിക്കാനാവില്ല.''

കവി നാസിം എഴുതിയിട്ടുണ്ട്:

പോരാട്ടങ്ങൾക്കിടെ
സ്വയം ജീവൻ വെടിഞ്ഞവരുടെ
സംസ്കാരച്ചടങ്ങുകൾ
ശാപഗ്രസ്തമാണെന്നു ഞാൻ കരുതുന്നു.
നമ്മുടെ കൈകൾക്ക്
അവരുടെ മൃതദേഹങ്ങളെ
തൊടാൻ കഴിയില്ല

നാളെ അവരെയോർത്തു
ദുഃഖഗാനങ്ങൾ പാടാനും കഴിയില്ല.

എങ്കിലും ഇപ്പോൾ ചെയ്യുന്നത് ശരിയാണെന്നു തന്നെ ഞാൻ വിശ്വസിക്കുന്നു. കാരണം മരണത്തിൽപ്പോലും ജീവിതത്തെ ന്യായീകരിക്കുന്നവനാണ് ഞാൻ. നിങ്ങൾ ആരും എന്നെ വിശ്വസിക്കില്ലായെന്ന് നന്നായറിഞ്ഞുകൊണ്ടു തന്നെ ഞാനിതാ ഒരിക്കലും അവസാനിക്കാത്ത ഒരുറക്കത്തിലേക്ക് പോകുകയാണ്. ഒരിക്കൽക്കൂടി നിങ്ങളെയെല്ലാവരെയും തികഞ്ഞ സൗഹാർദ്ദത്തോടെ പുൽകിക്കൊണ്ട്..

വിട,

കരീം ബുഡാക്.

''കഴിഞ്ഞു.'' അവസാന വാക്കുകൾ എഴുതിയെടുക്കുമ്പോൾ നിക്കോളായ് പറഞ്ഞു, ''കൊലപാതകി ആത്മഹത്യ ചെയ്താൽപ്പിന്നെ ഞങ്ങൾക്കു മറ്റൊന്നും ചെയ്യാനില്ല.''

''അങ്ങനെയാണോ നിങ്ങൾ ചിന്തിക്കുന്നത്?'' കട്ടിലിനരികിൽ കരീമിന്റെ കീറിയ കൈത്തണ്ട പരിശോധിച്ചു കൊണ്ടിരുന്ന വിക്റ്റർ ചോദിച്ചു.

''അങ്ങനെയാണ് എനിക്കു തോന്നുന്നത്.'' നിക്കോളായ് തന്റെ സുഹൃത്തിന്റെ ഭീമാകാരമായ രൂപം നോക്കി പറഞ്ഞു. ''നിങ്ങൾക്കെന്തു തോന്നുന്നു?''

''എല്ലാ മുറിവുകളും ആഴമുള്ളതാണ്. നല്ല ധൈര്യത്തോടെയാണ് മുറിച്ചിട്ടുള്ളത്.'' നിക്കോളായ്‌യുടെ ചോദ്യം കേട്ടില്ലെന്ന മട്ടിൽ വിക്റ്റർ തുടർന്നു. ''ഈ രീതിയിൽ ആത്മഹത്യ ചെയ്യുന്നവരുടെ ശരീരത്തിൽ ചില ആഴം കുറഞ്ഞ മുറിവുകളും കാണാറുണ്ട്. മരിക്കണമെന്ന് വിചാരിക്കാതെ ഉണ്ടാക്കുന്ന മുറിവുകൾ. കരീം ഇടം കൈയ്യനാണോ?''

''എന്താ അങ്ങനെ ചോദിച്ചത്?''ലിയോനിഡിന് വിക്റ്ററുടെ ചോദ്യം മനസ്സിലായില്ല.

''കരീം ഇടംകൈയ്യനാണോ എന്നാണ് ചോദിച്ചത്. വലതു കൈയ്യാണ് മുറിച്ചിരിക്കുന്നത്. ഒരു ഇടംകൈയ്യനു മാത്രമേ അതു ചെയ്യാൻ കഴിയൂ.''

''എനിക്കറിയില്ല,'' ലിയോനിഡ് പറഞ്ഞു. എന്നിട്ട് അസഫിനെ നോക്കി ചോദിച്ചു: ''നിങ്ങൾക്കറിയാമോ?''

''ഇല്ല, ഞാൻ ശ്രദ്ധിച്ചിട്ടില്ല,'' അസഫ് പറഞ്ഞു.

''എന്നാൽപ്പിന്നെ സംഘത്തിൽപ്പെട്ട മറ്റുള്ളവരോടു ചോദിക്കേണ്ടി വരും,'' ലിയോനിഡ് പറഞ്ഞു.

''അതെ,'' അസഫ് പറഞ്ഞു. ''സഖാക്കൾക്ക് അറിയാമായിരിക്കും.''

''ഈ ആത്മഹത്യ അൽപ്പം വിചിത്രമാണെന്ന് എനിക്കു തോന്നുന്നു,'' വിക്റ്റർ മൃതദേഹത്തിൽ നിന്ന് നോട്ടം പിൻവലിച്ചുകൊണ്ടു പറഞ്ഞു.

‘‘എന്താ അങ്ങനെ തോന്നാൻ കാരണം?’’ ലിയോനിഡ് ചോദിച്ചു. താൻ സംശയിച്ച ഒരു കാര്യമാണ് വിക്റ്റർ പറയാൻ പോകുന്നതെന്നു മുൻകൂട്ടി കണ്ടിട്ടെന്ന പോലെ അയാളുടെ ശബ്ദം ഞെരുങ്ങി: ‘‘ഇതും ഒരു കൊലപാതകമാണോ?’’

‘‘ഈ കേസ് വളരെ എളുപ്പത്തിലങ്ങു തീർക്കുന്നതിൽ അല്പം അസാധാരണത്വമുണ്ടെന്നു തോന്നുന്നില്ലേ, ലിയോനിഡ്?’’

‘‘പക്ഷേ..’’ ലിയോനിഡ് സംശയത്തോടെ ചോദിച്ചു. ‘‘ഈ കത്ത്...’’

‘‘കത്ത് കരീമിന്റേതു തന്നെയാണെന്ന് നമുക്ക് ഉറപ്പൊന്നുമില്ലല്ലോ. ഒരുപക്ഷേ കൊലപാതകി തന്നെ എഴുതിയതായിക്കൂടേ?’’

ലിയോനിഡ് പരിഭ്രാന്തനായി.

‘‘കരീമിനെ ആരെങ്കിലും കൊന്നുകളഞ്ഞതാണെന്നാണോ നിങ്ങൾ പറയുന്നത്?’’

‘‘അങ്ങനെ തീരുമാനിക്കാനൊന്നും സമയമായിട്ടില്ല,’’ വിക്റ്റർ പറഞ്ഞു. രക്തത്തിൽ പകുതി മുങ്ങി മൃതദേഹത്തിൽ നിന്നു താഴേക്കു തൂങ്ങിക്കിടന്നിരുന്ന റേസറിലേക്ക് നോക്കിക്കൊണ്ടാണ് അയാൾ അതു പറഞ്ഞത് ‘‘പക്ഷേ ഈ മരണം സംശയാസ്പദമാണെന്നു ഞാൻ കരുതുന്നു.’’

വളരെ നേരമായി വിക്റ്ററുടെ അഭിപ്രായപ്രകടനങ്ങൾ ശ്രദ്ധിച്ചു കൊണ്ടിരുന്ന നിക്കോളായ് ഒടുവിൽ നിശ്ശബ്ദത ലംഘിച്ചു.

‘‘ഇതു വച്ചാണോ, അവൻ കൈത്തണ്ട മുറിച്ചത്?’’

‘‘അതെ, ആണെന്നു തോന്നുന്നു,’’ വിക്റ്റർ പറഞ്ഞു.

കഴിഞ്ഞ രാത്രി ആൻഡ്രേയുടെ പ്രീതി നേടാൻ തന്റെ യുവസഹപ്രവർത്തകൻ എത്ര എളിമയോടെയാണ് പെരുമാറിയതെന്ന് വിക്റ്റർ ഓർത്തു. ഒരു യഥാർത്ഥ രഹസ്യാന്വേഷണ ഉദ്യോഗസ്ഥൻ എങ്ങനെ പ്രവർത്തിക്കുന്നുവെന്ന് വിക്റ്റർ അവരെ കാണിച്ചു കൊടുക്കാനൊരുങ്ങുകയായിരുന്നു. അയാൾ തലയിലൊന്നു തലോടിയതിനു ശേഷം റേസർ ബ്ലേഡിന്റെ ബ്രാൻഡ് ഏതാണെന്നു വായിക്കാൻ ശ്രമിച്ചു. ഒടുവിൽ അദ്ദേഹം വിജയിച്ചു: ‘പെർമ-ഷാർപ്പ്... സോവിയറ്റ് നിർമ്മിതമല്ല. ഇത് തുർക്കിയിൽ നിന്ന് കൊണ്ടുവന്നതാകണം. അസഫ് സഖാവിന് എന്തു തോന്നുന്നു?’’

‘‘എന്ത്, ഞാൻ എന്തു പറയാനാണ്.’’ അസഫിന്റെ ശബ്ദമിടറി. അയാൾ ആ ചോദ്യം പ്രതീക്ഷിച്ചിരുന്നില്ല.

‘‘പെർമാ-ഷാർപ്പ് ബ്രാൻഡ് തുർക്കിയിൽ വാങ്ങാൻ കിട്ടുമോ?‘

‘‘കിട്ടേണ്ടതാണ്. ഞാൻ ജർമ്മനിയിലാണ് താമസിക്കുന്നത്. പക്ഷേ ഈ ബ്രാൻഡ് തുർക്കിയിൽ വിൽക്കുന്നുണ്ടെന്നാണ് എന്റെ തോന്നൽ.’’

''ഇത് അവന്റെ റേസർ തന്നെയാണ്.'' നിക്കോളായ് പറഞ്ഞു. ''നോക്കൂ, അവന്റെ കട്ടിലിനടുത്ത് അതിന്റെ പായ്ക്കറ്റ് ഉണ്ട്.''

വിക്റ്റർ ബെഡ്സൈഡ് ടേബിളിലേക്ക് നോക്കി. അടുത്തിടെ തുറന്ന ഒരു റേസർ പായ്ക്കറ്റ് അവിടെയുണ്ടായിരുന്നു.

''അതിനെക്കുറിച്ചും നാം കരീമിന്റെ സഖാക്കളോട് ചോദിക്കണം. അടുത്തിടെ അയാൾ ഉപയോഗിച്ചിരുന്നത് ഈ ബ്രാൻഡ് ആയിരുന്നോ എന്നറിയണം.''

അസഫ് അപ്പോഴേക്കും അൽപ്പം സുഖം പ്രാപിച്ചുവെങ്കിലും മൃത ദേഹത്തിനടുത്തുള്ള ഇരിപ്പ് അയാൾക്ക് ബുദ്ധിമുട്ടുണ്ടാക്കുന്നുണ്ടായിരുന്നു. അയാൾക്ക് മനം പിരട്ടുന്നുണ്ടായിരുന്നു.

''അപ്പോൾ നമ്മൾ സഖാക്കളോട് എന്താണ് പറയാൻ പോകുന്നത്?'' അസഫ് ചോദിച്ചു. ''അരമണിക്കൂറോളമായി അവർ ക്ലാസ് മുറിയിൽ കാത്തിരിക്കുകയാണ്.''

മുഖത്ത് ഉറച്ച ഭാവത്തോടെ വിക്റ്റർ അസഫിനെ നോക്കി: ''അക്കാര്യ ത്തിൽ തീരുമാനമായെന്നു തന്നെ നമ്മൾ അവരോട് പറയും,'' വിക്റ്റർ ആത്മവിശ്വാസത്തോടെ പറഞ്ഞു. ''കരീം മുഹമ്മദിനെ കൊന്ന് ആത്മ ഹത്യ ചെയ്തുവെന്ന് നമ്മൾ വിശദീകരിക്കും.''

വിക്റ്ററുടെ വാക്കുകൾ മൂവരെയും അത്ഭുതപ്പെടുത്തി.

''അപ്പോൾ ഈ മരണത്തെക്കുറിച്ചുള്ള നിങ്ങളുടെ സംശയങ്ങൾ?'' അസഫ് ചോദിച്ചു.

''അതൊന്നും നിങ്ങളുടെ സഖാക്കൾ അറിയേണ്ട കാര്യമില്ല,'' വിക്റ്റർ പറഞ്ഞു.

തന്റെ സുഹൃത്തിന്റെ പദ്ധതിയെന്താണെന്ന് നിക്കോളായ്ക്ക് മന സിലായി.

''തീർച്ചയായും, അവർ ഇതിനെക്കുറിച്ച് അറിയാതിരിക്കുന്നതാണ് നല്ലത്. ശരിയല്ലേ, വിക്റ്റർ സഹാറോവിക്?''

''കൊള്ളാം, സഖാവ് നിക്കോളായ്,'' അദ്ദേഹം പരിഹാസത്തോടെ പറഞ്ഞു. ''ഒടുവിൽ നിങ്ങൾക്ക് കാര്യം പിടികിട്ടി.''

നിക്കോളായ്ക്കത് കൊണ്ടു. എന്നാലും അയാൾ ഒന്നും തിരിച്ചു പറഞ്ഞില്ല.

''അപ്പോൾ നമ്മൾ അവരോട് മുഹമ്മദിനെക്കുറിച്ച് എന്താണ് പറ യാൻ പോകുന്നത്?'' അസഫ് അക്ഷമയോടെ ചോദിച്ചു.

''നിങ്ങൾ എന്താണ് ഉദ്ദേശിക്കുന്നത്?''

''മുഹമ്മദ് രഹസ്യപ്പൊലീസിൽ നിന്നുള്ളയാളായിരുന്നു എന്ന് നമ്മൾ പറയുമോ?''

“ഇല്ല. കരീം സംശയരോഗിയായിരുന്നു എന്നാണ് നിങ്ങൾ പറയാൻ പോകുന്നത്. എന്തായാലും അയാൾ രോഗിയായിരുന്നതുകൊണ്ട് എല്ലാവരും അത് വിശ്വസിക്കും.”

“അതെ, അവർ വിശ്വസിച്ചോളും, എനിക്കുറപ്പാണ്.” അസഫ് പിറുപിറുത്തു.

“ഇനി എന്ത്?”

“ബാക്കിയുള്ള കാര്യങ്ങൾ ഞങ്ങൾക്കു വിട്ടു തരിക.”

ശപിക്കപ്പെട്ട ഈ മുറിയിൽ നിന്ന് എത്രയും വേഗം പുറത്തു പോകാൻ അസഫ് ആഗ്രഹിച്ചു. ലിയോനിഡിനെ നോക്കി അയാൾ പറഞ്ഞു: “നമുക്ക് പോയി സഖാക്കളോട് കാര്യം പറയാം.”

“നിങ്ങൾക്ക് പോകാം.” വിക്റ്റർ പറഞ്ഞു. “ലിയോനിഡ് ഇവാനോവിച്ചിനെ ഞങ്ങൾക്ക് ഇവിടെ ആവശ്യമുണ്ട്. മൃതദേഹം കണ്ടെത്തിയ സെരിഫ് പാർട്ടി മുറിയിൽ ഞങ്ങളെ കാത്തിരിക്കുകയാണ്. ഞങ്ങൾക്ക് ആദ്യം അയാളോടു സംസാരിക്കണം.”

താൻ വീണ്ടും പുറത്തായതു പോലെ അസഫിന് തോന്നി. പക്ഷേ ഈ നിർണായക നിമിഷത്തിൽ കുഴപ്പത്തിൽപ്പെടാൻ അയാൾ ആഗ്രഹിച്ചില്ല.

“ശരി, ഞാൻ പോയി അവരോടു സംസാരിക്കാം,” എന്നു പറഞ്ഞ് അയാൾ പോയി. അയാൾ പുറത്തേക്കു കടക്കുമ്പോൾ ടെക്നിക്കൽ ടീമിലെ ഒസിപ്പ് ഒരു പുസ്തകവുമായി അകത്തേയ്ക്കു വന്നു.

“നമ്മൾ സ്വർണ്ണഖനി കണ്ടെത്തി,” ഉറയിട്ട കൈകളിൽ പിടിച്ച ആ പുസ്തകം വീശിക്കാണിച്ചു കൊണ്ട് അയാൾ പറഞ്ഞു.

ആൻഡ്രേയ് തലേന്നു രാത്രി കാണിച്ച കമ്മ്യൂണിസ്റ്റ് മാനിഫെസ്റ്റോയുടെ തുർക്കിയിൽ അച്ചടിച്ച പകർപ്പുകളിലൊന്നാണ് അയാളുടെ കൈയിലെന്ന് വിക്റ്ററിനു മനസിലായി.

“ഇതെന്താണ്?” സംഭവിക്കുന്നതെന്താണെന്നു മനസിലാകാതെ ലിയോനിഡ് നിഷ്കളങ്കമായി ചോദിച്ചു.

“ഈ പുസ്തകത്തിൽ നിന്നാണ് അവർ രഹസ്യ കോഡ് ഉണ്ടാക്കിയെടുത്തത്, കട്ടിപിടിച്ചു കിടന്ന രക്തത്തിൽ ചവിട്ടാതെ ഒസിപ്പിനടുത്തേക്കു നടക്കുന്നതിനിടയിൽ വിക്റ്റർ പറഞ്ഞു. “തിരക്കിനിടയിൽ നിങ്ങളോടിക്കാര്യം പറയാൻ മറന്നു പോയതാണ്. *മാനിഫെസ്റ്റോ* ആണ് ആ രഹസ്യ കോഡ് മനസ്സിലാക്കാനുള്ള നമ്മുടെ താക്കോൽ.”

“*മാനിഫെസ്റ്റോ!*” ലിയോനിഡ് ആശ്ചര്യത്തോടെ മന്ത്രിച്ചു.

ഒസിപ്പിന്റെ അരികിലെത്തിയ വിക്റ്റർ പുസ്തകം അവനിൽ നിന്നു വാങ്ങി. തുർക്കി ഭാഷ അറിയാമെന്ന മട്ടിൽ പേജുകൾ മറിച്ചു. ഒരൊറ്റ

വാക്കു പോലും മനസ്സിലാകാതെ വിക്റ്റർ പുസ്തകത്തിൽ നിന്ന് തലയുയർത്തി ചോദിച്ചു: ''ഇതാണ് ഞങ്ങൾ തിരയുന്നതെന്ന് നിങ്ങൾക്ക് ഉറപ്പാണോ?''

''എനിക്ക് ഉറപ്പുണ്ട്,'' ഒസിപ്പ് അല്പം പൊങ്ങച്ചത്തോടെ പറഞ്ഞു. ''രഹസ്യകോഡ് ഉപയോഗിച്ച് എഴുതിയ സന്ദേശത്തിൽ അക്കമിട്ട വാക്കുകൾക്കു കീഴിൽ വളരെ മങ്ങിയ അടയാളങ്ങളുണ്ട്.''

''നഗ്നനേത്രങ്ങളാൽ അത് എങ്ങനെ കാണാനാകും?'' പ്രശംസയും അവിശ്വാസവും കലർന്ന ശബ്ദത്തിൽ വിക്റ്റർ ചോദിച്ചു.

''അതുകണ്ടു പിടിക്കലാണല്ലോ, എന്റെ ജോലി. പ്ലീസ്. എന്നെ ഒന്നംഗീകരിക്കൂ..''

''എവിടെ നിന്നാണ് നിങ്ങൾ ഈ പുസ്തകം കണ്ടെത്തിയത്?''

''ഇതിന്റെ എതിർവശത്തുള്ള അപ്പാർട്ട്മെന്റിന്റെ പിന്നിലുള്ള മുറിയിൽ.''

വിക്റ്ററുടെ മുഖം പ്രകാശിച്ചു.

''അത് സെമിലിന്റെ മുറി അല്ലേ?'' അദ്ദേഹം ലിയോനിഡിനോട് ചോദിച്ചു.

''ആണെന്നു തോന്നുന്നു.''ലിയോനിഡ് പറഞ്ഞു. ''പക്ഷേ, നെജത്തും അവിടെയാണ് താമസിക്കുന്നത്. പുസ്തകം നെജത്തിന്റേതുമാകാം.''

''സെമിലിന്റെ മുറി.'' ലിയോനിഡ് പറഞ്ഞത് കേൾക്കാത്തതു പോലെ വിക്റ്റർ ആവർത്തിച്ചു. എന്നിട്ട് ഇര ഒളിഞ്ഞിരിക്കുന്ന വഴി മനസിലായ വേട്ടക്കാരനെപ്പോലെ നിക്കോളായുടെ നേരെ തിരിഞ്ഞു ചോദിച്ചു: ''നിങ്ങൾ ശ്രദ്ധിച്ചില്ലേ, അവർ സെമിലിന്റെ മുറിയിൽ നിന്നാണ് പുസ്തകം കണ്ടെത്തിയത്.''

പത്തൊമ്പത്

താൻ കടന്നുപോയ ഭീതികളെ മറികടക്കാനാകാതെ സെരിഫ് മേശയ്ക്കരികിൽ തളർന്നിരുന്നു. മരിച്ചു പോയ സഖാക്കളെ അയാൾക്കു മറക്കാനാകുമായിരുന്നില്ല. ദുഃഖത്തേക്കാളുപരി ഭയമായിരുന്നു അയാളുടെ മനസ്സിൽ. അയാൾക്ക് പരിചിതമായ ഒരു വികാരം ആയിരുന്നു ഇത്. പട്ടാള അട്ടിമറിക്കു മുൻപുള്ള നാളുകളിൽ, ഫാസിസ്റ്റ് ശക്തികളും ഗവണ്മെന്റിന്റെ രഹസ്യ സംഘടനകളും അയാളുടെ സുഹൃത്തുക്കളെ അനുദിനം പീഡിപ്പിക്കുകയും കൊല്ലുകയും ചെയ്തിരുന്നു. ആദ്യമൊക്കെ, സഖാക്കളുടെ മരണവാർത്തകൾ ഒരോ തവണ കേൾക്കുമ്പോഴും അയാൾ മാനസികമായി തകർന്നു പോകുമായിരുന്നു. പതിയെപ്പതിയെ അയാളുടെ മനസ്സ് ശൂന്യമാകാൻ തുടങ്ങി. സഖാക്കളുടെ ശവസംസ്കാര വേളകളിൽ അനിയന്ത്രിതമായ ഭയം അയാൾക്ക് അനുഭവപ്പെടാൻ തുടങ്ങി - ഇരുപതു വയസ്സു പോലും തികയാത്ത യൂണിവേഴ്സിറ്റി വിദ്യാർത്ഥികൾ, നര ബാധിച്ചു തുടങ്ങിയ അധ്യാപകർ, അനുഭവസമ്പന്നരായ തൊഴിലാളി യൂണിയൻ നേതാക്കൾ. സ്വന്തം ജീവനെ ഓർത്തുകൊണ്ടുള്ള ഭയം മാത്രമായിരുന്നില്ല അത്, മറിച്ച് സ്വന്തം രാജ്യം തകർച്ചയുടെ ഇരുണ്ട അഗാധതയിലേക്കു പോകുന്നതു കാണേണ്ടി വരുന്നതിലുള്ള ആധിയായിരുന്നു. ഇപ്പോൾ, ഇവിടെ മോസ്കോയിൽ, അതേപോലുള്ള ഭയം സെരിഫിന് അനുഭവപ്പെടുന്നു. ഇപ്പോൾ നടന്ന കൊലപാതകങ്ങളെ ആയിരുന്നില്ല സെരിഫ് ഭയന്നത്. ഈ സംഭവങ്ങൾക്കു പിന്നിലെ പ്രേരണയെക്കുറിച്ചാലോചിച്ചായിരുന്നു അയാളുടെ ആധി. തന്റെയും തന്റെ സഖാക്കളുടെയും അന്ത്യം കുറിക്കാൻ വേണ്ടി ആരോ പ്രവർത്തിക്കുന്നുണ്ടെന്ന് സെരിഫ് ഭയന്നു.

നിർഭാഗ്യകരമെന്നു പറയാം, കരീമിന്റെ മൃതദേഹം കണ്ടെത്തിയപ്പോൾ സെരിഫിന്റെ മനസ്സിൽ ആദ്യം വന്ന പേര് അടുത്ത സുഹൃത്തായ സെമിലിന്റേതായിരുന്നു. ആദ്യമായി ബൾഗേറിയയിലെ റില ഹോട്ടലിൽ വച്ചു കണ്ടതു മുതൽ ഇന്നലെ വൈകീട്ടുവരെ അവർക്കിടയിൽ നടന്ന സംഭാഷണങ്ങളുടെ വിശദാംശങ്ങൾ വിവരങ്ങൾ ഓർത്തെടുക്കാൻ സെരിഫ് ശ്രമിച്ചു. സെമിൽ തന്നെയാണോ രഹസ്യപ്പൊലീസ്

എന്നു കണ്ടുപിടിക്കാനാണ് സെരിഫ് ഇത് ചെയ്തത്. പക്ഷേ ആ ശ്രമം വിഫലമായി.

എല്ലാവിധ സാധ്യതകളെക്കുറിച്ചും അങ്ങേയറ്റം പ്രയാസത്തോടെ സെരിഫ് ആലോചിച്ചെടുക്കാൻ ശ്രമിച്ചു കൊണ്ടിരിക്കേ റഷ്യക്കാർ ആ മുറിയിൽ പ്രവേശിച്ചു. അവരെ കണ്ടതും സെരിഫ് കസേരയിൽ നിന്ന് എഴുന്നേൽക്കാൻ ശ്രമിച്ചു. അവിടെത്തന്നെ ഇരിക്കാൻ ലിയോനിഡ് ആംഗ്യം കാണിച്ചപ്പോൾ സെരിഫ് വീണ്ടും കസേരയിലേക്കു ചാഞ്ഞു.

''ഡെഡ് ബോഡി കണ്ടപ്പോൾ നിന്റെ ശ്രദ്ധയിൽ മറ്റെന്തെങ്കിലും പതിഞ്ഞിരുന്നോ?'' വിക്റ്റർ സെരിഫിനെ ചോദ്യം ചെയ്യാനാരംഭിച്ചു.

അങ്ങനെയൊന്നും തന്റെ ശ്രദ്ധയിൽ പെട്ടില്ലെന്നു സെരിഫ് പറഞ്ഞു. ബോഡി കണ്ടെത്താനിടയായ സാഹചര്യങ്ങൾ അയാൾ അവരോട് വിശദീകരിച്ചു.

''നീ ആ കത്ത് വായിച്ചോ?''

''ഏതു കത്ത്?''

''ടൈപ്പ് റൈറ്ററിൽ ഒരു കത്തുണ്ടായിരുന്നല്ലോ.''

അപ്പോഴത്തെ പരിഭ്രമത്തിൽ ആ കത്ത് ശ്രദ്ധിക്കാൻ മാത്രം ഉള്ള ഒരു മാനസികാവസ്ഥ ആയിരുന്നില്ല സെരിഫിന്റേത്. മുഹമ്മദിന്റെ സംഭവത്തിന് ശേഷം ഇതും ഒരു കൊലപാതകം ആയിരിക്കുമെന്ന് സെരിഫ് ഉറപ്പിച്ചിരുന്നു.

''ഞാൻ വല്ലാതെ പരിഭ്രമിച്ചിരിക്കുകയായിരുന്നു. സത്യം പറഞ്ഞാൽ, അവിടെ ഒരു ടൈപ്പ്റൈറ്റർ ഉള്ളത് പോലും ഞാൻ ശ്രദ്ധിച്ചിരുന്നില്ല.''

'''കരീം ഒരു കുറിപ്പ്, ഒരു ആത്മഹത്യാക്കുറിപ്പ് എഴുതി വെച്ചിരുന്നു. ആ കത്തിൽ മുഹമ്മദിനെ കൊന്നത് താനാണെന്നും അയാൾ സമ്മതിച്ചിട്ടുണ്ട്.''

''എന്ത്?'' സെരിഫ് അമ്പരന്നു. ''ആത്മഹത്യ?''

മുഖഭാവങ്ങളിൽ നിന്ന് കൂടുതൽ മനസ്സിലാക്കാനെന്നവണ്ണം അയാൾ ഓരോ റഷ്യക്കാരനെയും തുറിച്ചു നോക്കി. എന്നിട്ട് കേട്ടതു വിശ്വസിക്കാനാകാതെ സ്വയം പിറുപിറുത്തു: ''അവൻ ആത്മഹത്യ ചെയ്തു!'' കരീമിന്റെ മരണത്തിൽ ദുഃഖമുണ്ടായിരുന്നെങ്കിലും വിചിത്രമായ ഒരാശ്വാസം അയാളനുഭവിച്ചു. ''അവന് ആത്മഹത്യ ചെയ്യാൻ കഴിയും എന്ന് ഞാൻ ഒരിക്കലും വിശ്വസിച്ചിരുന്നില്ല, സെമിലിനെ ഞാൻ സംശയിച്ചത് വെറുതെ ആയിരുന്നു.''

സെമിലിന്റെ പേര് കേട്ടതും ലിയോനിഡിന്റെ പരിഭാഷയ്ക്കു പോലും കാത്തു നിൽക്കാതെ വിക്റ്റർ ചാടി എഴുന്നേറ്റു: ''സെമിലിന് ഇതുമായി എന്ത് ബന്ധം എന്ന് അവനോടു ചോദിക്ക്.''

ലിയോനിഡ് പരിഭാഷപ്പെടുത്തി. സെരിഫിന് പറയാനുള്ളത് എന്താണെന്നറിയാൻ വിക്റ്റർ തന്റെ നീലക്കണ്ണുകൾ അയാൾക്കു നേരെ ഉറപ്പിച്ചു. വിക്റ്ററിന് കൂടുതൽ സമയം കാത്തു നിൽക്കേണ്ടി വന്നില്ല,

സെരിഫ് പറഞ്ഞു: ''കരീം മാനസികമായി നല്ല അവസ്ഥയിൽ ആയിരുന്നില്ല. ഒരു ഭ്രാന്തനെപ്പോലെ അവൻ സെമിലിന്റെ പിറകിലായിരുന്നു. സെമിലിനെയായിരുന്നു അവനു സംശയം. മുഹമ്മദിന്റെ മരണത്തെക്കുറിച്ച് അറിഞ്ഞ അന്ന് രാത്രി അവൻ എന്റെയടുത്തു വന്നിരുന്നു. എന്നോട് എന്തോ സംസാരിക്കാനുണ്ടെന്നു പറഞ്ഞു. പക്ഷേ ഞാൻ അവനോടു സംസാരിക്കാൻ പറ്റിയ മാനസികാവസ്ഥയിലായിരുന്നില്ല. അതുകൊണ്ട് ഞാൻ അവനെ അകറ്റി നിർത്തി. പിറ്റേന്നു രാവിലെ അവൻ വീണ്ടും വന്നു, ബ്രേക്ക്ഫാസ്റ്റ് ടേബിളിൽ നിന്നെഴുന്നേറ്റ് ഞങ്ങൾ നടക്കാൻ പോയി. നല്ല ഭയമുണ്ടെന്ന് അവനെന്നോടു പറഞ്ഞു. ഭയത്തേക്കാൾ കൂടുതൽ അവന് മാനസിക വേദനയാണുണ്ടായിരുന്നതെന്ന് എനിക്ക് മനസിലായി. മുഹമ്മദിന്റെ കൊലപാതകം അവനെ അഗാധമായി ബാധിച്ചിരുന്നു. സോവിയറ്റ് പൊലീസ് എല്ലാ മുൻകരുതലുകളും എടുക്കുന്നുണ്ടെന്നും നമ്മളെ ആരും ഉപദ്രവിക്കില്ലെന്നും മുഹമ്മദിന്റെ കൊലപാതകിയെ ഉടൻ കണ്ടെത്തുമെന്നും ഞാൻ അവനോടു പറഞ്ഞു. ഒട്ടും ഭയപ്പെടേണ്ടതില്ലെന്നു പറഞ്ഞ് ഞാനവനെ സമാധാനിപ്പിച്ചു. പക്ഷേ അവൻ ഞാൻ പറയുന്നതൊന്നും ശ്രദ്ധിച്ചിരുന്നില്ല. 'അവർ നമ്മളെ എല്ലാവരെയും കൊല്ലും.' എന്നാണ് അവൻ പറഞ്ഞത്. മുഹമ്മദിന്റെ മരണത്തിനു ശേഷം അങ്ങനെയൊരു കൃത്യം ചെയ്യാൻ ആരും മുതിരില്ലെന്ന് ഞാൻ പറഞ്ഞു. അങ്ങനെ സംഭവിച്ചു കൂടെന്നില്ല എന്നായിരുന്നു അവന്റെ പ്രതികരണം. 'നോക്കിക്കോളൂ, അവർ നമ്മളെ എല്ലാവരെയും കൊല്ലും. നമുക്കിടയിൽ അവരുടെ ആളുകൾ ഉണ്ട്,' എന്നാണ് കരീം പറഞ്ഞത്. അക്കാര്യം ഇതുവരെ തെളിയിക്കപ്പെട്ടിട്ടില്ലെന്നും മുഹമ്മദ് കൊല്ലപ്പെട്ടത് മറ്റെന്തെങ്കിലും നിസാരമായ കാരണങ്ങൾ കൊണ്ടായിരിക്കുമെന്നും പറഞ്ഞ് ഞാനവനെ ആശ്വസിപ്പിക്കാൻ ശ്രമിച്ചു. പക്ഷേ ഞാൻ പറഞ്ഞ കാര്യങ്ങളിൽ എനിക്കു തന്നെ വിശ്വാസമുണ്ടായിരുന്നില്ല. എന്തായാലും ഞാൻ പറഞ്ഞത് ഒന്നും അവൻ കേട്ട ഭാവം നടിച്ചില്ല. 'സെമിലിനെ നമ്മൾ സൂക്ഷിക്കണം' എന്ന് അവൻ എനിക്ക് താക്കീതു നൽകുകയും ചെയ്തു.''

''കരിമിന് തന്നെക്കുറിച്ചുള്ള ഈ എതിർപ്പിനെപ്പറ്റി സെമിലിന് അറിയാമായിരുന്നോ?'' ഒരു ചോദ്യം എറിഞ്ഞു കൊണ്ട് വിക്റ്റർ സെരിഫിനെ തടസപ്പെടുത്തി.

''അവന് അറിയാമായിരുന്നു.'' സെരിഫ് പറഞ്ഞു. ''പക്ഷേ കരീമിന് തലയ്ക്കു സുഖമില്ലെന്നു പറഞ്ഞ് അയാളതു കാര്യമാക്കിയില്ല.''

''അതിനു ശേഷം കരീമിനോട് എപ്പോഴെങ്കിലും നീ സംസാരിച്ചിരുന്നോ?'' ഈ തവണ ചോദ്യം ചോദിച്ചത് നിക്കോളായ് ആയിരുന്നു.

“ഞങ്ങൾ ഇന്നലെ രാത്രി സംസാരിച്ചിരുന്നു. നിങ്ങൾ അന്വേഷണം പകുതി വഴിയിൽ ഉപേക്ഷിച്ചതിനെച്ചൊല്ലി കരീം നല്ല ദേഷ്യത്തിലായിരുന്നു. അവൻ എന്നെ ഒരു മൂലയിലേക്കു മാറ്റി നിർത്തി ചോദിച്ചു: “അവരെന്തിനാ പോയത്?”

“എന്തോ അത്യാവശ്യമായ കാര്യം ഉള്ളതുകൊണ്ടാണ് അവർ പോയത്. നാളെ വീണ്ടും വരും.” ഞാൻ പറഞ്ഞു.

പക്ഷേ അവൻ എന്നെ സംശയത്തോടെ നോക്കി, എന്നിട്ട് അവനെ ആദ്യം ചോദ്യം ചെയ്യണമെന്ന് ആവശ്യപ്പെട്ടതിനെക്കുറിച്ച് നിങ്ങളോടു സംസാരിച്ചിരുന്നോ എന്ന് ചോദിച്ചു.

“ഞാൻ സംസാരിച്ചിരുന്നു, നീ സമാധാനമായി ഇരിക്ക്. അവർ നാളെ രാവിലെ ആദ്യം ചോദ്യം ചെയ്യുന്നത് നിന്നെയായിരിക്കും” എന്നു ഞാൻ പറഞ്ഞു. പക്ഷേ അവൻ ഞാൻ പറഞ്ഞത് വിശ്വസിച്ചില്ല.

“വളരെ പ്രധാനപ്പെട്ട കാര്യമാണ് എനിക്കവരോടു പറയാനുള്ളത്.” അവൻ മുറുമുറുത്തു.“ഇന്നു രാത്രി തന്നെ എനിക്കവരോടു സംസാരിക്കണം.”

അവൻ പിച്ചും പേയും പറയുകയാണെന്നും നല്ല പനിയുണ്ടെന്നും എനിക്കു തോന്നി. ഞാൻ എന്റെ കൈ അവന്റെ നെറ്റിയിൽ വച്ച് ചൂട് നോക്കി. എന്റെ തോന്നൽ ശരിയായിരുന്നു. ചുട്ടു പൊള്ളുന്ന പനിയുണ്ടായിരുന്നു. ഞാൻ അവനോടു പോയി വിശ്രമിക്കാൻ പറഞ്ഞു. പക്ഷേ അതിനവൻ സമ്മതിച്ചില്ല, കൂടുതൽ വെറിപിടിച്ചു പറഞ്ഞു കൊണ്ടേയിരുന്നു, “എനിക്കവരോട് ഇന്ന് രാത്രി തന്നെ സംസാരിക്കണം,”

ഞാൻ അവനെ ആശ്വസിപ്പിക്കാൻ വേണ്ടി പറഞ്ഞു.“നിനക്ക് അവരോടു നാളെ രാവിലെ സംസാരിക്കാമല്ലോ.” പക്ഷേ അവൻ എന്നെ കൂടുതൽ ഒന്നും പറയാൻ അനുവദിക്കാതെ പറഞ്ഞു “നാളെ എന്നത് ഒരുപാട് ദൂരെയാണ് .”അവൻ എന്റെ കൈയിൽ അമർത്തികൊണ്ടു വീണ്ടും വീണ്ടും ഒരു ഭ്രാന്തനെപ്പോലെ പറഞ്ഞു കൊണ്ടേയിരുന്നു.

“നിങ്ങൾക്കു മനസിലാകുന്നില്ലേ, നാളെ എന്നത് ഒരുപാട് ദൂരെയാണ്.”

അവൻ ഇങ്ങനെ ഓരോ ഭ്രാന്ത് പറഞ്ഞോണ്ടിരുന്നപ്പോൾ, നിയന്ത്രണം വിട്ട് അവനെ വേദനിപ്പിക്കുന്ന എന്തെങ്കിലും പറഞ്ഞു പോകുമോ എന്നു ഞാൻ ഭയന്നു. മനസ്സ് ശാന്തമാക്കി ഒന്നും സംഭവിക്കില്ലെന്ന് പിന്നെയും അവനെ ബോധ്യപ്പെടുത്താൻ ഞാൻ ശ്രമിച്ചു കൊണ്ടിരുന്നു. നമ്മളെ ആരും ഉപദ്രവിക്കില്ലെന്നു ഞാൻ അവനോടു വീണ്ടും പറഞ്ഞു കൊണ്ടേയിരുന്നു. ഒരു വല്ലാത്ത നിരാശ അവന്റെ മുഖത്ത് പ്രകടമായിരുന്നു. ഞാൻ അവനെ മനസ്സിലാക്കുന്നില്ല എന്ന് അവനു തോന്നിയിട്ടുണ്ടാകണം. അവന്റെ കണ്ണുകളിൽ എനിക്ക് ആ വികാരം കാണാമായിരുന്നു. ‘കഷ്ടം.’ അവൻ പിറുപിറുത്തു. ‘നമ്മുടെ സംഘത്തിൽ എനിക്ക്

ആകെ വിശ്വാസം ഉണ്ടായിരുന്നത് നിങ്ങളെ മാത്രമായിരുന്നു.' പിന്നെ ഒന്നും പറയാതെ അവൻ മുറിയിലേക്ക് പോയി.''

സെരിഫ് പറഞ്ഞതിലെ പ്രസക്തമായ കാര്യങ്ങളെല്ലാം വിക്റ്റർ എഴുതിയെടുക്കുന്നുണ്ടായിരുന്നു. നോട്ട് ബുക്കിൽ നിന്നു മുഖമുയർത്തി വിക്റ്റർ ചോദിച്ചു: ''നിനക്കും സെമിലിനെക്കുറിച്ച് സംശയം ഉള്ളതായി പറഞ്ഞിരുന്നു. കരീമിന്റെ അവനെക്കുറിച്ചുള്ള അഭിപ്രായങ്ങൾ നീ തള്ളിക്കളഞ്ഞിട്ടുണ്ടെങ്കിൽ, പിന്നെ എങ്ങനെയാണ് സെമിൽ തെറ്റുകാരനാണെന്ന നിഗമനത്തിൽ എത്തിച്ചേർന്നത്?''

''കരീം പറഞ്ഞ കാര്യങ്ങൾ ആദ്യം ഞാൻ വിശ്വസിച്ചിരുന്നില്ല എന്നുള്ളത് സത്യമാണ്. പക്ഷേ അയാൾ പോയതിനു ശേഷം ആ രാത്രി തന്നെ സെമിൽ എന്റെ അടുത്ത് വന്നിരുന്നു.'' കരീം എന്തറിയാനാണ് എന്റെയടുത്തു വന്നതെന്നാണ് സെമിലിന് അറിയേണ്ടിയിരുന്നത്. ഞാൻ അവനോടു പറഞ്ഞു.'അവന് എന്നിൽ നിന്ന് ഒന്നും അറിയാനില്ല. പക്ഷേ അവൻ നിന്റെ പിറകെ കൂടിയിരിക്കുകയാണെന്ന് തോന്നുന്നു.'

''ആ മനോരോഗിയെ ഞാൻ ഇനി എങ്ങനെ കൈകാര്യ ചെയ്യും?'' അമർഷത്തോടെ സെമിൽ പിറുപിറുത്തു

ഇതാദ്യമായിട്ടായിരുന്നു കരീമിനെച്ചൊല്ലി സെമിൽ ഇത്രയും കോപിക്കുന്നത്. ഞാൻ അയാളെ അധികം ശ്രദ്ധിക്കാൻ നിന്നില്ല. എനിക്ക് ഈ പ്രശ്നത്തിൽ പങ്കുചേരാൻ ഒരു താല്പര്യവും ഇല്ലായിരുന്നു. സത്യം പറഞ്ഞാൽ അവർ രണ്ട് പേരും പറഞ്ഞത് ഞാൻ അവഗണിച്ചു. പക്ഷേ പിറ്റേന്നു രാവിലെ വാതിൽ തുറന്ന് കരീമിന്റെ മൃതദേഹം കണ്ടപ്പോൾ, 'നാളെ എന്നത് ഒരുപാട് ദൂരെയാണ്,' എന്ന അവന്റെ വാക്കുകൾ എന്റെ ചെവിയിൽ മുഴങ്ങി. എനിക്ക് കള്ളം പറയാൻ സാധിക്കില്ല. സെമിലിന്റെ പേരായിരുന്നു ആദ്യം എന്റെ മനസ്സിൽ വന്നത്. അങ്ങനെ ഒരു സാധ്യതയെക്കുറിച്ച് ചിന്തിക്കാൻ പോലും എനിക്ക് സാധിക്കില്ലായിരുന്നു. പക്ഷേ കരീം പറഞ്ഞ കാര്യങ്ങൾ അത്തരത്തിൽ ഒരു നിഗമനത്തിലേയ്ക്ക് എന്റെ മനസ്സിനെ എത്തിച്ചു. അതുകൊണ്ടാണ് ഇതൊരു ആത്മഹത്യയാണെന്നറിഞ്ഞപ്പോൾ ഞാൻ ആശ്വസിച്ചത്. കാരണം സെമിൽ എനിക്കു വളരെ അടുപ്പമുള്ള ഒരു സഖാവാണ്. അവനെ ഒരിക്കലും സംശയിക്കണം എന്ന് ഞാൻ കരുതിയതല്ല.''

''അതിലുമുപരി,'' നിക്കോളായ് കൂട്ടിച്ചേർത്തു: ''അയാൾ നിങ്ങളുടെ ഒരു നല്ല സുഹൃത്തു കൂടിയാണെന്ന് ഞാൻ കരുതുന്നു.''

''അതെ,''സെരിഫ് ഒരു മടിയും കൂടാതെ തുറന്നു പറഞ്ഞു. ''എല്ലാവരും പരസ്പരം സഖാവ് എന്ന് വിളിക്കുന്ന ഈ രാജ്യത്ത്, സുഹൃത്തുക്കൾക്കായിരിക്കും കൂടുതൽ മൂല്യം എന്നു ഞാൻ വിശ്വസിക്കുന്നു.''

അവജ്ഞയുടെ ഈ ഭാഷ നിക്കോളായ്ക്ക് ഇഷ്ടപ്പെട്ടില്ലെങ്കിലും ഈ വിഷയം അയാൾ വീണ്ടും മുന്നോട്ടേക്കു കൊണ്ട് പോയില്ല.

''നിങ്ങൾക്ക് കരീമിനെ വലിയ ഇഷ്ടമില്ലായിരുന്നു, അല്ലേ?'' നിക്കോളായ് ചോദിച്ചു.

''ഞാൻ അവനെ വെറുത്തിട്ടില്ലായിരുന്നു എന്ന് പറയുന്നതായിരിക്കും കൂടുതൽ ശരി. മുഹമ്മദിനെ കൊന്നത് അവനാണെന്നു നിങ്ങൾ പറഞ്ഞപ്പോഴും ഞാൻ അവനെ വെറുത്തില്ല. അവൻ ഒരു രോഗിയായിരുന്നു. പക്ഷേ സ്വദേശത്തുവച്ച് നേരിടേണ്ടി വന്ന കഷ്ടപ്പാടുകളാണ് അവനെ അങ്ങനെയാക്കി മാറ്റിയത്. അവന്റെ കുട്ടി മരിച്ചു, ഭാര്യ അവനെ വിട്ടു പോയി. ഇതെല്ലാം അവന് താങ്ങാൻ കഴിയുന്നതിലും കൂടുതൽ ആയിരുന്നു. അതിൽ ഞാൻ അവനെ കുറ്റപ്പെടുത്തുന്നില്ല. ഒരുപക്ഷേ എനിക്കായിരുന്നു ഇതെല്ലാം സംഭവിച്ചിരുന്നെങ്കിൽ ഞാനും അങ്ങനെയായിപ്പോയേനേ.''

ലിയോനിഡിന് തുർക്കിക്കാരനായ ആ സഖാവിന്റെ വികാരം തന്റേതെന്നപോലെ മനസ്സിലാക്കാൻ സാധിക്കുന്നുണ്ടായിരുന്നു. കരീമിനോട് അയാൾക്ക് തോന്നിയതും അതു പോലെയൊരു വികാരമായിരുന്നു.

തീരുമാനം എടുക്കാൻ സാധിക്കാത്ത പ്രയാസം നിക്കോളായുടെ മുഖത്ത് പ്രകടമായിരുന്നു. സംശയങ്ങൾ എല്ലാം തന്നെ സെമിലിന് നേരെ തിരിഞ്ഞുവെങ്കിലും അയാൾ നിരപരാധി ആകാനുള്ള ചെറിയൊരു സാധ്യത അവശേഷിച്ചിരുന്നു. എല്ലാ സമയവും ശാന്തമായും പക്വമായും ഇരിക്കുക എന്നത് തന്റെ ജോലിയിൽ പ്രധാനമായതു കൊണ്ട് വളരെ പെട്ടെന്ന് നിഗമനങ്ങളിലേക്ക് എത്തിച്ചേരരുത് എന്ന് അയാൾ തീരുമാനിച്ചു.

വിക്റ്ററിനു പക്ഷേ അയാളുടെ ബോധ്യങ്ങളെക്കുറിച്ച് നല്ല ആത്മവിശ്വാസം ഉണ്ടായിരുന്നു. കസേരയിൽ ചാരി ഇരുന്ന് അയാൾ സെരിഫിനെ വീക്ഷിച്ചു കൊണ്ടിരുന്നു. അയാളുടെ കണ്ണുകളിൽ കൃതജ്ഞത പ്രകടമായിരുന്നു. സമയക്കുറവുമൂലം രാവിലെ വടിക്കാതിരുന്ന തന്റെ താടി തടവി കൊണ്ട്, അയാൾ തന്റെ സഹപ്രവർത്തകനോട് ആരാഞ്ഞു: ''കൂടുതൽ ഒന്നും ഇനി ചോദിക്കാൻ ഇല്ലെങ്കിൽ ഇയാളെ പോകാൻ അനുവദിച്ചു കൂടെ?''

''എനിക്ക് ഇനി ചോദിക്കാൻ ഒന്നുമില്ല.''

''നന്ദി, സഖാവ് സെരിഫ്,'' ലിയോനിഡ് പറഞ്ഞു, ''ഞങ്ങൾ നിങ്ങളെ അധികം ബുദ്ധിമുട്ടിച്ചില്ലെന്നു കരുതുന്നു.''

''ഒരിക്കലും ഇല്ല,'' സെരിഫ് കസേരയിൽ നിന്ന് എഴുന്നേറ്റുകൊണ്ട് പറഞ്ഞു. അയാളുടെ മുഖത്ത് പരിഭ്രമം കുറഞ്ഞിരുന്നുവെങ്കിലും പൂർണ്ണമായും അപ്രത്യക്ഷമായിരുന്നില്ല. രണ്ടു സഖാക്കളുടെ അപ്രതീക്ഷിത മരണം സംഘം എങ്ങനെ അതിജീവിക്കും എന്ന ചിന്തയായിരുന്നു വാതിലിനടുത്തേക്കു പോയപ്പോൾ സെരിഫിന്റെ മനസ്സ് മുഴുവൻ.

സെരിഫ് പോയതിനു ശേഷം, ഇത്രയും നേരത്തെ സംസാരം കാരണം ഉണങ്ങിയ തന്റെ ചുണ്ടുകൾ നനച്ചു കൊണ്ട് വിക്റ്റർ പറഞ്ഞു,

''ഞങ്ങൾ ഒരു സിഗരറ്റ് വലിച്ചാൽ നിനക്ക് പ്രശ്നം ഉണ്ടാവുമോ, ലിയോനിഡ്?''

''ഇല്ല, എനിക്ക് ഒരു പ്രശ്നവുമില്ല. എനിക്കും വലിക്കണം എന്നുണ്ട്. പക്ഷേ...''

''നിനക്ക് വലിക്കണം എന്നുണ്ടെങ്കിൽ വലിക്കാം.'' സിഗരറ്റ് പാക്ക് നീട്ടിക്കൊണ്ട് വിക്റ്റർ പറഞ്ഞു.

''ഇല്ല, ഇല്ല, ഞാൻ വലിക്കില്ല,'' ലിയോനിഡ് പറഞ്ഞു. മറ്റു രണ്ടു ഇന്റലിജൻസ് ഉദ്യോഗസ്ഥരും സന്തോഷത്തോടെ സിഗരറ്റ് വലിച്ചു. വിക്റ്റർ ഒരു ദീർഘശ്വാസം എടുത്തതിനു ശേഷം ഒരു വിജയിയെപ്പോലെ ലിയോനിഡിനെ നോക്കി.

''നിങ്ങൾ കണ്ടല്ലോ, എല്ലാ തെളിവുകളും സെമിലിലേക്കാണ് നയിക്കുന്നത്.''

''ശരിയാണ്.'' ലിയോനിഡ് അംഗീകരിച്ചു. ''പക്ഷേ ഞാൻ പറയുന്നത് പോസ്റ്റ്മോർട്ടം റിപ്പോർട്ട് വരുന്നത് വരെ നമ്മൾ കാത്തു നിൽക്കണം എന്നാണ്.''

വിക്റ്റർ തന്റെ പുരികം ചുളിച്ചു കൊണ്ട് ചോദിച്ചു: ''എന്തിന്?''

''ഈ മുറിയിൽ ഒരു സംഘട്ടനം നടന്നതിന്റെ യാതൊരു തെളിവും ഇല്ല. ഒരെതിർപ്പും കാണിക്കാതെ തന്റെ കൈത്തണ്ട മുറിക്കാൻ കരീം സമ്മതിക്കുമോ?''

''സഖാവ് ലിയോനിഡ് പറഞ്ഞതാണ് ശരി.'' നിക്കോളായ് പറഞ്ഞു.

''ആദ്യം ഇതൊരു ആത്മഹത്യ ആണോ എന്ന കാര്യത്തിൽ വ്യക്തത വരുത്തേണ്ടതുണ്ട്.''

''നമ്മൾ സമയം കളയുകയാണ്.'' പരിഭാഷകൻ പറഞ്ഞതിനോട് നിക്കോളായ് യോജിച്ചത് വിക്റ്ററിനെ അലോസരപ്പെടുത്തിയിരുന്നു.

''നമ്മൾ ഇതൊരു ആത്മഹത്യയാണെന്ന് വിശ്വസിക്കണം എന്നാണ് കൊലയാളി ആഗ്രഹിക്കുന്നത്. ആ വഴിക്കു ചിന്തിച്ചാൽ കുറ്റകൃത്യങ്ങളോ കുറ്റവാളികളോ ഉണ്ടാവില്ല.''

''ഞാൻ ആ സാധ്യതയെപ്പറ്റിയും ആലോചിച്ചിരുന്നു,'' ലിയോനിഡ് ഉത്കണ്ഠയോടെ പറഞ്ഞു. ''പക്ഷേ കരീമിന്റെ മരണം ഒരു കൊലപാതകം ആണെന്നു സ്ഥാപിക്കുന്ന നിർണായകമായ തെളിവുകൾ ഒന്നുമില്ല.''

''തെളിവുകൾ ഉണ്ടായിരിക്കില്ല, പക്ഷേ സംശയിക്കാൻ ഒരുപാടുണ്ട്.''

''നിങ്ങൾ എന്താണ് ഉദ്ദേശിക്കുന്നത്?'' വളരെ ആകാംക്ഷയോടുകൂടി ലിയോനിഡ് ചോദിച്ചു.

''ഒന്നാമത്തെ കാര്യം, കരീം കുറിപ്പിൽ വിശദീകരിച്ച രീതിയിൽ അയാൾ മുഹമ്മദിനെ കൊല്ലാനുള്ള സാധ്യത വളരെ കുറവാണ്. നിങ്ങൾ

തന്നെയല്ലേ പറഞ്ഞത് അയാൾ രോഗം കാരണം കിടപ്പിലായിരുന്നു എന്ന്. തന്നെയുമല്ല, എല്ലാ പ്രതീക്ഷകളും ഇനിയും നഷ്ടമാവാത്ത ഒരാൾ ആത്മഹത്യ ചെയ്യുന്നതിൽ യാതൊരു യുക്തിയും ഇല്ല.''

''കുറിപ്പിൽ പറഞ്ഞതു പോലെ എല്ലാ പ്രതീക്ഷകളും അയാൾക്ക് നഷ്ടപ്പെട്ടിട്ടില്ലായിരുന്നു എന്ന് ഉറപ്പിച്ചു പറയാൻ നിങ്ങൾക്ക് എങ്ങനെ സാധിക്കും? ''

''അയാൾക്ക് നമ്മളോട് സംസാരിക്കണം എന്ന് പറഞ്ഞിട്ടില്ലായിരുന്നോ? അയാൾ കുറിപ്പിൽ എഴുതിയിരുന്നത് അവരുടെ കൂട്ടത്തിലുള്ളവരുടെ ജീവൻ അപകടത്തിലാണെന്നല്ലേ? തനിക്ക് അത് തടയാൻ സാധിക്കുമെന്നും അയാൾ വിശ്വസിച്ചിരുന്നു. അതിനെതിരെ ചെറുത്തു നിൽക്കണമെന്ന് അയാൾ ആഗ്രഹിച്ചിരുന്നു.''

''കരീമിന്റെ സ്വഭാവം ആർക്കും പ്രവചിക്കാൻ സാധിച്ചിരുന്നില്ല.'' ലിയോനിഡ് എതിർത്തു. ''ഒരു ദിവസം ഈ ലോകത്തെ ഏറ്റവും സഹൃദയനും ദയാലുവുമായ മനുഷ്യൻ ആണെങ്കിൽ, പിറ്റേ ദിവസം അയാൾ ഒരു മഞ്ഞുമലയേക്കാൾ നിർവികാരനായിരിക്കും.''

''ആയിരിക്കാം. പക്ഷേ നമ്മൾ സംസാരിക്കുന്നത് ഏതെങ്കിലുമൊരു വ്യക്തിയോടുള്ള അയാളുടെ പെരുമാറ്റത്തെക്കുറിച്ചല്ലല്ലോ. സ്വന്തം പാർട്ടിയെയും സഖാക്കളെയും സംരക്ഷിക്കാനുള്ള അയാളുടെ തന്ത്രപ്പാടിനെക്കുറിച്ചല്ലേ. ഇത്തരത്തിൽ അങ്ങേയറ്റം പ്രാധാന്യമുള്ള ഒരു വിഷയത്തിൽ അയാൾ പതറുമെന്നു എനിക്ക് തോന്നുന്നില്ല.''

എന്തു പറയണമെന്ന് ലിയോനിഡിന് അറിയില്ലായിരുന്നു. വിക്റ്ററിന്റെ വാദങ്ങൾ യുക്തിഭദ്രമായിരുന്നു. എങ്കിലും അതെല്ലാം പൂർണമായും സത്യമാണെന്ന് അയാൾക്ക് ഉറപ്പില്ലായിരുന്നു.

''മരിച്ചില്ലായിരുന്നെങ്കിൽ സെമിലിനെക്കുറിച്ച് അയാൾ നമ്മളോടു പറഞ്ഞേനേ, തീർച്ച.'' വിക്റ്റർ കൂട്ടിച്ചേർത്തു. ''കാരണം മുഹമ്മദിന്റെ മരണവുമായി സെമിലിനു എന്തോ ബന്ധം ഉണ്ടെന്ന് അയാൾക്കറിയാമായിരുന്നു.''

അയാൾ കുറച്ചു നേരത്തേക്ക് നിശ്ശബ്ദനായി. അയാളുടെ നോട്ടം നിക്കോളായുടെ മുഖത്തേക്ക് ഉറപ്പിച്ചിരുന്നു.എന്നിട്ട് അപ്രധാനമായ എന്തോ കാര്യം സംസാരിക്കുന്നതു പോലെ അയാൾ വീണ്ടും സംസാരിക്കാൻ തുടങ്ങി: ''താങ്കൾക്കറിയാമോ നിക്കോളായ്,'' അയാൾ പറഞ്ഞു, ''ലിയോനിഡിന്റെ കാഴ്ചപ്പാടുകളോട് ഞാൻ യോജിച്ചേക്കാം; പക്ഷേ താങ്കളുടേത്, എനിക്ക് മനസിലാകുന്നില്ല. എങ്ങനെയാണ് ഇന്റലിജൻസ് ഓഫീസർ ആയ ഒരാൾക്ക് ഈ സാധ്യതകളെക്കുറിച്ചൊന്നും ആലോചിക്കാതിരിക്കാൻ കഴിയുന്നത്?''

വിക്റ്ററിന്റെ സംസാരത്തിൽ ഇടപെട്ടുകൊണ്ട് ലിയോനിഡ് ആവർത്തിച്ചു: ''ഇതൊക്കെ അർത്ഥമില്ലാത്ത സംസാരങ്ങളാണ്. കൃത്യമായ

തെളിവില്ലാതെ ആരുടെ മേലും കൊലപാതകക്കുറ്റം ആരോപിക്കാൻ പറ്റില്ല.''

നിക്കോളായുടെ നോട്ടം ഉറപ്പിച്ചതും ശൂന്യവുമായിരുന്നു. അയാൾ തന്റെ കൈകൾ താടിയിൽ ഊന്നിക്കൊണ്ട് തല പതിയെ ആട്ടുന്നുണ്ടായിരുന്നു. ഒരു തീരുമാനം എടുക്കുന്നതിനു മുൻപ് സ്ഥിരമായി ചെയ്യുന്ന പ്രവൃത്തിയായിരുന്നു ഇത്.

''നിങ്ങൾ പറയുന്നത് തീർത്തും ശരിയാണ്.'' അയാൾ മുകളിലേക്കു നോക്കി കൊണ്ട് പറഞ്ഞു. സുഹൃത്തിന്റെ അഭിപ്രായത്തിനു മറുപടി പറയാതെ അയാൾ ലിയോനിഡിനോടു പറഞ്ഞു.

''വ്യക്തമായ തെളിവില്ലാതെ, ആരെയും പ്രതിയാക്കാൻ നമ്മൾ ഉദ്ദേശിക്കുന്നില്ല, പ്രത്യേകിച്ച് സ്വന്തം രാജ്യത്തെ ഫാസിസ്റ്റ് ശക്തികളോട് പൊരുതുന്ന ഒരു കമ്മ്യൂണിസ്റ്റുകാരനെ. പക്ഷേ ഒരു കാര്യം നമ്മൾ അംഗീകരിച്ചേ പറ്റൂ. തെളിവില്ല എന്ന കാരണത്താൽ നമ്മുടെ അനുമാനങ്ങളെ പാടെ തള്ളിക്കളഞ്ഞാൽ നമ്മുടെ ചർച്ച വഴി മുട്ടും. അതാർക്കും ഗുണം ചെയ്യില്ല. അതുകൊണ്ട് നമ്മൾക്കൊരുമിച്ചിരുന്നു ചിന്തിക്കാം.''

''എനിക്കതിനോട് വിയോജിപ്പൊന്നുമില്ല.''

ലിയോനിഡ് പറഞ്ഞു, അയാൾ സമാധാനപ്പെടാൻ ശ്രമിച്ചു. പക്ഷേ വല്ലാത്തൊരു ആധി അയാളുടെ മനസ്സിനെ നൊമ്പരപ്പെടുത്തുന്നുണ്ടായിരുന്നു. അവസാന പുക എടുത്തതിനു ശേഷം സിഗരറ്റ് ആഷ്ട്രേയിൽ കെടുത്തിയ വിക്റ്റർ തന്റെ സഹപ്രവർത്തകനെ നോക്കിയിരിക്കുകയായിരുന്നു. നിക്കോളായ് എന്തു പറയുമെന്ന ആലോചനയിൽ ആയിരുന്നു അയാളെന്നു വ്യക്തമായിരുന്നു.

''ഒരു നിമിഷത്തേക്കു ഇതൊരു ആത്മഹത്യ അല്ല എന്ന് നമുക്ക് സങ്കല്പിക്കാം.'' നിക്കോളായ് പറഞ്ഞു. അയാളും സിഗരറ്റ് കെടുത്തിയിരുന്നു.

''വിക്റ്റർ പറഞ്ഞതു പോലെ യഥാർത്ഥ കൊലയാളി ആരാണെന്ന് ഒളിച്ചു വെയ്ക്കാൻ ഇതിനേക്കാൾ നല്ല ഒരു മാർഗമില്ല. ഒരാളെ കൊന്നതിനു ശേഷം വീണ്ടും മറ്റൊരാളെ കൊല്ലുക; എന്നിട്ടു രണ്ടാമത്തെ കൊലപാതകം ഒരു ആത്മഹത്യ ആയി ചിത്രീകരിക്കുക. എന്നിട്ട് ആദ്യത്തെ കൊലപാതകം നടത്തിയത് താനാണെന്ന് രണ്ടാമത്തെ ആളെ കൊണ്ട് അയാളുടെ ആത്മഹത്യാക്കുറിപ്പിൽ സമ്മതിപ്പിക്കുക. കുറ്റമറ്റ പദ്ധതി തന്നെ!''

ലിയോനിഡ് ജാഗരൂകനായി, ''വളരെ സമർത്ഥമായ ഒരു പദ്ധതി ആണിത്. പക്ഷേ ഇതൊരു ഊഹം മാത്രമാണ്.''

''അതെ, ഊഹം മാത്രം. പക്ഷേ ഇവരുടെ കൂട്ടത്തിൽ ആകെ മൂന്ന് പേർക്കു മാത്രമാണ് അന്യോന്യം മുൻപരിചയം ഉള്ളത്. മുഹമ്മദ്, കരീം,

പിന്നെ സെമിൽ. അത് കൂടാതെ ഇവർക്കിടയിൽ ഒരു രഹസ്യപ്പൊലീസ് ഉണ്ട് എന്ന കിംവദന്തിയുമുണ്ട്.''

''അതൊരു കിംവദന്തി അല്ല, വസ്തുതയാണ്,'' ഒരു തരം ആത്മ സംതൃപ്തിയോട് കൂടി വിക്റ്റർ അയാളെ തിരുത്തി.

ഒടുവിൽ ഇനി താൻ പറയുന്നതിൽ അർത്ഥമില്ല എന്ന് മനസിലാക്കിയ നിക്കോളായും വിക്റ്റർ പറഞ്ഞതിനോട് യോജിച്ചു. വിക്റ്റർ പറയുന്നത് ശരിയാവാനും സാധ്യതയുണ്ടെന്ന് അയാൾക്ക് തോന്നിയിരുന്നു, അതുകൊണ്ട് തന്നെ സമയം കളയാതെ അയാളോട് യോജിച്ചാൽ കൊലപാതകിയെ കണ്ടെത്തുമ്പോൾ ആ വിജയത്തിലെ ഒരു പങ്ക് അയാൾക്കും ലഭിക്കുമല്ലോ എന്ന് അയാൾ കരുതി, അതെത്ര തന്നെ ചെറുതാണെങ്കിലും.

''തീർച്ച.'' പതിയെ തലയാട്ടി കൊണ്ട് നിക്കോളായ് പറഞ്ഞു. ''ആ വസ്തുത രഹസ്യകോഡ് വഴി ഉറപ്പിച്ചതാണ്. ഇപ്പോൾ ഇതാ പരസ്പരം അറിഞ്ഞിരുന്ന മൂന്നു പേരിൽ രണ്ടു പേർ മരിച്ചിരിക്കുന്നു, അതിനുള്ള സാധ്യത എത്രയാണ്? ആകെ ശേഷിച്ച വ്യക്തി സെമിൽ മാത്രം. നമ്മുടെ മുന്നിലുള്ള ചോദ്യം ഇതാണ്: സെമിൽ ഒരു രഹസ്യപ്പൊലീസ് ആയിരിക്കുമോ? ചെറുപ്പക്കാരനായ, ബുദ്ധിമാനായ, രാജ്യത്തെ മൂന്നു മേജർ ഓപ്പറേഷനുകളിൽ അറസ്റ്റ് ചെയ്യപ്പെടാതിരിക്കാൻ മാത്രം കൗശലക്കാരനായ ഒരാൾ; ഒരിക്കൽ പോലും പൊലീസിനിടയിൽ സംസാര വിഷയം ആവാത്ത, പാർട്ടിയിൽ മികച്ച ഭാവിയുള്ള, മറ്റൊരു തരത്തിൽ ഭാവിയിലെ പാർട്ടി സെൻട്രൽ കമ്മിറ്റി അംഗം ആവാൻ സാധ്യതയുള്ളയാൾ. അത്തരത്തിലൊരാൾ രഹസ്യപ്പൊലീസ് ആകാൻ സാധ്യതയുണ്ടോ?''

ലിയോനിഡ് നിശ്ശബ്ദനായി ഇരുന്നു, അയാൾക്കറിയാമായിരുന്നു ഈ വിഷയം എങ്ങോട്ടാണ് പോകുന്നതെന്ന്. പക്ഷേ അയാളുടെ സുഹൃത്ത് വിക്റ്റർ അയാളെ നിർബന്ധിച്ചു: ''ലിയോനിഡ്, നിങ്ങൾ വിദേശകാര്യ വകുപ്പിൽ വളരെക്കാലം ജോലി ചെയ്തിട്ടില്ലേ? ചാരവൃത്തിക്കേസ് നിങ്ങൾക്ക് അപരിചിതമല്ലല്ലോ. അധികം ശ്രദ്ധ ആകർഷിക്കാതെ സംഘടനയിൽ വളർന്നു വരാൻ കഴിവുള്ള ഒരു വ്യക്തി ആണ് സെമിൽ. തീർച്ചയായും അയാളെപ്പോലെ ഒരാളെ ആയിരിക്കും രഹസ്യപ്പൊലീസ് ഈ ജോലിക്ക് നിയോഗിക്കുക.''

''അനുമാനങ്ങളിലെത്താനുള്ള താങ്കളുടെ കഴിവിനെ തീർച്ചയായും ഞാൻ അഭിനന്ദിക്കേണ്ടതുണ്ട്,'' ആവേശത്തോടെ ലിയോനിഡ് പറഞ്ഞു, ''പക്ഷേ നിങ്ങൾ സുപ്രധാനമായ ഒരു കാര്യം മറക്കുന്നു. മികച്ച ഭാവിയുള്ള ഒരു വ്യക്തി എന്തു കൊണ്ട് ഒരു കൊലപാതകം നടത്തി തന്റെ ഭാവി ജീവിതം അപായപ്പെടുത്തണം?''

അത്രയും നേരം തന്റെ വാദത്തിൽ ലിയോനിഡ് ഉറച്ചു നിൽക്കും എന്ന് പ്രതീക്ഷിക്കാതിരുന്ന ഇന്റലിജൻസ് ഓഫീസർമാർ ദേഷ്യത്താൽ മുഖം ചുളിച്ചിരുന്നു.

''അത് നിസ്സാരമായ ഒരു കാര്യമാണ്,'' ലിയോനിഡിനെ തുറിച്ചു നോക്കിക്കൊണ്ട് വിക്റ്റർ പറഞ്ഞു. ''അയാൾക്ക് അങ്ങനെ ചെയ്യേണ്ടി വന്നു എന്നത് തന്നെയാണ് കാരണം. മുഹമ്മദിനും കരീമിനും അയാളെ അവരുടെ രാജ്യത്ത് വെച്ചു തന്നെ അറിയാം. ചിലപ്പോൾ അവർക്ക് മുമ്പേ തന്നെ സംശയം ഉണ്ടായിരിക്കണം. പക്ഷേ അവനെ പുകച്ചു പുറത്തു ചാടിക്കാൻ അവർക്കു മോസ്കോവിൽ എത്തേണ്ടി വന്നു. മോസ്കോവിൽ എത്തിയപ്പോൾ അവർക്ക് മനസിലായി അവൻ ഒരു പൊലീസ് ആണെന്ന്. തന്റെ രഹസ്യം അവർ മനസിലാക്കി എന്ന് തിരിച്ചറിഞ്ഞ സെമിൽ വേറെ നിവൃത്തി ഇല്ലാതെ അവരെ രണ്ടു പേരെയും ഇല്ലാതാക്കി.''

''അങ്ങനെ ആണെങ്കിൽ കരീമിനെ കൊല്ലുന്നതിനു മുൻപ് ഒരു ദിവസം അയാൾ കാത്തുനിന്നത് എന്തിനാണ് ?''

''എല്ലാ ചോദ്യങ്ങൾക്കും ഉള്ള ഉത്തരം നമ്മൾ കണ്ടെത്തിയിട്ടില്ല,'' ഒരു ചെറിയ നിശ്ശബ്ദതയ്ക്ക് ശേഷം അൽപ്പം നീരസത്തോടു കൂടി നിക്കോളായ് പറഞ്ഞു. ''പക്ഷേ ആ രഹസ്യസന്ദേശം ഡീകോഡ് ചെയ്ത പുസ്തകം കിട്ടിയത് അയാളുടെ റൂമിൽ നിന്നാണെന്ന വസ്തുത സെമിൽ തന്നെയാണ് നമ്മൾ അന്വേഷിക്കുന്ന ആളെന്ന് തെളിയിക്കുന്നില്ലേ?''

''ആ പുസ്തകം മറ്റാരുടേതെങ്കിലും ആണെങ്കിലോ? ചിലപ്പോൾ നെജത്തിന്റേത്? ചിലപ്പോൾ ആ ബുക്ക് അവിടെ വെച്ചത് മറ്റാരെങ്കിലും ആണെങ്കിലോ?'' ലിയോനിഡ് തുരുതുരാ ചോദ്യങ്ങൾ എറിഞ്ഞു കൊണ്ടേ ഇരുന്നു.''ഒരുപക്ഷേ നമ്മൾ സെമിലിനോട് തന്നെ ചോദിക്കേണ്ടി വരും. യുക്തിപരമായ ഒരു വിശദീകരണം അയാൾക്ക് പറയാനുണ്ടാകും.''

ഇതു കേട്ടതോടെ ഇന്റലിജൻസ് ഓഫീസർമാർ രണ്ടുപേരും ദേഷ്യപ്പെട്ടു. ലിയോനിഡ് എന്തിനാണ് ഈ തുർക്കിക്ക് വേണ്ടി വാദിക്കുന്നത് എന്ന് അവർക്കു മനസിലാവുന്നില്ലായിരുന്നു. എന്തിനാണ് ഇവർ രണ്ട് പേരും തന്നെ ബുദ്ധിമുട്ടിക്കുന്നതെന്നും വ്യക്തമായ തെളിവില്ലാതെ സെമിലിനെ കുറ്റവാളിയാക്കുന്നതെന്നും ലിയോനിഡിനും മനസിലാവുന്നില്ലായിരുന്നു.

മുറിക്കുള്ളിൽ അസ്വസ്ഥത അതിന്റെ മൂർദ്ധന്യാവസ്ഥയിൽ എത്തുന്നതിനു തൊട്ടു മുൻപ് ലിയോനിഡ് എഴുന്നേറ്റു: ''എസ്ക്യൂസ് മീ, എനിക്ക് റസ്റ്റ് റൂമിൽ പോകണം.'' തെല്ലും ആത്മവിശ്വാസമില്ലാത്ത സ്വരത്തിൽ അയാൾ പറയാൻ ശ്രമിച്ചു. ''നിങ്ങൾക്കറിയാമല്ലോ, വയസ്സാവുമ്പോൾ ഉണ്ടാവുന്ന ബുദ്ധിമുട്ടുകൾ...''

ഈ മനുഷ്യനെ ഓർത്തു ചിരിക്കണോ അതോ സഹതപിക്കണോ എന്നറിയാതെ രണ്ടു പേരും ലിയോനിഡ് പോവുന്നത് നോക്കിയിരുന്നു. തന്റെ സഹപ്രവർത്തകനെ നോക്കി പതിഞ്ഞ സ്വരത്തിൽ വിക്റ്റർ പറഞ്ഞു. ''നമ്മുടെ ഓപ്പറേഷന്റെ ശ്രദ്ധ സെമിലിൽ കേന്ദ്രീകരിച്ചായിരിക്കണം.''

''നിങ്ങൾ പറയുന്നത് ശരിയാണ്, പക്ഷേ ലിയോനിഡിനെ നമ്മുടെ ഒപ്പം നിർത്തേണ്ടതുണ്ട്.'' നിക്കോളായ് പറഞ്ഞു. ''അയാളെ കൂട്ടാതെ ഒരു ചോദ്യം ചെയ്യൽ പോലും നമുക്ക് നടത്താൻ സാധിക്കില്ല. പക്ഷേ അയാളുടെ സാന്നിധ്യം നമുക്ക് കുഴപ്പങ്ങൾ ഉണ്ടാക്കിയേക്കാം. അയാൾക്ക് തുർക്കികളെന്നു വെച്ചാൽ ജീവനാണ്.''

''അയാൾ കൂടുതൽ പ്രശ്നങ്ങൾ സൃഷ്ടിച്ചാൽ നമുക്ക് വേറെ പരിഭാഷകനെ നോക്കാം.'' നിക്കോളായുടെ ആശങ്ക വിക്റ്റർ തള്ളിക്കളഞ്ഞു. ''ഡീകോഡ് ചെയ്ത സന്ദേശം പരിഭാഷപ്പെടുത്താൻ അവർ കണ്ടെത്തിയ ആൾ ആരായിരിക്കും എന്നാണു ഞാൻ ആലോചിക്കുന്നത്.''

''തുർക്കി ഭാഷ അറിയുന്ന ഒരാളെ നമ്മൾ കണ്ടെത്താം. പക്ഷേ, തുർക്കികളെയും ലിയോനിഡിനെയും അറിയുന്ന ആളാകരുത്. പാർട്ടി രഹസ്യങ്ങൾ ചോർന്നു പോകാതിരിക്കാനും നമ്മൾ ശ്രദ്ധിക്കേണ്ടതുണ്ട്.''

''നമുക്ക് അയാളോട് ഇതിനെപ്പറ്റി തുറന്നു സംസാരിക്കാം.'' വിക്റ്റർ പറഞ്ഞു, ഇങ്ങനെയല്ലാതെ എങ്ങനെ മറുപടി പറയണം എന്ന് വിക്റ്ററിന് അറിയില്ലായിരുന്നു. ''അയാൾക്ക് നമ്മളെ സഹായിക്കാൻ ഉദ്ദേശ്യമുണ്ടോ എന്ന് അറിഞ്ഞേ പറ്റൂ.''

''ശരി.'' ദുരൂഹമായ ഒരു തെളിച്ചം നിക്കോളായുടെ കണ്ണിൽ ഉണ്ടായിരുന്നു. ''നമ്മൾ തുറന്നു സംസാരിക്കണം. പക്ഷേ ഒരിക്കലും കർക്കശമായി ഇതിനെ സമീപിക്കരുത്.''

തന്റെ സഹപ്രവർത്തകൻ പറഞ്ഞതിന്റെ പൊരുൾ വിക്റ്ററിന് മനസ്സിലായിരുന്നില്ല. പക്ഷേ അതെന്താണെന്നു ചോദിക്കാൻ വിക്റ്ററിന് സമയം കിട്ടുമ്പോഴേക്ക് അവിടെ നിന്നും പോവുമ്പോൾ ഉണ്ടായിരുന്ന ഭയം നിറഞ്ഞ ചിരിയുമായി ലിയോനിഡ് വാതിലിനടുത്ത് പ്രത്യക്ഷനായി. കസേരയിൽ ഇരുന്നപ്പോൾ അയാളുടെ മുഖത്ത് മുമ്പുണ്ടായിരുന്ന ആശങ്ക വീണ്ടും പ്രകടമായി.

''നമ്മൾ അയച്ച രഹസ്യ സന്ദേശം അവർക്കിതു വരെ കിട്ടിയിട്ടില്ല, അല്ലേ?'' അയാൾ ചോദിച്ചു. റെസ്റ്റ് റൂമിൽ പോയപ്പോൾ ഇതിനെപ്പറ്റി അയാൾ ആലോചിച്ചിട്ടുണ്ടാവണം.

''ഇല്ല അത് ഇത് വരെ അവർക്കു ലഭിച്ചിട്ടില്ല.'' താൻ പരിഭാഷകൻ പറയുന്നത് ശ്രദ്ധയോടെ കേൾക്കുന്നുണ്ട് എന്ന് കാണിക്കാൻ വേണ്ടി നിക്കോളായ് പെട്ടെന്നു പറഞ്ഞു. ''ആ കളിപ്പാട്ടക്കട നമ്മുടെ ആളുകളുടെ നിരീക്ഷണത്തിലാണ്.''

‘‘പക്ഷേ ചാരന് ഏതെങ്കിലും ഘട്ടത്തിൽ സന്ദേശം സ്വീകരിക്കാൻ പോകേണ്ടി വരില്ലേ?’’

‘‘അതെ.’’ നിക്കോളായ്ക്ക് ഉറപ്പില്ലായിരുന്നു ഈ സംഭാഷണം എങ്ങോട്ടാണ് പോകുന്നതെന്ന്. ‘‘അവരുടെ അടുത്ത മീറ്റിംഗിൽ പങ്കെടുക്കണം എന്നുണ്ടെങ്കിൽ അയാൾക്ക് ആ സന്ദേശം സ്വീകരിക്കാൻ പോയേ മതിയാവൂ.’’

‘‘എങ്കിൽ കാത്തിരിക്കുകയല്ലാതെ മറ്റൊരു മാർഗമില്ല.’’ ഏറ്റവും മികച്ച പദ്ധതി കണ്ടെത്തിയതു പോലെ ലിയോനിഡ് അവകാശപ്പെട്ടു. ‘‘ചാരൻ അടുത്ത് തന്നെ ആ സന്ദേശം കൈപ്പറ്റാൻ ശ്രമിക്കും.’’

‘‘ഇതിനകം തന്നെ രണ്ടു പേർ മരിച്ചു പോയി എന്ന വസ്തുത നിങ്ങൾ മറന്നു പോകുന്നു. തീർച്ചയായും നമ്മൾ അയാളെ നിരീക്ഷിക്കുന്നുണ്ടെന്നു അയാൾക്കറിയാം. അതുകൊണ്ട് തന്നെ രഹസ്യസന്ദേശം കൈപ്പറ്റാനുള്ള പദ്ധതി തന്നെ അയാൾ ഉപേക്ഷിച്ചെന്ന് വരും.’’

‘‘അങ്ങനെയാണെങ്കിൽ തന്റെ സഹായിയുമായി അയാൾ എങ്ങനെ ബന്ധപ്പെടും?’’

‘‘എല്ലാവർക്കും എപ്പോഴും ഒരു ബദൽ പ്ലാൻ കാണും.’’ വിക്റ്റർ വിശദീകരിച്ചു. ‘‘അവർ വിചാരിച്ചതു പോലെ അടുത്ത മീറ്റിംഗ് നടന്നില്ലെങ്കിൽ സ്വാഭാവികമായും മുന്നോട്ടുള്ള പ്ലാൻ ആരംഭിക്കും.’’

‘‘എങ്കിലും നമ്മുടെ ചാരൻ വന്നു സന്ദേശം സ്വീകരിക്കും എന്ന പ്രതീക്ഷ നമ്മൾ പൂർണമായും തള്ളിക്കളഞ്ഞിട്ടില്ല,’’നിക്കോളായ് പറഞ്ഞു. അയാളുടെ കണ്ണുകളിൽ കൗശലത്തിന്റെ തിളക്കമുണ്ടായിരുന്നു. ‘‘അതുകൊണ്ടു തന്നെ കരീമിന്റെ മരണം ഒരു ആത്മഹത്യ ആണെന്ന് ചിത്രീകരിച്ച് അന്വേഷണം കുറച്ചു കാലത്തേക്ക് നിർത്തി വെക്കണം. അങ്ങനെ ചെയ്താൽ മാത്രമേ ചാരന് താൻ സുരക്ഷിതനാണെന്നു തോന്നൂ. അങ്ങനെ സംഭവിച്ചാൽ മാത്രമേ അയാൾ നമ്മൾ കരുതുന്നതു പോലെ സന്ദേശം കൈപറ്റൂ.’’

‘‘സമർത്ഥമായ പദ്ധതി.’’ ലിയോനിഡ് പറഞ്ഞു. ‘‘അപ്പോൾ ഇത് ശരിക്കും ഒരു കൊലപാതകം ആണെങ്കിൽ നമുക്ക് പ്രതിയെ അയാൾ സന്ദേശം സ്വീകരിക്കുമ്പോൾ കയ്യോടെ പിടികൂടാം.’’

താൻ കാത്തിരുന്ന അവസരം അവസാനം വന്നു എന്ന് കരുതിയ നിക്കോളായി വളരെ സ്വാഭാവികമായ ശൈലിയിൽ പറഞ്ഞു: ‘‘ഇത് കൃത്യമായ ഒരു പദ്ധതി തന്നെയാണ്. പക്ഷേ സഖാവ് വിക്റ്റർ സംശയിച്ചത് പോലെ ചാരന് സന്ദേശം കിട്ടിയില്ലെങ്കിൽ, നമുക്ക് വേറെ വഴി അന്വേഷിക്കേണ്ടി വരും.’’

ലിയോനിഡിനു മനസിലായില്ല, അയാൾ സംശയത്തോടെ നിക്കോളായ്യെ തുറിച്ചു നോക്കി. ‘‘നമുക്ക് കാത്തിരിക്കാം ലിയോനിഡ്.

നിങ്ങൾ പറഞ്ഞതു പോലെ തന്നെ.'' ദൃഢമായ സ്വരത്തിൽ നിക്കോളായ് വിശദീകരിച്ചു. ''മീറ്റിംഗിന് ഒരു ദിവസം മുൻപു വരെ നമുക്ക് കാത്തിരിക്കാം. പക്ഷേ സന്ദേശം ആരും കൈപ്പറ്റിയില്ലെങ്കിൽ നമുക്ക് നമ്മുടെ രീതിയിൽ കാര്യങ്ങൾ ചെയ്യേണ്ടി വരും''

''അങ്ങനെയൊരു സാഹചര്യമുണ്ടായാൽ എന്തു ചെയ്യാനാണ് നിങ്ങൾ ഉദ്ദേശിക്കുന്നത്?''

''നമ്മൾ ഒരു കളി കളിക്കും. ഒരു പക്ഷേ കുറച്ചു മണിക്കൂറുകളോളം സെമിലിന് ചില ബുദ്ധിമുട്ടുകൾ അനുഭവിക്കേണ്ടി വരും. പക്ഷേ അതോടു കൂടി എല്ലാം വ്യക്തമാവും.''

''എന്തുതരം കളിയാണിത്?''

''അതിന്റെ വിശദാംശങ്ങൾ ഞങ്ങൾ തയ്യാറാക്കുന്നതേയുള്ളൂ. ഒരു പക്ഷേ നമ്മുടെ കക്ഷിക്ക് സന്ദേശം ലഭിച്ചെന്നു വരാം. അങ്ങനെയാണെങ്കിൽ മറ്റു മാർഗ്ഗങ്ങൾ നോക്കേണ്ട കാര്യമില്ലല്ലോ.''

''അവർ പതിവു പോലെ രഹസ്യമായ എന്തോ പദ്ധതി തയ്യാറാക്കുകയാണ്,'' ലിയോനിഡ് മനസ്സിൽ വിചാരിച്ചു. താൻ ഈ അന്വേഷണത്തിന്റെ ഭാഗമാകരുതായിരുന്നു എന്ന് അയാൾക്കു തോന്നി. ഇനി പിന്മാറാനുള്ള സമയവുമില്ല. സാധനങ്ങളെടുത്ത് മുറി വിട്ടു പോകാൻ തയ്യാറാകുമ്പോൾ, ഉള്ളിൽ ഒളിച്ചിരിക്കുന്ന ആകുലതകൾ അയാളുടെ മങ്ങിയ കണ്ണുകളിൽ പ്രകടമായിരുന്നു.

ഇരുപത്

വിക്റ്റർ പറഞ്ഞതു ശരിയായിരുന്നു. അസഫിന്റെ പ്രക്ഷുബ്ധമായ പ്രസംഗം കൂട്ടായ്മയിലെ ആളുകൾക്ക് വിശ്വസനീയമായിരുന്നു. വികാരത്തള്ളിച്ച കൊണ്ട് അയാളുടെ ശബ്ദം വിറപൂണ്ടിരുന്നു. വിയർത്ത മൂക്കിൽനിന്നു വഴുതിവീഴുന്ന കണ്ണട ഇടയ്ക്കിടയ്ക്ക് അസ്വസ്ഥതയോടെ അയാൾ കൈവിരലുകൾകൊണ്ട് ഉറപ്പിക്കുന്നുണ്ടായിരുന്നു. രാവിലെ ഉണർന്നപ്പോൾത്തന്നെ കരീമിന്റെ മരണവാർത്തയാണ് അവർ കേട്ടത്. അവരെല്ലാം നടുങ്ങിപ്പോയി. അതൊരു ആത്മഹത്യയാണെന്നറിഞ്ഞപ്പോൾ അവരുടെ ഭയം അല്പം കുറഞ്ഞു. കരീമിന്റെ ആത്മഹത്യാക്കുറിപ്പിൽ മുഹമ്മദിന്റെ മരണത്തെക്കുറിച്ചുള്ള സൂചനകളുണ്ടായിരുന്നല്ലോ. അതുകൊണ്ട് കരീമിന്റെ മരണത്തെത്തുടർന്നുണ്ടായ ദുഃഖം ചെറിയൊരാശ്വാസത്തിലേക്ക് വഴി മാറിയപോലെ തോന്നി.

മാനസികമായി പിരിമുറുക്കം അനുഭവിക്കുന്നവർക്ക് ആശ്വാസത്തിന്റെ ഒരു ചെറിയ തെന്നൽപോലും വലിയ കാര്യമായി തോന്നാറുണ്ട്. മുഹമ്മദിന്റെ കൊലപാതകത്തിന് മുൻപുള്ള അവസ്ഥയിലേക്ക് കാര്യങ്ങൾ തിരികെയെത്തുമെന്ന് തോന്നുന്നില്ലെങ്കിലും രണ്ട് ദിവസമായി അവർ അനുഭവിക്കുന്ന കടുത്ത അസ്വസ്ഥതയ്ക്ക്, അവ്യക്തത അവസാനിച്ചതു പോലെ തോന്നി. അസഫ് പറഞ്ഞു: ''മുഹമ്മദിന്റെയും കരീമിന്റെയും മരണം നിർഭാഗ്യകരമായ ഒരു തീരാനഷ്ടമാണ്. അത് നമ്മെ എപ്പോഴും വേട്ടയാടിക്കൊണ്ടിരിക്കുക തന്നെ ചെയ്യും. പക്ഷേ മാർക്സിസം പഠിക്കാനുള്ള ശ്രമത്തിൽ മുഴുകുമ്പോൾ ഇപ്പോഴത്തെ മനോവേദന പതിയെപ്പതിയെ കുറഞ്ഞുവരും. നമുക്ക് നഷ്ടമായ രണ്ടു സഖാക്കളും ഈ ഉശിരൻ പോരാട്ടത്തിലെ ഉദാത്തരായ പോരാളികളായി ഓർമ്മിക്കപ്പെടും.''

പാർട്ടിയുടെ ചരിത്രത്തിൽ മുഹമ്മദിനുള്ള സ്ഥാനം ആരും ചോദ്യം ചെയ്തില്ല. പക്ഷേ കൂട്ടായ്മയിലെ ചില ആളുകൾക്ക്, പ്രത്യേകിച്ച് ബെസിറെപ്പോലുള്ളവർക്ക് കരീമിനെക്കുറിച്ച് അത്ര നല്ല അഭിപ്രായമില്ലായിരുന്നു.

ബെസിർ പറഞ്ഞു: ''ലക്ഷ്യത്തിനുവേണ്ടി പോരാടിയ നമ്മുടെ ഒരു സഖാവിനെ മരണത്തിലേക്കു തള്ളിയിട്ട കരീമിനെ അനുസ്മരിക്കുന്നതു പോലും തെറ്റാണ്. അവൻ ഒരു കൊലപാതകിയാണ്.''

കാനിന് തന്റെ സുഹൃത്തിനെ തിരുത്തേണ്ടത് അത്യാവശ്യമാണെന്ന് തോന്നി: ''അയാൾ കൊലപാതകിയല്ല. അയാൾക്ക് സുഖമില്ലായിരുന്നു.''

സെമിൽ കാനിനെ പിൻതാങ്ങി: ''ശരിയാണ് സ്വേച്ഛാധിപത്യത്തിന്റെ കീഴിൽ ജനാധിപത്യവാദിയായി നിലനിൽക്കാനുള്ള പോരാട്ടത്തിനിടയിലാണ് അയാളുടെ മനഃസുഖം നഷ്ടപ്പെട്ടത്. കരീമിനോട് അല്പം കൂടി ദയ കാട്ടാവുന്നതാണ്.''

സെമിലിന് കരീമിനോടുണ്ടായ പെട്ടെന്നുള്ള അലിവിൽ ആ മുറിയിലെ എല്ലാവരും അമ്പരന്നു. പ്രത്യേകിച്ച് നെജത്ത്. പക്ഷേ എതിർപ്പറിയിച്ച് പ്രതികരിക്കാൻ അസഫ് ആരെയും അനുവദിച്ചില്ല.

''സെമിൽ പറഞ്ഞത് ശരിയാണ്.'' അസഫ് പറഞ്ഞു. ''കരീം ഏതൊക്കെ അവസ്ഥകളിലൂടെയാണ് കടന്നുപോയതെന്ന് നമുക്കറിയില്ല. എന്തുകൊണ്ടാണ് അയാൾ ഇങ്ങനെയൊരാളായി മാറിയതെന്നും അറിയില്ല. ''

''മോശപ്പെട്ട സാഹചര്യങ്ങളിൽ, തടവറകളിൽവെച്ച് കാൻസർ വന്നു മരിച്ച സഖാക്കൾ നമുക്കുണ്ട്.'' കാൻ പറഞ്ഞു. ''അവരിലൊരാളായി നമുക്ക് കരീമിനെയും പരിഗണിക്കണമെന്നാണ് എന്റെ അഭിപ്രായം.''

''പക്ഷേ ഒരു കാൻസർ രോഗിയും അറിഞ്ഞുകൊണ്ട് അയാളുടെ സുഹൃത്തിനെ കൊല്ലില്ലല്ലോ.'' നെജത്ത് വാദിച്ചു. ''മുഹമ്മദ് നിഷ്കളങ്കനായിരുന്നു. നമുക്ക് അയാളുടെ കാര്യത്തിൽ ഒരുത്തരവാദിത്തവും ഇല്ലേ?''

എന്താണ് പറയേണ്ടതെന്ന് തുർഗട്ടിന് മനസ്സിലായില്ല. അയാൾ രണ്ടു സുഹൃത്തുക്കളുടെ ഇടയിൽപ്പെട്ട് ധർമ്മസങ്കടത്തിലായി. നെജത്ത് പറഞ്ഞത് ശരിയാണ്. കരീമിനെ തള്ളിപ്പറയുന്നത് കൊണ്ട് മുഹമ്മദിനെ തിരിച്ചുകൊണ്ടുവരാനാകില്ലല്ലോ.

കരീമിനെ ഒരു പാർട്ടി അംഗം എന്ന നിലയിൽ ഇനിയും ബഹുമാനിക്കുന്നത് ശരിയല്ലെന്നാണ് ഡർമുസിന് തോന്നിയത്. എന്നാലും അസഫിന്റെ അനുരഞ്ജനശ്രമങ്ങൾക്കിടയിൽ അയാൾ അയാളുടെ ഈ അഭിപ്രായം ആരോടും പ്രകടിപ്പിട്ടില്ല. തുർഗട്ടിനെപ്പോലെ തന്നെ അയാളും നിശ്ശബ്ദനായിരുന്നു.

ബെസിറും നെജത്തും അവരവരുടെ നിലപാടിൽ ഉറച്ചു നിന്നു. ഹിക്മെത്ത് ചർച്ചയിൽ ഇടപെട്ടു: ''നമ്മൾ അനാവശ്യമായിട്ടാണ് ഇങ്ങനെ വാദിക്കുന്നത്.'' അയാൾ പറഞ്ഞു. ''പാർട്ടിയിൽ നിന്ന് ആരെയെങ്കിലും പുറത്താക്കുന്ന കാര്യം തീരുമാനിക്കേണ്ടത് കേന്ദ്ര കമ്മറ്റിയാണ്.''

''കേന്ദ്ര കമ്മിറ്റിയല്ല, പാർട്ടി കോൺഗ്രസ്സ്,'' അസഫ് അയാളെ തിരുത്തി. ''ഇതു വളരെ പ്രധാനപ്പെട്ട ഒരു തീരുമാനമാണല്ലോ.''

''അപ്പോൾ നമ്മൾ ചെയ്യാൻ പോകുന്നത് വളരെ ലളിതമായ ഒരു കാര്യമാണ്. നമ്മുടെ റിപ്പോർട്ടുകൾ എഴുതി കേന്ദ്രകമ്മറ്റിക്ക് കൈമാറും. അടുത്ത പാർട്ടി കോൺഗ്രസ്സിൽത്തന്നെ ഇക്കാര്യം ചർച്ചയാകും. അതിനെ ത്തുടർന്ന് ഒരു തീരുമാനമെടുക്കുകയും ചെയ്യും.''

അതൊരു വിവേകപൂർണ്ണമായ തീരുമാനമായിരുന്നു. ആരും അതിനെ എതിർത്തില്ല. വേറൊരു തീരുമാനവും ആ മീറ്റിംഗിൽ കൈക്കൊണ്ടില്ല. കാൻ കണ്ണീരോടെ മുഹമ്മദിനെക്കുറിച്ചുള്ള ഓർമ്മകൾ പങ്കുവച്ചു. രണ്ട് സഖാക്കളുടെ മരണവാർത്ത അവരുടെ തുർക്കിയിലുള്ള കുടുംബങ്ങളെ എങ്ങനെ അറിയിക്കണമെന്നതിനെക്കുറിച്ച് ഡർമുസ് സംസാരിച്ചു. മറ്റുള്ള കൂട്ടായ്മകളിൽ നിന്ന് ഈ മരണവും രഹസ്യമാക്കി വെയ്ക്ക ണമെന്ന് അസഫ് വിശദീകരിച്ചു.

''അതെങ്ങനെയൊരു തുറന്ന സമീപനമാകും?''നെജത്ത് പെട്ടെന്നു ചോദിച്ചു പോയി. അടക്കിനിർത്താൻ ശ്രമിച്ചിട്ടും കഴിയാത്തതു പോലെ യുള്ള ഒരു ചോദ്യമായിരുന്നു അത്.

''നമുക്ക് മറ്റു വിദ്യാർത്ഥികളുടെ ആത്മവീര്യം ചോർത്താൻ ഒരവ കാശവുമില്ല.'' തുർഗട്ട് അയാളെ പെട്ടെന്നു നിശ്ശബ്ദനാക്കി.

''അവരും നമ്മുടെയീ പോരാട്ടത്തിൽ ഭാഗമായിരുന്നില്ലേ. അവരും നമ്മുടെ സങ്കടം പങ്കിട്ടെടുക്കട്ടെ.'' ബെസിർ ആ ചർച്ചയ്ക്ക് ഒരു വ്യത്യ സ്തമായ വഴിത്തിരിവുണ്ടാക്കിക്കൊടുത്തു. എന്നിട്ടും ഭൂരിപക്ഷം പേരും അവനോട് വിയോജിച്ചു. മീറ്റിംഗ് പിരിച്ചുവിട്ടപ്പോൾ തന്റെ നല്ല പ്രതികരണമോ അനുമതിയോ ലഭിക്കാതെ വിഷമിച്ചിരുന്ന ബെസി റിനെ അടുത്തുചേർത്തുകൊണ്ട് ഹിക്മെത് പറഞ്ഞു.

''നോക്കൂ, ബെസിർ, ഇത് സംഘത്തിന്റെ ഒരുമിച്ചുള്ള തീരുമാന മാണ്. നമ്മൾക്ക് കരീമിന്റെ മരണത്തെക്കുറിച്ച് ആരോടും പറയാനുള്ള അനുവാദമില്ല. ഇറാഖി കുർദ്ദിഷ് സഖാക്കളോടുപോലും ഒന്നും പറ യരുത്.'' അയാൾ സൗമ്യനായി, എന്നാൽ അല്പം കാർക്കശ്യത്തോടെ താക്കീതു ചെയ്തു.

''എന്തുകൊണ്ടാണ് നിങ്ങളെന്നെയിങ്ങനെ താക്കീതു ചെയ്യുന്നത്'' ബെസിറിന്റെ മുഖം ചുവന്നു. ''ഞാനെപ്പോഴെങ്കിലും പാർട്ടി തീരുമാ നങ്ങളെ എതിർത്തിട്ടുണ്ടോ?''

''നീ അങ്ങനെ ചെയ്തിട്ടുണ്ടെന്നല്ല ഞാൻ പറഞ്ഞത്'' ഹിക്മെത്ത് പറഞ്ഞു. ''നീ അറിയാതെ പറഞ്ഞുപോകാൻ സാധ്യതയുണ്ടെന്ന് തോന്നിയതു കൊണ്ടു പറഞ്ഞതാണ്.''

ബെസിർ ദേഷ്യത്തോടെ ഇടപെട്ടു: ''എന്റെ കൈയിൽ നിന്ന് ഒന്നും, ഒരു വാർത്തയും അങ്ങനെ വഴുതിപ്പോകാൻ ഞാൻ അനുവദിക്കില്ല,''

അയാൾ ഉറപ്പിച്ചു പറഞ്ഞു. ''നിങ്ങൾ സ്വന്തം കാര്യം നോക്കിയാൽ മതി.''

''ഇങ്ങനെ ദേഷ്യപ്പെടേണ്ട കാര്യമൊന്നുമില്ല,'' ഹിക്മെത്ത് സൗമ്യനായാണ് അത് പറഞ്ഞതെങ്കിലും അയാളുടെ വാക്കുകൾക്ക് നല്ല ദൃഢതയുണ്ടായിരുന്നു. ''നിനക്ക് ഇറാഖി കുർദ്ദുകളുമായി നല്ല പരിചയമുണ്ടല്ലോ. അതാണ് ഞാൻ നിന്നെ പ്രത്യേകം ഓർമ്മപ്പെടുത്തിയത്.''

''അതിനു ഞാനെന്തു ചെയ്യും?'' ബെസിർ പിന്തിരിയാൻ തയ്യാറല്ലായിരുന്നു. ''നമ്മുടെ കൂട്ടത്തിൽ കുർദ്ദിഷ് സംസാരിക്കാനറിയുന്ന ആരുമില്ലല്ലോ? എന്റെ മാതൃഭാഷ സംസാരിക്കാൻ എനിക്കനുവാദമില്ലേ?''

ഹിക്മെത്തിന് നന്നായി മനസ്സിലായി ഈ തർക്കത്തിൽ വിജയിക്കാനാവില്ലെന്ന്. അതുകൊണ്ട് അയാൾ ഒരു ധാരണയിലെത്താൻ തീരുമാനിച്ചു.

''തീർച്ചയായും. നിങ്ങൾക്കതിനനുവാദമുണ്ട്. അതുതന്നെയാണ് ഞാനും പറഞ്ഞത്. ഇക്കാര്യങ്ങളെക്കുറിച്ചൊന്നും പറയാതെ നമ്മൾ നിശ്ശബ്ദരായിരിക്കണം എന്നാണ് ഉദ്ദേശിച്ചത്. മരണങ്ങളെക്കുറിച്ച് മിണ്ടരുത്''

''ശരി, ശരി.'' നെറ്റി ചുളിച്ചുകൊണ്ട് ബെസിർ പറഞ്ഞു. ''ഞാനാരോടും ഒന്നും പറയില്ല.''

അടുത്ത രണ്ടു ദിവസം എല്ലാം നിശ്ശബ്ദമായിരുന്നു. ഒരജ്ഞാത ദുഃഖത്തിന്റെ നിഴലിൽ എല്ലാ വെളിച്ചവും അണയുന്നതുപോലെ തോന്നി. മുഹമ്മദിന്റെ പുറകെ കരീമും പെട്ടെന്നിങ്ങനെ മരിച്ചതിൽ എന്തോ പന്തികേടുണ്ടെന്ന് എല്ലാവരും സംശയിച്ചു. അജ്ഞാതരായ ചില ആളുകളെ സൈറ്റിന്റെ പരിസരത്ത് സോവിയറ്റ് അധ്യാപകർ കാണുകയും ചെയ്തിരുന്നു. ടി സി പി ഒരു രഹസ്യ പാർട്ടിയായതിനാൽ ആരുമാരും ഈ വിഷയങ്ങളിൽ അധികം ഇടപെട്ട് സ്വയം പ്രശ്നത്തിൽപ്പെടാൻ ആഗ്രഹിച്ചില്ല എന്നതായിരുന്നു സത്യം.

സൈറ്റിൽ എല്ലാം പഴയപടിയായിത്തീരുന്ന സൂചനകൾ കണ്ടുതുടങ്ങി. മേഘാവൃതമായ ഒരു ശനിയാഴ്ച അതിസാധാരണമായാണ് പുലർന്നത്. കഴിഞ്ഞ അഞ്ചു ദിവസമായി സൈറ്റിലെ കെട്ടിടങ്ങളിൽ ഇൻസ്പെക്ഷനായി ചുറ്റിത്തിരിയുന്ന, അറ്റകുറ്റപണി നടത്തുന്ന പരിപാലനസംഘം മാത്രമാണ് എന്തെങ്കിലും ഒരു അധികപ്പറ്റായി അവിടെയുണ്ടായിരുന്നത്. കാര്യം കുട്ടികളുടെ ഇടയിൽ താമസിക്കുന്ന ലിയോനിഡ് പതിവിലും കൂടുതൽ ക്രുദ്ധനായി കാണപ്പെട്ടു. പക്ഷേ അവിടെയുണ്ടായ ദുരനുഭവങ്ങളുടെ വെളിച്ചത്തിൽ എല്ലാവരും അയാളെ മനസ്സിലാക്കാൻ ശ്രമിച്ചു.

തുർഗട്ടും സെമിലും ആ ഇരുണ്ട, വിരസമായ ശനിയാഴ്ച രാവിലെ ഉന്മേഷവാന്മാരായിട്ടാണ് ഉണർന്നത്. അവർ തങ്ങളുടെ നാല് ഗ്രീക്ക്

സുഹൃത്തുക്കളുടെ സംയുക്ത പിറന്നാൾ ആഘോഷം കൂടാൻ പോകുന്നതന്നായിരുന്നു. തുർഗട്ടിന്റെ കാമുകി ഏലിയും സെമിലിന്റെ പരിശുദ്ധ പ്രണയനായിക അലികിയും അക്കൂട്ടത്തിലുണ്ടായിരുന്നു.

ഗ്രീക്കുകാർ തുർക്കി സംഘത്തിലെ സുഹൃത്തുക്കളെ ഈ ആഘോഷത്തിനു ക്ഷണിച്ചത് കഴിഞ്ഞ തിങ്കളാഴ്ചയാണ്. അതായത് ദാരുണമായ രണ്ട് മരണങ്ങൾ നടന്നതിന്റെ തലേദിവസം. തുർക്കികൾ പൊതുവേ ഇത്തരം നിശാപാർട്ടികളിൽ പങ്കെടുക്കാറില്ലായിരുന്നു. മദ്യവും നൃത്തവും നിറഞ്ഞതാകും അത്തരം പരിപാടികൾ. ഓരോ വാരാന്ത്യത്തിലും സ്ക്കൂളിൽത്തന്നെ നടക്കുന്ന ഡാൻസ് പാർട്ടികൾക്ക് അവർ ഒന്നോ രണ്ടോ വട്ടം പോയിട്ടുണ്ട്. സ്വയം അധികം തുറന്നു കാട്ടുന്നതിൽ വിലക്കുള്ളതിനാൽ നൃത്തം ചെയ്യാനോ പെൺകുട്ടികളുമായി ആടിപ്പാടാനോ അവർ ഇഷ്ടപ്പെട്ടിരുന്നില്ല. അത്തരം തമാശകൾ ഇല്ലാത്തുകൊണ്ടു തന്നെ പിന്നെയവർ ഈ പരിപാടികൾക്ക് പോകുന്നത് തന്നെ ഒഴിവാക്കി. മുൻവർഷങ്ങളിൽ കാര്യങ്ങൾ ഇതിലും മോശമായിരുന്നു. ഏറ്റവും അച്ചടക്കമുള്ള ഗ്രൂപ്പെന്ന ഖ്യാതിയുള്ളതിനാൽ തുർക്കിസംഘത്തിലെ കുട്ടികളായിരുന്നു കഴിഞ്ഞ വർഷങ്ങളിൽ വരെ ഡാൻസ് പാർട്ടികളൊക്കെ നടക്കുമ്പോൾ സുരക്ഷാചുമതലകൾ വഹിക്കാറുള്ളത്. മറ്റു കുട്ടികൾ ആടിയും പാടിയും കുടിച്ചും പ്രണയലീലകളിൽ മുഴുകിയും സ്വയം ആസ്വദിക്കുമ്പോൾ മറ്റുള്ളവരോട് മോശമായി പെരുമാറുന്നവർക്ക് മുന്നറിയിപ്പും താക്കീതും കൊടുത്ത് തുർക്കി സുരക്ഷാവോളന്റിയർമാർ അതിനിടയിൽ ഉണ്ടാകും. മദ്യപിച്ച് ലക്കുകെട്ടുപോയവരെ റൂമുകളിൽ കൊണ്ടാക്കുന്നതും തുർക്കികളുടെ കടമയായിരുന്നു. സ്ക്കൂൾ അധികൃതർ, അസഫിന്റെ നിർബന്ധപ്രകാരം ആ വർഷത്തെ വലിയ ഡാൻസ് പാർട്ടികളുടെ മുഴുവൻ സുരക്ഷാചുമതലയും തുർക്കി സംഘത്തെ ഏൽപ്പിക്കാൻ തീരുമാനിച്ചപ്പോൾ കാനും തുർഗട്ടും എതിർപ്പ് പ്രകടിപ്പിച്ചു. അവർ പറഞ്ഞു: ''ഞങ്ങൾക്ക് കാവൽക്കാരായല്ല, വിദ്യാർത്ഥികളായിത്തന്നെ ആ പരിപാടിയിൽ പങ്കെടുക്കാനാണ് ആഗ്രഹം. വിദ്യാർത്ഥികൾക്ക് ആവശ്യമായ സുരക്ഷയൊരുക്കാൻ കെൽപ്പില്ലെങ്കിൽ സ്ക്കൂൾ ഇത്തരം പരിപാടികൾ സംഘടിപ്പിക്കാനേ പോകരുത്.'' ഈ പ്രതികരണം കേട്ടപ്പോൾ അസഫ് ആകെ വിളറിവെളുത്തു. സ്കൂൾ അധികൃതർ ഞെട്ടിപ്പോയി. ലിയോനിഡ് ഉള്ളാലെ സന്തോഷിച്ചു. അതിനുശേഷം തുർക്കി വിദ്യാർത്ഥികൾക്ക് സുരക്ഷയുടെ അധികച്ചുമതല ആരും കൊടുക്കാൻ തുനിഞ്ഞില്ല.

തുർഗട്ടും സെമിലും ഗ്രീക്കുകാരുടെ നിശാപാർട്ടിയിൽ പങ്കെടുക്കാൻ പോകുന്നതിനെക്കുറിച്ച് ബെസിറും ഡർമുസും ആശങ്കാകുലരായിരുന്നു. സ്കൂളിൽ രണ്ടു മരണങ്ങൾ നടന്ന് അധികദിവസങ്ങളായിട്ടില്ലല്ലോ. ഹിക്മെത്തിനും അത് ഇഷ്ടമായിട്ടുണ്ടാകില്ല. പക്ഷേ അസഫ് പറഞ്ഞു: ''മോസ്കോയിലേക്ക് പോകാൻ ആഗ്രഹിക്കുന്ന സഖാക്കളെ മാത്രം പോകാൻ അനുവദിക്കുക.''

ഗ്രീക്കുകാരെ വെറുപ്പിക്കാൻ അസഫിനു താത്പര്യമുണ്ടായിരുന്നില്ല താനും. തുർക്കി സംഘത്തിൽപ്പെട്ടവരും എന്തുകൊണ്ട് ആ പരിപാടിയിൽ പങ്കെടുക്കാൻ പാടില്ല എന്നു കൃത്യമായി വിശദീകരിക്കാൻ കഴിയാത്ത സ്ഥിതിക്ക് തുർഗട്ടിനേയും സെമിലിനേയും മാത്രം പോകാനനുവദിക്കുന്നതിൽ എന്താണു തെറ്റെന്ന് അസഫ് ചിന്തിച്ചിട്ടുണ്ടാകണം. തുർഗട്ടിനും സെമിലിനും അവിടെ പോകണമെന്ന് വലിയ താത്പര്യമുണ്ടു താനും.

ഒരു കർഷകന്റെ മകനായ ഗ്രീക്ക് പാർട്ടി സെക്രട്ടറി മനോലിസ് ഈ പിറന്നാൾ ആഘോഷത്തിന് എല്ലാവരെയും ക്ഷണിച്ചിരുന്നു. ‘‘എല്ലാവർക്കും വരാൻ കഴിഞ്ഞെന്നുവരില്ല, എന്തായാലും കുറച്ച് സഖാക്കൾക്ക് അവിടെ വരുന്നതിൽ നല്ല സന്തോഷമുണ്ടാകുമെന്നെനിക്കുറപ്പാണ്’’ എന്നു പറഞ്ഞുകൊണ്ടാണ് ആ ക്ഷണം അയാൾ സ്വീകരിച്ചത്. അസഫിന്റെ മറുപടി മനോലിസിനെ നിരാശനാക്കിയിരുന്നു. സംഘത്തിലെ എല്ലാവരും വരണമെന്നാണ് മനോലിസ് ആഗ്രഹിച്ചത്. തുർഗട്ടിനെയും സെമിലിനെയും കൂടാതെ കുറച്ചു കൂടി ആളുകളെങ്കിലും പങ്കെടുക്കുമെന്ന് അയാൾ പ്രതീക്ഷിച്ചിരുന്നു. പക്ഷേ ഹിക്മെത്തിന്റെ പ്രതികരണത്തിൽ നിന്നയാൾക്ക് മനസ്സിലായത് ഏലിയോടും അലികിയോടും അടുപ്പമുള്ള രണ്ട് യുവാക്കൾ മാത്രമേ പിറന്നാൾ ആഘോഷത്തിന് എത്തൂ എന്നതാണ്. തുർഗട്ടിന്റേയും ഏലിയുടേയും പ്രേമബന്ധം മനോലിസിന് അംഗീകരിക്കാനാകുമായിരുന്നു. പക്ഷേ അലികിയും സെമിലും തമ്മിലുള്ളത് വിവാഹേതര ബന്ധമാണ്. രണ്ടുപേർക്കും കുടുംബമുണ്ട്. ഈ പ്രശ്നം അയാളെ അലട്ടി. അവരെ ക്ഷണിച്ചു വരുത്തി എന്തെങ്കിലും കുഴപ്പമുണ്ടായാൽ അയാൾ ഉത്തരം പറയേണ്ടിവരും. ഭാഗ്യത്തിന് അലികിയുടെ ഭർത്താവ് മാർകോയുടെ ഉറ്റ സുഹൃത്തായ സൊതീരി അവളെ സൂക്ഷ്മമായി നിരീക്ഷിക്കുന്നുണ്ടായിരുന്നു. സൊതീരിയുടെ കണ്ണു വെട്ടിക്കാതെ സെമിലിന് അലികിയോട് പാർട്ടിയിൽ വച്ച് അടുത്തിടപഴകാൻ കഴിയില്ല. എന്നാലും, മനോലിസിന് ആധി അടങ്ങിയില്ല. ഈ ലോകത്ത് കാന്തത്തേക്കാൾ ശക്തിയോടെ പരസ്പരം ആകർഷിക്കപ്പെടുന്ന രണ്ടേ രണ്ടുപ്രതിഭാസങ്ങൾ സ്ത്രീയും പുരുഷനുമാണ്. ഭർത്താവിന്റെ സാന്നിദ്ധ്യമില്ലാതെ അഞ്ചു മാസമായി ജീവിക്കുന്ന സ്ത്രീയും ഭാര്യയില്ലാതെ അഞ്ചു മാസമായി അന്യനാട്ടിൽ കഴിയുന്ന പുരുഷനുമാണ് ഇന്നു രാത്രി കണ്ടുമുട്ടാൻ പോകുന്നത്. പരസ്പരം നോക്കുമ്പോൾ സെമിലിന്റെയും അലികിയുടെയും കണ്ണുകളിൽ ജ്വലിക്കുന്ന പ്രണയാഗ്നിയും സംസാരിക്കുമ്പോൾ സ്വരത്തിലുണ്ടാകുന്ന ഇടർച്ചയും അയാൾ ശ്രദ്ധിച്ചിട്ടുമുണ്ട്. ‘‘ഈ പരിപാടി നേരേ ചൊവ്വേ അവസാനിക്കില്ല.’’ മനോലിസ് ചിന്തിച്ചു. ‘‘നന്നായി വരുമെന്ന് പ്രതീക്ഷിക്കാനേ പറ്റൂ.’’ ഇങ്ങനെയൊക്കെ ചിന്തിച്ചു പരവശനായി ഒരു ദീർഘനിശ്വാസത്തോടെയാണ് അയാൾ ഹിക്മെത്തിന്റെയടുത്തു നിന്ന് യാത്രയായത്.

പ്രഭാതഭക്ഷണം കഴിഞ്ഞയുടനെ തുർഗട്ടും സെമിലും അക്ഷമരായി. രാത്രിയിലെ പാർട്ടിക്ക് പോകാനുള്ള ഒരുക്കങ്ങൾ തുടങ്ങി. രണ്ട് ഹൈസ്ക്കൂൾ കുട്ടികൾ തങ്ങളുടെ ആദ്യ ഡേറ്റിനു തയ്യാറെടുക്കുന്നതുപോലെ ആവേശവും ആഹ്ലാദവും നിറഞ്ഞതായിരുന്നു അവരുടെ ഒരുക്കം. സഖാക്കളുടെ മരണം അവരെ വ്യസനിപ്പിക്കുന്നുണ്ടായിരുന്നെങ്കിലും പാർട്ടിയെക്കുറിച്ചുള്ള പ്രതീക്ഷകൾ വിഷാദങ്ങളെല്ലാം മായ്ച്ച് അവരുടെ ഹൃദയത്തിൽ അമിതാകാംക്ഷയുടെ വേലിയേറ്റമുണ്ടാക്കി. ഈയടുത്ത കാലത്തൊന്നും അവർ ഇങ്ങനെ മതിമറന്ന് സന്തോഷിക്കാൻ ശ്രമിച്ചിട്ടില്ല. അല്ലെങ്കിൽ അവർക്കതിനു കഴിഞ്ഞിട്ടില്ല.

ഉടുപ്പുകളെല്ലാം തേച്ചു വെച്ച് ട്രൗസറുകൾ ചുളിവു മാറ്റി നിവർത്തി ഇസ്തിരിയിട്ട്, ബൂട്ടുകൾ പോളിഷ് ചെയ്ത്, കുളിച്ചു ഷേവ് ചെയ്ത് സുഗന്ധദ്രവ്യത്തിൽ മുങ്ങിക്കുളിച്ച് അവർ രണ്ടാളും റെഡിയായി. സെരിഫും നെജത്തും അവർ ഒരുങ്ങുന്നത് നോക്കി അങ്ങോട്ടുമിങ്ങോട്ടും നടന്നു. കടുത്ത അസൂയയാൽ അവർക്ക് ഇടയ്ക്കിടെ കണ്ണുകാണാതായി. ഇടയ്ക്കിടെ അവർ കളിയാക്കുന്ന രീതിയിൽ ചില അഭിപ്രായങ്ങൾ പറഞ്ഞു. ഈ ഷർട്ട് നിനക്ക് ചേരുന്നില്ല എന്നോ കറുത്ത ഷർട്ട് ഇട്ടു നോക്കൂ എന്നോ മുടി ഒന്നു മാറ്റി ചീകിയാലെന്താ? എന്നൊക്കെപ്പറഞ്ഞ് അവർ അവിടെയങ്ങനെ ചുറ്റിത്തിരിഞ്ഞു. അവരുടെ കളിയാക്കലുകൾ തുർഗട്ടും സെമിലും അവഗണിച്ചു. ഉച്ചഭക്ഷണം കഴിക്കാൻ ഇരുവരും തിരക്കു കൂട്ടി. ലഞ്ച് കഴിഞ്ഞതും അവർ റോഡിലേക്കോടിയിറങ്ങി. അവർക്കു പുറത്തുപോയി കുറച്ചു പിറന്നാൾ സമ്മാനങ്ങൾ വാങ്ങാനുണ്ടായിരുന്നു. പുറത്തുപോയി സമ്മാനം വാങ്ങുകയെന്നതാണ് ഏറ്റവും ബുദ്ധിമുട്ട് നിറഞ്ഞ പണി.

അധികം വ്യത്യസ്തതകളുള്ള കടകൾ മോസ്കോവിൽ ഇല്ലായിരുന്നു. ഒരാൾ വാങ്ങിയ സാധനം തന്നെ അടുത്ത ആളും സമ്മാനമായി വാങ്ങാൻ അതിനാൽത്തന്നെ സാദ്ധ്യത കൂടുതലായിരുന്നു. ലജ്ജാലുക്കളും പ്രേമാതുരരുമായ ആ യുവാക്കളെ ഇത് വിഷമത്തിലാക്കി. കുറച്ചു നേരം ആലോചിച്ചതിനു ശേഷം അവർ ഒരു തീരുമാനത്തിലെത്തി. റൂബിളിനുപകരം ഗ്രീക്കുകാരുടെ കൈയ്യിൽ നിന്ന് സെരിഫ് സംഘടിപ്പിച്ച ഡോളറുകൾ കൈക്കലാക്കാൻ അവർ പദ്ധതിയിട്ടു. എന്നിട്ട് വിദേശനാണ്യം കൊടുത്ത് ഷോപ്പിങ് നടത്താവുന്ന കടയിൽ പോയി ഉപഹാരം വാങ്ങാമെന്നവർ ഓർക്കുകയും ചെയ്തു.

സെമിലും തുർഗട്ടും സൈറ്റ് വിട്ടു പുറത്തേക്കു പോയി. ഇക്കാര്യം അറിഞ്ഞയുടൻ വിക്റ്റർ സുരക്ഷാജീവനക്കാരെ വയർലെസ്സിൽ വിളിച്ചു: ‘‘അവരെ നിരീക്ഷിക്കണം. പിൻതുടരണം. പക്ഷേ അവർ നിങ്ങളെ കാണാൻ ഇടവരരുത്.’’

സെമിലും തുർഗട്ടും പുറത്തേക്കിറങ്ങിയ ഉടൻ തവിട്ടു നിറത്തിലുള്ള ഒരു ലാഡ ടാക്സി ആ തെരുവിന്റെ അറ്റത്ത് പ്രത്യക്ഷപ്പെട്ടു.

ടാക്സി അവരുടെ മുന്നിൽ വന്നു നിന്നു. അവിശ്വാസത്തിന്റെ തരി പോലുമില്ലാതെ ഇരുവരും കാറിലേക്ക് ചാടിക്കയറി. ഇത്രയും പെട്ടെന്ന് ടാക്സി കിട്ടിയതിൽ അവർ സന്തോഷിച്ചു.

തുർഗട്ട് അവർക്ക് പോകേണ്ടുന്ന സ്ഥലം ഏതാണെന്നു പറഞ്ഞു: ''റെചോനോയി വോക്ഴൽ.''

''ഒരു നിമിഷം,'' സെമിൽ പറഞ്ഞു. ''നമുക്ക് കുർക്കിനോയിലുള്ള ആ കളിപ്പാട്ടക്കടയിൽക്കൂടി ഒന്നു കയറി നോക്കിയിട്ടു പോകാം.''

തുർഗട്ടിന് തന്റെ സുഹൃത്തിന്റെ നിർദ്ദേശം അത്ര പന്തിയുള്ളതായി തോന്നിയില്ല. ''പെൺകുട്ടികൾക്ക് വാങ്ങിക്കൊടുക്കാൻ പറ്റിയ എന്തു സാധനമായിരിക്കും അവിടെയുണ്ടാകുക?'' അയാൾ ചോദിച്ചു.

''ഏലിക്ക് കളിപ്പാട്ടങ്ങളും ഇഷ്ടമാണല്ലോ, അല്ലേ?''

''വേണ്ട, വേണ്ട. എനിക്ക് കളിക്കോപ്പുകളൊന്നും വാങ്ങാൻ പരി പാടിയില്ല.''

തുർഗട്ട് ഡ്രൈവറോട് ആവർത്തിച്ചു: ''റെചോനോയി വോക്ഴൽ സ്റ്റേഷൻ.''

''ആയിക്കോട്ടെ,'' എന്നു മറുപടി പറഞ്ഞ് ഡ്രൈവർ അൽപം ദേഷ്യഭാവത്തിൽ ടാക്സി മീറ്റർ ഓൺ ചെയ്ത് കാർ മുന്നോട്ടെടുത്തു. സാധാരണ വിദേശികൾ കയറുമ്പോൾ ഇവിടുത്തെ ഡ്രൈവർമാർ മീറ്റർ ഓണാക്കാറില്ലാത്തതാണല്ലോ എന്ന് തുർഗട്ടും സെമിലും ചിന്തിച്ചു.

ലെനിൻ ഗ്രാഡിലെ മെറ്റൽ നിറച്ച ഹൈവേ റോഡിലേക്ക് കാർ പ്രവേശിച്ചു. മഞ്ഞുമൂടിക്കിടക്കുന്ന ചെറുതും വലുതുമായ മരങ്ങളേയും രണ്ട് നിലകളിലുള്ള റഷ്യൻ മരവീടുകളെയും അവയ്ക്കു മുന്നിൽ വെട്ടി യൊതുക്കി നിർത്തിയിരിക്കുന്ന അസാധാരണ പൂന്തോട്ടങ്ങളെയും കടന്ന് ഒരു വളവുതിരിഞ്ഞ വഴി പിന്നിട്ട് കാർ മുന്നോട്ടുനീങ്ങി. പെട്ടെന്നു തന്നെ മനോഹരങ്ങളായ വീടുകൾ കടന്ന് അവർ ശുഷ്ക്കിച്ച കെട്ടിട ങ്ങളുള്ള തെരുവുകളിലേക്ക് പ്രവേശിച്ചു.

രണ്ടുപേരും അതുമിതുമൊക്കെപ്പറഞ്ഞിരിക്കേ ടാക്സി സബ്വേ യിലെത്തി. സെമിലിനായിരുന്നു ആവശം കൂടുതൽ. ആദ്യത്തെ ഡേറ്റി ങ്ങിന്റെ ഉത്സാഹമായിരുന്നു അവന്റെയുള്ളിൽ. അതുകൊണ്ടു തന്നെ അവന് ഒരുപാടു സംശയങ്ങളുമുണ്ടായിരുന്നു.

''നമ്മൾ രാത്രി തന്നെ മടങ്ങിവരുമല്ലോ അല്ലേ?'' അവൻ കൂട്ടുകാര നോടു ചോദിച്ചു. ''ഈ രാത്രി അവിടെ തങ്ങാൻ എന്താണ് വഴി?'' എന്നാണ് അവൻ യഥാർത്ഥത്തിൽ ചോദിക്കാനുദ്ദേശിച്ചിരുന്നത്.

''നമ്മൾ എന്തിനാണ് മടങ്ങിപ്പോരുന്നത്?'' തുർഗട്ട് ചോദിച്ചു. ''പാർട്ടി വെളുപ്പാൻ കാലം വരെയുണ്ടാകും. ആഘോഷത്തിമിർപ്പിനിടെ രസച്ചരടു

പൊട്ടിച്ചു കൊണ്ട് രാത്രി തന്നെ തിരിച്ചു പോകുകയാണെന്നു പറയാൻ പറ്റില്ല.''

''അതു ശരി തന്നെ. പക്ഷേ നമ്മളവിടെ വെളുക്കുവോളം തങ്ങിയാൽ മറ്റു സഖാക്കൾ എന്തു കരുതും?''

''അക്കാര്യത്തിൽ പേടിക്കേണ്ട. സെക്രട്ടറി സഖാവിനോട് ഞാൻ പറഞ്ഞിട്ടുണ്ട്. അതുകൊണ്ട് നമ്മൾ രാത്രിതന്നെ തിരിച്ചെത്തേണ്ട കാര്യമില്ല.''

''ശരി,'' സെമിൽ പറഞ്ഞു. സന്തോഷം കൊണ്ട് കണ്ണുകാണാത്ത അവസ്ഥയിലായിരുന്നുവെങ്കിലും അയാൾ അതു പുറത്ത് കാട്ടിയില്ല. സെമിൽ ജനലിനു പുറത്തേക്കു നോക്കി. അലികിയെക്കുറിച്ച് ഓർത്തു കൊണ്ടിരുന്നു.

സ്ക്കൂളിലെ ആദ്യ ദിവസം തന്നെ ചെറിയ കാപ്പിക്കടയിൽ വെച്ച് സെമിൽ അലികിയെ കണ്ടിരുന്നു. മൂന്ന് പുരുഷന്മാരുടെ കൂടെ ജനലിന്റെ അടുത്തുള്ള മേശയിൽ ഇരിക്കുകയായിരുന്നു അവൾ. തോളിനുമുകളിലൂടെ ഒരു പുഴയെന്നവണ്ണം ഒഴുകിപ്പരന്നു കിടന്ന ഇളം തവിട്ടാർന്ന അവളുടെ മുടി തന്നെയാണ് ആദ്യം കണ്ണിലുടക്കിയത്. അപ്പോഴാണ് ആ മുഖമൊന്നു കാണണം എന്ന് അയാൾക്കു തോന്നിയത്. മറ്റാരെയോ നോക്കുന്നതുപോലെ അവളിരുന്ന ഭാഗത്തേക്ക് സാകൂതം നോക്കികൊണ്ട് തന്റെ കാപ്പിക്കപ്പെടുക്കാൻ അയാൾ ഭക്ഷണകൗണ്ടറിന്റെ അടുത്തേക്ക് പോയി. അവളുടെ വലിയ മിഴികളും ഉയർന്ന ചെറിയ മൂക്കും മെലിഞ്ഞതും രൂപമാർന്നതുമായ ചുണ്ടുകളും അയാളുടെ ഹൃദയം കവർന്നു. എന്നാൽ ഈ ആകർഷണത്തിനു പിന്നാലെ പോയി അവളെ കാണാൻ അപ്പോൾ അയാൾ മുതിർന്നില്ല. അല്പം ദൂരെയിരുന്ന് നെജത്തിനൊപ്പം കാപ്പി കുടിച്ചുകൊണ്ട് അവളെത്തന്നെ നോക്കി ധ്യാനിച്ചിരുന്നതേയുള്ളൂ. എന്തായാലും അല്പം കഴിഞ്ഞ് ഹിക്മത്ത് എത്തി. സെമിലിന് എന്തെങ്കിലും ചെയ്യാൻ കഴിയുന്നതിനു മുൻപ് തന്നെ ഹിക്മെത്ത് അവരിരുവരെയും ലൈബ്രറിയിലേക്ക് കൂട്ടിക്കൊണ്ടു പോയി.

ആ സമയം സ്ക്കൂളിൽ ആകെ ബഹളവും തിരക്കുമായിരുന്നു. പഴയതും പുതിയതുമായ, പല രാജ്യക്കാരായ, പല നിറത്തിലുള്ള എല്ലാ വിദ്യാർത്ഥികളും അങ്ങോട്ടും ഇങ്ങോട്ടും ധൃതിപ്പെട്ടു നടന്നു. പല ആവശ്യങ്ങൾക്കായുള്ള ഓട്ടമാണവരുടേത്. ഉയർന്ന ചുമരിന്റെ ചുവട്ടിൽ നീണ്ട ഇടനാഴികളിലൂടെ അപരിചിതമായ പുതിയ സ്ക്കൂളിൽ ആരോഗ്യകാർഡെടുക്കാനും ഐഡന്റിറ്റി കാർഡുകൾ കൈപ്പറ്റാനും പാഠപുസ്തകങ്ങൾ വാങ്ങാനും മറ്റുമായി അവർ ഓടിനടന്നു. ഒരാൾക്കും ഒരഞ്ചു നിമിഷം പോലും സമയം ആരുമായും പങ്കുവെക്കാനില്ലായിരുന്നു.

അവളെ രണ്ടാമതു കണ്ടത് വിവിധ സംഘങ്ങളിലെ കലാസംവിധായകരുടെ യോഗത്തിൽ വച്ചാണ്. മൂന്നാം നിലയിലെ ഒരു വലിയ

ഹാളിൽ ഒരു നീണ്ട മേശയ്ക്കു ചുറ്റുമാണവർ ഇരുന്നത്. ഒരു ഡസ നോളം പരിഭാഷകർ ആ വിദ്യാർത്ഥികൾ പറയുന്നത് വിവർത്തനം ചെയ്ത് അവതരിപ്പിക്കാൻ പുറകിലെ ബൂത്തുകളിൽ സജ്ജരായി ഇരു പ്പുണ്ടായിരുന്നു. അവർ ഈ കുട്ടികളുടെ കണ്ണും കാതുമായി പ്രവർത്തിച്ചു. തീർച്ചയായും സ്ക്കൂളിലെ ഏറ്റവും കഷ്ടപ്പെടുന്ന വിഭാഗം അവരായി രുന്നു. സ്കൂൾ സമയങ്ങളിലെല്ലാം അവർ വിദ്യാർത്ഥികൾക്കൊപ്പം നിഴൽപോലെ ഉണ്ടാകുമായിരുന്നു. സ്ക്കൂളിൽ നിന്നുള്ള പഠനയാത്ര കളിലും ആശുപത്രിയിലേക്കുള്ള യാത്രകളിലും സാംസ്ക്കാരിക യോഗ ങ്ങളിലുമൊക്കെ ഈ പരിഭാഷകർ കൂടെയുണ്ടാകും. എന്തെങ്കിലും പ്രശ്നങ്ങളിൽപ്പെട്ടാൽ ഉടനടി ഇടപെട്ട് വിദ്യാർത്ഥികളെ സഹായിക്കും. ലോകത്തിന്റെ പല ഭാഗങ്ങളിൽ നിന്നുമെത്തുന്ന ഇത്തരം വിദ്യാർത്ഥി കളുമായി ഇടപഴകി നല്ല ശീലമുള്ള പരിചയ സമ്പന്നരായ ഈ പരിഭാ ഷകർ പ്രവർത്തനസമയം കഴിഞ്ഞാലും അവരെ സഹായിക്കാൻ വേണ്ടി സ്ക്കൂളിൽത്തന്നെ നിൽക്കാൻ താത്പര്യം കാണിച്ചിരുന്നു.

തുർക്കി സംഘത്തിന്റെ പ്രിയപ്പെട്ട വിവർത്തകൻ സെയ്ട്ടൻ ആ യോഗത്തിൽ പങ്കെടുക്കുന്നുണ്ടായിരുന്നു. കബാർഡിനോ ബൾഗേറി യൻ വംശജനായിരുന്ന അയാൾ കാണാൻ ഒരു തുർക്കിക്കാരനെപ്പോലെ യായിരുന്നു. ഗോതമ്പു നിറത്തിലുള്ള തൊലിയും കട്ടിമീശയും കറുത്ത് തിരയിളകും പോലെയുള്ള മുടിയുമൊക്കെയുള്ള സെയ്ട്ടൻ ടി.സി.പിയിൽ നിന്നുള്ളയാളാണെന്നാണ് എല്ലാവരും വിചാരിച്ചത് .

സെമിൽ സെയ്ട്ടനെ അന്വേഷിച്ചു നടന്ന് ഒരു വലിയ ഹാളിലേക്കു കടന്നു. അയാളെ അവിടെ മൂന്നാമത്തെ ബൂത്തിൽ കണ്ടപ്പോൾ അവനു സമാധാനമായി. അവൻ ഒഴിഞ്ഞുകിടന്ന ഒരു കസേരയിൽ ഇരിപ്പുറപ്പിച്ചു. റൂമിൽ അപ്പോൾ അധികം പേരുണ്ടായിരുന്നില്ല. അത് നിറഞ്ഞുവ രുന്നതേയുണ്ടായിരുന്നുള്ളൂ. തന്റെ സഖാക്കളോരോരുത്തരും കയറി വരുന്നത് നോക്കിയിരിക്കുമ്പോൾ യാദൃച്ഛികമായി അലികി കയറി വരുന്നത് അവൻ കണ്ടു. സ്വീഡൻകാരി സിൽവിയയോട് സംസാരിച്ചു കൊണ്ടാണ് അവൾ കടന്നുവന്നത്. അവളെ നേരിട്ടു നോക്കാതെ സെമിൽ തന്റെ വിവർത്തകനു നേരെ കണ്ണയച്ചു. പക്ഷേ മൈക്രോഫോണിൽ എന്തോ ചെയ്യുകയായിരുന്ന സെയ്ട്ടൻ അവനെ ശ്രദ്ധിച്ചില്ല. നിരാശ യോടെ സെമിൽ വീണ്ടും നോക്കിയപ്പോൾ അലികി തനിക്കു നേരേ എതിർവശത്തുതന്നെ ഇരിക്കുന്നതാണു കണ്ടത്. ആ സ്വീഡിഷ് പെൺ കുട്ടിയുമായുള്ള അവളുടെ ചർച്ച വളരെ ഗൗരവമുള്ളതായിരുന്നതു കൊണ്ട് അലികി സെമിലിനെ ശ്രദ്ധിക്കുന്നതുപോലുമില്ലായിരുന്നു. സെമിൽ പേനയെടുത്ത് എന്തൊക്കെയോ തന്റെ നോട്ട്ബുക്കിൽ കുത്തി വരച്ചു കൊണ്ടിരുന്നു. അവളെ നോക്കാതിരിക്കാനുള്ള ഒരുപായമായിരുന്നു അത്. എന്തായാലും അല്പം കഴിഞ്ഞ് അലികിയുടെ കണ്ണുകൾ ഈ ഇരുണ്ട നിറക്കാരനായ സെമിലിനു മേൽ പതിഞ്ഞു. മീശക്കാരനായ

ആ യുവാവിനോട് അവൾക്ക് താത്പര്യം തോന്നിയെന്നു വ്യക്തമായിരുന്നു. സെമിൽ കുത്തിവരച്ചുകൊണ്ടിരുന്ന കടലാസ്സിലേക്കു പോലും അവൾ എത്തിനോക്കുന്നുണ്ടായിരുന്നു. പരിപാടിയുടെ തുടക്കത്തിൽ സംസാരിച്ചത് ലുഡ്‌വില്ല കാലിനിനോവയായിരുന്നു. അയാൾ സ്ക്കൂളിന്റെ മുഖ്യ കലാസംവിധായകനായിരുന്നു. വിവിധ സംഘങ്ങളിൽപ്പെട്ട വിദ്യാർത്ഥികളുടെ സംയുക്ത കലാപ്രകടനങ്ങളുടെ ചുമതലക്കാരനായിരുന്ന അദ്ദേഹം ബ്രസീലിയൻ യുവാക്കളുടെ ഹരമായിരുന്നു. കാലിനിനോവയുടെ പ്രസംഗത്തിനു ശേഷം എല്ലാ വരും സ്വയം പരിചയപ്പെടുത്തിക്കൊണ്ടു സംസാരിച്ചു.

അടുത്തടുത്ത രാജ്യങ്ങളിലെ സങ്കരസംസ്കാരവും ഭാഷയും രീതികളുമുള്ള വിദ്യാർത്ഥികളാണ് തങ്ങൾ എന്ന വസ്തുത തിരിച്ചറിഞ്ഞ സെമിലും അലികിയും പരസ്പരം നോക്കി പുഞ്ചിരിച്ചു. ആ അഭിവാദ്യത്തിനു ശേഷം കണ്ണുകൾ കൂട്ടിമുട്ടാതിരിക്കാൻ അവർ ശ്രദ്ധിച്ചു. വീണ്ടും കണ്ണുകളിടഞ്ഞാൽ ഉള്ളിൽ പൂത്ത വികാരത്തിന്റെ തീപ്പൊരിത്തിളക്കങ്ങൾ എല്ലാവരും തിരിച്ചറിയുമെന്നും അതു കുഴപ്പമാകുമെന്നും അവർ ഭയന്നിരുന്നു. മീറ്റിംഗ് അവസാനിച്ചപ്പോൾ ഒന്നും മിണ്ടാൻ നിൽക്കാതെ, എന്തോ തെറ്റ് ചെയ്ത രണ്ടാളുകളെപ്പോലെ അവർ ഹാൾ വിട്ടിറങ്ങി.

അവരുടെ മൂന്നാമത്തെ കൂടിക്കാഴ്ച പതിനഞ്ചു ദിവസം കഴിഞ്ഞ് ഗ്രീക്കുകാർ തുർക്കികൾക്കായി ഒരുക്കിയ വിരുന്നിനിടയിൽ വെച്ചായിരുന്നു. സോവിയറ്റ് മാതൃകയിലുള്ള ഒരു ഒഴിവുകാല വസതിയിലെ വലിയ ഹാളിലായിരുന്നു വിരുന്ന്. അതിന്റെ മച്ചുകളിൽ രതികേളികളുടെ വിവിധ നിലകൾ വിശദീകരിക്കുന്ന ചിത്രങ്ങളുണ്ടായിരുന്നു. സാറിസ്റ്റ് ഭരണകാലത്ത് അവിടം ഒരു വേശ്യാലയമായിരുന്നു. ഇപ്പോൾ ലെനിനിസ്റ്റ് സ്ക്കൂൾ അധികൃതർ വാരാന്ത്യങ്ങളിൽ വിദ്യാർത്ഥികൾ സംഘടിപ്പിക്കുന്ന പരിപാടികൾക്കായി വിട്ടുകൊടുത്തിരിക്കുകയാണ്. ആ വലിയ ഹാളിൽ അയൽരാജ്യക്കാരായ കമ്മ്യൂണിസ്റ്റുകൾ പരസ്പരം കെട്ടിപ്പുണർന്നും സൗഹൃദം പങ്കുവെച്ചും അടുത്തിടപഴകി. ഡർമുസ് ആണെങ്കിൽ കണ്ണിൽ കണ്ട ഗ്രീക്കുകളെയെല്ലാം ആൺപെൺ ഭേദമില്ലാതെ ചുംബനങ്ങൾ കൊണ്ട് അഭിഷേകം ചെയ്യുന്നുണ്ടായിരുന്നു. എന്നാൽ സെമിലും അകിലിയും ഒരു ഹസ്തദാനത്തിൽ എല്ലാമൊതുക്കി. ഈ സമയമായപ്പോഴേക്കും തങ്ങൾക്കിടയിൽ മുളപൊട്ടിയ രഹസ്യാകർഷണം അവർ തിരിച്ചറിഞ്ഞിരുന്നു. പ്രകടമാക്കാത്ത ആ സ്നേഹത്തിന്റെ സൗന്ദര്യം അങ്ങനെത്തന്നെ നിലനിൽക്കണമെന്ന് അവർ ആഗ്രഹിച്ചു. തുറന്നു പറഞ്ഞാൽപ്പോലും ആ ദിവ്യപ്രേമത്തിന്റെ കാവ്യാത്മകത നഷ്ടമാകുമെന്ന് അവർ ഭയന്നു.

സ്പർശം, വർത്തമാനം, നോട്ടം ഇതൊന്നുമില്ലാതെ, എന്നാൽ മാന്ത്രികതന്ത്രികൾ മീട്ടും പോലെ എല്ലാമനുഭവിച്ച്, ശാരീരികമായടുക്കാതെ

തന്നെ ആ സ്നേഹത്തിന്റെ മുന്തിരിച്ചാറു നുണയുകയായിരുന്നു അവർ. അങ്ങനെ അവരറിഞ്ഞോ അറിയാതെയോ കൗമാരക്കാലത്തെ തീപ്പൊരി പ്രണയം പോലെ തീക്ഷ്ണമായൊരു ബന്ധം വളർന്നു കഴിഞ്ഞിരുന്നു. വിവാഹം കഴിഞ്ഞ, യൗവ്വനത്തിന്റെ നല്ലകാലം എത്രയോ മുൻപു പിന്നിട്ട ഒരു പുരുഷനും സ്ത്രീക്കുമിടയിൽ സങ്കൽപിക്കാൻ പോലുമാകാത്ത ഒരു ബന്ധമായിരുന്നു അത്.

ഈ എലീം പൂച്ചേം കളിയിൽ അലികിയുടെ മനോഭാവം വ്യക്തമായിരുന്നു. കാല്പനികമായ പ്രണയകേളികളിൽ പൊതുവേ സ്ത്രീകൾക്കുള്ള താത്പര്യം തന്നെയാണ് അവളും പ്രകടിപ്പിച്ചത്. പക്ഷേ, അതിവേഗം പൊട്ടിയുണരുന്ന ചിന്തകൾ പോലെ തന്നെ വികാരാവേഗവുമുള്ളയാളാണ് സെമിൽ. അയാൾ ഈ ബന്ധത്തെ സൂക്ഷ്മതയോടെ കൈകാര്യം ചെയ്യാൻ തീരുമാനിച്ചത് തുർക്കിയിലെ പുരുഷന്മാർക്ക് സഹജമായ മിതത്വം കൊണ്ടാകാം. അല്ലെങ്കിൽ ഒരു ദിവ്യാത്ഭുതം പോലെ സംഭവിച്ച ഈ പ്രണയബന്ധത്തിന്റെ പരിണതഫലമാകാം.

വളരെ വർഷങ്ങൾക്കു മുൻപുതന്നെ ജീവിതത്തിന്റെ സർവ്വ ആനന്ദങ്ങളും ഉപേക്ഷിച്ച് വിഷാദം ഊറിക്കൂടിയ മുഖവുമായി പഠിപ്പിക്കാനെത്തുന്ന പ്രൊഫസർമാരുടെ ക്ലാസ്സുകൾ കേൾക്കാൻ മാത്രമല്ല സെമിൽ ഇപ്പോൾ സ്ക്കൂളിൽ വരുന്നത്. നേർത്ത വിഷാദം നിഴലിക്കുന്ന അലികിയുടെ കരിനീലക്കണ്ണുകളും, ''ഹലോ സെമിൽ'' എന്ന വിളിയിൽ അവൾ ഒളിപ്പിക്കുന്ന പ്രണയ ലജ്ജയും ലാവണ്യം തുളുമ്പുന്ന ഉടലഴകും എല്ലാം അയാളെ സ്ക്കൂളിലേക്കോടിയെത്താൻ പ്രേരിപ്പിച്ചു. അലികി ക്ലാസ്സ് മുറിയിലെ മേശകൾക്കിടയിലൂടെ തന്റെ സുന്ദരമായ മേനിയഴകും കാട്ടി നടക്കും. രാവിലെയായതുകൊണ്ട് കുട്ടികളിലധികവും ഇരുന്ന് ഉറക്കം തൂങ്ങുകയായിരിക്കും. എന്നാൽ സെമിൽ മാത്രം അലികിയുടെ വരവും പോക്കും നിൽപ്പും ഇരിപ്പും കണ്ട് ഉത്സാഹത്തിമിർപ്പിന്റെ പ്രണയപാതതേടും.

സെമിലിന്റെ ഇംഗ്ലീഷ് ഒഴുക്കുള്ളതായിരുന്നില്ല. പക്ഷേ അലികിയും സെമിലും ഒരുമിച്ചാകുമ്പോൾ അവർ ഒരു പ്രത്യേകമായ സങ്കരഭാഷയിൽ വർത്തമാനം സുന്ദരമാക്കും. ഇംഗ്ലീഷും റഷ്യനും കുറച്ച് തുർക്കിയും കുറച്ച് ഗ്രീക്കുമെല്ലാം ചേർത്ത് അവർ പ്രണയസല്ലാപം ഉഷാറാക്കും. കണ്ണിൽ കണ്ണിൽ നോക്കിയിരിക്കുമ്പോൾ അവർക്ക് ലോകത്തിലെ ഒരു ഭാഷയും ആവശ്യമില്ലായിരുന്നു. അങ്ങോട്ടുമിങ്ങോട്ടും ഒന്നും പറയാതെതന്നെ എല്ലാം മനസ്സിലാക്കാൻ കഴിയുമെന്ന് അവർ തിരിച്ചറിഞ്ഞു.

ഒരിക്കൽ ചരിത്രപ്രസിദ്ധമായ നോവോഡെവിച്ചി ശ്മശാനത്തിന്റെ പരിസരങ്ങളിലേക്ക് തുർക്കി-ഗ്രീക്ക് സംഘങ്ങൾ ഒരുമിച്ച് ഒരു ഫീൽഡ് ട്രിപ് നടത്തി. ഗോഗോൾ, ചെഖോവ്, മയകോവ്സ്കി, എറിൻബർഗ് നാസിം എന്നിവരെ അടക്കിയ ശ്മശാനമാണത്. സെമിലും അലികിയും തോളോട് തോൾ ചേർന്നാണ് അന്നു നടന്നത്. കട്ടിയുള്ള കമ്പിളി

ക്കുപ്പായങ്ങൾക്കുള്ളിൽ പൊതിഞ്ഞ ആശാഭരിതമായ ശരീരങ്ങളിൽ നിന്നുയരുന്ന തുടിപ്പുകൾ വ്യക്തമായി കേൾക്കാമായിരുന്നു, അവർക്ക പ്പോൾ.

അവർ പരസ്പരം ചുംബിച്ചിട്ടേയില്ലായിരുന്നു. ചിലപ്പോൾ ഒരിക്കൽ പോലും അവർ ചുംബിക്കാനുമിടയില്ല. എന്നിട്ടും അലികിയെ ചുംബി ച്ചിട്ടുള്ള മറ്റേതൊരു പുരുഷനേക്കാൾ അവളുടെ തുടുത്ത ചുണ്ടുകളുടെ മാധുര്യം സെമിലിനറിയാമായിരുന്നു. പരുക്കനെന്നു തോന്നിക്കുന്ന ഇരുണ്ട നിറക്കാരനായ സെമിലിന്റെ ഇളം തവിട്ടു കണ്ണുകളിലേക്കു നോക്കുമ്പോൾ അയാളുടെ ശരീരത്തിന്റെ കരുതൽച്ചൂടാകെ തന്നിലേക്ക് അരിച്ചിറങ്ങുതായും ആ ഊഷ്മളത ഉടലാകെ വ്യാപിക്കുന്നതായും അലികിക്കു തോന്നാറുണ്ടായിരുന്നു.

ടാക്സി തെരുവു കടന്ന് സബ്‌വേ സ്റ്റേഷനിലെത്തും വരെ സെമിൽ അലികിയെപ്പറ്റി മാത്രം ഓർത്തു കൊണ്ടിരുന്നു. മുഹമ്മദിന്റെയും കരീമി ന്റെയും മരണത്തെ ചുറ്റിപ്പറ്റിയുള്ള ഖേദകരമായ കാര്യങ്ങളെല്ലാം സെമിൽ മറന്ന മട്ടായിരുന്നു. കാതങ്ങൾക്കകലെയുള്ള ഭാര്യയെയും കുട്ടിയെയും കുറിച്ച് അയാൾ ഓർത്തതു പോലുമില്ല. ഇന്ന് അയാൾക്കു മുന്നിൽ അലികി മാത്രമേയുള്ളൂ. അലികിക്കു വേണ്ടി ഈ ദിവസം അയാൾ എന്തു കുറ്റവും ഏതു പാപവും ചെയ്യും. മഞ്ഞുമൂടിയ, ഈ ഇരുണ്ട നാട്ടിൽ തന്റെ ജീവിതം ഏറ്റവും ഭംഗിയുള്ളതാക്കി മാറ്റിയ സുന്ദരിക്കു വേണ്ടി ജീവിതത്തിലെ ഒരു ദിവസം അയാൾ പൂർണ്ണമായും ഉഴിഞ്ഞു വയ്ക്കുകയാണ്. അവൾ അയാളിൽ നിറച്ച അനിർവചനീയമായ ഉത്തേ ജനം അത്രയ്ക്കു തീക്ഷ്ണമായിരുന്നു. ആറുമാസം കഴിഞ്ഞാൽ അവളെ പിരിയേണ്ടി വരും. ഇനിയൊരിക്കലും കണ്ടുമുട്ടിയില്ലെന്നും വരാം.

ആ ശനിയാഴ്ച വൈകുന്നേരത്തിന്റെ പ്രസാദാത്മകത റെയ്ചെനായ് വോക്ഴൽ സബ്‌വേ സ്റ്റേഷനു മുകളിൽ ഉതിർന്നു വീണു. രണ്ടു സഖാ ക്കളും വിടാൻ തയ്യാറായി നിൽക്കുന്ന ട്രെയിനിന്റെ മൂന്നാമത്തെ വാഗ ണിൽ ചാടിക്കയറിയിരുന്നു. സ്വന്തം ലോകങ്ങളിൽ അത്രമേൽ മുഴുകി പ്പോയതിനാൽ രണ്ടുപേർ കൂടി അതേ വാഗണിലേക്ക് ചാടിക്കയറിയത് അവർ അറിഞ്ഞതു പോലുമില്ലായിരുന്നു. തുർഗട്ടും സെമിലും അവ രുടെ അടുത്തിരുന്നിരുന്ന ഒരു ചെറിയ പെൺകുട്ടിയുമൊഴിച്ച് ബാക്കി യെല്ലാവരും എന്തെങ്കിലും പുസ്തകം വായിക്കുകയോ പത്രം നോക്കു കയോ ചെയ്യുകയായിരുന്നു. ഐഡന്റിറ്റി വെളിപ്പെടാതിരിക്കാനുള്ള മുൻകരുതലിന്റെ ഭാഗമായി തുർക്കി ഭാഷയിലുള്ള പുസ്തകങ്ങൾ കൊണ്ടുനടക്കാൻ അവർക്കു രണ്ടാൾക്കും അനുവാദമുണ്ടായിരുന്നില്ല. എന്നിട്ടും എന്തെങ്കിലും വായിക്കാനെടുക്കാൻ മറന്നല്ലോ എന്നോർത്ത് അവർക്കല്പം വിഷമം തോന്നാതിരുന്നില്ല. കുറച്ചു സ്റ്റോപ്പുകൾ കഴിഞ്ഞ പ്പോഴേക്കും ആ വാഗൺ നിറഞ്ഞു വരാൻ തുടങ്ങിയിരുന്നു. അവർ രണ്ടാളും ഡോറിന്റെ വലതുഭാഗത്ത് എഴുതിവെച്ചിട്ടുള്ള ചാർട്ടിൽ

തറപ്പിച്ചു നോക്കി. മോസ്കോയിൽ എത്തിയ കാലം മുതൽക്ക് പഠിക്കാൻ തുടങ്ങിയ സിറിലിക് അക്ഷരങ്ങൾ ഓർത്ത് ചാർട്ടിൽ എഴുതിവെച്ചതൊക്കെ അവർ വായിക്കാൻ ശ്രമിച്ചു. ആ സമയം അവർ ഏതു സ്റ്റേഷനിലാണെന്നൊക്കെ കൗതുകത്തോടെ അവർ വായിച്ചെടുക്കുന്നുണ്ടായിരുന്നു. സിറിലിക് അക്ഷരമാല ഒരാഴ്ചയ്ക്കപ്പുറത്ത് അന്നവർ പഠിച്ചിരുന്നില്ല അതുകൊണ്ട് കാര്യമായൊന്നും അവർക്കു മനസ്സിലാകുന്നുണ്ടായിരുന്നില്ല. ഇറങ്ങേണ്ട സ്ഥലം ഓരോ സ്റ്റേഷനിലും വിളിച്ചു പറയുന്നുണ്ടായിരുന്നു. എന്നിട്ടും എങ്ങാനും കേൾക്കാതെ പോയാലോ എന്ന് അവർക്കു ഭയമുണ്ടായിരുന്നു. സെപ്തംബർ ആദ്യം മോസ്കോ നഗരത്തിലൂടെ ചുറ്റിക്കറങ്ങാൻ വേണ്ടി സബ് വേയിലൂടെ യാത്ര ചെയ്തപ്പോൾ അവർക്ക് വഴി തെറ്റിയിരുന്നു. മെട്രോ ട്രെയിനിന്റെ വഴി റ്റൂ വേ ആണെന്നാണ് അവർ കരുതിയത്. പക്ഷേ കിലോമീറ്ററുകളോളം നീണ്ടു കിടക്കുന്ന ഒരു വലിയ ടണൽ ആണ് അതെന്ന് പിന്നെയാണ് മനസ്സിലായത്. ആ മഹാനഗരത്തിനടിയിൽ ഒരു വലിയ വൃത്തം വരച്ചതുപോലെയുള്ള വലിയൊരു ഭൂഗർഭ റെയിൽപ്പാതയായിരുന്നു അത്. ആ വട്ടത്തെ തൊട്ടുപോകുന്ന വേറെയും വഴികൾ അടിയിൽ ഉണ്ടായിരുന്നു. അവ പരസ്പരം 90, 45 ഡിഗ്രികളിൽ പരസ്പരം ബന്ധിപ്പിച്ചിരുന്നു.

അന്ന് വഴി തെറ്റിയ അനുഭവം ഓർത്ത് അവർ രണ്ടുപേരും ലക്ഷ്യസ്ഥാനം എത്തുന്നതിനു രണ്ടോ മൂന്നോ സ്റ്റേഷൻ മുൻപേ തന്നെ സീറ്റിൽ നിന്ന് എഴുന്നേറ്റു നിന്നു. പ്ലോഷ്ചാഡ് റെവല്യൂറ്റ്സിയിലായിരുന്നു അവർക്കിറങ്ങേണ്ടിയിരുന്നത്. ആവശ്യത്തിലും നേരത്തെയാണ് എഴുന്നേറ്റു നിൽക്കുന്നതെന്ന് അവർക്ക് മനസ്സിലായി. എന്നാൽ ഒരു യുക്തി പറഞ്ഞ് സെമിൽ അതിനെ ന്യായീകരിച്ചു: ‘‘വാഗണിൽ നല്ല തിരക്കല്ലേ. അതുകൊണ്ട് എല്ലാവരും എഴുന്നേൽക്കുന്നതിനു മുൻപേ നമ്മൾ ഇറങ്ങാൻ തയ്യാറെടുക്കുന്നതാണ് നല്ലത്.’’ പക്ഷേ ട്രെയിൻ നിർത്തിയപ്പോൾ അതുവരെ ഇരുന്നവർ പോലും അവരോടൊപ്പം തന്നെ സ്റ്റേഷനിൽ അവർക്കൊപ്പം ഒരേ സമയത്ത് ഇറങ്ങി. ‘‘ഇങ്ങനെ ചാടിയിറങ്ങാൻ നമ്മളെക്കൊണ്ട് ഒരിക്കലും പറ്റുമെന്നു തോന്നുന്നില്ല,’’ സഹയാത്രികരെ നോക്കി സെമിൽ ശബ്ദം താഴ്ത്തിപ്പറഞ്ഞു ചിരിച്ചു.

നൂറുകണക്കിന് മോസ്കോകാർക്കൊപ്പം പ്രകാശപൂരിതമായ ഭൂഗർഭ സ്റ്റേഷനിൽ നിന്ന് തണുത്തുറഞ്ഞു കിടക്കുന്ന മേൽ ഭൂമിയിലേക്ക് അവരും കയറി. ഗ്രൗണ്ട് ലെവൽ എത്തിയപ്പോൾ ജനക്കൂട്ടം ചിതറി പല വഴിക്കു പോയി. ചെങ്കല്ലു കൊണ്ടു പണിത ലെനിൻ മ്യൂസിയം പിന്നിട്ട് ഇരുവരും നഗരചത്വരത്തിലെത്തി. വലിയ ഷോപ്പിംഗ് സെന്റർ ചൂണ്ടിക്കാട്ടി തുർഗട്ട് ചോദിച്ചു. ‘‘ജി.യു.എം-ൽ (സോവിയറ്റ് യൂണിയനിലെ നഗരങ്ങളിലുണ്ടായിരുന്ന ഡിപ്പാർട്ട്മെന്റ് സ്റ്റോറുകളാണ് ജി.യു.എം. എന്നറിയപ്പെട്ടിരുന്നത്.) കയറി നോക്കണോ?’’

‘‘ഹോട്ടൽ റഷ്യയിൽ എന്തുകിട്ടുമെന്ന് നോക്കാം ആദ്യം. അവിടെ നമുക്കു പറ്റിയതൊന്നും കിട്ടിയില്ലെങ്കിൽ ഇവിടേയ്ക്കു തിരിച്ചുവരാം,’’

സെമിൽ പറഞ്ഞു. ജി.യു.എം-ൽ കാര്യമായിട്ടൊന്നും കിട്ടാൻ പോകുന്നില്ലെന്ന് അയാൾ കരുതിക്കാണണം.

ചത്വരം പൊതുവെ നിശ്ശബ്ദമായിരുന്നു. റെഡ് സ്ക്വയർ ചുറ്റി ചിലർ സെന്റ് ബേസിൽ പള്ളിയിലേക്ക് പോകുന്നുണ്ടായിരുന്നു. ലെനിന്റെ സ്മാരകമണ്ഡപത്തിന്റെ കവാടത്തിൽ നൂറു കണക്കിനാളുകൾ ക്യൂ നിൽക്കുന്നുണ്ടായിരുന്നു.

തുർഗട്ട് റെഡ് സ്ക്വയർ വിശദമായി കണ്ണോടിച്ചു കണ്ടു. ആദ്യതവണ ഇവിടെ വന്നപ്പോൾ അയാൾക്ക് വല്ലാതെ നിരാശ തോന്നിയിരുന്നു. കുറച്ചു കൂടി ആർഭാടം നിറഞ്ഞ ഒരു സ്ഥലമാണ് അയാൾ പ്രതീക്ഷിച്ചിരുന്നത്. സ്ക്വയർ സ്ഥിതി ചെയ്തിരുന്ന സ്ഥലം അത്രയ്ക്കു ചെറുതൊന്നുമായിരുന്നില്ല. പക്ഷേ തുർഗട്ട് ഭാവനയിൽ കണ്ടതുപോലെ മാന്ത്രികപ്രഭാവമൊന്നുമുണ്ടായിരുന്നില്ലെന്നു മാത്രം. ലെനിൻ സ്മൃതി കുടീരം കണ്ടപ്പോഴും അയാൾക്ക് അതു തന്നെയാണ് തോന്നിയത്. ലെനിന്റെ സുഗന്ധദ്രവ്യമിട്ടു സൂക്ഷിച്ചിരിക്കുന്ന മൃതദേഹം കണ്ടപ്പോൾ അയാൾക്ക് ആരാധനയല്ല, സഹതാപമാണു തോന്നിയത്. ലെനിനെപ്പോലെ വിശ്വവിഖ്യാതനായ ഒരു ചരിത്രപുരുഷന്റെ മൃതശരീരം അവിടെയെത്തുന്ന സന്ദർശകരുടെ വിനോദത്തിനു വേണ്ടി പ്രദർശിപ്പിച്ചിരിക്കുന്നത് പരിതാപകരമാണെന്ന് തുർഗട്ടിനു തോന്നി. ഏതായാലും ആ അഭിപ്രായം അയാൾ ആരോടും പറഞ്ഞില്ല. ചുറ്റും നോക്കിയപ്പോൾ സഖാക്കളൊക്കെ ആരാധന കൊണ്ട് കണ്ണിൽ ഈറനണിഞ്ഞു നിൽക്കുന്നതും കാണുകയുണ്ടായി. ഡർമുസ് സ്മൃതികുടീരം കണ്ട ഉടൻ മുഷ്ടി ചുരുട്ടി അഭിവാദ്യം ചെയ്തു. അമിതാവേശം കാട്ടിയതിന് അവിടുത്തെ കാവൽക്കാർ അവനെ ശാസിക്കുകയും ചെയ്തു.

സ്ക്വയറിനു താഴെയുള്ള സെയ്ന്റ് ബെയ്സിൽ കതീഡ്രലിലേക്കാണ് സെമിലിന്റെ ശ്രദ്ധ പതിഞ്ഞത്. ബൾബിന്റെ ആകൃതിയിലുള്ള പല നിറങ്ങൾ തേച്ച അതിന്റെ ഗോപുരങ്ങൾ കണ്ടപ്പോൾ പണ്ട് കേട്ടു മറന്ന ഏതോ കഥ അയാൾക്ക് ഓർമ്മ വന്നു. അസാധാരണമായിരുന്നു കതീഡ്രലിന്റെ വാസ്തുശില്പ കല.

പ്രാചീന സംസ്കൃതികളുടെ നിഗൂഢത പേറി നിൽക്കുന്ന ഈ ദേവാലയവും വലതു വശത്ത് ക്രെംലിനു ചുറ്റുമുള്ള രക്തനക്ഷത്രങ്ങൾ പതിച്ച ഗോപുരങ്ങളും മാർബിൾ കൊണ്ടുണ്ടാക്കിയ സ്മൃതി മണ്ഡപവും തമ്മിൽ ഒരു സാദൃശ്യവും ഉണ്ടായിരുന്നില്ല. പക്ഷേ അതിൽ അത്ഭുതകരമായൊന്നുമുണ്ടായിരുന്നില്ല. സോവിയറ്റ് യൂണിയൻ ഇത്തരം നിരവധി അസാധാരണത്വങ്ങളുടെ നാടായിരുന്നു. ഒരു വശത്ത് നാസ്തികവാദം ആധികാരികമായി പഠിപ്പിക്കാൻ ശ്രമിക്കുന്ന കമ്യൂണിസ്റ്റ് ഗവൺമെന്റ്, മറുവശത്ത് ഇപ്പോഴും അധികാരങ്ങൾ പൂർണ്ണമായും നഷ്ടപ്പെട്ടിട്ടില്ലാത്ത ഓർത്തഡോക്സ് സഭ. ശൂന്യാകാശത്ത് ഗവേഷണകേന്ദ്രം പണിയാൻ തക്കവിധം വികസിതമായ ശാസ്ത്രസാങ്കേതികത ഒരു

വശത്തുള്ളപ്പോൾത്തന്നെ വലിയ വലിയ സ്റ്റോറുകളിലും മറ്റും പണത്തിന്റെ കണക്കു കൂട്ടാൻ പ്രാകൃതമായ ഉപകരണങ്ങളും രീതികളും തുടരുന്നു.

ഹോട്ടൽ റഷ്യയുടെ വാതിൽക്കലെത്തിയപ്പോൾ സെമിൽ അവരുടെ കൂടെ ട്രെയിനിലുണ്ടായിരുന്ന രണ്ടു പേരിൽ ഒരാളെ കണ്ട് പെട്ടെന്നു തിരിച്ചറിഞ്ഞു. ഇടത്തരം ഉയരത്തിൽ, തവിട്ടു നിറമുള്ള തലമുടിയുള്ള ഒരാൾ.

''ഇയാളല്ലേ, നമ്മുടെ കൂടെ സബ് വേയിൽ ഉണ്ടായിരുന്നത്?''സെമിൽ ആകാംക്ഷയോടെ ചോദിച്ചു. തുർഗട്ട് ആ മനുഷ്യനെ നോക്കി. പക്ഷേ തിരിച്ചറിഞ്ഞില്ല. അല്ലെങ്കിൽത്തന്നെ രാത്രിയിലെ പാർട്ടിയെക്കുറിച്ചാലോചിച്ച് ഉച്ചഭക്ഷണത്തിന് എന്താണു കഴിച്ചതെന്നു പോലും മറന്ന അവസ്ഥയിലായിരുന്നു തുർഗട്ട്. പിന്നെയാണ് ട്രെയിനിൽ കൂടെയുണ്ടായിരുന്ന അയാളെ ഓർക്കുന്നത്?

രണ്ടു തുർക്കിക്കാരും തന്നെപ്പറ്റിയാണ് സംസാരിക്കുന്നതെന്ന് സെമിൽ സംശയിച്ച മനുഷ്യന് പിടികിട്ടി. അവരുടെ നോട്ടത്തിൽ നിന്ന് അയാൾക്ക് അത് ഊഹിക്കാമായിരുന്നു. അയാൾ ഹോട്ടലിന്റെ വാതിലിലൂടെ ശാന്തനായി, വളരെ സ്വാഭാവികമായ ചലനങ്ങളോടെ നടന്നു പോയി. അയാളെ പിന്നീടൊരിക്കലും അവർ കണ്ടിട്ടില്ല; അയാളെക്കുറിച്ചൊന്നും കേട്ടിട്ടുമില്ല.

''ഒരുപക്ഷേ, എനിക്കു തോന്നിയതാകും'' സെമിൽ മന്ത്രിച്ചു.

ഇരുപത്തിയൊന്ന്

തെരുവു വിളക്കുകളുടെ മങ്ങിയവെട്ടം നിറഞ്ഞ ആ വീതിയേറിയ തെരുവിലൂടെ അവർ നടന്നു. ഒരു ചെറിയ തോപ്പ് അവരുടെ കണ്ണിൽപ്പെട്ടു. രാത്രിയുടെ അരണ്ട നീലവെളിച്ചത്തിൽ മദ്ധ്യകാലത്തെ ഒരു കോട്ട കണക്കെയായിരുന്നു അതിന്റെ നിഴൽ ചിത്രം. മരച്ചില്ലകളെ തഴുകി തളർന്ന കാറ്റിന്റെയും കൂടുകളിൽ ചുരുണ്ടുകൂടിക്കിടക്കുന്ന അണ്ണാറക്കണ്ണൻമാരുടെയും ശബ്ദങ്ങൾ ശ്രവിച്ചുകൊണ്ട് അവർ ആ തോപ്പിലൂടെ ഒന്നും മിണ്ടാതെ നടന്നു.

ആ തോപ്പിന്റെ അവസാനം ആയിരുന്നു പിച്ചാന എന്ന വിദ്യാർത്ഥികളുടെ ഡോർമിറ്ററി. അവർ അതിന്റെ വാതിലിനടുത്തുമ്പോൾ സമയം ആറര പോലും ആയിരുന്നില്ല. അകത്തേക്കു പ്രവേശിക്കുന്നതിനു മുൻപ് അവർ തെല്ലൊന്നുനിന്നു. ഇരുവരുടെയും മനസ്സിൽ ഒരേ ചോദ്യമാണുയർന്നത്. ''നമ്മൾ വന്നത് വളരെ നേരത്തെ ആയിപ്പോയോ?'' എപ്പോഴാണ് പാർട്ടി തുടങ്ങുന്നതെന്ന് അവർക്ക് അറിയില്ലായിരുന്നു. ഫോൺ ചെയ്തു ചോദിക്കാനും പറ്റിയില്ല. ഏതാണ്ട് ഏഴു മണിയോടെ തുടങ്ങുമായിരിക്കും എന്ന പ്രതീക്ഷയിലാണ് അവർ കാര്യങ്ങൾ മുന്നോട്ടു നീക്കിയത്. പക്ഷേ പ്രതീക്ഷിച്ചതിലും നേരത്തെ ഷോപ്പിങ് കഴിഞ്ഞപ്പോഴാണ് കുർക്കിനോയിൽ നിന്നു പുറപ്പെട്ടത് ആവശ്യത്തിലും നേരത്തേ ആയിരുന്നു എന്ന് അവർ തിരിച്ചറിഞ്ഞത്.

ഹോട്ടൽ റഷ്യയിലെ രണ്ടാമത്തെ സ്റ്റോറിൽ നിന്നു തന്നെ അവർ കാമുകിമാർക്കുള്ള സമ്മാനങ്ങൾ കണ്ടെത്തിക്കഴിഞ്ഞിരുന്നു. ഏലിയുടെ അതിലോലമായ കൈത്തണ്ട അലങ്കരിക്കാൻ നേർത്ത സ്ലാവിക് ചമയങ്ങളുള്ള ഒരു നേർത്ത വളയും അലികിയുടെ കഴുത്തിലണിയാൻ മൂന്ന് കിളികൾ പറക്കാനെന്നവണ്ണം നിൽക്കുന്ന വൃത്തത്തിലുള്ള ഒരു വെള്ളി മാലയും അവർ വാങ്ങിച്ചിരുന്നു.

ഏതായാലും പാർട്ടി തുടങ്ങാൻ ഇനിയും സമയമുള്ളതു കൊണ്ട് അവർ സ്കൂളിന്റെ കേന്ദ്രകെട്ടിട സമുച്ചയത്തിലേക്ക് പോകാൻ തീരുമാനിച്ച് അവർ വീണ്ടും സബ് വേയിലെത്തി. നേരത്തേ വാങ്ങിയ സമ്മാനങ്ങൾ

കൂടാതെ മറ്റെന്തെങ്കിലും കൂടി വേണമെന്ന് തുർഗട്ട് ചിന്തിച്ചിരിക്കണം. കുറച്ചു പൂക്കൾ കൂടി വാങ്ങാമെന്നായി അയാൾ. പ്രണയിനിക്കു വേണ്ടി കുറച്ചധികം റൂബിൾ കൂടി ചെലവഴിക്കുന്നതിൽ എന്താണു തെറ്റ്? സ്വാഭാവികമായും സെമിൽ അവന്റെ നിർദ്ദേശങ്ങൾ സ്വീകരിച്ചു. അവർ സബ്‌വേയിൽ നിന്നിറങ്ങി വീണ്ടും ഒരു ടാക്സിയിൽ കയറി. ഇത്തവണ ഡ്രൈവർ ടാക്സി മീറ്റർ പ്രവർത്തിപ്പിച്ചിരുന്നില്ല. പ്രതീക്ഷിച്ചതു പോലെ ടാക്സിക്കൂലിയുടെ കാര്യത്തിൽ അയാൾ അവരെ പറ്റിക്കുകയും ചെയ്തു. അവർ അതൊന്നും സാരമാക്കിയില്ല. ഈ ദിവസം ഒന്നും തന്നെ അവരെ അസ്വസ്ഥരാക്കുമായിരുന്നില്ല.

ചന്തയിൽ എത്തിയപ്പോൾ അവിടെവെച്ച് അവർ അസേരി യൂസഫ് എന്നയാളെ കണ്ടു. അയാളെ അവർ ഒരു മാസം മുൻപ് ടർക്കിഷ് വിഭവമായ സിഗ് കോഫ്ടി (ഒരു ടർക്കിഷ് ഭക്ഷണം) തയ്യാറാക്കാനുള്ള പലചരക്കുസാധനങ്ങൾ വാങ്ങാൻ വന്നപ്പോൾ കണ്ടിട്ടുള്ളതാണ്. ഇത്തവണ യൂസഫ് അവർക്കു വേണ്ടി റഷ്യൻ ഭാഷയിൽ വിലപേശിയതുകൊണ്ട് ഒൻപത് അലങ്കാര പുഷ്പങ്ങൾ വളരെ കുറഞ്ഞ വിലയ്ക്കു കിട്ടി. ഇനി പാർട്ടി നടക്കുന്ന സ്ഥലത്തേക്കു പോകാമല്ലോ എന്നോർത്ത് തുർഗട്ടിന് ആശ്വാസം തോന്നി. പക്ഷേ, പാർട്ടി തുടങ്ങാൻ ഇനിയും ധാരാളം സമയമുണ്ട്. അതുകൊണ്ട് അവർ എന്തെങ്കിലും കഴിക്കാൻ തീരുമാനിച്ചു. പിന്നീടവർ ഹാളിലുള്ള മേശയിൽ ഇരുന്ന് രണ്ടു റൗണ്ട് ചെസ്സ് കളിച്ചു. കളിക്കുമ്പോഴും അവരുടെ ശ്രദ്ധ അപ്പോൾ വാങ്ങിക്കൊണ്ടു വന്ന പുഷ്പങ്ങളിലായിരുന്നു. അതിലെ കടന്നുപോകുന്നവർ എന്തോ അമൂല്യമായ പുരാവസ്തുവോ മറ്റോ കണ്ടിട്ടെന്ന പോലെ ആ പൂക്കളെ നോക്കുന്നുണ്ടായിരുന്നു.

മനസ്സ് മുഴുവൻ രാത്രി നടക്കാൻ പോകുന്ന വിരുന്നിന്റെ ചിന്തകളായിരുന്നതു കൊണ്ട് കളിയിലെ അവരുടെ കരുനീക്കൾ പലപ്പോഴും പാളിപ്പോയി. തന്ത്രങ്ങളും പ്രതിരോധങ്ങളുമെല്ലാം പരിതാപകരമാം വിധം തെറ്റി. കാണിച്ചു കൂട്ടുന്ന മണ്ടത്തരങ്ങൾ ആസ്വദിച്ച് അവർ സ്വയം ചിരിക്കാൻ തുടങ്ങി. ആദ്യ റൗണ്ടിൽ തുർഗട്ടും രണ്ടാമത്തേതിൽ സെമിലും വിജയിച്ചു. വീണ്ടുമൊരു മത്സരത്തിന് വേണ്ടത്ര സമയം ഇല്ലെന്നു മനസ്സിലായപ്പോൾ അവർ കളി നിർത്തി ഡോർമിറ്ററിയിലേക്ക് പുറപ്പെട്ടു.

സൈറ്റിൽ നിന്ന് പുറപ്പെടുന്നതു മുതൽ സെമിലിനെയും തുർഗട്ടിനെയും നിരീക്ഷിച്ചു കൊണ്ടിരുന്ന നിക്കോളായ്ക്ക് ആശ്ചര്യമായി. തലേദിവസം അവർക്ക് അസഫിൽ നിന്നും അറിയാൻ കഴിഞ്ഞത് ഇരുവരും ഗ്രീക്കുകാർ ഒരുക്കുന്ന വിരുന്നിൽ പങ്കെടുക്കും എന്നാണ്. പക്ഷേ, അവർ സൈറ്റിൽ നിന്ന് ആവശ്യത്തിലധികം നേരത്തേ പുറപ്പെട്ടതുകൊണ്ട് സെമിൽ ആ കളിപ്പാട്ടക്കടയിൽ എന്തായാലും ഇറങ്ങാൻ

സാദ്ധ്യതയുണ്ടെന്നു കരുതി കാത്തിരിക്കുകയായിരുന്നു അന്വേഷണോദ്യോഗസ്ഥർ. പക്ഷേ തുർക്കികൾ കളിപ്പാട്ടക്കട സന്ദർശിച്ചില്ലെന്നു മാത്രമല്ല കുർക്കിനോയിൽ ഇറങ്ങുക പോലും ചെയ്തില്ല. ഏതായാലും അന്വേഷകർ അവരെ നിരീക്ഷിക്കുന്നതു തുടർന്നു.

സബ് വേ, റെഡ് സ്ക്വയർ, ഹോട്ടൽ റഷ്യ, കോൾകോസ് മാർക്കറ്റ് എന്നിവിടങ്ങളിലെല്ലാം സെമിലിനെയും തുർഗട്ടിനെയും ടി സി പിയുടെ രണ്ടു രഹസ്യസൈനികർ കൃത്യമായി പിന്തുടരുന്നുണ്ടായിരുന്നു. പക്ഷേ സംശയാസ്പദമായി ഒന്നും തന്നെ സംഭവിച്ചില്ല. ഈ രഹസ്യാന്വേഷണം ഏകോപിക്കാൻ വേണ്ടി സജ്ജമാക്കിയ മിനി ബസിലിരുന്ന് തുടർച്ചയായി സിഗരറ്റ് വലിച്ചു സമയം കളയുകയല്ലാതെ നിക്കോളായ്ക്ക് മറ്റൊന്നും ചെയ്യാൻ ഇല്ലായിരുന്നു. സ്കൂളിൽ നിന്ന് ഇരുവരും പുറത്തു കടക്കുന്നതു കണ്ട നിക്കോളായുടെ കണ്ണുകൾ വീണ്ടും ജാഗരൂകമായി. രഹസ്യമായി അവരെ പിന്തുടരൽ പുനരാരംഭിച്ചു.

തുർഗട്ടും സെമിലും ഡോർമിറ്ററിയിലേക്ക് പ്രവേശിക്കുമ്പോൾ നിക്കോളായ്ടെ മിനി ബസ് ആ കെട്ടിടത്തിനു താഴെ തെരുവിന്റെ ശാന്തമായ ഒരു കോണിലേക്ക് അടുത്തു. ഡോർമിറ്ററി പരിശോധിക്കാൻ രാവിലെ വന്ന പരിപാലനസംഘം രണ്ടാംനിലയിൽ ഗ്രീക്കുകാർ താമസിക്കുന്ന ഏഴ് മുറികളിൽനിന്നുമുള്ള ശബ്ദങ്ങൾ എളുപ്പത്തിൽ ശ്രദ്ധിക്കാൻ കഴിയുന്ന തരത്തിൽ ഒരു യന്ത്രസജ്ജീകരണം നടത്തിയിരുന്നു. ലിനോയിഡ് തന്റെ വിദ്യാർത്ഥിയുടെ രഹസ്യനിരീക്ഷണത്തിൽ പങ്കെടുക്കാൻ വിസമ്മതിച്ചതു കൊണ്ട് ആ സംഭാഷണങ്ങൾ പിന്നീട് കേട്ട് വിവർത്തനം ചെയ്തു മനസ്സിലാക്കാൻ വേണ്ടി റെക്കോഡ് ചെയ്യേണ്ടതായി വന്നു.

''ഇത് ഒരു നീണ്ട രാത്രി ആയിരിക്കും'' നിക്കോളായ് തന്റെ മുന്നിലിരിക്കുന്ന ലിഗാചേവിനോടു പറഞ്ഞു ''പാത്രത്തിൽ ആവശ്യത്തിനു ചായ ഉണ്ടോ?''

''ഉണ്ട്,'' കണ്ണിൽ ഒരു തീപ്പൊരിത്തിളക്കത്തോടെ ലിഗാച്ചേവ് കൂട്ടിച്ചേർത്തു: ''കുറച്ചു വോഡ്കയുമുണ്ട്, നിങ്ങൾക്കു വേണമെങ്കിൽ.''

''ജോലിസമയത്ത് നമ്മൾക്കു മദ്യപാനം അനുവദനീയമല്ലെന്നു നിങ്ങൾക്ക് അറിയില്ലേ?'' നിക്കോളായ് ഒരു വ്യാജ മുന്നറിയിപ്പ് നൽകി.

''അതെനിക്കറിയാം. പക്ഷേ ഈ തണുപ്പത്ത് നമ്മളെ ഒന്നു ചൂട് പിടിപ്പിക്കാൻ വോഡ്ക നല്ലതാണ്,'' ലിഗാചേവ് പറഞ്ഞു.

''നിങ്ങൾ പറഞ്ഞത് ശരിയാണ്.'' നിക്കോളായ് പറഞ്ഞു ''ജോലി ചെയ്യുന്നതിനിടെ നമ്മൾ ഈ തണുപ്പത്ത് മരവിച്ചു ചാകണമെന്ന് മേലുദ്യോഗസ്ഥർ എന്തായാലും ആഗ്രഹിക്കുന്നുണ്ടാകില്ല. അതുകൊണ്ട് ഒരു ഗ്ലാസ് കഴിക്കുന്നതു കൊണ്ട് ദോഷമൊന്നുമില്ല.''

അവർ തെർമോഫ്ളാസ്കിന്റെ മൂടിയിലൊഴിച്ച് വോഡ്ക കഴിച്ചു തുടങ്ങുമ്പോൾ സെമിലും തുർഗട്ടും ഡോർമെറ്ററിയിലൂടെ അകത്തേക്കു

പ്രവേശിച്ചു. പ്രവേശന കവാടത്തിനരികിലെ ഇൻഫർമേഷൻ ഡസ്കിലുണ്ടായിരുന്ന വയസ്സനായ കാവൽക്കാരൻ അവരെ തടഞ്ഞു. ആ വൃദ്ധനെ കൂടാതെ മറ്റൊരാൾ കൂടി ആ മേശയ്ക്കരികിൽ ഇരിക്കുന്നുണ്ടായിരുന്നു. അയാളെക്കണ്ടാൽ ഒരു കാവൽക്കാരനാണെന്നു തോന്നുമായിരുന്നില്ല. എന്നിട്ടും തുർഗട്ടിനും സെമിലിനും ഒരു സംശയവും തോന്നിയില്ല. അവർ കാവൽക്കാരൻ പറഞ്ഞതനുസരിച്ച് തിരിച്ചറിയൽ രേഖകൾ കാണിച്ചു കൊടുത്തു. തങ്ങൾ ഗ്രീക്ക് സംഘത്തിന്റെ അതിഥികളാണെന്ന് അറിയിച്ചു. ഐ ഡി കാർഡുകൾ ക്ഷീണിച്ച കണ്ണുകൾകൊണ്ട് പരിശോധിച്ചശേഷം കാവൽക്കാരൻ വലതുവശത്തെ ഗോവണി ചൂണ്ടിക്കാണിച്ച് അവരോട് രണ്ടാം നിലയിലേയ്ക്കു പോകാൻ പറഞ്ഞു. അവർ പടികൾ കയറുമ്പോൾ മേശയ്ക്കരികിലിരുന്ന ചെറുപ്പക്കാരന്റെ കണ്ണുകൾ അവരെ സംശയത്തോടെ പിന്തുടരുന്നുണ്ടായിരുന്നു.

ഒന്നാം നിലയിൽ നിന്ന് ഭക്ഷണം പാചകം ചെയ്യുന്നതിന്റെ ശക്തമായ ഗന്ധം ഉയരുന്നുണ്ടായിരുന്നു. ''യെമെനികളാണ് ഭക്ഷണം പാചകം ചെയ്യുന്നത്.'' തുർഗട്ട് അഭിപ്രായപ്പെട്ടു. ആ സമയത്ത് ഒരു ഇന്ത്യൻ പെൺകുട്ടി അലസമായി, പതുക്കെ ചരിഞ്ഞുനോക്കി, കണ്ണുകളിൽ പുഞ്ചിരിത്തിളക്കവുമായി അവരെ കടന്നുപോയി.

''ചിലപ്പോൾ ഇന്ത്യക്കാരായിരിക്കും പാചകം ചെയ്യുന്നത്.'' രണ്ടാം നിലയിലേക്കുള്ള പടികൾ കയറുമ്പോൾ സെമിൽ അഭിപ്രായപ്പെട്ടു.

''അല്ല. അത് യെമെൻകാർ തന്നെയാണ്. അവർ ഇവിടെ എല്ലാ രാത്രിയിലും ഭക്ഷണം പാകം ചെയ്യാറുണ്ട്'.

''ശരിയാണ്,'' സെമിൽ പറഞ്ഞു.

''റഷ്യൻ പാചകരീതി പാത്രം കഴുകിയ അഴുക്കുവെള്ളം പോലെയാണ്.''

''റഷ്യക്കാർ പാചകത്തിൽ ഉഴപ്പുന്നത് പണം മിച്ചം പിടിക്കാൻ വേണ്ടിയാണ്. നല്ലൊരു തുക അവരെല്ലാവരും സമ്പാദിക്കുന്നുണ്ട്. ഇവിടെ നിന്നു പോകുമ്പോഴേക്ക് മിക്കവാറും എല്ലാവർക്കും ടി വി, ഫ്രിഡ്ജ്, അലക്കുയന്ത്രം ഇതൊക്കെ വാങ്ങിക്കാൻ സാധിക്കുന്നു.''

''തമാശ പറയല്ലേ.''

''തമാശയല്ല. ഏലിക്ക് നേരിട്ടറിയാവുന്ന കാര്യമാണ്. നിനക്കറിയാമോ, സ്വന്തം രാജ്യത്തെത്തിയാൽ ഉടൻതന്നെ അവർ അവിടെ വലിയ പദവികളുള്ള ഉദ്യോഗസ്ഥരായി ജോലി ചെയ്യാനും തുടങ്ങും.''

''ഓ, അവരുടെ രാജ്യവും സോഷ്യലിസവും.'' പരിഹാസത്തിലൂടെ സെമിൽ തന്റെ ദേഷ്യം രേഖപ്പെടുത്തി. അവന്റെ മനസ്സിൽ അപ്പോഴും അലികിയെക്കുറിച്ചുള്ള ചിന്തകളായിരുന്നു. അവളെങ്ങനെ ആയിരിക്കും തന്നെ അഭിവാദ്യം ചെയ്യുക. അവനെ കണ്ടാൽ അവൾക്കു സന്തോഷമുണ്ടാകുമോ?

ഗ്രീക്കുകാർ താമസിക്കുന്ന ഏഴുമുറിയുള്ള രണ്ടാം നിലയിലേക്കു പ്രവേശിച്ചപ്പോൾ വലിയ, നീണ്ട ഇടനാഴി ശൂന്യമാണെന്നു കണ്ടു. അവർ അസ്വസ്ഥതയോടെ പരസ്പരം നോക്കി.

''നമുക്കിപ്പോൾ പോയി ഒരു മണിക്കൂറിനുള്ളിൽ തിരിച്ചുവന്നാലോ?'' സെമിൽ മന്ത്രിച്ചു.

''നമ്മളിവിടെ നിന്ന് പോവാൻ ശ്രമിക്കുന്നത് മറ്റാരുടെയെങ്കിലും ശ്രദ്ധയിൽപ്പെട്ടാൽ അത് വലിയ നാണക്കേടാകും.''തുർഗുട്ട് പറഞ്ഞു.

സെമിലിന്റെ ഞരമ്പുകളെ ശാന്തമാക്കാൻ ആ വാക്കുകൾ മതിയാവില്ലാരുന്നു. അയാൾക്ക് ഒരു കൂർത്ത മുനയിൽ നില്ക്കുന്നതു പോലെ അനുഭവപ്പെട്ടു. ''നമ്മൾ പോവുന്നത് ആര് കാണാനാണ്? നോക്ക്, ഇവിടെ എങ്ങും ആരുമില്ല.'' സെമിൽ പറഞ്ഞു. അയാളിതു പറഞ്ഞ് ഉടൻ വലിയ ദൃഢശരീരമുള്ള, ചുവന്ന താടിക്കാരൻ ഫോട്ടിസ് ഗോവണിക്കരികിലെ മുറിയുടെ വാതിൽക്കൽ പ്രത്യക്ഷപ്പെട്ടു.

അയാളുടെ തലമുടിയിൽ നിന്ന് വെള്ളമിറ്റുവീഴുന്നുണ്ടായിരുന്നു. ആദ്യമൊന്ന് ആശ്ചര്യപ്പെട്ടെങ്കിലും പിന്നീട് അയാൾ സ്നേഹം നിറഞ്ഞ പുഞ്ചിരിയോടെ അവരെ അഭിവാദ്യം ചെയ്തു.

''സ്വാഗതം.'' അയാൾ ആംഗലേയഭാഷയിൽ പറഞ്ഞു.

പിന്നീടയാൾ ടി വിക്കു മുൻപിലെ കൈത്താങ്ങുകളുള്ള കസേരകളിലേക്ക് വിരൽ ചൂണ്ടി പറഞ്ഞു, ''ഇവിടെ ഇരിക്കൂ''

സെമിലിന്റെ മുഖം അപമാനം കൊണ്ടു ചുവന്നു. അതേസമയം നിർലജ്ജമായ, വിലക്ഷണമായ ഒരു ചിരികൊണ്ട് അതിനെ നേരിടാൻ തുർഗട്ട് തീരുമാനിച്ചു. രണ്ടു ചങ്ങാതിമാരും കസേരകൾക്കരികിലേക്കു നീങ്ങവേ, ഫോട്ടിസ് ഏലിയുടെ മുറിയിലേക്കുപോയി.

''നമ്മളിത്ര നേരത്തെ വരാൻ പാടില്ലായിരുന്നു. വെറുതെ വിഡ്ഢിവേഷം കെട്ടിയതു പോലെയായി.'' സെമിൽ പറഞ്ഞു.

''കാര്യമാക്കേണ്ടതില്ല.''തുർഗട്ട് പറഞ്ഞു. ഇരിക്കുന്നതിനു മുൻപേ അയാൾ ടി.വി പ്രവർത്തിപ്പിക്കാൻ ആരംഭിച്ചു. ''ഇവരൊന്നും ഇത്തരം കാര്യങ്ങൾ ഒന്നും ഗൗരവമായെടുക്കാറില്ല.''

കെട്ടിടത്തിന്റെ ഈ നില മുഴുവനായും ഗ്രീക്കുകാർക്ക് വേണ്ടി കരുതിവെച്ചതായിരുന്നു. വിദ്യാലയത്തിലെ കൂട്ടങ്ങളിൽ യെമൻകാർ കഴിഞ്ഞാൽ എണ്ണത്തിൽ രണ്ടാംസ്ഥാനം ഗ്രീസുകാർക്കായിരുന്നു. ആകെ ഇരുപത്തിരണ്ടു പേർ. രൂപത്തിലും പെരുമാറ്റത്തിലും സംസാരശൈലിയിലുമെല്ലാം തുർക്കികളോട് സാദൃശ്യമുള്ളവരായിരുന്നു അവർ. മതം രണ്ടു കൂട്ടർക്കുമിടയിൽ ഒരു വിവാദവിഷയം ആയിരുന്നില്ല. ഭാഷ വ്യത്യസ്തമല്ലായിരുന്നെങ്കിൽ ഇരുകൂട്ടരെയും പൂർണമായും വേറിട്ടു തിരിച്ചറിയാൻ പ്രയാസമായിരുന്നു.

ടി.വിയിലെ ചിത്രങ്ങൾ അവ്യക്തമായിരുന്നു. പക്ഷേ സെമിലിനും തുർഗട്ടിനും കൂടുതൽ സമയം കാത്തിരിക്കേണ്ടി വരുന്നതിനു മുൻപ് ഏലി ഇടനാഴിയുടെ ഒരറ്റത്തു പ്രത്യക്ഷപ്പെട്ടു.

അവൾ ഇതുവരെയും വിരുന്നിനു വേണ്ടി ഒരുങ്ങിയിരുന്നില്ല. വെളുത്ത സ്വെറ്റ് പാന്റ് ആണ് അവൾ ധരിച്ചിരുന്നത്.

''സ്വാഗതം,'' ഏലി അവരെ സമീപിച്ചു. അവൾ ആദ്യം സെമിലിനെ ആലിംഗനം ചെയ്ത് അവന്റെ കവിളിൽ സ്നേഹത്തോടെ, ഒരു സൗഹൃദ ചുംബനം നൽകി. തുർഗട്ടിനെ നോക്കിയപ്പോൾ അവളുടെ കണ്ണുകളിലെ നിഷ്കളങ്കത വികാരതീവ്രതയ്ക്കു വഴി മാറി. തുർഗട്ട് ഒളിപ്പിച്ചു വെച്ചിരുന്ന പുഷ്പങ്ങൾ അവൾക്കു കൊടുത്തു. അലങ്കാരപ്പൂക്കൾ കണ്ട് ഏലി സന്തോഷത്താൽ ഉച്ചത്തിൽ ശബ്ദമുണ്ടാക്കി. അവൾ അവ എടുത്തു മണത്തു നോക്കുകയും മാറോടടുക്കിപ്പിടിക്കുകയും കൈകൾ കൂട്ടി ചുറ്റിപ്പിടിക്കുകയും ചെയ്തു. പിന്നീട് അവൾ തുർഗട്ടിനെ ചുംബിച്ചു. ആ ചുംബനം ഒരുപക്ഷേ നീണ്ടു പോയേക്കുമെന്നു ചിന്തിച്ച് സെമിൽ മുഖം തിരിച്ചു. അപ്പോഴാണ് മനോലിസ് കട്ടിയേറിയ പുരികങ്ങൾക്കിടയിലെ ചാരനിറവും നീലയും കലർന്ന കണ്ണുകളാൽ അവരെ സൂക്ഷ്മമായി ഒളിഞ്ഞു നോക്കുന്നത് സെമിൽ കണ്ടത്.

''ഹേയ്...'' അവർക്കടുത്തേക്ക് നീങ്ങിക്കൊണ്ട് മനോലിസ് പറഞ്ഞു.

അരോചകമായതെന്തോ കണ്ടതു പോലെയായിരുന്നു അയാളുടെ മുഖഭാവം. മനോലിസിന്റെ ശബ്ദം കേട്ടതോടെ തുർഗട്ട് പ്രണയിനിയുടെ ആലിംഗനത്തിൽ നിന്നു വേർപെട്ട് ശാന്തനായി നിന്നു. ശത്രുതാ മനോഭാവമുള്ള ഭാര്യാപിതാവിനെപ്പോലെ തങ്ങളെ നോക്കിനിന്നിരുന്ന മനോലിസിനെ അയാൾ പ്രത്യഭിവാദ്യം ചെയ്തു.

ഏലി ചിരിയടക്കാൻ പാടുപെടുകയായിരുന്നു. മനോലിസിന്റെ വാക്കുകൾക്ക് അവൾ ഒരു വിലയും കല്പിക്കുന്നില്ലെന്നു വ്യക്തമായിരുന്നു. തുർഗട്ട് അവളെപ്പോലെ ധൈര്യം കാണിച്ചിരുന്നെങ്കിൽ അവന്റെ കൈകളിലേക്കു വീണ് വേണമെങ്കിൽ പരസ്യമായി അവിടെ വച്ചുതന്നെ രതികേളിയിൽ ഏർപ്പെടാൻ പോലും ഏലിക്കു ധൈര്യമുണ്ടായിരുന്നു. അതോടെ മദ്ധ്യവയസ്സു കഴിഞ്ഞ പാർട്ടി സെക്രട്ടറി ഹൃദയസ്തംഭനം വന്നു മരിക്കുകയും ചെയ്തേനേ.

ഏലി ആ അലങ്കാരപുഷ്പങ്ങൾ പൂച്ചട്ടിയിൽ വെയ്ക്കാൻ അവടെ നിന്നു പോയപ്പോൾ മനോലിസ് ടി.വി സ്വിച്ച് ഓഫ് ചെയ്തു. എന്നിട്ട് ഗൗരവം വിടാതെ അതിഥികളെ നോക്കി.

''സുഖമാണോ'' റഷ്യൻ ഭാഷയിൽ അയാൾ ചോദിച്ചു.

''അതെയതെ,'' തുർഗട്ട് വിനയം കൊണ്ട് നിലത്തു മുട്ടുകുത്തുമാറ് മറുപടി നൽകി.

വിരസമായ, പരസ്പരബന്ധമില്ലാതെ തുടർന്നു കൊണ്ടിരിക്കുന്ന ആസംഭാഷണങ്ങളെ ഉത്സാഹപൂരിതമാക്കിയത് അവരുടെ കൂട്ടത്തിലെ ഒരു നവാഗതയായ സൊതിരി കൊണ്ടുവന്ന മെറ്റ്ക്സ മദ്യവും മിഠായികളും ആയിരുന്നു. അവർ പതുക്കെ ഉന്മാദരായി മാറുമ്പോഴും പ്രത്യക്ഷത്തിൽ അവിടെ നടക്കുന്ന സംഭാഷണങ്ങൾ കേൾക്കുകയാണെന്നു തോന്നുമെങ്കിലും സെമിലിന്റെ കണ്ണുകൾ അരണ്ട വെളിച്ചമുള്ള ആ ഇടനാഴിയിലേക്കായിരുന്നു. അവൻ അലികി പുറത്തു വരുന്നതും കാത്തു നില്ക്കുകയായിരുന്നു. സമയം കടന്നു പോകെ ഗ്രീക്കുകാർ ഒന്നിന് പിറകെ ഒന്നായി അവരെ അഭിവാദ്യം ചെയ്യാനും ഹസ്തദാനം ചെയ്യാനും ആയിവന്നു. വ്യത്യസ്ത രാജ്യങ്ങളിലുള്ള അതിഥികൾ വരെ കൈകളിൽ സമ്മാനപ്പൊതികളുമായി വന്നു. ചിരിയും നർമ സംഭാഷണങ്ങളും കൊണ്ട് ആ ഇടനാഴി മുഖരിതമായി. അപ്പോഴൊക്കെയും അലികിയെ മാത്രം അവിടെ എവിടെയും കാണാനായില്ല. അവൾക്ക് നല്ല സുഖമില്ലേ? പക്ഷേ അങ്ങനെ ആണെങ്കിൽ അതിനെക്കുറിച്ച് ഏലി എന്തെങ്കിലുംപറയേണ്ടതല്ലേ?

“ഹലോ”

സെമിൽ പെട്ടെന്ന് പ്രതീക്ഷിക്കാതെ കേട്ട ആ ശബ്ദത്തിന്റെ ഇടമറിയാൻ ആ മുഴക്കം വരുന്ന ഭാഗത്തേക്കു അവന്റെ തല ചലിപ്പിച്ചു. ഉടനടി തന്നെ അവന്റെ മുകളിലെന്നോണം സ്തംഭങ്ങൾ പോലുള്ള രണ്ടു വെളുത്ത കാലുകൾ ഉയർന്നു നിൽക്കുന്നതായി കണ്ടു. ആ കാലുകൾ അവന്റെ ദൃഷ്ടിക്ക് നിരപ്പായി നിന്നതു കൊണ്ടും വളരെ അടുത്തായതുകൊണ്ടും അവനു ആ കാൽമുട്ടുകൾക്ക് മീതെയുള്ള ഇളംമഞ്ഞനിറമുള്ള രോമകൂപങ്ങൾ വരെ വേർതിരിച്ചറിയാൻ പറ്റിയിരുന്നില്ല. അവൻ അത്ഭുതത്താൽ പിൻവാങ്ങിയപ്പോൾ മാത്രമാണ് കാലുകൾക്ക് മുൻപിൽ നീളൻ വിരലുകളുള്ള കോമളമായ കൈകൾ കാണുവാൻ സാധിച്ചത്. അവൻ ആ വലിച്ചു നീട്ടിയ പോലെയുള്ള കൈകൾ പിടിച്ചുകുലുക്കി. മുകളിലേക്കു നോക്കിയപ്പോൾ മരതകക്കണ്ണുകളുമായി തന്നെ തുറിച്ചുനോക്കുന്ന നോർവിജിയൻ കലാസംവിധായികയായ ഇൻജനെ കണ്ടു. “സുഖമാണോ സെമിൽ?” ഒഴുക്കുള്ള ആംഗലേയ ഭാഷയിൽ അവൾ ചോദിച്ചു.

സെമിൽ ഒരു ചിരിയോടെ, വിനയത്തോടെ, മറുപടി പറയുന്നതിനിടെ ഇൻജന്റെ യാതൊരു പ്രേരണയും കൂടാതെ സെമിലിനു സമീപത്തെ ചാരുകസേരയിൽ ഇരുന്നു.

സെമിലിന്റെ ഈ ഭാഗ്യത്തിൽ ഗ്രീക്കുകാർക്ക് അവനോട് അസൂയ തോന്നി. പക്ഷേ സെമിലിന് വലിയ സന്തോഷമൊന്നും തോന്നിയില്ല. അവന്റെ മനസ് അലികിയിലായിരുന്നു. ഈ പെൺകുട്ടി അടുത്തിരിക്കുന്ന സമയത്ത് അലികിയെങ്ങാൻ കടന്നു വന്നാൽ അവളെന്തു വിചാരിക്കുമെന്ന് ആർക്കറിയാം?

മനോലിസ് പോലും ഇൻജന്റെ സൗന്ദര്യത്തിനു മുൻപിൽ കീഴടങ്ങി അവൾക്ക് അത്യാവശ്യം സ്വാതന്ത്ര്യം കൊടുക്കാറുണ്ട്. ഇംഗ്ലീഷിൽ അത്ര ഒഴുക്കോടെ സംസാരിക്കാനറിയാത്തതു കൊണ്ട് സൊതീരിയുടെ സഹായത്തോടെ ഇൻജലിനോട് കിന്നരിക്കാനും മനോലിസ് ശ്രമിക്കാറുണ്ട്. പക്ഷേ ഇൻജന്റെ കണ്ണുകൾ സെമിലിൽ ആയിരുന്നു. മനോലിസിന്റെ അനന്തമായ അന്വേഷണങ്ങളിൽ നിന്നു രക്ഷപ്പെട്ട ഉടൻ തന്നെ സെമിലിലേക്ക് അവൾ തിരിഞ്ഞു അവൾ അവനോട് അവളുടെ കഴിഞ്ഞ വർഷത്തെ തുർക്കി യാത്രയെപ്പറ്റിയും ഒരു കഴുതപ്പുറത്തേറി ബുയുക്കാഡയിൽ പര്യടനം നടത്തിയതുമെല്ലാം പറഞ്ഞു. സെമിൽ ആകട്ടെ ഇംഗ്ലീഷ് ഭാഷയിൽ അവളുടെ അത്ര പ്രാവീണ്യം ഇല്ലാത്തതിനാൽ അവൾ പറയുന്നതിന്റെ കുറച്ചു ഭാഗങ്ങൾ മാത്രമേ മനസിലായുള്ളൂ. എന്നിരുന്നാലും ആ സംഭാഷണത്തിൽ ഭാഗഭാക്കാവാൻ വേണ്ടി വിനയത്തോടെ അവൻ ഇടയ്ക്കിടെ ''അതെ.. അതെ..'' എന്ന് പറഞ്ഞു കൊണ്ടിരുന്നു. ഇൻജൻ അവളുടെ ഇസ്താംബുൾ സന്ദർശനത്തിന്റെ ഓർമ്മകൾ പങ്കുവെച്ചു കഴിഞ്ഞ് അനത്താലിയ യാത്രയെക്കുറിച്ചു പറയാൻ തുടങ്ങിയപ്പോൾ ആരോ തന്നെ ശ്രദ്ധിക്കുന്നതായി സെമിലിനു തോന്നി. അവനു മുകളിലേക്കു നോക്കണം എന്നുണ്ടായിരുന്നു. പക്ഷേ, എന്തോ ഒന്ന് അവനെ പിറകിലോട്ടു വലിക്കുന്നുണ്ടായിരുന്നു. അലികി ആണ് നേരെ മുൻപിൽ നിൽക്കുന്നതെന്ന് അവനു മനസ്സിലായി.

അവളുടെ ചലനം അവൻ അറിയുന്നുണ്ടായിരുന്നു, അവനോടടുത്തു വരുമ്പോൾ അത് പതുക്കെ ആവുകയും ചെയ്തു. സെമിലിനെ വിളിക്കാൻ അലികി തുനിയുമ്പോഴേക്കും അയാൾ മുകളിലേക്കു നോക്കുകയും അവൾ തൊട്ടടുത്തു നില്ക്കുന്നതു കാണുകയും ചെയ്തു. എന്നത്തേയും പോലെ അവൾ ഒരു ഇരുണ്ട നിറത്തിലുള്ള വസ്ത്രമാണ് ധരിച്ചിരുന്നത്. അവളുടെ ഇളംതവിട്ടുനിറത്തിലുള്ള തലമുടി, കറുത്ത കുപ്പായത്തിന്റെ മുകളിൽ, നനുത്ത പട്ടുതുണിയുടെ മാർദ്ദവത്തോടെ ചരിഞ്ഞ് ചുമലിലേക്ക് ഒരു അരുവി കണക്കെ ഒഴുകി വീണു.

''സെമിൽ'' അവൾ വിളിച്ചു.

അവൾ ചിരിക്കുന്നുണ്ടായിരുന്നില്ല. കരിനീലക്കണ്ണുകളിൽ അസാധാരണമായ ഒരു തിളക്കത്തോടെ അവനെ തുറിച്ചുനോക്കുകയായിരുന്നു അവൾ. അരണ്ട വെളിച്ചത്തിൽ അവളുടെ കണ്ണുകൾക്ക് കറുത്ത നിറം തോന്നിച്ചു.

സെമിൽ എഴുന്നേറ്റുനിന്നു. അവരുടെ കണ്ണുകൾ തമ്മിലിടഞ്ഞു. അവൻ അവൾക്ക് ഹസ്തദാനം നല്കാനൊരുങ്ങുമ്പോഴേക്ക് അലികി അവനെ ഗാഢമായി ആശ്ലേഷിച്ചു. സെമിലിന് അഭിവാദ്യം ചെയ്യാൻ പോലും സമയം കിട്ടിയില്ല. അത് പ്രാധാന്യം അർഹിക്കുന്നതുമല്ല താനും. മനോലിസിന്റെ മുള്ളു വെച്ച തുറിച്ചു നോട്ടമോ, അടുത്തിരുന്ന

സുന്ദരിയായ ഇൻജന്റെ നിരാശയോ അവൻ ശ്രദ്ധിച്ചില്ല. തന്റെ ഹൃദയം സ്നേഹത്താൽ വളരുന്നതായും അത് ആ ഇടനാഴിയെയും മഞ്ഞു പുതഞ്ഞ മോസ്കോ നഗരത്തെയും സോവിയറ്റ് യൂണിയനെയാകെയും ഈ ലോകത്തെത്തന്നെയും ആവരണം ചെയ്യുന്നതായും അവനു തോന്നി. പിന്നീട് അലികി മെല്ലെ പിന്നോട്ട് മാറി. സെമിലിന്റെ കൈകൾ ആലിംഗന മുക്തമായി; പക്ഷേ കണ്ണുകൾ അപ്പോഴും മന്ദഗതിയിൽ നടന്നകലുന്ന അലികിയിലായിരുന്നു, എന്താണ് ചെയ്യേണ്ടതെന്നറിയാതെ അയാളൊരു നിമിഷം നിന്നു പിന്നെ പതുക്കെ കസേരയിൽ ഇരുന്നു.

അലികി വിരുന്നിലെ മറ്റുള്ളവരെക്കൂടി അഭിവാദ്യം ചെയ്യാൻ ആരംഭിച്ചു. അവൾ ഇൻജന് ഒരു ചുംബനം നല്കി. സൊതീരിയോട് അധികം മദ്യപിക്കരുതെന്നു താക്കീത് നൽകി. പിന്നീട് അവൾ ഇടനാഴിയുടെ ആരംഭത്തിൽ ഇപ്പോൾ അടുക്കളയായി ഉപയോഗിക്കുന്ന മുറിയിലേയ്ക്ക് മനോലിസിനോടൊപ്പം പോയി.

അരമണിക്കൂറിനുള്ളിൽത്തന്നെ പാൽക്കട്ടിയും മീൻമുട്ടകൾ കൊണ്ടുണ്ടാക്കിയ വിഭവങ്ങളും കക്കിരി അച്ചാറുകളും പലതരം ഇറച്ചികളും അച്ചാറിട്ട മത്സ്യവും ഗ്രീസിൽനിന്നു കൊണ്ടു വന്ന വറുത്ത വലിയ വെള്ളക്കടലകളും മദ്യക്കുപ്പികളും കൊണ്ടു നിറഞ്ഞ രണ്ടു വലിയ മേശകൾ ആ ഇടനാഴിയിലേക്കെത്തി. ആർക്കുംതന്നെ സി.യു.എസ്. പിയുടെ അച്ചടക്കമുള്ള പെരുമാറ്റച്ചട്ടം പിന്തുടരാൻ ആർക്കും യാതൊരുദ്ദേശ്യവുമില്ലെന്നു വ്യക്തമായിരുന്നു.

മിക്കീസ് ടിയോഡോറക്കിസിന്റെയും മരിയ ഫാറൻഡുറിയുടെയും ഭാവതരളമായ, മധുരഗാനങ്ങൾ സമയം കടന്നു പോകെ മാദകമായി. ആദ്യമൊക്കെ ശങ്കിച്ചുനിന്നവർ കൂടുതലടുത്ത്. ഉച്ചത്തിലായിരുന്ന സംഭാഷണങ്ങൾ സ്വകാര്യം പറച്ചിലുകളായി മാറി. മന്ദഗതിയിലുള്ള നൃത്തത്തിന്റെ പാട്ടുകൾ തുടങ്ങിയപ്പോൾ കമിതാക്കളും കൊഞ്ചിക്കുഴഞ്ഞു ഉല്ലസിക്കുന്ന ജോടികളും സായാഹ്നം മുതൽ കാത്തിരുന്ന അവസരം വന്നെത്തിയതിൽ സന്തോഷിച്ച് അടുത്തിടപഴകാൻ തുടങ്ങി. തുർഗട്ടും ഏലിയും ഇടനാഴിയുടെ ഇടതുഭാഗത്തെ ഇരുണ്ട കോണിൽ കെട്ടുപിണഞ്ഞു നൃത്തം ചെയ്യുകയായിരുന്നു. സെമിൽ തന്റെ ചുറ്റിലും നൃത്തം ചെയ്തു കറങ്ങി നടക്കുന്ന പ്രണയജോടികളെ നോക്കി മുഖത്ത് ഒരു വിഡ്ഢിച്ചിരിയും പിടിപ്പിച്ച് ഒറ്റയ്ക്കു തന്റെ കസേരയിൽത്തന്നെ ഇരുന്നു. പക്ഷേ, സെമിൽ എതിർത്തിട്ടു പോലും ഇൻജൻ അവനെ ഒറ്റയ്ക്കാക്കാൻ ഒരുക്കമായിരുന്നില്ല. രണ്ടു നാടോടിഗാനങ്ങൾക്കൊപ്പം ഇൻജൻ സെമിലിനൊപ്പം മെല്ലെ നൃത്തം ചെയ്തു. ഏതാണ്ട് രതിയിലേർപ്പെടുന്നത്ര വികാരതീവ്രതയോടെ ഇൻജൻ തന്റെ ശരീരം സെമിലിനു മേൽ പടർത്തിക്കൊണ്ടിരുന്നു. അകിലിയിൽത്തന്നെ മനസ്സുറപ്പിച്ചിരുന്ന സെമിൽ എത്ര കണ്ട് ഒഴിവാക്കാൻ ശ്രമിച്ചിട്ടും ഇൻജൻ അവനോടു

കൂടുതൽക്കുടുതൽ ആകൃഷ്ടയായി. അവസാനം ഗ്രീക്ക് സഖാക്കൾ തന്നെ സെമിലിന്റെ സഹായത്തിനെത്തി. ഇൻജന്റെ കരം പിടിച്ചു നൃത്തം ചെയ്യാൻ അവരോരുത്തരായി ധൃതി കൂട്ടി. ഇൻജന് ഒരു നിമിഷം പോലും വെറുതെയിരിക്കാൻ പറ്റാത്ത അവസ്ഥയായി. സെമിൽ തത്കാലം അവളിൽ നിന്നു രക്ഷപ്പെട്ടു. മറ്റുള്ളവർ നൃത്തം ചെയ്യുന്നതു വീക്ഷിച്ചുകൊണ്ട് നേരത്തേ ഇരുന്ന കസേരയിൽത്തന്നെ സമാധാനത്തോടെ വിശ്രമിച്ചു.

മദ്യം സെമിലിന്റെ തലയ്ക്കു പിടിച്ചു തുടങ്ങിയിരുന്നു. സത്യത്തിൽ സെമിൽ ഒരുപാട് മദ്യപിച്ചിരുന്നില്ല. ഒരു ബ്രാണ്ടിയും ഒരു ഔസോയം (ഒരു തരം ഗ്രീക്ക് മദ്യം) മാത്രമാണ് അവൻ കഴിച്ചിരുന്നത്. കഴിഞ്ഞ ദിവസങ്ങളിൽ സ്കൂളിൽ നടന്ന സംഭവങ്ങളെക്കുറിച്ച് വിടുവായ പറയുമോ എന്ന ഭയം കൊണ്ട് അവൻ മദ്യസേവ മനഃപൂർവം നിയന്ത്രിച്ചിരുന്നു. എങ്കിലും കഴിഞ്ഞ രണ്ടു ദിവസങ്ങളിലെ മാനസിക സമ്മർദ്ദത്തോടൊപ്പം അലികിയുടെ ആഹ്ലാദകരമായ സാമീപ്യം കൂടി ചേർന്നപ്പോൾ അവന്റെ രക്തത്തിൽ കലർന്ന മദ്യത്തിന്റെ പ്രഭാവം വർധിച്ചു. അലികി, അവളിപ്പോൾ എവിടെയാണ്? നൃത്തം ചെയ്തും ആലിംഗനം ചെയ്തും കെട്ടുപിണഞ്ഞുകിടക്കുന്ന കൈകകാലുകൾക്കിടയിലൂടെ സിഗരറ്റു പുക നിറഞ്ഞ ഇടനാഴിയിൽ അവൻ അവളെ തിരഞ്ഞു നടന്നു.

അവസാനമായി അവളെ കണ്ടപ്പോൾ അവൾ ഒരു പരിസ്ഥിതി സംഘടനയിലുള്ള വാൾട്ടർ എന്ന തടിയനോടൊത്തു നൃത്തം ചെയ്യുകയായിരുന്നു. ഇൻജനെപോലെ തന്നെ അലികിക്കും ധാരാളം ആരാധകർ ഉണ്ടായിരുന്നു. ജർമൻകാരനായ ഒഗസ്റ്റ്, ചിലിയിൽ നിന്നുള്ള നെറ്റോ, സ്പെയിൻകാരൻ പെഡ്രോ, ഫിലിപ്പൈൻസുകാരൻ മെകാരിയോ തുടങ്ങിയവർ വാൾട്ടറിനു മുൻപേ അവളോടോത്തു നൃത്തം ചെയ്യാൻ ആഗ്രഹം പ്രകടിപ്പിച്ചവരാണ്. ഇവരോടൊത്ത് അലികി നൃത്തം ചെയ്യുന്നത് ഹൃദയവേദനയോടെ ദൂരെ മാറി ആൾക്കൂട്ടത്തിൽ നിന്നു കൊണ്ട് സെമിലും കണ്ടിരുന്നു. പക്ഷേ, താൻ പ്രണയിക്കുന്ന പെൺകുട്ടിയുടെ അടുത്ത പോകാനോ അവളെ നൃത്തം ചെയ്യാൻ ക്ഷണിക്കാനോ സെമിലിനു ധൈര്യം ഉണ്ടായിരുന്നില്ല. ഇൻജനോടൊപ്പം നൃത്തം ചെയ്യവേ അലികിയുടെ കണ്ണുകൾ അവന്റെ കണ്ണിലുടക്കിയെങ്കിലും പശ പോലെ അവനോട് ഒട്ടിയിരിക്കുകയായിരുന്ന ഇൻജന്റെ ചടുല ചലനങ്ങൾ അവനെ വലിച്ചിഴച്ചുകൊണ്ടുപോകുകയായിരുന്നു. അതോടെ അലികിയിലേക്ക് ദൃഷ്ടി പതിപ്പിക്കാൻ അവനു കഴിയാതെ പോയി. അലികി അവനോട് ദേഷ്യത്തിലായിരിക്കുമോ?

പക്ഷേ, സെമിലിന് എന്തുചെയ്യാനാകും? അവൾ കൃത്യമായി ഒരു ഉത്തരവും നൽകുന്നില്ല. എന്നിട്ടും അവനു കുറ്റബോധം തോന്നി. എന്തു

വന്നാലും അലികിയെ കണ്ടുപിടിച്ചേ മതിയാകൂ. അവൾ കാരണ മാണ് അവനിവിടെ വന്നതു തന്നെ. ഇതുവരെ അവൾക്കായി കൊണ്ടു വന്ന സമ്മാനം കൊടുക്കാൻ പോലും അവനു കഴിഞ്ഞിട്ടില്ല. അവൻ എഴുന്നേറ്റു ചുറ്റും നോക്കി. രണ്ടു മീറ്റർ അകലെ ഒരാണും പെണ്ണു നൃത്തം ചെയ്യുന്നുണ്ടായിരുന്നു. ആ സ്ത്രീയുടെ തലമുടി അലികിയു ടേതുമായി സാദൃശ്യമുള്ളതായിരുന്നു. പക്ഷേ ഇത് അവൾ ആവാൻ വഴിയില്ല. അവളിങ്ങനെ കെട്ടുപിണഞ്ഞു പുണർന്നു നൃത്തം ചെയ്യില്ല. നേരത്തേ ഒപ്പം നൃത്തം ചെയ്ത മൂന്ന് പുരുഷന്മാരിൽ നിന്നും അവൾ നേരിയ ദൂരം പാലിച്ചു നിന്ന കാഴ്ച സെമിലിനെ ആഹ്ലാദിപ്പിച്ചിരുന്നു.

പക്ഷേ ഇപ്പോഴും ആത്മാവിനെ കൊളുത്തി വലിക്കുന്ന വേദന യുടെ മൂർച്ചയേറിയ നഖങ്ങളിൽനിന്നു സെമിലിനെ മോചിതനാക്കാൻ ഈ കാഴ്ചകളും ചിന്തകളും മതിയായിരുന്നില്ല. ഒരു അന്ധാളിപ്പോടെ അവൻ ആ ജോടികളുടെയടുത്തേക്കു നിന്നു. അലികിയോട് എന്തൊരു സാദൃശ്യമാണ് ഈ പെൺകുട്ടിക്ക്. അവളുടെ അടുത്തുള്ളത് നന്നായി ചിരിക്കുന്ന അർജന്റീനയുടെ കലസംവിധായകനും കവിയുമായ ഫെർണാൻഡസ് ആയിരുന്നു. സെമിലിന് ഫെർണാൻഡസിനെ ഇഷ്ട മേയല്ലായിരുന്നു. ആദ്യം കണ്ടതു മുതൽ അവന്റെ പെരുമാറ്റത്തിൽ എന്തോ ചതിയുണ്ടെന്നു സെമിലിനു തോന്നിയിരുന്നു. അവരുടെയടു ത്തേക്കു നീങ്ങുമ്പോൾ സെമിൽ നൃത്തം ചെയ്യുകയായിരുന്ന മറ്റു രണ്ടു പേരുമായി അറിയാതെ കൂട്ടിമുട്ടി. ന്യൂസിലാൻഡ്കാരിയായ റൂത്ത് അബദ്ധം പറ്റിയതിനു ക്ഷമ ചോദിക്കുകയും ചെയ്തു. പക്ഷേ അവ ളുടെ നൃത്തപങ്കാളിയായ സൗത്ത് ആഫ്രിക്കക്കാരൻ അബ്രഹാമിന് അതിഷ്ടമായില്ല. അയാൾ സെമിലിനെ ദേഷ്യത്തോടെ നോക്കി. സെമിൽ റഷ്യൻ ഭാഷയിൽ ക്ഷമ ചോദിച്ചു. പക്ഷേ എബ്രഹാം ഒരു വാക്കു പോലും പറയാതെ റൂത്തിനെ സ്വന്തം സ്വത്തെന്ന പോലെ വലിച്ചിഴച്ച് ഒരു വാക്കു പോലും മിണ്ടാതെ നടന്നു നീങ്ങി.

''ഞാൻ എന്തൊക്കെയാണീ ചെയ്യുന്നത്?'' സെമിൽ സ്വയം ചോദിച്ചു. ''ഞാൻ അവളുടെ ആരാണ്? ഞങ്ങൾക്കിടയിൽ ഒന്നുംതന്നെ സംഭവി ച്ചിട്ടില്ലല്ലോ. ഇഷ്ടമുള്ളവരുടെ കൂടെ അവൾ നൃത്തം ചെയ്തോട്ടെ...'' അവിടെ നിന്നു തിരിച്ചു നടന്ന് തന്റെ പഴയ കോണിലേയ്ക്ക് മാറി ഇരിക്കാൻ അയാൾക്കു തോന്നി. പക്ഷേ ഒന്നു കൂടി അവസാനമായി തിരിഞ്ഞു നോക്കാതിരിക്കാൻ അയാൾക്കു കഴിഞ്ഞില്ല. അലികിയോടു സാദൃശ്യമുള്ള പെൺകുട്ടി ലാറ്റിൻ കവിയുടെ ആലിംഗനത്തിൽ അലിഞ്ഞു ചേർന്ന് നിർവൃതിയിലാണ്ടു നിൽക്കുകയായിരുന്നു. ആ കാഴ്ച കൂടുതൽ സഹിക്കാനാവാതെ ദേഷ്യത്തോടെ തിരിഞ്ഞപ്പോൾ പരിചിതമായ അതേ കരിനീലക്കണ്ണുകൾ അയാൾ വീണ്ടും കണ്ടു. ആ കണ്ണുകളിൽ സെമിലിനു വേർതിരിച്ചറിയാൻ കഴിയാത്ത വിധത്തി ലുള്ള ഒരു സങ്കടം നിഴലിച്ചിട്ടുണ്ടായിരുന്നു.

''എവിടെ ആയിരുന്നു?'' അയാൾ ടർക്കിഷ് ഭാഷയിൽ ചോദിച്ചു. ''ഞാൻ നിന്നെ തിരഞ്ഞു നടക്കുകയായിരുന്നു.''

അതിനു മറുപടിയായി അലികി അവളുടെ കൈകളാൽ സെമിലിന്റെ കഴുത്തിൽ ചുറ്റിപ്പിടിച്ചു. ഗ്രീസിലുള്ള തന്റെ ഏഴുവയസ്സുകാരൻ മകനെ പുണരും പോലെ, തെസ്സലോനികിയിലെ തന്റെ കുട്ടിക്കാലത്തെ കളിക്കൂട്ടുകാരനെ കാല്പനികഭാവത്തോടെ ആലിംഗനം ചെയ്യും പോലെയായിരുന്നു അത്. സെമിൽ ഒരു നെടുവീർപ്പോടെ അവളെ പുണർന്നു. അല്പ നേരം അവർ അങ്ങനെ തന്നെ നിന്നു. അലികിയുടെ ദേഹം വിറയ്ക്കുന്നത് സെമിൽ ശ്രദ്ധിച്ചു. അവൾ കരയുകയായിരുന്നോ? മുഖം ശരിക്കു കാണുന്നതിനായി അവൻ അവളെ തന്നിൽ നിന്നു വേർപെടുത്തി. അലികി മറച്ചുപിടിക്കാൻ ശ്രമിച്ചിട്ടും സെമിൽ അവളുടെ കണ്ണീർ കണ്ടു. കണ്ണീർ കൊണ്ട് നനഞ്ഞു കുതിർന്ന അവളുടെ കവിൾത്തടങ്ങൾ അവൻ തുടച്ചു കൊടുത്തു. മനോഹരമായ അവളുടെ ഈറൻ കണ്ണുകളിൽ ചുംബിച്ചു. കൺപീലികൾ തീർത്ത മറയ്ക്കു പിന്നിൽ നിന്നു ഒരു ചെറിയ കുട്ടിയുടെ നാണത്തോടെ അലികി അവനെ നോക്കി. രാത്രി മുഴുവനും കൊണ്ടു നടക്കുകയായിരുന്ന ആ ചെറിയ സമ്മാനപ്പെട്ടി സെമിൽ പോക്കറ്റിൽ നിന്ന് പുറത്തെടുത്ത് അവൾക്കു സമ്മാനിച്ചു.

''ഇത് നിനക്ക്..'' അവൻ ഇംഗ്ലീഷിൽ പറഞ്ഞു.

അലികിക്ക് ആശ്ചര്യമായി. വർധിച്ച കൗതുകത്തോടെ അവൾ ആ പെട്ടി തുറന്നു. അവൾ ആദ്യം ആ മാലയെ ആരാധനയോടെ നോക്കി. പിന്നെ സെമിലിനെ കെട്ടിപ്പിടിച്ച് ഉമ്മ വച്ചു. അവൾ ആ ആഭരണം സെമിലിനു കൈമാറി. പിന്നെ സ്വന്തം മുടിക്കെട്ട് മുകളിലേക്ക് ഉയർത്തി ആ മാല അണിയിച്ചു കൊടുക്കാൻ ആവശ്യപ്പെട്ടു. സെമിൽ നെക്ലേസ് അവളുടെ കഴുത്തിൽ ചാർത്തി. കണ്ണുകളിൽ നിറയെ സ്നേഹത്തോടെ ഒരടി പിറകോട്ടുമാറി സെമിൽ അവളെ നോക്കി നിന്നു.

''എന്തു ഭംഗി.'' അവൻ പറഞ്ഞു ആ ആഭരണം അവൾക്ക് എത്ര നന്നായി ചേരുന്നു എന്ന് പറയാനുള്ള ശ്രമത്തിലായിരുന്നു സെമിൽ.

കണ്ണീർച്ചാലുകൾ അപ്പോഴും അലികിയുടെ മുഖത്തു കാണാമായിരുന്നു എങ്കിലും അവൾ ഇപ്പോൾ കുറച്ചുകൂടി സന്തോഷവതിയായി കാണപ്പെട്ടു.

അവൾ അവന്റെ അടുത്തേക്ക് കൂടുതൽ അടുത്തു വന്നു. പിന്നീടവർ ആ തിരക്കിൽ ലയിച്ചു നൃത്തം ചെയ്യാൻ തുടങ്ങി. പെട്ടെന്ന് അപ്രതീക്ഷിതമായി പാട്ടു നിലച്ചു. ഒരു ഗ്രീക് (സിർടാക്കി) സംഗീതമാണ് അതിനു പകരം ആ ഇടനാഴിയിൽ ഉയർന്നത്. അതുവരെയുണ്ടായിരുന്ന നൃത്താന്തരീക്ഷത്തെ മാറ്റി മറിക്കുന്ന ആ സംഗീതശകലം അവിടമാകെ

നിറഞ്ഞപ്പോൾ സെമിലും അലികിയും എന്തു ചെയ്യണമെന്നറിയാതെ ഒരു നിമിഷം തമ്മിൽ നോക്കി നിന്നു.

സെമിൽ അലികിയുടെ മുഖഭാവങ്ങൾ ശ്രദ്ധിച്ചുകൊണ്ടു നിൽക്കേ പെട്ടെന്നു കടന്നു വന്ന സൊതീരി അവന്റെ കൈകളിൽ നിന്ന് അവളെ വിടുവിച്ച് കുറച്ചകലെ പുതിയ ഈണത്തിനൊത്തു നൃത്തം ചെയ്യാനൊരുങ്ങി നിൽക്കുന്നവരുടെ കൂട്ടത്തിലേക്കു പിടിച്ചു വലിച്ചു കൊണ്ടുപോയി. നോട്ടം സെമിലിലായി രുന്നെങ്കിലും അലികിക്ക് പുതിയ നൃത്തത്തിൽ പങ്കാളിയാകാൻ വൈമനസ്യമൊന്നുമുണ്ടായില്ല. കണ്ണുകൾ സെമിലിനു മേൽ വെറുതേ തങ്ങിനിൽക്കുമ്പോൾത്തന്നെ അലികിയുടെ ശരീരം നൃത്തസജ്ജമായിരുന്നു.

മറ്റൊന്നും ചെയ്യാനില്ലാതെ സെമിൽ തന്റെ മുഖത്ത് മുമ്പത്തേക്കാൾ മധുരതരമായ, സത്യസന്ധമായ ചിരിയും പിടിപ്പിച്ച് പുതിയ നൃത്തം കാണാൻ തന്റെ പഴയ ഇരിപ്പിടത്തിലേക്കു തിരിച്ചു പോയി. പക്ഷേ അപ്പോഴും അഞ്ചു പുരുഷന്മാർക്കിടയിൽ നൃത്തം ചെയ്യുന്ന അലികിയിലായിരുന്നു അവന്റെ കണ്ണുകൾ. അവൾ മറ്റു പുരുഷന്മാരോടൊപ്പം ഉയരത്തിന്റെ കാര്യത്തിൽ തോളോടുതോൾ ആയിരുന്നു. നൃത്തച്ചുവടുകൾക്കിടെ മനോഹരമായ നിലകൾ ഉറപ്പിക്കുന്നതും, ഒരു കാൽ നിലത്തേക്ക് അയയ്ക്കുന്നതും അരക്കെട്ട് ഇളക്കുന്നതും വലത്തേക്കും ഇടത്തേക്കും താളാത്മകമായി ചലിക്കുകയും ചെയ്ത് ലയിച്ചു നൃത്തമാടുന്ന അലികിയോട് ആരാധനയല്ലാതെ മറ്റൊന്നും സെമിലിനു തോന്നിയില്ല. ഇതായിരുന്നു ആ രാത്രിയിലെ ഏറ്റവും സന്തോഷദായകവും ആകർഷണീയമായതുമായ ദൃശ്യം. പരിചിതമായ, ഇമ്പമുള്ള ആ സംഗീതം കേട്ടപ്പോൾ സെമിലിനു മറ്റേതോ ഗാനങ്ങൾ ഓർമ്മ വന്നു. പാട്ടുകൾ പൂർണമായും ഓർത്തെടുക്കാൻ കഴിഞ്ഞില്ലെങ്കിലും പതുക്കെപ്പതുക്കെ ജന്മദേശത്തിന്റെ സ്മരണകൾ അയാൾക്കുള്ളിൽ ഉണർന്നു.

മാതൃരാജ്യത്തോടുള്ള സ്നേഹം എന്താണെന്നു ശരിക്കും അറിയണമെങ്കിൽ വിദേശത്തു ജീവിക്കണമെന്ന് സെമിൽ തിരിച്ചറിഞ്ഞത് സോവിയറ്റ് യൂണിയനിൽ വന്നപ്പോഴാണ്. പ്രവാസികളുടെ മനസ്സിൽ ജന്മനാട് ചില ബിംബങ്ങളുടെയും ശബ്ദങ്ങളുടെയും രൂപത്തിലാണ് നിലനിൽക്കുക - ചിലപ്പോൾ ഒരു പാട്ട്, ആവി പറക്കുന്ന ഒരു ഭക്ഷണവിഭവം, ഒരു തെരുവ്, ഒരു പേര്... അങ്ങനെയെന്തുമാകാം. ഈ ചിത്രങ്ങളും ശബ്ദങ്ങളും ഉള്ളിൽ നിറച്ചുകൊണ്ടാണ് അവർ എവിടെയും സഞ്ചരിക്കുന്നത്. ഈ ദൃശ്യ-ശ്രാവ്യ ബിംബങ്ങളെല്ലാം അവരുടെ ചിന്തകളിൽ വ്യാപിച്ചു കിടക്കുകയും സ്വഭാവത്തിൽ പ്രതിഫലിക്കുകയും പ്രതീക്ഷിക്കാത്ത സന്ദർഭങ്ങളിൽ സ്വയം വെളിപ്പെടുകയും ചെയ്യുന്നു. വേണമെന്നു വച്ചാൽപ്പോലും ജന്മനാടിനെക്കുറിച്ചുള്ള ചിന്തകളിൽ

നിന്ന് മോചിതരാകാനാവില്ല. രുചിയായും സ്പർശമായും ശബ്ദമായും ഗന്ധമായും പരിണമിച്ച് ചില നിമിഷങ്ങളിൽ ആ ഓർമ്മകൾ അവരെ പലപ്പോഴും ഗൃഹാതുരരാക്കുന്നു. അകലെ, ബാല്യ-കൗമാരകാലങ്ങളുടെ ഊഷ്മളത നിറഞ്ഞു നിൽക്കുന്ന വീടുകളിലേക്കു കൂട്ടിക്കൊണ്ടു പോകുന്നു.

വിരുന്ന് പുലർച്ചെ മൂന്ന് മണിയോടെ അവസാനിച്ചു. എല്ലാം ആസ്വദിച്ചു തൃപ്തരാവാത്ത രണ്ടു ഗ്രീക്കുകാർ റെഡ് സ്ക്വയറിലേക്ക് നടക്കുന്ന കാര്യം നിർദ്ദേശിച്ചു. പക്ഷേ ആരും ഈ സാഹസികോദ്യമത്തെ പിൻതുണയ്ക്കാൻ ധൈര്യം കാണിച്ചില്ല. അതുകൊണ്ട് രണ്ടു ഗ്രീക്കുകാരും മറ്റുള്ളവരെപ്പോലെ സ്വന്തം മുറികളിലേക്കു പോയി. പോകുന്നതിനു മുൻപ് അവർ കുറച്ചു കൂടി വോഡ്ക കഴിച്ചു.

തുർഗുട്ടിനെ തന്റെ മുറിയിൽ കിടക്കാൻ ക്ഷണിക്കുന്നതിനു മുന്നോടിയായി റൂം മേറ്റായ അലികയിയെ ഏലി സൂത്രത്തിൽ ഒഴിവാക്കി. പാവം സെമിലിന് മനോലിസിന്റെ നിർദ്ദേശപ്രകാരം സൊതീരിയുടെ മുറിയിൽ രാത്രി കഴിച്ചുകൂട്ടേണ്ടി വന്നു. ഇരുണ്ട കണ്ണുകളിൽ അസാധാരണമായ തിളക്കമുള്ള ഈ ടർക്കിഷ് കമ്മ്യൂണിസ്റ്റു കാമുകന് അങ്ങനെ അധികം സ്വാതന്ത്ര്യം കൊടുക്കേണ്ടെന്ന് മനോലിസ് കരുതിക്കാണും. പക്ഷേ, മദ്യവും സംഗീതവും കൊണ്ടു നിറഞ്ഞ ഇത്തരം രാത്രികളിലെടുക്കുന്ന മുൻകരുതലുകൾ എത്ര കരുതലുണ്ടെങ്കിലും പാളിപ്പോകുമെന്നതാണ് യാഥാർത്ഥ്യം.

എല്ലാവരും അവരവരുടെ മുറികളിലേക്ക് പോയി. ഇടനാഴി വിജനമായി. അപ്പോൾ സൊതീരിയുടെ മുറിയുടെ വാതിലിൽ ആരോ മുട്ടി വിളിച്ചു. അപ്പോഴേക്കും സെമിലും സൊതീരിയും സമാന്തരമായി ഒരുക്കിയ കട്ടിലുകളിൽ കിടന്നിരുന്നു. സെമിൽ തന്റെ ഗ്രീക്ക് സുഹൃത്തിനോട് മുറി ഇംഗ്ലീഷിൽ ടർക്കിയെപ്പറ്റി വിവരിക്കുകയായിരുന്നു. വാതിൽക്കൽ കേട്ട ശബ്ദം അവരെ ആകാംക്ഷാഭരിതരാക്കി. ഒരു നിമിഷത്തിനുശേഷം വശ്യഭാവത്തോടെ ഇൻജൻ അവിടെ പ്രത്യക്ഷപ്പെട്ടു.

''ഹലോ, സുഹൃത്തുക്കളേ'' ഊഷ്മളമായ ശബ്ദത്തിൽ അവൾ അഭിവാദ്യം ചെയ്തു.

''ഹലോ ഇൻജൻ'' സൊതീരി പറഞ്ഞു.

ഇൻജന്റെ കണ്ണുകൾ സെമിലിൽ ആയിരുന്നു. അവൾ നേരെ അവന്റെ കട്ടിലിനരികിലേക്കു നടന്നു.

''ഉറങ്ങേണ്ട സമയമൊന്നുമായിട്ടില്ല.'' അവൾ അവനോട് പറഞ്ഞു.

ഇൻജൻ എന്താണു പറയുന്നതെന്നു സെമിലിന് മനസിലായില്ലെങ്കിലും അവളുടെ നോട്ടത്തിൽ നിന്ന് ഉദ്ദേശ്യം വളരെ വ്യക്തമായിരുന്നു.

സെമിൽ കൈകൾ തലയിണപോലെ പിണച്ച് ഉറക്കം വരുന്നു എന്ന് ആംഗ്യം കാണിച്ചു.

''അതൊന്നും പറ്റില്ല.'' പ്രതിഷേധ സ്വരത്തിൽ ഇൻജൻ പറഞ്ഞു. ''എന്റെ മുറിയിൽ വന്ന് ഒരു കപ്പ് കാപ്പി കുടിച്ചേ തീരൂ.''

ഒരു നിമിഷം അവളുടെ ക്ഷണം സ്വീകരിച്ചാലോ എന്ന് സെമിൽ ചിന്തിച്ചു. ഇൻജന്റെ ശരീരം തന്റെ കരവലയത്തിലമരുന്നത് അയാൾ ഭാവനയിൽ കണ്ടു. ആ ചിന്ത തന്നെ അവനെ ഉത്തേജിപ്പിക്കുവാൻ പോന്നതായിരുന്നു. കാലുകൾക്കിടയിൽ ഉദ്ധാരണത്തിന്റെ ഒരു ചലനമുണ്ടായത് അവൻ തിരിച്ചറിഞ്ഞു. ആരെങ്കിലും തനിക്കുണ്ടായ മാറ്റം ശ്രദ്ധിച്ചാലോ എന്നു ഭയന്ന് അവൻ കിടക്കയ്ക്കുള്ളിൽ ശരീരമൊളിപ്പിച്ചു. ''ക്ഷമിക്കണം,'' സെമിൽ പറഞ്ഞു. വലിയ വാക്യങ്ങൾ പറയാൻ അറിയാത്തതുകൊണ്ട് ഇത്രയും കൂടി ഒപ്പിച്ചു: ''നല്ല ക്ഷീണമുണ്ട്.''

സെമിലിന്റെ നിഷേധം വകവയ്ക്കാതെ ഇൻജൻ അവന്റെ കൈകൾ പിടിച്ചു ശക്തിയായി വലിക്കുവാൻ തുടങ്ങി.

അപ്പോൾ സഹായാഭ്യർത്ഥനയോടെ സെമിൽ സൊതീരിയെ നോക്കി. സൊതീരിയുടെ കണ്ണുകളിൽ തിളയ്ക്കുന്ന വികാരാവേശം കണ്ടപ്പോൾ സെമിലിന്റെ മനസിൽ ഒരാശയമുദിച്ചു.

തന്റെ കൈകൾ അവളുടെ ഉള്ളംകൈയ്യിൽനിന്നും വലിച്ചെടുത്ത് സൊതീരിയെ ചൂണ്ടി സെമിൽ പറഞ്ഞു: ''ഇവന് ഉറക്കം വരുന്നില്ലെന്നു തോന്നുന്നു.'' ഇൻജൻ പരിഭവിച്ച് കൊച്ചു കുട്ടികളെപ്പോലെ ചുണ്ടു കൂട്ടിപ്പിടിച്ച് ഗോഷ്ടി കാണിച്ചു. സെമിൽ അവളെ അനുകരിച്ച് ഒരു ചെറുപ്പക്കാരൻ അപമര്യാദയായി പെരുമാറിയതിന് ക്ഷമ ചോദിക്കുന്നതു പോലെ ഒരാംഗ്യം കാണിച്ചു. വാശി പിടിച്ചിട്ടു കാര്യമില്ലെന്നു മനസിലാക്കിയ ഇൻജൻ കുറച്ചുനേരം കൂടി സെമിലിനെ തറപ്പിച്ചു നോക്കിയതിനു ശേഷം, സൊതീരിയോടു ചോദിച്ചു: ''വരുന്നുണ്ടോ?''

''സസന്തോഷം,'' സൊതീരി കിടക്കയിൽ നിന്നു ചാടിയെഴുന്നേറ്റു കൊണ്ടു പറഞ്ഞു. ഗ്രീസിൽ നിന്നു കൊണ്ടുവന്ന വരകളുള്ള പൈജാമയാണ് അവൻ ധരിച്ചിരുന്നത്. അവന്റെ കൈപിടിച്ച് മുറി വിട്ടു പോകുന്നതിനു മുമ്പ് ഇൻജൻ സെമിലിനെ പരിഭവത്തോടെ നോക്കി; സൊതീരി നിറഞ്ഞ നന്ദിയോടെയും.

സെമിൽ ലൈറ്റ് അണച്ചു. തലയിണയിൽ മുഖമമർത്തി അയാൾ കണ്ണുകളടച്ചു. ക്ഷീണിതനായതിനാൽ വേഗം ഉറങ്ങാൻ കഴിയുമെന്നവൻ കരുതിയെങ്കിലും അത് സംഭവിച്ചില്ല. വലതുവശത്തേക്കും ഇടതുവശത്തേക്കും മാറി മാറി ചെരിഞ്ഞു കിടന്നിട്ടും മലർന്നു കിടന്നിട്ടും അയാൾക്ക് ഉറക്കം വന്നില്ല. അവൻ കണ്ണുകൾ തുറന്നു പിടിച്ചു. തെരുവിലെ ഒരു നേർത്ത വെളിച്ചം മുറിയുടെ മച്ചു വരെ പടർന്നിരുന്നു.

അപ്പോൾ മുകളിൽനിന്ന് ഒരു ശബ്ദവും കലപില സംസാരവും കേട്ടു. ഇൻജനും സൊതീരിയും ആശ്ലേഷിക്കുന്നതായിരിക്കുമെന്ന് സെമിൽ ചിന്തിച്ചു. അവരിപ്പോഴേ തന്നെ രതികേളികൾ തുടങ്ങിക്കാണുമോ? അതൊ സമയമാകുന്നതേയുള്ളോ? ഏതായാലും ഇൻജൻ വളരെ ഉത്സാഹത്തിലായിരുന്നു. മുറിയിലെത്തിയപ്പോഴേ അവൾ സൊതീരിയുടെ മുകളിലേക്കു ചാടിക്കയറിയിട്ടുണ്ടാകണം. സൊതീരി അവൾക്കു പൂർണ്ണമായും വഴങ്ങിക്കൊടുക്കുമെന്നുറപ്പാണ്.

സെമിലിന്റെ ചിന്തകൾ ഇങ്ങനെ പുരോഗമിക്കേ വാതിൽ തുറക്കുന്ന ശബ്ദം കേട്ടു. ചിലപ്പോൾ എന്തെങ്കിലും കാരണവശാൽ അവൾ സൊതീരിയെ പുറത്താക്കിക്കാണും എന്നു ചിന്തിച്ച് സെമിൽ കണ്ണുകളടച്ച് ഉറക്കം നടിച്ചു കിടന്നു. അവൻ വന്നത് താൻ അറിഞ്ഞില്ലെന്നു നടിക്കാൻ സെമിൽ തീരുമാനിച്ചു. അത്ര വേഗം ഇൻജന്റെ മുറിയിൽ നിന്നു തിരിച്ചെത്തിയതിന്റെ ജാള്യം സൊതീരിക്കുണ്ടാകും. വെറുതെ അയാളെ കൂടുതൽ വിഷമിപ്പിക്കേണ്ടെന്നായിരുന്നു സെമിലിന്റെ ചിന്ത. തുറന്നതു പോലെ തന്നെ വളരെപ്പതുക്കെ വാതിൽ അടയുന്ന ശബ്ദം കേട്ടു. താൻ ഉറങ്ങിയോ എന്നു നോക്കാൻ സൊതീരി വാതിൽക്കൽത്തന്നെ നിൽക്കുകയാണെന്ന് സെമിലിനു തോന്നി. കിടക്കയിൽ അനങ്ങാതെ കിടന്ന് ക്രമത്തിൽ ശ്വാസോച്ഛ്വാസം ചെയ്ത് സെമിൽ ഉറക്കം നടിച്ചു. താൻ ഉറങ്ങിയെന്നു കരുതി സൊതീരി കട്ടിലിനടുത്തേക്കു നീങ്ങിയെന്നാണ് സെമിൽ ധരിച്ചത്. പക്ഷേ, സൊതീരി കിടക്കയിലെത്തിയിട്ടില്ലെന്ന് അയാൾക്കു മനസ്സിലായി. പെട്ടെന്ന് സുപരിചിതമായ ഒരു സുഗന്ധം സെമിലിന് അനുഭവപ്പെട്ടു. പിന്നെ തന്റെ മുഖത്തിനടുത്തു തന്നെ ഊഷ്മളമായ ഒരു നിശ്വാസം. വികാരാവേശത്തോടെ സെമിൽ കണ്ണുതുറന്നു. അലികി ആണ് അവന്റെ മുന്നിൽ നിന്നിരുന്നത്. ഇത് മൂന്നാം തവണയാണ് അതേ രാത്രിയിൽ അവളിങ്ങനെ അപ്രതീക്ഷിതമായി അയാൾക്കു മുന്നിൽ പ്രത്യക്ഷപ്പെടുന്നത് .

ഇരുളിൽ മുഖം വ്യക്തമായി കാണാനായില്ലെങ്കിലും അലികി ചിരിക്കുകയാണെന്ന് സെമിലിന് മനസ്സിലായി. അയാൾ പുതപ്പു മാറ്റി അവളെ കട്ടിലിലേക്ക് ക്ഷണിച്ചു. എപ്പോഴും സെമിലിന്റെ കൂടെയാണ് ഉറങ്ങാറുള്ളത് എന്നതു പോലെ അലികി അയാളോടു ചേർന്നു കിടന്നു. അവൾ സെമിലിന്റെ വലതുകൈ തന്റെ ഇടതുകവിളിനോട് ചേർത്തു വെച്ചു. അവളുടെ കവിൾത്തടങ്ങൾ മർദ്ദവമേറിയതായിരുന്നു. ''എന്നെ ചുംബിക്കൂ.'' അവൾ മന്ത്രിച്ചു. ഈ ഗ്രീക്ക് പദങ്ങൾ ഒരു പ്രണയപൂർവ്വമുള്ള ഒരു ക്ഷണമാണെന്ന് സെമിലിന് അറിയാമായിരുന്നു. എങ്കിലും അവനൊരു നിമിഷം മടിച്ചു.''സൊതീരി ഇപ്പോൾ വന്നാലോ.'' പിന്നീടവൻ അവനോടുതന്നെ പറഞ്ഞു: ''വന്നാൽ അവൻ പോയി തുലയട്ടെ.''

അയാൾ അലികിയുടെ പാതി വേർപെട്ട ചുണ്ടുകൾക്കരികിലെത്തി.

പുറത്തു നനുത്ത മഞ്ഞു പെയ്യുന്നുണ്ടായിരുന്നു. ഉച്ചയ്ക്കു മുതൽ നിർത്തിയിട്ട അതേ സ്ഥലത്താണ് നിക്കോളായ്‌യുടെ വാൻ കിടന്നിരുന്നത്. എന്തെങ്കിലും ഇംഗ്ലീഷ് സംഭാഷണം കേട്ടു മനസിലാക്കാം എന്ന പ്രതീക്ഷിച്ച് നിക്കോളായ് ഹെഡ് ഫോൺ വച്ചിരുന്നു. കേട്ടത് സെമിലിന്റെയും അലികിയുടെയും വികാരാധീനമായ മന്ത്രിക്കലുകളാണെന്നു മാത്രം.

''നമ്മൾ ഈ തണുപ്പത്ത് മരവിച്ചിരിക്കുന്നു. അയാൾ അകത്ത് ആ പെൺകുട്ടിയോടോത്തു സുഖിക്കുക.'' നിക്കോളായ് പിറുപിറുത്തു. ''എന്തൊരു ഭാഗ്യം.''

ലിഗചേവ് തന്റെ മേലുദ്യോഗസ്ഥൻ പറയുന്നത് ഒരു ചിരിയോടെ കേട്ടു കൊണ്ടിരുന്നു.

''സാരമില്ല, സഖാവേ.'' ലിഗച്ചേവ് ആത്മാർത്ഥതയോടെ പറഞ്ഞു. പിന്നെ അയാൾ തെർമോഫ്ളാസ്ക് കാണിച്ചുകൊണ്ട് പറഞ്ഞു.

''നിങ്ങളുടെ കോപ്പ തരൂ. ഞാൻ അതിലേക്കു കുറച്ചു ചായ പകർന്നു തരാം.''

''വോഡ്ക ബാക്കി ഇല്ലേ ?''

ലിഗചേവ് ഇല്ലെന്ന മട്ടി തല താഴ്ത്തി.

''ചായ തരൂ.'' സ്വന്തം തലവിധി അംഗീകരിച്ചതുപോലെ നിരുത്സാഹത്തോടെ നിക്കോളായ് പറഞ്ഞു.

''ആ പയ്യൻ അവിടെ ഗ്രീക്കുകാരിയോടൊത്തു രമിക്കുന്നു, നമ്മൾ ചായ കൊണ്ടു തൃപ്തിപ്പെടുന്നു.''

ഇരുപത്തിരണ്ട്

വെള്ള പൂശിയ വലിയ ആ മുറിയുടെ നടുവിൽ കരിമരം കൊണ്ടുണ്ടാക്കിയ മേശയ്ക്ക് ചുറ്റും നിന്ന് അവർ ആവേശത്തോടെ വാദിക്കുകയായിരുന്നു. അപ്പോൾ വിക്റ്റർ പറഞ്ഞു.

''സെമിലും തുർഗട്ടും സൈറ്റിലേക്ക് തിരിച്ചു വന്നു.''

നിശ്ശബ്ദമായ കടൽത്തിരകൾ പോലെ നിന്ന അവന്റെ ആ നോട്ടത്തിൽ നിന്ന് അവൻ സന്തോഷവാനാണോ അല്ലയോ എന്ന് തിരിച്ചറിയാൻ ബുദ്ധിമുട്ടായിരുന്നു.

''അവൻ കാത്തിരിക്കുകയാണ്.''അസഫ് പറഞ്ഞു.

''സെമിലിനെ എനിക്ക് അറിയാം. അവനാണ് ചാരനെങ്കിൽ അവൻ ഒരു അടിപോലും മാറിവെക്കില്ല.''

അസഫ് തൃപ്തനായി, ആദ്യമായിട്ട് അവരുടെ കൂടെ കൂടാൻ ലിയോനിഡ് കാണിച്ച നിരന്തരമായ അഭ്യർത്ഥനകൊണ്ടും യിൽഡിറിമിനെപ്പറ്റിയും രഹസ്യകോഡിൽ ചെയ്ത സന്ദേശത്തെപ്പറ്റിയുള്ള പരാമർശങ്ങൾ കൊണ്ടും അവന് മനസ്സിലായി അന്വേഷകർക്ക് അവനെ ആവശ്യമുണ്ടെന്ന് അവന് ഇന്നുവരെ അതറിയില്ലായിരുന്നു.

''ഒരു സുവർണ്ണവസരമാണ് നമ്മൾ ഇവിടെ നഷ്ടപ്പെടുത്തുന്നത്.''

വിക്റ്റർ പറഞ്ഞു, ഒരു നിമിഷത്തേക്ക് ഉത്കണ്ഠാജനകമായ ഒരു പ്രകാശം അവന്റെ കണ്ണുകളിൽ കണ്ടു.

''നാളെയാണ് അവസാനത്തെ ദിവസം''

''എനിക്കിപ്പോഴും തോന്നുന്നത് നമ്മൾ സെമിലിനെ ഇവിടെ വിളിച്ചു വരുത്തി സംസാരിക്കണം എന്നാണ്.'' ഉറപ്പില്ലാത്ത ഒരു ശബ്ദത്തോടെ ലിയോനിഡ് പറഞ്ഞു.

''പക്ഷേ അങ്ങനെ വന്നാ നമ്മൾ ഇത് വരെ ചെയ്തതെല്ലാം വെറുതെ ആവില്ലേ?''

ഇത്രയൊക്കെ സംസാരിച്ചിട്ടും ലിയോനിഡിന് എങ്ങനെ ഇത്തരം ഒരു വിഡ്ഢിത്തം പറയാൻ തോന്നി എന്നുളവാക്കുന്ന ഒരു നോട്ടം കൊടുത്തു വിക്റ്റർ പറഞ്ഞു.

''വിക്റ്റർ പറഞ്ഞതാണ് ശരി'' അസഫ് കൂട്ടിച്ചേർത്ത്.

''നമ്മൾ അവനെ സംശയിക്കുന്നുണ്ടെന്ന് അവൻ അറിഞ്ഞാ പിന്നെ നമ്മളായിട്ടുള്ള എല്ലാ ബന്ധവും അവൻ ഒഴിവാക്കും.''

''പക്ഷേ അവനാണ് ചാരനെന്ന് നമുക്കിപ്പോഴും ഉറപ്പില്ലല്ലോ''

അവൻ പ്രതിഷേധിക്കുന്നതിനിടെ നിക്കോളായ് വാതിൽ തുറന്ന് ചായ തട്ടും പിടിച്ച് വാതി തുറന്നുവന്നു.

ചായപ്പാത്രം, നാല് ചായ ഗ്ലാസുകൾ, ഒരു പഞ്ചാസാരപാത്രം കൂടി അടങ്ങിയ ഒരു പിച്ചളത്തട്ട് അയാൾ ആ മേശപ്പുറത്ത് വെച്ചു.

ദിവസം മുഴുവൻ ഉറങ്ങിയതിന്റെ ക്ഷീണം അയാളുടെ കണ്ണുകളിൽ കാണാമായിരുന്നു. തലേദിവസം രാത്രി മുഴുവൻ ഉറക്കമിളച്ച് വാനിൽ ഇരുന്ന് സെമിലിനെ ഒളിച്ച് നിന്ന് കേൾക്കുകയായിരുന്നു. ആ മുറിക്ക കത്തുള്ള അസ്വസ്ഥത അവന് പെട്ടെന്ന് തന്നെ വ്യക്തമായി.

''ലിയോനിഡ്, നിങ്ങൾക്ക് ഞങ്ങളുടെ ചായ ഇഷ്ടപ്പെട്ടോ എന്ന് നോക്കൂ'' ചായ ഗ്ലാസിലേക്ക് ഒഴിച്ചുകൊണ്ട് അയാൾ പറഞ്ഞു. ലിയോ നിഡ് തന്റെ നേരിയ ചുണ്ടുകൾ വിടർത്തി ചിരിച്ചു. കടുംചുവപ്പ് നിറ മുള്ള ആ പാനീയത്തിന്റെ ഗന്ധം ആസ്വദിച്ച് അയാൾ ചോദിച്ചു.

''ഇറാനിയൻ ചായ ആണോ''

''ഇറാനിയൻ ചായയും ഉണ്ട് അതിൽ.'' പക്ഷേ ഗ്രന്ഥങ്ങളിലുള്ള മിഥ്യ പറഞ്ഞപോല, ഇത് ഒരു കൂട്ടാണ്.''നിക്കോളായ് പറഞ്ഞു.

''ഇവിടെ ഉള്ളതിൽ വെച്ച് ഏറ്റവും നല്ലത് തന്നെ നിങ്ങൾക്ക് തരണം എന്ന് ഞങ്ങൾക്കുണ്ടായിരുന്നു.''

''വളരെയധികം നന്ദി'' സന്തോഷത്തോടെ ലിയോനിഡ് പറഞ്ഞു.

''നല്ല രസമുണ്ട് കാണാൻ.'' ആ ഗ്ലാസ് ഉയർത്തി അയാൾ കുടി ക്കാൻ തുടങ്ങി.

''പഞ്ചസാര?'' നിക്കോളായ് ചോദിച്ചു.

''നോക്കൂ സുഹൃത്തേ, ചായ കുടിക്കുമ്പോൾ നമ്മൾ ആദ്യം പാലിക്കേണ്ട ഒരേ ഒരു കാര്യം, പഞ്ചസാര ചേർത്ത് ആ ചായ നശിപ്പി ക്കാതിരിക്കുക എന്നാണ്.'' ചായ ഗ്ലാസ് ഉയർത്തി ഒരു ചെറിയ വിമ്മി ഷ്ടത്തോടെ അയാൾ പറഞ്ഞു.

''പക്ഷേ പഞ്ചസാര ഇല്ലെങ്കിൽ കയ്പ്പാകില്ലേ?'' വിക്റ്റർ സംശയ ത്തോടെ ചോദിച്ചു.

''വോഡ്കയോളം വരില്ല.'' ലിയോനിഡ് സ്ഥാപിച്ചു. എന്നിട്ട് ഇനി ക്ഷമിക്കാൻ സാധിക്കാതെ അയാൾ ആ ചായ രുചിച്ചു നോക്കി. ഒരു വൈൻ വിദഗ്ധന്റെ ഗൗരവത്തിലേക്ക് അയാളുടെ മുഖഭാവം മാറി. അയാളുടെ കണ്ണുകൾ വിദൂരതയിൽ അങ്ങിങ്ങ് അലഞ്ഞു. അയാൾ ആ ചായയുടെ രസം തേടുകയായിരുന്നു. അതിന്റെ യഥാർത്ഥ രസം ലഭിച്ചതോടെ അയാൾ ആ ചായ ആനന്ദത്തോടെ കുടിച്ചു.

“കൊള്ളാം.” അയാൾ നിക്കോളായോട് പറഞ്ഞു.

“ഇതിന്റെ കൂട്ട് എനിക്ക് കിട്ടുമോ?”

“പിന്നെന്താ?” മറ്റു ഗ്ലാസുകൾ നിറച്ചുകൊണ്ട് നിക്കോളായ് പറഞ്ഞു. “മിഥ്യയ്ക്ക് അതിനോട് എതിർപ്പ് ഉണ്ടാകും എന്ന് എനിക്ക് തോന്നുന്നില്ല.”

“നിങ്ങൾ ടർക്ക്സ് ഒരുപാടി ചായ കുടിക്കും അല്ലേ?”

വിക്റ്റർ അസഫിനോട് ആരാഞ്ഞു.

“ശരിയാണ്. ചായ ഞങ്ങളുടെ ദേശീയ പാനീയമായി കണക്കാക്കാം.”

“റാക്കി മറക്കരുത്.” ഒരു കുസൃതിച്ചിരിയോടെ ലിനോയിഡ് പറഞ്ഞു.

“അത് വ്യത്യാസമുണ്ട്. റാക്കിയുടെ സ്ഥാനം വേറൊരു പാനീയത്തിനുമില്ല.”

“ഞങ്ങൾക്ക് വോഡ്കപോലെ” നിക്കോളായ് കൂട്ടിച്ചേർത്തു.

കുറച്ച് നേരത്തേക്ക് ആ മുറി നിശ്ശബ്ദമായി. മെറ്റൽ സ്പൂൺ വെച്ച് ഗ്ലാസ് ഇളക്കുന്ന ഒച്ച മാത്രമേ കേൾക്കാൻ സാധിക്കൂ. രണ്ടാമത് ചായ രുചിച്ചതിന് ശേഷം ലിയോനിഡ് ഗൗരവത്തോടെ വിഷയത്തിലേക്ക് തിരിച്ചുവന്നു.

“വിക്റ്റർ സഹാറോവിക്, നിങ്ങൾക്കാ പരിശോധനാഫലം കിട്ടിയോ?”

“കിട്ടി. എന്റെ കയ്യിലുണ്ട്.”

വിക്ടർ തന്റെ ലെതർ കേസ് തുറന്ന് ഫോട്ടോകോപ്പി ചെയ്ത ഡോക്യുമെന്റ് പുറത്ത് എടുത്തു, എന്നിട്ട് മേശപ്പുറത്ത് നിരത്തി. എന്നിട്ട് വായിക്കാൻ തുടങ്ങി.

“വലതു കൈത്തണ്ടയിലെ ആർട്ടറിക്ക് ഏറ്റ മുറിവ് കാരണം ധാരാളം ചോര നഷ്ടമായി. ഇതിൽ പറയുന്നത് ഇതാണ് മരണകാരണം എന്നാണ്. പരിശോധിച്ച ഡോക്ടർ പറഞ്ഞത് ഒരു ഇടംകൈയ്യന് മാത്രമേ ഇത് സാധിക്കൂ എന്നാണ്.”

“ഞാൻ ഇതിനെപ്പറ്റി പഠിച്ചിരുന്നു.” ലിനോയിഡ് പറഞ്ഞു.

“അങ്ങനെ നോക്കുകയാണെങ്കിൽ കരീം ഇടംകൈയ്യനായിരുന്നു.”

“വിക്റ്ററിനെ പോലെ?” നിക്കോളയും നിവർത്തിയില്ലാതെ ചോദിച്ചു. “നിങ്ങൾക്ക് ഉറപ്പാണോ?”

“ശരിയാണ് ഞാനും കേട്ടിട്ടുണ്ട് കരീം ഇടംകൈയ്യനാണെന്ന്.” അസഫ് പറഞ്ഞു.

“നമ്മളുടെ കൊലയാളി ചിലപ്പോൾ ഇത് കണക്കിലെടുത്തുകാണും.” വിക്റ്റർ പറഞ്ഞു.

''വേറെയും കാരണങ്ങളുണ്ട് ഇത് ഒരു ആത്മഹത്യ അല്ലാതിരിക്കാൻ'' സാധാരണ ഇങ്ങനെയുള്ള അവസ്ഥകളിൽ മരണകാരണമായ മുറിവിനടുത്ത് മറ്റ് മുറിവുകൾ കാണാൻ സാധ്യതയുണ്ട്. ചിലപ്പോൾ ഉറപ്പില്ലാതെയാവും ഈ തീരുമാനത്തി എത്തിക്കാണുക.''

''പക്ഷേ അത് ഒന്നും തെളിയിക്കുന്നില്ല.'' ലിയോനിഡ് തർക്കിച്ചു. ''മരിക്കാൻ ഉറപ്പിച്ചാൽ ഒരു സംശയവും കൂടാതെ കൈത്തണ്ട മുറിക്കാൻ സാധിക്കും. പിന്നെ കരീമിനെ പറ്റിയല്ലേ നമ്മൾ പറയുന്നത്? അവൻ മൂന്ന് കൊല്ലം മെഡിസിൻ പഠിച്ചതാണ്. ഒരു സംശയത്തിന്റെ സാധ്യത അങ്ങനെയാണെങ്കിൽ ഞാൻ കാണുന്നില്ല.''

''അത് നമ്മൾക്ക് അറിയാവുന്ന കാര്യമല്ലേ?'' വിക്റ്റർ അസ്വസ്ഥയോടെ പറഞ്ഞു.

''നമ്മൾ അവന്റെ ബയാഡാറ്റ വായിച്ചതല്ലേ?'' വേറൊരു കാര്യം കൂടിയുണ്ട്. അവന്റെ ശരീരത്തിൽ ഉള്ള ഡ്രഗ്ഗിന്റെ അളവ് വളരെ കൂടുതലായിരുന്നു.''

ലിയോനിഡ് ഈ വെളിപ്പെടുത്തലിൽ തീരെ അത്ഭുതപ്പെട്ടില്ല.

''അവൻ ഡയാസെം എടുക്കുന്നുണ്ട്.'' സ്കൂൾ ഡോക്ടർ നടാഷയാണ് അത് അവന് നിർദ്ദേശിച്ചത്.

വിക്റ്റർ അവന്റെ പരിശോധനാഫലങ്ങൾ മേശപ്പുറത്ത് വെച്ചു. എന്നിട്ട് പറഞ്ഞു. ''നോക്കൂ ലിയോനിഡ് ഇവാനോവിച്ച്, നിങ്ങൾ കുറ്റക്കാരൻ എന്ന് സംശയിക്കുന്ന അയാളുടെ ഭാഗത്ത് നിന്നാണ് ചിന്തിക്കുന്നത്. അതുകൊണ്ട് നിങ്ങൾ എപ്പോഴും പ്രതിരോധത്തിലാണ്.''

''അത് ശരിയല്ല. നിങ്ങൾ വസ്തുനിഷ്ഠമായി കാര്യങ്ങളെ കാണണം.''

''പക്ഷേ അവന്റെ ഭാഗത്ത് നിന്ന് ആരെങ്കിലും ചിന്തിക്കണ്ടേ?''

അപ്പോൾ നിക്കോളായ് പറഞ്ഞു. ''ഞാൻ ലിയോനിഡിനോട് യോജിക്കുന്നു. സ്വന്തം വിദ്യാർത്ഥിയെ രക്ഷിക്കുക എന്നത് സ്വാഭാവികം അല്ലേ? നമ്മൾ എല്ലാവരും അവനെ ഒരു കുറ്റക്കാരനായി കാണാൻ നോക്കുകയാണ്, അതും തികച്ചും സ്വാഭാവികമാണ്. നമ്മുടെ ചിന്തകൾ വ്യത്യസ്തമാണ്. നിങ്ങളിൽ നിന്ന് നമ്മൾ മനസ്സിലാക്കേണ്ടത് ഇതിന്റെ രണ്ടിന്റെയും ഇടയിലാവാം സത്യം നിലകൊള്ളുന്നത്. പ്രാധാന്യം എന്തെന്നു വെച്ചാ സത്യം പുറത്തുവരിക എന്നാണ്.''

''അത് ശരിയാണ്.'' ലിയോനിഡ് ചായ ഒന്നുകൂടി രുചിച്ചുകൊണ്ട് പറഞ്ഞു.

''ശരി.'' നിക്കോളായ് കൈകൾ കൂപ്പിക്കൊണ്ട് പറഞ്ഞു.

''ഞാൻ തുറന്ന് സംസാരിക്കാം. കഴിഞ്ഞ തവണ നിങ്ങൾക്ക് ഓർമ്മയുണ്ടെങ്കിൽ, നമ്മൾ തീരുമാനിച്ചത് ആ സന്ദേശം വരുന്നത് വരെ കാത്തിരിക്കാം എന്നാണ്. പക്ഷേ ആ സന്ദേശം വന്നില്ല. ഇനി നമുക്ക്

സത്യം അറിയാൻ ഉള്ള ഏക വഴി ആ സന്ദേശത്തിൽ പരാമർശിച്ചിരുന്ന യോഗമാണ്. നമ്മൾ എന്താണ് ചെയ്യേണ്ടത് എന്നുള്ളത് വ്യക്തമാണ്. യിൽ ഡിറിം ആരെയാണോ കാണാൻ പ്രതീക്ഷിക്കുന്നത്, അയാൾ ആ യോഗത്തിൽ പങ്കെടുത്തിരിക്കും.''

ലിയോനിഡിന്റെ മുഖത്തുള്ള സംശയം കണ്ടിട്ട് വിക്റ്റർ പറഞ്ഞു. ''ലിയോനിഡ്, നമ്മൾ വളരെ നിർണ്ണായകമായ ഒരു നിമിഷത്തിലാണ് ഇപ്പോൾ.''

ആ സന്ദേശത്തിൽ പറഞ്ഞ യോഗത്തിലേക്ക് നമ്മൾ സെമിലിനെ അയച്ചില്ലെങ്കിൽ, യിൽഡിറിം ഒന്നുകൂടി രഹസ്യവാനാവും അവന്റെ യാൾ ആ യോഗത്തിലേക്ക് വന്നില്ല എന്നു കരുതി അയാൾ പിന്നെ ഒരു യോഗം വേണ്ട എന്നുവരെ തീരുമാനിച്ചേക്കാം. നമുക്ക് ആ ചാരനിലേക്കുള്ള ഏക വ്യക്തിയെ നഷ്ടപ്പെടുകയും ചെയ്യും നിങ്ങൾക്ക് മനസ്സിലാവുന്നുണ്ടോ?''

എങ്ങോട്ടാണ് ഈ വർത്തമാനം പോകുന്നത് എന്ന സംശയത്തോടെ ലിയോനിഡ് ശരി എന്ന് മൂളി.

''എനിക്ക് മനസ്സിലായി പക്ഷേ...'' എന്ന് പറഞ്ഞ് തുടങ്ങുമ്പോഴേക്കും വിക്റ്റർ അയാളെ മുഴുമിക്കാൻ സമ്മതിക്കാതെ പറഞ്ഞു.

''ഒരു പക്ഷേയുമില്ല.'' വളരെ ധൃതിയോടെ, ''ഒന്നുകിൽ നമ്മൾ സെമിലിനെ ഈ യോഗത്തിലേക്ക് അയയ്ക്കുന്നു. അല്ലെങ്കിൽ നമ്മൾ ഈ പരിപാടി ഉപേക്ഷിക്കുന്നു.''

''നമ്മൾ പ്രതീക്ഷിക്കുന്ന ചാരൻ സെമിൽ അല്ലെങ്കിലോ? ''ലിയോനിഡ് പറഞ്ഞു. ''പിന്നെ നമ്മൾ യിൽഡിറിമിലേക്ക് ഇയാളെ എത്തിക്കുന്നത് വെറുതെയാകില്ലേ?''

''വിഡ്ഢിത്തം പറയരുത് ലിയോനിഡ്. ഈ ചാരൻ മിക്കവാറും യിൽഡിറിമിലേക്കുള്ള ആളുകളെ കണ്ടുപിടിച്ച് കാണും. അവരുടെ ചിത്രങ്ങൾ ഇയാളുടെ കയ്യിൽ ഉണ്ടാവില്ല എന്ന് നമുക്ക് പ്രാർത്ഥിക്കാം.''

ഒരു തീരുമാനത്തിൽ എത്താൻ പറ്റാതെ ലിയോനിഡ് അസഫിനോടായി ചോദിച്ചു. ''നിങ്ങൾക്ക് എന്ത് തോന്നുന്നു. സഖാവേ?''

''ഇത് ഒരു നല്ല പദ്ധതിയായിട്ടാണ് എനിക്ക് തോന്നുന്നത്.'' അസഫ് പറഞ്ഞു.

''ഇനി നമ്മൾ ഉദ്ദേശിക്കുന്ന ചാരൻ സെമിൽ അല്ലെങ്കിൽ കൂടി, നമുക്ക് അത് ഉറപ്പിക്കാൻ സാധിക്കും. യിൽഡിറിം അയാൾ പ്രതീക്ഷിക്കുന്നയാളെ ആ യോഗത്തിന്റെ അവിടെവെച്ച് കണ്ടില്ലെങ്കിൽ, അയാൾ സെമിലിനെ സമീപിക്കുകയില്ല.''

''പക്ഷേ അങ്ങനെ വന്നാൽ സെമിൽ അസ്വസ്ഥനാകില്ലേ?'' പിന്നെ കണ്ടാൽ അവൻ അയാളോട് എന്ത് പറയും?''

''നോക്കൂ സഖാവേ, സെമിൽ നിങ്ങളെ എല്ലാവരെയും പോലെ എന്റെയും കൂടി ചങ്ങാതിയാണ്. എനിക്ക് അവരാരും വേദനിക്കുന്നത് കാണാൻ ഇഷ്ടമല്ല. പക്ഷേ നമ്മുടെ കൂടെ ഒരു ചാരൻ ഉണ്ടെങ്കിൽ പിന്നെ നമ്മൾ എല്ലാവരും അപകടത്തിലാണ്. നമുക്ക് ഇതൊന്നും കയ്യുംകെട്ടി നോക്കി ഇരിക്കാൻ സാധിക്കില്ല. സത്യത്തിന്റെ പാത ഏതാണോ, ആ വഴിയിലൂടെ നമ്മൾ ധൈര്യത്തോടെ നീങ്ങണം. ''

ലിയോനിഡിന്റെ അവസാന പ്രതിരോധവും നഷ്ടപ്പെടുന്നത് കണ്ട രണ്ട് ഇന്റലിജൻസ് ഓഫീസർമാർ അസഫിന്റെ സഹായത്തിൽ സന്തുഷ്ടരായി.

''അങ്ങനെയെങ്കിൽ സെമിലിനെ നമ്മൾ എങ്ങനെ ഈ യോഗത്തിലേക്ക് അയയ്ക്കും?''ലിയോനിഡ് ക്ഷീണിതനായി ചോദിച്ചു.

''അതിന് പാർട്ടി നമ്മളെ സഹായിക്കില്ലേ?'' വിക്റ്റർ അസഫിനോട് ചോദിച്ചു.

''അതിലൊരു സംശയവും വേണ്ട, ഈ ചാരനെ കണ്ടുപിടിക്കാൻ നമ്മുടെ കയ്യിലുള്ള എല്ലാ ശക്തിയും ഉപയോഗിക്കും.'' അസഫ് പറഞ്ഞു.

''കൂടുതലൊന്നും ചെയ്യേണ്ട പാർട്ടി സെക്രട്ടറി ഹിക്മെത്ത് ആയി സംസാരിച്ചാൽ മതി. അയാളോട് പറയണം സെമിലിന് സെൻട്രൽ കമ്മിറ്റി ആയിട്ട് കൂടിക്കാഴ്ച ഉണ്ടെന്ന് സെമിൽ ഒരു പാർട്ടിയോഗത്തിന് പോവുകയാണെന്നെ കരുതുകയുള്ളൂ.'' വിക്റ്റർ പറഞ്ഞു.

''വളരെ വിദഗ്ധമായിട്ടുണ്ട്.'' ലിയോനിഡ് പൂർണ്ണ സംതൃപ്തനല്ലാതെ പറഞ്ഞു. അയാളുടെ ചായ തണുക്കുന്നതിനെപ്പറ്റി ലിയോനിഡ് മറന്നിരിക്കുന്നു. അദ്ദേഹം വിക്റ്ററിനോട് പറഞ്ഞു.

''നിങ്ങൾ ഇതെല്ലാം തീരുമാനിച്ചതല്ലേ? എനിക്ക് മനസ്സിലാകാത്തത് നിങ്ങൾ എന്നെ സമ്മതിപ്പിക്കാൻ എന്തിനാണിത്ര കഷ്ടപ്പെടുന്നത് എന്നാണ്.''

''നിങ്ങളുടെ ഈ കേസിലുള്ള സമീപനം വളരെ പ്രാധാന്യമുള്ളതാണ്.'' വിക്റ്റർ പറഞ്ഞു.

''പുതിയൊരു വിവർത്തകനെ കിട്ടാൻ സമയം എടുക്കില്ലേ.''

''അതല്ല പ്രശ്നം. നിങ്ങളെപ്പോലെ സാമാന്യ ബുദ്ധിയുള്ള ഒരു വിവർത്തകൻ ആണെങ്കിൽ ശരിയായ പാതയിലേക്ക് നയിക്കും.''

ലിയോനിഡ് മുന്നിലിരിക്കുന്ന, ബുദ്ധിയുളവാക്കുന്ന കണ്ണുകളിലേക്ക് നോക്കി. അയാൾ സത്യമല്ല പറയുന്നത് എന്ന് അറിയാമായിരുന്നു, പക്ഷേ ഇതല്ലാതെ വേറെയൊരു വഴിയും അയാൾക്കില്ല എന്ന് മനസ്സിലായി. എന്തുതന്നെയായാലും അയാൾക്ക് വിശ്വാസം നശിച്ചില്ല. ചിലപ്പോൾ ഇതിന്റെയെല്ലാം അവസാനം സെമിലിന്റെ നിരപരാധിത്വം തെളിയിക്കപ്പെട്ട് നല്ല രീതിയിൽ അവസാനിച്ചെങ്കിലോ. ആർക്കറിയാം?

ഇരുപത്തിമൂന്ന്

ഞായറാഴ്ച രാത്രി മഞ്ഞുവീഴ്ച തുടങ്ങിയപ്പോൾ മോസ്കോയിലെ, വെള്ളിവരകളാൽ സമ്പന്നമായ ആകാശത്തിലെ മേഘങ്ങൾ മറഞ്ഞിരുന്നു. പഴമയേറുന്ന നഗരത്തിലെ നിറം മങ്ങിയ കെട്ടിടങ്ങളും, വീഥികളും ചരിത്രമുറങ്ങുന്ന പള്ളികളും വിപ്ലവവീര്യം തുടിക്കുന്ന സ്മാരകങ്ങളും പതിയെ പെയ്യുന്ന മഞ്ഞിൽ മുങ്ങി ഒരു നവവധുവിനെപ്പോലെ വെളുത്ത ഉടുപ്പിനാൽ നഗരത്തെ പുതയ്ക്കുകയായിരുന്നു.

പതിയെയുള്ള മഞ്ഞുവീഴ്ച ഒരു ഹിമപാതമായി തീരുന്ന കാഴ്ച കണ്ട് സന്തോഷിച്ചു. ഒരു നേരിയ കനത്തോടെ തിങ്കളാഴ്ച രാവിലെ ഉണർന്നെണീറ്റ യിൽഡിറിം ഈ കാലാവസ്ഥ നിഗൂഢതയ്ക്കൊരു ആവരണമാണ് എന്നോർത്തു. എഴുന്നേറ്റപാടെ, റേഡിയോ വളരെ ഉറക്കെ വെച്ച് ചായ ഉണ്ടാക്കുന്നതിനായി അയാൾ അടുക്കളയിലേക്ക് പോയി.

ഇന്നലെ രാത്രി ആരുമറിയാതെ വീട്ടിലെത്തിച്ച അലി, ഉച്ചത്തിലുള്ള റഷ്യൻ പാട്ട് കേട്ട് അതൊരു മിന്നൽ പരിശോധനയാണെന്ന് നിനച്ച് കിടക്കയിൽനിന്നും ചാടി എണീറ്റു. തന്റെ അപ്പാർട്ട്മെന്റ് കെണിപരുക്ക് വെച്ചിട്ടുള്ളതാണ് (വയർട്രാപ്പ്) എന്ന ബോധ്യമുള്ളതിനാൽ അലിയോട് കുളിമുറിയിലേക്ക് പോകരുതെന്ന് ആംഗ്യം കാണിച്ചു. കുറഞ്ഞ സമയത്തിനുള്ളിൽ രണ്ടു പ്രാവശ്യം കുളിമുറിയിൽ വെള്ളം വീണാൽ അത് സംശയത്തിനിടയാക്കുമെന്ന് അയാൾ കരുതി. ഭാഗ്യവശാൽ കഠിനമായ കാലാവസ്ഥയിൽ അലിക്ക് നിരന്തരം മലബന്ധമുള്ളതിനൽ കുളിമുറിയിൽ പോകേണ്ട ആവശ്യം വേണ്ടിവന്നില്ല.

പരസ്പരം സംസാരിക്കാതെ, രണ്ടുപേരും ടർക്കിഷ് രീതിയിലുള്ള പാത കഴിച്ചു. അതിനുശേഷം സുപ്പീരിയറിന്റെ കോട്ടും വെളുത്ത തൊപ്പിയും ധരിച്ചു. രണ്ടുപേർക്കും ഒരേ അളവാകുമെന്ന് യിൽഡിറിം ഊഹിച്ചിരുന്നു. അലിക്ക് അയാളുടെ വസ്ത്രങ്ങൾ നല്ല പാകമായി. ഭാര്യ കൈകൊണ്ട് തുന്നിയ ബ്രൗൺ നിറത്തിലുള്ള സ്കാർഫ് ആ ചെറുപ്പക്കാരന്റെ മുഖത്ത് ചുറ്റി, യിൽഡിറിമിന്റെ കാറിന്റെ താക്കോൽ അവനുനേരെ നീട്ടി. അലിയുടെ ചെവിക്കരികിലേക്ക് നീങ്ങി ഒരു തന്ത്രപൂർവ്വമായ ചിരിയോടെ ഇങ്ങനെ മന്ത്രിച്ചു.

''കാറിൽ കയറിയാൽ ഒരു കാരണവശാലും സ്കാർഫ് മാറ്ററുത്. അവർ നമ്മെ നിരീക്ഷിക്കുന്നതിനാൽ അത് ഞാൻ തന്നെയാണെന്ന് അവർ വിശ്വസിക്കട്ടെ..''

യിൽഡിറിമിനെ അലോസരപ്പെടുത്തുംവിധം നിസ്സംഗഭാവത്തോടെ അലി തലയാട്ടി. അയാൾ അലിയുടെ ചുമൽ ശക്തിയോടെ പിടിച്ച് വീണ്ടും ചെവിയിൽ മന്ത്രിച്ചു.

''ഇത് വളരെ പ്രധാനമാണ്. നീ യിൽഡിറിം ആണെന്ന് അവർ വിചാരിക്കണം''

അക്ഷോഭ്യനായി അലി നിന്നു. ആത്മവിശ്വാസത്തോടെ യിൽഡിറിമിന്റെ ചെവിയിൽ അവൻ മന്ത്രിച്ചു.

''ശരി നേതാവേ, പരിഭ്രമിക്കണ്ട. ഇതെല്ലാം നിർവിഘ്നമായി നടക്കും. നമ്മൾ മുൻപും ഇങ്ങനെ ചെയ്തിട്ടുള്ളതല്ലേ?''

ഒരു നിമിഷം തന്റെ സഹപ്രവർത്തകനെ യിൽഡിറിം സംശയാസ്പദമായി നോക്കി. ഇത് ആദ്യമായിട്ടായിരുന്നില്ല. അലി ഇങ്ങനെ ഒരു വഞ്ചന പ്രവൃത്തി ചെയ്യുന്നത് കൂടാതെ, ഇതുവരെ ചെറിയ ഒരു പിഴവും അലിയുടെ ഭാഗത്തുനിന്നും ഉണ്ടായിട്ടില്ല. ചെറിയ പാളിച്ച ഉണ്ടാകാൻ യിൽഡിറിം വഴിവെച്ചിട്ടുമില്ല.

''ശരി'' ആ ചെറുപ്പക്കാരന്റെ തോളിൽ പിടിച്ച്, എനിക്ക് നിന്നെ വിശ്വാസമാണെന്ന് യിൽഡിറിം പറഞ്ഞു. ''ആ റഷ്യക്കാരെ നമുക്ക് വിഡ്ഢികളാക്കാം.''

കൈവീശി യാത്രപറഞ്ഞ് അലി പുറത്തേക്ക് പോയി. വളരെ മെല്ലെ യിൽഡിറിം ഹാളിലേക്ക് നീങ്ങി. കർട്ടൻ മാറ്റാതെ മഞ്ഞുവീഴ്ചയിൽ വിജനമായ പൂന്തോട്ടം കാണുവാൻ അയാൾ ജനലിനടുത്തേക്ക് നീങ്ങി.

തന്റെ തൊഴിലിലെ ഏറ്റവും വിനാശകരമായ ഒരു വഴിത്തിരിവായിരിക്കും ഈ ഇടപാടെന്ന് അയാൾക്ക് അറിയാമായിരുന്നു. വളരെ വിദഗ്ധമായി ഒരുക്കി ഒരു ഗൂഢാലോചനയുടെ നടുക്കാണെന്ന് അയാൾക്ക് തോന്നി. പ്രബലരായ രണ്ടു ശത്രുക്കളെയാണ് അയാൾ നേരിടുന്നത്. കെ.ജി.ബിയും ഏജൻസിയിലെ എതിരാളികളും.

കെജിബിയെക്കുറിച്ച് അയാൾക്കൊരു ധാരണയുണ്ട്, അവർ എന്തു ചെയ്യുമെന്ന് അയാൾക്ക് പ്രവചിക്കാമായിരുന്നു. എന്നാൽ സ്വന്തം ഏജൻസിയിലെ ആളുകൾ എന്തു ചെയ്യുമെന്ന് ഒരു നിശ്ചയവുമില്ല, അയാൾക്ക് കഴിഞ്ഞ രണ്ടുവർഷത്തിലൊരിക്കൽ നടക്കുന്ന എൻ.ഐ. എസ് ഒരു പുതിയ പദ്ധതിയെക്കുറിച്ച് ചർച്ച നടക്കുമ്പോഴാണ് ഏജൻസിയുടെ അകത്തു നടക്കുന്ന പൊട്ടിത്തെറികൾ പുറത്തേക്കുവരാൻ തുടങ്ങിയത്. ആ സമയത്ത് സിവിൽ രാഷ്ട്രീയ പാർട്ടികൾ അധികാരത്തിലേറാൻ അവസരം നോക്കിയിരിക്കുകയായിരുന്നു. സിവിലിയൻ

ഓഫീസർമാർ അവർക്കിടയിൽ ഭിന്നതയുണ്ടാക്കി അകന്നുകൊണ്ടിരിക്കുകയായിരുന്നു.

ഏജൻസിയുടെ അകത്തുള്ള പൊട്ടിത്തെറികൾ ഔദ്യോഗിക റിപ്പോർട്ടുകളിലും പ്രതിഫലിക്കാൻ തുടങ്ങിയതോടെ സിവിലിയൻ ഇന്റലിജൻസ് ഓഫീസർമാർ, പ്രത്യേകിച്ചും പട്ടാളക്കാരുടെ നീരസത്തിന് വിധേയരായി. ഏജൻസിക്കകത്ത് വേറെയും ഗൂഢാലോചനകൾക്ക് അത് വഴിവെച്ചു.

ഇസ്താംബൂളിലേക്ക് പോകുവാനായി വിമാനത്താവളത്തിൽ എത്തിയപ്പോൾ തന്റെ ആത്മസുഹൃത്ത് പറഞ്ഞത് അയാൾ ഓർത്തു.

''സഹോദരാ, സൂക്ഷിക്കുക. ഈ നടക്കുന്നതിലെല്ലാം എന്തോ അപകടത്തിന്റെ സൂചന ഞാൻ കാണുന്നുണ്ട്?''

ആ സമയത്ത് സാദത്ത് അതിശയോക്തി കലർത്തി പറയുന്നതാണെന്ന് അയാൾ കരുതിയെങ്കിലും സാദത്തിന്റെ സംശയങ്ങൾ വെറുതെയല്ലെന്ന് പതിയെ മനസ്സിലായി. ഇത്രയും തനിച്ചായ ഒരു സന്ദർഭം അയാളുടെ ഔദ്യോഗിക ജീവിതത്തിൽ ഇതുവരെ അയാൾ അനുഭവിച്ചിരുന്നില്ല. യഥാർത്ഥത്തിൽ, ഒരു ഇന്റലിജൻസ് ഓഫീസർ ആണ് ലോകത്ത് ഏറ്റവും ഏകാന്തത അനുഭവിക്കുന്ന ആളെന്ന് തന്റെ ഔദ്യോഗികജീവിതത്തിന്റെ തുടക്കം മുതലേ അയാൾക്ക് മനസ്സിലായിരുന്നു. സ്വന്തമായി ഒരു സ്വത്വം പോലും തനിക്കില്ലെന്ന് അയാൾ തിരിച്ചറിഞ്ഞു. കൃത്രിമ പാസ്സ്പോർട്ടുകളും ഐഡി കാർഡുകളും ആവശ്യാനുസരണം മാറ്റുന്ന അയാൾ എന്നും മറ്റൊരാളായി കഴിയുകയായിരുന്നു.

തന്നിൽ അവരോധിക്കപ്പെട്ട ഈ വ്യക്തിത്വങ്ങളുമായി അയാൾ ഒരു അസാധാരണ ബന്ധം പുലർത്തിയിരുന്നു. ചിലപ്പോൾ, താൻ യിൽഡിറിം ആണെന്ന വസ്തുത പോലും അയാൾ മറന്നിരുന്നു. സ്വന്തം വീട്ടിൽ ഭാര്യയോടും മകനോടുമൊപ്പം ഉള്ളപ്പോൾ മാത്രമാണ് താൻ ആരാണെന്ന് അയാൾ ഓർത്തത്. പക്ഷേ, ഒരു പുതിയ അന്യരാജ്യത്തേക്കുള്ള പുതിയ ഒരു നിയമനത്തിന്റെയോ അർദ്ധരാത്രി വരുന്ന ഒരു ഫോൺ കോളിന്റെയോ നിർദ്ദേശം അയാൾക്ക് പുതിയ വ്യക്തിത്വം നൽകി. അത് അയാളെ വീണ്ടും ഏകാന്തതയിലേക്ക് നയിച്ചു. മിക്കവാറും അയാൾ സ്വന്തം തീരുമാനങ്ങളുടെ പരിണിതഫലം ഒറ്റയ്ക്കാണ് അനുഭവിക്കാറ്. രാഷ്ട്രീയക്കാരും പട്ടാളക്കാരും ആദ്യം വക വരുത്തുന്നത് തന്നെ ആയിരിക്കും എന്ന് അയാൾക്ക് അറിയാമായിരുന്നു. ഒരു ഇന്റലിജൻസ് ഓഫീസർ എന്നും അധികാരത്തിന്റെ വളരെ അരികെയുള്ളതുകൊണ്ടുള്ള അജ്ഞതയാണെന്നും അയാൾക്ക് അറിയാമായിരുന്നു. അധികാര കേന്ദ്രത്തെ സംരക്ഷിക്കലാണ് അയാളുടെ ജോലി. സർക്കാരുകൾ മാറിയാലും ഇന്റലിജൻസ് ഓഫീസർമാർ നിലനിൽക്കും, കാരണം അവരുടെ നിലനിൽപ് അധികാരത്തിന്റെ നിലനിൽപ്പിനെ ആശ്രയിച്ചാണല്ലോ.

ഇതിനുമുമ്പും തനിക്കെതിരെയുള്ള ഗൂഢാലോചനകളെ അയാൾ അതിജീവിച്ചിരുന്നു. പക്ഷേ, എന്തോ, മഞ്ഞുമൂടിയ ഈ തണുത്ത നഗരത്തിൽ താൻ കൂടുതൽ ഏകനാണെന്ന് അയാൾക്ക് തോന്നി. സാദത്ത് കൂടെയുണ്ടായിരുന്നെങ്കിൽ എന്നയാൾ ആഗ്രഹിച്ചു. അവൻ കൂടെയുണ്ടായിരുന്നെങ്കിൽ ഇതൊക്കെ എളുപ്പത്തിൽ മറികടക്കാമെന്ന് അയാൾ കരുതി. ഗോസു വളരെ പ്രാവീണ്യമുള്ള ഉദ്യോഗസ്ഥനാണെങ്കിലും അയാൾക്ക് അനുഭവക്കുറവുണ്ടായിരുന്നു. അലിയാണെങ്കിൽ ചെറിയ പദ്ധതികൾക്ക് ഉതകുന്നവനാണ്. ഇത്രയും വലിയ ഒരു പദ്ധതിയിൽ അവന് പാളിച്ച വരുമെന്ന് ഉറപ്പാണ്. ഇത്രയും വലിയ ഒരു പദ്ധതിക്ക് ഇവരെ കിട്ടിയത് വിഡ്ഢിത്തമാണെന്ന് തോന്നി. പ്രതിരോധത്തിന് എപ്പോഴും താൻ തയ്യാറാകണമെന്ന് അയാൾ ഉറപ്പിച്ചു. പട്ടാള ജനറൽമാർ, പക്ഷേ, അയാൾ തന്റെ സർവ്വശക്തിയും ഉപയോഗിച്ച് പ്രതിരോധിക്കാനാണ് താത്പര്യപ്പെടുന്നത്. ഈ ആവശ്യങ്ങളാണ് അയാളിൽ സംശയം ജനിപ്പിച്ചത്.

അയാൾ സംശയിച്ചതുപോലെ, അവർ അയാൾക്ക് പുറകെ ആണെങ്കിൽ അവരുടെ ലക്ഷ്യം ടി.കെ.പിയിലെ അംഗങ്ങളാണ് അല്ലെങ്കിൽ അള്ളാഹു അയാളെ കാക്കട്ടെ. പക്ഷേ ഈ ഒരു സമയത്ത് പട്ടാളക്കാർ അങ്ങനെ ചെയ്യുമോ? അവരുടെ താൽപര്യം അതാണെങ്കിലും പിതൃതുല്യനായ മെഡുപാഷ അതിന് അനുഭവിക്കുമോ? അയാൾക്ക് ഉറപ്പില്ലായിരുന്നു. അയാളും ഒരു പട്ടാളക്കാരനാണല്ലോ. രാജ്യത്തിന്റെ താത്പര്യമാകുമ്പോൾ എല്ലാ ആജ്ഞകളും അതിനെ മറികടക്കും തുടക്കത്തിൽ തന്നെ പട്ടാളക്കാർക്ക് പൗരന്മാരിലുള്ള അവിശ്വാസം അറിയാമായിരുന്നു. അയാൾക്ക് സ്വകാര്യമായി ലഭിച്ച വിവരം, പട്ടാളക്കാർ സാധാരണ പൗരന്മാരെ, തരംതാഴ്ത്തി സ്വാർത്ഥികളും കഴിവുകെട്ടവരുമായി കരുതി പോന്നിരുന്നു എന്നതുകൊണ്ടാണ് പട്ടാളക്കാർ അവർക്ക് ഭരണാധികാരം മുഴുവനായും നൽകാത്തത്.

ഏജൻസിക്കു മേൽ തങ്ങളുടെ ആധിപത്യം നിലനിർത്തുന്നതിന്റെ കാരണം അധികാരത്തിൽ തുടരാനാണ്. ഗോസു ഓപ്പറേഷനിലൂടെ കമ്മ്യൂണിസ്റ്റുകൾക്കുമേൽ ആധിപത്യം സ്ഥാപിക്കുകയും സോവിയറ്റ് യൂണിയന് എതിരായുള്ള പ്രചരണവും ഇതിന്റെ ഒക്കെ തുടക്കം മാത്രമാണ്. അതെല്ലാം യിൽഡിറിമിനെയും അയാളുടെ സംഘാംഗങ്ങളെയും ഏജൻസിയിൽനിന്നും പുറത്താക്കാനുള്ള പദ്ധതിയുടെ തുടക്കവുമാണ്. താൻ ഈ പദ്ധതിയിൽ നിർത്തിവെക്കാൻ വേണ്ടിയാണ് ഈ നിർദ്ദേശം നിരസിച്ചതുതന്നെ. ഇങ്ങനെയൊരു സാധ്യതയുണ്ടെന്ന് ഉള്ള ഉറപ്പുകൊണ്ടായിരുന്നു. സാദത്ത് സൂചന നൽകിയപോലെ കൃത്യമായ ഒരു പ്ലാൻ അയാളുടെ മനസ്സിലുണ്ടായിരുന്നു. പക്ഷേ അതിനാദ്യം ഗോസുവിനെ ബോധ്യപ്പെടുത്തണം. അതുകൊണ്ടാണ് അയാളെ നേരിൽ കാണണമെന്ന് കരുതിയത്. അയാൾക്ക് ഗോസുവിന്റെ മേൽ അത്രയ്ക്കും ആധിപത്യമുണ്ടായിരുന്നു. വെറും പതിനഞ്ച് നിമിഷത്തിൽ

ബോധ്യപ്പെടുത്താൻ കഴിയും. അവരുടെ ഓരോ നീക്കവും സശ്രദ്ധം നിരീക്ഷിക്കുന്ന ഈ നഗരത്തിൽ കെ.ജി.ബിയുടെ കസ്റ്റഡിയിൽനിന്നും ഒരു പതിനഞ്ചു നിമിഷത്തേക്ക് അയാളെ തട്ടിക്കൊണ്ടുപോകാൻ കഴിഞ്ഞെങ്കിൽ എന്നാശിച്ചു. വിലമതിക്കാനാകാത്ത ആ നിമിഷങ്ങൾ ഇതെല്ലാംതന്നെ തകിടംമറിക്കുവാൻ പ്രാപ്തമായിരുന്നു. അയാളുടെ പ്രവർത്തനങ്ങൾ ചുരുക്കുവാൻ ഉപദേശിക്കാമായിരുന്നു. അനാവശ്യമായി ശ്രദ്ധയാകർഷിക്കുന്നതിൽ വലിയ കാര്യമൊന്നുമില്ല അതിനുപകരം ഒരു തരത്തിൽ പരുങ്ങിയിരിക്കലാണാവശ്യം. അങ്ങനെ, കെ.ജി.ബിയുടെ സൂക്ഷ്മ നിരീക്ഷണത്തിൽനിന്നും അവർക്ക് രക്ഷപ്പെടാം. പാർട്ടി ഗ്രൂപ്പുകൾ തിരിച്ചുപോകുന്നതിന് മുമ്പായി രണ്ടുമാസത്തിൽ ഒരിക്കലുള്ള അവരുടെ കൂടിച്ചേരലുകൾ തുടരുകയും ചെയ്യാം. അറസ്റ്റുകൾ നടക്കാൻ ഈ രണ്ടുമാസത്തെ തയ്യാറെടുപ്പുകൾ പര്യാപ്തമാണ്.

പൂന്തോട്ടത്തിൽ ഒരു നിഴൽ നീങ്ങുന്നതായി അയാൾക്ക് തോന്നി. സൂക്ഷിച്ച് നോക്കിയപ്പോൾ അത് അലി ആണെന്ന് മനസ്സിലായി താൻ ഉദ്ദേശിച്ചപോലെ മഞ്ഞുവീഴ്ച കാഴ്ചയെ മറയ്ക്കുകയും ആരുടെയും ശ്രദ്ധയിൽപ്പെടാതെ ഇരിക്കാനുമായി അലി പൂന്തോട്ടത്തിലേക്ക് നീങ്ങുന്നത് കണ്ടില്ലായിരുന്നെങ്കിൽ താൻ പോലും അത് അലിയാണെന്ന് മനസ്സിലാക്കില്ലായിരുന്നു. യിൽഡിറിം അല്ലാതെ അത് മറ്റാരുമാവില്ലെന്ന് അവർക്ക് മറിച്ച് ചിന്തിക്കാൻ പോലും തരമില്ലായിരുന്നു. ഒരു നിഗൂഢ മന്ദസ്മിതത്തോടെ അയാൾ ശൈത്യകാല സഖാവിന് നന്ദി പറഞ്ഞു. എങ്കിലും ജാഗ്രതയോടെയിരിക്കണമെന്നയാൾ ഓർത്തു, ആ വലിയ ഉദ്യാനത്തിൽ ആരെങ്കിലും ഉണ്ടോ എന്നയാൾ നിരീക്ഷിച്ചു. കൂടാതെ, കെ.ജിബി ഉദ്യോഗസ്ഥർ അവിടെ അടുത്തുതന്നെ കാത്തിരിക്കുന്നുണ്ടെന്ന് അയാൾക്കറിയാമായിരുന്നു.

കാർ പുറത്തേക്കു നീങ്ങിയപ്പോൾ, അതിന്റെ പുറകെ പോകാമെന്ന് അലിക്ക് തോന്നി. ശത്രുക്കളെ പറ്റിച്ച് പോകുന്നതിന്റെ സന്തോഷം അയാളുടെ കണ്ണുകളിൽ തെളിഞ്ഞത് മഞ്ഞിൽ പതിച്ച വെളിച്ചത്തിൽ അയാൾ കണ്ടു. അവനെ പിന്തുടരുക, യിൽഡിറിം എംബസിയിലക്ക് പോവുകയാണ്.

ഇരുപത്തിനാല്

ഉച്ചകഴിഞ്ഞപ്പോഴേക്കും മഞ്ഞുവീഴ്ചയുടെ കാഠിന്യം കുറഞ്ഞിരുന്നു. സാമാന്യം കടുത്ത ഓറഞ്ചും മഞ്ഞയും കലർന്ന നിറത്തിൽ പഞ്ഞിക്കെട്ടുമാതിരിയുള്ള ചോക്ലേറ്റ് മേഘങ്ങൾക്കിടയിലൂടെ സൂര്യൻ പതുക്കെ പ്രത്യക്ഷപ്പെട്ടു തുടങ്ങി. മഞ്ഞ് ഉറഞ്ഞുകൂടിത്തുടങ്ങിയിരിക്കുന്നു, അടുത്ത മഞ്ഞുവീഴ്ച ഉടനെ ഉണ്ടാവും. ഡിയനാമോ സബ്‌വേ സ്റ്റേഷൻ വിടുമ്പോൾ, സെമിൽ ചിന്തിച്ചു തുടങ്ങി. ഊഹം തെറ്റിയില്ല, സൂര്യൻ അസ്തമിച്ചപ്പോൾത്തന്നെ, വെളുത്ത മഞ്ഞിൻകഷ്ണങ്ങൾ കൺമുന്നിലൂടെ പാളി കടന്നുപോയി. തണുപ്പേറിത്തുടങ്ങുന്നു. സമയം: 13:59. ഹാറ്റ് പുരികംവരെ താഴ്ത്തി കോളർ ഉയർത്തി സെമിൽ തണുപ്പിനു പ്രതിരോധം തീർത്തു.

''സെമിൽ, 14 മണിക്ക് തുടങ്ങി 14.20ന് നീ നടന്ന് ബെലേറുസ്കായ സ്റ്റേഷൻ കടന്ന് വലതുവശത്തെ എസ്കലേറ്റർ വഴി താഴെ എത്തി. 14.20ന് ഗോവണിപ്പടിയുടെ വലതുവശം കാത്തുനിൽക്കുമ്പോൾ കമാൻഡർ നിന്നെ വന്നു കാണും. വൈകാതിരിക്കാൻ നടത്തത്തിന്റെ വേഗത വേണമെങ്കിൽ കൂട്ടുക.'' ഹിക്മെത്തിന്റെ അയവില്ലാത്ത നിർദ്ദേശം.

''കമാൻഡർ എന്നെ അറിയുമോ?'' സെമിൽ സംശയിച്ചു. ''അറിയും'' ഹിക്മെത്ത് സംശയം ദൂരീകരിച്ചു. എന്താണ് നടക്കുന്നതെന്ന് സത്യത്തിൽ ഹിക്മെത്തിനും വ്യക്തമല്ലായിരുന്നു. മാത്രമല്ല, ഈ ദുർഘട സംരംഭത്തോടു വിയോജിപ്പും അസഫ് ഇക്കാര്യം പറഞ്ഞപ്പോൾ ആകെ ആശയക്കുഴപ്പമായിരുന്നു. പാർട്ടി സെക്രട്ടറിയുള്ളപ്പോൾ പിന്നെ എന്തിനാണ് സെമിലിനെ കാണുന്നത്. സഖാവിന്റെ മരണത്തോടെ സെക്രട്ടറിക്ക് പാർട്ടിയുടെ വിശ്വാസ്യത നഷ്ടപ്പെട്ടുവോ? അസഫിന് ഹിക്മെത്തിനെ വിശ്വാസം നഷ്ടപ്പെട്ടതായി തോന്നുന്നുമില്ല. തന്നെയുമല്ല ഹിക്മെത്ത് നല്ല ആത്മവിശ്വാസവും തെറ്റു ചെയ്തിട്ടില്ലെന്ന ബോദ്ധ്യവും ആത്മപരിശോധനയിലൂടെ മനോവീര്യം നേടി ഹിക്മെത്ത് സെമിലിനെ കാണാൻ പുറപ്പെട്ടു. അസഫിന്റെ ദൂത് സെമിലിന് കൈമാറി. കൂടിക്കാഴ്ചയുടെ സ്ഥലവും സമയവും അറിയിച്ചു. മറ്റാരും ഇതൊന്നും അറിയരുതെന്ന കർശനിർദ്ദേശവും കൊടുത്തു.

സെമിൽ, ഡിനാമോ സ്റ്റേഷനിൽ എത്തി അല്പസമയം കാത്തു നിന്നു. ആറോ ഏഴോ വയസ്സുള്ള ഒരു കുട്ടിക്കുവേണ്ടി ഒരമ്മ ഐസ്ക്രീം വാങ്ങുന്നു. ഐസ്ക്രീം സ്റ്റാന്റ് സെമിൽ ശ്രദ്ധിച്ചു. ഐസ്ക്രീം എന്ന ചിന്തപോലും സെമിലിന് വിറയൽ ഉണ്ടാക്കി.

ഉച്ഛ്വാസവായുപോലും ഉറയുന്ന ഈ തണുപ്പിൽ എങ്ങനെയാണിവർ ഐസ്ക്രീം കഴിക്കുന്നത്. റഷ്യക്കാരുടെ രീതികളിൽ സെമിലിന് അത്ഭുതം തോന്നി. മോസ്കോ നദിയിലെ ഐസ്കട്ടകളെ ഉടച്ച് അതിനടിയിലെ ജലത്തിൽ അവർ കുളിക്കുന്നതിൽ ഒട്ടും അത്ഭുതമില്ല. സെമിൽ ഒരിക്കൽക്കൂടി വാച്ച് നോക്കി. ഇനിയും 30 സെക്കൻഡ് കൂടിയുണ്ട്. കാത്തുനിൽപ്പ്. 30 സെക്കൻഡ് കാത്തുനിൽപ്പ് നിസ്സാരം. പക്ഷേ ഇത്തരം സന്ദർഭങ്ങളിൽ രഹസ്യപദ്ധതികൾ നടപ്പാക്കുമ്പോൾ കൃത്യനിഷ്ഠ ഒരളവിലും കൈവിടരുത്. പ്രത്യേകിച്ചും പാർട്ടി ഉന്നതരുമായുള്ള കൂടിക്കാഴ്ചയാവുമ്പോൾ. സെമിലിന് അത്തരം അനാസ്ഥയോട് ഒട്ടും പൊരുത്തപ്പെടാനാവുന്നില്ല. ടർക്കി ഫാസിസത്തിൽ നിന്നു അനുഭവങ്ങൾ ഉൾക്കൊണ്ടുവന്ന സെമിൽ വളരെ ശ്രദ്ധയോടെ ഒരു സ്റ്റെപ്പ് പോലും പിഴയ്ക്കാതെ കാര്യങ്ങളെ കരുതി ചെല്ലുന്നതിന് നല്ല ബുദ്ധിമുട്ട് ഉണ്ട്.

സത്യത്തിൽ ഈ കൂടിക്കാഴ്ചയുടെ പിന്നിലെ യുക്തി എന്താണ്? ആദ്യം സെമിൽ സംശയിച്ചു. സെമിലിന്റെ ഹിക്മെത്തുമായുള്ള സംഭാഷണം അവനെ, അലിയുടെ കൂടെ കഴിഞ്ഞ ആ പ്രത്യേക രാത്രിയിലെ അത്ഭുതാനുഭവങ്ങളുടെ ബന്ധനത്തിൽ നിന്നും അടർത്തി, ജീവിതത്തിന്റെ പരുക്കൻ യാഥാർത്ഥ്യങ്ങളെ നേരിടാനും നിർബന്ധിച്ചു.

ഒരു കൂടിക്കാഴ്ച എന്നത് മനസിലാക്കുന്നുവെങ്കിലും അതിനുള്ള രഹസ്യാത്മകത എന്തിനെന്ന് അവനും അറിയുന്നില്ല. എങ്കിലും ചിലത് ആലോചിച്ചപ്പോൾ സെമിലിന് ഒരു കാര്യം മനസിലായി. ഒരു രഹസ്യ പ്രസ്ഥാനത്തിന് അതിന്റേതായ ഒരു രഹസ്യാത്മകത ഉണ്ടായിരിക്കും. എന്നാൽ ഈ രഹസ്യനീക്കത്തിന്റെ ആവശ്യം എന്തെന്ന് സെമിലിന് മനസിലായില്ല. മറ്റെവിടത്തെയും പോലെ ഇവിടെയും ഒരു രഹസ്യ രാഷ്ട്രീയ പ്രസ്ഥാനത്തിന് അതിന്റെ പ്രവർത്തനരീതികളിൽ ചില രഹസ്യ സംവിധാനങ്ങൾ ആവശ്യമായിരിക്കാം. അത്തരമൊരു വലിയ രഹസ്യത്തിന്റെ ഭാഗമാവുന്നത്, വിട്ടുവീഴ്ച ഇല്ലാത്ത അഭിമാനബോധമുള്ള ആളായതിനാൽ സെമിലിന് സ്വയം മതിപ്പുണ്ടായി. പരിപാവനമായ ഈ നൈമിഷിക സന്തോഷം പക്ഷേ സെമിലിന് മറ്റൊരു ഉൾക്കാഴ്ചയിലേക്ക് വഴി തുറന്നുകൊടുത്തു. ഒപ്പം ഒരു മ്ലാനതയും അവനെ ചൂഴ്ന്നു നിന്നു. ഇപ്പോഴത്തെ ഈ രഹസ്യം ഒരുവേള ഈ രണ്ടു സഖാക്കളുടെ മരണത്തോട് ബന്ധപ്പെട്ടിട്ടുള്ളതാവാം. കരീമിനെയും മുഹമ്മദിനേയും മുമ്പേ അറിയുന്നത് താനാണെന്നതു കൊണ്ടാവാം. സംഭവങ്ങൾ ഈ രീതിയിൽ നീങ്ങുന്നത്. അപ്പോഴും പക്ഷേ അവർ തന്നെ ചോദ്യം ചെയ്യുന്നില്ലല്ലോ, ചിലപ്പോൾ ഞാനും അവരും തമ്മിലുള്ള ബന്ധം

പൊതുവായി അറിയുന്നത് ഇപ്പോൾ ഗുണമാവില്ലായിരിക്കാം? സെമിൽ ആത്മഗതം ചെയ്തു. എങ്കിലും ഈ മരണങ്ങൾ അന്വേഷിക്കാനുള്ള സമയം ഇതുതന്നെ. എന്നാൽ അതിന്റെ യഥാർത്ഥ കാരണം കണ്ടെത്തിയോ, കിട്ടിയോ എന്നൊന്നും സെമിലിന് അറിയില്ല. വീണ്ടും ചിന്തകൾ ചിതറുന്നു. പാർട്ടിതന്നെയാണല്ലോ പൊലീസിന്റെ കണ്ടെത്തലുകൾ വെളിപ്പെടുത്തിയത്. പിന്നെയെന്തിനാണ് ഈ നടപടികളിൽ എന്നെയും ഭാഗഭാക്കാക്കുന്നത്. ഒരുപക്ഷേ ഇതിനു പിന്നിൽ വേറെയും ദുരൂഹതകളുണ്ടാവാം. അതോ എന്തെങ്കിലും ചതിയാണോ? എന്തായാലും നേരിട്ട് അറിയാൻ പോവുകയാണല്ലോ. ഒരു തീരുമാനത്തിൽ എത്താനാവുന്നില്ലല്ലോ. സെമിൽ ശങ്കിച്ചു. വാച്ചിൽ നോക്കി. സമയം 14.00 ദീർഘനിശ്വാസം വിട്ട് സെമിൽ നടന്നു തുടങ്ങി. വിക്റ്ററിന്റെ പ്രസ്താവന സെമിലിന്റെ റേഡിയോയിൽ മുഴങ്ങി.

''അവൻ സ്റ്റേഷനിലേക്ക് അടുക്കുന്നു'' മറ്റു രണ്ടു ഓപ്പറേഷൻ സഖാക്കളുടെ ഒപ്പം നിന്ന് വിക്റ്റർ എല്ലാം വീക്ഷിച്ചുകൊണ്ടായിരുന്നു അത് പറയുന്നത്. റേഡിയോയുടെ മറുതലയിൽ നിന്നും നിക്കോളയുടെ മറുപടി.

''ശരി, വരട്ടെ. ഞങ്ങൾ തയ്യാർ.''

അടുത്ത തെരുവിൽ ഒരു മഞ്ഞക്കാറിനകത്തിരുന്ന നിക്കോളായും സുഹൃത്ത് ലിഗാച്ചേവും സെമിലിന്റെ നടന്നുവരവ് വീക്ഷിച്ചുകൊണ്ടിരുന്നു. മൂന്നുപേർ രണ്ടു ബാച്ചുകളായി, അവരിൽ ഒരുവന്റെ അറസ്റ്റിനായി ബെലേറുസ്കായ സ്റ്റേഷനിലെ എസ്ക്കലേറ്ററിന്റെ അരികിൽ തയ്യാറായിക്കൊണ്ടിരുന്നു. നിക്കോളായും ലിഗാച്ചേവും ഉന്നതങ്ങളിൽ നിന്നുള്ള ഉത്തരവ് കാത്തു നിസ്സംഗതരായി നിന്നു. അല്പസമയത്തിനുശേഷം വിക്റ്റർ വീണ്ടും റേഡിയോയിൽ

''മറ്റേയാൾ സ്കോളിന് അടുത്തെത്തി. ടാക്സിയിൽ നമ്മോട് അടുത്തുകൊണ്ടിരിക്കുന്നു, ശ്രദ്ധിക്കുക.''

ടാക്സിയുടെ മൂലയിൽ യിൽഡിറിമിനും കൂടി നിന്നു. കാലാവസ്ഥയുടെ ശാരീരികപ്രശ്നങ്ങൾ ഒന്നിലധികം അയാളെ അലട്ടിയിരുന്നു. ബെലേറുസ്കായ സ്റ്റേഷന് അടുത്തപ്പോൾ അയാൾ നിവർന്നു നിന്നു. പ്രതീക്ഷിക്കുന്ന ആർക്കോവേണ്ടി നടപ്പാതയിലേക്ക് നോക്കി. പാത ശാന്തം ചുറ്റും കണ്ണോടിച്ചുവെങ്കിലും സംശയകരമായി ഒന്നും കണ്ടില്ല. സമയം 14.07. ഗോസുവും ഇതിനോടകം നടന്നു കഴിഞ്ഞിരുന്നു. വിൻഡ് ഷീൽഡ് മഞ്ഞുപൊടിതുടച്ചുകൊണ്ട് നിക്കോളായെ സസൂക്ഷ്മം വീക്ഷിച്ചു. ഒരു നിമിഷം. നടപ്പാതയിൽ ആരോ ഒരാൾ, അത് ഗോസു തന്നെയോ? സംശയം. അടുത്തല്ല, മാത്രമല്ല പിന്നിൽ നിന്നു മാത്രമേ കാണാൻ കഴിയുന്നുള്ളൂ. ടാക്സി അടുത്തെത്തിയപ്പോൾ അയാളുടെ രൂപഭാവങ്ങൾ ഗോസുവിനോട് സാമ്യം തോന്നി.

"അതേ തൊപ്പിയും അതേ കോട്ടും. അതോ വ്യത്യസ്തമാണോ?" വീണ്ടും സംശയം. ഇല്ല, അതു തന്നെ. അതേ കോട്ട്. ടാക്സി അയാളെ കടക്കുമ്പോൾ ഒരിക്കൽകൂടി ശ്രദ്ധിച്ചു. പക്ഷേ ആളിന്റെ മുഖം വ്യക്തമായി കാണാൻ കഴിഞ്ഞില്ല. തൊപ്പികൊണ്ട് നെറ്റിയും പുരികങ്ങളും പിന്നെ സ്കാർഫ് കൊണ്ട് വായും മൂക്കും ഭാഗികമായി മറഞ്ഞിരുന്നു. യിൽഡിറിം അലിയെയും ഇതേപോലെ മറച്ചിരുന്നെങ്കിലും ഇവിടെ ഒരു സംശയത്തിന് ഇടം ലഭിക്കുന്നില്ല. കാരണം അധികം പേരും ഈ തെരുവിൽ ഇങ്ങനെത്തന്നെയാണ് കാണപ്പെടുന്നത്. എങ്കിലും യിൽഡിറിമിന് ഗോസുവിനോട് ദേഷ്യം തോന്നി, ഈ സ്റ്റേഷനുകൾക്കിയിലുള്ള സ്ഥലത്തുകൂടിയുള്ള നടത്തം ഒരു സുരക്ഷാതന്ത്രം ആണെന്ന് അയാൾക്ക് അറിഞ്ഞിരിക്കേണ്ടതത്രെ. ഒരു പത്തുനിമിഷത്തോളം അയാൾ മുഖപടം മാറ്റി നടക്കേണ്ടിയിരുന്നു. ടാക്സി അയാളെ മറികടക്കുമ്പോൾ യിൽഡിറിം വീണ്ടും ശ്രദ്ധിച്ചെങ്കിലും മുഖം താഴ്ത്തി മറച്ചു നടന്നിരുന്നതിനാൽ അപ്പോഴും മനസിലാക്കാൻ കഴിയുന്ന രീതിയിൽ കാണാൻ കഴിഞ്ഞില്ല. എന്നിട്ടും ഗോസു തന്നെയെന്ന സംശയം ബാക്കി.

വസ്ത്രങ്ങൾ കനംകൂട്ടി ധരിച്ചിരുന്നെങ്കിലും സെമിലിന് തണുപ്പ് അനുഭവപ്പെട്ടു. എങ്കിലും നടപ്പിനിടയിൽ പ്ലാനിന്റെ രൂപരേഖ പൂർണ്ണമാവേണ്ടതിനാൽ സെമിൽ നടത്തത്തിന്റെ വേഗത നിയന്ത്രിച്ചു തന്നെ നടന്നുകൊണ്ടിരുന്നു. ഭാഗ്യത്തിന് ടർക്കിയിലെ കാലാവസ്ഥ പേർഷ്യയിലേതുപോലെ അത് പരുക്കനല്ല. അല്ലായിരുന്നെങ്കിൽ താങ്ങാനാവുമായിരുന്നില്ല. സെമിൽ ആശ്വസിച്ചു. മോസ്കോയിൽ അപരിചിതത്വമുണ്ടാക്കിയത് അവിടത്തെ തണുപ്പ് മാത്രമായിരുന്നില്ല. മോസ്കോയെ അപേക്ഷിച്ച് ടർക്കിയിൽ ചൂടിനുപരി നല്ല സൂര്യപ്രകാശം ലഭിച്ച് ശീലിച്ചവർക്ക് മോസ്കോയിലെ മങ്ങിയ പകൽ വെളിച്ചവും സദാ മൂടുന്ന മഞ്ഞിൻ പുതപ്പും അത്ര സുഖകരമാവില്ല. ഇത്തരത്തിലുള്ള മങ്ങിയ അന്തരീക്ഷം മെഡിറ്ററേനിയനിൽ ജനിച്ചുവളർന്നവർക്ക് ഉണർവ് നഷ്ടപ്പെടുത്തും". അല്പം വെളിച്ചം അല്പം മാത്രം" സെമിൽ എന്നും പ്രഭാതത്തിൽ തമാശരൂപേണ പിറുപിറുക്കാറുണ്ട്. പക്ഷേ, ഇപ്പോൾ അവൻ അതിനെക്കുറിച്ചൊന്നും ചിന്തിക്കുന്നേയില്ല. സത്യത്തിൽ, ഹിമപടലത്തിന്റെ മങ്ങിയ ഛായ മാറി ഉറഞ്ഞ മഞ്ഞിന്റെയും ഉള്ളിൽ നിന്നും തല പുറത്തേക്കു നീട്ടി. മഞ്ഞിന്റെ നേർത്ത പാളികൾ കണ്ണുകളെ മറയ്ക്കുംവിധം ഉണ്ടെങ്കിലും ബെലേറുസ്കായ് സ്റ്റേഷനടുത്തേക്ക് കണ്ണോടിച്ചു.

"നമ്മൾ ഇതാ ഇവിടെ."

അവൻ സന്തോഷത്തോടെ പിറുപിറുത്തു. ഉടൻ തന്നെ അകത്തേക്കു കടക്കാൻ പോവുന്ന സ്റ്റേഷന്റെ സുഖശീതളിമ അവൻ അറിഞ്ഞു തുടങ്ങിയിരുന്നു.

സ്റ്റേഷനിലേക്ക് എത്തുന്ന സെമിലിനെ ചൂണ്ടിക്കൊണ്ട് നിക്കോളായ് ലിഗാച്ചേവിനോട് തിരിഞ്ഞു.

''നമ്മുടെ ആളെത്തി, പിൻതുടർന്ന് നമ്മുടെ മറ്റാൾക്കാർക്കുവേണ്ടി അവനെ മനസ്സിലാക്കിക്കൊടുക്കണം.''

ലിഗാച്ചേവ് കണ്ണെടുക്കാതെ അടുത്തടുത്തു വരുന്ന ആൾരൂപത്തെ നോക്കിക്കൊണ്ട് വണ്ടിയിൽ നിന്നിങ്ങനെ വിളിച്ചു പറഞ്ഞു.

''ശരി, ഞാൻ ഇരയെ ഞാൻ വിഴ്ത്തുകയാണ്.''

അതേസമയം നിക്കോളായ് റേഡിയോ ലിഗാച്ചേവിന്റെ ചുണ്ടിനോടടുപ്പിച്ചു പിടിച്ചു.

''ഒന്നാമത്തെ യാത്രക്കാരൻ സ്റ്റേഷനിൽ ഇറങ്ങിയിരിക്കുന്നു.''

നല്ല മെയ്‌വഴക്കത്തോടെ തന്നെ ലിഗാച്ചേവ് സെമിലിന്റെ പിന്നാലെ വേഗത്തിലെത്തുമ്പോഴേക്കും വിക്റ്റർ തന്റെ വാനിന്റെ അടുത്തെത്തി. വിക്റ്റർ ട്രാൻസ്മിറ്റർ ട്യൂൺചെയ്തു. എന്നിട്ട് വീണ്ടും ലിഗാച്ചേവിന് നിർദ്ദേശം കൊടുത്തു.

''മറ്റേയാൾ ബാരിക്കേൻഡിയ സ്റ്റേഷനിൽ എത്തി. സബ്‌വേ വഴി നിങ്ങളുടെ അടുത്തേക്ക് എത്തുന്നുണ്ട്, ശ്രദ്ധിക്കുക.''

ഈ സമയത്തും സ്റ്റേഷനിൽ ജനത്തിരിക്ക് തന്നെ. സെമിൽ മുഖപടം അല്പം താഴ്ത്തിയപ്പോൾ അയാളെ തിരിച്ചറിയാൻ കഴിയുന്നു. അയാൾ തിരിക്കിനിടയിൽ നഷ്ടപ്പെടാതിരിക്കാൻ, ലിഗാച്ചേവ് കരുതലോടെ സെമിലിനെ ചേർന്ന് പിന്തുടർന്നു. കൈയിൽ സ്യൂട്ട് കെയിസുമായി സ്റ്റെയർകെയ്സ് താഴെനിന്നിരുന്ന അഫ്നസൈവ് ആദ്യ ടീമിന്റെ ലീഡറിന്റെ സിഗ്നൽ കിട്ടിയപ്പോൾത്തന്നെ അഫ്നസൈവ് ആർക്കും സംശയം തോന്നാത്ത രീതിയിൽത്തന്നെ സെമിലിനെ പിന്തുടർന്നു. സെമിൽ എസ്കലേറ്ററിൽ കയറി. സ്റ്റേഷന്റെ ഉയർന്ന മച്ചിൽ അത്ഭുതത്തോടെ നോക്കിക്കൊണ്ട് താഴേക്ക് നീങ്ങിയിറങ്ങി. ഏഴ് ചുവടുകൾ പിന്നിലായി ശ്രദ്ധയോടെ ലിഗാച്ചേവിന്റെ വിദഗ്ധമായ തലയാട്ടലിൽ നിന്നും, മറ്റാരാലും ശ്രദ്ധിക്കപ്പെടാതെ, രണ്ടാമത്തെ ടീം ലീഡർ ഇലിയയ്ക്ക് ഇരയെ വേഗത്തിൽ തിരിച്ചറിയാൻ കഴിഞ്ഞു.

എസ്കലേറ്റർ നിന്നും ഇറങ്ങിയ ഉടനെ സെമിൽ വാച്ചിൽ സമയം നോക്കി. ''അതെ, 14.20 കൃത്യസമയം'' സ്വയം സന്തോഷിച്ചു. തന്നെ കാത്തു നിൽക്കുന്ന ആൾ ചുറ്റുമുള്ള ആളുകളിൽ ആരോ ആണെന്നതുപോലെ സെമിൽ എല്ലാ യാത്രക്കാരേയും സസൂക്ഷ്മം നോക്കി ശ്രമം പക്ഷേ വിഫലമായപ്പോൾ സെമിലിനും അത്ഭുതമായി. ''ഇനി താൻ തേടുന്നയാൾ സുപരിചിതനോ തികച്ചും അപരിചിതനോ ഒപ്പം വന്നെത്തിയ അസഫ് തന്നെയോ, എല്ലാം സാദ്ധ്യതയുടെ പരിധിയിൽപ്പെടാം''

ആലോചനയിൽ മുഴുകി നടക്കുമ്പോൾ മുകൾഭാഗത്തു നിന്നും ഒരാരവം ഉയർന്നു. മദ്യപിച്ചു ലക്കുകെട്ട ഒരു ചെറുപ്പക്കാരൻ എസ്കലേറ്ററിന്റെ മുകളിൽ നിന്നും താഴേക്ക് നിലതെറ്റി ഉരുണ്ടുവീണു.

ഒപ്പമുണ്ടായിരുന്നവർ വളരെ പ്രയാസപ്പെട്ട് അയാളെ സഹായിക്കാൻ ശ്രമിച്ചുകൊണ്ടിരുന്നു. സെമിലും അവിചാരിതമായ സാഹചര്യത്തിൽ മുഴുകിച്ചേർന്നു. പാവം മദ്യപാനി ലക്കു കെട്ടതിനാൽ ചുറ്റുപാടുകൾ ഒന്നും തന്നെ അറിയുന്നില്ലായിരുന്നു. ചുറ്റും തടിച്ചുകൂടിയവരെ അത്ഭുതത്തോടെയും ഭയത്തോടെയും നോക്കി.

"ഇല്ല ഇല്ല. ഞാൻ വീണിട്ടില്ല. എസ്കലേറ്റർ നിന്നുപോയതാണ്"

അതേസമയം ബാരിക്കാഡ്നയ ഭാഗത്തു നിന്നും വരുന്ന ട്രെയിൻ അവിടെ എത്തിച്ചേർന്നു. മുൻ നിശ്ചയപ്രകാരം എസ്കലേറ്ററിന്റെ മുന്നിൽ നിർത്തേണ്ടുന്ന വാനിൽ യിൽഡിറിമും ഉണ്ടായിരുന്നു. തിരക്കിനിടയിൽ, നിശ്ചയിച്ചിരുന്ന സ്ഥാനത്തു നിന്നും സെമിൽ മാറുന്നതിനാൽ യിൽഡിറിം വാതിൽ തുറക്കാൻ കാത്തുനിൽത്താതെ തന്നെ, മുന്നോട്ടടുത്തു. അപ്പോഴും ചുറ്റുപാടും ആരും തന്നെ സംശയത്തോടെ വീക്ഷിക്കുന്നില്ലെന്നും എല്ലാം ഭദ്രമായിരിക്കണമെന്നും ശ്രദ്ധിക്കുന്നുണ്ടായിരുന്നു. വാഗണിന്റെ വാതിൽ തുറന്നയുടനെ തന്നെ യിൽഡിറിം സെമിലിനടുത്തേക്ക് ഉറച്ച ചുവടുകളോടെ നടന്നടുത്തു. മദ്യപാനിയെ ചുറ്റിപ്പറ്റിയുള്ള കോലാഹലങ്ങൾ വീക്ഷിച്ചു മടുത്ത സെമിൽ, പെട്ടെന്നു തന്നെ യിൽഡിറിംനെ നേർക്കുനേർ കണ്ടു. ചെറിയ ഇടവേളയ്ക്കു ശേഷം സെമിലിന്റെ മുഖത്ത് കളങ്കമില്ലാത്ത ഒരു പുഞ്ചിരി വിടർന്നു.

അടുത്തൊരു മാർബിൾ തൂണിന്റെ മറവിൽ എല്ലാം വീക്ഷിച്ചു കൊണ്ടു നിന്നിരുന്ന ലിഗാച്ചേവ് തന്റെ കോളറിൽ ബന്ധിപ്പിച്ചിരുന്ന ചെറിയ ഫോണിൽ മന്ത്രിച്ചു.

"രണ്ടു ലക്ഷ്യങ്ങളും കൂട്ടിമുട്ടിയിരിക്കുന്നു."

വിക്റ്റർ മറുതലയിൽ നിന്നും ഉന്മേഷം പകർന്നു.

"തിരക്കുകൂട്ടേണ്ട, അവർ സംസാരിക്കട്ടെ, ബെറിസ് ചിത്രങ്ങളെടുക്കാൻ മറക്കരുത്".

എന്നാൽ വിക്റ്ററിന്റെ ഉന്മേഷദായകമായ സംഭാഷണങ്ങളൊന്നും അവിടെ അനിവാര്യമായിരുന്നില്ല. കാരണം, രണ്ടാമത്തെ ടീമിലെ ബെറിസ് വളരെ ശ്രദ്ധാലുവായിരുന്നു. റഷ്യൻ സാങ്കേതികതയുടെ അഭിമാനമായ തന്റെ ലൈറ്റർ രൂപത്തിലുള്ള ക്യാമറ ഉപയോഗിച്ച്, അസാധാരണ പാടവത്തോടെ ആവശ്യമുള്ള ചിത്രങ്ങൾ എടുത്തു. അവസാനഭാഗം ബെറിസ് കണ്ടത് ഇപ്രകാരമായിരുന്നു. സെമിലിന്റെ അടുത്തേക്ക് താൽപര്യമില്ലാതെ മറ്റേയാൾ വരുകയും ആകാംക്ഷാഭരിതമായ ഭാവത്തോടെ മുന്നോട്ട് നടക്കുകയും ചെയ്തു. യിൽഡിറിം വേഗത്തിൽ സെമിലിനെ കടന്ന് സ്റ്റെയർലേക്ക് നടന്നപ്പോൾ ലിഗാച്ചേവ് റേഡിയോയിൽ ഇപ്രകാരം മന്ത്രിച്ചു. "ഇരകളുടെ സന്ധിക്കൽ നടന്നില്ല. രണ്ടാമത്തെ ഇര നിൽക്കാതെ തന്നെ സംഗമസ്ഥാനം കടന്നു മുന്നോട്ടു പോയിരുന്നു."

മറുഭാഗത്ത് വിക്റ്റർ പ്രതിജ്ഞയെടുത്തു.

അല്പസമയത്തെ നിശ്ശബ്ദത. എസ്കലേറ്റർ ഇറങ്ങിവരുന്ന യിൽഡിറിമിനെ ശ്രദ്ധിച്ചുകൊണ്ടിരുന്ന ലിഗാച്ചേവ് അവൻ മറ്റെന്തെങ്കിലും ശ്രദ്ധിച്ചുകൊണ്ടിരുന്നിരിക്കാം. ലിഗാച്ചേവ് സംശയിച്ചു. അവർക്ക് ഇനിയും അവനെ പിടിക്കാം, പക്ഷേ എന്ത് കുറ്റം അവനെതിരെ ആരോപിക്കും? അത് ബെലേറുസ്കായ സ്റ്റേഷൻ വരെ വരാനും മാത്രമുള്ള കുറ്റമല്ല. നിശ്ശബ്ദമായപ്പോൾ മുതൽ വിക്റ്റർ ഒരേ ചിന്തയിൽ തന്നെയായിരിക്കണം. അല്പസമയത്തിനുശേഷം, ഒരു ഞരക്കത്തോടെ ട്രെയിൻ സ്റ്റേഷൻ വിട്ടു. യിൽഡിറിം എസ്കലേറ്ററിൽ നിന്നിറങ്ങുമ്പോൾ വിക്റ്റർ ദേഷ്യത്തോടെയുള്ള പ്രതികരണം റേഡിയോയിൽ കേട്ടു.

''വിട്ടുപോവുന്ന ഇരയെ കിട്ടില്ല. സ്റ്റേഷനിൽ നിന്നും ഇറങ്ങുമ്പോൾ തന്നെ മറ്റേ ഇരയെ പിടിക്കുക.''

സെമിൽ മുഖഭാവത്തിൽ ഒരു ദയനീയത ദൃശ്യമായി. സെമിൽ വാച്ചിൽ നോക്കി. സമയം 14.20 അവൻ എസ്കലേറ്ററിലേക്ക് നോക്കി. പെട്ടെന്നുതന്നെ താൻ രണ്ട് ശക്തന്മാരുടെ ഇടയിൽ കുടുങ്ങിയിരിക്കുന്നതായി തിരിച്ചറിഞ്ഞു. ഒരു ഉരുക്ക്മുഷ്ടി ശക്തമായി തന്റെ തോളിൽ പതിഞ്ഞത് സെമിൽ അറിഞ്ഞു.

''എന്താണ് ഇത്, നിങ്ങൾ ആരാണ്?''

സെമിൽ ടർക്കിഷ് ഭാഷയിൽ പ്രതികരിച്ചു. മറുപടിക്ക് താൽപ്പര്യമില്ലാതെ അവർ സെമിലിനെ എസ്കലേറ്ററിനടുത്തേക്ക് വലിച്ചിഴച്ചു. സെമിൽ വിടുവിക്കാൻ ശ്രമിച്ചു. വലതുവശം നിന്നയാൾ സെമിലിന്റെ ഉദരത്തിൽ ശക്തായി ഇടിച്ചപ്പോൾ അവൻ നിലവിളിക്കാൻ ശ്രമിച്ചു. പക്ഷേ ഇടിയുടെ ഊക്കിൽ ചുരുണ്ടുപോയി. ശ്വസിക്കാൻ പോലും കഴിയാതായി. എല്ലാം സാധാരണസംഭവങ്ങൾ എന്ന രീതിയിൽത്തന്നെ ചുറ്റുപാടുകളുടെ ആകാംക്ഷ നിറഞ്ഞ നോട്ടങ്ങളെ സെമിലിനെ കീഴടക്കിയവർ തീർത്തും അവഗണിച്ചു. അവർ സെമിലിനെ തൂക്കിയെടുത്ത് എസ്കലേറ്ററിലേക്ക് നടന്നു. സെമിലിനെ നിലം തൊടാതെ തൂക്കാൻ തക്ക ശക്തരായിരുന്നു അവർ. എസ്കലേറ്ററിന്റെ പാതിയോളം എത്തിയപ്പോൾ സെമിൽ ചെറുതായ രീതിയിലെങ്കിലും സമനില കൈവരിച്ചുകൊണ്ട് സെമിൽ പരുപരുത്ത ശബ്ദത്തിൽ മന്ത്രിച്ചു.

''സഖാക്കളെ ഇത് തെറ്റാണ്, ഞാൻ സി.പി.എസ്.യു. കേന്ദ്രസമിതിയുടെ അതിഥിയാണ്''

ഇതിനു മറുപടിയായി ഉദരത്തിൽ അടുത്ത ഇടി കൊടുത്ത് അവർ സെമിലിനെ ബോധം കെടുത്തി.

ഇരുപത്തിയഞ്ച്

നെറ്റിയിൽ കടുത്ത വേദനയോടെ സെമിൽ ഉണർന്നു. ഒരു തരത്തിൽ കണ്ണുകൾ വലിച്ചു തുറന്നു. താൻ പിങ്ക് നിറത്തിലുള്ള മുറിയിലാണെന്നു മനസിലായി. വസന്തത്തിൽ വിരിയുന്ന, തിളക്കമാർന്ന വെർവിയൻ പൂക്കളെയും തന്റെ കുഞ്ഞുമക്കളുടെ കിടപ്പുമുറിയെയും ഓർമ്മപ്പെടുത്തുന്ന രീതിയിലുള്ള നിറം. എന്താണ് സംഭവിച്ചതെന്ന് ഓർമ്മിച്ചെടുക്കാൻ സെമിൽ ശ്രമിച്ചു. മുറിയിലിപ്പോൾ സെമിൽ മാത്രം. നടുവിലുള്ള മേശയിലും മുറിയിലെ വലിയ കണ്ണാടിയിലും ശ്രദ്ധിച്ചപ്പോൾ, താൻ ഒരു ചോദ്യം ചെയ്യലിന്റെ മുറിയിൽ ആണെന്നു മനസിലായി. പേടിയോടെ എഴുന്നേറ്റ് അവൻ വാതിലിനടുത്തേക്കു നടന്നു. വാതിലിനടുത്തെത്തും മുമ്പേ തന്നെ കതകു തുറന്ന് വിക്റ്റർ, നിക്കോളായ്, ലിയോനിഡ് എന്നവർ അകത്തേക്ക് വന്നു.

''അഭിവാദനം'' വിക്റ്റർ മാന്യമായി പറഞ്ഞു. വിക്റ്ററിനെ കണ്ടപ്പോൾ സെമിൽ ആശ്വസിച്ചു. എങ്കിലും വിക്റ്ററിന്റെ അഭിവാദനത്തിന് പ്രതികരിക്കാതെ അടുത്തേക്ക് ചെന്നു.

''എന്താണ് സംഭവിക്കുന്നത്, സഖാവേ? അവർ എന്തിനാണ് എന്നെ ഇവിടെ കൊണ്ടുവന്നത്? ആരാണവർ?''

തികഞ്ഞ അസ്വസ്ഥതയോടെ ലിയോനിഡിനോട് സെമിൽ ചോദിച്ചു.

''ശാന്തനാവൂ. സഖാവേ, ഇരിക്കൂ എല്ലാം ശരിയാവും'' അടുത്ത കസേര ചൂണ്ടിക്കൊണ്ട് ലിയോനിഡ് അനുഭാവപൂർവ്വം പറഞ്ഞു.

ലിയോനിഡിന്റെ കരുതലോടെയുള്ള വാക്കുകൾ, അയാളുടെ നിസ്സംഗഭാവത്തിനു ചേരാത്തതായിരുന്നു. സെമിലിന്റെ സംശയം വർദ്ധിച്ചു.

''എന്റെ ഭാഗത്ത് എന്തെങ്കിലും തെറ്റുകൾ ഉണ്ടോ? അതോ അവർ എന്ന മറ്റാരോ ആണെന്ന് തെറ്റിദ്ധരിച്ചോ?''

വിലക്ഷണമായ ഒരുചിരിയോടെ സെമിൽ ചോദിച്ചു.

''ഞാനെല്ലാം പറയാം, സഖാവേ, താങ്കൾ ഇരിക്കൂ'', ലിയോനിഡ് പറഞ്ഞുകൊണ്ട് സെമിൽ വലതുവശത്തെ കസേരയിൽ ഇരുന്നു.

ഇടതുവശത്ത് വിക്റ്ററിനു നടുവിലെ കസേരയിൽ മനസില്ലാമനസോടെ സെമിൽ ഇരുന്നു. എല്ലാം നോക്കിക്കൊണ്ടും പ്രതിയെ പ്രത്യേകം ശ്രദ്ധിച്ചുകൊണ്ടും നിക്കോളായ് നിന്നു.

''എന്നെ അടിച്ചവർ പൊലീസ് ഉദ്യോഗസ്ഥരോ? സെമിൽ ഉച്ചത്തിൽ സങ്കടത്തോടെ ചോദിച്ചു.

''അതെ, അവർ പൊലീസ് ഉദ്യോഗസ്ഥർ തന്നെ, അവർ താങ്കളെ ഉപദ്രവിക്കാൻ പാടില്ലായിരുന്നു. അവർക്കെതിരായി അന്വേഷണം ഉണ്ടാവും'' ക്ഷമാപണസ്വരത്തിൽ ലിയോനിഡ് പറഞ്ഞു.

തന്റെ അദ്ധ്യാപകൻ അവസാനം പറഞ്ഞ ഈ വാക്കുകൾ സെമിൽ ശരിക്ക് കേട്ടില്ല.

''എന്നെ അവർ സംശയിക്കുന്നു?''

ക്ഷീണിതസ്വരത്തിൽ സ്വയം എന്നോണം സെമിൽ പറഞ്ഞു.

''ഭയപ്പെടാനൊന്നുമില്ല. നിങ്ങളോടു ചിലതെല്ലാം ചോദിച്ചറിയാനാണ്'' വിക്റ്ററിനോട് തലയാട്ടി ആംഗ്യം കാണിച്ചുകൊണ്ട് ലിയോനിഡ് പറഞ്ഞു.

''അവർ എന്നെ സംശയിക്കുന്നു?''

''പക്ഷേ എന്തിന്?'' സെമിലിന്റെ ശബ്ദം ഇക്കുറി ഉറച്ചതായിരുന്നു.

''നമുക്ക് തുടങ്ങാം ലിയോനിഡ്'' വിക്റ്ററിന്റെ ഇടപെടൽ സെമിലിന്റെ സംസാരത്തെ തടസ്സപ്പെടുത്തി.

''ഓക്കെ, ലിയോനിഡ് ഉടനെതന്നെ സെമിലിനെ നോക്കിക്കൊണ്ട് വിക്റ്ററിനോട് പ്രതികരിച്ചു.

''ഇതൊരു കുഴഞ്ഞ പ്രശ്നമാണ് സഖാവേ, പക്ഷേ സത്യം പുറത്തുവരുമെന്ന് ഞാൻ വിശ്വസിക്കുന്നു. തികച്ചും വ്യക്തമായി ഞാൻ ചോദിക്കുന്ന ചോദ്യങ്ങൾക്ക് ഒന്നും ഒളിക്കാതെ മറുപടി പറയുക''.

സംഘർഷത്താൽ സെമിലിന്റെ മിഴികളിൽ ഇരുട്ട് കയറി. എന്നാലും ചിരിക്കാൻ ശ്രമിച്ചു.'' ടർക്കിയിലെ പൊലീസ് നിഗൂഢ സംവിധാനത്തിൽ നിന്നും ഞാനിവിടേക്ക് രക്ഷപ്പെട്ടു. ഇതെന്റ പ്രതീക്ഷകളുടെ നാടാണ്. എന്നിട്ട്, നോക്കൂ. ശ്രദ്ധിക്കൂ. എന്റെ തന്നെ സഖാക്കളാൽ ഞാൻ ബന്ധിക്കപ്പെട്ടിരിക്കുന്നു. ഇതെന്തു ദൗർഭാഗ്യമാണ്, സഖാവ് ലിയോനിഡ്?''

''ഇപ്പോഴത്തെ അവസ്ഥയിൽ പ്രയാസപ്പെടണ്ട. എല്ലാ ശരിയാവും. നീ എന്നെ വിശ്വസിക്കൂ.'' ലിയോനിഡ് ആശ്വസിപ്പിച്ചു.

''താങ്കൾക്ക് ഉറപ്പുണ്ടോ?'' സെമിൽ പരിഹസിച്ചു. വിക്റ്റർ അക്ഷമനായി.

''സെമിൽ എവിടെയാണ് മറ്റേ ആളിനെ സബ്‌വേയിൽ കണ്ടതെന്ന് ചോദിക്കൂ.''

വിക്റ്റർ കനത്ത ശബ്ദത്തിൽ ലിയോനിഡിനെ ഓർമ്മിപ്പിച്ചു. ലിയോനിഡ് ചോദ്യം ടർക്കിയിലേക്ക് പരിഭാഷപ്പെടുത്തി. സെമിലിനോടു ചോദിച്ചപ്പോൾ അപ്രതീക്ഷിത ചോദ്യത്തിന്റെ ആഘാതത്തിൽ അയാളുടെ മുഖത്തെ പേശികൾ വലിഞ്ഞുമുറുകി.''

ഏതു മനുഷ്യൻ?'' സെമിൽ വിശദീകരണം ആവശ്യപ്പെട്ടു.

''നിങ്ങൾ സ്റ്റേഷനിലേക്ക് കാണാൻപോയ ആൾ.''

വിക്റ്റർ വിശദീകരിച്ചു.

സെമിലിന് ആശയക്കുഴപ്പം.

''ക്ഷമിക്കൂ, ഒരു നിമിഷം. ഞാൻ സ്റ്റേഷനിൽ ആരെയും കണ്ടുമുട്ടിയില്ല.'' സെമിൽ പതിഞ്ഞ സ്വരത്തിൽ പറഞ്ഞു.

''നിങ്ങൾക്കാവശ്യമില്ലായിരുന്നു. അയാൾ നിങ്ങളുടെ അടുത്തേക്കു വന്നപ്പോൾ നിങ്ങൾ സംസാരിക്കരുതെന്ന് അയാളെ താക്കീതു ചെയ്തു.''

വിക്റ്ററിന്റെ പ്രസ്താവന ലിനോയിഡ് പരിഭാഷപ്പെടുത്തിയപ്പോൾ സെമിൽ പറയാൻ തുടങ്ങി. ''എന്ത്, എന്താണു നിങ്ങൾ ഉദ്ദേശിക്കുന്നത്. ഞാൻ ആരേയും അവിടെ കണ്ടില്ല. അതായത്, ആളുകളെ കണ്ടു എല്ലാവരും ട്രെയിനിൽ നിന്നിറങ്ങി വന്നവർ. ആരും എന്നെ തേടി വന്നില്ല''

വിക്ടർ മേശപ്പുറത്തുവെച്ചിരുന്ന സ്യൂട്ട്കെയ്സ് തുറന്നു. എന്നിട്ട് ഒരു ഫോട്ടോ എടുത്ത് സെമിലിന് കൊടുത്തു ''അപ്പോൾ പിന്നെ ഈ ചിരി?''

ഇത് ബെറിസ് എടുത്ത ചിത്രമാണ്. യിൽഡിറിം തന്നെ. സെമിലിന്റെ അടുത്തേക്ക് വരുമ്പോഴത്തെ ചിരിയാണിതെന്നു സ്പഷ്ടം.

ഫോട്ടോയിൽ ഒരു നിമിഷം കൂടി നോക്കിയിട്ട് സെമിൽ തപ്പിത്തടഞ്ഞു. ''ശരി, അയാൾ പക്ഷേ സഖാവാണെന്നാണ് ഞാൻ കരുതിയത്.''

ഫോട്ടോ സെമിലിന്റെ കയ്യിൽ നിന്നും പിടിച്ചെടുത്തിട്ട് വിക്റ്റർ ശക്തമായി സെമിലിനെ താക്കീതു ചെയ്തു.

''തള്ളിപറഞ്ഞിട്ടു കാര്യമില്ല. തിങ്ങളുടെ പ്ലാനും പദ്ധതികളുമെല്ലാം ഞങ്ങൾ അറിഞ്ഞിരിക്കുന്നു.''

''എന്ത് പദ്ധതികൾ?''

സെമിൽ അത്ഭുതപ്പെട്ടു.

''എന്താണ് നിങ്ങൾ ഉദ്ദേശിക്കുന്നത്, എന്ത് ലക്ഷ്യം എനിക്ക്?'' ഒരു നിമിഷം നിശ്ശബ്ദമായി ലിയോനിഡിനോടായി യാചിക്കുമ്പോലെ

''ഈ മനുഷ്യൻ എന്താണുദ്ദേശിക്കുന്നത്? അയാൾക്ക് എന്നിൽ നിന്നും എന്താണ് വേണ്ടത്?''

''ക്ഷമിക്കൂ സെമിൽ, ഇവരുടെ ചോദ്യങ്ങൾക്ക് മറുപടി പറയൂ.''

ലിയോനിഡ്, സെമിലിനെ ഓർമ്മപ്പെടുത്തി. പ്രശ്നത്തിന്റെ രൂക്ഷത സത്യത്തിൽ അപ്പോഴാണ് സെമിലിന് മനസിലായിത്തുടങ്ങിയത്. അല്പസമയം ആലോചനയിൽ ഇരുന്ന് സെമിൽ, ലിയോനിഡിനെ നോക്കി തന്റെ ആശ്ചര്യത്തിൽ നിന്നും യാഥാർത്ഥ്യത്തിലേക്ക് വന്നു.

''എനിക്ക് നിങ്ങളുടെ ചോദ്യങ്ങൾക്ക് മറുപടി പറയാനാവില്ല. അതൊരു പാർട്ടി രഹസ്യം ആണ് ഒരു ടി.കെ.പി. വക്താവിന്റെ സാന്നിദ്ധ്യത്തിലല്ലാതെ നിങ്ങളുടെ ചോദ്യങ്ങൾക്ക് മറുപടി പറയാനാവില്ല''

വിഷമത്തോടെ സെമിൽ പറഞ്ഞു.

ലിയോനിഡ്, സെമിലിന്റെ വാക്കുകൾ റഷ്യനിലേക്ക് മൊഴിമാറ്റി. വിക്റ്റർ സെമിലിന്റെ നാടകീയതയെ പെട്ടെന്ന് തടുക്കാൻ ശ്രമിച്ചു.

''കാര്യങ്ങൾ ഇപ്പോൾ പറയുന്നത് അത്ര ബുദ്ധിമുട്ടുള്ള കാര്യമാണെന്ന് തോന്നുന്നില്ല.''

വിക്റ്റർ പറഞ്ഞു. എന്നിട്ട് ഭിത്തിയിലെ കണ്ണാടിയിൽ ചൂണ്ടിക്കൊണ്ട് വിക്റ്റർ കൂട്ടിച്ചേർത്തു.

''സഖാവ് അസഫ് ഇപ്പോൾ ഈ കണ്ണാടിയുടെ മറവിൽ നിന്ന് എല്ലാം വീക്ഷിക്കുന്നുണ്ടാകുമെന്നെനിക്ക് ഉറപ്പുണ്ട്.''

മുറിയിലാകെ നിസ്സംഗത തളംകെട്ടി നിന്നു.

''സമർത്ഥനായ തെമ്മാടി.''

വിക്റ്റർ വിചാരിച്ചു. തെറ്റിയില്ല. വിക്റ്റർ വിചാരിച്ചതുപോലെ തന്നെയുള്ള ആളാണ് സെമിൽ. ലിയോനിഡിന് സെമിലിനെ തിരിച്ചറിയാൻ കഴിഞ്ഞില്ല. ചോദ്യം ചെയ്യൽ ഒരു പാർട്ടി വക്താവിന്റെ സാന്നിദ്ധ്യത്തിലാണെന്നതിന് തെളിവു വേണമെന്ന് ലിയോനിഡ് ആവശ്യപ്പെട്ടു. സ്വന്തം രക്ഷയ്ക്കു മാത്രമല്ല. ഭാവിയിൽ അസഫ് ഒന്നും അറിഞ്ഞിരുന്നില്ല എന്ന് വരാതിരിക്കാനും കൂടിയാണ് പാർട്ടി വക്താവിന്റെ മേൽനോട്ടം ആവശ്യപ്പെട്ടത്.

വിക്റ്ററിന്റെയും നിക്കോളായുടെയും കണ്ണുകളിടഞ്ഞു.

''ശരി, സഖാവ് നിക്കോളായ്, താങ്കൾക്ക് അസഫിനെ കൊണ്ടുവരാമോ? ഇവിടെ ചുറ്റുപാടിലെവിടെയെങ്കിലും ഉണ്ടാവും. അസഫ് കൂടി ഇവിടെ ഉണ്ടാവുന്നത് നല്ലതാണ്.''

ലിയോനിഡ് പറഞ്ഞു. നിക്കോളായ് പുറത്തേക്ക് പോയി. സെമിലിന് തന്റെ തല പെരുക്കുന്നതായി അനുഭവപ്പെട്ടു. നെറ്റിയുടെ വലതുഭാഗത്ത് കൈവിരലോടിച്ചപ്പോൾ ഒരു മുഴ ഉണ്ടെന്നു മനസിലായി.

''എന്താ വേദനയുണ്ടോ, എന്തെങ്കിലും മരുന്നു ആവശ്യമുണ്ടോ?'' ക്ഷമാപണസ്വരത്തിൽ ലിയോനിഡ് ചോദിച്ചു.

''ഇല്ല, സാരമില്ല, പക്ഷേ ഇവർ എന്റെ വയറിനിട്ട് ഇടിച്ചപ്പോൾ

എന്റെ തലയിലെന്താണ് മുഴയ്ക്കുന്നത് എന്നാണെനിക്കു മനസിലാകാത്തത്''

ഒരു കുസൃതിക്കുട്ടിയുടെ നിഷ്കളങ്കതയോടെ ചിരിച്ചുകൊണ്ട് വിക്റ്റർ പറഞ്ഞു.

''അവർ നിന്നെ താങ്ങിക്കൊണ്ടു വരുമ്പോൾ പിടിവിട്ടുകാണും. അപ്പോൾ തല ഇടിച്ചതായിരിക്കും''

''സാരമില്ല'' സെമിൽ പറഞ്ഞു. വിക്റ്ററിന്റെ മറുപടി കേട്ടപ്പോൾ സെമിലിന് മുമ്പത്തെപ്പോലെയുള്ള അപകർഷത മുഖത്ത് തെളിഞ്ഞു. ''ഇതാണ് സൗഹൃദത്തിന്റെ പ്രകൃതം. നൂറായിരക്കണക്കിന് കമ്മ്യൂണിസ്റ്റുകൾ സ്റ്റാലിന്റെ മനോവിഭ്രാന്തി ശമിപ്പിക്കാൻ, യാതൊരെതിർപ്പും ഇല്ലാതെ ജിവൻ ബലികൊടുക്കേണ്ടി വന്നിരുന്നല്ലോ. അപ്പോൾ ഇവിടെ എന്റെ തലയിൽ ഒരല്പം മുഴച്ചത് ഒരു വലിയ കാര്യമല്ലല്ലോ.''

''നിന്നെയിവിടെ എത്തിച്ച പദ്ധതി എന്റെ ആശയമല്ല എന്നു നീ മനസിലാക്കൂ.'' ലിയോനിഡ് സെമിലിനെ ഓർമ്മപ്പെടുത്തി.

''പക്ഷേ നിങ്ങൾ അവരെ സഹായിക്കുന്നു.'' സെമിൽ

''ഞാൻ ഇവിടെ നിന്നെയും സഹായിക്കുന്നു.''ലിയോനിഡ്.

സെമിൽ ലിയോനിഡിന്റെ കണ്ണുകളിലേക്ക് നോക്കി.

''ഞാൻ നിഷ്കളങ്കനാണെന്ന് താങ്കൾ വിശ്വസിക്കുന്നു. ശരിയാണോ?''

എന്തു പറയണമെന്നറിയാതെ ലിയോനിഡ് കുഴങ്ങി അവർ തമ്മിൽ കണ്ടുമുട്ടുന്നത് അപകടമാണെന്നും അതുകൊണ്ട് തന്നെ ശ്രദ്ധിക്കാതെ കടന്നുപോവാമെന്നു സെമിൽ യിൽഡിറിമിനെ ധരിപ്പിച്ചതിനാലാണ് കൂടിക്കാഴ്ച ഒഴിവായതെന്നും ഉള്ള കാര്യം വിക്റ്റർ ലിയോനിഡിനോട് ചോദ്യം ചെയ്യൽ തുടങ്ങും മുമ്പേ പറഞ്ഞിരുന്നു.

''ഞാൻ നിഷ്കളങ്കനാണെന്ന് നിങ്ങൾ വിശ്വസിക്കുന്നില്ല അല്ലേ?'' ലിയോനിഡിനോട് ചേദിച്ച ചോദ്യത്തിന് സെമിൽ നിരാശയോടെ ഉത്തരം കണ്ടെത്തി.

''നീ കുറ്റക്കാരനാണെന്നും ഞാൻ വിശ്വസിക്കുന്നില്ല. വ്യക്തമായ തെളിവില്ലാതെ ഞാൻ ആരെയും കുറ്റക്കാരാക്കുകയില്ല'' ലിയോനിഡ് പറഞ്ഞു. അതേ സമയം നിർലജ്ജഭാവത്തോടെ, നിക്കോളായെ പിന്തുടർന്ന്, അസഫ് അവിടേക്കെത്തി.

''ഹലോ സെമിൽ സഖാവേ.''

''ദയവായി എന്നെ സഖാവ് എന്നു വിളിക്കാതിരിക്കണം അസഫ്'' സെമിൽ വെറുപ്പോടെ പറഞ്ഞു.

അടുത്ത കിടന്നിരുന്ന ഒഴിഞ്ഞ കസേരയിൽ അസഫ് ഇരുന്നു.

''നിനക്ക് മതിഭ്രമം ബാധിച്ചിരിക്കുന്നു.''

''എങ്ങനെ ബാധിക്കാതിരിക്കും?''

ദേഷ്യത്തിൽ കൈവീശിക്കൊണ്ട് സെമിൽ പ്രതിവചിച്ചു.

''എന്റെ തന്നെ സുഹൃത്തുക്കൾ എന്നെ ചതിച്ചു. എന്നിട്ടും ആഹാ, നോക്കൂ നിങ്ങൾ എത്ര നന്നായിട്ടു ചെയ്തിരിക്കുന്നു എന്നു ഞാൻ പറയണം അല്ലേ?''

സെമിൽ പൊട്ടിത്തെറിച്ചു.

''ഞങ്ങൾക്കു മറ്റു മാർഗങ്ങളില്ല. ഞങ്ങൾ സ്ഥിരം വിപ്ലവത്തൊഴിലാളികളാണ്. ഞങ്ങളുടെ സ്ഥാനത്ത് നീയായിരുന്നാലും ഇങ്ങനെയേ സംഭവിക്കൂ.''

അസഫ് സ്വയം പ്രതിരോധിച്ചു.

''പക്ഷേ ഞാൻ ചെയ്യില്ല. ഞാൻ വിപ്ലവത്തൊഴിലാളി തന്നെ. എങ്കിലും നിങ്ങളെപ്പോലെ ഞാൻ ചെയ്യില്ല.'' സെമിൽ പറഞ്ഞു.

''ആവട്ടെ, സഖാവേ,'' ഒരു ബാഹ്യമായ പുഞ്ചിരി വരുത്തിക്കൊണ്ട് അസഫ് പറഞ്ഞു.

''എന്നെ സഖാവ് എന്നു വിളിക്കരുത് എന്നു ഞാൻ പറഞ്ഞല്ലോ.'' സെമിൽ ദേഷ്യപ്പെട്ടു.

''താങ്കളുടെ ഇഷ്ടംപോലെ'' അസഫ് പിൻവാങ്ങി.

''പക്ഷേ ഒന്നു താങ്കളറിയണം, നിങ്ങൾ നിഷ്കളങ്കനാണെങ്കിൽ നിങ്ങളെ രക്ഷിക്കാൻ ഞാനിവിടെയുണ്ടാവും.''

മുഴുവനും കേൾക്കാൻ നിൽക്കാതെ സെമിൽ ലിയോനിഡിനോടായി

''നിങ്ങൾ ഹിക്മെത്തിനോടു ചോദിക്കൂ. എന്തിനു ഞാൻ ആ മീറ്റിങ്ങിനു പങ്കെടുത്തതെന്ന്'' അസഫിനെ നോക്കിക്കൊണ്ട് വീണ്ടും, ''അല്ലെങ്കിൽ അവിടെ ചോദിക്കൂ. അവിടറിയാം എല്ലാം.''

''ഞാൻ അങ്ങനെ ഒന്നും നിങ്ങളോടു പറഞ്ഞിട്ടില്ല

കൃത്രിമമായ ഒരു അസ്വസ്ഥതയോടെ അസഫ് പറഞ്ഞു. വീണ്ടും തുടർന്നു.

''മൂത്രമൊഴിക്കാൻ പോലും ഹിക്മെത്ത് പോവുന്നത് നിന്റെ അറിവോടെത്തന്നെയാണ്. തീർച്ചയായും ആ കൂടിക്കാഴ്ച നീ തന്നെ ഏർപ്പാടാക്കിയതാവും.''

സെമിൽ വല്ലാത്ത ഒരു പ്രതിസന്ധിയിലായി. എന്നിട്ട് മറ്റുള്ളവരെ നോക്കിക്കൊണ്ട് ചിരിക്കാൻ തുടങ്ങി. സെമിൽ നെറ്റിയിലിടിച്ചുകൊണ്ട് തുടർന്നു.

''ദൈവമേ, ഞാൻ എത്ര മഠയൻ. ഇതിനെക്കുറിച്ചെല്ലാം തന്നെ നിങ്ങൾക്കെല്ലാം വ്യക്തമായറിയാം. നിങ്ങളെ സമ്മതിച്ചേ മതിയാകൂ.

പിന്നെ എന്തിനീ പ്രഹസന മീറ്റിംഗ് എന്നു മനസിലാവുന്നില്ല. നിങ്ങൾക്ക് എപ്പോൾ വേണമെങ്കിലും എന്നെ ചോദ്യം ചെയ്യാമല്ലോ.''

നിക്കോളായെയും വിക്റ്ററിനെയും സെമിൽ നിശ്ശബ്ദമായി ശ്രദ്ധിച്ചു കൊണ്ടിരുന്നു. അയാളെ കുറ്റവാളിയായി കണ്ടെത്താനുള്ള എന്തെങ്കിലും പെരുമാറ്റങ്ങൾ അയാളിൽ കണ്ടെത്താനാവുമോ എന്ന് അവർ സസൂക്ഷ്മം വീക്ഷിക്കുകയായിരുന്നു.

''നിങ്ങളാരെയാണ് അവിടെ ഉദ്ദേശിച്ചിരുന്നത്? ആ ചിത്രത്തിലെ ആൾ ആരാണ്?''

ഒന്നിനു പുറകെ ഒന്നായി സെമിൽ ചോദ്യങ്ങൾ ശർദ്ധിച്ചുകൊണ്ടിരുന്നു. പക്ഷേ മറ്റുള്ളവർ വീണ്ടും നിശ്ശബ്ദത പാലിച്ചു. അതുകൊണ്ട് സെമിൽ വീണ്ടും സംസാരിച്ചു.

''പാർട്ടി സമ്മതത്തോടെ ഞാൻ നിങ്ങളോടെല്ലാം പറയാം.''

ഒരു നിമിഷം നിർത്തി വീണ്ടും അസഫിനെ നോക്കി. അസുഖകരമായി ചിരിയോടെ തുടർന്നു.

''പാർട്ടിയുടെ സമ്മതത്തോടെ?''

സെമിൽ ആവർത്തിച്ചു പറഞ്ഞു.

''ഈ തന്ത്രമെല്ലാം ആവിഷ്കരിച്ചത് പാർട്ടി അറിവോടെ തന്നെ, എന്നാൽ...''വീണ്ടും സെമിൽ നിർത്തി.

മനസിലെ ചിതറിയ ചിന്തകൾ ഉരുണ്ടുകൂടി ഒരു വ്യക്തത കൈവരുന്നു. പറഞ്ഞവസാനിപ്പിക്കാനുള്ള ആശയത്തിൽ തനിക്കുതന്നെ സന്ദേഹമുള്ള രീതിയിൽ ആശ്ചര്യത്തോടെ പറഞ്ഞു.

''കരീമിനെ കൊന്നത് മുഹമ്മദ് ആണെന്ന് നിങ്ങൾ വിശ്വസിക്കുന്നില്ല?''

അതിനൊരു മറുപടി ആരിൽ നിന്നും കിട്ടാതിരുന്നപ്പോൾ, മറ്റൊരു സംശയം സെമിൽ ഉന്നയിച്ചു.

''അയാൾ ആത്മഹത്യ ചെയ്തെന്നു നിങ്ങൾ കരുതുന്നില്ല.''

''സെമിൽ എന്താണ് ഉദ്ദേശിച്ചത്?'' അസഫ് ചോദിച്ചു.

മറുപടി പറയും മുമ്പ് സെമിൽ ആലോചിച്ചു.

''അവൻ ആത്മഹത്യ ചെയ്തതാണെന്ന് ഞാൻ വിശ്വസിക്കുന്നു.''

നോട്ടം അസഫിൽ ഉറപ്പിച്ചുകൊണ്ട് സെമിൽ തുടർന്നു.

''അവൻ ഒരു പാവം ഭ്രാന്തനായിരുന്നു.''

''അവനെയും അവന്റെ സഖാവിനെയും വകവരുത്താൻ മാത്രം...?'' അസഫ് സംശയിച്ചു.

''അതെ, തരംകിട്ടിയാൽ എന്നെയും കൊല്ലുമായിരുന്നു അവൻ.'' സെമിൽ പറഞ്ഞു.

“എന്തിന് അത് ചെയ്തു?” നിക്കോളായ് ചോദിച്ചു. തീക്ഷ്ണമായ നോട്ടത്തോടെ സെമിലിനെ നോക്കിക്കൊണ്ട് ഭയപ്പെടുത്തുന്ന രീതിയിൽ.

“മുഹമ്മദ് ഒരു ഭീരു ആണെന്ന് കരീം വിശ്വസിച്ചു.”

ശങ്കയില്ലാതെ സെമിൽ വിശദീകരിച്ചു.

“ഞാൻ മുഹമ്മദിനെ പിന്താങ്ങിയിരുന്നതിനാൽ എന്നെയും സംശയിച്ചു. പക്ഷേ ഉറപ്പിക്കാൻ കഴിഞ്ഞിരുന്നില്ല.”

“അപ്പോൾ നിങ്ങൾ എന്നും മുഹമ്മദിനെ തുണച്ചിരുന്നു?” നിക്കോളായ് രണ്ടാമത്തെ മുനയുള്ള ചോദ്യം തൊടുത്തു.

“അതെ, കാരണം കരീം എപ്പോഴും നിസ്സാര കാര്യങ്ങൾ പുലമ്പിക്കൊണ്ടിരിക്കും. മുഹമ്മദിന് സ്വസ്ഥത കൊടുക്കാറില്ലായിരുന്നു.”

വിക്റ്റർ ലിയോനിഡിന്റെ പരിഭാഷ ശ്രദ്ധയോടെ കേട്ടിരുന്നു. മുഴുവനും മനസിലായില്ലെങ്കിലും.

അവസാനം, “വിശദീകരണം ശരിയാവുന്നില്ല നിങ്ങൾ ആദ്യം മുതൽ വ്യക്തമായി പറയണം” വിക്റ്റർ പറഞ്ഞു.

“ശരി, പറയാം” പക്ഷേ ഉടനെതന്നെ അസഫിനെ നോക്കിക്കൊണ്ട് കൂട്ടിച്ചേർത്തു.

“പ്രത്യേകിച്ചും അസഫ് ഇത് മുഴുവൻ കേൾക്കണം”

എന്താണ് സെമിൽ ഉദ്ദേശിച്ചതെന്ന് അസഫിന് മനസിലായില്ല.

“എന്തിന് ഞാൻ?”

“നിങ്ങളുടെ പഴയ വിപ്ലവകാലങ്ങൾ ഈ കഥ കേൾക്കുമ്പോൾ ഓർമ്മവരും” സെമിൽ പറഞ്ഞു.

ഇതുകേട്ടപ്പോൾ അസഫിന്റെ മുഖം ഇരുണ്ടു. എങ്കിലും അത് തന്നെ ബാധിക്കാത്ത തരത്തിൽ പറഞ്ഞു:

“എന്നെ വേദനിപ്പിച്ചുകൊണ്ട് ഇതിലൊന്നും നേടാൻ കഴിയില്ല.” “കഴിയില്ലെന്നനിക്കറിയാം, എങ്കിലും എന്റെ വാക്കുകൾ ഒരു പക്ഷേ നിങ്ങളിൽ ചില മാറ്റങ്ങൾ വരുത്തിയേക്കാം. ഞാൻ നിങ്ങളെപ്പോലെയല്ല. എന്റെ സഖാക്കളിൽ എപ്പോഴും പ്രതീക്ഷിയുണ്ടെനിക്ക്.”

അസഫിന്റെ തീക്ഷ്ണമായ കൺമുനകൾ സെമിലിന്റെ മുഖത്ത് തുളഞ്ഞു കയറി. ലിയോനിഡ് ഇടപെട്ടില്ലായിരുന്നെങ്കിൽ അസഫ് പ്രതികരിക്കുമായിരുന്നു.

“സഖാവ് സെമിൽ, നമുക്ക് കഥ തുടങ്ങാം.” ലിയോനിഡ് പറഞ്ഞു.

ലിയോനിഡിന്റെ വിളറിയ മുഖത്തേക്ക് സെമിൽ നോക്കി. തന്നെ മനസിലാക്കണമെന്ന മൂകമായ അഭ്യർത്ഥന മാനിച്ചതുപോലെ സെമിൽ പറഞ്ഞു:

“ശരി നമുക്ക് തുടങ്ങാം.”

ഇരുപത്തിയാറ്

തുടങ്ങാം എന്നു പറഞ്ഞെങ്കിലും സംസാരം പെട്ടെന്ന് തുടങ്ങാൻ സെമിൽ തയ്യാറായിരുന്നില്ല. വിരിപ്പിട്ട മേശമേൽ കണ്ണുംനട്ട് സെമിൽ അല്പസമയം ആലോചനയിൽ മുഴുകി. രണ്ട് ഇന്റലിജൻസ് ഓഫീസറും അയാളുടെ എല്ലാ പ്രവർത്തനങ്ങളും അതീവശ്രദ്ധയോടെ വീക്ഷിക്കുകയായിരുന്നു. ബ്രൗൺ മിഴികളുടെ പിന്നിലെ ആഴങ്ങളിൽ ഉറഞ്ഞു കിടക്കുന്ന ഭൂതകാലത്തിന്റെ കറുത്ത നിഴലുകൾക്കിടയിൽ സെമിലിന്റെ മനസ് പരതുകയായിരുന്നതിനാൽ അവനെ നിരീക്ഷിക്കുന്നവരെ അവൻ അവഗണിച്ചിട്ട് ലിയോനിഡിനു നേരെ തിരിഞ്ഞ്, പഴയ കാര്യങ്ങൾ ഓർത്തെടുക്കാൻ തുടങ്ങി.

''ഇസ്താംബുളിൽ സർവ്വകലാശാലകളിലെ യുവജനസംഘടനകളെ നിയന്ത്രിക്കുന്ന ഒരു കമ്മിറ്റിയിൽ ആയിരുന്നു ഞാൻ. മൂന്ന് പേരായിരുന്നു അംഗങ്ങൾ. സഖാവ് ഇസാൻ, ഞങ്ങളുടെ ഡയറക്ടർ, മുഹമ്മദ് പിന്നെ ഞാനും. മുഹമ്മദിന്റെ യഥാർത്ഥ വ്യക്തിത്വം ഇസാന് അറിയുന്നതുപോലെ ഒന്നും തന്നെ എനിക്ക് അറിയില്ലായിരുന്നു. ഇന്നും അറിയില്ല. അവന് എന്നേയും രണ്ടാളുകളുടെയും യഥാർത്ഥ വ്യക്തിത്വം അറിയുന്നത് ഇസാന് മാത്രമായിരുന്നു. മുഹമ്മദും ഞാനും യൂണിവേഴ്സിറ്റികളിലെ പാർട്ടി സംഘടനകളെ നിയന്ത്രിക്കുന്നവരായിരുന്നു. കൂടാതെ വേറൊരു വലിയ നടത്തിപ്പിന്റെ ഉത്തരവാദിത്വം കൂടി ഞങ്ങൾ രണ്ടാൾക്കുമുണ്ടായിരുന്നു. എല്ലാ പ്രവർത്തനങ്ങളിലും കൂടി നൂറ് കണക്കിന് പ്രവർത്തകരും ഉണ്ടായിരുന്നു. മറ്റൊരു ഉത്തരവാദിത്വം പാർട്ടി പ്രസിദ്ധീകരണങ്ങളുടെ പലതിന്റെയും വിതരണ ശൃംഖലയുടേതായിരുന്നു. പാർട്ടി കേന്ദ്രസമിതി അറ്റിലിമിനും മറ്റൊരു പ്രസിദ്ധീകരണമായ ഐറിക്കിനും സംഘടനകളുമായി ബന്ധമുണ്ടായിരുന്നു. വിതരണ ശൃംഖലയുടെ തലപ്പത്തായിരുന്നു അപ്പോൾ കരീം. അവൻ ഉന്നതസമിതിയിൽ അംഗം ആയിരുന്നില്ല. മുഹമ്മദിന്റെ കീഴിൽ മാത്രം പ്രവർത്തിക്കുകയായിരുന്നു. ഉടനെതന്നെ അയാളെ കേന്ദ്രത്തിലേക്ക് ഉയർത്താൻ ഞങ്ങൾ ശ്രമിച്ചുകൊണ്ടിരിക്കുകയായിരുന്നു. പ്രവർത്തകരെ ബൗദ്ധികമയി ഉയർത്താൻ പ്രസിദ്ധീകരണങ്ങളില്ലാതെ സംഘടനാ പ്രവർത്തനം പ്രയാസമായിരുന്നു. സംഘടനകളുടെ ശക്തമായ സഹകരണ പ്രവർത്തനങ്ങൾ

ശരിയായിരുന്നുവെങ്കിൽ കരീമും ഞങ്ങളോടൊപ്പം ബ്യൂറോയിൽ ഉണ്ടാവുമായിരുന്നു. എന്നിരുന്നാലും ഞങ്ങളുടെ ഇടയിൽ സ്വകാര്യതയുടെ പ്രശ്നങ്ങളുമുണ്ടായിരുന്നു. ഭരണാധിപന്മാരുടെ ഗൂഢപൊലീസ് സംഘം എന്നും ഞങ്ങളുടെ പിന്നാലെയുണ്ടായിരുന്നു.

ഞങ്ങൾക്ക് മിക്കവാറും താമസം മാറ്റിക്കൊണ്ടിരിക്കേണ്ടിയിരുന്നു. സംഘടനയ്ക്ക് സുരക്ഷിതമായ താമസ സൗകര്യങ്ങൾ ഉണ്ടായിരുന്നില്ല. ഒരിക്കൽ ഒരു പ്രതിസന്ധിഘട്ടത്തിൽ മുഹമ്മദിനു പോലും കുറെ ദിവസങ്ങൾ കരീമിന്റെ ഒപ്പം താമസിക്കേണ്ടി വന്നിട്ടുണ്ട്. സത്യത്തിൽ ആ സമയം മുതൽ അവർ തമ്മിൽ അഭിപ്രായവ്യത്യാസങ്ങൾ തുടങ്ങിയിരുന്നു.

കരീമിന്റെ കൂടെ താമസം തുടങ്ങി രണ്ടാഴ്ച കഴിഞ്ഞപ്പോൾത്തന്നെ അവിടെ നിന്നും മാറണമെന്ന് മുഹമ്മദ് പറഞ്ഞു തുടങ്ങിയിരുന്നു. മുഹമ്മദിന് കരീമിന്റെ ഭാര്യയുമായുണ്ടായിരുന്ന അടുപ്പത്തിൽ കരീം അസ്വസ്ഥനായിരുന്നു. ഈ അസ്വസ്ഥത താമസാന്തരീക്ഷം അസുഖകരമാക്കിത്തീർത്തു. എനിക്ക് കരീമിന്റെ ഭാര്യ എയ്സിനെ ലീഗൽ പിരീയഡ് (1980 സെപ്റ്റംബർ 12ന് മുൻപ്) മുതൽ നന്നായറിയാം. ചുറ്റുപാടുകളെ തിരിച്ചറിയാതെ നടക്കുന്ന സ്വപ്നാടനക്കാരിയായിരുന്നില്ല എയ്സേ. കരീമിന് മുമ്പ് അവൾക്ക് എന്റെ സുഹൃത്ത് യിൽമാസിനോടു ബന്ധമുണ്ടായിരുന്നു. ഫാസിസ്റ്റ് യിൽമാസിനെ വധിച്ചപ്പോൾ, എയ്സെ കുറേ വർഷങ്ങൾ ഏകാകിയായിരുന്നു. എന്നാൽ കരീമിന്റെ നിരന്തരശ്രമത്തിനൊടുവിൽ അവർ ഡേറ്റിങ് ആരംഭിച്ചു. അവർ നല്ല ചേർച്ച എന്ന് എല്ലാവരും പറഞ്ഞു. എയ്സേ കരീമിനോട് വിശ്വാസവഞ്ചന കാണിക്കാനുള്ള ഒരു കാരണങ്ങളും ഇല്ലായിരുന്നു. അതിലുപരി. അസുഖമുള്ള തന്റെ രണ്ടു വയസുകാരൻ പുത്രനെ സംരക്ഷിക്കുന്നതിൽ അവൾ അതീവ ശ്രദ്ധാലുവായിരുന്നു. ഇതിനിടയിൽ കരീമിനെ വഞ്ചിച്ചുകൊണ്ട് ജീവിക്കാൻ സമയം കണ്ടെത്തുമെന്നു തോന്നുന്നില്ല. പക്ഷേ ഇക്കാര്യത്തിൽ ഒരിക്കലും ആർക്കും എന്തെങ്കിലും ഒന്ന് തീർത്തു പറയുക പ്രയാസമാണ്.

സത്യത്തിൽ ഇത്തരത്തിലുള്ള അവിഹിതബന്ധങ്ങൾ ഏവർക്കും വിഷമങ്ങൾ തന്നെ. അട്ടിമറിയുടെ കാലത്തിനു മുമ്പ്, പാർട്ടി പ്രവർത്തനത്തിൽ മുമ്പിൽ നിന്നിരുന്നവർ, പിന്നീട് ഭർത്താവിന്റെ പിന്നിലെ സഹായിയായി അണിയറയിൽ ഒതുങ്ങി. സ്ത്രീകളുടെ ഇടയിൽ പിന്നീട് പ്രതിസന്ധികളെ മറികടന്ന് തങ്ങളുടെ ആൺസുഹൃത്തുക്കളേക്കാൾ ബുദ്ധിശക്തിയിലും പ്രായോഗികതയും ഔദ്യോഗികമേഖലയിൽ പ്രകടിപ്പിച്ചവർ ഉണ്ട്. എയ്സെയ്ക്ക് ഒരു പക്ഷേ മുഹമ്മദിന്റെ വ്യക്തിപരമായി ഗുണങ്ങളിൽ ആകൃഷ്ടയായി അയാളോട് അടുപ്പം തോന്നിയതാണോ? ആയിരിക്കാം. ചിലപ്പോൾ അവർക്കിടയിൽ ഒന്നുമുണ്ടായിരിക്കില്ല. കരീമിന് ഐെയ്സിന്റെ കഴിവുകളിൽ അസൂയാലുവായതാവാം. എന്തായാലും മുഹമ്മദിന് അവിടെ താമസം തുടരാൻ കഴിഞ്ഞില്ല.

മുഹമ്മദിന് ഉടനെ വേറെ താമസസ്ഥലം കണ്ടെത്തി. അത്ര സുരക്ഷിതമല്ലെങ്കിലും വേഗത്തിൽ അവിടേക്ക് താമസം മാറി. എന്നാൽ

അവർക്കിടയിൽ വൈരം നാമ്പിട്ട് കഴിഞ്ഞിരുന്നു. അന്നുമുതൽ അവർ ശത്രുതയിൽ ആയിരുന്നു. കരീം ഒരിക്കലും മുഹമ്മദിനെ വിശ്വസിച്ചിരുന്നില്ല. തന്നെയുമല്ല, അവസരം കിട്ടുമ്പോഴെല്ലാം അത് പ്രകടിപ്പിക്കുകയും ചെയ്തു.

ഒരു മാസം കഴിഞ്ഞപ്പോൾ, അവസാനത്തെ കമ്മിറ്റി മീറ്റിംഗ് കഴിഞ്ഞിറങ്ങുമ്പോൾ എയ്സെ നമ്മളിൽ നിന്നും കുറച്ചു നാളുകൾ വേറിട്ടു നിൽക്കേണ്ടതുണ്ടെന്നു പറഞ്ഞു. എന്താണു കാരണമെന്നു പറഞ്ഞില്ലെങ്കിലും എയ്സെ പാർട്ടി മീറ്റിംഗിൽ പങ്കെടുക്കാൻ പോകുകയാണെന്ന് ഞങ്ങൾക്ക് ഊഹിക്കാൻ കഴിഞ്ഞു. കഴിഞ്ഞ കാലങ്ങളിൽ ഇതുപോലെ എയ്സെ വിട്ടുനിൽക്കയും പിന്നെ പ്ലീനം തീരുമാനങ്ങളുമായി വന്നിരുന്ന സന്ദർഭങ്ങളുണ്ടായിരുന്നു. അയാളുടെ അഭാവത്തിൽ ഉത്തരവാദിത്വങ്ങൾ ഞാനും മുഹമ്മദും ഏറ്റെടുത്ത് നടത്തണമെന്നും പറഞ്ഞിരുന്നു. പിന്നീട് ഞങ്ങൾ പതിനഞ്ചുദിവസത്തിനശേഷം ഒരു സമ്മേളനം വിളിക്കുകയും അത് പിരിച്ചുവിടുകയും ചെയ്തു. 15 ദിവസത്തിനുശേഷം മുഹമ്മദ് പങ്കെടുക്കാൻ വരുമ്പോൾ അയാൾ അമ്പരപ്പിലായിരുന്നു. മുഹമ്മദിനെ കണ്ടപ്പോഴെ എനിക്ക് പന്തികേട് തോന്നിയിരുന്നു.

''ഒരു പദ്ധതി നടപ്പാക്കാനുണ്ടായിരുന്നു. വിതരണശൃംഖലയിൽ പൊലീസ് നുഴഞ്ഞു കയറിയിരുന്നു.''

മുഹമ്മദ് ഭയപ്പാടിലായിരുന്നു. താനുടനെ അറസ്റ്റു ചെയ്യപ്പെടുമെന്നും പോലീസ് പീഡനത്തിനിരയാവുമെന്നും അവൻ ഭയന്നിരുന്നു. നിങ്ങളോടു സത്യം പറയട്ടെ, ഞാനും ഭയപ്പെട്ടാണ് കഴിഞ്ഞിരുന്നത്. മുഹമ്മദിനെ അന്വേഷിക്കുമെന്ന് ഞാൻ ഊഹിച്ചിരുന്നു. എന്നാലും നമുക്കതിൽ ഒന്നും ചെയ്യാൻ കഴിയില്ല. ഇപ്പോൾ ചെയ്യുന്ന ഏറ്റവും മോശമായ കാര്യം ഭയന്നിരിക്കുക എന്നാണ്. അതുകൊണ്ട് ഞാനൊരിക്കലും മുഹമ്മദിനെക്കുറിച്ച് കേട്ടിട്ടില്ല എന്ന് നടിക്കുകയായിരുന്നു. ഞങ്ങൾ ഒരു കഫേയിൽ ഇരിക്കുകയായിരുന്നു. എന്ത് ഓർഡർ ചെയ്യണമെന്ന് ഞാൻ അവനോടു ചോദിച്ചു. അവൻ ദീർഘനിശ്വാസം വിട്ടുകൊണ്ട് പറഞ്ഞു: ''നിങ്ങൾക്കെങ്ങനെ ഇത്ര ശാന്തമായി ഇരിക്കാൻ കഴിയുന്നു?'' ഞാനത് ഗൗനിക്കാതെ, കേക്കും ചായയും കഴിക്കാൻ നിർബന്ധിച്ചു. അവൻ നിരസിച്ചു. എങ്കിലും എന്റെ പെരുമാറ്റരീതികളുടെ സ്വാധീനത്തിൽ അവൻ ശാന്തനായി. ഞാൻ ചോദിച്ചപ്പോൾ, അല്പം ചായ കുടിച്ചതിനുശേഷം എന്താണ് സംഭവിച്ചതെന്ന് പറയാൻ തുടങ്ങി. ആറുദിവസങ്ങൾക്കു മുമ്പ് കരീമിന്റെ വീട് പോലീസ് പരിശോധിച്ചിരുന്നു. ഇത് ഒരു അവിചാരിതസംഭവം ആയിരുന്നു. മുമ്പൊരിക്കലും വിതരണ ശൃംഖലയിലെയോ സംഘടനയിലെയോ ആരും തന്നെ തടഞ്ഞുവെക്കപ്പെട്ടിട്ടില്ല.

''അവർ കരീമിനെ അറസ്റ്റു ചെയ്തോ?''

ഞാൻ ഭയപ്പാടോടെ ചോദിച്ചു.

‘‘ഇല്ല.’’ എന്നെ സമാധാനിപ്പിച്ചുകൊണ്ട് മുഹമ്മദ് പറഞ്ഞു. വീട് പരിശോധിക്കുമ്പോൾ കരീം അവിടെയില്ലായിരുന്നു. കരീമിന്റെ ഭാര്യയും രണ്ടു വയസുള്ള മോനും മാത്രമേ അവിടെയുണ്ടായിരുന്നുള്ളൂ. കരീമിന് അന്ന് വളരെ തിരക്കായിരുന്നു. രാത്രി വൈകിയാണ് വീട്ടിൽ എത്തിയത്. മുഹമ്മദിനെ കണ്ടത് ഒരു ശുഭലക്ഷണമായതിനാൽ, കരീം അവിടെ ഉണ്ടെന്ന കാര്യം ഉറപ്പുവരുത്തി. എല്ലായ്പ്പോഴും അവർ അങ്ങനെ ചെയ്യാറുണ്ട്.

കരീമിനെ അറസ്റ്റ് ചെയ്യാത്തതിൽ ഞാൻ സന്തോഷിച്ചു. അവൻ അറസ്റ്റു ചെയ്യപ്പെട്ടാൽ ആകെ എല്ലാം കൂടി ഒരു വലിയ ദുരന്തമാവുമായിരുന്നു. ’’

സെമിൽ തുടരാനൊരുങ്ങിയപ്പോൾ നിക്കോളായ് ആകാംക്ഷയോടെ ചോദിച്ചു: ‘‘എന്താണ് സുരക്ഷഅടയാളം, എനിക്കു മനസ്സിലായില്ല.’’

ഈ അവസരം മുതലെടുത്തുകൊണ്ട് അസഫ് ചാടിവീണു എന്നിട്ട് ആകാംക്ഷയോടെയുള്ള ഒരു മറുപടി പറഞ്ഞു.

‘‘രഹസ്യവിഭാഗത്തിൽ പ്രവർത്തിക്കുന്ന ഒരു പാർട്ടി പ്രവർത്തകന് ഒരു സ്ഥലവും സുരക്ഷിതമല്ല. സ്വന്തം വീടുപോലും. അതുകൊണ്ടാണ്, വിട് വളരെ സുരക്ഷിതമാണെന്ന തോന്നലുണ്ടാക്കാൻ, അടഞ്ഞ കർട്ടൻ, ഫ്ളവർ വേസ്, തൂവാല, എപ്പോഴും തെളിഞ്ഞിരിക്കുന്ന ലാമ്പ് മുതലായ അടയാളങ്ങൾ ബാൽക്കണിയിൽ പ്രദർശിപ്പിക്കുന്നത്. ഒരു പരിശോധന നടക്കുമ്പോൾ ആദ്യം ഇവയെല്ലാം എടുത്തുമാറ്റും. ഈ സമയം പുറത്തു നിന്നു നോക്കുന്ന ഒരു സഖാവിന് അവിടുത്തെ അപകടാവസ്ഥ മനസിലാവുകയും അവർ അവിടേക്ക് ചെന്ന് അറസ്റ്റ് ചെയ്യപ്പെടാതെ രക്ഷപ്പെടാൻ ശ്രമിക്കുകയും ചെയ്യും.’’

അസഫിന്റെ പ്രസംഗം ലിയോനിഡ് ടർക്കിയിലേക്ക് സെമിലിനുവേണ്ടി പരിഭാഷപ്പെടുത്തിക്കൊടുത്തു. അസഫിന് ഭാഷ അത്ര ഒഴുക്കില്ലെങ്കിലും ആശയം നന്നായി അവതരിപ്പിക്കാൻ കഴിഞ്ഞു. അസഫിന്റെ പ്രകടനം കഴിഞ്ഞ ഉടനെ, സെമിൽ വീണ്ടും തന്റെ വിദ്വേഷം നിറഞ്ഞ പ്രകടനം തുടങ്ങി.

‘‘എന്നാൽ അസഫ് പറയുന്നതുപോലെ കാര്യങ്ങൾ എപ്പോഴും സുഖകരമായി സംഭവിക്കാറില്ല. ചിലപ്പോൾ പരിശോധന പെട്ടെന്ന് ഉണ്ടാവും. അപ്പോൾ വീട്ടിൽ ഉള്ളവർക്ക് ഇത്തരം കരുതലുകൾക്ക് സമയം കിട്ടിയെന്നു വരില്ല. അതാണ് കരീമിന്റെ കാര്യത്തിലും സംഭവിച്ചത്. കോളിംഗ്ബല്ലിന്റെ ശബ്ദം കേട്ട എയ്സെ ‘‘ആരാണത്?’’ എന്ന് പെട്ടെന്ന് ചോദിച്ചു.

വീടിന്റെ വാതിൽക്കൽ രണ്ട് ആൾക്കാർ. ഒരു പുരുഷനും, ഒരു സ്ത്രീയും നിൽക്കുന്നു. ആർസിലിക് (വീട്ടുസാധനങ്ങൾ നന്നാക്കുന്ന ടർക്കിഷ് കോ ഓപ്പറേഷൻ) സർവ്വേ നടത്താൻ വന്നവരെന്ന് പരിചയപ്പെടുത്തി. എയ്സെയോട് അത് ചോദിച്ച് കഴിയുമ്പോഴേക്കും അവർ ഉള്ളിൽ കടന്നു. ഐെയ്സേനെ പിടിച്ചു. മുഹമ്മദിനെ എടുക്കാനുള്ള

അവസരം വന്ന സ്ത്രീക്ക് ലഭിച്ചില്ല. അതായിരുന്നു അവിടത്തെ സുരക്ഷാ അടയാളം. അതിനുശേഷം വീട്ടിലേക്കു വരുകയായിരുന്ന കരീം, റെയ്ഡിനെക്കുറിച്ച് അറിഞ്ഞിരുന്നില്ല. തന്നെയുമല്ല മുഹമ്മദ് യാഥാ സ്ഥാനത്തുണ്ടായിരുന്നതിനാൽ വീടു തുറന്ന് അകത്തു കടന്നു. കുട്ടിയെ ഉണർത്തണ്ടെന്നു കരുതി കരീം കോളിങ് ബെൽ അടിച്ചിരുന്നില്ല. പകരം കയ്യിലുള്ള താക്കോൽ ഉപയോഗിച്ച് വാതിൽ തുറന്നു. ഹാളിൽ മുഖം മൂടിധരിച്ച് മൂന്നു പോലീസുകാർ ഗാഢനിദ്രയിലായിരുന്നു. കാര്യ ങ്ങൾ വേഗത്തിൽ മനസിലായതിനാൽ, അനക്കമുണ്ടാക്കാതെ വേഗത്തിൽ അവിടെനിന്ന് പുറത്തേക്ക് പോയി.''

''ഒരു മിനിറ്റ്.'' അസഫ് സെമിലിനെ തടസ്സപ്പെടുത്തി. ''പൊലീസ് ഉള്ളിലുള്ളപ്പോൾ കരീം അകത്തു കടക്കുകയും എന്നിട്ട് അയാൾക്ക് ഒന്നും സംഭവിക്കാതെ അവിടെ നിന്നും പോകാനും കഴിഞ്ഞെന്നാണോ സെമിൽ എന്നെ ധരിപ്പിക്കുവാൻ ശ്രമിക്കുന്നത്?''

''ഇത് ഞാനല്ല പറയുന്നത്, കരീം പറയുന്നതാണ്.'' സെമിൽ വിശദ മാക്കി.

ലിയോനിഡിന്റെ പരിഭാഷ ശ്രദ്ധിച്ചുകൊണ്ടിരുന്ന വിക്റ്ററിന് സെമി ലിന്റെ വിശദീകരണം അവിശ്വസനീയമായിരുന്നു. അതിനാൽ. ''എന്താ ണതിന് തെളിവ്. കരീം ഇപ്രകാരം സമ്മതിച്ചതിന് തെളിവെന്തെ ങ്കിലും?'' വിക്റ്റർ ആരാഞ്ഞു.

''തീർച്ചയായും. സ്വന്തം കൈപ്പടയിൽ കരീം ഒരു കത്ത് പാർട്ടിക്ക് അയച്ചിരുന്നു. അത് ശേഖരത്തിൽ ഉണ്ടാവും.'' സെമിൽ വിശദമാക്കി.

''ശരി, ഇത് കരീം പറഞ്ഞപ്പോൾ, നിങ്ങൾ എല്ലാം വിശ്വസിച്ചോ?'' അസഫ് വീണ്ടും.

''ആദ്യം ഞാനത് വിശ്വസിച്ചിരുന്നില്ല. കാരണം കരീമിന്റെ റെയ് ഡിനുശേഷം വിതരണ ശൃംഖലയിൽ അനേകം അറസ്റ്റുകൾ നടന്നു. ഒറ്റ രാത്രികൊണ്ട് തന്നെ പരസ്പരം അറിയാത്ത പല സഖാക്കളും അവരവരുടെ വീടുകളിൽ നിന്നും പിടിക്കപ്പെട്ടു. അവരുടെയൊക്കെ വിലാസങ്ങൾ അറിയുന്ന ഒരേ ഒരാൾ കരീം മാത്രം. മുഹമ്മദ് ഇതു പറഞ്ഞപ്പോൾ ഞാനും കരീമിനെ സംശയിച്ചു.

''കരീം എങ്ങനെയിരിക്കുന്നു?' ഞാൻ മുഹമ്മദിനോടാരാഞ്ഞു.

''അവൻ സുഖത്തിലല്ല. അവൻ ക്ഷീണിതനും ദുഃഖിതനുമാണ്. കാരണം ഭാര്യയും കുഞ്ഞും പൊലീസ് കസ്റ്റഡിയിൽത്തന്നെ ആയി രുന്നു.'' അവൻ പറഞ്ഞു.

ഞാൻ ചോദിച്ചു: ''മറ്റുള്ള അറസ്റ്റുകളെപ്പറ്റി അവൻ എന്തു പറഞ്ഞു?''

മുഹമ്മദ് പറഞ്ഞു: ''അവൻ ആശയക്കുഴപ്പത്തിലാണ്, അവൻ പറ യുന്നത് താഴെത്തട്ടിലുള്ള സഖാക്കളെ സംബന്ധിച്ച് പൊലീസിന് ഒന്നും അറിയാൻ കഴിയില്ല എന്നാണ്.''

''അവൻ നിരീക്ഷണത്തിലാണെന്ന് അവൻ സമ്മതിക്കുന്നുണ്ടോ?'' ഞാൻ ചോദിച്ചു.

‘‘അവൻ ഉറപ്പിച്ചു പറയുന്നു, അവൻ വളരെ സൂക്ഷിക്കുന്നുണ്ടെന്നും അവനെ നിരീക്ഷിക്കപ്പെടുന്നില്ലെന്ന് ഉറപ്പുണ്ടെന്നും.’’ മുഹമ്മദ് പറഞ്ഞു.

‘‘കരീം നിങ്ങളോടെങ്ങനെയാണ്?’’ ഞാൻ വീണ്ടും മുഹമ്മദിനോട് ചോദിച്ചു.

‘‘അകലെയാണ്, എന്നാൽ ഓർഡർ അനുസരിക്കുന്നുണ്ട്.’’

സെമിൽ തുടർന്നു. ‘‘മുഹമ്മദിനെ ശ്രദ്ധിക്കുമ്പോഴും ഞാൻ പൊലീസ് റെയ്ഡ് തടയുന്നതിനുള്ള മാർഗ്ഗങ്ങളെക്കുറിച്ച് ആലോചിച്ചു. അടിക്കടിയുള്ള മീറ്റിങ്ങുകൾ കുറയ്ക്കുക, പ്രസിദ്ധീകരണങ്ങൾ വീട്ടിൽ വയ്ക്കുന്നത് ഒഴിവാക്കുക തുടങ്ങിയ രീതിയിലുള്ള കൂടുതൽ നടപടികൾ വേണ്ടി വരുമെന്ന് കണ്ടെത്തി, ഞാൻ ഇതെല്ലാം മുഹമ്മദിനോട് പങ്കുവെച്ചു. വളരെ നല്ലതെന്ന് അവൻ അഭിപ്രായപ്പെട്ടു. 15 ദിവസങ്ങൾക്കുശേഷം വീണ്ടും കണ്ടുമുട്ടാൻ ഞങ്ങൾ പിരിഞ്ഞു.

മുഹമ്മദ് പിരിഞ്ഞ ഉടനെതന്നെ ഞാൻ, പിന്നാലാരോ ആരെങ്കിലും വരുന്നുണ്ടോ എന്ന് നിരീക്ഷിച്ചു. ഞാൻ പല സത്രങ്ങളിലും കയറിയിറങ്ങി. പല ടാക്സികളിൽ വൺവേ വഴികളിലൂടെ ധാരാളം സഞ്ചരിച്ചു. പല വിജനപാതകളിലൂടെയും നടന്നു. അരദിവസം മുഴുവൻ ഇത്തരത്തിൽ അതീവശ്രദ്ധയോടെ നടന്ന്, നമ്മൾ തീരുമാനിച്ച മുൻകരുതലുകൾ നടപ്പാക്കണമെന്ന്, സഖാക്കളെ വിളിച്ചു അറിയിച്ചു. ജോലിക്കാരനും വിതരണ ശൃംഖലയുമായി ബന്ധപ്പെടാൻ അനുവദിച്ചില്ല. അങ്ങനെ റെയ്ഡും അറസ്റ്റും. 53 വിതരണ ശൃംഖല പ്രവർത്തകരേയും അറസ്റ്റ് ചെയ്തു, എന്റെ അധികാരമേഖലയിൽ കടക്കാതെ അത് അവസാനിച്ചു.

എന്നിട്ടും റെയ്ഡിനെ സംബന്ധിച്ച പല ചോദ്യങ്ങളും ഉത്തരമില്ലാതെ അവശേഷിച്ചു. കരീം പൊലീസുമായി ചേർന്നു പ്രവർത്തിക്കുകയായിരുന്നോ? അത് പറയാൻ പ്രയാസം എനിക്ക് ലീഗൽ പിരീയഡ് മുതലെ കരീമിനെ അറിയും. അത്ര ഗാഢമല്ലാത്ത ഒരു ബന്ധം ഞങ്ങൾ തമ്മിലുണ്ടായിരുന്നു. അവൻ പൊതുവേ മന്ദതയുള്ളവനായിരുന്നു. എന്നാൽ അവൻ വളരെ ബുദ്ധിമാനും പ്രസ്ഥാനത്തോട് കൂറുള്ളവരുമായിരുന്നു. മൂന്നാം വർഷമെഡിക്കൽ വിദ്യാർത്ഥിയായിരിക്കെ പ്രസ്ഥാനത്തിനുവേണ്ടി പഠിത്തം നിർത്തി. രണ്ടുപ്രാവശ്യവും ഫാസിസ്റ്റുകൾ അറിഞ്ഞുകൊണ്ടും തോക്കുകൊണ്ടും അപായപ്പെടുത്താൻ ശ്രമിച്ചിരുന്നു. എങ്കിലും അവൻ വീട്ടിൽ കയറിയപ്പോൾ പൊലീസ് ഉറങ്ങുന്നതു കണ്ട്, അറസ്റ്റ് ഒഴിവാക്കാൻ ഇറങ്ങിപ്പോയെന്നും പറയുന്നത് അവിശ്വസനീയം.

പാർട്ടിയുടെ നിയമപരമായ പ്രശ്നങ്ങൾ കൈകാര്യം ചെയ്യുന്നതിന് ഒരു വക്കീൽ ഉണ്ടായിരുന്നു. ഞാൻ അയാളുമായി കരീമിന്റെ പ്രശ്നം സംസാരിക്കാൻ പോയി. ആദ്യം കരീമിന്റെ ഭാര്യയെ മോചിപ്പിക്കാനുള്ള വഴി ആരാഞ്ഞ വക്കീൽ, കാര്യം തനിക്കറിയാമെന്നും എന്നാൽ സഹായിക്കാൻ നിർവ്വാഹമില്ലെന്നും പറഞ്ഞു. അറസ്റ്റ് ചെയ്തവരെ 90 ദിവസങ്ങൾ കസ്റ്റഡിയിൽ വെയ്ക്കാൻ പോലീസിന് അധികാരമുണ്ടെന്നും അതിനിടയ്ക്ക് ഒരു കൂടിക്കാഴ്ച സാദ്ധ്യമല്ലെന്നും വക്കീൽ പറഞ്ഞു.

''കരീമിനെ അറസ്റ്റ് ചെയ്യാൻ കഴിയാത്തതിനാൽ പൊലീസ് സ്വാഭാവികമായും അയാളുടെ ഭാര്യയുടെ നേരെയാവും ആക്രമണം. ഞാനാണ് ആ സ്ഥാനത്തെങ്കിൽ എനിക്ക് ചിന്തിക്കാൻകൂടി കഴിയുന്നില്ല.''

വക്കീൽ പറഞ്ഞു. ''അല്ല. ആർക്കുകഴിയും അങ്ങനെ ചിന്തിക്കാൻ? പീഡിപ്പിക്കപ്പെടുന്നതൊന്ന്. പിന്നെ ഒന്നാമത്തെ ബാച്ചിനോടു ചെയ്ത കൊടും ക്രൂരതകൾ കേട്ടാൽത്തന്നെ ഏതു ആളിന്റെയും മനോനില തെറ്റും. അവൾക്ക് എന്തിനേയും നേരിടാനുള്ള ആത്മസംയമനം ഉണ്ടാവട്ടെയെന്ന് പ്രതീക്ഷിക്കാം.'' വക്കീൽ പറഞ്ഞു.

ഞാൻ ഉടനെ പറഞ്ഞു. ''എനിക്കും മറ്റൊന്നും ചിന്തിക്കാൻ കഴിയുന്നില്ല. അവൾ വലിയ പരിക്കില്ലാതെ പുറത്തു വരുമെന്ന് ആശിക്കാം.'' സഹാനുഭൂതിയോടെ വക്കീൽ പറഞ്ഞു. വക്കീലിന് എന്തറിയാം ഇതിനെപ്പറ്റി എന്നു ഞാൻ ചോദിച്ചു. അദ്ദേഹത്തിന് പൊതുവായി കുറച്ചു കാര്യങ്ങൾ അറിയാം. എനിക്ക് അയാളുടെ അഭിപ്രായം ആവശ്യമായിരുന്നു. അതുകൊണ്ട് കഥയെല്ലാം ഞാൻ പറഞ്ഞു. ''പാർട്ടിയെ സംബന്ധിക്കുന്നതൊഴികെ, അതെല്ലാം കേട്ടശേഷം. അത് ശരിയായിരിക്കാം.'' ഞാൻ വിടർന്ന കണ്ണുകളോടെ നോക്കിയപ്പോൾ വക്കീൽ തുടർന്നു. ''ഭയപ്പെടരുത്, പൊലീസ് ചിലപ്പോൾ ഉറങ്ങിപ്പോയിരിക്കാം.''
''അതെങ്ങനെ?'' ഞാൻ ചോദിച്ചു.

''എത്ര ആൾക്കാർ ഒറ്റരാത്രികൊണ്ട് ഈ സിറ്റിയിൽ അറസ്റ്റു ചെയ്യപ്പെട്ടിട്ടുണ്ടെന്ന് നിങ്ങൾക്കറിയുമോ? ടി.സി.പി.യുടെ (ടർക്കിഷ് മാർക്സിസ്റ്റ്, ലെനിനിസ്റ്റ് രാഷ്ട്രീയ മൂവ്മെന്റ്) കാര്യം മാത്രമായിട്ടെടുക്കാതെ, മറ്റെല്ലാ ഇടതുപക്ഷ പാർട്ടികളെയും പ്രതിപക്ഷപ്രസ്ഥാനങ്ങളെയും കണക്കാക്കുക. എല്ലാവരെയും, നിരീക്ഷിക്കുന്നു, അറസ്റ്റു ചെയ്യുന്നു, പീഡിപ്പിക്കുന്നു, വധിക്കുന്നു.''

''പൊലീസ് സംഘടിതരാവാൻ പറഞ്ഞിരിക്കുന്നു. ലീവ് എടുക്കുന്നത് നിയന്ത്രിച്ചിരിക്കുന്നു. പട്ടാള അധികാരികൾക്ക് പൊലീസ് അയച്ച കത്ത് ഞങ്ങൾക്ക് കിട്ടിയിരുന്നു. പൊലീസിൽ ആളുകൾ കുറവാണെന്നാണ് അതിൽ പ്രതിപാദിച്ചിരിക്കുന്നത്. എല്ലാ റാങ്കിലുള്ളവരും. ഇരട്ടി സമയം ജോലി ചെയ്യുന്നു. ഇനിയും തുടർച്ചയായി അറസ്റ്റുകൾ ഉണ്ടായാൽ, റവല്യൂഷനറി പാത്ത് സംഘടനയ്ക്കെതിരെ വിപുലമായ നടപടികൾ എടുക്കുന്നതിനാൽ, ഇപ്പോൾ അതിനു സാദ്ധ്യതയുണ്ട്. അങ്ങനെ നിർത്താതെ ജോലി ചെയ്യുന്ന പൊലീസ് ആവാം അവിടെ കരീമിന്റെ വീട്ടിൽ കടന്നത്'' വക്കീൽ പറഞ്ഞു.

വക്കീൽ പറഞ്ഞത് എനിക്ക് കൗതുകകരമായി തോന്നിയെങ്കിലും വിശ്വസിക്കാൻ ബുദ്ധിമുട്ടുണ്ടായിരുന്നു. ഇനി അത് സത്യമായിരുന്നെങ്കിൽ തന്നെയും വിതരണശൃംഖലയിലെ സഖാവിനെ അറസ്റ്റു ചെയ്തതിനെ ന്യായീകരിക്കാൻ കഴിയുമായിരുന്നില്ല.

''ചിലപ്പോൾ കുറേ ആളുകളുടെ ലിസ്റ്റ് ആ വീട്ടിൽ ഉണ്ടായിരുന്നിരിക്കാം.'' വക്കീൽ ഊഹിച്ചു.

ഇതുപക്ഷേ എനിക്കൊരിക്കലും തോന്നിയിരുന്നില്ല. സഖാക്കളുടെ പേരുകൾ എഴുതി ലിസ്റ്റ് ഉണ്ടാക്കി വീട്ടിൽ സൂക്ഷിക്കുന്നത് പാർട്ടി ഒരിക്കലും അനുവദിച്ചിരുന്നില്ല. എന്നിരുന്നാലും മരണത്തിലേക്കുവരെ എത്തിച്ചേക്കാവുന്ന പിഴവുകൾ സഖാക്കളുടെ ഭാഗത്തുനിന്നും സംഭവിക്കാം. പേരുകൾ പാർട്ടി ഓഫീസിൽ അറിയിക്കുന്നതിന് എഴുതിയിരുന്ന കടലാസ് ഒരുപക്ഷേ അശ്രദ്ധമൂലം വീട്ടിൽ ഇട്ടുപോയതാവാം.

''ഞാനങ്ങനെ ചിന്തിച്ചുവെന്നു മാത്രം. എങ്കിലും ശ്രദ്ധ ഉണ്ടാവുന്നിടത്ത് തെറ്റ് പറ്റിക്കുന്നത് ബുദ്ധിപരമായിരിക്കാം.'' വക്കീൽ എന്നെ ഓർമ്മിപ്പിച്ചു. ഞാൻ വക്കീലിന് നന്ദി പറഞ്ഞ് എന്റെ വഴിക്കുപോയി. 15 ദിവസത്തിന് ശേഷം ഞങ്ങൾ ഒരിക്കൽക്കൂടി മുഹമ്മദിനെ കണ്ടു. ആത്മനിയന്ത്രണം വന്ന മട്ടിൽ അവൻ ഉന്മേഷവാനായിരുന്നു. ഞാൻ കരീമിനെക്കുറിച്ച് അന്വേഷിച്ചു. കരീമിന് നല്ല സുഖമില്ല.

''അവൻ അവനിലേക്ക് ഒരുതുങ്ങിയിരിക്കുന്നു. കൂടെയുള്ള ആരോടും അടുത്തിടപഴകാതെ അത്യാവശ്യങ്ങൾ നിറവേറ്റി കഴിയുകയാണ്. പാർട്ടിയിലെ ഏതെങ്കിലും ഉന്നതരെ കാണണമെന്ന് അവൻ ആവശ്യപ്പെടുന്നുണ്ട്.'' അപ്പോൾ ഞാൻ പറഞ്ഞു. ''ശരി, മുഹമ്മദിന് ആയിക്കൂടെ, നിങ്ങൾ പാർട്ടിയുടെ വക്താവല്ലേ?''

''ഞാൻ പോരാ, മറ്റാരെയെങ്കിലുമാണ് അവന് ആവശ്യം.'' മുഹമ്മദ് പറഞ്ഞു.

''അതെന്താ?'' ഞാൻ ചോദിച്ചു.

''അവന്റെ പ്രശ്നങ്ങൾക്കെല്ലാം അവൻ എന്നെയാണു കുറ്റപ്പെടുത്തുന്നത്.'' മുഹമ്മദ് പറഞ്ഞു.

''നിന്നെയോ?''

''അവർ അങ്ങനെ പറഞ്ഞോ?'' വിശ്വാസം വരതെ ഞാൻ എടുത്തു ചോദിച്ചു.

''എടുത്തു പറഞ്ഞില്ല, എങ്കിലും അവന്റെ മനോഭാവത്തിൽ നിന്നും മനസിലായി. ''ഉം, നോക്കൂ.'' ഞാൻ ദേഷ്യപ്പെട്ടു. ''ആദ്യം അവൻ പ്രസ്ഥാനത്തെ ഒറ്റിക്കൊടുത്തു, തുടർന്ന് സഖാക്കളെ കുറ്റപ്പെടുത്തുന്നു.'' ''അവന്റെ സമയം മോശമാണ്, നമ്മളവനെ സഹായിക്കണം. പാർട്ടിയിലെ ആരെയെങ്കിലും അവന് കണ്ടെത്തിക്കൊടുക്കണം.'' മുഹമ്മദ് സ്വതസിദ്ധമായ സ്നേഹത്തോടെ പറഞ്ഞു.

കരീമിന് എന്താണു നേടാനുദ്ദേശിക്കുന്നത്? വിതരണ ശൃംഖലമൊത്തത്തിൽ അവനാണ് തകരാറിലാക്കിയത്. അവൻ കൂടുതൽ പേരെ ഇനിയും ബുദ്ധിമുട്ടിലാക്കാനാണോ? അതേസമയം, മുഹമ്മദിന്റെ പ്രവർത്തനങ്ങളുടെ വിവരങ്ങളേ എനിക്കിതുവരെ കിട്ടിയുള്ളൂ. കരീമിന് മേലുദ്യോഗസ്ഥനോട് ശത്രുതയുണ്ടായിരുന്നതിനാൽ അയാൾ, പല വിവരങ്ങളും വെളിപ്പെടുത്തിയിട്ടുണ്ടാവില്ല. അതുകൊണ്ട് എനിക്കിനിയും കൂടുതൽ വിവരങ്ങൾ അറിയണം. അപകടകരമാണ്, എന്നാലും എനിക്കവരെന കാണേണ്ടതുണ്ട് എന്ന് ഞാൻ മുഹമ്മദിനെ അറിയിച്ചു.

മുഹമ്മദ് അതു സമ്മതിച്ചു. എപ്പോൾ അതിനു തരപ്പെടുത്തണം എന്ന് മുഹമ്മദ് ചോദിച്ചു. ''എത്രയും വേഗത്തിൽ' ഞാൻ പറഞ്ഞു. മുഹമ്മദിന് ആശയക്കുഴപ്പമായി. അത്തരത്തിലുള്ള മീറ്റിങ്ങുകൾ പാർട്ടിയുടെ ശക്തമായ സുരക്ഷാ നിയന്ത്രണങ്ങൾക്കു താഴേ മാത്രമേ നടത്താൻ കഴിയൂ. പക്ഷേ, അവന്റെ കയ്യിൽ എന്തെങ്കിലും രഹസ്യങ്ങളുണ്ടെങ്കിൽ അത് പൊലീസിനു നൽകുന്നതിന് മുമ്പ് എത്രയും വേഗത്തിൽ ഈ കൂടിക്കാഴ്ച നടത്തുന്നതാണ് സുരക്ഷിതമായ കാര്യം.''

''അതെ, അതുകൊണ്ട് കൂടിക്കാഴ്ച എത്രയും വേഗത്തിലാക്കണം.'' ഞാൻ തുടർന്നു. ''അവൻ ഇപ്പോൾ വീട്ടിൽ ഉണ്ടാവുമല്ലോ? നമുക്ക് ഒരു ടാക്സിയിൽ വേഗത്തിലങ്ങോട്ടു പോവാം. അപകടം അത്രയെങ്കിലും ലഘൂകരിക്കാം.''

മുഹമ്മദിന്റെ മുഖത്തെ അമ്പേഷണ കൗതുകം കുറഞ്ഞു. അരമണിക്കൂറിനുശേഷം കരീമിനെ ഒളിച്ചു വസിക്കുന്ന സ്ഥലത്ത് എത്തിച്ചേർന്നു.''

''അവന്റെ വസതിയിൽ സന്ദർശിക്കാനുള്ള അധികാരം നിങ്ങൾക്കുണ്ടോ? അസഫ്, സെമിലിന്റെ പ്രഭാഷണം ഭഞ്ജിച്ചു,

''നിങ്ങൾക്കു മനസിലാവുന്നത്, നിങ്ങൾ കമ്മിറ്റി സെക്രട്ടറി അല്ല എന്നാണ്.'' ലിയോനിഡ് വേഗത്തിൽ അസഫിന്റെ വാക്കുകളെ റഷ്യനിലേക്ക് പരിഭാഷപ്പെടുത്തി. രണ്ട് ഇന്റലിജൻസ് ഓഫീസർമാർ സെമിൽ പറയുന്നതിന്റെ ബാക്കി കേൾക്കാൻ കാത്തിരുന്നു.

''എന്റെ വാക്കുകൾ കരീമിനെ തെല്ലും ബാധിച്ചിട്ടില്ലായിരുന്നു. അവന്റെ രക്തം ചിതറുന്ന നോട്ടം എന്റെ മുഖത്ത് പതിച്ചു.''

''നിങ്ങൾ അയാളുടെ മേലുദ്യോഗസ്ഥനായിരുന്നോ?''

''അതെനിക്ക് നിങ്ങളോട് പറയാനാവില്ല. പാർട്ടിക്കുവേണ്ടിയാണ് ഞാൻ സംസാരിക്കുന്നതെന്ന് മാത്രം പറയാം.''

അവൻ തീക്ഷ്ണമായി നോക്കി കുറേക്കൂടി എന്റെ അടുത്തേക്ക് നീങ്ങിയിരുന്നു. ആ നോട്ടം എനിക്ക് വിലക്ഷണമായി തോന്നി. ഞാൻ ശത്രുവോ മിത്രമോ എന്ന് മണത്തു നോക്കുന്ന പൂച്ചയെപ്പോലെ തോന്നി. അവന്റെ ചെയ്തികൾ ആരോ ഒളിച്ചിരുന്ന് കേൾക്കുന്നുണ്ടെന്ന് തോന്നുന്നപോലെ എന്റെ ചെവിക്കരികിലേക്ക് അടുപ്പിച്ച് അവൻ പറഞ്ഞു.

''നിങ്ങളാരാണെന്ന് എനിക്കറിയില്ല. പക്ഷേ മുൻപ് കണ്ടിട്ടുണ്ട്. കഗാലോഗ്ലുവിൽ നിയമവിരുദ്ധ പ്രതിരോധത്തിൽ നിങ്ങൾ സംസാരിച്ചത്. ''സേ നോട്ട് ടു നാറ്റോ.'' ആ ചെറിയ ഒരു അടുപ്പം ഇല്ലായിരുന്നെങ്കിൽ ഞാൻ നിങ്ങളോട് സംസാരിക്കില്ലായിരുന്നു. അവന്റെ ഒളിപ്പിക്കുന്ന രീതിയിലുള്ള സംസാരം എന്റെ സിരകളെ ത്രസിപ്പിച്ചു. ഞാൻ പിന്നോട്ട് മാറി ചോദിച്ചു.

''എന്തുകൊണ്ട്?''

''കാരണം അവൻ പൊലീസ് ആണ്.''

അവൻ വിറയാർന്ന കൈ മുഹമ്മദ് ഇരിക്കുന്നിടം ചൂണ്ടി പറഞ്ഞു.

''എന്ത്?'' ആശ്ചര്യത്തോടെ, ചിന്താശൂന്യതയോടെ ഞാൻ ചോദിച്ചു.

''അതേ, ഞാൻ പറയുന്നു, ആ മുറിയിലുള്ള ആൾ പൊലീസ് ആണ്.''

കരീം ഉറപ്പിച്ചു. എന്നിട്ട് എനിക്ക് മാത്രം കേൾക്കാൻ പാകത്തിൽ പറഞ്ഞു. ''നിൽക്കൂ, നിൽക്കൂ.''

സത്യത്തിൽ ഞാൻ അവനെ തിരിച്ചറിയാൻ ശ്രമിക്കുന്നതേയുള്ളു എന്ന ഭാവത്തിൽ കൈ കൊണ്ട് ആംഗ്യം കാണിച്ച് ഞാൻ പറഞ്ഞു. ''നിങ്ങൾ ചെയ്യുന്നതിന്റെ അനന്തരഫലം എന്താണെന്ന് നിനക്കറിയുമോ?'' അപ്പോൾ കരീമിന്റെ മുഖം മ്ലാനതയുടെ ആവരമണിഞ്ഞു.

''എനിക്ക് ഭ്രാന്താണെന്ന് നിങ്ങൾക്ക് തോന്നാം. എന്നാൽ ഞാൻ പറയുന്നത് സത്യമാണെന്ന് നിങ്ങൾ വിശ്വസിക്കുക.''

കരീമിന്റെ വിഭ്രാന്തി നിറഞ്ഞ മുഖം എന്നെ അസ്വസ്ഥനാക്കി. 'ഇത് തികച്ചും ദൗർഭാഗ്യകരമായ അവകാശവാദമത്രേ.

''ഞാൻ പറഞ്ഞു. എന്റെ ശബ്ദത്തിലെ ഭീതി എനിക്കു തന്നെ തിരിച്ചറിയാൻ കഴിഞ്ഞു. ''

''പാർട്ടി എന്നത് അതിലും താഴെയെന്നത് അതിലും അപകടമത്രേ.''

കരീം പറഞ്ഞു.

''എന്നെ വിശ്വസിക്കൂ സഖാവേ, അയാൾ ഒരു പൊലീസ് ആണ്.''

കരീം യാചനാസ്വരത്തിൽ വീണ്ടും പറഞ്ഞു. ''നിങ്ങൾക്ക് അതെങ്ങനെ ഉറപ്പിക്കാൻ കഴിയും?''

ഞാൻ നിരാശയോടെ ചോദിച്ചു ''ഞാൻ അത് കണ്ടു 'അത് കണ്ടു, എവിടെ?''

''ഒരു കാറിനുള്ളിൽ. എൻ.ഐ.എസ്സിൽ നിന്നുള്ള ഒരാളും ഒപ്പമുണ്ടായിരുന്നു.''

''അയാൾ എൻ.ഐ.എസിൽ ജോലിയുള്ള ആളാണെന്നു എങ്ങനെ മനസ്സിലായി?''

ഞാൻ ചോദിച്ചു.

''ഇബ്രാഹിം സുക്കൂ. അയാൾ എന്റെ അയൽപ്പക്കാമായിരുന്നു. എന്റെ ബാല്യകാല സുഹൃത്ത് റാഗിപ്പിന്റ സഹോദരൻ. എന്നാൽ വളരെക്കാലമായി അയാളെ കാണാറില്ലായിരുന്നു. ഞാൻ റാഗിപ്പിനെ കണ്ടെത്തി എല്ലാ വിവരങ്ങളും ചോദിച്ച് ഉറപ്പു വരുത്തി. അയാൾക്ക് മാറ്റമൊന്നും ഇല്ല. പഴയതുപോലെ ആരോഗ്യവാനും ഉന്മേഷവാനുമാണെന്ന് പറഞ്ഞു.

''നിങ്ങൾ അബദ്ധം പറയുന്നു.''

ഞാൻ കരീമിനോട് പറഞ്ഞു.

''ഒരു സഖാവ് എൻ.ഐ.എസ്. ഉദ്യോഗസ്ഥന്റെ കൂടെ ഇരിക്കുന്നത്

കണ്ടാൽ ഉടൻ അയാൾ പൊലീസ് ആണെന്ന് ഏതെങ്കിലും ഒരു സഖാവ് കരുതുമോ?

''ഞാനും അതുതന്നെയാണ് വിചാരിച്ചത്.''

കരീം ഉത്കണ്ഠയോടെ തലയാട്ടി.

''എന്റെ സഖാവ് കുറ്റപ്പെടുത്തലിന്നതീതനാണെന്ന് ഞാനും കരുതി. ഇത് പാർട്ടിയിൽ നുഴഞ്ഞു കയറാനുള്ള തന്ത്രപരമായ ഒരു സൂത്രമാണെന്ന് ഞാൻ വിചാരിച്ചു. അതിനാൽ അവനെ താക്കീത് ചെയ്യാൻ തീരുമാനിച്ചു. കാറിൽ അവനെ കണ്ടെന്നുള്ളത് മനസ്സിലാക്കാവുന്നതേയുള്ളൂ. കാരണം അനുബന്ധകാലങ്ങളിൽ അവൻ നമ്മോടൊപ്പം ഉണ്ടായിരുന്നു. ആ വൈകുന്നേരം വീണ്ടും ആ കാര്യങ്ങളെക്കുറിച്ച് ഞാൻ സംസാരിച്ചു. അപ്പോൾ അവൻ അസ്വസ്ഥനാവുന്നത് ഞാൻ അറിയുന്നുണ്ടായിരുന്നു. എന്നാൽ അവൻ ശാന്തനായിരുന്നു. തന്നെയല്ല ഞാൻ കണ്ടതെന്നും മാറ്റാരെയോ കണ്ട് താനാണെന്ന് തെറ്റിദ്ധരിച്ചതാവാമെന്നും അവൻ പറഞ്ഞു. ഞാൻ നിർബന്ധിച്ചപ്പോൾ ആ കണ്ട രൂപഭാവത്തിലുള്ള ആരും കാറിൽ ഉണ്ടായിരുന്നില്ല എന്ന് സമ്മതിച്ചു. ഒരു പടി കൂടി കടന്ന് അന്നേ ദിവസം വീട് വിട്ട് എവിടെയും പോയിട്ടില്ലെന്ന് കള്ളം പറഞ്ഞു. സംശയമുണ്ടെങ്കിൽ എന്റെ ഭാര്യയോടു ചോദിച്ചാൽ സത്യമറിയാമെന്നും അവൻ പറഞ്ഞു. എന്തായാലും ആ ദിവസം എന്റെ ഭാര്യ മകനെയും കൊണ്ട് ഡോക്ടറുടെ അടുത്തു പോയിട്ട് വളരെ നേരത്തേക്ക് വീട്ടിൽ ഉണ്ടായിരുന്നില്ല. അതേ സമയം ഏതോ വിചിത്രമായ ശകുനം പോലെയോ വെളിപാടുപോലെയോ ആ വീട് രണ്ടുപ്രാവശ്യം സന്ദർശിച്ചു. മൂന്നു തവണ ബെൽ അടിച്ചു. സഖാവിനെ കാണാൻ ഞാൻ കാത്തുനിന്നു. മറുപടി കിട്ടാൻ. പക്ഷേ വീട്ടിൽ ആരുമുണ്ടായിരുന്നില്ല. അതു ഞാൻ അവനോടു പറഞ്ഞപ്പോൾ, അവൻ കുളിക്കുകയായിരുന്നു എന്നു പറഞ്ഞു. അതുകൊണ്ടായിരുന്നിരിക്കാം ബെൽ കേൾക്കാഞ്ഞതെന്നും പറഞ്ഞു.'

ഓരോ വാക്കുകൾ പറയുമ്പോഴും മുഹമ്മദിനെക്കുറിച്ചു പരാതികളുടെ തീവ്രത കരീമിൽ കൂടി വരുന്നുണ്ടായിരുന്നു. അവൻ അവനെത്തന്നെ മറികടന്നു ചിന്തിക്കുന്നുവെന്നു തോന്നിയപ്പോൾ ഞാൻ ഇങ്ങനെ അഭിപ്രായപ്പെട്ടു. ''നിനക്ക് ഇതു പുനരാലോചിക്കാൻ മനഃസാന്നിദ്ധ്യമുണ്ടെങ്കിൽ നിന്റെ സഖാവിന്റെ അവകാശവാദങ്ങൾ ഒന്നും അത്രയ്ക്ക് അതിരുകടന്നതായിരുന്നില്ലെന്ന് നിനക്ക് മനസ്സിലാവും. സെമിൽ. നീ പറഞ്ഞത് ശരിയാണ്.'' കരീം പറഞ്ഞു.

''അതുകൊണ്ടാണ് ഞാൻ നിശ്ശബ്ദത പാലിച്ചതും മുഹമ്മദിനെ കുറ്റപ്പെടുത്തിക്കൊണ്ട് തിടുക്കത്തിൽ ഒരു അനുമാനത്തിലും എത്താതിരുന്നതും. നിർഭാഗ്യത്തിന് എനിക്കങ്ങനെ ചെയ്യേണ്ടിവന്നേനേ. എന്തെന്നാൽ ഞാൻ അവർക്ക് എന്റെ മുമ്പിൽ കരീം തുടരുന്ന കഥ അഭിനയിക്കാൻ ചെയ്യാൻ അവസരം കൊടുത്തു. അവൻ എന്റെ വിശ്വാസ്യത നഷ്ടപ്പെടുത്തി.''

''നിങ്ങൾ എന്താണു പറയുന്നത്?''

ഞാൻ പറഞ്ഞു. ''നിങ്ങൾക്കു മനസ്സിലാവില്ല, ആവുമോ?'' കരീം ചിന്താധീനനായി പറഞ്ഞു. ''പക്ഷേ ഞാൻ നിങ്ങളെ കുറ്റപ്പെടുത്തുന്നില്ല. കാരണം ഇത് അത്രയധികം തന്ത്രപരമായ കളിയായിരുന്നു. നിങ്ങളുടെ സ്ഥാനത്ത് ഞാനായിരുന്നാലും മനസ്സിലാവില്ലായിരുന്നു കരീം.''

''ചിലപ്പോൾ എനിക്കൊന്നു ശ്രമിക്കാമായിരുന്നു. നിങ്ങൾ വിശദീകരിച്ചെങ്കിൽ സെമിൽ.''

''ഞാൻ അവനെ സംശയിക്കുന്നുവെന്ന് അവനറിയാം.'' കരീം പറഞ്ഞു. കരീം അഭിപ്രായ പ്രകടനം തുടർന്നു.

''അന്നുമുതൽ അവന് ഞാനും ശത്രുതന്നെ. അതുകൊണ്ടാണ് ഞാൻ പുറത്തായതും എന്റെ മരണം അനാവശ്യ ബഹളങ്ങൾ ഉണ്ടാക്കിയേക്കാം. മറ്റുള്ളവരുടെ ശ്രദ്ധ പിടിച്ചുപറ്റാം. ഞാൻ വിശ്വസിക്കാൻ കൊള്ളാത്തവനാണെന്ന് വരുത്തിത്തീർക്കലായിരുന്നു അവരുടെ ആവശ്യം.''

കരീം ഒന്നു നിർത്തി, അവന്റെ തീക്ഷ്ണമായ നോട്ടം എന്റെ മുഖത്തു തന്നെയായിരുന്നു. അവൻ വീണ്ടും ചോദിച്ചു.

''നിങ്ങൾക്ക് മനസ്സിലായോ? എന്റെ വീട് റെയ്ഡ് ചെയ്യപ്പെടുന്നു. എന്റെ സഖാക്കൾ അറസ്റ്റ് ചെയ്യപ്പെടുന്നു.''

എനിക്ക് കരീമിന്റെ കാര്യത്തിൽ വിഷമം തോന്നി. എങ്കിലും അവൻ പറയുന്നതെല്ലാം അപ്പാടെ വിശ്വസിക്കാൻ കഴിഞ്ഞില്ല.

''ഓക്കെ, നീ പറയുന്ന കാര്യങ്ങളിലേക്ക് നോക്കാം. നിന്റെ സഖാവിനേയും പരിശോധിക്കാം.''ഞാൻ ശാന്തമായി പറഞ്ഞു.

''എന്നാൽ നീ ഒന്നുകൂടി ചിന്തിക്കുക, നീ നിരീക്ഷിക്കപ്പെടാൻ എന്തെങ്കിലും സാദ്ധ്യതയുണ്ടോ എന്ന കാര്യം.''

''ഇല്ല, അതില്ല. അങ്ങനെയുണ്ടായിരുന്നെങ്കിൽ ഞാൻ നിരീക്ഷിക്കപ്പെടുമായിരുന്നു. എന്റെ ജോലിയുടെ രീതിയനുസരിച്ച് തീർത്തും അവിശ്വസനീയമായ രീതിയിലുള്ള സുരക്ഷാക്രമീകരണങ്ങൾ ഏർപ്പെടുത്തിയിട്ടുണ്ട്. മീറ്റിങ്ങുകൾക്കു ശേഷം വീട്ടിലേക്കു വരുമ്പോൾ അഞ്ചു സുരക്ഷാമേഖലകൾ ഞാൻ കടക്കുന്നുണ്ട്. അപ്പോഴെല്ലാം എന്നെ ആരെങ്കിലും പിൻതുടരുന്നുണ്ടോ എന്നു ഞാൻ ശ്രദ്ധിക്കുന്നുണ്ട്. രാത്രിയും പകലും ഈ രീതി ഞാൻ കാലങ്ങളായി തുടരുന്നു.''

''ആയിരിക്കാം, എന്നാലും പൊലീസിനെ വെട്ടിക്കാൻ കഴിഞ്ഞിരിക്കില്ല.''

'ഏയ്, ഞാനങ്ങനെ കരുതുന്നില്ല. അഥവാ അങ്ങനെ ആയിരുന്നെങ്കിലും എന്റെ കീഴിലെ എല്ലാ സഖാക്കളെയും ഒറ്റ രാത്രികൊണ്ട് അറസ്റ്റു ചെയ്യാൻ കഴിയാത്ത കാര്യമാണ്.'' ഞാൻ ചോദിക്കാൻ തുടങ്ങുകയായിരുന്നു,

''സഖാക്കളുടെ പേരുകളെങ്ങാൻ എഴുതി വീട്ടിൽ സൂക്ഷിച്ചിട്ടുണ്ടായിരുന്നോ?''

''ഞാൻ സഖാക്കളുടെ പേരുകൾ എഴുതി നൽകാറില്ല.''

ദ്വേഷ്യത്തോടെ കരീം പ്രതികരിച്ചു. നെറ്റിയിൽ കൈ വെച്ച് വീണ്ടും ''ഇതാ, എല്ലാം ഇവിടെയാണ് സൂക്ഷിക്കുന്നത്. ബാക്കിയെല്ലാം പറയുക മാത്രം. ഇനി പാർട്ടി ആവശ്യപ്പെട്ടാലും ഞാനതിനോടു യോജിക്കാറില്ല. അതിന്റെ പേരിൽ പാർട്ടി ഒരിക്കൽ എന്നെ താക്കീതു ചെയ്തിരുന്നു. ചോദിച്ചുനോക്കൂ, അവൻ പറയും. വിതരണശൃംഖലയിലുള്ള ഞങ്ങൾ പാർട്ടിയുടെ ഉള്ളിലെ സഖാക്കളേക്കാൾ ശ്രദ്ധാലുക്കളായിരിക്കും. കാരണം ഞങ്ങൾ രേഖകൾ കൈകാര്യം ചെയ്യുന്നവരാണ്. നിങ്ങളുടെ കൈവശം എന്തെങ്കിലും രേഖകൾ കണ്ടെത്തിയാൽ പൊലീസ് പിടിച്ച് വർഷങ്ങളോളം തടവിലാക്കും ആർക്കും ഒന്നിനു നിങ്ങളെ രക്ഷിക്കാൻ കഴിയില്ല. പീഡിപ്പിക്കപ്പെട്ടില്ലെങ്കിലും നിങ്ങൾക്ക് കോടതി കയറേണ്ടിവരും. ഞാനൊരിക്കലും എഴുതിവെക്കാറില്ല. അതുകൊണ്ട് വീട്ടിൽ ഒരു രേഖയുമില്ല.''

''നിങ്ങളുടെ കീഴിൽ പ്രവർത്തിക്കുന്ന സഖാക്കളെ വേറെ ആർക്കാണറിയുന്നത്?''

''ആരാണെന്നാണു നിങ്ങൾ കരുതുന്നത്? അത് അവൻ മാത്രമാണ്.''

നീരസത്തോടെ കരീം തുടർന്നു.''സഖാക്കളുടെ പേരുകൾ അറിയുന്ന വേറെ ഒരേ ഒരാൾ അവൻ മാത്രം.''

''നിങ്ങൾ ഒരിക്കലും എഴുതി വയ്ക്കാറില്ലന്നു പറഞ്ഞു. പിന്നെ എങ്ങനെ അയാൾ അതെല്ലാം അറിയും?''

''ഓർമ്മയിൽ നിന്ന്. അവൻ നല്ല കഴിവുള്ള ഏജന്റ് തന്നെയാണ്.'' കരീം നിർത്തി. ഞാൻ ആലോചനയോടെ കരീമിനെ നോക്കി. സ്വന്തം ഇരുണ്ട വിഭ്രമങ്ങളുടെ ഒരു ഇരയാണ് ഈ മനുഷ്യൻ. ഞാൻ പറഞ്ഞു.

''ഞാൻ നിങ്ങളോട് ആത്മാത്ഥതയുള്ളവനാണ്, സഖാവേ. നിങ്ങളുടെ വിശദീകരണത്തിൽ നിന്നു മാത്രം നമുക്ക് നമ്മുടെ ഒരു സഖാവിനെ പൊലീസെന്ന് ആരോപിക്കാൻ കഴിയില്ല. നിങ്ങൾ ഈ ചിന്ത ഒഴിവാക്കുന്നതാണ് നല്ലത്. കാരണം നിങ്ങളുടെ ധാരണകൾ തെറ്റാണ്. അപങ്കിലമായ ഭൂതകാലത്തിന്റെ ഉടമായാണ് ആ സഖാവ്.''

''കുറ്റമറ്റതും?'' കരീം നിരാശനായി. ഒരു അപശകുനം വെച്ചിട്ടതുപോലെ കരീം പിറുപിറുത്തു. അല്പനേരത്തെ മൗനം ഭഞ്ജിച്ചുകൊണ്ട് എന്നെ നോക്കി.

''ഇത് നമ്മെ എല്ലാവരെയും നശിപ്പിക്കും, പാർട്ടിയെയും നാമെല്ലാം അറസ്റ്റു ചെയ്യപ്പെടും, ചിലപ്പോൾ കൊല്ലപ്പെടും.''

ഞാൻ അവനെ ശ്രദ്ധിച്ചുകൊണ്ടേയിരുന്നു. അവന്റെ പരിഭ്രമം സ്വാഭാവികമായി തോന്നി. പറയുന്നതിലെല്ലാം തികഞ്ഞ ആത്മവിശ്വാസമായിരുന്നു. അവന്റെ സംശയരോഗത്തിന്റെ തീവ്രത എനിക്കു തന്നെ മനസ്സിലാവുന്നുണ്ടായിരുന്നു. പെട്ടെന്നുണ്ടായ വലിയ ഒരു പൊലീസ് നടപടിയിൽ അവനാകെ സമനില നഷ്ടപ്പെട്ടു. സഖാക്കളെക്കുറിച്ചുള്ള

പശ്ചാത്താപം, പാർട്ടിയോട് സമാധാനം പറയേണ്ടതിന്റെ ഉത്തരവാദിത്വം, അതിലുപരി ഭാര്യയും മകനും പൊലീസിന്റെ പിടിയിൽ പീഡിപ്പിക്കപ്പെടുമോ എന്ന ഭയം. കരീമിന് താങ്ങാവുന്നതിലധികമാണെന്ന് ഊഹിക്കാവുന്നതത്രെ. ചില സന്ദർഭങ്ങളിൽ ചിന്തകൾതന്നെ മാറിപ്പോവുന്നു. ഇടയ്ക്കിടെ ചിലതിൽ പിടിച്ചു നിൽക്കുകയും ചിലപ്പോൾ പലതിനെയും തള്ളിക്കളയുകയും ഒക്കെ അവന് പിടിച്ചുനിൽപ്പിന് അനിവാര്യമായിരുന്നു. അതിനായിട്ടാണ് അവൻ ബോധപൂർവ്വം പല കാര്യങ്ങളും അവഗണിച്ചും മറ്റു പലതും ഉൾക്കൊണ്ടും നിന്നതും അതുകൊണ്ടാണ്, സംഭവിക്കാൻ ഒരു സാദ്ധ്യതയുമില്ലാത്ത ഒരു സംഭവം ആകസ്മികമായി സംഭവിച്ചെന്നും അതിന് പൂർണ്ണ ഉത്തരവാദി മുഹമ്മദ് ആണെന്ന് സ്ഥാപിച്ച് സ്വയം ക്ഷമാപണവും നടത്തുന്നത്.

അവന്റെ പ്രസ്താവനകൾ സത്യമെന്നു വിശ്വസിക്കാൻ മതിയായ തെളിവുകളില്ല. മാത്രവുമല്ല, എന്തായാലും കരീം തന്നെ ഒരു രഹസ്യ പൊലീസ് ആയിക്കൂടെ എന്നും ഈ സംഭാഷണത്തിൽ നിന്നും സംശയിക്കാനില്ല. എന്നായാലും കാര്യങ്ങൾ നമ്മൾ വിശദമായി അന്വേഷിക്കുമെന്ന് പറഞ്ഞ്, ഭിന്നതകൾ ഒഴിവാക്കാൻ ശ്രമിച്ചുകൊണ്ട് ഞാൻ പിരിഞ്ഞു.

മടക്കയാത്രയിൽ, ഞങ്ങൾ എന്താണ് ചർച്ച ചെയ്തതെന്ന് മുഹമ്മദ് ചോദിച്ചു.

''കരീമിന് സമനില നഷ്ടപ്പെട്ടിരിക്കുന്നു. പറയുന്നതിന് വ്യക്തതയില്ല''

ഇത്രമാത്രം ഞാൻ മുഹമ്മദിനോട് പറഞ്ഞുനിർത്തി. പദവിയിൽ ഉയർന്ന ഒരു സഖാവിനോട് ആദ്യം ചില കാര്യങ്ങൾ പറഞ്ഞുമനസ്സിലാക്കാതെ, തന്റെ താഴെത്തട്ടിലുള്ളയാളെ സംബന്ധിച്ച കാര്യങ്ങൾ പറയുന്നത് ഉചിതമല്ലെന്നു തോന്നി.

എന്തായാലും കരീമിന് മുഹമ്മദിനു കീഴിൽ പിന്നീട് ജോലി ചെയ്യാൻ കഴിയില്ലായിരുന്നു. അതുകൊണ്ട് കരീമിനു താമസസൗകര്യം മാറ്റിക്കൊടുത്തു. അവൻ അതിൽ സംതൃപ്തനായിരുന്നു. സെക്രട്ടറി സഖാവ് തിരിച്ചെത്തുന്നതുവരെ അവൻ അവിടെ പരാതികളില്ലാതെ താമസിച്ചു. നമ്മളുടെ മുതിർന്ന സഖാവ് വന്നപ്പോൾ ഞാൻ കാര്യങ്ങൾ അവതരിപ്പിച്ചു. അദ്ദേഹം കാര്യങ്ങൾ വിശദമായി അന്വേഷിച്ചു. ഞാൻ എനിക്ക് അറിവുള്ളതെല്ലാം വിശദമായി പറഞ്ഞുകൊടുത്തു. എന്നെപോലെ തന്നെ, കരീമിന്റെ മുഹമ്മദിനെച്ചൊല്ലിയുള്ള സന്ദേഹങ്ങൾ അടിസ്ഥാനരഹിതമെന്ന് അദ്ദേഹവും വിലയിരുത്തി.

ഒരാഴ്ച കഴിഞ്ഞപ്പോൾ എല്ലാം തകർക്കുന്ന ആ വാർത്തയെത്തി. കരീമിന്റെ പുത്രൻ മരിച്ചു. കരീമിന്റെ ഭാര്യയെ തടവിലാക്കി. മകനെ അനാഥാലയത്തിലും അവിടെ വെച്ച് സ്വതവേ ശ്വാസകോശബലഹീനതയുണ്ടായിരുന്ന കുട്ടിക്ക് ജലദോഷംവന്ന്, ന്യൂമോണിയയായി തീർന്നു. സമയത്ത് ശരിയായ പരിരക്ഷ കിട്ടാതെ കുട്ടി പതിനഞ്ചാം ദിവസം മരണമടഞ്ഞു.''

തുടക്കം മുതൽ സെമിലിന്റെ കഥ ശ്രദ്ധിച്ചുകൊണ്ടിരുന്ന വിക്ടർ കസേരയിൽ ചാഞ്ഞിരുന്നുകൊണ്ട് പറഞ്ഞു.

''രസകരമായ കഥ! കരീം ആത്മഹത്യചെയ്തു എന്ന താങ്കളുടെ ധാരണയെ ബലപ്പെടുത്താൻ കഴിയുന്ന കഥ''

വിക്റ്റർ അസ്വസ്ഥനായി കാണപ്പെട്ടു. കാരണം, അന്വേഷണത്തിന്റെ നിയന്ത്രണം സെമിൽ പിടിച്ചെടുത്തിരിക്കുന്നുവെന്ന് വിക്റ്ററിന് തോന്നി. അല്പനേരം നിശ്ശബ്ദത, പിന്നെ വിക്റ്ററിന് എന്തോ തോന്നിയ മട്ടിൽ ചോദിച്ചു.

''കരീം എവിടെ താമസിക്കുന്നുവെന്ന് സെമിലിന് അറിയുമോ?''

''ഇല്ല അറിയില്ല. ഞാനെങ്ങനെയറിയും? അവൻ എന്റെ കൂടെയല്ല ജോലി ചെയ്യുന്നതെന്നു ഞാൻ പറഞ്ഞതല്ലോ.''

''പക്ഷേ നിങ്ങൾ മുഹമ്മദുമായി ബന്ധപ്പെടുന്നുണ്ടല്ലോ. കരീമിനെ കണ്ടെത്താൻ മുഹമ്മദിനെ പിൻതുടർന്നാൽ മതിയല്ലോ?'' നിക്കോളായ് പറഞ്ഞു.

എനിക്കു കഴിയുമെന്നു കരുതുന്നു.''

സെമിൽ മറുപടി പറഞ്ഞു..

''വേണ്ടി വന്നാൽ മേലുദ്യോഗസ്ഥനെതിരെയും അന്വേഷണം നടത്തുന്നതിനും മടിയില്ല. ഞാനൊരു പൊലീസ് ആയിരുന്നെങ്കിൽ കരീമിനുമുമ്പേ മേലുദ്യോഗസ്ഥനെ പിടിക്കുമായിരുന്നു. ''

പറഞ്ഞു കൊണ്ടിരിക്കവേ സെമിൽ വിഷയം മാറ്റി.

എനിക്കറിയാനുള്ള മറ്റു ചില കാര്യങ്ങളുമുണ്ട് എന്ന് വിക്റ്റർ പറഞ്ഞു. എന്നിട്ട് നിങ്ങൾ മൂന്നാളും എങ്ങനെ മോസ്കോവിൽ കണ്ടുമുട്ടി എന്ന് വിക്റ്റർ ചോദിച്ചു. സെമിൽ ഒരു ദീർഘനിശ്വാസം വിട്ടു.

''ഒരു ചെറിയ തെറ്റു പറ്റിയതാണ് ഒരു പരിധിവരെ എന്നു പറയാം. ബൾഗേറിയൻ കമ്മ്യൂണിസ്റ്റ് പാർട്ടിയുടെ ഒരു അവഗണന മൂലമായിരുന്നു.'' സെമിൽ പറയുന്നത് കേൾക്കുന്നവർക്കു മനസ്സിലാവുന്നില്ലെന്നു തോന്നിയപ്പോൾ അയാൾ വിശദമായി പറയാൻ തുടങ്ങി.

''കരീമിന്റെ ശൃംഖലയിലെ അറസ്റ്റുകളിൽ ഉത്തരം കിട്ടാത്ത ചില ദുരൂഹതകളുണ്ട്. നമ്മൾ മൂന്നാളും ഞാൻ, മുഹമ്മദ്, സംഘടനയിൽ നിന്നും രാജ്യങ്ങളിൽ നിന്നും തല്കാലം ഒഴിഞ്ഞു നിൽക്കുന്നതാണ് ഈ സാഹചര്യത്തിൽ കാര്യങ്ങൾ ചെയ്യാൻ സൗകര്യം എന്ന് എനിക്ക് തോന്നിയത് പോലെ നമ്മുടെ മേലുദ്യോഗസ്ഥർക്ക് തോന്നിയിട്ടുണ്ടെന്ന് ഞാൻ കരുതുന്നു. അതിനായി തന്ത്രപരമായി നമ്മളെ ട്രെയിനിങ്ങിന് വിടാൻ തീരുമാനിക്കുന്നു. എന്നാൽ ബൾഗേറിയൻ ട്രെയിനിംഗ് സെന്ററിന്റെ കാര്യത്തിൽ ചില പോരായ്മകളുണ്ട്. കരീം, സോഫിയ സ്കൂളിൽ പോകണം. എന്നാൽ കണക്കിലധികം പേരെ അയച്ചിട്ടുള്ളതിനാൽ അവിടെ സെന്റർ നിറഞ്ഞിരിക്കുന്നു. പോരാത്തതിന് നമ്മുടെ പാർട്ടി ബൾഗേറിയനുമായി യോജിപ്പിലുമല്ല. അവിടെ ടർക്കീസ് കൂടുന്നതാണ്

കാരണം. അതുകൊണ്ട് ബൾഗേറിയ കരീമിന് അഡ്മിഷൻ നിരസിച്ചു. അങ്ങനെ കരീം നമ്മളോടൊപ്പം മോസ്കോയിൽ എത്തി. നമ്മളെ പിന്തുരുന്നതിനൊപ്പം അവന്റെ പാരനോയ്ഡ് ഹിസ്റ്റീരിയ അവന്റെമേൽ വീണ്ടും ആ വാതമുണ്ടാക്കി. പുത്രന്റെ മരണവും ഭാര്യയുമായുള്ള പിരിയലും മനസിനെ തകർത്തു. അവന്റെ എല്ലാ ദുരിതത്തിനും കാരണം മുഹമ്മദ് ആണെന്ന് കരുതി അവൻ നേരെയായി നോട്ടം എന്നെയും നോട്ടമിട്ടു. അവസരം കിട്ടുമ്പോഴെല്ലാം ഞങ്ങളെ ശകാരിക്കാൻ ശ്രമിച്ചു കൊണ്ടിരുന്നു.

''അത് നമ്മൾക്കറിയാം.''

പതുക്കെ തലയാട്ടികൊണ്ട് വിക്റ്റർ പറഞ്ഞു. രസകരമായ വസ്തുത, അല്പസമയം മുമ്പ് കരീം മരിക്കുന്നതുവരെ നിങ്ങളോടുള്ള അവന്റെ വികാരം വിദ്വേഷം നിറഞ്ഞതായിരുന്നു.

''ഒരു സംഭാഷണമദ്ധ്യേ, നമ്മളോടൊന്ന് സംസാരിക്കണമെന്ന് തോന്നിയിട്ടുണ്ടെന്നു പറഞ്ഞു. അവനെന്തായിരിക്കുമൊത്തിരി പറയാനുണ്ടായിരുന്നതെന്ന് ഊഹിക്കാമോ?''

''എനിക്കറിയില്ല.'' നിസ്സംഗനായി സെമിൽ പറഞ്ഞു.

''ഒരു പക്ഷേ അവൻ പശ്ചാത്താപത്തിലൂടെ രക്ഷപ്പെടാൻ ആഗ്രഹിച്ചിരിക്കാം.''

''സെരിഫിന്റെ അഭിപ്രായത്തിൽ കരീമിനെന്തോ സെമിലിനെക്കുറിച്ച് നമ്മളോടു പറയാനുണ്ടായിരുന്നു.'' വിക്റ്റർ പറഞ്ഞു.

''അസംബന്ധം, ങ്ഹാ,''

വിക്റ്റർ തന്റെ തടിച്ചുരുണ്ട പുരികങ്ങൾക്കടിയിൽനിന്നു സംശയത്തോടെ സെമിലിനെ നോക്കി.

''നിർണ്ണായകമായ പ്രശ്നം കരീമിന് നമ്മളോട് സംസാരിക്കാൻ കഴിഞ്ഞില്ല എന്നതാണ്.''

''അവൻ ഒരു കത്ത് വച്ചിട്ടുണ്ട്.'' സെമിലിന്റെ കൂട്ടിച്ചേർക്കൽ പക്ഷേ...

''അവൻ എഴുതിയതിന് തെളിവില്ല എന്ന് വിക്റ്ററിന്റെ മറുപടി പാടെ നിരസിച്ചു.

''എന്തോ പ്രധാനകാര്യം പറയാനുണ്ടെന്ന് കരീം സെരിഫിനോട് പറഞ്ഞു. സെരിഫ് അത് നല്ല ഉദ്ദേശ്യത്തോടെ നിങ്ങളോട് പറഞ്ഞു. നിങ്ങൾക്ക് കരീമിനെതിരെ ദേഷ്യം തോന്നി. അന്ന് രാത്രി കരീം മരിച്ചു. അല്പം വിചിത്രമല്ലേ, നിങ്ങൾക്കു തോന്നുന്നില്ലേ?'' വിക്റ്റർ വിശദമാക്കി.

''അവൻ ആത്മഹത്യ ചെയ്തതല്ലേ?'' സെമിൽ ചോദിച്ചു.

''അങ്ങനെ കരുതുന്നു. പക്ഷേ പരിശോധനയിൽ അധികം ഡയസെം രക്തത്തിൽ കലർന്നിട്ടുള്ളതായി കണ്ടു. ഡോക്ടർമാരുടെ അഭിപ്രായത്തിൽ കൈത്തണ്ട മുറിച്ചെന്നതിരിക്കെ, അവന്റെ നാക്കാരെങ്കിലും മുറിച്ചാൽ പോലും അവന് എതിർക്കാനാവുമായിരുന്നില്ല.''

''അപ്പോൾ ഞാൻ കൊലപ്പെടുത്തി. അങ്ങനെയാണോ?'' സെമിൽ ചോദിച്ചു

''നിങ്ങൾ ഒരാൾ മാത്രമാണ് ഇതിന് മറുപടി പറയാൻ കഴിയുന്ന ആൾ, നിങ്ങൾ അങ്ങനെ ചെയ്തോ?''

വിക്റ്റർ ശാന്തമായി ചോദിച്ചു. ഒഴിഞ്ഞുമാറാനാവാത്ത രീതിയിൽ സെമിൽ ആരോപണവിധേയനായ ആദ്യസംഭവം. കണ്ണുകൾ ഭീതിദമായ് വിടർന്നു. നോട്ടം ലിയോനിഡിൽ തറച്ചു.

''അത് അസംബന്ധമാണ്'' സെമിൽ പെട്ടെന്ന് പ്രവചിച്ചു

''ഞാൻ കരീമിനെ കൊന്നിട്ടില്ല. എന്തിന് ഞാനങ്ങനെ ചെയ്യണം.?''

''വെറും അബദ്ധധാരണയാണത്.''

സെമിൽ പെട്ടെന്ന് തന്നെ പ്രതികരിച്ചു. ''ഞാൻ ആരെയും കൊന്നിട്ടില്ല. ഞാനെന്തിനങ്ങനെ ചെയ്യണം? ശരി, കരീം എന്റെ സഖാവാണ്. അവൻ തലയിൽ പരിക്കുമായി ഇരിക്കയായിരുന്നു.'' തുടർന്ന് ലിയോനിഡിനോട്,

''സഖാവേ, അവരോട് ദയവായി പറയൂ. ഞാൻ കരീമിനെ കൊന്നിട്ടില്ല. ഇത്.. ഇത് തീർത്തും വിവേക ശൂന്യം.''

''ശാന്തമാകൂ.'' വിക്ടർ ഇടയ്ക്കു കയറി പറഞ്ഞു.

''എങ്ങനെ ഞാൻ ശാന്തരാവും, ഞാൻ എന്റെ സഖാവിനെ കൊന്നുവെന്നു പറയുമ്പോൾ?''

സെമിൽ പറഞ്ഞു. വീണ്ടും അസ്വസ്ഥനായി, ആത്മസംയമനം ലഭിക്കാനുള്ള സാദ്ധ്യത നഷ്ടപ്പെട്ടതുപോലെ കാണപ്പെട്ടു. തത്സമയം വിക്റ്റർ തന്റെ കൈവശമുണ്ടായിരുന്ന ഫയൽ തുറന്ന് അതിൽനിന്നും ഒരു ബുക്ക് എടുത്ത് സെമിലിനു നീട്ടികൊടുത്തു.

''ഇതു നോക്കൂ. ഈ ബുക്ക് താങ്കളുടേതാണോ?''

വിറയാർന്ന കൈകളോടെ സെമിൽ ബുക്ക് എടുത്തു പിറുപിറുത്തു.

''ഇതു കമ്മ്യൂണിസ്റ്റ് മാനിഫെസ്റ്റോ.''

''അത് അറിയാം. ഇത് നിങ്ങളുടേതാണോ അല്ലയോ എന്നു പറയൂ.''

വിക്റ്റർ നിർബന്ധിച്ചു ചോദ്യം ചെയ്യലിന്റെ ശത്രുതാപരമായ രീതിയിൽ ലിയോനിഡ് അസ്വസ്ഥനായി. പക്ഷേ ലിയോനിഡിന് നിസ്സഹായനായി പരിഭാഷപ്പെടുത്താൻ മാത്രമേ കഴിഞ്ഞുള്ളൂ.

''ഇത് നമുക്കെല്ലാം സ്കൂൾ ലൈബ്രറിയിൽനിന്നും കിട്ടിയിട്ടുള്ളതാണല്ലോ, എല്ലാം ഒരു പോലെതന്നെ''

സെമിൽ ചിന്താധീനനായി പറഞ്ഞു.

''സഖാവേ, ദയവായി നോക്കൂ. അ ബുക്ക് നിങ്ങളുടേതാണോ അല്ലയോ എന്നു വ്യക്തമാക്കൂ. ഇതു വളരെ പ്രാധാന്യമർഹിക്കുന്നതാണ്.'' അപേക്ഷാസ്വരത്തിൽ ലിയോനിഡ് സെമിലിനെ ഓർമ്മപ്പെടുത്തി.

“നിങ്ങൾ എന്താണ് അയാളോടു പറയുന്നത്?”

നിക്കോളായ് ഇടപെട്ടു.

“ഞാൻ വെറുതെ ചോദ്യം ഒന്നുകൂടി വിശദീകരിക്കയായിരുന്നു. ചോദ്യം വിശദമായി മനസ്സിലാക്കാതെ അയാൾക്ക് സത്യസന്ധമായ മറുപടി പറയാൻ പ്രയാസമാകും.” ലിയോനിഡ് പറഞ്ഞു.

“അയാൾക്ക് സത്യം പറയാൻ താല്പര്യമില്ല. കാണുന്നില്ലേ? അവൻ രാവിലെ മുതൽ ഒന്നുപുറകെ ഒന്നായി കള്ളത്തരങ്ങൾ പറഞ്ഞു നമ്മളെ യൊക്കെ തെറ്റിദ്ധരിപ്പിച്ചുകൊണ്ടിരിക്കുകയാണ്” നിക്കോളായ് നീരസ പ്പെട്ടു.

“നിങ്ങൾ മുൻവിധിയോടെ കാണുന്നു. അയാൾ പറയുന്നത് കള്ള മാണെന്ന് നിങ്ങൾക്കെങ്ങനെ ഉറപ്പിക്കാൻ കഴിയും?” ലിയോനിഡ് പ്രതികരിച്ചു.

“അയാളുടെ മുഖഭാവത്തിൽ നിന്നും സംസാരത്തിൽനിന്നും, അയാൾ കരീം ആത്മഹത്യ ചെയ്തതാണെന്നു വരുത്തി തീർക്കാനുള്ള ബോധ പൂർവ്വമായ ശ്രമം കഥയിലൂടെ നടത്തുന്നുവെന്ന് മനസ്സിലാവുന്നുണ്ട്.”

നിക്കോളായ് പറഞ്ഞു.

“അസംബന്ധം”ലിയോനിഡ് എതിർത്തു.

“അയാളുടെ കഥ തന്നെ ശരിയായിരിക്കാം.”

“ശരി.”

വിക്റ്റർ ഇടയ്ക്കു കയറി മുറിയിലെ അന്തരീക്ഷം മുറുകി നിൽക്കു ന്നത് നന്നല്ല.

“നമുക്ക് ശാന്തമായിരിക്കാം.”

അവർ എന്താണു പറഞ്ഞുകൊണ്ടിരിക്കുന്നതെന്ന് തിരിച്ചറിയാൻ സെമിലിനു കഴിയുന്നില്ലെങ്കിലും ലിയോനിഡിന്റെ വാക്കുകൾ തന്നെ സഹായിക്കാനുള്ള ഒരു കച്ചിത്തുരുമ്പാണെന്ന് മനസ്സിലാക്കി ബുക്കിന്റെ കവർ അഴിച്ചു പേജുകൾ മറിച്ചു നോക്കിത്തുടങ്ങി. നിക്കോളായുടെ ചുണ്ടിൽ ഒരു പുഞ്ചിരി തെളിഞ്ഞു. പക്ഷേ സെമിലിന്റെ പെരുമാറ്റ ത്തിൽ അവിശ്വാസം ധ്വനിപ്പിക്കുന്ന പുഞ്ചിരിയായിരുന്നുവെന്നതാണ് സത്യം. ബുക്കിന്റെ 11-ാംപേജ് തുറന്നുകൊണ്ട് സെമിൽ പറഞ്ഞു.

“ഇത് എന്റെ ബുക്കല്ല. എന്റേതൊന്നല്ല നമ്മുടേതല്ല. നമ്മുടെ ബുക്കിന്റെ 11-ാം പേജിൽ ഒരു സിഗററ്റ് കത്തിക്കരിഞ്ഞ പാടുണ്ട്. അത് ഇതിലില്ല.”

വിക്റ്റർ നിരാശനായി കാണപ്പെട്ടു. നിക്കോളായ് മുന്നോട്ടടുത്തു കൊണ്ട് ചോദിച്ചു.

“നിങ്ങൾക്ക് അതു തെളിയിക്കാമോ?”

''തീർച്ചയായും. നിങ്ങൾ നെജത്തിനോടു ചോദിക്കൂ. അവനാണ് സിഗററ്റ് കുത്തിക്കത്തിച്ചത്.''

സെമിൽ കുറെക്കൂടി ആശ്വാസത്തോടെ പറഞ്ഞു. ആകെ നിശ്ശ ബ്ദത ഈ സമയം മറ്റൊരു ചോദ്യം ചോദിക്കാൻ അസാഫ് ഉപയോ ഗപ്പെടുത്തി.

''അവൻ എങ്ങനെ ബുക്കിൽ കത്തിച്ചു?''

''നെജത്തിന്റെ വെറുമൊരു തമാശയായിരുന്നു. ലൈബ്രേറിയിൽ മാനിഫെസ്റ്റോയുടെ ഏഴ് കോപ്പികൾ ഉണ്ടായിരുന്നു. നമ്മൾ എല്ലാ വരും കൂടി ഒന്നു മാത്രം ഉപയോഗിച്ചുകൊണ്ടിരുന്നു. അപ്പോഴും നമ്മുടെ കോപ്പി കാണുന്നുണ്ടായിരുന്നില്ല. അതുകൊണ്ട്, ഇതു നമ്മുടെ ബുക്ക് ആണെന്ന് തിരിച്ചറിയാൻ ഒരു കുസൃതി അടയാളം കൊടുത്തതാണ് ഈ കത്തിക്കൽ ''സെമിൽ പറഞ്ഞു.

''നമ്മൾ നെജത്തിനോടു ചോദിക്കും''

നിക്കോളായ് കൂടുതൽ കടുത്ത സ്വരത്തിൽ പറഞ്ഞു. എന്നിട്ട് തുടർന്നു.

''പറയൂ, നിങ്ങൾ സബ്വ് വേയിൽ കണ്ടയാൾ നിങ്ങളോടു സംസാ രിക്കാതിരിക്കാൻ നിങ്ങൾ എന്തു തന്ത്രമാണ് പ്രയോഗിച്ചത്.''

സെമിൽ പിൻവാങ്ങുന്ന രീതിയിൽ വീണ്ടും പറഞ്ഞു.

''നിങ്ങൾക്കെന്താ മനസ്സിലായില്ലേ? ഞാനാരേയും കണ്ടില്ല. എന്താണ് സംഭവിച്ചതെന്ന് നിങ്ങൾക്കു നന്നായറിയാമല്ലോ.''

''ശബ്ദം കൂട്ടരുത്'' വിക്റ്റർ അലറി. സെമിലിന്റെ കണ്ണുകളിൽ പരിഹാസദ്യോതകമായ തെളിച്ചം കണ്ടു.

''ഞാൻ ശബ്ദം ഉയർത്തുന്നില്ല.'' സെമിൽ പറഞ്ഞു.

''നമ്മുടെ നേരേ ചീറുന്നത് നോക്കൂ.'' വിക്റ്റർ അലറി.

ലിയോനിഡ് പ്രയാസത്തോടെ ഇരുന്നു. ഇടയ്ക്കു ഇടപെടാൻ അസഫ് പറയണമെന്നതുപോലെ. അസഫ് പക്ഷേ അത് ശ്രദ്ധിക്കു ന്നില്ലായിരുന്നു.

''പറയൂ, കള്ളം പറഞ്ഞത് ധാരാളം മതി. ഇനി ഇത് സത്യം പറ യാനുള്ള സമയമാണ്.''

തന്റെ പരുക്കൻ കൈപ്പത്തി മേശമേൽ ഇടിച്ചുകൊണ്ട് വിക്റ്റർ മുരണ്ടു.

''നിങ്ങൾക്ക് അയാളോട് ഇങ്ങനെ സംസാരിക്കാൻ അവകാശവും അധികാരവുമില്ല.''

ലിയോനിഡ് വിക്റ്ററിനെ ഓർമ്മപ്പെടുത്തി.

''നിങ്ങൾ കേൾക്കാൻ ആഗ്രഹിക്കുന്നതു പറയാൻ അയാളെ നിർബന്ധിക്കരുത്.''

''നമ്മൾ എങ്ങനെ ചോദ്യം ചെയ്യണമെന്ന് ഇടയ്ക്ക് കയറി പറയാൻ നിങ്ങൾക്കും അധികാരവും അവകാശവുമില്ല.'' നിക്കോളായ് ലിയോനിഡിനെ ഓർമ്മപ്പെടുത്തി.

കുറെ സമയമായി പൊള്ളയായ ഒരു ബഹുമാനത്തിന്റെ മറവിൽ ഒളിപ്പിച്ചൊതുക്കിയിരുന്ന ദ്വേഷം ലിയോനിഡിന്റെ നേരേ നിക്കോളായിൽ നിന്ന് പുറത്തേക്കു വന്നു.

''നിങ്ങൾ ഓർമ്മിക്കുക. നിങ്ങൾ ഇവിടെ പരിഭാഷകൻ മാത്രമാണ്.''

''അല്ല. ഞാനിവിടെ വെറും പരിഭാഷകൻ മാത്രമായിട്ടല്ല, ഞാനൊരു അദ്ധ്യാപകൻ കൂടെയാണ്. നിങ്ങളുടെ മുമ്പിൽ ഈ തുർക്കി ഒരു സഖാവ് കൂടെയാണ് എന്നതാണ് അതിലും പ്രധാനം.'' ലിയോനിഡ് വ്യക്തമാക്കി.

''നിങ്ങളുടെ കൊല്ലപ്പെട്ട സഖാവിനെ നിങ്ങൾ മറന്നുവോ, ലിയോനിഡ് ഞാൻ കണക്കാക്കുന്നത് അവരെല്ലാം നിങ്ങളുടെ തുർക്കി സഖാക്കൾ തന്നെയെന്നാണ്.'' നിക്കോളായ് ഓർമ്മപ്പെടുത്തി.

''അവരെല്ലാം ആയിരുന്നു. ന്യായമായത് അർഹിക്കുന്നിടത്ത് നല്കപ്പെടണം. പക്ഷേ ഇതുപോലെയല്ല. ഒരാളെ കുത്തിക്കീറിയല്ല, വ്യക്തമായ തെളിവോ സാക്ഷിയോ ഇല്ലാത്തപ്പോൾ സത്യം കണ്ടെത്തേണ്ടത്.''

നെറ്റി ചുളിച്ചുനിന്നുകൊണ്ട് സംഭാഷണങ്ങൾ ശ്രദ്ധിച്ചിരുന്ന വിക്റ്റർ പറഞ്ഞു.

''ലിയോനിഡ്, താങ്കളെന്താണ് ഞങ്ങളുടെ മേൽ ഇത്രയും സമ്മർദ്ദം ഏൽപ്പിക്കുന്നത്? ഈ നിസ്സാരനായ പരിഭാഷകൻ, ന്യായത്തിന്റെ പ്രവാചകനായി ചമഞ്ഞുകൊണ്ടെന്തിനാണ് മറ്റുള്ളവരെ ശല്യം ചെയ്യുന്നത്. നമുക്ക് നമ്മുടെ ജോലി ചെയ്യാം. സത്യം സത്യമായി മറ്റു ബഹളങ്ങളില്ലാതെ പുറത്തുവരട്ടെ.''

വിക്റ്റർ പറഞ്ഞു നിർത്തി.

''മൃഗീയതകളില്ലാതെ നിങ്ങൾ നിങ്ങളുടെ ജോലി ചെയ്യുക.''

ലിയോനിഡ് ഓർമ്മിപ്പിച്ചു. ഉടനെ വിക്റ്റർ ചോദിച്ചു.

''എന്ത് മൃഗീയത?''

''ഈ ചോദ്യം ചെയ്യൽ മുറി ശ്രദ്ധിക്കൂ, വസന്തം പോലെ ശോഭയാർന്ന നിറങ്ങളാണ് അതിനുള്ളിൽ. ചുറ്റുപാടുകൾ എതിരായി അനുഭവപ്പെടാതിരിക്കാനാണ് ഇതിനുള്ളിലിരുന്ന് ചോദ്യം ചെയ്യുന്നത്. നിങ്ങൾക്കിവിടിരുന്ന് ഇങ്ങനെ പറയാനുള്ള സുഖം നിങ്ങൾക്കുണ്ടല്ലോ.'' വിക്റ്റർ പറഞ്ഞു.

''എന്താണ് മൃഗീയത എന്ന് നിങ്ങൾക്കറിയില്ല. അവന്റെ ദേഹത്ത് തൊട്ടിട്ടുപോലുമില്ല.'' നിക്കോളായ് പറഞ്ഞു.

''നിങ്ങൾക്കതിനു ധൈര്യമില്ല.''

ലിയോനിഡ് നിക്കോളായും ശത്രുതയോടെയുള്ള നോക്കി.

''ധൈര്യമുണ്ടാവുമോ എന്ന് ആവശ്യം വന്നാൽ മനസ്സിലാക്കിക്കൊടുക്കാം.''

നിക്കോളായ് പിന്മാറാൻ തയ്യാറല്ല.

''അപ്പോൾ നിങ്ങൾക്കിനി എന്നെ ഇവിടെ ആവശ്യമില്ല. ഞാനിവിടെ ആരാ?''

ലിയോനിഡ് ചോദിച്ചു. എന്നിട്ട് നോട്ട്ബുക്ക് എടുത്തു.

''ഇനി നിങ്ങൾ മറ്റാരേയെങ്കിലും നോക്കിക്കൊള്ളൂ.''

''എന്താണവിടെ നടക്കുന്നത്?''

വാക്കുകൾകൊണ്ടുള്ള യുദ്ധം കണ്ട് ആശ്ചര്യപ്പെട്ട സെമിൽ ചോദിച്ചു.

''പേടിക്കേണ്ട. അവർ പരസ്പരം ഉപദ്രവിക്കില്ല. ഞാൻ നോക്കാനുണ്ട്.''

ലിയോനിഡ് പറഞ്ഞു.

''കുറ്റവാളിയുമായി സംസാരിക്കരുത്.''

വിക്റ്റർ പറഞ്ഞു. ''മറിച്ചായാൽ എനിക്ക് നിങ്ങളെയും അറസ്റ്റ് ചെയ്യേണ്ടിവരും.''

''നേരത്തെ നിങ്ങൾക്ക് അറസ്റ്റ് ചെയ്യാമായിരുന്നു.''

ലിയോനിഡ് പിറുപിറുത്തു.

''ഞാനില്ലാതെതന്നെ നിങ്ങൾക്ക് ഈ ഓപ്പറേഷൻ വളരെ നന്നായി നടത്താമായിരുന്നു.''

''ദയവായി സമാധാനമായിരിക്കൂ. സഖാവേ''

അസഫ് ഒതുങ്ങിയ ശബ്ദത്തിൽ പറഞ്ഞു. അസഫും സെമിലിനെപ്പോലെ സംഭ്രമത്തിലായിരുന്നു.

''പരസ്പരം വഴക്കടിച്ചുകൊണ്ട് നമുക്ക് ഒന്നു പരിഹരിക്കാൻ കഴിയില്ല.''

''നിങ്ങൾ കാണുന്നില്ലേ സഖാവേ,'' സ്വന്തം ബാഗ് അടച്ച് അത് എടുത്തുകൊണ്ട് ലിയോനിഡ് അസഫിനോടായി പറഞ്ഞു.

''അവർക്ക് പ്രശ്നം പരിഹരിക്കണമെന്നില്ല. അവൻ അവരുടെ തീരുമാനം നേരത്തെ ഉറപ്പിച്ചിട്ടുണ്ട്. അവരുടെ കുറ്റവാളിയെ നേരത്തെ കണ്ടുവച്ചിട്ടുണ്ട്. അവർക്ക് സെമിലിനെ അറസ്റ്റുചെയ്യണം.''

''നിങ്ങളാണ് ലിയോനിഡ് തീരുമാനം മുമ്പേ നടത്തിയിട്ടുള്ളത്.''

നിക്കോളായ് എതിർത്തു. സെമിലിനെ ചൂണ്ടി പറഞ്ഞു.

‘‘കരീമിന്റെ ശബദ്ത്തിനുമേൽ ഒരു കത്തിയുമായി സെമിലിനെ കണ്ടാലും. അയാളുടെ നിഷ്കളങ്കത തെളിയിക്കാൻ നിങ്ങൾ ശ്രമിക്കും ലിനോയ്ഡ്.’’

‘‘മതി, മതി, വിക്റ്റർ ഉച്ചത്തിൽ വീണ്ടും പറഞ്ഞു.

‘‘നിങ്ങളെ ബലമായി ഇവിടെ പിടിച്ചിരുത്താൻ ഞങ്ങൾ ഉദ്ദേശിക്കുന്നില്ല. ലിനോയ്ഡ് സഖാവേ നിങ്ങൾക്കു പോകണമെങ്കിൽ പോകാം.’’

‘‘ഞാൻ പോകുന്നു, പക്ഷേ നിങ്ങൾ ഈ കുട്ടിയെ ഇരയാക്കാമെന്നു കരുതേണ്ട.’’

‘‘സഖാവേ, നിങ്ങൾ ദയവായി ബുദ്ധിമുട്ടേണ്ട.’’

വിക്റ്റർ പറഞ്ഞു. എന്നിട്ട് ലിയോനിഡിന്റെ വശം തീർത്തുകൊണ്ട് അസഫിനോടായി പറഞ്ഞു.

‘‘ശരി, സഖാവേ നിങ്ങൾ പരിഭാഷ നടത്താമോ?’’

അസഫ് എന്തോ വിഴുങ്ങിയതുപോലെയായി. ഏറ്റെടുത്തു ചെയ്താൽ കുറ്റമാവും, ഏറ്റെടുത്തില്ലെങ്കിൽ കുറ്റമാവും.

‘‘ചെയ്യാൻ മടിയില്ലായിരുന്നു. പക്ഷേ എന്റെ റഷ്യൻ അത്ര നല്ലതല്ല. ഞാൻ ചെയ്താൽ ചിലപ്പോൾ ചോദ്യം ചെയ്യൽ ശരിയാവില്ല.’’ അസഫ് പറഞ്ഞു.

‘‘എനിക്കു മനസ്സിലാവുന്നു. വിക്റ്റർ, എന്നിട്ട് വിക്റ്റർ നിക്കോളായിയെ നോക്കി.

‘‘നമുക്ക് മറ്റൊരു പരിഭാഷകനെ കണ്ടെത്തണം.’’

ലിയോനിഡ് എല്ലാം എടുത്തുപോവാൻ തയ്യാറായിക്കഴിഞ്ഞു. അയാൾ സെമിലിന് അടുത്തുചെന്ന് കരം ഗ്രഹിച്ചു.

‘‘സഖാവേ, പിടിച്ചുനിൽക്കണം. നിങ്ങളെ ഒതുക്കാൻ ഇവരെ അനുവദിക്കരുത്.’’ അയാളുടെ തനതായ, പരുഷമായ കാവൽ നിറഞ്ഞ ചിരി വീണ്ടും പടർന്നു. ലിയോനിഡിന്റെ കൈ കുലുക്കി സെമിൽ നന്ദി പറഞ്ഞു.

‘‘നിങ്ങൾ യഥാർത്ഥ സഖാവ്.’’

ലിയോനിഡ് അസഫിനോട് നിങ്ങൾ പോകുന്നില്ലേ’ എന്ന് ടർക്കിഷിൽ ചോദിച്ചപ്പോൾ വിക്റ്റർ അവരോട് ഒരിക്കൽ കൂടി സമാധാനവാക്കുകൾ പറയാനൊരുങ്ങി. അസഫ് ഒരു നിമിഷം ശങ്കിച്ചു. എന്നിട്ട് ഞാൻ അവിടെ തങ്ങാൻ തീരുമാനിച്ചു എന്ന് റഷ്യനിൽ മറുപടി പറഞ്ഞു.

‘‘എല്ലാം വ്യക്തമായി അന്വേഷിച്ചു കണ്ടുപിടിച്ച് പാർട്ടിക്കു റിപ്പോർട്ടു ചെയ്യണം.’’

ലിയോനിഡ് വീണ്ടും ടർക്കിഷിൽ തന്നെ സംസാരിച്ചു.

‘‘നിങ്ങൾ പാർട്ടി എച്ച്.ക്യുവിൽ വിളിച്ച് സെമിലിന്റെ അറസ്റ്റ് തടയണമെന്ന് ആവശ്യപ്പെടുമെന്നു ഞാൻ കരുതി.’’

അസഫ് വല്ലാതെ അപമാനിതനായി. അവനാകെ തകർന്നുപോയി. എങ്കിലും അവൻ അവന്റെ അഭിപ്രായം മാറ്റിയില്ല.

''അതിന്റെ ആവശ്യമുണ്ടെന്നു തോന്നിയില്ല.''

മുറിഞ്ഞ റഷ്യനിൽ പറഞ്ഞു നിർത്തി.

''എനിക്കു മനസ്സിലായി.''

കൂടുതലൊന്നും പറയാതെ ലിയോനിഡ് വാതിൽക്കലേക്കു നടന്നു. തിരിഞ്ഞ് റൂം ആകെ നോക്കി. അവന് കാല് വലിച്ചു നീക്കുന്നതു പോലെ സ്വയം തോന്നി. എന്തായാലും തന്റെ സംശയകരമായ നോട്ടം നിക്കോളായിൽ മേലുദ്യോഗസ്ഥന്റെ ഗർവോടെ, തീക്ഷ്ണമായ നോട്ടം ലിനോയ്ഡിൽ തറപ്പിച്ച് തന്റെ മേൽക്കോയ്മ ഉറപ്പിച്ചു.

''നാശം''

ലിയോനിഡ് അടക്കിപ്പിടിച്ച് പിറുപിറുത്തു. കസേരയുടെ പിന്നിൽ തന്നെ തളർന്ന് സെമിൽ നിൽക്കുന്നുണ്ടായിരുന്നു. തല ഉയർത്തി പിടിക്കാൻ ശ്രമിക്കുന്നുണ്ടെങ്കിലും ഒരു വല്ലാത്ത വിഭ്രാന്തി അവന്റെ മുഖത്തുണ്ടായിരുന്നു. തന്റെ ടർക്കിഷ് സഖാവിന്റെ ഈ അവസ്ഥ ലിയോനിഡിനെ പീഡിപ്പിച്ചു.

''അവനെ വിട്ടുപോകുക വഴി ഞാൻ തെറ്റു ചെയ്യുകയാണോ?''

ലിയോനിഡ് ഒരു നിമിഷം ചിന്തിച്ചു. പക്ഷേ അയാൾക്ക് അവനെ ഒരിക്കൽകൂടി രക്ഷിക്കാൻ ശ്രമിക്കണമെങ്കിൽ അപ്പോൾ പോകുക തന്നെ വേണമായിരുന്നു.

''വിഷമിക്കേണ്ട.''

പുറത്തിറങ്ങും മുമ്പ് സെമിലിനെ ആശ്വസിപ്പിച്ചു.

''ഞാൻ വേഗം തിരിച്ചെത്തും.''

ഇരുപത്തിയേഴ്

താഴത്തെ നിലയിലുള്ള ചോദ്യം ചെയ്യൽ മുറിയിൽനിന്ന് പുറത്തിറങ്ങി, ഇടനാഴിയിലൂടെ നടന്ന്, തന്റെ വലിപ്പമില്ലായ്മ ബോധ്യപ്പെടുത്തി തരുന്ന രീതിയിലുള്ള വലിയ ഉയരത്തിലുള്ള ഇടനാഴിക്കു മുകളിലെ മച്ചിനു കീഴിലൂടെ കടന്ന്, ഒരു ഓഫീസർ പാറാവു ഡ്യൂട്ടിക്കു നിൽക്കുന്ന പ്രവേശനകവാടത്തിന്റെ അടുത്തെത്തി. ലിയോനിഡ് ആ ഒഴിഞ്ഞ ഹാളിന്റെ ചുവരുകൾപോലെ നിറം മങ്ങിയ മുഖവുമായി അവിടെ നിന്ന കാവൽക്കാരനായ ഓഫീസറോട് അയാൾ ചോദിച്ചു.

''ആൻഡ്രേയ് അൽജോവികിന്റെ മുറി ഏതു നിലയിലാണ്?''

''നിങ്ങൾ വിക്റ്ററിന്റെ ടീമിലെ ആളാണോ?''

കാവൽഭടനായ ആ ഓഫീസർ ലിയോനിഡിനെ അടിമുടി നോക്കിയുഴിഞ്ഞു.

''അതെ... അതെ...'' അക്ഷമയോടെ ലിയോനിഡ് പറഞ്ഞു.

''ആൻഡ്രേയ് അൽജോവികിന്റെ മുറി...''

''നിങ്ങൾക്ക് സഖാവ് അൽജോവിക്കിനെയാണോ കാണേണ്ടത്?''

ലിയോനിഡ് തന്റെ ആവശ്യം ആവർത്തിച്ചപ്പോൾ അയാൾ ഇടയ്ക്കു കയറി ചോദിച്ചു. അയാൾ വിരസനും നിരുത്സാഹിയും ആതിഥേയ മര്യാദയില്ലാത്തവനുമായി ലിയോനിഡിന് തോന്നി. അയാളുടെ മുഖത്ത് അതെല്ലാം എഴുതിവെച്ചിരുന്നതുപോലെയായിരുന്നു.

''അതെ., എനിക്കയാളെ ഇപ്പോൾ കാണണം''

''നിങ്ങളുടെ പേര്?''

''ലിയോനിഡ് ഇവാനോവിച്ച്''

ആ പരിചാരകൻ തന്റെ നോട്ട് ബുക്കിൽ പേരൊക്കെവെച്ച് നോട്ടെഴുതിയെടുത്തു. ''താങ്കൾ ഇവിടെ കാത്തിരിക്കൂ, സഖാവേ''

ഇരിക്കാനുള്ള കസേരകളിലേക്ക് ചുണ്ടിക്കാണിച്ച് അയാൾ പറഞ്ഞു.

''വളരെ പ്രധാനപ്പെട്ട കാര്യമാണ്, എനിക്കയാളോട് എത്രയും പെട്ടെന്ന് പറയേണ്ടതുണ്ട്.''

ലിയോനിഡ് നിർബന്ധിച്ചുകൊണ്ടേയിരുന്നു.

''താങ്കൾക്കൊന്ന് ഇവിടെ കാത്തിരിക്കാൻ പറ്റുമോ?''

പരിചാരകൻ വീണ്ടു വീണ്ടും പറഞ്ഞു അയാളിൽ ഇതുവരെ ഒരു മാറ്റവുമുണ്ടായില്ല. അയാൾ അവിടുന്നനങ്ങുകപോലും ചെയ്തിട്ടില്ല ലിയോനിഡിന്റെ നിർബന്ധങ്ങളൊക്കെ വെറുതെയായെന്ന മട്ടിലാണ് അയാളുടെ പെരുമാറ്റം തന്നെ.

നിരാശപ്പെട്ട് ലിയോനിഡ് ഇരിപ്പിടങ്ങൾക്കടുത്തേക്ക് പോയി. വലിയ ഒരു ഓയിൽ ചിത്രരചന അവിടെ ചുമരിൽ തൂക്കിയിട്ടിരുന്നു. അതിനു താഴെയായി ചുവരിനോട് ചേർന്ന് നീണ്ടു കറുത്ത ലെതർ സോഫകൾ നിരത്തിയിട്ടിരുന്നു. ആദ്യം വന്ന നാൾ ഈ ചിത്രം കണ്ണിൽ പെട്ടതായി അയാൾക്കു ഓർക്കാൻ കഴിഞ്ഞില്ല. എന്നാൽ പിന്നീട് ശ്രദ്ധാപൂർവ്വം അതിലേക്ക് നോക്കിയപ്പോഴാണ് അത് പോളിഷ് ചിത്രകാരനായ ബോൾഷെവിക് ഫെലിക്സ്, സെർസിൻസ്കിയുടേതാണെന്ന് മനസ്സിലായി. 'ചെക്ക' യുടെ തലവനായിരുന്നു അയാൾ. ഒക്ടോബർ വിപ്ലവത്തിന്റെ സമയത്ത് നരഹത്യകളും അട്ടിമറിപ്രവർത്തനവും തടയാനായി സ്ഥാപിതമായ ഒരു സംഘടനയായിരുന്നു അത്. ആദ്യകാലത്ത് വിദേശകാര്യമന്ത്രാലയത്തിൽ ജോലിക്കു ചേർന്ന സമയത്ത് ലിയോനിഡ് അയാളുടെ ആരാധകനായിരുന്നു .

സെർസിൻസ്കിയോടുള്ള ആരാധന മൂത്ത് കെ.ജി.ബിയിൽ ചേർന്നാലോ എന്ന ആലോചനയിൽ വരെയെത്തിയിരുന്നു കാര്യങ്ങൾ. പക്ഷേ ആ ഏജൻസി ലിയോനിഡിന്റെ അച്ഛനെ പണ്ട് പാർട്ടിയിൽ നിന്ന് പുറത്താക്കിയിരുന്നു എന്ന കാരണം അയോഗ്യതയായ് പറഞ്ഞ് അഡ്മിഷൻ നിഷേധിച്ചു. ആദ്യം അത് അയാളെ വല്ലാത്ത നിരാശയിലേക്ക് തള്ളിയിട്ടിരുന്നു. നാടുകടത്തപ്പെട്ട അവസരത്തിൽ മരണപ്പെട്ട അച്ഛനെ വരെ അയാളെ മനസ്സ്കൊണ്ട് പ്രാകിപ്പോയിരുന്നു. സോവിയറ്റ് യൂണിയൻ രാജ്യങ്ങളിൽ, രഹസ്യാന്വേഷണ ഉദ്യോഗസ്ഥരെ വീരപരിവേഷത്തോടുകൂടിയായിരുന്നു ജനങ്ങൾ കണ്ടിരുന്നത്. സത്യസന്ധരല്ലാത്തതോ വഞ്ചകരോ ആയ ഉദ്യോഗസ്ഥരെപ്പോലെ അനിശ്ചിതമായോ പ്രവചനാതീതമായോ ആത്മാർത്ഥതയില്ലാതെയോ ഈ ഉദ്യോഗസ്ഥരെ ആരും കരുതിയതുപോലുമില്ല. ലിയോനിഡിനെ കെ.ജി.ബി യിലേക്ക് എടുക്കാതിരുന്നവർ അയാളുടെ പൗരബോധവും രാജ്യസ്നേഹവും വിലകുറച്ചുകണ്ടു. പോരാത്തതിന് അയാളെ അപമാനിക്കുകയും ചെയ്തു. എന്നിരുന്നാലും വിദേശത്തായിരുന്ന സമയം അയാൾക്ക് തിരിച്ചറിവുണ്ടായി. താൻ അന്ന് റിക്രൂട്ട് ചെയ്യപ്പെടാതിരുന്നത് നന്നായി എന്ന്. ദോഷൈകദൃക്കായ ബ്രിട്ടീഷുകാരനായ ഒരു രഹസ്യാന്വേഷണ ഉദ്യോഗസ്ഥൻ ആ സമയം യുണൈറ്റഡ് നേഷൻസിൽ ജോലി ചെയ്യുന്നുണ്ടായിരുന്നു. അയാളുടെ പേര് നെഡ് എന്നായിരുന്നു. വിദേശ മന്ത്രാലയത്തിൽ ജോലി ചെയ്യുന്നതിനുമുൻപ് അയാൾ ഒരു ചാരശൃംഖലയിൽ അതിർത്തിക്കപ്പുറം വർഷങ്ങളോളം പണിയെടുത്തിരുന്നു.

ആ സമയത്ത് തുടങ്ങിവെച്ച ജീവിതശീലത്തിന്റെ തുടക്കമെന്നോ ണമാണ് റഷ്യൻ വോഡ്കയുമായുള്ള ആസക്തി. അതങ്ങനെത്തുടർന്നു, വർഷങ്ങളോളം നെഡിനെ ഒരു വൃദ്ധൻ ഒരിക്കൽ പരാജയപ്പെടുത്തി. ഈ വൃദ്ധൻ ബ്രിട്ടീഷ് രഹസ്യാന്വേഷണ ഏജൻസിയിൽ ഒരുപാട് കാലം ഉദ്യോഗസ്ഥനായിരുന്നു. അയാൾക്ക് ചില കാര്യങ്ങളിൽ അയാ ളുടേതായ പ്രതീക്ഷയും വീക്ഷണങ്ങളുമുണ്ടായിരുന്നു. ഏജൻസിയി ലേക്ക് നുഴഞ്ഞു കയറിയ ഒരു ഇരട്ട ഏജന്റിനെ കണ്ടെത്താനായി നടത്തിയ ഒരു ഉഗ്രൻ ആക്രമണത്തിൽ ആ വൃദ്ധൻ അന്ന് കഷ്ണം കഷ്ണം പിച്ചിച്ചീന്തപ്പെട്ടു. അന്ന് അയാൾ പൊടുന്നനെ അയാളെ കണ്ടെത്തിയത് സംശയിക്കപ്പെട്ട കുറ്റവാളികളുള്ള വിസ്താരം ചെയ്യുന്ന മുറികളിലൊന്നിലാണ്.

എല്ലാം പെട്ടെന്ന് കെട്ടടങ്ങിയപ്പോൾ അയാൾക്ക് കാര്യങ്ങൾ തെളിഞ്ഞു വന്നു. അയാൾക്ക് ഒരു ചെറിയ നന്ദി സന്ദേശം കൈമാറി. പോരാത്ത തിന് ഒരു രണ്ടാംതരം ജോലി അമേരിക്കയിൽ വാഗ്ദാനം ചെയ്തു. ഇങ്ങനെയൊക്കെയാണെങ്കിലും അയാൾ ജീവിതം ഇതിനിടയിൽപെട്ട് ഉലഞ്ഞുപോകാതിരിക്കാൻ നന്നായി പരിശ്രമിച്ചിരുന്നു. മദ്യത്തിന് അടിമപ്പെട്ട് പോകാതിരിക്കാൻ അയാൾ ആവുംവിധം സ്വയം നിയന്ത്രിച്ചു. പുതിയ ജോലി.. പുതിയ സ്ഥലം.. പുതിയ ആളുകൾ... അയാൾ പരമാ വധി പുതിയയിടങ്ങൾ. ആസ്വദിക്കാൻ ശ്രമിച്ചു. വിരമിക്കുന്നവരെ അവിടെത്തന്നെ പിടിച്ചു നിർത്തണമെന്ന് കരുതി. അതിനാൽ തന്നെ ഒട്ടും ഗൗരവമില്ലാതെ, അലസമായ ഒരു ഭാവത്തോടെ തെല്ലു തമാശ യുടെ മേമ്പൊടി ചേർത്ത് അയാൾ എല്ലാവരുമായി ഇടപെടാൻ ശ്രമിച്ചു.

യു.എന്നിലെ ഉന്നത ഉദ്യോഗസ്ഥരെയടക്കം കളിയാക്കിയും മറ്റും അയാളെ തന്നെ നർമ്മത്തിൽ നിറച്ചും അയാൾ അവിടെ കഴിഞ്ഞു കൂടി. അതുകൊണ്ടായിരിക്കാം അയാൾക്ക് ലിയോനിഡിനൊപ്പം ചേർന്നു പോകാൻ കഴിഞ്ഞത്. ആദ്യം ലിയോനിഡിനും തന്റെ ജോലിയോട് ഒരുവിരക്തിയൊക്കെ തോന്നിയിരുന്നു. അയാൾ മദ്യത്തിൽ അഭയം പ്രാപിച്ചു. തന്നെ അന്തരാത്മാവിന്റെ അന്വേഷണത്തെ നിയന്ത്രിച്ചു നിർത്താൻ മദ്യസേവ വെണമെന്ന നിലയിൽ ചിലപ്പോൾ കാര്യങ്ങളെത്തി. ഈ രണ്ട് ഉന്മാദികളായ നയതന്ത്രജ്ഞ ഉദ്യോഗസ്ഥർക്ക് ഔദ്യോഗിക മായ പല ചടങ്ങുകളിലും തങ്ങൾ ഒറ്റപ്പെടുന്നതായോ തങ്ങൾ ആ വേദിയിൽ ചേർന്നു പോകാത്തവരാണോ എന്ന് തോന്നിത്തുടങ്ങി. അവർ നിരന്തരം മദ്യസൽക്കാരങ്ങളിലും മറ്റു ലഘുചടങ്ങുകളിലും മദ്യം വിളമ്പുന്നയിടങ്ങളിലും മുട്ടാൻ തുടങ്ങി. ആദ്യമൊക്കെ അവര വരുടെ ഇന്റലിജൻസ് വിഭാഗങ്ങൾ ഈ സമാഗമത്തെ സംശയത്തോടെ കണ്ടിരുന്നു., പക്ഷേ പിന്നീട് അവർ തിരിച്ചറിഞ്ഞു അവരുടെ കൂടി കാഴ്ചകൾക്ക് മറ്റു പല ഔദ്യോഗിക ഗുണങ്ങളുമുണ്ടെന്ന്. അവിടെയും ഇവിടെയും ഉരുത്തിരിഞ്ഞുവരുന്ന തെറ്റായ വിവരങ്ങൾ ഈ കൂടി ക്കാഴ്ചയിൽ ചിതറിത്തെറിച്ചുപോകും. അങ്ങനെ അവയുണ്ടായ വെള്ളം

തന്നെ അടിമുടി കലങ്ങിപോകും. എന്നാലും നെഡും ലിയോനിഡും അവരുടെ ഓഫീസുകളുടെ ഈ രഹസ്യ ആവശ്യവും നീക്കവും അറിഞ്ഞാണ് പ്രവർത്തിച്ചത്. അവരുടെ സൗഹൃദം നല്ല രീതിയിൽ തുടർന്നുപോയി. ഇടയ്ക്കിടെ മാത്രം ചില ഔദ്യോഗിക കുതന്ത്രങ്ങൾ അവർ പരസ്പരം മെനയുകയും ചെയ്തു. നെഡിന് രഹസ്യാന്വേഷണത്തോട് ഒട്ടും സഹതാപമില്ലായിരുന്നു. ലിയോനിഡ് ശുഭാപ്തിവിശ്വാസക്കാരനായിരുന്നു. അയാൾ ആദ്യകാലത്തെ ഒരു മദ്യസൽക്കാരത്തിൽ നെഡ് പറഞ്ഞ ഒരു കാര്യം, അയാൾക്ക് മറക്കാതെ ഉള്ളിൽ പേറുന്നുണ്ട്.

''എല്ലാ രഹസ്യാന്വേഷണ ഓഫീസർമാരും ദൈവമുഖമുള്ള ആത്മവഞ്ചകരാണ്.''

ആ വഴി പോയ സി.ഐ.എ. അധിപനെ നോക്കിയാണ് നെഡ് പറഞ്ഞത്. ബ്രിട്ടീഷോ അമേരിക്കനോ റഷ്യനോ ആരുമാകട്ടെ, അതൊരു പ്രശ്നമേയല്ല. അവർതന്നെ വിശ്വസിക്കുകയും. വിശ്വസിക്കാൻ മനസ്സിനെ പഠിപ്പിക്കുകയും ചെയ്യുന്ന നുണകൾ അവർ പറയും. എല്ലാം സ്റ്റേറ്റിനു വേണ്ടിയെന്ന ന്യായം വിളമ്പും. എന്നിട്ട് സ്വന്തം കള്ളത്തരത്തിനുവേണ്ടി ജീവൻ തന്നെ ബലി നൽകുകയും ചെയ്യും.

അവർക്കിത്തരം നുണകൾ അത്യാവശ്യമാണ്, എന്നാലെ അവർക്കവരുടെ സ്വാധീനം ഉപയോഗിക്കാൻ കഴിയുകയുള്ളൂ. സ്വാഭിമാനം നഷ്ടപ്പെടാതിരിക്കാൻ അവർ പൊള്ളയായ ചില ജിവിത മൂല്യങ്ങൾ ആസുത്രണം ചെയ്തെടുത്തിട്ടുണ്ട്. രാജ്യത്തെ സോഷ്യലിസവും എന്റെ നാട്ടിലെ ജനാധിപത്യവും ഉദാഹരണങ്ങളാണ്. ചിലപ്പോൾ ഈ പച്ചക്കള്ളങ്ങൾ സത്യമാകാനും മതി. പക്ഷേ അധികപക്ഷവും അവ കണ്ണുപൊട്ടുന്ന കള്ളങ്ങൾ തന്നെയാണ്. അവരുടെ മുഴുവൻ പ്രവർത്തനങ്ങളും വേറൊന്നുമല്ല ഒരു വലിയ ആപൽക്കരമായ പുരുഷാധിപത്യത്തിന്റെ നരനായിട്ടാണ്.''

''ഞങ്ങളുടെ കുട്ടികൾ അങ്ങനെയല്ല.'' ലിയോനിഡ് എതിർക്കാൻ ശ്രമിച്ചു.

''വരൂ, എന്റെ ഡിയർ.'' നെഡ് നിർബന്ധിച്ചു.

''അവരെത്ര വ്യത്യസ്തരാണ്?''

''അവർക്ക് മാർക്സിസ്സത്തിൽ നല്ല വിശ്വാസമുണ്ട്.''

ലിയോനിഡ് പറഞ്ഞതും ഒരു വികൃതിച്ചിരി അയാളിൽ വിടർന്നു. അങ്ങനെയാണ് നിങ്ങളുടെ രഹസ്യാന്വേഷണവിഭാഗത്തെ അവർ നശിപ്പിച്ചത്.

നെഡ് ഉറക്കെ ചിരിച്ചു. കണ്ണിൽ നിന്ന് വെള്ളം വരുന്നതുവരെ. എന്നിട്ട് ഒരല്പം വിസ്കി നുകർന്നു.

''അത് ശരിയല്ല സഖാവേ.'' അയാൾ കളിയാക്കി.

“നമ്മുടെ പ്രധാനപ്പെട്ട ഒരു നോവലിസ്റ്റ് പ്രതാപം നഷ്ടപ്പെടുത്തിയത് നിങ്ങളുടെ മാർക്സിസത്തിലുള്ള യഥാസ്ഥിതികമായ വിശ്വാസമല്ല മറിച്ച സാമ്പ്രദായികമായ ബ്രിട്ടീഷ് തെമ്മാടിത്തമാണ്.”

നെഡ് പറഞ്ഞത് ശരിയാണെന്ന് കാലം തെളിയിച്ചു. ഒരിക്കൽ ലിയോനിഡ് കണ്ടുപിടിച്ചു ഈ രഹസ്യാന്വേഷണ ഉദ്യോഗസ്ഥർ പൊതുജനനായകരല്ല എന്ന്. അവർ ആരും സൂക്ഷ്മപരിശോധന നടത്താത്ത സാമൂഹികസേവനവകുപ്പുകളിലെ ജോലിക്കാരാണ്. പ്രധാനപ്പെട്ട ജോലികൾ ചെയ്യുന്നതായി അവർ ഭാവിക്കുന്നു. സ്റ്റേറ്റിന്റെ എല്ലാ സൗകര്യവും പ്രയോജനപ്പെടുത്തി ഭാരിച്ച പണികൾ ചെയ്യുന്നതായി ചിലപ്പോഴെങ്കിലും അവർ ഭാവിക്കുന്നു.

അയാളുടെ നോട്ടം സെർസിൻസ്കിയുടെ ചിണുങ്ങിയാടുന്ന താടിയിലും നീണ്ടുമെലിഞ്ഞ മുഖത്തേക്കും പടർന്നു. ചെറുപ്പത്തിലേ മരിച്ച വിപ്ലവനേതാവിനോട് ഇപ്പോഴും ഒരാദരവ് അയാൾ ഉള്ളിൽ കാത്തുസൂക്ഷിച്ചിരുന്നു.

“നിങ്ങൾ അവരിലൊരാളല്ലായിരുന്നു” അയാൾ ശബ്ദമടക്കി പറഞ്ഞു.

“സ്ഥിതി സമത്വവാദം ഇപ്പോഴും ഒരു ലോകനീതിയായിട്ടില്ല, അത് സങ്കൽപ്പത്തേരിലേറി നടക്കുന്ന ഒരു സുന്ദരസ്വപ്നമാണിപ്പോഴും.”

തല ചരിച്ചു നോക്കിയപ്പോൾ ആ പരിചാരകൻതന്നെ നോക്കിയിരിക്കുന്നതു കണ്ടു. അയാൾ ഒരു ഇരിപ്പിടത്തിലേക്ക് അമർന്നിരുന്നു. അയാളിരുന്നതു കണ്ടപ്പോൾ ആ പരിചാരകൻ ഫോൺ വിളിക്കാനായി കൈനീട്ടി. നമ്പർ ഞെക്കി അയാൾ കാത്തിരുന്നു. കുറച്ചുനേരം കൊണ്ട് അയാളുടെ മുഖത്തുള്ള കടുംപിടുത്തം അയഞ്ഞു. അയാൾ സംസാരിക്കുകയായിരുന്നു. മറുഭാഗത്ത് വേഗം ഫോൺ വെയ്ക്കാനായി തിടുക്കത്തിലുള്ള സംസാരമാണെന്ന് തോന്നി. എന്തായാലും ചെറിയ ഒരു വർത്തമാനമായിരുന്നു അത്. അതവസാനിച്ചപ്പോഴേക്കും ആ പരിചാരകൻ തണുപ്പൻ മട്ടിലുള്ള പെരുമാറ്റച്ചട്ട എടുത്തണിഞ്ഞു.

“ലിയോനിഡ് ഇവാനോവിച്ച് ” അയാൾ വിളിച്ചു. ലിയോനിഡ് അത് കാത്തിരുന്നപോലെ ചാടിയെഴുന്നേറ്റു. ധൃതിയിൽ പരിചാരകന്റെ അടുത്തെത്തി.

“ക്ഷമിക്കണം, ആൻഡ്രേയ് ഇവിടെയില്ല.”

ലിയോനിഡിന്റെ വ്യാകുലത നിറഞ്ഞ കണ്ണുകൾ ആ മനുഷ്യന്റെ മുഖത്ത് തറച്ചുകയറി.

“അയാൾ പോയോ, പുറത്താണോ, എപ്പോഴാണ് അയാൾ പുറത്ത് പോയത്?”

“അതെനിക്കറിയില്ല എനിക്ക് അയാളിവിടെയില്ല എന്ന വിവരം മാത്രമേ അറിയൂ.”

''വീട്ടിൽ വിളിച്ചാൽ കിട്ടുന്ന നമ്പറുണ്ടോ, അല്ലെങ്കിൽ അയാളെ കിട്ടാൻ സാദ്ധ്യതയുള്ള നമ്പർ ഉണ്ടോ?''

ലിയോനിഡ് അന്വേഷിച്ചു.

''ഇല്ല എന്നാണ് തോന്നുന്നത്.''

സത്യമാണോ ഇനി ഇവൻ കള്ളത്തരം പറയുകയാണോ എന്നുറപ്പില്ല. അത് അന്വേഷിച്ച് കണ്ടുപിടിക്കുന്നതിൽ വലിയ കാര്യമില്ലല്ലോ. കുറച്ചു നേരം ആ അന്വേഷണ കൗണ്ടറിൽ ചുറ്റിത്തിരിഞ്ഞു അയാൾ... എന്നിട്ട് എന്തുചെയ്യണമെന്നറിയാതെ അവിടെ നിന്നു. വാച്ച് നോക്കി. 19.27. സ്ക്കൂൾ അധികാരികളുമായുള്ള മീറ്റിംഗ് അപ്പോൾ ഓർമ്മ വന്നു. അത് 16.00 തുടങ്ങേണ്ടതായിരുന്നു. ഡീനുമായി സംസാ രിക്കാനുള്ള അവസരം കണ്ടെത്തണം. ആ പ്രായം ചെന്ന മനുഷ്യൻ ഒരു നിഷ്കപടനായ നിഷ്ടകളങ്കനായ വ്യക്തിയായിരുന്നു. ആ വലിയ ശരീരത്തിനകത്ത് തന്റെ കുട്ടികൾക്ക് നോവുമ്പോൾ വേദനിക്കുന്ന ഹൃദയമുണ്ടായിരുന്നു. ഡീനിനെ കാണാൻ പറ്റിയില്ലെങ്കിൽ തുർക്കി സംഘത്തിലെ യുവാക്കളെ നടപടികളിലേക്ക് കൊണ്ടുവരണം. അത് തീരുമാനിച്ച് അയാൾ പുറത്തേക്കിറങ്ങി.

പുറത്ത് ഇരുട്ടായിരുന്നു. രാത്രിയിൽ മഞ്ഞുവീഴ്ച കുറഞ്ഞു. മോസ്കോവിയൻ ശൈത്യം ആ നാടിനെ പൊള്ളിച്ചു. അയാൾ വാതിൽക്കൽ നിന്നു. ദീർഘനിശ്വാസമെടുത്തു. അകത്തെ ഭാരിച്ച അന്തരീക്ഷത്തിൽനിന്ന് പുറത്തെത്തിയപ്പോൾ ശൈത്യക്കാറ്റിന്റെ തഴുകൽ അയാളറിഞ്ഞു. അയാൾക്ക് ചെറുതായി പനിച്ചു. തന്റെ കോട്ടിന്റെ കോളർ ഉയർത്തി അയാൾ നടക്കാൻ തുടങ്ങി. തെരുവിന്റെ പ്രവേശനകവാടത്തിന്റെ അരികിൽ നിർത്തിയിട്ടിരുന്ന കറുത്ത വോൾഗ കാറിനെ അയാൾ ഒരു നോക്ക് കണ്ടു. ഇത് ആൻഡ്രേയുടെ കാറല്ലേ? അയാൾ പിറുപിറുത്തു. അയാൾക്ക് അതറിയാമായിരുന്നു. ഇന്നലെ അവർ ഒരുമിച്ചാണ് അതിൽ സ്ക്കൂളിൽ നിന്നു വന്നത്. ഇനി ഇത് അയാളുടെയല്ലേ, അധികം ഓഫീസർമാരും ഈ നിറവും മോഡലും ഒക്കെത്തന്നെയാണ് ഉപയോഗിക്കുന്നത്. അയാൾക്ക് ഊഹിക്കാൻ തോന്നിയില്ല.

വണ്ടിയുടെ അടുത്തേക്ക് പോയി. മുൻവശത്തെ സീറ്റിലിരുന്ന ഡ്രൈവർ അയാളെ കണ്ടപ്പോൾ ചിരിച്ചു. അതെ ഇത് ആൻഡ്രേയുടെ കാർ തന്നെ. ഇന്നലെ അതിൽ അവർ ഒരുമിച്ചുണ്ടായിരുന്നല്ലോ. 'ആൻഡ്രേയ് അൽജോവിക് അല്ലേ?' കാർ സ്റ്റാർട്ട് ചെയ്തിട്ടിരിക്കുകയായിരുന്നു. അയാൾ ഇപ്പോൾതന്നെ ഇവിടുന്ന് ഇറങ്ങുമായിരിക്കും. ഇവിടെ കാത്തുനിന്നാലോ എന്നയാൾ ചിന്തിച്ചു. തന്റെ പഴയ സുഹൃത്തിന് ഈ സമയമാകുമ്പോഴേക്കും സെമിലിനെക്കുറിച്ചൊരു ധാരണ വന്നു കാണുമായിരിക്കും. അല്ലെങ്കിൽ ലിയോനിഡിനെ ഒഴിവാക്കേണ്ട കാര്യമില്ലല്ലോ. വിവേകബുദ്ധിയോടെ കാര്യങ്ങൾ ചെയ്യുന്ന ഉദ്യോഗസ്ഥനാണ് അയാൾ. അയാളുടെ

മനസ്സു മാറ്റുക സാദ്ധ്യമല്ല. അയാൾക്കൊന്നുമറിയില്ലെങ്കിൽ മാത്രം അയാൾ സഹായിക്കാമെന്നേറ്റേനേ. പക്ഷേ ഇനി അശ്രദ്ധാലുവായിട്ടിരിക്കാൻ ആകില്ല. അഗ്നിപരീക്ഷകൾ അവഗണിക്കാനാകില്ല. ഇവിടെ നിന്നാൽ ലിയോനിഡിനെ കാണാൻ ഇന്ന് നടക്കില്ല. ഇപ്പോൾതന്നെ സമയംപോയി. സബ്‌വേ സ്റ്റേഷൻ ലക്ഷ്യമാക്കി അയാൾ ആഞ്ഞു നടന്നു.

പടവുകളിറങ്ങി സ്വയം ആ ആൾക്കൂട്ടത്തിൽ അയാൾ അലിഞ്ഞു ചേർന്നു. ആളുകളെ കടത്തിവിടുന്ന ഗേറ്റിനടുത്തെത്തിയപ്പോൾ അയാളുടെ എല്ലുകൾ കൊളുത്തി വലിച്ചു. അത് ശരിയോ തെറ്റോ? വിക്റ്റർ ചോദിച്ചതുപോലെ സെമിൽ കൊലപാതകിയാണെങ്കിലോ?ഈ നിസ്സാര സങ്കൽപശാസ്ത്രം കേട്ടപ്പോൾ ആ കുതന്ത്രകുലപതിയുടെ മുഖത്ത് ചിരി പടർന്നു.

''അല്ലെങ്കിൽത്തന്നെ അവനെ കുറ്റവാളിയാക്കാൻ എന്തു തെളിവാണുള്ളത്?''

''നിങ്ങൾ എന്തെങ്കിലും പറഞ്ഞോ?''

സഹയാത്രികയായ ഒരു തടിച്ചുകൊഴുത്ത സ്ത്രീ ലിയോനിഡിനോട് എന്താ പ്രശ്നം എന്ന് അന്വേഷിച്ചു.

''ഇല്ല.. ഇല്ല. നിങ്ങളോടൊന്നും പറഞ്ഞില്ല..''

ലിയോനിഡ് വിക്കി വിക്കി പ്പറഞ്ഞു. എന്നിട്ട് ആൾക്കൂട്ടത്തിലേക്കിറങ്ങി. ആ സ്ത്രീയിൽ നിന്നകന്നു നടന്നു. എന്നാൽ ചിന്തകൾ അയാളെ വരിഞ്ഞുമുറുക്കി. സെമിൽ അവർ ചോദിച്ച എല്ലാ ചോദ്യത്തിനും ഉത്തരം നൽകിയിട്ടുണ്ട്. അതിനർത്ഥം അവൻ സത്യസന്ധമായാണ് മറുപടി പറഞ്ഞത് എന്നല്ലല്ലോ. അവൻ കൊലപാതകിയായിരുന്നെങ്കിൽ അവനെന്താണോ ഭാഗ്യമായി വരുക, അവൻ നിഷ്കളങ്കനാണെങ്കിൽ എന്താണോ നിർഭാഗ്യമായിത്തീരുക എന്നറിയില്ല. കാരണം, ആ രണ്ടു മനുഷ്യർ അവന്റെ വാദങ്ങളുടെ നിജസ്ഥിതി തെളിയിക്കാനാകുന്നവർ രണ്ടുപേരും ഇന്നില്ല. മരണപ്പെട്ടിരിക്കുന്നു. സെമിലല്ലാതെ വേറൊരാൾക്ക് ഈ ഭൂതകാലകഥകൾ അറിയാം. അത് അവരുടെ മേലുദ്യോഗസ്ഥനായ ഇസാനായിരുന്നു. എവിടുന്നവനെ കണ്ടുപിടിക്കും? ടർക്കിയിൽ തന്നെയുണ്ടാകും. ഒളിവിലിരുന്ന് പണിയെടുക്കാനും സ്വകാര്യതയ്ക്കും കുറച്ചു മാസങ്ങൾകൊണ്ട് അവർ ധാരാളം വീടുകൾ മാറി.

സെമിൽ കുറ്റക്കാരനാണെങ്കിൽ ലിയോനിഡ് വലിയ തെറ്റാണ് ചെയ്യുന്നത്. അയാളെ രക്ഷിക്കാൻ ശ്രമിക്കുന്നത് തന്നെ തെറ്റാണ്. മാത്രവുമല്ല അത് അയാളും ജോലി നഷ്ടപ്പെടാൻ കാരണമാകും. അറിയാതെതന്നെ മരിച്ചുപോയ സഖാക്കളുടെ ഓർമ്മയെ അപമാനിക്കുന്നതു പോലെയാകും ഏറ്റവും പ്രധാനപ്പെട്ടതായി മറ്റു സഖാക്കളുടെ ജീവിതവും അയാൾ അപകടത്തിലാക്കും. തുടക്കത്തിലേ കുഴഞ്ഞു മറിഞ്ഞു കിടക്കുന്ന അയാളുടെ ചിന്തകൾ ഒരു തീരുമാനമെടുക്കേണ്ട ഈ ഘട്ടത്തിൽ ആകെക്കൂടി കലങ്ങിയ മട്ടിലായി.

വിക്റ്ററിന് കുറച്ചുസമയംകൂടി കൊടുത്താലെന്താണ്?

ഇല്ല...ഇല്ല... അത് നടപ്പില്ല. സെമിൽ തെറ്റുകാരനാണെങ്കിൽ അത് തെളിവുകൾ കാട്ടി സമർത്ഥിക്കണം. ഉറപ്പില്ലാത്ത സംശയങ്ങളിൽ ചവിട്ടി നമുക്ക്. ഒരു അവസാന നിർണ്ണയത്തിലേക്ക് നടന്നടുക്കാൻ കഴിയില്ല.

വിക്റ്ററിന് ഇനിയും സമയം കൊടുത്താൽ അവൻ കുമ്പസാരം എന്നപോലെ കുറ്റസമ്മതമൊഴിപോലും അവനെ പീഡിപ്പിച്ചു എഴുതി യെടുക്കാൻ സാധ്യതയുണ്ട്. അത്തരമൊരു എളുപ്പവഴി ഇല്ലാതാക്കണ മെന്ന് വിക്റ്ററും അവന്റെ സുഹൃത്തും ആഗ്രഹിക്കില്ലല്ലോ. സെമിൽ നല്ല ധൈര്യശാലിയാണ്. ധീരനാണ്. എന്നാലും ചോദ്യം ചെയ്യലിന്റെ അമിതസമ്മർദ്ദം താങ്ങാൻ ചിലപ്പോൾ അയാൾക്കീ സാഹചര്യത്തിൽ കഴിഞ്ഞെന്നും വരില്ല. അതുകൊണ്ട് അവൻ പൊതുവേ പെരുമാറ്റ ത്തിലും നടപ്പിലും യുവരക്തം തിളയ്ക്കുന്ന ഉശിരനാണെന്ന് പറഞ്ഞ തുകൊണ്ട് കാര്യമില്ലല്ലോ. മാത്രമല്ല അവൻ വല്ലാതങ്ങ് വിശ്വസിച്ചിരുന്ന ചില സഖാക്കൾ അവനെ തള്ളിപ്പറഞ്ഞിട്ടുണ്ട്. അവരെയെല്ലാം പല പ്പോഴും അവൻ ആശ്രയിച്ചിട്ടുമുണ്ട്. അതെല്ലാം എന്നാൽ കീഴടങ്ങി യേക്കാം. എല്ലാം കെട്ടടങ്ങട്ടെ എന്ന ചിന്ത അവന്റെ മനസ്സിൽ മുളപ്പി ച്ചിട്ടുണ്ടാകണം. അവൻ നിരപരാധിയായ ഇരയാണെങ്കിൽ ഈ ആരോ പണങ്ങളെല്ലാം ഒരു നിഷ്ക്കളങ്കനെ ക്രൂശിക്കാനേയുതകൂ. ശരിക്കുള്ള കൊലപാതകി സ്വാതന്ത്ര്യത്തോടെ പുറത്തു വിലസുകയും ഒരിക്കലും കണ്ടുപിടിക്കപ്പെടാതെ പോകുകയും ചെയ്യും. സ്റ്റേഷനിലേക്ക് കടന്നു വന്ന ട്രെയിനിന്റെ കടകട ശബ്ദം അയാളുടെ ആലോചനകളെ താല്ക്കാ ലികമായി തടസ്സപ്പെടുത്തി. അയാൾക്ക് സെമിലിനെ സഹായിക്കണ മെന്ന ആഗ്രഹം ഉള്ളിൽ കിടന്നു പതഞ്ഞു. ഇനി താനൊരു തെറ്റ് ചെയ്യുകയാണെങ്കിലോ. സാഹസം അയാൾ എടുക്കാൻ തീരുമാനിച്ചു. ഈ തീരുമാനം തെറ്റാകുമോ എന്ന് വീണ്ടും ശങ്കിച്ചു. ഉറപ്പില്ലാത്ത സംശയങ്ങളും ആടിയുലയുന്ന അങ്കലാപ്പുകളും ട്രെയിനിലെ ജനത്തി രക്കിൽ കലർന്ന് മൂടില്ലാത്താളിപോലെ ഒഴുകാൻ തുടങ്ങി.

സ്ക്കൂൾ ഗേറ്റ് കടന്ന് പോകുമ്പോൾ. കാവൽഭടൻ ഉസ്റ്റിൻ പെട്രോ വിക്കിനോട് അയാൾ മീറ്റിംഗിനെപ്പറ്റി ചോദിച്ചു.

''അത് ഇപ്പോൾ തീർന്നു'' അയാൾ പറഞ്ഞു.

''യുറിയ് കോൺസ്റ്റാന്റിനോവിക് മടങ്ങിപ്പോയോ?'' അധികം താമസി ക്കാതെ തന്നെ മറുചോദ്യം അയാൾ ചോദിച്ചു.

''ഇല്ല അയാൾ പോയിട്ടില്ല. അയാൾ ഭാര്യയ്ക്കായി കാത്തിരിക്കുന്നു. ജനറൽ സെക്രട്ടറി ഇന്ന് രാത്രി ഒരു അത്താഴം ഒരുക്കിയിട്ടുണ്ട്. അക്കാ ദമിക്ക് പണ്ഡിതന്മാർക്കായി ക്രെംലിനിൽ അതിനെപ്പറ്റി നിങ്ങൾക്കറി യാമോ?''

''ഓഹ്. അത് ഇന്ന് രാത്രിയായിരുന്നോ, നന്നായി.''

''വളരെ നന്നായി.. അയാൾ ഡീനിന്റെ മുറിയിൽ തന്നെയുണ്ടോ?''

''അതെ അവിടെയുണ്ടെന്ന് തോന്നുന്നു.'' വയസ്സനായ ആൾ മറുപടി പറഞ്ഞു.

ലിയോനിഡ് ലഗേജും വസ്ത്രങ്ങളും സൂക്ഷിക്കുന്ന ഇടത്തേക്ക് കടന്നപ്പോഴാണ് അയാളെ ആ മനുഷ്യൻ വിളിച്ചത്.

''ഇതാ സെവറ്റ്ലാനാ അന്റാലിയെവ്നാ നിങ്ങൾ തരാനായി ഇവിടെ തന്നിട്ടുപോയ കുറിപ്പാണിത്. നിങ്ങൾ മുഴുവൻ ദിവസവും അവൻ അന്വേഷിക്കുന്നുണ്ടായിരുന്നു. പക്ഷേ കണ്ടെത്താനായില്ല എന്നു തോന്നുന്നു.''

''ഞാനാ പാവം സ്ത്രീയെ അവഗണിച്ചല്ലോ.''

ലിയോനിഡ് ഓർത്തുകൊണ്ട് അവർ കൊടുത്തിട്ടുപോയ ആ ചെറിയ കവൻ ആ വൃദ്ധന്റെ കൈയിൽ നിന്നും അയാൾ വാങ്ങി. അത് തുറക്കാൻ അയാൾ വ്യഗ്രത പൂണ്ടു. വൃത്തിയുള്ള കൈപ്പടയിലായിരുന്നു ആ കുറിപ്പ്. ആ സ്ത്രീ എഴുതിയിട്ടുള്ളത്.

''പ്രിയപ്പെട്ട ലിയോനിഡ് ഇവാനേവിച്ച്, ഊണിനുശേഷമുള്ള സമയത്ത് കീ ഫോൺ ചെയ്തിരുന്നു. ഫോണെടുത്ത ഓഫീസർ നിങ്ങളിവിടെയില്ലയെന്ന് പറഞ്ഞൊഴിഞ്ഞു. വിളിച്ചയാൾ കാര്യം ഗൗരവമുള്ളതാണെന്നും നിങ്ങളെ കിട്ടേണ്ടതുണ്ടെന്നും നിർബന്ധം പിടിച്ചിരിക്കണം. അതിനാൽ അവർ എന്നെ വിളിപ്പിക്കുകയുണ്ടായി. എല്ലാ ബഹുമാനത്തോടും കൂടി ഞാൻ വിളിച്ചയാളോട് ഫോണിൽ സംസാരിച്ചു. എനിക്കതിയായ സങ്കടം ഉണ്ട്. ഈ വാർത്ത നിങ്ങളോട് പറയാൻ നിങ്ങളുടെ മകൾ അലക്സാൻഡ്രയുടെ ഗർഭം അലസിപ്പോയി. അവർ അവളെ ആശുപത്രിയിലേക്ക് കൊണ്ടുപോയിരുന്നു. എന്നിട്ടും അവർക്ക് കുഞ്ഞിനെ രക്ഷിക്കാനായില്ല. അവരുടെ സ്ഥിതി ഗുരുതരമല്ല. പേടിക്കാനൊന്നുമില്ല തന്നെ. നിങ്ങൾ അവളെയൊന്ന് വിളിക്കണം. ഈ സമയത്ത് നിങ്ങളുടെ താങ്ങ് അവൾക്ക് അത്യാവശ്യമാണ്.

പെട്ടെന്ന് അവൾക്ക് സുഖമാകട്ടെ.

എന്നാശംസിച്ചുകൊണ്ട്...

സ്വെറ്റ്ലാനാ ആർന്റാലിയവ്ന.

കീവിലെ ആശുപത്രിയുടെ നമ്പറും ആ കുറിപ്പിന്റെ അവസാനം അവർ കൊടുത്തിരുന്നു.

''സാഷ...'' ലിയോനിഡ് മന്ത്രിച്ചു. കടുത്ത നിരാശയുടെ കരിനിഴൽ അയാളുടെ ഉടലിലും ഉയിരിലും സർവ്വ സംഹാരമായി നിറഞ്ഞാടി. കഴിഞ്ഞ ദിവസങ്ങളിലെ സംഭവവികാസങ്ങൾ കാരണം അയാൾ മകളെ പൂർണ്ണമായും മറന്നുപോയ പോലെയായിരുന്നു. അയാൾ പിന്നെയും കത്തിലേക്ക് നോക്കി.

''അവളുടെ നില തൃപ്തികരമാണ്, പേടിക്കാനൊന്നുമില്ല'' എന്ന വരികൾ വീണ്ടും വീണ്ടും വായിച്ച് അയാൾ ആശ്വസിച്ചു.

ലിയോനിഡിന്റെ മുഖം ചോക്കുപോലെ മങ്ങി വിളറുന്നത് കണ്ട് ആ വൃദ്ധനായ മനുഷ്യൻ സഹായം വാഗ്ദാനം ചെയ്തു.

''നിങ്ങൾക്ക് കുഴപ്പമൊന്നുമില്ലല്ലോ ലിയോനിഡ്?''

''ഇല്ല. ഞാൻ നന്നായിരിക്കുന്നു.''

ലിയോനിഡ് മറുപടി പറഞ്ഞു. അയാൾ ആത്മസംയമനം പാലിക്കാനായി ശ്രദ്ധിച്ചു. തന്റെ ഭാര്യയുടെ വിയോഗവാർത്ത അറിഞ്ഞ ദിവസത്തെക്കുറിച്ചയാൾ അപ്പോൾ ഓർത്തുപോയി.

ന്യൂയോർക്ക് എംബസ്സിയിലെത്തിയപ്പോഴാണ് ആ വിമാന അപകടത്തെക്കുറിച്ച് അവർ പറഞ്ഞത്. ആ രാവിലെ അവളെ കണ്ടുപിരിഞ്ഞതേയുണ്ടായിരുന്നുള്ളൂ. അയാൾ. അവർ തമ്മിൽ അന്ന് ചെറിയ കശപിശയുണ്ടായി. എന്നിട്ടും ഭാര്യയുടെ മരണവാർത്ത കേട്ട മാത്രയിൽ അയാൾ എത്രയധികം അവരെ പ്രേമിച്ചിരുന്നുവെന്ന് അയാൾ തിരിച്ചറിഞ്ഞു. എന്തുതന്നെയായാലും വിവാഹത്തിനെത്രയോ മുമ്പുതന്നെ അവരുടെ പ്രേമം അസ്തമിച്ചിരുന്നു. വിവാഹജീവിതം ആ വഴിയിൽ തന്നെ പാതി നിലച്ചപോലെയായിരുന്നു. ലിയോനിഡിന്റെ വിദേശയാത്രയും ജോലിത്തിരക്കും അതിനൊക്കെ ആക്കം കൂട്ടി. മറ്റുള്ള വിവാഹേതര ബന്ധങ്ങളിൽ അവർ രണ്ടുപേരും ആശ്വാസം കണ്ടെത്തുന്നതായി അവർ ഇരുവരും തിരിച്ചറിഞ്ഞിരുന്നു ഇതിനോടകം. എന്നിട്ടും ലരിസ്സയുടെ മരണം അയാളെ അടിമുടി ഉലച്ചു കളഞ്ഞു. അയാൾ മദ്യപിച്ച് അവിടെയുമിവിടെയും അലഞ്ഞു നീങ്ങി. പല ദിവസങ്ങളോളം. അവസാനം അയാൾ ഒരു ഹോസ്പിറ്റലിൽ എത്തപ്പെടുന്നവരെ കരഞ്ഞു. ഇത് ഇപ്പോൾ വല്ലാതെ വൈകിപ്പോയി. മക്കൾക്ക് വേണ്ടി ജീവിക്കാനും ഇപ്പോൾ വല്ലാതെ താമസിച്ചുപോയിരിക്കുന്നു.

തന്നെയാകെ വിഴുങ്ങിക്കളയുന്ന ഭയത്താൽ അയാൾ പരിഭ്രാന്തനായി. കോട്ടുപോലുമൂരാതെ അയാൾ ഫോൺ ബൂത്തുകളിലേക്കോടി. കുട്ടികൾ ഉപയോഗിക്കുന്നവയായിരുന്നു അത്. എലവേറ്ററിന്റെ അടുത്തുള്ള ബുത്തുകളായിരുന്നു അവ. സെയ്ചെല്ലെസ്സിൽനിന്നുള്ള മിശ്രവംശജയായ പെൺകുട്ടി ഒരു ഫോൺ ബൂത്തിൽ ഉണ്ടായിരുന്നു. മറ്റേത് ഒഴിഞ്ഞു കിടന്നിരുന്നു.

തന്റെ പോക്കറ്റിൽ നിന്ന് പെറുക്കിയെടുത്ത ധാരാളം കോപ്പെക്കുകൾ ഫോണിന്റെ കോയിൻ ബോക്സിലേക്ക് വാരിയെറിഞ്ഞ് അയാൾ നമ്പർ ഡയൽ ചെയ്തു. അയാളുടെ കൈകൾ വിറകൊണ്ടു. ആശുപത്രി ഫോൺ ഒടുവിൽ ആരോ എടുത്തപ്പോഴേക്കും അയാൾ ചാടിക്കയറി തന്റെ മകളുടെ കാര്യം തിരക്കി.

''ഒരു നിമിഷം, ഞാൻ അങ്ങോട്ടേക്ക് നിങ്ങളെ കണക്റ്റ് ചെയ്യാം സഖാവേ..''

ഫോണിലെ മറ്റേ തലയ്ക്കലെ ശബ്ദം പറഞ്ഞു അയാൾ കാത്തുനിന്നു. ഞൊടിനേരം കഴിഞ്ഞ് അയാൾക്ക് അലക്സാൻഡ്രയുടെ

പരിക്ഷീണിതമായ ശബ്ദം കേട്ടു. ആ സ്വരം അവശതയിൽ മുങ്ങിപ്പൊങ്ങുന്നതായി അയാൾക്ക് തോന്നി.

''ഹലോ...''

''സാക്ഷാ, എന്റെ മകളേ.''

''അച്ഛാ... അച്ഛനാണോ ഇത്...'' അലക്സാൻഡ്രേ മൃദുവായി സംസാരിച്ചു. ശബ്ദത്തിന്റെ തളർച്ച പിതാവിന്റെ സ്വരം കേട്ടപ്പോൾ തന്നെ ശമിച്ചതുപോലെ തോന്നി.

''ഞാൻ തന്നെയാണ്. എന്തുപറ്റി, എന്റെ മോളേ... നിനക്കെങ്ങനെയുണ്ട്''

''കുഴപ്പമില്ല, അച്ഛാ.''

''വേദനയുണ്ടോ മോളേ?''

''ഉണ്ട്. ഡോക്ടർമാർ പറഞ്ഞു അതിപ്പോൾ കുറയുമെന്ന്'' അവൾ നിശ്ശബ്ദയായി. അവളുടെ കിതപ്പ് അയാൾക്ക് കേൾക്കാമായിരുന്നു.

''എന്റെ മോളേ, നീയവിടെയുണ്ടോ, കേൾക്കുന്നുണ്ടോ?''

'' ഞാനുണ്ട്. ഇവിടെയുണ്ട്. എനിക്കെന്റെ കുഞ്ഞിനെ നഷ്ടപ്പെട്ടു.''

''നിന്റെ ആരോഗ്യമാണ് ഇപ്പോൾ മുഖ്യം. നിന്റെ ശാരീരിക സൗഖ്യം കുഞ്ഞിനെപ്പറ്റിയിപ്പോൾ ഓർക്കേണ്ട.''

മറുവശത്തുനിന്ന് അവളുടെ ശബ്ദം കുറേനേരത്തേക്ക് കേട്ടില്ല. ഹൊ, ആ അവസാനവാക്കുകൾ പറയേണ്ടിയിരുന്നില്ല. എന്ന് അയാൾക്ക് തോന്നി. ലിയോനിഡ് പശ്ചാത്താപത്തോടെ വീണ്ടും ആലോചിച്ചു നോക്കി തന്റെ മകൾ എത്ര ലോലയാണെന്നും ആ കുഞ്ഞ് അവൾക്ക് എത്ര പ്രിയപ്പെട്ടതായിരുന്നെന്നും. പക്ഷേ അന്ന് സംഭവിച്ചുകഴിഞ്ഞതിൽ അയാൾക്കിന്നും അമർഷമുണ്ട്. ആ സ്ത്രീലമ്പടനായ, വൃദ്ധനായ തത്ത്വശാസ്ത്ര പ്രൊഫസർ ആണ് തന്റെ മകൾക്ക് സംഭവിച്ചതിനെല്ലാം ഉത്തരവാദി. നിശ്ശബ്ദ നീണ്ടുപോയപ്പോൾ... ലിയോനിഡിന് വീണ്ടും സംസാരിക്കണമെന്നുതോന്നി.

''സാക്ഷ, പ്രിയപ്പെട്ടവളെ നീയവിടെത്തന്നെയുണ്ടോ?''

''എന്റെ വാക്കുകൾ നിന്നെ മുറിപ്പെടുത്തിയോ, ഞാൻ വേറൊന്നും ഉദ്ദേശിച്ചില്ല.. എന്റെ മകളേ, നിന്റെ ആരോഗ്യമാണ് എനിക്ക് മുഖ്യം.

''പക്ഷേ, സ്വന്തം കുഞ്ഞ് നഷ്ടപ്പെട്ട ഓരാളോട് ഇങ്ങനെ സംസാരിക്കരുതായിരുന്നു.'' അവൾ പറഞ്ഞു.

''സാക്ഷ, പക്ഷേ.'' ലിയോനിഡ് പറയാൻ ശ്രമിച്ചു.

''നിങ്ങളെന്നെ അംഗീകരിക്കില്ല. എനിക്കതറിയാം.''

അവൾ തുടർന്നും പറഞ്ഞുകൊണ്ടിരുന്നു. ലിയോനിഡ് അടക്കിപിടിച്ച നിശ്വാസങ്ങൾ കേട്ടപ്പോൾ തന്നെ മറുഭാഗത്ത് അവൾ ഏങ്ങലടിച്ചുകരയുകയാണെന്ന് മനസ്സിലായിരുന്നു.

“നിങ്ങൾ എന്റെയീ ബന്ധവും എതിർത്തതല്ലേ. പക്ഷേ എനിക്ക് ആ മനുഷ്യനെ ഇഷ്ടമാണ്. ഞാൻ അയാളുടെ കുഞ്ഞിനെ പ്രസവിക്കും.”

ലിയോനിഡിന് വേഗം മുഷിയുന്ന മകളുടെ ഈ സ്വഭാവം വളരെ നന്നായി അറിയാമായിരുന്നു.എന്നാൽ ഈ പ്രവശ്യം നിശ്ചയദാർഢ്യത്തിന്റെ സ്വരമായിരുന്ന അവളുടെ സങ്കട വാക്കുകൾക്ക്. ഇനിയി വർത്തമാനം തുടരുന്നതിൽ കാര്യമില്ലന്ന് അയാൾക്ക് തോന്നി.

“ശരി, സാക്ഷ, നിനക്കിഷ്ടമുള്ളത് ചെയ്യൂ മോളേ.”

അയാൾ പറഞ്ഞു.

“എനിക്കു പ്രധാനം നിന്റെ ആരോഗ്യമാണ്. ശരിക്കും നീ ഓക്കെയാണോ. ഞാൻ വന്ന് നിന്നെ കാണണമെന്ന് നീയാഗ്രഹിക്കുന്നുണ്ടോ?”

ചെറിയ ഒരു മൗനനിമിഷത്തിനുശേഷം, അലക്സാൻഡ്ര വേദനിക്കുന്ന മുറിവേറ്റ ഒരാൾ സഹാനുഭൂതിക്കായി യാചിക്കുന്നതുപോലെ തന്റെ പിതാവിനോടപേക്ഷിച്ചു.

“അച്ഛൻ വന്നെങ്കിലെന്ന് ആശിക്കുന്നുണ്ട്. ഞാൻ.”

“വരണേ അച്ഛാ.”

“അവൻ നിന്റെ കൂടെയില്ലല്ലോ അല്ലേ? ”അയാൾ വിചാരശൂന്യനായി ചോദിച്ചുപോയി. സ്വയം നിയന്ത്രിക്കാൻ കഴിയാത്തതുപോലെ “ഞാൻ വരാം” അയാൾ പറഞ്ഞതും ആ നിമിഷം അയാൾ സെമിലിനെ ഓർത്തു. “അയ്യോ, പക്ഷേ...”

“എന്തുപറ്റി അച്ഛാ? ” മകൾ ചോദിച്ചു.

“ഇവിടെ ചില അനിഷ്ട സംഭവങ്ങളൊക്കെ നടന്നു. ഞാൻ അതിൽ മുഴുവനായി മുങ്ങിക്കിടക്കുകയാണ്.”

അയാൾ നിർത്തി. എന്തു ചെയ്യണമെന്ന് അയാൾക്ക് പെട്ടെന്ന് തിരിച്ചറിയാനായില്ല. തന്റെ മകളെ ഈ അത്യാവശ്യ സമയത്ത് ഒറ്റയ്ക്കാക്കി മുഖം തിരിച്ചു നടക്കാൻ അയാൾക്കു കഴിയുമോ. പക്ഷേ ഇവിടെ നിന്ന് കീവിലേക്ക് പോയാൽ സെമിലിന്റെ കാര്യങ്ങളൊക്കെയെന്താവും? ആ യുവാവിനെ ഉപേക്ഷിച്ചുപോകാൻ അയാൾക്കെന്തോ തോന്നിയില്ല. ചിലപ്പോൾ തൂക്കിലേറ്റാനോ ജീവപര്യന്തം തടവിലിടാനോ സാദ്ധ്യതയുള്ള രീതിയിലാണ് ഇവിടെ കാര്യങ്ങൾ നീങ്ങുന്നത്. അല്ലെങ്കിൽ താനിവിടെ നിന്ന് എന്തെങ്കിലും ചെയ്യേണ്ടതുണ്ട്. അയാളെ ഒറ്റയ്ക്കാക്കി പോകുന്നത് ഒട്ടും ശരിയല്ല.

“എന്നെ പേടിപ്പിക്കുകയാണോ അച്ഛാ? ശരിക്കും എന്താണ് ഉണ്ടായത്?” ആകാംക്ഷാപൂർവ്വം അവൾ ചോദിച്ചു.

“പേടിക്കേണ്ട. എനിക്കൊന്നുമില്ല. എന്റെ കുട്ടികളാണ് ആകെ പ്രശ്നത്തിൽപ്പെട്ടിരിക്കുന്നത്.”

ലിയോനിഡ് നിശ്ശബ്ദനായി പിന്നെയും.

''എന്ത് തരം പ്രശ്നമാണച്ഛാ?'' അവൾ അനുതാപപൂർവ്വം ചോദിച്ചു.

''എന്റെ രണ്ട് കുട്ടികൾ മരണപ്പെട്ടു. ഫോണിൽ നമ്മളത് സംസാരിക്കുന്നത് ഇപ്പോൾ ശരിയല്ല. മോളേ.''

ഇടയ്ക്ക് അവർ വീണ്ടും നിശ്ശബ്ദരായി.

''അങ്ങനെയാണോ, നോക്കൂ അച്ഛൻ വന്നില്ലെങ്കിലും കുഴപ്പമൊന്നുമില്ല.'' അവൾ പറഞ്ഞു.

അവൾക്ക് വിഷമമായോ? അച്ഛന്റെ സ്ഥിതി മനസ്സിലാക്കി അയാളെ സന്തോഷിപ്പിക്കാനാണോ അവൾ അങ്ങനെ പറഞ്ഞത്. ലിയോനിഡിന് ഒന്നും മനസ്സിലായില്ല

''ഇല്ല. ഇല്ല. കുഴപ്പമില്ല.''

''ഞാൻ ഉറപ്പായും വരും.''

''എനിക്ക് അല്പം സമയം തരണം. അധികമല്ല. ഒരു ദിവസം. ഒരേ ഒരു ദിവസം. അതുമതി. നാളെ ഞാൻ വരും ആദ്യത്തെ ട്രെയിൻതന്നെ ഞാൻ പിടിക്കും.''

''അത് നന്നായി.ഞാൻ അനാഥയാണെന്ന് എനിക്കിപ്പോൾ തോന്നുന്നില്ല.'' അവളുടെ സ്വരത്തിൽ ഒരു സന്തോഷനാട്യം നിറഞ്ഞപോലെ തോന്നി.

''എന്നോട് ക്ഷമിക്കൂ മകളെ.''ലിയോനിഡ് പറഞ്ഞു.

അയാളുടെ ശബ്ദം വിറച്ചു. ''എന്നാൽ ഇപ്പോൾ എനിക്ക് അവരെ ഒറ്റയ്ക്കു വിടാൻ ആകുന്നില്ലല്ലോ.''

''അത് കുഴപ്പമില്ല. എനിക്കു മനസ്സിലാകും. ഞാൻ സുഖമായിട്ടിരിക്കുന്നു.'' ശരിക്കും തന്റെ മകൾക്ക് തന്നെ ഇപ്പോൾ ആവശ്യമുണ്ടെന്ന് അയാൾക്ക് മനസ്സിലായി. അവൾ കുഴപ്പമൊന്നുമില്ലെന്ന് അഭിനയിക്കുകയാണ്. അയാളെ നിരാശപ്പെടുത്താതിരിക്കാൻ. പക്ഷേ ഇപ്പോൾ അയാൾക്ക് ഒന്നും ചെയ്യാനില്ലല്ലോ. ചെയ്യാനാകുന്നില്ലല്ലോ.

''നന്ദി മോളേ, ഞാൻ ഇനിയും വിളിക്കാം. ഈയൊരു ദിവസം കഴിഞ്ഞ് ഞാൻ നിന്നോടു കൂടിയുണ്ടാകും.''

''ഞാൻ നിങ്ങൾക്ക് വേണ്ടി കാത്തിരിക്കുന്നു.'' അവൾ പതിയെ മന്ത്രിച്ചു സ്വാഭാവികമായ പുത്രീസ്വരം.

''അപ്പോൾ ശരി..''

''ശരി. മോളേ. ''ലിയോനിഡ് പറഞ്ഞുവെങ്കിലും ഏതോ ഒരു കാരണം കൊണ്ട് അയാൾക്ക് ഫോണിന്റെ റിസീവർ താഴ്ത്തിവെക്കാൻ കഴിഞ്ഞില്ല. അവസാനം പരുപരുത്തതും ഹൃദയശൂന്യമായതും തരംഗ ദൈർഘ്യം കൂടിയതുമായ ബിസി ചിഹ്നം വിസിലടിച്ചപ്പോഴാണ് അയാളത് താഴെവെച്ചത്. ഫോൺ വെച്ചതും അയാളുടെ കണ്ണുകൾ

നിറഞ്ഞു തുളുമ്പി. എന്നാൽ സെയ്ചെല്ലസ്സ്കാരി കാണാതിരിക്കാൻ അയാൾ അത് ഒപ്പിക്കളഞ്ഞു. തന്റെ ക്ഷീണിതഭാവം കുട്ടികൾ കാണുന്നത് അയാൾക്കിഷ്ടമായിരുന്നില്ല.

അയാൾ യുറിയ് കോൺസ്റ്റാന്റിനോവിക്കിനെ അയാളുടെ മുറിയിൽ ചെന്ന് കണ്ടു. അയാൾ വൈകുന്നേരത്തെ ജനറൽ സെക്രട്ടറിമാരുടെ യോഗത്തിൽ സംസാരിക്കാനുള്ള പ്രസംഗം തയ്യാറാക്കുകയായിരുന്നു. അയാളും നര കയറിയ മുടി ചാരനിറത്തിലുള്ള അയാളുടെ കോട്ടുമായി നന്നായി ചേരുംപടി ചേർന്നിരുന്നു. വെള്ളിഫ്രെയിം ഉള്ള കണ്ണട വിശിഷ്ടനായ ഒരു പണ്ഡിതന്റെ ഛായ അയാൾക്ക് പതിച്ചുനൽകി.

''ഹാവൂ. കൃത്യസമയത്ത് നിങ്ങളെ കണ്ടെത്തിയല്ലോ.''

ലിയോനിഡ് ആ പ്രായം ചെന്ന വ്യക്തിയുടെ അടുത്തേക്ക് ചെന്നു.

''നിങ്ങൾ വിളറിയിരിക്കുന്നു.''ഡീൻ പറഞ്ഞു.''എന്തുപറ്റി'' അയാൾ ചോദിച്ചു.

''ആ കൊലപാതകത്തിന്റെ അന്വേഷണം..'' അയാൾ പറയാൻ വന്നത് വിഴുങ്ങി. പടി കയറിവന്നതിന്റെ കിതപ്പ് അയാൾക്കിപ്പഴും മാറിയിട്ടില്ലായിരുന്നു.

''വരൂ.. ഇരിക്കൂ. '' ഡീൻ ആവേശം കാട്ടി.

''ആദ്യം സമാധാനമായി. ശ്വസിക്കൂ..''

''നമ്മൾക്ക് സമയമില്ല. അവർ നിഷ്ക്കളങ്കനായ ഒരു കുട്ടിയെ പ്രതിയാക്കാൻ പോകുന്നു.''

''ഏത് കുട്ടി?''

''സെമിൽ.. സെമിൽ... ഒരു തുർക്കി സഖാവാണ്.അവർക്ക് ആവശ്യത്തിന് തെളിവില്ല. അവർ അവനെ പ്രതിചേർത്ത് കുടുക്കുന്നത്. ഈ കേസ് പൂർത്തിയാക്കിയെന്ന് അവർക്ക് വീമ്പ് പറയാനായി മാത്രമാണ്.''

ഡീനിന്റെ നീല കൃഷ്ണമണികൾ തിളങ്ങി. അയാളുടെ ഉള്ളിലെ ആ പഴയ നടനതന്ത്രജ്ഞൻ സാകൂതം ബാക്കി കേൾക്കാനായി ലിയോനിഡിനെ നോക്കി.

''നിങ്ങളുടെ സുഹൃത്ത് ആൻഡ്രേയ് എന്താണ് ഇതിനെക്കുറിച്ച് പറയുന്നത്?''

''എനിക്കറിയില്ല. ഞാൻ അവനെ കാണാൻ ശ്രമിച്ചു നടന്നില്ല. അതാണ് നേരെയിങ്ങോട്ട് വന്നത്. നമ്മുക്ക് കേന്ദ്രകമ്മിറ്റിയോട് കാര്യം പറയാം. അപ്പീലിനു പോകാം. ഈ അന്വേഷണത്തിന്റെ ഗതി തിരിച്ചു വിടാൻ ശ്രമിക്കാം. അവർ ബലപ്രയോഗത്തിലേക്ക് കടക്കുംമുൻപേ...''

''അവനെ അവർ ഉപദ്രവിക്കുന്നുണ്ടോ?''

''ഇതുവരെയില്ല.. പക്ഷേ ഉടനെ അതും തുടങ്ങും.''

''നിങ്ങൾക്ക് എന്താണിത്ര ഉറപ്പ്?''

''ഞാൻ അവരുടെ കൂടെ അന്വേഷണത്തിനുണ്ടായിരുന്നു. ഇവിടെ വരുന്നതിനുമുൻപ് അവർക്ക് തെളിവുകളൊന്നുമില്ല. അവർ ആക്രമിച്ച് ബലം പ്രയോഗിച്ച് ഒരു കുറ്റസമ്മതമൊഴിയെഴുതി എടുക്കാൻ സാദ്ധ്യതയുണ്ട്''

ഡീൻ കണ്ണടയൂരി. കണ്ണട കാലുകൾ തിരിച്ചു കറക്കി താൻ അഗാധമായ ചിന്തയിലെന്ന മട്ടിൽ അവിടിരുന്നു. എന്നിൽ ലിയോനിഡിനു നേരെ നോക്കിപ്പറഞ്ഞു.

''നീയിത് വേവലാതിയാൽ അല്പം കൂട്ടി പറയുകയാണോ എന്നെനിക്ക് തോന്നുന്നുണ്ട്.'' അയാൾ ചോദിച്ചു.

''നമ്മുടെ അന്വേഷണ ഉദ്യോഗസ്ഥർ അത്ര വിവേവകമില്ലാത്തവരാണെന്ന് എനിക്ക് തോന്നുന്നില്ല. അവർ കർക്കശസ്വഭാവക്കാരായിരിക്കും. അത് അവർക്ക് ആവശ്യവുമാണ്. സംശയത്തിന്റെ നിഴലിലുള്ളവരെ പേടിപ്പിക്കാൻ ആ പരുഷമായ പെരുമാറ്റം വേണ്ടതാണ്.''

''അല്ല'' നിരാശനായി ലിയോനിഡ് പറഞ്ഞു.

''അങ്ങനെയല്ല''

''എനിക്കവരെ അറിയാം''

''അവനെ അവർ ഉപദ്രവിക്കും''

'' ശരി'' ഡീൻ പറഞ്ഞു.

''അസഫ് എന്തുപറയുന്നു. ഇതിനെക്കുറിച്ച്..

''അസഫല്ലേ.. ഇതിൽ പങ്കുകൊള്ളുന്ന മറ്റൊരു സഖാവ്. ടി.സി.പിക്കു വേണ്ടി''

''അതെ അസഫാണ്.''

''അവനും പരിഭ്രമത്തിലാണ്. ഈ മനുഷ്യർ എന്തൊക്കെ ചെയ്യുമെന്ന് അവനും അറിയില്ല. പിന്നെ...''

''എന്താ ഒരു പിന്നെ?'' ഡീൻ തുടരാൻ ആവശ്യപ്പെട്ടു. അയാളുടെ സ്വരത്തിൽ കാപട്യത്തിന്റെ കയ്പ്പനുഭവപ്പെട്ടിരുന്നു.

''ഒരു തെറ്റായ തീരുമാനമെടുത്ത് സംഘടനയിലെ സ്ഥാനം നഷ്ടപ്പെടുത്തണമെന്ന് അവൻ ആഗ്രഹിക്കുന്നില്ല.''

''അതു ശരി.'' ഡീൻ പറഞ്ഞു.

''വിഷമിക്കണ്ട. ഞാൻ നോക്കിക്കോളാം.''

''ഇന്ന് രാത്രി അക്കാദമിക് പണ്ഡിതന്മാർക്കുള്ള അത്താഴത്തിനിടയിൽ ക്രെമ്ലിനിൽ വെച്ച് ഞാൻ ഇത് അവതരിപ്പിക്കാം.''

''നിങ്ങൾക്കിപ്പം ഒരു ഫോൺ ചെയ്യാനാകുമോ?''

ലിയോനിഡ് അഭ്യർത്ഥിച്ചു.

''ഇതൊക്കെ ഫോണിൽ പറഞ്ഞു തീർക്കേണ്ട വിഷയങ്ങളല്ല.''

ഡീൻ എതിർത്തു.

''ഒരു സഖാവുണ്ട്. അയാളോട് എനിക്കീ വിഷയം മനഃപൂർവ്വം അത്താഴവിരുന്നിനിടയിൽ എടുത്തിടാനാകും. എന്നാൽ നേർക്കുനേർ സംസാരിക്കുന്നതായിരിക്കുമല്ലോ ഉചിതം.''

ക്ഷീണിച്ച കണ്ണുകൾ കൊണ്ട് ലിയോനിഡ് ഡീനിനെ പരിതാപകരായി നോക്കി. ഡീൻ ഉദ്ദേശിക്കുന്ന ആളെ ഇന്നത്തെ വിരുന്നിന്റെ തിക്കിലും തിരക്കിനും ഇടയിൽ കണ്ടെത്തി സമാധാനത്തോടെ വിഷയം അവതരിപ്പിക്കാനാകുമോ. അവിടെയെല്ലാവരും സെക്രട്ടറിയുടെ മുന്നിൽ ആദരവ് പ്രകടിപ്പിക്കാനുള്ള നെട്ടോട്ടത്തിലായിരിക്കുമല്ലോ? ഇനിയിപ്പോ ആ സഖാവിനെ കണ്ടെത്തിയാലും ഈ വിഷം പറയാനായി പറ്റുമോ അതോ അപവാദമെന്ന രീതിയിൽ ഒഴുക്കൻ മട്ടിലവതരിപ്പിക്കുമോ?

''ഇയാൾ എന്നെ സഹായിക്കാൻ ഇടയില്ല'' ലിയോനിഡ് ചിന്തിച്ചു പ്രതീക്ഷ നശിച്ചപോലെയായി അയാൾക്ക്. അവിടെ കുറച്ചു നേരം തളർന്നിരുന്നു. നെഞ്ചു തകർന്നു തൂങ്ങി. തോളുകൾ ദുഃഖഭാരത്താൽ താഴേക്കാഴ്ന്നു. തല കുനിഞ്ഞുവീണു. പക്ഷേ തോറ്റുപോകാൻ അയാൾ ഉദ്ദേശ്യമില്ലായിരുന്നു. ഇപ്പോഴും അവസാനം കളിക്കാൻ ഒരു തുറുപ്പുചീട്ട് അയാളുടെ കൈവശമുണ്ടായിരുന്നു. കുർക്കിനോയിൻ എത്തി തുർക്കി സംഘത്തെ ഇളക്കിവിട്ട്, കേന്ദ്രസംഘടനയുടെ ആസ്ഥാനത്തിൽ ഒരു പ്രക്ഷോഭം സംഘടിപ്പിക്കുക. അപ്പോൾ സെമിലിന്റെ കാര്യം പുനരാലോചിക്കാൻ, മാന്യമായി ചോദ്യങ്ങൾ ചോദിക്കാൻ അവസരമൊരുങ്ങും. അയാൾ നിവർന്നെഴുന്നേറ്റു. ഒന്നു മിണ്ടാതെ നടന്നു.

''നിങ്ങൾ പോകുകയാണോ?'' ഡീൻ ചോദിച്ചു.

''പേടിക്കേണ്ട, ഞങ്ങൾ ഇത് നോക്കിക്കോളാം.''

''നിങ്ങൾ നിങ്ങളെത്തന്നെ ശ്രദ്ധിക്കണം സഖാവേ. ആദ്യം. നിങ്ങൾ ക്ഷീണിച്ചിരിക്കുന്നു. ഞാൻ നിങ്ങളുടെ സ്ഥാനത്തായിരുന്നുവെങ്കിൽ ആശുപത്രിയിൽ പോയി എന്റെ ബ്ലഡ്പ്രഷറൊക്കെ ഒന്നു നോക്കിക്കുമായിരുന്നു. ഇപ്പോൾതന്നെ..''

''നന്ദി. എന്റെ ആരോഗ്യകാര്യം ഇങ്ങനെ ശ്രദ്ധിച്ചതിന്.'' ലിയോനിഡ് പറഞ്ഞു ഒരു വികാരവും പുറത്തുകാണിക്കാതെ. നിർവികാരനായി. മുന്നിലിരിക്കുന്ന മനുഷ്യനോട് നിസ്സംഗമായി ചിരിച്ചു ലിയോനിഡ്. അയാൾക്കൊന്നും തോന്നിയില്ല. അപ്പോൾ, പണ്ട് നയതന്ത്രജ്ഞനായിരുന്ന കാലത്ത് ചെയ്തപോലെ അയാളിൽ നിന്ന് അകലം പാലിച്ചൊരു വിളർത്ത നോട്ടം മാത്രം ലിയോനിഡ് പങ്കിട്ടു. എന്തൊക്കെയാണെങ്കിലും, കീഴടങ്ങാൻ അയാൾ ഉദ്ദേശിച്ചിരുന്നില്ല. അവസാനവാക്കുകൾ എന്തെങ്കിലും സമ്മർദ്ദം ഉണ്ടാക്കുമെന്ന് ധരിച്ചും സഹായം ചെയ്യാൻ മനസ്ഥിതിയുണ്ടാകുമെന്ന് കരുതിയും ലിയോനിഡ് കൂട്ടിച്ചേർത്തു.

''ഞാൻ നിങ്ങളോട് എന്നും കടപ്പെട്ടിരിക്കും, നിങ്ങൾക്ക് ഇന്ന് രാത്രി സെമിലിനെക്കുറിച്ച് ഓർക്കാനായെങ്കിൽ! അവൻ നമ്മുടെ കുട്ടിയാണ്.''

''ഞാൻ മറക്കുമെന്ന് നിങ്ങൾ കരുതുന്നതെന്താണ്?

''ഞാൻ അത് ഈ രാത്രി കൈകാര്യം ചെയ്യും.''

ആ മേശയ്ക്കരികിലെത്തി ഡീനിനു ലിയോനിഡ് കൈകൊടുത്തു.

''ഞാൻ നിങ്ങളെ വിശ്വസിക്കുന്നു. യുറിയ് കോൺസ്റ്റാന്റിനോവിക്.''

കൈ കുലുക്കികൊണ്ട് അയാൾ പറഞ്ഞു. കപടമായ സ്വന്തം പെരുമാറ്റം അയാളെ തന്നെ ഉലച്ചു, അയാൾ തോൽക്കാൻ തയ്യാറായി ല്ലായിരുന്നു. അയാളുടെ തന്നെ മോഹഭംഗം കണക്കിലെടുക്കാതെ അയാൾ തുടർന്നു.

''സെമിലിനെ രക്ഷിക്കണം അവരിൽ നിന്ന്. ഈ ക്രൂരമായ കുറ്റ വിചാരണ കാരണം നമ്മുടെ സ്ക്കൂളിന്റെ പേര് ചീത്തയാകരുത്. ചീത്ത യാകാനിടവരരുത്.''

''ഇല്ല, ഇല്ല. തെറ്റു പറ്റില്ല.'' ഡീൻ പറഞ്ഞുകൊണ്ട് ലിയോനിഡിന്റെ കൈപിടിച്ചു ആവേശത്താൽ കുലുക്കി. പക്ഷേ തന്റെ മേശമേലിരി ക്കുന്ന കുറിപ്പുകളിലായിരുന്നു അയാളുടെ ശ്രദ്ധ. ഇന്ന് വൈകുന്നേ രത്തെ ചടങ്ങായിരുന്ന അയാളുടെ മനസ്സിൽ. നിശാവിരുന്നിൽ സെക്ര ട്ടറി ജനറലിനോട് എന്തു പറയണമെന്നായിരുന്നു ഡീൻ അപ്പോൾ ആലോചിച്ചത്.

ഇരുപത്തിയെട്ട്

താമസസ്ഥലത്ത് ഏതാണ്ട് 22.00ന് എത്താൻ ലിയോനിഡിന് കഴിഞ്ഞു. ടൗണിലെ സ്കൂൾ ബിൽഡിംഗിൽ നിന്നു ഒരു കാർ കിട്ടാൻ സാധിച്ചില്ല. അതുകൊണ്ട് ആദ്യം റെക്കണി വോക്സൽ സ്റ്റേഷൻ വരെ ട്രെയിനിൽ എത്തി. അവിടെ ഒരു പാട് വൈകിയിട്ട് കുർക്കിനോയിലെക്ക് ഒരു ടാക്സി തരപ്പെടുത്തി. സൈറ്റിൽ എത്തിയ ഉടനെ തന്നെ ഗെയിം റൂമിൽ കടന്ന്, ബില്ല്യാർഡ്സ് കളിച്ചുകൊണ്ടിരുന്ന തുർഗട്ടിനെയും ഡർമുസിനെയും അന്വേഷിച്ചു. അവിടെയായിരുന്നു സെക്രട്ടറി. രണ്ടു സഖാക്കളുടെയും അമ്പരന്ന നോട്ടങ്ങൾ ആയിരുന്നെങ്കിലും ലിയോനിഡ് ഒട്ടും സമയം കളയാതെ, ടർക്കിഷ് സഖാക്കൾ എല്ലാവരും താമസിക്കുന്ന ഫ്ളാറ്റിലേക്ക് എത്തി. അവിടെ അവൻ റൂമിൽത്തന്നെയുണ്ടായിരുന്നു.

പകൽ വെളിച്ചം തീരും മുമ്പേ, ടർക്കിഷ് വിദ്യാർത്ഥികൾ, ലിയോനിഡ് അവിടെയെത്തുംമുമ്പേ അവരുടെ മുറികളിലെത്തിയിരുന്നു സെമിലും നെജത്ത് തിരക്കിനിടയിൽ ബസിൽ കയറുകയായിരുന്നതിനാൽ സെരിഫിനും നെജത്തിനും അവരെ കാണാൻ കഴിഞ്ഞില്ല. അതുകൊണ്ട് അവർ പാർട്ടി സെക്രട്ടറിയെ മാറ്റി നിർത്തി, അവരുടെ സഖാവ് എവിടെ എന്നു ചോദിച്ചു. എന്താണ് നടക്കുന്നതെന്നറിയാത്ത ഹിക്മെത്ത് പറഞ്ഞു:

''അവർക്ക് അസഫ് സഖാവിനോടൊത്ത് എന്തോ ചെയ്യാനുണ്ട്. അവൻ രാത്രിയിലെത്തും.''

ഹിക്മെത്തിന്റെ പ്രസ്താവനയിൽ തൃപ്തരല്ലായിരുന്നെങ്കിലും തർക്കിക്കാതെ രാത്രിവരെ കാത്തിരിക്കുന്നതാണ് നല്ലത് എന്ന് സെരിഫും നെജത്തും തീരുമാനിച്ചു. എന്നാൽ വൈകുന്നേരം അവർ പ്രതീക്ഷിച്ചതുപോലെ സെമിൽ അത്താഴസമയത്ത് വന്നില്ല. അത് സെരിഫിന് ഉൾക്കൊള്ളാൻ കഴിഞ്ഞില്ല.

''ഇത്രയും വൈകുന്നത് സെമിലിന് അത്ര നല്ലതല്ല, നമുക്ക് അസഫിനെ വിളിക്കാം.''

ഒരേ വലുപ്പത്തിലും പാകത്തിലും മുറിച്ചുവറുത്ത ഇറച്ചിയുടെ രണ്ടാമത്തെ കഷണം, ആ സമയത്ത് വായിലേക്കെടുത്തുവച്ച് തിന്നു

തുടങ്ങുകയായിരുന്നു. സെരിഫിന്റെ അഭിപ്രായം അത്ര കാര്യമായി എടുക്കാതെ,''അവൻ അല്പം കഴിഞ്ഞാലും എത്തിക്കൊള്ളും, എനിക്കുറപ്പുണ്ട്. ഒന്നും ഭയപ്പെടാനില്ല.'' ഹിക്മെത്ത് അഭിപ്രായപ്പെട്ടു.

സാഹചര്യത്തെ തന്റെ സഖാവ് നിസ്സാരമായി കാണുന്നത് സെരിഫിനെ നിരാശപ്പെടുത്തി.

''പക്ഷേ എന്തെങ്കിലും ദുഃഖകരമായതുണ്ടായാലോ? നമുക്ക് മുഹമ്മദിനെയും കരീമിനെയും നഷ്ടപ്പെട്ടതുപോലെ സെമിലിനെയും നഷ്ടപ്പെട്ടാലോ?'' സെരിഫ് പ്രയാസപ്പെട്ടു.

ഹിക്മെത്തിന്റെ ഇറച്ചി തൊണ്ടയിൽ കുടുങ്ങി. ചവച്ചുകൊണ്ടിരുന്നത് വേഗത്തിൽ വിഴുങ്ങി, അതെങ്ങനെയോ ആമാശയത്തിലേക്കു കടന്നു.

''ഇത്തരത്തിലുള്ള അശുഭചിന്തകളെന്തിനാണു സഖാവേ? അവയെല്ലാം കഴിഞ്ഞ കാര്യങ്ങളല്ലേ? പിന്നെയന്തിനാണ് സെമിലിനെ വിളിപ്പിച്ചത്?'' ഹിക്മെത്ത് ചോദിച്ചു.

അപ്പോഴുള്ള സെരിഫിന്റെ തറപ്പിച്ച നോട്ടം, സംഭ്രമത്തേക്കാൾ, കടുത്ത ദ്വേഷ്യമാണ് എല്ലാവരിലും ഉണർത്തിയത്.

''എനിക്കെങ്ങനെ അറിയാൻ കഴിയും?''

സെരിഫ് പെട്ടെന്ന് പ്രതികരിച്ചു.

''അത് പാർട്ടിയുടെ കാര്യമാണ്. അവർ സെമിലിനെ വിളിച്ചതിന്റെ കാര്യകാരണങ്ങൾ ചോദിക്കാൻ ഞാനാരാണ്?''

''പക്ഷേ നിങ്ങൾക്ക് ചോദിക്കാനൊരു മറയുണ്ട്. സെമിൽ എത്താൻ വൈകുന്നു.''

അസ്വസ്ഥമായി മേശമേലുള്ള വെള്ളത്തിന്റെ ഗ്ലാസ്സ് അരികിൽ നിന്നു നടുവിലേക്ക് നീക്കി വച്ചുകൊണ്ട് നെജത്ത് പറഞ്ഞു തുടർന്നു.

''നിങ്ങളുടെ ഈ കാര്യത്തിലുള്ള വൈകാരികത അവർക്ക് മനസ്സിലാവുമെന്നാണ് എനിക്കു തോന്നുന്നത്. അതായത് കാര്യങ്ങൾ ഇങ്ങനെയൊക്കെ സംഭവിച്ചിരിക്കുന്നതിനാൽ.''

''ശരി തന്നെ, സഖാക്കളെ.'' കാൻ തന്റെ സ്വതസിദ്ധമായ മാന്യത വിടാതെ പറഞ്ഞു.

''സെമിൽ ഇത്രയും വൈകരുതായിരുന്നു.''

''അത്താഴത്തിനുശേഷം സെമിൽ എത്തും.'' കാര്യങ്ങളെ ലഘൂകരിക്കാൻ തുർഗട്ട് മുന്നോട്ടുവന്നു.

''എനിക്ക് തോന്നുന്നു കുറച്ചുകൂടി നമുക്ക് കാത്തിരിക്കാം.''

ബെസിറും അതിനോടു യോജിച്ചു.

''നമ്മളുടെ സോവിയറ്റ് സഖാക്കളുടെ മുമ്പിൽ നമ്മൾ ചെന്നായ്ക്കളെ പോലെ ബഹളം കൂട്ടി പരിഭ്രമം ഉണ്ടോക്കേണ്ട.''

സ്പൂണിൽ ബോർസെന്റ് സൂപ്പ് കോരിക്കുടിച്ചുകൊണ്ടിരുന്ന ഡർമുസ് ഒന്നും ഇടപെട്ടില്ല. കഴിച്ചുകഴിഞ്ഞ് ചുണ്ടു തുടച്ച് സാവകാശം, കണ്ണിൽ പരിഹാസത്തിളക്കവുമായി ഹിക്മെത്തിനോടു പറഞ്ഞു.

''ചിലപ്പോൾ സെമിലിന്റെ അസഫുമായുള്ള കൂടിക്കാഴ്ച കഴിഞ്ഞിട്ടുണ്ടാവാം. പിന്നീട് സെമിൽ ഒരു പക്ഷേ ടർക്കിഷ്-ഗ്രീക്ക് ഭിന്നതകളെക്കുറിച്ച് സഖാവ് അലികിയുമായി വളരെ പ്രധാനപ്പെട്ട ചർച്ച നടത്തുന്നുണ്ടാവും.''

''നിങ്ങൾ നിങ്ങളെപ്പോലെതന്നെ സെമിലിനെപ്പറ്റിയും ആശയക്കുഴപ്പങ്ങളുണ്ടാക്കുന്നു.'' നെജത്ത് ചാടിക്കയറി പറഞ്ഞു.

''സെമിൽ നിങ്ങളെപോലെ ഉത്തരവാദിത്വമില്ലാത്തവനല്ല. അവൻ തന്റെ സഖാക്കളെ സ്ത്രീകളുമായി സൊള്ളിയിരിക്കാൻ വേണ്ടി മാത്രം, കൈവിടുന്നവനല്ല.''

ഡർമുസിന്റെ വിശാലമായ നെറ്റിചുളിഞ്ഞു. അവന്റെ ചരിഞ്ഞ കണ്ണുകൾ ചുരുങ്ങി.

''എന്ത് വിഡ്ഢിത്തമാണ് നിങ്ങൾ പറയുന്നത്?'' ഈർഷ്യയോടെ ഡർമുസ് പറഞ്ഞു.

അപ്പോൾ ഡർമുസിനെപോലെ തന്നെ ഉച്ചത്തിൽ, ''എല്ലാവർക്കുമറിയുന്നത് ഞാൻ പറഞ്ഞുവെന്നേയുള്ളൂ.''

''നെജത്ത് പറഞ്ഞു.'' ഇതൊരു കള്ളമാണോ, ആ അടുക്കളക്കാരിയുടെ കാര്യത്തിൽ. ഞങ്ങളെയെല്ലാം എത്ര രാത്രികൾ നിങ്ങൾ കാത്തിരിക്കാൻ ഇടയാക്കിയിട്ടുണ്ട്?''

''ശരി, ശരി. സഖാക്കളെ'' ഹിക്മെത്ത് ഇടപെട്ടു.

അടുത്ത മേശയിലുള്ള ലെബനീസുകളും ഇസ്രായേലികളും തങ്ങളെ അവജ്ഞയോടെ നോക്കുന്നത് ഹിക്മെത്തിന് മനസ്സിലായി.

''ശരി, നമുക്ക് പത്ത് മണിവരെ കാത്തിരിക്കാം. സെമിൽ എത്തിയില്ലെങ്കിൽ, നമുക്ക് അസഫിനെ വിളിക്കാം.''

ആരുടെയും പരിഭ്രമം പൂർണ്ണമായും മാറിയില്ലങ്കിലും, തൽക്കാലത്തേക്ക് എല്ലാവരും സ്വസ്ഥരായി ഭക്ഷണം കഴിക്കാൻ തുടങ്ങി.

പക്ഷേ അടുത്ത രണ്ടു മണിക്കൂറായിട്ടും സെമിൽ എത്തിയിരുന്നില്ല. സെരിഫും നെജത്തും വേഗത്തിൽ ഹിക്മെത്തിന്റെ മുറിയിലേക്കെത്തി. ഹിക്മെത്ത് മാത്രമേ മുറിയിൽ ഉണ്ടായിരുന്നുള്ളൂ. ഭക്ഷണം കഴിഞ്ഞു വന്നപ്പോൾ മുറിക്കകം വൃത്തിയാക്കുകയായിരുന്നു. സഹമുറിയൻ ഡർമുസിന്റെ പരിഭ്രമിച്ചുള്ള രീതികളെക്കുറിച്ച് സ്വയം പരാതിപ്പെടുന്നുമുണ്ടായിരുന്നു. എല്ലാം അടുക്കിപെറുക്കിവെച്ചിട്ട് വിയർപ്പോടെതന്നെ കിടക്കയിൽ ചാഞ്ഞ് ടെലിവിഷനിൽ നോക്കി വിശ്രമിച്ചുകൊണ്ട്, ബൾഗേറിയൻ വിഭാഗീയരുടെ വീര്യത്തെക്കുറിച്ചു പ്രകീർത്തിക്കുന്ന അനന്തമായ സീരിയലുകളിലൊന്ന് കണ്ടുകൊണ്ട് കിടന്നു. സെരിഫും

നെജത്തും ഈ സമയം ഉള്ളിലേക്കു വരുന്നതു കണ്ടപ്പോൾ, കട്ടിലിൽ എഴുന്നേറ്റിരുന്ന് ഇരുണ്ട മുഖഭാവത്തോടെ ചോദിച്ചു.

''സെമിൽ ഇനിയും എത്തിയില്ലേ?''

''ഇല്ല, അവനെത്തിയില്ല, എന്തെങ്കിലും അപകടം സംഭവിച്ചുകാണും.'' ഇത് കണ്ടതോടെ സെരിഫ് മറുപടി പറഞ്ഞു.

''നിങ്ങൾ വെറുതെ ഭയപ്പെടാതെ, അവൻ അസഫിന്റെ അടുത്തുണ്ടാവും.'' ഹിക്മെത്ത് പറഞ്ഞു.

അവർ സ്കൂളിൽ ഇല്ലായിരുന്നു. നിങ്ങളോടു അവർ എവിടെ പോവുന്നുവെന്നു പറഞ്ഞില്ലേ?'' സെരിഫ് ഹിക്മെത്തിനോടു ചോദിച്ചു.

''അവർ സ്കൂളിലില്ലാന്നറിയാം. പക്ഷേ എവിടേക്കാണ് പോയതെന്നറിയില്ല.'' ഹിക്മെത്ത്.

''ശരി, ഇപ്പോൾ പത്ത് മണി. നമുക്ക് അസഫിനെ വിളിക്കാം.'' സെരീഫ്.

''ശരി, വിളിക്കാം നിങ്ങൾക്കതുകൊണ്ട് ആശ്വാസമാവുമെങ്കിൽ.''

ആശങ്കയോടെ ദീർഘനിശ്വാസം വിട്ടുകൊണ്ട് ഹിക്മെത്ത് പറഞ്ഞു. ഹിക്മെത്ത് കിടക്കയിൽ നിന്ന് മടിയോടെ എഴുന്നേറ്റു. അടുത്തിരിക്കുന്ന രണ്ടു സഖാക്കളുടെ അസ്വസ്ഥത വകവയ്ക്കാതെ അലസമായി അലമാരയുടെ അടുത്തേക്ക് മടിച്ചുമടിച്ചു നടന്നു. വൃത്തിയായി തൂക്കിയിട്ടിരുന്ന വസ്ത്രങ്ങൾ എടുത്തു. ഇറുകി വിയർപ്പിലൊട്ടിയ കാലുറകൾക്കു മുകളിലൂടെ കട്ടിക്കമ്പിളിയുടെ ട്രൗസേഴ്സ് ധരിച്ചു. മേൽക്കുപ്പായവും എടുത്തു. ശാന്തമായി ചെരുപ്പിന്റെ വള്ളികെട്ടി. അവസാനം ''നമുക്കു പോകാം.'' കൂട്ടുകാരോട് പറഞ്ഞു.

തുടക്കം മുതലേ അക്ഷമനായി ഇതെല്ലാം വീക്ഷിച്ചുകൊണ്ടിരുന്ന നെജത്ത് പിറുപിറുത്തു.

''അവസാനം?''

''നിങ്ങൾ എന്തെങ്കിലും പറഞ്ഞോ?'' ഹിക്മെത്ത് ആരാഞ്ഞു.

''ഇല്ല, ഒന്നും പറഞ്ഞില്ല. നമുക്കിപ്പോൾ പോകാം.''

നെജത്ത് ദ്വേഷ്യം അമർത്തിപ്പിടിച്ചു മുറുമുറുത്തു. മൂന്നു പേരും കൂടി മുറി വിട്ടിറങ്ങി. വേഗത്തിൽ പടികളിറങ്ങി. ഹിക്മെത്ത് എന്തായാലും പിന്നിലായിരുന്നു. ഫോൺ കോൾ ഭയന്നിട്ടെന്നവണ്ണം ഇഴഞ്ഞ ചുവടുകളോടെയാണ് ഹിക്മെത്ത് ബോധപൂർവ്വം പിന്നാലെ നടന്നത്. എന്തായിരുന്നാലും അവർ പുറത്തേക്കിറങ്ങുന്നതിനുതൊട്ടുമുമ്പേ ലിയോനിഡ് അവരെ തടഞ്ഞു.

''എവിടെപോകുന്നു?'' ലിയോനിഡ് ചോദിച്ചു.

അപ്രതീക്ഷിതമായി തന്റെ ടീച്ചറെ മുമ്പിൽ കണ്ടപ്പോൾ പല കാരണങ്ങളാലും ഹിക്മെത്ത് സന്തോഷിച്ചു.

''ഞങ്ങൾ അസഫിനെ വിളിക്കാൻ പോകുന്നു. സഖാക്കളെല്ലാം അസ്വസ്ഥരാണ്. സെമിൽ താമസസ്ഥലത്തേക്കെത്തിയില്ല.'' ഹിക്മെത്ത് പറഞ്ഞു.

''അതുതന്നെ, ഞാനിങ്ങോട്ടു വന്നത്, നമുക്ക് ഉള്ളിലേക്കുപോകാം.'' ലിയോനിഡ് പറഞ്ഞു.

''സെമിലിന് എന്തെങ്കിലും അപകടം സംഭവിച്ചോ, ശരിയാണോ?'' ലിയോനിഡിന്റെ മുഖത്തെ പേശികൾ വലിഞ്ഞു മുറുകുന്നതും ഭാവം മാറുന്നതും കണ്ട് സെരിഫ് ചോദിച്ചു.

''നമുക്ക് മുകളിൽ പോയിരുന്നു സംസാരിക്കാം.''

അകലേക്കു നോക്കിക്കൊണ്ടു ലിയോനിഡ് പറഞ്ഞു. വ്യക്തമായ ഒരു വിശദീകരണവും ലിയോനിഡ് നൽകിയില്ലെങ്കിലും എന്തോ അപകടം സംഭവിക്കുന്നുവെന്ന് അവൻ മനസ്സിലാക്കി. ഇത്രയ്ക്കും സമയത്തിനിടയ്ക്ക് ഹിക്മെത്ത് ആദ്യമായി പ്രശ്നത്തിന്റെ ഗൗരവം ഉൾക്കൊണ്ടു. സെമിൽ ശരിക്കും എന്തെങ്കിലും പ്രതിസന്ധിയിൽ അകപ്പെട്ടോ? അസഫ് മീറ്റിങ്ങ് വിളിപ്പിച്ചെങ്കിലും ഹിക്മെത്ത് ആണ് മീറ്റിങ്ങിനുള്ള വിവരം അവനു കൈമാറിയതും പങ്കെടുക്കാൻ നിർബന്ധിച്ചതും, മീറ്റിംഗിന് നിർബന്ധിച്ചത് അസഫ് ആയിരുന്നെന്നുള്ളത് അവൻ നിരസിച്ചാലോ? പക്ഷേ അവനെന്തിനിങ്ങനെ പറയണം? കരീമിനെപോലെ താനും പാരനോയ്ഡ് ആവുകയാണോ, അല്ലെങ്കിൽ പിന്നെയെന്ത് ഇതെല്ലാം?''

അവൻ ചിന്തിച്ചു. അവൻ, കൈവരിപിടിച്ചുകൊണ്ട് പടികൾ കയറുന്ന ലിയോനിഡിനെ ശ്രദ്ധിച്ചു. ഒരു പക്ഷേ ലിയോനിഡ് ഒന്നിനേയും ഓർത്തു വിഷമിക്കുന്നില്ലായിരിക്കാം. ചിലപ്പോൾ സെമിൽ വെറുതേ പാർട്ടി സഖാക്കളുമായി സംസാരിച്ച് സ്കൂളിൽത്തന്നെ എവിടെയെങ്കിലും ഇരിക്കുന്നുണ്ടാവും, ഇടനാഴിയിലൂടെ കടന്ന് അപ്പാർട്ട്മെന്റുകളിലേക്ക് തിരിയുന്നിടത്തെത്തിയപ്പോൾ ഏത് വാതിൽ എന്ന സംശയം ലിയോനിഡിനുണ്ടായി. ടീച്ചറുടെ പ്രതിസന്ധി കണ്ടിട്ട് ''നമുക്ക് പാർട്ടി മുറിയിലേക്കുപോകാം, സഖാവേ'' ഹിക്മെത്ത് പറഞ്ഞു.

അവർ ലൈറ്റുകൾ തെളിച്ചു. കോട്ട് ഊരിയിട്ടു. താമസിയാതെ ലിയോനിഡ് മറ്റുള്ളവരോടു കാര്യം പറഞ്ഞു തുടങ്ങി.

''സെമിൽ ഇപ്പോൾ പ്രതിസന്ധിയിലാണ്.'' അയാൾ പറഞ്ഞു.

തന്റെ നരച്ച കണ്ണുകൾകൊണ്ട് എല്ലാവരുടേയും മുഖഭാവം മനസ്സിലാക്കി ലിയോനിഡ് പറഞ്ഞു.

''നിങ്ങൾക്കേ അവനെ സഹായിക്കാൻ കഴിയൂ.''

''അവൻ അറസ്റ്റു ചെയ്യപ്പെട്ടോ?'' സെരിഫിന് എല്ലാം മനസ്സിലായ രീതിയിൽ ചോദിച്ചു.

''അവൻ പിടിയിലാണ്. മുഹമ്മദിനെയും കരീമിനെയും അവൻ വധിച്ചുവെന്നാണ് ആരോപണം.'' ലിയോനിഡ് പറഞ്ഞു.

ഹിക്മെത്ത് സ്തംഭിച്ചുപോയി.

''എന്നാൽ എല്ലാം കള്ളത്തരങ്ങളായിരുന്നു. അവർ സത്യങ്ങളൊന്നും പറഞ്ഞില്ല.'' ലിയോനിഡ് വിശദമാക്കി.

''സെമിൽ കുറെ നാളായി നിരീക്ഷണത്തിലായിരുന്നു. അവനെ ഭയപ്പെടുത്താതിരിക്കാനും മാത്രം കരീമിന്റെ കത്ത് സത്യസന്ധമാണെന്ന് വിശ്വസിക്കുന്ന രീതിയിൽ പൊലീസ് ഭാവിച്ചു.

''അപ്പോൾ അവർ നമ്മളെ പറ്റിച്ചു.''

നെജത്ത് പറഞ്ഞു. അവന്റെ മുഖം പെട്ടെന്ന് കേട്ടതിന്റെ വിശ്വാസത്തിൽ ഇരുണ്ടു. ഒരു കൊച്ചുകുട്ടിക്ക് ഇഷ്ടപ്പെട്ടവർ വഞ്ചിക്കുമ്പോൾ തോന്നുന്ന രീതിയിൽ ഭാവം പകർന്നു.

''നിങ്ങൾ അവരെ തിരിച്ചറിയേണ്ടിയിരിക്കുന്നു.'' ലിയോനിഡ് പറഞ്ഞു.

നെജത്ത്, നിങ്ങളുടെ സുരക്ഷ അപകടത്തിലാണ്. അന്വേഷണം സുഗമമാക്കുന്നതിന് ചില നടപടികൾകൂടി എടുക്കേണ്ടിയിരുന്നു. അതത്യാവശ്യമായിരുന്നു. ഞാൻ അത് സമ്മതിച്ചിരുന്നതുമാണ്. എന്തായാലും സെമിലിനെ കുറ്റപ്പെടുത്താനുള്ള ഒരു ശക്തമായ തെളിവും കണ്ടിട്ടില്ല. അവൻ അവനെ വിടണമായിരുന്നു. പക്ഷേ വിട്ടില്ല.''

പെട്ടെന്ന് എന്തോ ഓർത്തതുപോലെ വീണ്ടും ''അപ്പോൾ നെജത്ത്, നിങ്ങൾ ഉപയോഗിക്കുന്ന ബുക്കിൽ ഒരു പേജിൽ ഒരു സിഗരറ്റു കത്തിയ തുളയുണ്ടോ?'' ലിയോനിഡ് ചോദിച്ചു.

ആകുലത നിറഞ്ഞ ഒരു ചിരി വിടർത്താൻ നെജത്ത് ശ്രമിച്ചു.

''അതെ. പേജ് പതിനൊന്നിൽ, ഞങ്ങളുടെ പുസ്തകം തുടരെത്തുടരെ നഷ്ടപ്പെടുമായിരുന്നു. അതുകൊണ്ട് ഞാൻ കരുതി അതിൽ ഒരു മാർക്കിട്ടു വെയ്ക്കാമെന്ന്.''

''എനിക്കറിയാമായിരുന്നു.'' സ്വയം മന്ത്രിക്കുന്നതുപോലെ ലിയോനിഡ് പറഞ്ഞു.

''ശരി. അപ്പോ നിങ്ങളുടെ കോപ്പിയെവിടെ? അത് നിങ്ങൾക്ക് കണ്ടുപിടിക്കാനാകുമോ?''

''ഞാൻ വിചാരിക്കുന്നത് അത് നിങ്ങളുടെ മുറിയിലുണ്ടെന്നാണ്.''

''അല്ല, നിങ്ങളുടെ മുറിയിലിരിക്കുന്ന പുസ്തകം നിങ്ങളുടേതല്ല. അത് കൊലയാളിയുടേയാണ്.''

''കൊലയാളിയുടെ?''

''അതെ, പൊലീസ് കരുതി ഇത് സെമിലിന്റേതാണ്.''

''സെമിൽ സത്യം പറഞ്ഞില്ലേ?''

''പറഞ്ഞു, പക്ഷേ ആരാണ് അവനെ വിശ്വസിക്കുക? അവർ വിശ്വസിച്ചുവെച്ചിരിക്കുന്നത് അവൻ ആണ് കൊലയാളിയെന്നാണ്.''

‘‘പുസ്തകത്തിൽ ഈ കാരണത്താൽ തന്നെ അവർ സെമിലിനെയും സംശയിക്കുന്നുണ്ടോ?’’ നെജത്ത് നിഷ്ടകളങ്കമായി ചോദിച്ചുപോയി.

‘‘പുസ്തകങ്ങൾ മാത്രമല്ല. വേറെയും ചില കാര്യങ്ങൾ ഉണ്ട്. പക്ഷേ പ്രധാനപ്പെട്ട കാര്യമെന്താണെന്നു വെച്ചാൽ സംശയത്തിന്റെ അതിർത്തി വരകൾ ഇവരൊക്കെ കടന്നു പോന്നിരിക്കുന്നു. അവർക്കുറപ്പാണ് അവർ കൊലയാളിയെ കണ്ടെത്തിയെന്ന്.’’

‘‘അവർ അവനെ ദേഹോപദ്രവമേൽപ്പിക്കയോ മറ്റോ ചെയ്യുമോ?’’ സെരിഫ് പേടിയോടെ ചോദിച്ചു. താനിനി ഇത് ഉറക്കെപ്പറഞ്ഞാൽ അതെങ്ങാനും സത്യമായിപ്പോകുമോ എന്നയാൾ ഭയന്നു. അതിനാൽ തന്റെ ഭയങ്ങൾ അയാൾ പതുക്കെയെ പങ്കുവെച്ചുള്ളൂ. ആശയറ്റ പോലെ നോക്കുക മാത്രമേ ലിയോനിഡ് ചെയ്തുള്ളൂ. കനത്ത നിശ്ശ ബ്ദത അവിടെയാകെ നിറഞ്ഞു.

‘‘ഇത് നമ്മൾ തടയണം.’’ നെജത്തിന്റെ ദൃഢമായ പ്രഖ്യാപനം എല്ലാവരുടേയും നെഞ്ചിലെ നിശ്ശബ്ദതയെ ചിതറിച്ചു.

‘‘അവരുടെ കാരുണ്യത്തിന് കാത്തുനിർത്തി സെമിലിനെ ഇവിടെ ഉപേക്ഷിച്ചുപോകാൻ നമ്മൾക്കാവില്ല.’’

‘‘നമ്മക്കെന്തു ചെയ്യാൻ കഴിയും?’’ യുദ്ധം തുടങ്ങുമുമ്പ് കീഴടങ്ങിയ യോദ്ധാവിനെപ്പോലെ തലതാഴ്ത്തി ഹിക്മെത്ത് ചോദിച്ചു.

ലിയോനിഡിനിപ്പോഴും അൽപ്പം പ്രതീക്ഷ ബാക്കിയുണ്ടായിരുന്നു. അതിനാൽ അയാൾ ആ വിശ്വാസം തുടർന്നു.

‘‘സംഘങ്ങളിൽ മീറ്റിംഗ്കൂടി കേന്ദ്ര അസ്ഥാനത്ത് ഒത്ത് ചേർന്ന് മിന്നൽ പ്രക്ഷോഭങ്ങൾ നടത്താൻ ആലോചിക്കാവുന്നതാണ്’’

ഹിക്മെത്തിന്റെ മുഖത്ത് നിഴലിച്ച ഭീരുത്വം കണ്ടപ്പോൾ അവനൊ ന്നൂർജ്ജസ്വലനാക്കാൻ അയാൾ കൂട്ടിച്ചേർത്തു.

‘‘സെമിൽ ഈ സംഘത്തിലെ അംഗമാണ്. നീയായിരിക്കണം മറ്റാരെ ക്കാളും മുന്നിൽനിന്ന് അവനെ രക്ഷിക്കാനായി ഓടി നടക്കേണ്ടത്.’’

‘‘ശരി... ശരി...’’ ഹിക്മെത്ത് സമ്മതിച്ചു.

‘‘നിങ്ങൾ എപ്പോഴെങ്കിലും ചിന്തിച്ചിട്ടുണ്ടോ ഈ സോവിയറ്റ് പൊലീസ് എന്തിനായിരിക്കാം അവനെയിങ്ങനെ ഉന്നം വെയ്ക്കുന്നതെന്ന്. ഞാൻ പറഞ്ഞുവരുന്നത് തീയുണ്ടങ്കിലെ പുകയുണ്ടാകൂ എന്നാണ്.’’

‘‘പുകയോ, എന്ത് പുക?’’ സെരിഫ് തന്റെ ക്ഷമ നശിച്ച നിമിഷ ത്തിൽ പ്രതികരിച്ചു.

‘‘നിങ്ങൾ കേട്ടിരുന്നോ? അവർക്ക് യാതൊരു തെളിവുമില്ല അവ രുടെ കൈയിൽ ആ പാവം കുട്ടിയെ കുട്ടി സമ്മതം നടത്തുന്നതുവരെ അവരിട്ടു പീഡിപ്പിക്കുമായിരിക്കും.

‘‘എനിക്കറിയില്ല. ഇതൊന്നും.’’ ഹിക്മെത്ത് പിന്നോട്ടാഞ്ഞു.

''രണ്ട് പേര് മരിച്ചിരിക്കുന്നു. ഇതിപ്പോൾ സംഘത്തിലെ മറ്റു സഖാക്കളുടെ സുരക്ഷയെ ബാധിക്കുന്ന പ്രശ്നമാണ്.''

''ശരി...ശരി... അത് മനസ്സിലായി ഞങ്ങൾക്ക്..'' സെരിഫ് പറഞ്ഞു. നിങ്ങൾക്ക് ഇതിൽ ഇടപെടാൻ താത്പര്യമില്ല. അതങ്ങ് പറഞ്ഞാൽ മതിയല്ലോ. പക്ഷേ ഞങ്ങളുടെ വഴിയിൽ ഇടങ്കോലിടരുത്.''

''ഞാനെന്തിന് നിങ്ങളുടെ വഴിയിൽ കയറി നിൽക്കണം?'' ശാന്തനായി ഹിക്മെത്ത് ചോദിച്ചു. ലോകത്തിന്റെ മുഴുവൻ ഭാരവും തോളിലേറ്റയവനെപോലെ അയാളുടെ കണ്ണും കരളും ക്ഷീണിച്ചിരുന്നു.

'' നമുക്കൊരുമിച്ച കൂട്ടായ്മയിൽ ചേർന്നിരിക്കാം. എന്നിട്ട് ചർച്ച ചെയ്യാം.'' നെജത്ത് ശ്വാസം കിട്ടിയപോലെ അതിശയത്തോടെ പറഞ്ഞു. സ്പ്രിംഗ് വള്ളിച്ചുറ്റ് കാലിൽ വെച്ചപോലെ വലിയ ഒരു കുതിച്ചുചാട്ടത്തിനൊരുങ്ങി നിന്ന അയാൾ എല്ലാവരെയും ഇക്കാര്യം അറിയിക്കാനുള്ള വ്യഗ്രത കാട്ടുന്നുണ്ടായിരുന്നു.

സെരിഫും ലിയോനിഡും മനസ്സുറപ്പോടെ പരസ്പരം നോക്കി. ആ അവസരത്തിൽ ഹിക്മെത്ത് ഒന്നും പറയാതെ നിന്നു.

''നിങ്ങൾ തെറ്റു ചെയ്യാൻ പോകുന്നു സഖാക്കളേ.''

''ഒരു പ്രതിനിധി ഇപ്പോൾ തന്നെ ഈ അന്വേഷണത്തിൽ പങ്കെടുക്കുന്നുണ്ട്. അപ്പോൾ എന്താണ് സംഭവിക്കുന്നതെന്ന് സംഘടനയ്ക്ക് അറിയില്ലേ. അനാവശ്യമായ അലങ്കോലപ്പെടുത്തൽ അസഫിന്റെ അധികാരത്തിനു നേരെ കൈയോങ്ങുന്ന പോലെയാകും. പാർട്ടി കേന്ദ്രം കീഴടക്കുക എന്ന ആശയവും ശുഭസൂചകമല്ലേ. നിങ്ങൾ അസഫിനോട് സംസാരിക്കേണ്ടതുണ്ട്.

''അതുകൊണ്ട് കാര്യമുണ്ടെന്ന് തോന്നുന്നില്ല.'' ലിയോനിഡ് വാദിച്ചു. ഗതികെട്ട് അയാൾ തലകുലുക്കി.''ഞാൻ അസഫിനോട് എപ്പോഴേ സംസാരിച്ചിരുന്നു. അയാൾക്ക് സെമിലിനെ സഹായിക്കണമെന്ന വിചാരം ഒട്ടുമില്ല.

''അയാൾ അത്തരത്തിലൊരു തീരുമാനമെടുത്താൽ അതിന്റെ പരിണിതഫലങ്ങൾ അയാൾതന്നെ അനുഭവിക്കേണ്ടിവരും എന്ന ഭയത്താലാകും.'' താനൊരു സത്യം വിളിച്ചു പറഞ്ഞതിന്റെ ഭാരത്താൽ ഹിക്മെത്ത് നിർവൃതിയടഞ്ഞു.

''അതെ. അത് അവൻ അനുഭവിക്കേണ്ടതാണ്.'' സെരിഫ് തന്റെ സുഹൃത്തിനെ നിന്ദിച്ചു.

നിനക്കിത് ഇപ്പോഴും പിടികിട്ടിയിട്ടില്ല. അത് സെമിലാണ്. സെമിലായിരിക്കും ഇതിന്റെയൊക്കെ പ്രത്യാഘാതം അനുഭവിക്കേണ്ടിവരുക. നീയതെന്താ മനസ്സിലാക്കാത്തത്? എന്തെങ്കിലും തെക്കോട്ട് പോകുകയാണെങ്കിൽ നിങ്ങൾക്ക് ഊഹിക്കാം അത് അസഫിന്റെ തീരുമാനത്തിന്റെ പുറത്തായിരിക്കും എന്നിട്ട് അതിൽനിന്ന് പിന്തിരിയും. അതിനാൽ ഈ ഓപ്പറേഷൻ നിങ്ങൾ മുടക്കരുത്. പാർട്ടിയുടെ ആജ്ഞയും

ധിക്കരിക്കരുത്. ''ഞാൻ നിങ്ങളോട് കൂടുതൽ ഇതേപ്പറ്റിയാലോചിക്കാൻ ആവശ്യപ്പെടുന്ന നിങ്ങൾ നിങ്ങളായി നിന്ന് ഒരിക്കലെങ്കിലും വിചിന്തനം ചെയ്തു നോക്കണം കാരണങ്ങൾ.''

''നിനക്ക് ഇങ്ങനെയൊക്കെ സംസാരിക്കാൻ യാതൊരു അവകാശവുമില്ല.'' ഹിക്മെത്ത് ചൂടായി.

''എന്നെ വിധിക്കാൻ നീയാരാ?''

''ഞാൻ നിന്റെ സഖാവ്. മുഖസ്തുതികൾ നിർത്തി മനുഷ്യനാകാൻ ശ്രമിക്കൂ. അള്ളായെയോർത്ത്.''

ഹിക്മെത്തിന്റെ എങ്ങോട്ടെന്നില്ലാത്ത നോട്ടം ഒരു നിമിഷം ജീവിതത്തിന്റെ കനലിൽ തട്ടിയെരിഞ്ഞു. അയാൾക്ക് സെരിഫിനോട് എന്തോ പറയാനുണ്ടായിരുന്നു. പക്ഷേ അയാൾക്ക് ചെയ്യാനായില്ല, അയാൾ ലിയോനിഡിനെ നോക്കി നിന്നു അതിന്റെ പകരമെന്നോണം.

''ക്ഷമിക്കണം എനിക്കിവിടെ കുറെ നേരം നിൽക്കാനാവില്ല.'' അയാൾ പറഞ്ഞു. വാ തുറക്കേണ്ടി വന്നാൽ അങ്ങേയറ്റത്തെ മര്യാദയില്ലാത്ത, അസഭ്യം നിറഞ്ഞ വാക്കുകൾ പറയേണ്ടിവരുമോ എന്നയാൾ ഭയന്നു. സെരിഫുമായി ഒരു നേർ യുദ്ധം അയാൾ ആഗ്രഹിച്ചില്ല.

''പിന്നല്ല. നിങ്ങൾ മുങ്ങുമെന്നറിയാം. ഇപ്പോൾ നിങ്ങൾക്കതിനു ഒരു ന്യായവുമുണ്ടല്ലോ.'' സെരിഫ് അയാൾ പ്രകോപിതനാക്കാൻ നോക്കി.

''എന്തു കാത്തു നിൽക്കുകയാണ്. ഓടിപ്പോകൂ ഇവിടെനിന്ന്. ഇനിയിപ്പോൾ എല്ലാം തീർത്തുകഴിഞ്ഞിട്ട് ഈ വഴി വന്നാൽ മതിയല്ലോ?''

ഹിക്മെത്തിന്റെ മുഖം ചുവപ്പു നിറത്തിലാർത്തിരമ്പി. ദേഷ്യമടക്കി, ഗർവ്വമടക്കി. ഒരക്ഷരം മിണ്ടാതെ അയാൾ വാതിന്റെയടുത്തേക്ക് നടന്നു പോയി.

''നിങ്ങൾ എവിടെ പോകുന്നു. സഖാവേ?'' നെജത്ത് എന്തോ പറയാൻ തുടങ്ങുകയായിരുന്നു.

''അവൻ പൊയ്ക്കോട്ടെ'' പുകഞ്ഞ കൊള്ളി പുറത്തെന്ന മട്ടിൽ സെരിഫ് പറഞ്ഞു.

''അവൻ നമ്മൾക്കൊരു ഉപകാരവും ചെയ്യില്ല. സംഘത്തെ ഒത്തുചേർന്നു വിളിക്കുന്നതിൽ എന്തെങ്കിലും കാര്യമുണ്ടോ? നമ്മുടെ സഖാക്കളെല്ലാം പരമാർത്ഥന്മാരാണ്. നമുക്കൊരു തീരുമാനത്തിലെത്തിച്ചേരാം. പാർട്ടി കേന്ദ്രത്തിൽ ഇത്തരം കൂക്കിവിളികളൊന്നും വിലപോവില്ല. അവർ ഒരു കോൺഫറൻസിനുവേണ്ടി തയ്യാറെടുക്കുന്നു. അവിടെയിപ്പോൾ തിരക്കുപിടിച്ച സമയമാണ്. നേരിട്ട് വിളിച്ച് സംസാരിക്കാൻ പറ്റിയ ആരുമായെങ്കിലോ നമുക്കവിടെ ബന്ധം വേണ്ടതുണ്ട്.''

''അങ്ങനെയൊരാളെ അവിടുന്നു കിട്ടും.''

നെജത്ത് അന്വേഷിച്ചു.

''എനിക്കറിയാവുന്ന ഒരാളുണ്ട്.'' സധൈര്യം സെരിഫ് പറഞ്ഞു.

''ഞങ്ങൾ ഭരണ അട്ടിമറിയ്ക്കു മുൻപ് ഒരുമിച്ച് പ്രവർത്തിച്ചിരുന്നു. സഖാവ് ബരാൻ. അയാൾ ആത്മാർത്ഥതയുള്ളവയാണ്. ആശ്രയിക്കാൻ പറ്റുന്നവനാണ്. അയാൾ ടി.സി.പി.സി.സി.(ടർക്കിഷ് കമ്മ്യൂണിസ്റ്റ് പാർട്ടി സെൻട്രൽ കമ്മിറ്റി)യിൽ അംഗമാണ്. അയാളെ പിടിക്കാമെങ്കിൽ സെമിലിനെ രക്ഷിക്കാനായേക്കും.''

''അയാളുടെ ഫോൺ നമ്പർ കൈയ്യിലുണ്ടോ?''

''എനിക്കത് മനപ്പാഠമാണ്'' സെരിഫ് കൗശലക്കാരന്റേതുപോലുള്ള ചിരിച്ചിരുന്നു. എന്റെ രാജ്യത്ത് ഞാൻ വിളിക്കാമായിരുന്നു. എന്തെങ്കിലും കുഴപ്പത്തിൽ പെടുമ്പോൾ ലിയോനിഡിന്റെ വെള്ളനിറം പൂശിയ പോലത്തെ കൺപീലികൾ മുഖപ്രസാദത്താൽ തിളങ്ങി.

''നന്നായി. നന്നായി.'' അയാൾ മന്ത്രിച്ചു.

''എന്നാൽ പിന്നെയെന്താണ് കാത്തിരിക്കുന്നത് നമുക്ക് സഖാവ് ബരാനെ വിളിക്കാം.'' നെജത്ത് ഉത്സാഹിയായി.

''അത് വേഗം ചെയ്യാം.'' ലിയോനിഡ് പറഞ്ഞു. ''പക്ഷേ ആദ്യം കറുത്ത് കരിഞ്ഞ പാടുള്ള മാനിഫെസ്റ്റോ എവിടെയെന്ന് കണ്ടുപിടിക്കണം''

''ഓക്കെ.'' നെജത്ത് പറഞ്ഞു. ''ഞാൻ എല്ലാ മുറിയിലും നോക്കാം. ആരുടെ കൈയിലാണ് ആ പുസ്തകമെന്ന് നോക്കാൻ ഇറങ്ങാം.''

''ശരി. ഭരണനിർവ്വഹണസമിതിയുടെ മുറിയിൽ കൂടാം.''

സെരിഫ് പറഞ്ഞു.

''സമയം കളയണ്ട നമുക്ക് പുസ്തകം അവിടെ കൊണ്ട് വരൂ.''

''അപ്പോൾ അങ്ങനെത്തന്നെ ചെയ്യാം.'' നെജത്ത് സന്തോഷം വെളിപ്പെടുത്തി. അയാൾ വാതിലിനടുത്തേക്ക് പോയപ്പോൾ ഉള്ളിൽ ഒരു പുത്തനുണർവ് തോന്നി. അത് ജിവിതത്തിലാദ്യമായി 15-ാം വയസ്സിൽ ചെയ്ത ഫാസിസ്റ്റ് വിരുദ്ധ ചുവരെഴുത്തിന്റെ ആവേശം അയാളിൽ നിറച്ചു.

ഭരണസമിതിയുടെ മുറി താഴത്തെ നിലയിലായിരുന്നു. അത് സൈറ്റിലെ രണ്ടു നിലയുള്ള കെട്ടിടമായിരുന്നു. ആ താമസയിടത്തെ ആകെയുള്ള ഒരു ഫോൺ ഈ മുറിയിലായിരുന്നു. അതിന്റെ വലിയ സംസാരിക്കാനുള്ള ഭാഗമായ ഹാന്റ്സെറ്റ് വലിയ കറുത്ത ആമയുടെ പുറംതോട് പൊടിഞ്ഞു വന്ന കക്ഷണം പോലെയുണ്ട് പകുതിയിലധികം കുട്ടികളും പല അനധികൃത ബന്ധങ്ങളിലും പാർട്ടികളിലും ഭാഗഭാക്കായിരുന്നു. അതിനാൽ കുട്ടികൾ വീടുകളിലേക്ക് വിളിക്കാനായി വന്നു. അനുവാദം ചോദിക്കില്ലായിരുന്നു. ഫോൺ അത്തരത്തിൽ ഉപയോഗം കുറവുള്ള വസ്തുവായിരുന്ന കാലം മാറി. പ്രായം മാറി. സൗഹൃദവും പ്രണയവും വിദ്യാലയത്തിൽ പുത്തു തളിർത്തപ്പോൾ ഫോണിന്റെ ആവശ്യം കൂടിക്കൂടി വന്നു. ചില അവസ്ഥകളിൽ

മാനേജരുടെ മുറിയുടെ പുറത്ത് നീണ്ട നിര തന്നെ ഫോൺ വിളിക്കാനുള്ള ഊഴത്തിനായി കാത്തു നിൽക്കുമായിരുന്നു.

പുറത്തുനിന്നു കലപില വർത്തമാനം കേട്ടു വന്ന ലിയോനിഡ് ഇന്ന് അത്തരത്തിൽ കോണിനു ചുറ്റും നീണ്ട ക്യൂ കാണുമെന്ന് പ്രതീക്ഷിച്ച് വന്നപ്പോൾ അകത്തിരുന്ന് ആളുകൾ വട്ടം കൂടി ചിരിച്ചു തിമിർത്തു. പിന്നെയും സെരിഫ് ആളുകളുടെ വർത്തമാനെ കേട്ടു. അതയാൾ ശ്രദ്ധിച്ചില്ല എന്നതല്ല. അയാൾ ബാരനെക്കുറിച്ച് പലതും ആലോചിച്ചു. എങ്ങനെ അവരെയെല്ലാം സഹായിക്കാൻ പറ്റുമെന്ന് അയാൾ ഭയന്നു.അതാകെ അയാൾ ചിന്തിച്ചു വരുമ്പോഴേക്കും ലിയോനിഡ് വേഗത കൂട്ടിയിരിക്കണം എന്തായാലും അവിടെ കാര്യങ്ങൾ വേഗത്തിൽ നടന്നു. എല്ലാം താറുമാറായിക്കിടക്കുന്നു. രണ്ട് പേര് മരിച്ചു. ഇങ്ങനെ ചിന്തിച്ച് ഭരണസമിതിയുടെ മുറിക്ക് മുന്നിലെത്തി ഔപചാരികതയുടെ പേരിൽ വാതിലിൽ തട്ടി. എന്നിട്ട് അകത്ത് കയറി. സെരിഫും അയാളെ പിന്തുടർന്നു മുറിയിൽ പ്രവേശിച്ചു.

ലളിതമായി വസ്ത്രം ധരിച്ച ദൃഢഗാത്രരായ മൂന്ന് പൊലീസുകാരെയാണ് ലിയോനിഡ് ആദ്യം കണ്ടത്. അവർ കളിതമാശ പറഞ്ഞ് നടുക്ക് നിന്ന ഒരാളെ കുഴക്കിക്കൊണ്ടിരിക്കുകയായിരുന്നു. ആ മുറിയിൽ ആ കടന്നു വന്നത് കണ്ടപ്പോൾ ചിരിയടക്കിയവർ നിൽക്കാൻ നടന്ന ബുദ്ധിമുട്ടി. അവർ മാറിയപ്പോൾ അവർ ചോദ്യം ചെയ്തുകൊണ്ടിരുന്ന ആളുടെ മുഖം കാണാതായി. അത് ആ പഴയ പാചകക്കാരൻ അലക്സിയായിരുന്നു. അയാളുടെ വലിയ മൂക്ക് ചുവന്നിരിക്കുന്ന കണ്ട് അവർ കരുതി പൊലീസ് അയാളെ മുക്കിൽ ഇടിച്ചിട്ടുണ്ടാവുമെന്നാണ്. എന്നാൽ വാറ്റുചാരായത്തിന്റെ രൂക്ഷഗന്ധം മുറിയിൽ പടർന്നപ്പോൾ അവർക്ക് മനസ്സിലായി തീയെങ്ങാനും അടുത്തൂടെ പോയിൽ കത്തുന്ന പരുവത്തിലാണ് അയാൾ ഇരിക്കുന്നതെന്ന്.

പൊലീസുകാർ പോയപ്പോൾ, അങ്ങോട്ടുവന്ന ആളുകളെ അലെക്സിയും നോക്കി. കള്ളക്കണ്ണുകൊണ്ട് അതാരൊക്കെയാണെന്നറിയാൻ ശ്രമിച്ചു. അവസാനം കേടായ പല്ലും മോണയും കാട്ടി അയാൾ വെളുക്കെ ചിരിച്ചു. പഴയ ജാക്കറ്റ് കുടുക്കിട്ടുകൊണ്ട് ബഹുമാനപൂർവ്വം അയാൾ എഴുന്നേറ്റു. കോട്ടിന്റെ കോളറിൽ ഇടതും വലതും അഞ്ച് മെഡലുകൾ വീതം ഉണ്ടായിരുന്നത് കാണാൻ നല്ല കൗതുകമുണ്ടായിരുന്നു.

''ഓഹ്. ലിയോനിഡ്. നല്ല സായാഹ്നം നേരുന്നു.''

നല്ല വൈകുന്നേരം എന്റെ തുർക്കി സഖാക്കളേ.''

അയാൾ എല്ലാവരേയും അഭിവാദ്യം ചെയത് തല കുനിച്ചു. വിനയം കാട്ടുകയും ചെയ്തു. പൊലീസുകാർ പുറത്തേക്ക് ആനയിച്ച് കൊണ്ടുപോയി. അയാൾ സ്വന്തം വീട്ടിലായിരുന്നു.

ഇരിക്കൂ... ഇവിടെ എന്ന് ആംഗ്യം കാട്ടുകയും ചെയ്തു.

അയാളുടെ അയഞ്ഞ ഭാവം ഡിമിത്രയെ അലോസരപ്പെടുത്തി. അയാൾ രഹസ്യപ്പൊലീസിന്റെ ആ സൈറ്റിലെ തലവനായിട്ടുണ്ട്.

ചെറുപ്പക്കാരായ പൊലീസുകാർ. ചിരിച്ചും കളിച്ചും അവരെത്തുമ്പോൾ ആ ക്ഷീണിതനായ വയസ്സനോട് സംസാരിക്കുന്നതും ഇടപെടുന്നതു കണ്ടപ്പോൾ അയാളുടെ അഭിപ്രായം മാറി.

‘‘ശരി സഖാവ് അലക്സി, എല്ലാം ശരിയാകും.’’

തോളിൽ കൈത്തട്ടികൊണ്ട് അയാളോട് ഇരിക്കാനായിപ്പറഞ്ഞു.

‘‘അടുക്കളയിൽ നിന്ന് ഭക്ഷണ മോഷ്ടിക്കുമ്പോഴാണ് അയാളെ ഞങ്ങൾ പിടികൂടിയത്.’’

ഡിമിത്രി ലിയോനിഡിന് കാര്യങ്ങൾ വിശദീകരിച്ചു.

‘‘ഞാൻ ഒന്നും മോഷ്ടിച്ചിട്ടില്ല.’’

അലക്സി തന്റെ വാദത്തിൽ ഉറച്ചു നിൽക്കാനായി ശ്രമിച്ചു. ഡിമിത്രി അയാളെ കൂടുതലൊന്നും പറയിപ്പിക്കാതിരിക്കാൻ ശ്രമിച്ചെങ്കിലും നട ന്നില്ല. എന്നാൽ പിടിച്ചവിടിരുത്തി. അനങ്ങിപ്പോകരുതെന്ന നിർദ്ദേശവും നൽകി.

‘‘ഇവിടെയുള്ള ആളുകളിലധികവും അറബികളാണ്. അതിനർത്ഥം പലരും അധികവും മുസൽമാന്മാരായിരിക്കുമെന്നാണ്. അതുകൊണ്ട് പന്നി വിഭവങ്ങൾ ഇവിടെ ചെലവാകില്ല. ആർക്കും അത് ഇവിടെ വേണ്ട അതിവിടെ കിടന്ന് നശിച്ചുപോകും. സ്റ്റോർ ഹൗസിൽ കിടന്ന് ആർക്കും വേണ്ടാതെ പോകുന്ന പന്നിമാംസം ഒരു വിശന്നിരിക്കുന്ന വൃദ്ധന് ഉപ കാരപ്പെടുമെങ്കിൽ അതായിരിക്കില്ലേ. നല്ലത്. അതിനെന്താണ് കുഴപ്പം?’’

അത്ര സുഖകരമല്ലാത്ത ഒരു ചിരി ചിരിച്ചു ലിയോനിഡ്.

‘‘നിങ്ങൾ ചിരിക്കുകയാണോ ഇപ്പോൾ, ലിയോനിഡ്’’

ആ വയസ്സനായ പാചകക്കാരൻ തലതാഴ്ത്തി ചോദിച്ചു.

‘‘ഇപ്പോൾ സഹതപിക്കുകയാണോ നിങ്ങൾ, അതിൽ കാര്യമില്ല എന്നെ പിടിച്ചുകൊടുക്കുമ്പോൾ നിങ്ങൾക്കിത് തോന്നിയില്ലല്ലോ .’’

‘‘നിങ്ങൾ പിടിച്ച് കൊടുത്ത് റിപ്പോർട്ട് ചെയ്തെന്നോ’’ ലിയോ നിഡ് ചോദിച്ചു. ആ മനുഷ്യൻ എന്താണ് പറഞ്ഞു വരുന്നതെന്ന് ലിയോ നിഡിന് മനസ്സിലായില്ല. അതിനാൽ ഒരു സംശയത്തിന്റെ ഹീനനോട്ടം കൊണ്ട് ഡിമിത്രിയെ ഉഴിഞ്ഞെടുത്തു ലിയോനിഡ്.

‘‘അവൻ വെള്ളത്തിലാണ്. അവന്റെ വാക്ക് വിലയ്ക്കെടുക്കണ്ടാ.’’ ഡിമിത്രി പറഞ്ഞു.

‘‘അവൻ പറയുന്നതെന്തെന്ന് അവനറിയുന്നില്ല.’’

‘‘നിന്റെ വീട്ടിലിരിക്കുന്ന വയസ്സന്മാരാകും അങ്ങനെ,’’

അലക്സി അലറി.

‘‘ഞങ്ങൾ പഴയ തലമുറ. അങ്ങനെ ഒന്നോ രണ്ടോ ഗ്ലാസ്സ് വോഡ്ക യൊന്നുമടിച്ചാൽ ബോധം പോകുന്നവരല്ല. മോനേ..’’

തന്റെ പുകമറ നിറഞ്ഞുപോലത്തെ നോട്ടം ലിയോനിഡിന് നേരെ തിരിച്ചുകൊണ്ട് അയാൾ പറഞ്ഞുകൊണ്ടേയിരുന്നു.

''എനിക്ക് തുർക്കികളെ വല്യ ഇഷ്ടമാണ്. ലിയോനിഡ് ഇവാനോവിച്ച് അവരെ വിശ്വസിക്കാം. ധൈര്യശാലികൾ. പക്ഷേ അവൻ എന്നോടിതു ചെയ്തു. അതെന്നെ വേദനിപ്പിച്ചു. അതെനിക്ക് മനസ്സിലാകുന്നില്ല. അത് എനിക്ക് വല്ലാത്ത സങ്കടമുണ്ടാക്കി.''

''എന്താണ് നിങ്ങളെ വിഷമിപ്പിച്ചത്?

''നിങ്ങളെയാരെങ്കിലും ദ്രോഹിച്ചോ.'' ലിയോനിഡ് അപ്പോഴും ചിരിക്കുക തന്നെയായിരുന്നു.

''അവൻ എന്നെക്കുറിച്ച് റിപ്പോർട്ട് ചെയ്തു.''

''നിൽക്ക്. നിങ്ങളെന്തായിപ്പറയുന്നേ. ആര് റിപ്പോർട്ട് ചെയ്തുവെന്നാണ്'' ലിയോനിഡ് അത് പറഞ്ഞപ്പോൾ ആ പ്രായ ചെന്ന പാചകക്കാരന്റെ പല സമയങ്ങളിലുള്ള അവകാശവാദങ്ങളെ അയാൾ സംശയിക്കുന്നതായി തോന്നി.

''നിങ്ങളുടെ ഒരു വിദ്യാർത്ഥി. ഇത്തിരി തടിച്ചുകൊഴുത്ത് കുറ്റിമുടിയായിട്ടുള്ള ഒരുവൻ. എന്റെ കുട്ടി അലോഷ്യയെപ്പോലെ അവിടെയുമിവിടെയും ചുറ്റിക്കറങ്ങിനടക്കുവന്നവൻ.''

ഇയാളാരെപ്പറ്റിയാണ് പറയുന്നതെന്ന് ലിയോനിഡ് ആലോചിച്ചു നോക്കി.

''അതു വിട്ടുകള. ഇനിയവനെക്കുറിച്ച് ചിന്തിക്കേണ്ട. ലിയോനിഡ്.''

ഡിമിത്രി പറഞ്ഞു. വീണ്ടും വീണ്ടും ഓർമ്മിപ്പിച്ചു.

''അയാൾ എന്താണ് പറയുന്നതെന്ന് അയാൾക്ക് തന്നെയൊരൂഹവുമില്ല.''

''എനിക്കറിയാം ഞാനെന്താണ് പറയുന്നതെന്ന്''

അലക്സി കടുപ്പിച്ച് പറഞ്ഞു.

''ഞാൻ അവനെ കണ്ടിരുന്നു. കണ്ടുമുട്ടി. ഞാനവനെ പോയി മുട്ടുകയായിരുന്നു. ഞങ്ങൾ പരസ്പരം ഇടിച്ചതുപോലെയായി. അവൻ വേഗത്തിൽ പായുകയായിരുന്നു. അവർ എന്നെ തള്ളിയിടുംപോലെയാണ് വന്നിടിച്ചത്. ഞാൻ മടിയിൽ ഒളിച്ചു കടത്തുകയായിരുന്നു ഭക്ഷണസാധനങ്ങൾ. ആകെ ചിതറിത്തെറിച്ചു. ആ രാത്രി അതെല്ലാ തിരിച്ച് തെരഞ്ഞ് പെറുക്കിയെടുക്കുക ദുഷ്ക്കരമായിരുന്നു. എന്തിന് അധികം പറയണം. എന്റെ ഇറച്ചി ആ ബഹളത്തിൽ താഴെ വീണു. പിന്നെ കണ്ടെത്താനായില്ല. ഞാൻ തിരിച്ചെത്തിയപ്പോഴാണ് അത് നഷ്ടപ്പെട്ട വിവരം തന്നെ അറിഞ്ഞത്.''

ആ വയസ്സൻ ഇടതടവില്ലാതെ പറഞ്ഞുകൊണ്ടേയിരുന്നു. സെരിഫ് ചോദിച്ചു. ''എന്താ എന്താ എന്തിനെക്കുറിച്ചാണീ പറയുന്നത്?''

''ഭക്ഷണം അടുക്കളയിൽ നിന്ന് മോഷ്ടിച്ചോടുമ്പോൾ അവനെ പിടിച്ചു'' ലിയോനിഡ് പറഞ്ഞു.

''അയാൾ പറയുന്നത് ഏതോ തുർക്കി വിദ്യാർത്ഥികളാണ് അയാളെ ഒറ്റുകൊടുത്തതെന്ന്. റിപ്പോർട്ട് ചെയതതെന്ന്.''

അയാൾ ആകെ അസ്വസ്ഥനായിരുന്നു. അയാളുടെ മനസ്സിൽ എന്തോ ഒരു കരട് കിടപ്പുണ്ടായിരുന്നു.

''ഇയാൾക്ക് തലയ്ക്ക് സുഖമില്ലെന്നാണ് എനിക്കു തോന്നുന്നത്'' സെരിഫ് തന്റെ ഒരു സംശയം പറഞ്ഞു.

''കഴിഞ്ഞ ദിവസം, കാരണമെന്താണെന്ന് അറിയില്ല, ഇയാൾ കരീമിന് പ്രാതൽ ഉണ്ടാക്കിക്കൊണ്ടുകൊടുത്തു.''

''കരീമിനോ?'''

ആലോചനയിൽനിന്ന് പെട്ടെന്നുണർന്നപോലെ ലിയോനിഡ് ചോദിച്ചു.

''അതെ. കരീമിനുവേണ്ടി'' കുടിച്ചു കൂത്താടി കൂനിക്കുത്തിയിരിക്കുന്ന ആ വൃദ്ധനെ തിരിഞ്ഞു നോക്കിക്കൊണ്ട് സെരിഫ് തലയാട്ടിപ്പറഞ്ഞു.

''ഇയാളിപ്പറയുന്ന ആ വ്യക്തി അപ്പോൾ കരീമാണോ?''

ലിയോനിഡ് തന്റെ സംശയം പറഞ്ഞു.

''ആകാൻ സാദ്ധ്യതയുണ്ട്.''

സെരിഫ് പറഞ്ഞു. കൂടുതൽ അതിലേക്ക് ആഴ്ന്നിറങ്ങാതെയെന്ന വണ്ണം ചോദിച്ചു.

''അതിനിപ്പോൾ എന്താ?''

''അതിൽ വലിയ ഒരു കാര്യമുണ്ട്. അത് ഒരു വലിയ സൂചനയല്ലേ. ആ കൊലപാതകം നടന്ന രാത്രിയിൽ അവിടെ നിന്ന് കണ്ടെത്തിയ ആ ഇറച്ചിക്കഷ്ണം ഓർക്കുന്നില്ലേ?''

സെരിഫിന് അപ്പോഴും സാഹചര്യം സമ്പൂർണ്ണമായി പിടികിട്ടിയില്ല. അപ്പോഴും അങ്കലാപ്പ് മാറാത്ത മനസ്സുമായി അയാൾ പല കാര്യങ്ങൾ കൂട്ടിക്കിഴിച്ച് നോക്കി. അതിനിടയിൽ അനുസരണയുള്ള പ്രായം ചെന്ന ആ പാചകക്കാരന്റെ അടുത്ത് ചെന്ന് തോളിൽ കൈയിട്ട്. എന്തോ ചോദിക്കാനാഞ്ഞു.''

''അത് കരീമായിരുന്നു.''

''നിങ്ങളെ ഇടിച്ചിട്ട കുട്ടി അവനായിരുന്നോ?''

അവൻ ചോദിച്ചു. പഞ്ചപാവത്താന്റെ മുഖച്ഛായ വരുത്തി ആ പാചകക്കാരൻ ലിയോനിഡിനെ നോക്കി.

''കരീം? എനിക്കവന്റെ പേരറിയില്ല.'' അയാൾ പറഞ്ഞു. പക്ഷേ അവൻ എന്റെ അലോഷ്യയെപ്പോലെയായിരുന്നു കാണാൻ.

''ഓ, നിങ്ങൾ ഈ അടുത്ത് പ്രഭാതഭക്ഷണം എടുത്തുകൊടുത്ത ആ കുട്ടി.''

ആ വൃദ്ധന്റെ മുഖം തിളങ്ങി.

''അതെ'' അയാൾ പറഞ്ഞു. ''അവൻ തന്നെ''

''എന്റെ ദൈവമേ.''

ലിയോനിഡ് പരിസരം മറന്ന് നിലവിളിച്ചു.

''അതെ. കരീം തന്നെ.''

ആ വൃദ്ധന് കാര്യമൊന്നും പിടികിട്ടിയില്ല. അയാൾ അത്ഭുതത്താൽ വാ പൊളിച്ച് ലിയോനിഡിനെ നോക്കി.

''ദയവുചെയ്ത് വിവേകപൂർവ്വം പെരുമാറൂ. ഞാൻ നിങ്ങളോട് അപേക്ഷിക്കുകയാണ്. എന്താണ് നിങ്ങളുടെ പ്രശ്നം. നിങ്ങൾക്ക് ആ കുട്ടി ആരാണെന്ന് ഇപ്പോൾ മനസ്സിലായില്ലേ.''

''പിന്നെയല്ലാതെ? എനിക്കു മനസ്സിലായി?''

ലിയോനിഡ് പറഞ്ഞു. അയാളുടെ ശ്രദ്ധ മുഴുവൻ ആവൃദ്ധനിലായിരുന്നു.

''താങ്കൾ കൃത്യമായും എപ്പോഴാണ് ആ കുട്ടിയെ കണ്ടതെന്ന് ഒന്ന് പറയാമോ.?''

ആ വയസ്സൻ വീണ്ടും ലിയോനിഡിനെ അമ്പരപ്പോടെ നോക്കി.

''ഒന്നുകൂടി, അതൊന്ന് ആലോചിച്ച് നോക്കൂ.''

ലിയോനിഡ് പറഞ്ഞു.

''നിങ്ങൾ എല്ലാം കിറുകൃത്യമായി ഓർത്തിരിക്കുന്നുണ്ടല്ലോ?''

''ഇല്ല. അതിലിപ്പം പ്രത്യേകിച്ച് ഓർക്കാനായി ഒന്നുമില്ല.''

ആ വയസ്സൻ പറഞ്ഞു. ഈ സംഭാഷണങ്ങളെല്ലാം കേട്ടുകൊണ്ടിരിക്കുന്ന ഡിമിത്രിയെ ചൂണ്ടിക്കൊണ്ട് പറഞ്ഞു.

''ഇയാൾ പറഞ്ഞത് മറക്കൂ. എനിക്ക് ആ രാത്രി സ്പഷ്ടമായി ഓർമ്മയുണ്ട്. ഞാൻ കുടിച്ചിട്ടില്ലായിരുന്നു. അത് കഴിഞ്ഞ ചൊവ്വാഴ്ചയായിരുന്നു. ബുധൻ രാവിലെയാണ് ഞാൻ അവന് എന്റെ കൈകൊണ്ട് പ്രാതൽ കൊടുത്തത്. നിങ്ങളുടെ അടുത്തിരിക്കുന്ന സഖാവിനോട് ചോദിക്കാം. അയാൾക്ക് ഓർമ്മയുണ്ടാകും. അയാൾ ആ ഭക്ഷണമുറിയിൽ അപ്പോൾ ഉണ്ടായിരുന്നു.''

ശ്വാസമടക്കി പിടിച്ച് ലിയോനിഡ് സെരിഫിനെ നോക്കി.

''ഒന്നോർക്കൂ ഈ മനുഷ്യൻ കരീമിന് പ്രാതൽ കൊണ്ടുവന്ന ദിവസം ഒന്ന് ഓർക്കാൻ ശ്രമിക്കൂ.''

മറവിയുടെ രണ്ട് ചുളിഞ്ഞ വരകൾ സെരിഫിന്റെ ചുക്കിയുറഞ്ഞ തലച്ചോറിൽ നെറ്റിത്തടത്തിൽ എല്ലാം ഓർമ്മയുടെ നേർരേഖകൾ ചമയ്ക്കാൻ തുടങ്ങി. എല്ലാറ്റിനേക്കാളും ആഴത്തിലുള്ള വരകൾ അതൊരുക്കിൽവന്നും പോയുമിരുന്നു.

''അതെ. ഞാനോർക്കുന്നു അന്ന് ബുധനായിരുന്നു.''

''മുഹമ്മദ് കൊല്ലപ്പെട്ടതിന്റെ പിറ്റേദിവസം രാവിലെ.''

ലിയോനിഡ് അമർത്തി കുലുക്കിച്ചോദിച്ചു.

''ഉറപ്പാണോ നിനക്ക്?''

''നിങ്ങൾക്കോർമ്മയില്ലേ അത്. അന്ന് കരീം പറഞ്ഞത്. ആ രാത്രി അവൻ റൂമിനകത്തായിരുന്നു എന്നല്ലേ. ഇയാൾ പറയുന്നത് പ്രകാരം അയാൾ പുറത്തുപോയിട്ടുണ്ട്. അവൻ എങ്ങോട്ടോ വെപ്രാളം പിടിച്ച് ഓടുകയായിരുന്നു. അങ്ങനെ അവൻ അലക്സിയുമായി തട്ടിമറിഞ്ഞു. അന്ന് രാത്രി ഓഫീസർമാർ കണ്ടെത്തിയ ആ ഇറച്ചിക്കഷ്ണം ഇവരുടെ കൂട്ടിയിടിയുടെ ആഘാതത്തിൽ അലക്സിയുടെ കൈയിൽ നിന്ന് തെറിച്ച് പോയതാണ്.''

സെരിഫ് ആശങ്കയിലായി.

''പക്ഷേ. ആ രാത്രി കരീമിന് സുഖമില്ലായിരുന്നു. അവൻ എങ്ങനെ ഓടും അപ്പോൾ. '' അവൻ ചോദിച്ചു.

ലിയോനിഡിനെ പോലെ കാര്യങ്ങൾ അറിഞ്ഞതിന്റെ ആവേശം അവന്റെ ശബ്ദത്തിനുമുണ്ടായിരുന്നു.

''അത് ജലദോഷമായിരുന്നിരിക്കണം. പോരാത്തതിന് രാവിലെ അവൻ അൽപം കൂടി ഉണർവ്വിലാണ് കാണപ്പെട്ടത്. എന്നാൽ മരണത്തിനുശേഷം നമ്മൾ വിളിച്ചു കൂട്ടിയ യോഗത്തിൽ അവൻ തീർത്തും അവശനായി കാണപ്പെട്ടത് ഞാൻ ഓർക്കുന്നുണ്ട്.''

''ശരിയാണ്. നിങ്ങൾ പറഞ്ഞത്.'' സെരിഫ് പറഞ്ഞു.

ഗാഢനിദ്രയിൽ നിന്നുണർന്നപോലെ ചുറ്റും നടക്കുന്നതെന്തെന്ന് പിടികിട്ടാത്തപോലെയാണ് അയാളിരുന്നത്. ചില കാര്യങ്ങൾ അരങ്ങിനെ മറത്തുണി ഉയരുംപോലെ അവരുടെ മുന്നിൽ തെളിഞ്ഞുവന്നു. പതുക്കെ. പതുക്കെ പലതരം കാര്യങ്ങൾ മനസ്സിൽ ഒരുമിച്ച് ചേർന്ന് ഒരു ഭൂതകാലത്തെ പുതിയ ഒരു സത്യത്തിന്റെ പ്രതിഫലനം അവർ കണ്ടു.

''സത്യം. യോഗത്തിൽ പങ്കെടുക്കുമ്പോൾ അവന് വലിയ കുഴപ്പമില്ലായിരുന്നു. അവൻ എന്റെയടുത്താണ് ഇരുന്നത്. തുമ്മുകയോ ചീറ്റുകയോ മൂക്കള വലിച്ചുകയറ്റുകയോ അവൻ ചെയ്യുന്നില്ലായിരുന്നു എന്നാണ് എനിക്ക് തോന്നുന്നത്. വൈകീട്ട് അവന്റെ ആരോഗ്യം വഷളായി. അവൻ നിർത്താതെ തുമ്മാൻ തുടങ്ങി.''

അയാൾ മന്ത്രിക്കുന്നപോലെ വെളിപ്പെടുത്തി. പക്ഷേ അത് പെട്ടെന്ന് നിർത്തി. അയാൾക്ക് അതിക്രൂരമായ ഒരു തീരുമാനത്തിൽ എത്തിച്ചേരണമെന്നില്ലായിരുന്നു. അയാൾ ആ വൃദ്ധനെതന്നെ പിന്നെയും നോക്കി.

''തിരക്കു കൂട്ടണ്ട. നമ്മൾക്ക് ആദ്യം ഒരു ഉറപ്പ് വേണമിതിനൊക്കെ. അയാൾ കരീമിനെ ഏതു സമയത്താണ് കണ്ടത്?''

സെരിഫിന്റെ അന്വേഷണം ലിയോനിഡിനിന്റെ ദൃഢനിശ്ചയത്തെ തെല്ലും ബാധിച്ചില്ല. അവൻ പറഞ്ഞു.

''അത് ഈ സമയത്തൊക്കെ ആകണം. പകൽ വെളിച്ചത്തിൽ ഈ കള്ളക്കുറുക്കനായ പാചകക്കാരൻ ഭക്ഷണം മോഷ്ടിക്കുമെന്ന് എനിക്ക് തോന്നുന്നില്ല.''

സെരിഫിന്റെ കണ്ണുകളിൽ ഇപ്പോഴും സംശയത്തിന്റെ കരടു കിടപ്പുണ്ടായിരുന്നു. ഇനിയു പാചകക്കാരനോട് കൂടുതൽ കാര്യങ്ങൾ ചോദിക്കാമെന്നയാൾ കരുതി.

''ഈ സംഭവം നടന്ന സമയം ഓർമ്മയുണ്ടോ?''

''നോക്കൂ. അത് കടുപ്പമാണ്.'' കൊഞ്ഞനം കുത്തിക്കൊണ്ട് എന്ന പോലെ ആ വയസ്സൻ പറഞ്ഞു.

''എനിക്ക് കൃത്യസമയം ഓർമ്മയില്ല.''

''ഒരു ഏകദേശസമയമെങ്കിലും?''

വൃദ്ധന്റെ മുഖം വിടർന്നു.

''അങ്ങനെയെങ്കിൽ നോക്കട്ടെ. എല്ലാ രാത്രിയും ഞാൻ അടുക്കള ഉടയ്ക്കുന്നത് പത്തരയ്ക്കാണ്. ചിലപ്പോൾ അഞ്ചോ പത്തോ മിനിറ്റു വൈകും. അതിലുറപ്പുമില്ല.''

''അത് കൊലപാതകത്തിന്റെ സമയവുമായി കിറുകൃത്യം ചേർന്നു പോകുന്ന സമയമാണ്. സൂചനയാണ്.''

ഒരു കാര്യം കണ്ടെത്തിയെന്ന ധാരണയിൽ ലിയോനിഡ് ഉച്ചത്തിലാർത്തു.

''അവൻ, കരീം. കത്തിലെഴുതിയത് അപ്പോൾ സത്യമാകും.''

സെരിഫിന് സന്തോഷം കൊണ്ട് ലിയോനിഡിനെ കെട്ടിപ്പിടിക്കാൻ തോന്നി. പക്ഷം തങ്ങൾ പൊലീസ് നിരീക്ഷണത്തിലാകുമോ എന്ന ഭയത്താൽ അയാൾ അതിൽ നിന്ന് പിന്മാറിയൊഴിഞ്ഞു നിന്നു.

അടുത്ത നിമിഷം. വാതിൽ തുറന്നു. നെജത്ത് കമ്മ്യൂണിസ്റ്റ് മാനിഫെസ്റ്റോയുടെ ഒരു പതിപ്പു കൈയിലേറ്റി അകത്തേക്കിടിച്ചു കയറി വന്നു. അയാൾക്ക് ശ്വാസം കിട്ടുന്നുണ്ടായിരുന്നില്ല. ആദ്യം കയറിച്ചെന്ന മുറിയിൽ തന്നെ ഈ പുസ്തകം കണ്ടെത്തിയതിന്റെ അമിതാവേശത്തിൽ അയാൾ അതു കിട്ടയ പാടെ തിരിച്ചോടിയതായിരുന്നു.

''ഇതാ, നമ്മുടെ മാനിഫെസ്റ്റോ.''

കുട്ടിത്തം നിറഞ്ഞ ഔൽസുക്യത്തോടെ അവൻ പറഞ്ഞു.

ലിയോനിഡ് ആ പുസ്തകമെടുത്തു. പതിനൊന്നാമത്തെ താളു തുറന്നു. അത് നെജത്ത് അത് തന്റെ വലത്തെ ചൂണ്ടുവിരൽ കൊണ്ട്

അകത്തിവെച്ചിരുന്നു. കൃത്യമായും വലതുവശത്തിനു താഴെ സിഗരറ്റു കുറ്റികൊണ്ട് പൊള്ളിച്ച് കടലാസ് കരിഞ്ഞ ആ പാട് കണ്ടു. ലിയോനിഡ് ആ ബുക്കൊന്നു വിടർത്തി. പേജുകൾ മറിച്ചുനോക്കി. അവിടെ അന്തരീക്ഷത്തിൽ ഇത്തിരി സമാധാനവും സന്തോഷവും തിരയടിക്കുന്ന കണ്ട നെജത്ത് ചോദിച്ചു.

''എന്താണ്, ബാരൻ നമ്മളെ സഹായിക്കാമെന്നേറ്റോ?''

''ഇനി നമുക്ക് ബാരന്റെ ഉപദേശം വേണ്ടിവരില്ല.''

വിജയസ്മേരം നിറച്ച ചുണ്ടുകളാൽ ലിയോനിഡ് പറഞ്ഞു. അലക്സിയെ തലകൊണ്ട് ആംഗ്യം കാട്ടി നെജത്തിന് കാട്ടികൊടുത്തു. അയാൾ പറഞ്ഞു.

''ഞങ്ങൾ ഒരു സാക്ഷിയെ കണ്ടെത്തി. കരീമാണ് ഈ കുറ്റകൃത്യം ചെയ്തതെന്ന് തെളിയിക്കാൻ കഴിഞ്ഞു.''

ആദ്യം നെജത്ത് കരുതി അവർ തമാശ പറയുകയാണെന്ന്. പക്ഷേ അവരുടെ കണ്ണുകളിലെ സന്തോഷം കണ്ടപ്പോൾ അത് സത്യമായിരിക്കുമെന്ന് അവന് ബോദ്ധ്യപ്പെട്ടു.

''നന്നായി.''

അയാൾ വലതുകൈ ചട്ടി ആകാശത്തേക്കുയർത്തി തുള്ളിച്ചാടിക്കൊണ്ട് ഉച്ചത്തിൽ പ്പറഞ്ഞു.

''അല്ലെങ്കിൽ ആർക്കാണറിയാത്തത്. സെമിൽ നിഷ്കളങ്കനാണെന്ന്.''

ഡിമിത്രി ക്ഷമയുടെ നെല്ലിപ്പലകയിൽനിന്ന് ചൂടായി ചോദിച്ചു.

''നിങ്ങളിലാരെങ്കിലും ഒന്ന് പറയുമോ. എന്താണ് ഇവിടെ സംഭവിച്ചുകൊണ്ടിരിക്കുന്നതെന്ന്?''

''മരണങ്ങളുടെ നിഗൂഢമായ ഇരുട്ടിലേക്ക് സത്യത്തിന്റെ തിരനാളം തെളിക്കാൻ നമുക്ക് കഴിയുമെന്നാണ് തോന്നുന്നത്.''

ശുഭപ്രതീക്ഷയുടെ നിലാചിരി ലിയോനിഡിൽ വിടർന്നു. നിരാശയാൽ നീരുവന്നു വീർത്ത മുഖവുമായിരുന്ന ആ യുവ പോലീസുകാരനെ നോക്കി അയാൾ പറഞ്ഞു.''

'' ഈ കേസ് അവസാനിക്കുന്നു. ഇപ്പോൾ നമുക്ക് കൊലയാളിയെ കണ്ട ഒരു സാക്ഷിയുണ്ടിവിടെ.''

''നിങ്ങളുടെ സാക്ഷി. ഈ വയസ്സൻ മദ്യപാനിയാണോ?''

ഡിമിത്രി പരിഹസിച്ചിരി. അലക്സി ഡിമിത്രിയെനോക്കി. വൃദ്ധന്റെ കണ്ണുകൾ പ്രകോപനത്താൽ വിറച്ചു.

''അയാളെ വില കുറച്ചുകാണണ്ട.''

ലിയോനിഡ് വൃദ്ധനെ പിൻതാങ്ങിക്കൊണ്ട് പറഞ്ഞു. ''അയാൾ മദ്യലഹരിയിലാണെങ്കിൽ നമ്മളിൽ പലരും കാണാത്തതും കേൾക്കാത്തതുമായ കാര്യങ്ങൾ അയാൾ കൃത്യമായി പിന്തുടരുന്നുണ്ട്.''

ഡിമിത്രി പുറകോട്ടാഞ്ഞു. അയാൾ ആ ചർച്ച ശ്രദ്ധിച്ചു. കൊലപാതകസ്ഥലത്തുനിന്ന് കിട്ടിയ ഇറച്ചിക്കഷ്ണം അയാളുടെ മനസ്സിലുണ്ടായിരുന്നു. എന്നാലും അയാൾക്ക് പൂർണ്ണമായും ബോദ്ധ്യം വന്നിരുന്നില്ല. പല കാര്യങ്ങളും കൃത്യമായ തെളിവില്ലാതെ എന്തെങ്കിലും കാര്യത്തിൽ തീരുമാനത്തിലെത്താൻ അയാൾ ഭയന്നിരുന്നു.

അപ്പോൾ ''വിശ്വസിക്കൂ, ഭയക്കേണ്ട.''

ലിയോനിഡ് ഉറപ്പുനൽകി.

''ഞാനിങ്ങനെയൊരു അന്തവും കുന്തവുമില്ലാത്ത കാര്യം പറഞ്ഞ് നിങ്ങളെ കബളിപ്പിച്ച് സ്വയം പരാഹാസ്യനാകുമെന്ന് കരുതുന്നുണ്ടോ?''

ഡിമിത്രി ഒരു വിധം അനുനയത്തിലെത്തി. എന്നാലും ഒരു വൈമുഖ്യം പൂർണ്ണമായും മാറിയില്ല. തിരിച്ചും മറിച്ചും അയാൾ ആലോചിച്ചു. തലയിലെ മുള്ളൻമുടികൾ തടിച്ച് മാംസളമായ കൈവിലരുകളാൽ പിച്ചിപ്പറിച്ചു.

''ശരി.''

അവസാനം അയാൾ പറഞ്ഞു.

''നിങ്ങൾ തെറ്റിയിട്ടില്ല എന്ന് ഞാൻ കരുതുന്നു. ലിനോയിഡ് ഇവാനോവിച്ച്''

''ഇല്ല. ഞാൻ തെറ്റിദ്ധരിച്ചല്ല കാര്യങ്ങൾ പറഞ്ഞത്. കമോൺ എന്നെ വിശ്വസിക്കൂ. നിങ്ങൾ എവിടെയാണോ നിങ്ങളുടെ ട്രാൻസ്മിറ്റർ ഒളിപ്പിച്ചത് അതെടുത്ത് വിക്റ്ററെ വിളിക്കൂ. കൊലപാതകം തെളിയിക്കാൻ താങ്കളൊരു സാക്ഷിയെ കണ്ടെത്തിയെന്നയാളോട് പറയൂ. ഞാൻ വേണമെങ്കിൽ അയാളുമായി സംസാരിക്കാം.''

''വേണ്ട ഞാൻ സംസാരിച്ചോളാം.''

തന്റെ റേഡിയോ ട്രാൻസ്മിറ്ററെടുക്കാൻ ഡിമിത്രി പുറത്തേക്കിറങ്ങി. മേശയ്ക്കു പുറകിലെ ടൂൾബോക്സിലായിരുന്നു അയാൾ അത് വെച്ചിരുന്നത്.

''നന്നായി. സഖാവ് ഡിമിത്രി''

അത്യധികം സന്തോഷത്തോടെ ലിയോനിഡ് തുള്ളിത്തുളുമ്പി. ഒരു ഫുട്ബോൾ കോച്ച് തന്റെ ടീം വിജയിക്കുമ്പോൾ കാണിക്കുന്ന ആവേശംപോലെയായിരുന്നു അത്.

''നിങ്ങളേയും നിങ്ങളുടെ ടീമിനേയും എല്ലാവരും ഈ പേരിൽ വാനോളം പുകഴ്ത്തും.''

ഇരുപത്തിയൊമ്പത്

ഡിമിത്രി ഓടിച്ചുകൊണ്ടിരുന്ന വാൻ കെ.ജി.ജി. കെട്ടിടത്തിനുമുന്നിൽ നിർത്തിയപ്പോൾ ലിയോനിഡ് ഒന്ന് നേരെയിരുന്ന്, തന്റെയടുത്ത് കിട ന്നുറങ്ങുകയായിരുന്ന അലക്സിയെ ഒന്നുനോക്കി. അയാളുടെ താടിയും വായയും തുറന്നടയുന്നുണ്ടായിരുന്നതിനാൽ ജീർണ്ണിച്ചഴുകിയ പല്ലു കൾ പുറത്ത് കാണുന്നുണ്ടായിരുന്നു. സഹതാപപൂർവ്വം അയാൾ ആ മനുഷ്യന്റെ തോളിൽ തട്ടി. അതയാൾ അറിഞ്ഞതുപോലുമില്ലായിരുന്നു.

"നല്ല ശക്തിയിൽ തോണ്ടിവിളിച്ചാലേ അയാൾ ഉണരുകയുള്ളൂ." ഡിമിത്രി പറഞ്ഞു. എൻജിൻ ഓഫാക്കിയശേഷം അയാൾ തിരിഞ്ഞു അവരെ നോക്കി. "ഹൊ, ആ വിഡ്ഢിക്കിളവൻ ചത്തുറങ്ങുകയാണോ?"

അത് കേട്ടപ്പോൾ അലക്സി ഒരു കണ്ണ് പൊടുന്നനെ തുറന്നു.

"നീയാരെയാണ് 'വിഡ്ഢി'യെന്ന് വിളിച്ചത്. അയാൾ പ്രതിഷേധിച്ചു.

"കുറച്ചുകൂടി മാന്യത കാട്ടുക."

ലിയോനിഡ് വായിൽവന്ന ചിരി കടിച്ചമർത്തി.

"ഛെ, വിട്ടുകള. അത് പോട്ടെ. അലക്സി മാക്സിമോവിക." അയാൾ പറഞ്ഞു. നമ്മൾ നമ്മുടെ ലക്ഷ്യസ്ഥാനത്തിലെത്തിയിരിക്കുന്നു. പ്രായം ചെന്ന ആ മനുഷ്യൻ തന്റെ ഊരയ്ക്കു കൈകൊടുത്ത് താങ്ങിപ്പിടിച്ച് സ്വയം എഴുന്നേല്ക്കാൻ ശ്രമിച്ചു. ആ മിനിബസിൽ നിന്നിറങ്ങിയപ്പോൾ അവർ സെരിഫിനേയും നെജത്തിന്റേയും പിന്തുടർന്ന് നടന്നു. അയാളുടെ കാൽ തെന്നിപ്പോയി. അയാൾ ബസിൽനിന്നിറങ്ങിയപ്പോൾ. എന്നാൽ വീഴാൻപോയ അയാളെ സെരിഫ് അവസാന നിമിഷം തലനാരിഴയ്ക്ക് രക്ഷിച്ചു. അയാളുടെ കൈയിൽ സെരിഫിനു പിടുത്തം കിട്ടിയിരുന്നു. അത് തുണയായി.

"നന്ദിയുണ്ട്." വൃദ്ധൻ പറഞ്ഞു.

അയാൾ ചിരിക്കുന്നുണ്ടായിരുന്നു. അവർ അവിടെനിന്ന് തിരിഞ്ഞു നോക്കിയപ്പോഴാണ് അയാൾക്ക് മനസ്സിലായത് അവർ കെ.ജി.ബി. കെട്ടിടത്തിനു മുന്നിലാണെന്ന്. അയാൾ ആകെ വിയർത്തു വിളറി. പെട്ടെന്ന് അയാൾ അവിടെതന്നെ നിന്നുപോയി.

‘‘ദൈവമേ, രക്ഷിക്കണേ.’’ അയാൾ എന്തോ ജപിക്കുന്നതുപോലെ തോന്നി.

‘‘ദൈവത്തെയോർത്ത് പറ. നിങ്ങളെന്നെ എവിടേക്കാണ് കൊണ്ടുവന്നത്?’’ ലിയോനിഡിനെ ആ വൃദ്ധൻ പതറിപ്പതറി നോക്കി. ആകെ പരിഭ്രമിച്ചവശനായി. ലിയോനിഡ് വാനിൽ നിന്നിറങ്ങുന്നത് കണ്ടപ്പോൾ അയാൾ ഉഴറിപ്പാഞ്ഞ് അതിന്റെ വാതിലിന്റടുത്തെത്തി.

‘‘എന്റെ പൊന്നു ലിയോനിഡേ, ഇതോ സാഹോദര്യം, സഖാത്വം. സ്നേഹമെന്നുകൊണ്ട് നിങ്ങളെന്താ അർത്ഥമാക്കുന്നത്. ഒരു കഷ്ണം പന്നിത്തുടയ്ക്കപ്പുറം ഇപ്പുറം ഇരുന്ന് ഇങ്ങനെയുള്ള ഉപദ്രവങ്ങൾ ചെയ്യാമോ?’’

ലിയോനിഡ് അയാളുടെ കൈകൾ വാരിപ്പുണർന്ന് തന്റെ കൈയിൽ ചേർത്തുവെച്ചു. കരുതലോടെ അയാളുടെ കണ്ണുകളിൽ നോക്കി.

‘‘നിങ്ങൾ ഒരു കുഴപ്പത്തിലും പെടില്ല’’ അയാൾ പറഞ്ഞു. ‘‘നിങ്ങൾ ഒരു സാക്ഷി മാത്രമാണ്. മനസ്സിലാകുന്നുണ്ടോ? നിങ്ങൾ അറസ്റ്റുചെയ്യപ്പെട്ടിട്ടൊന്നുമില്ല.’’

വൃദ്ധൻ ഒന്നുനിർത്തി. ലിയോനിഡിന്റെ വാക്കുകൾ അവിശ്വസനീയമായി തോന്നി. എന്നിട്ട് അയാൾ സ്വബോധത്തിലേക്ക് വന്ന് വലതുകൈ വീശിയടിച്ച് തല തൊപ്പിവരെ കൊണ്ടുവന്ന് അയാളെ അഭിവാദ്യം ചെയ്തു.

‘‘ശരി സർ.’’ അയാൾ സംസാരിച്ചു. ‘‘ഇപ്പോൾ മുതൽ ഞാൻ സോവിയറ്റ് യൂണിയന്റെ കാര്യനിർവ്വാഹകനാണ്. എന്റെ മകൻ അലോഷ്യ സ്വരാജ്യത്തിനുവേണ്ടി അഫ്ഗാനിസ്ഥാൻ പോർമുഖത്തുനിന്ന് പൊരുതുന്നതുപോലെ...’’

‘‘അതുശരി, അലക്സി മാക്സിമോവിക്. വാ. നമുക്ക് പോകാം.’’ ലിയോനിഡ് പ്രായം ചെന്നയാളുടെ കൈപിടിച്ചു. ബാക്കിയുള്ളവർ അവരെ പിന്തുടർന്നു നടന്നു.’’

ആദ്യത്തെ സുരക്ഷാവഴിയിലൂടെ നടക്കുമ്പോൾ ലിയോനിഡ് നേരത്തെ കണ്ട് അതേ സുരക്ഷാജീവനക്കാരനെ കണ്ടുമുട്ടി. അയാൾ അതേ സ്ഥലത്ത് അതേ പിൻതിരിപ്പൻ നോട്ടവുമായി ഇരിക്കുകയായിരുന്നു. അവരെ കണ്ടതും അയാൾ ഇരിപ്പിടത്തിൽനിന്ന് ചാടിയെഴുന്നേറ്റു.

‘‘അവർ നിങ്ങളെ കാത്തുനില്ക്കുന്നുണ്ട് താഴെ. നിലയിൽ സഖാവ് ലിയോനിഡ്.’’

താഴേക്കുള്ള പടികൾ ചൂണ്ടിക്കാട്ടി അയാൾ പറഞ്ഞു.

‘‘ഞാൻ നിങ്ങളെ അനുഗമിക്കാം... നിങ്ങൾക്ക് വേണമെങ്കിൽ.’’

‘‘വേണ്ട. നന്ദി. എനിക്ക് വഴി അറിയാം.’’ ലിയോനിഡ് പറഞ്ഞു. ‘‘എന്തൊരു മാറ്റം.’’ അയാൾ പയ്യെപ്പറഞ്ഞു.

''ആൻഡ്രേയ് അൽജോവിക്ക് ഈ കെട്ടിടത്തിലുണ്ടോ?'' പടികളിറങ്ങും മുൻപ് അയാൾ ചോദിച്ചു.

''സഖാവ് ആൻഡ്രേയ് താഴെയുണ്ട്. നിങ്ങളെ കാത്തിരിക്കുന്നു.'' ഓഫീസർ പറഞ്ഞു.

''നന്നായി'' അയാൾ പതുക്കെ പറഞ്ഞു വളരെ വേഗം കോവണിയുടെ അടുത്തേക്ക് പോയി.

പടിക്കെട്ടിനു മുകളിലായി അസഫ് അവരെ വരവേല്ക്കാനായി നിന്നിരുന്നു.

''നിങ്ങൾ ഒരു സാക്ഷിയെ കണ്ടെത്തിയല്ലേ.'' ഒട്ടും സൂക്ഷ്മതയോ പരിഗണനയോ ഇല്ലാത്ത രീതിയിൽ ദ്രുതഗതിയിൽ അവൻ ചോദിച്ചു.

''അതെ. ഞാൻ പരിചയപ്പെടുത്താം. അലക്സി മാക്സിമോവിക്''

''ഇയാൾ കൊലപാതകം നേരിട്ട് കണ്ടിരുന്നോ?''

''മിക്കവാറും.'' കൂടുതൽ പറയാൻ നില്ക്കാതെ ലിയോനിഡ് ചോദിച്ചു. ''സെമിൽ എവിടെ?''

അസഫ് ചുറ്റും നോക്കി. ''അവൻ അവിടെയുണ്ടാകും'' അയാൾ അറിയിച്ചു.

''അവനവിടെയുണ്ടെന്നോ?'' ലിയോനിഡ് ചോദിച്ചു. അസ്വസ്ഥതയാൽ അയാളുടെ മുഖം വളിച്ചു. ''നീയില്ലായിരുന്നോ അവന്റെ കൂടെ?''

''ഇല്ല. ഞാനില്ലായിരുന്നു. നിങ്ങൾ പോയപ്പോൾ അവർ മറ്റൊരു മൊഴിമാറ്റക്കാരനെ കൊണ്ടുവന്നിരുന്നു. അവർ എന്നെയും ആ മുറിയിൽനിന്ന് പുറത്താക്കി.''

''നീ എതിർത്തൊന്നും പറഞ്ഞില്ലേ?'' സെരിഫ് കയറിവന്നു.

''എന്താ സഖാവേ, എന്റെ പ്രതിഷേധമൊന്നും അവർ വകവെച്ച് തരില്ലയെന്നറിയില്ലേ?'

''അവർ സമ്മതിച്ചില്ലെങ്കിലും നമ്മുടെ സഖാവിനെ ചോദ്യം ചെയ്യുമ്പോൾ നമ്മളവിടെ ഉണ്ടാകേണ്ടതുണ്ട്.''

''ഇപ്പോഴേ ഇങ്ങനെ പരാതിപ്പെടല്ലേ.'' അസഫ് ഇടപ്പെട്ടു.

''ഇപ്പോഴും സെമിൽ നിഷ്കളങ്കനാണോ അല്ലയോ എന്ന കാര്യത്തിൽ തീരുമാനമായിട്ടില്ല.''

''അതുറപ്പാണ്.'' ലിയോനിഡ് പറഞ്ഞു. ദേഷ്യത്തോടെ അസഫിനെ നോക്കുകയും ചെയ്തു. ''സെമിലല്ല കൊലപാതകിയെന്ന് ഇപ്പോൾ ഉറപ്പാണ്.''

ആ റഷ്യൻ അധ്യാപകനെ വിശ്വസിക്കാനാകാത്തവണ്ണം അസഫ് നോക്കിപ്പോയി. ഇവനോടെല്ലാം പറയുന്നത് ആപത്താണ്. ലിയോനിഡ് ആകെ പരവശനായിരിക്കുന്നു. അതിനാൽ തന്നെ അയാൾ വേഗത

കൂട്ടി പടികൾ ഇറങ്ങി ഇടനാഴിയിലേക്കെത്തി. അസഫ് ലിയോനിഡിനും മുന്നറിയിപ്പ് കൊടുത്തു. അവർ രാവിലെയിരുന്ന അതേ ചോദ്യം ചെയ്യൽ മുറിയിലേക്ക് ലിയോനിഡ് വേഗത്തിൽ നടന്നു.

''അവർ മുറി മാറ്റി. ഇത് ഇടനാഴിയുടെ അറ്റത്താണ്.'' ലിയോനിഡിന്റെ ഗോഷ്ടിയിൽ അസ്വസ്ഥതയൂറിവരുന്നത് പ്രത്യക്ഷമായി കാണാനാകുമായിരുന്നു ഇപ്പോൾ.

''നീ സെമിലിനെ ഒറ്റയ്ക്ക് അവരുടെ കൂടെ വിടരുതായിരുന്നു. അയാൾ മുരണ്ടു. താഴെ താഴ്ത്തി ഒരു ക്രൂരനായ കുറ്റവാളിയെപ്പോലെ അസഫ് നിന്നു. ഇത്തവണ അയാൾ ഒന്നും സംശയിച്ചില്ല. ലിയോനിഡ് നടത്തത്തിന്റെ വേഗത കൂട്ടി. കൂടെ നടക്കുന്നവരൊക്കെ അയാൾക്കൊപ്പമെത്താൻ പെടാപാടുപെടുകയായിരുന്നു.

ആ ഇടനാഴിയുടെ അറ്റത്തുള്ള മുറിയിൽ അവർ എത്തിയപ്പോൾ രണ്ടു കാവൽഭടന്മാർ അവരെ തടഞ്ഞു.

''ആൻഡ്രേയ് അൽജോവിക് ഞങ്ങൾക്കായി കാത്തിരിക്കുകയാണ്.'' ലിയോനിഡ് വിശദീകരിച്ചു.

കാപ്പിനിറത്തിലുള്ള തലമുടിക്കാരനായ ഒരു ഗാർഡ്. അവരോട വിടെ നില്ക്കാൻ പറഞ്ഞു.

''നിങ്ങൾ ഇവിടെ കാത്തുനില്ക്ക്. ഞാൻ അകത്തുകയറി പറയാം നിങ്ങൾ വന്നിട്ടുണ്ടെന്ന്.''

ആ രണ്ടു സുരക്ഷാഭടന്മാരുടെ കൈയിലും തോക്കുകളുണ്ടായിരുന്നു. അവർ ഈ വന്ന ഒരു കൂട്ടം ആളുകളെ സൂക്ഷ്മമായി നിരീക്ഷിക്കുകയും ചെയ്തു.

അവർക്കധികം കാത്തുനില്ക്കേണ്ടിവന്നില്ല. നിക്കോളായ് വേഗം തന്നെ പാറാവുകാരനൊപ്പം പുറത്തുവന്നു.

''ഇതിലും നല്ലത് ആ സ്കൂൾ മുഴുവൻ കൊണ്ടുവരുന്നതായിരുന്നല്ലോ.'' അയാളുടെ ശബ്ദത്തിൽ അധിക്ഷേപവും നിന്ദയും നിറഞ്ഞുതുളുമ്പി.

''ഇത് അത്യാവശ്യമാണ്.'' ലിയോനിഡ് ദൃഢവിശ്വാസമുണ്ടായിരുന്നു.

''അത് നമുക്ക് കണ്ടറിയാം.'' നിക്കോളായ് പറഞ്ഞു.

''നിങ്ങളുടെ സാക്ഷിയെ അകത്തേക്ക് വിടൂ. ബാക്കിയുള്ളവർക്ക് ഇവിടെ നില്ക്കാം. പാറാവുകാരായ സഖാക്കൾ അവരെ അനുഗമിച്ചോളും.''

''അവരും സാക്ഷികളാണ്.'' ലിയോനിഡ് എതിർത്തു.

''ഞങ്ങൾക്ക് എല്ലാവരേയും ഒറ്റയടിക്ക് ചോദ്യം ചെയ്യാനാകില്ലല്ലോ.'' നിക്കോളായ് മുഖത്തടിച്ചപോലെ മറുപടി പറഞ്ഞു. ''ഘട്ടംഘട്ടമായി ഞങ്ങൾ ഓരോരുത്തരോടും സംസാരിച്ചോളാം.''

ലിയോനിഡ് നിക്കോളായ് പറഞ്ഞതൊക്കെ തന്റെ തുർക്കി സഖാക്കൾക്ക് വിവർത്തനം ചെയ്ത് പറഞ്ഞു കൊടുത്തയുടനെ കാവൽക്കാർ സെരിഫിനേയും നെജത്തിനേയും അടുത്ത മുറിയിലേക്ക് കൊണ്ടുപോയി. നിക്കോളായുടെ കണ്ണുകൾ അസഫിന്റെ മേലായിരുന്നു.

''നിങ്ങളുടെ മൈഗ്രെയ്ൻ കുറഞ്ഞെന്ന് കരുതുന്നു.'' കളിയാക്കിക്കൊണ്ട് അയാൾ ചോദിച്ചു. ലിയോനിഡിനു ഒന്നും മനസ്സിലായില്ല. അയാൾ അസഫിനെ നോക്കി കാര്യം തിരക്കി.

''ഇതെന്തിനെക്കുറിച്ചാണ്?''

അസഫിനു പകരം നിക്കോളായ് തന്നെ അയാളുടെ പതിവ് അവജ്ഞാസ്വരത്തിൽ മറുപടി പറഞ്ഞു.

''ചോദ്യംചെയ്യൽ കുറച്ച് പരുക്കനാകുമ്പോൾ, സഖാവ് അസഫ് വേദനയേറിയ മൈഗ്രെയിൻ ആണെന്ന് പറഞ്ഞാണ് സ്ഥിരം രക്ഷപ്പെടുന്നത്.''

അസഫ് ലിയോനിഡിന്റെ മുഖത്തെ ഭാവമെന്തെന്നറിയാൻ ഇളിഭ്യച്ചിരിചിരിച്ച് ബുദ്ധിശൂന്യമായി ഒരു അപരാധിയുടെ ഭാവത്തിൽ അയാളെ കണ്ണോടിച്ചുനോക്കി.

''ആ... അത് കുഴപ്പമില്ല. ഇപ്പോൾ ഭേദമുണ്ട്.''

അസഫിന്റെ വേലത്തരം കണ്ടിട്ട് ലിയോനിഡ് അസ്വസ്ഥനായില്ല... മറിച്ച് നിക്കോളായുടെ വാക്കുകൾ അയാളെ ഭയപ്പെടുത്തി. ''അന്വേഷണ ചോദ്യംചെയ്യൽ കടുത്തപ്പോൾ.''

''അകത്തേക്ക് പോകാം നമുക്ക്.'' അയാൾ അസ്വസ്ഥനായി അക്ഷമനായി പറഞ്ഞു.

''നിങ്ങൾ കഴിഞ്ഞ്'' ഗർവ്വു നിറഞ്ഞ മര്യാദ കാട്ടി നിക്കോളായ് വാതിൽ തുറന്നുകൊടുത്തു.

അവരൊന്നിച്ച് - അവർ നാലുപേർ - ലിയോനിഡ്, അസഫ്, അലക്സി, ഡിമിത്രി - വാൻ പാർക്ക് ചെയ്തതിനുശേഷം ഒരുമിച്ച് ആ മുറിക്കകത്ത് കടന്ന് തുരുമ്പുനിറഞ്ഞ നിറമായിരുന്നു ആ മുറിയിലെ ചുമരുകൾക്കൊക്കെ.

''നോക്കൂ, ഈ ചോദ്യം ചെയ്യുന്ന മുറി നോക്കൂ. ഇത് വസന്തത്തിന്റെ ശോഭയുള്ള നിറങ്ങളാൽ സമ്പന്നമാണല്ലോ?'' ലിയോനിഡ് നിക്കോളായ് പറഞ്ഞത് ഓർത്തു.

''ഓഹോ ,അപ്പോൾ ചോദ്യം ചെയ്യുന്ന രീതിക്കനുസരിച്ച് മുറിയുടെ ചുമരിന്റെ നിറങ്ങൾ മാറേണ്ടതുണ്ടോ?''

അയാൾ പരിചിന്തനം നടത്തിയപ്പോൾ പറഞ്ഞു. നടുക്കൊരു മേശയുണ്ടവിടെ, പഴയ മുറിയിലേതുപോലെത്തന്നെ. വിക്റ്ററും ആൻഡ്രേയും

മേശയുടെ നീളൻ വശത്ത് കസേരകളിൽ ഇരുന്നിരുന്നു. സെമിലിന്റെ പുറം വാതിലിനോട് ചേർന്നിരുന്നു. ചുമൽ തൂങ്ങിത്താഴ്ന്ന് തല താഴേക്ക് തൂക്കിയിട്ട് മയങ്ങിയിരിക്കുന്നതുപോലെ സെമിൽ ഇരുന്നു. സംഭ്രമത്താൽ ലിയോനിഡ് സെമിലിന്റെടുത്തേക്ക് ഓടിയെത്തി. എന്നാൽ ആൻഡ്രേയ് അതിനേക്കാൾ മുൻപേ തന്റെ സുഹൃത്തിനെ കടന്നു പിടിച്ചു തടഞ്ഞു.

''ആഹാ, എന്നെ ആശംസിക്കാതെ പോകുകയാണോ ലിയോനിഡ്?'' അയാൾ അതു പറഞ്ഞു ലിയോനിഡിനെ ആകർഷിക്കാൻ നോക്കി. എന്നിരുന്നാലും അയാളുടെ സുഹൃത്തിന്റെ കണ്ണുകൾ സെമിലിന്റെ മുകളിൽ തന്നെയായിരുന്നു.

''നിങ്ങൾ എന്താണ് അവനെ ചെയ്തത്?'' അയാൾ ആകുലതയോടെ ചോദിച്ചു.

''മനസ്സു വിഷമിപ്പിക്കാതെ.വിട്ടുകള.'' ആൻഡ്രേയ് പറഞ്ഞു.

''ഞങ്ങളവനെയൊന്നും ചെയ്തിട്ടില്ല''

ലിയോനിഡ് ആൻഡ്രേയെ തള്ളിമാറ്റി സെമിലിന്റെ അടുത്തെത്തി. ''സഖാവേ., സെമിൽ സഖാവേ...'' അയാൾ വിളിച്ചു.

ആ ചെറുപ്പക്കാരൻ ലിയോനിഡിനെ കേട്ടതായി തോന്നിയില്ല. അയാൾ അബോധാവസ്ഥയിലായിരുന്നു.

''സഖാവ് സെമിൽ, ഉണരൂ. കണ്ണു തുറക്കൂ. ' ലിയോനിഡ് അവന്റെ തോളിൽ പിടിച്ച് കുലുക്കി.

ബുദ്ധിമുട്ടി സെമിൽ അവന്റെ തല ചെരിച്ചു. അവന്റെ വലത്തെ പുരികം നീരുവെച്ച് വീർത്തിരുന്നു. അതിനാൽ ആ കണ്ണ് പൂർണ്ണമായും തുറക്കാൻ സാധിച്ചിരുന്നില്ല. ചുവന്ന നിറം പടർന്ന പഞ്ഞിപോലൊരു തുണിക്കഷ്ണം അവന്റെ മൂക്കിൽ കുത്തിക്കയറ്റി വെച്ചിരുന്നു. അയാളുടെ ഇളംചുവപ്പ് കീഴ്ചുണ്ടുകൾ നടുക്കുവെച്ച് കീറിപ്പിളർന്നിരിക്കുന്നു. എന്നാൽ ഈ ശാരീരിക പരിക്കുകളൊന്നുമല്ല ലിയോനിഡിനെ പേടിപ്പിച്ചത്. മറിച്ച് അവന്റെ അന്തംവിട്ടുള്ള ആ ഇരിപ്പും ശൂന്യമായ ആ നോട്ടവുമായിരുന്നു.

''അവനെ കണ്ടാൽ അത്ര സുഖം തോന്നുന്നില്ല.''

''തലച്ചോറിനകത്ത് രക്തസ്രാവമുണ്ടായതുപോലെ തോന്നുന്നുണ്ട്.'' അയാൾ എഴുന്നേറ്റുനിന്നുകൊണ്ട് ഭയപ്പാടോടെ വിളിച്ചുപറഞ്ഞു.

''അവനൊന്നുമില്ല'' ഒരിളക്കവുമില്ലാതെ ആൻഡ്രേയ് പറഞ്ഞു.

''അവൻ എന്നേയും നിങ്ങളേയുംപോലെ ബലിഷ്ഠൻതന്നെ. ഞങ്ങൾ അവന് ചില മയക്കുമരുന്നുകൾ കൊടുത്തുവെന്നുമാത്രം.''

''നിങ്ങൾക്കങ്ങനെ ചെയ്യാൻ എന്തധികാരമാണുള്ളത്?'' ലിയോനിഡ് അലറിക്കൊണ്ട് കുതിച്ചെത്തി.

‘‘അതിന് ഞങ്ങളൊന്നും ചെയ്തില്ലല്ലോ’’ നിക്കോളായ് വീണ്ടും പ്രത്യുത്തരങ്ങൾ നിരത്തി. ഒരു നാണവുമില്ലാതെ മറുപടികൾകൊണ്ട് ലിയോനിഡിന്റെ വായടപ്പിക്കാൻ നോക്കി.

‘‘നിങ്ങൾക്കോർമ്മയില്ലേ, ഇങ്ങനെയൊരവസ്ഥയിലല്ലേ നമ്മൾ അവനെ കണ്ടെത്തിയത്?’’

‘‘നിങ്ങളെയെല്ലാം ഞങ്ങൾ കോടതി കയറ്റും.’’ ലിയോനിഡ് പൊട്ടിത്തെറിച്ചു. മുഷ്ടി ചുരുട്ടി ദേഷ്യത്താൽ വിറച്ച് അയാൾ നിക്കോളായുടെ അടുത്തേക്ക് നടന്നു. വിക്റ്റർ തന്റെ ആജാനുബാഹുവായ സാന്നിദ്ധ്യം അവരുടെ ഇടയിൽ പ്രതിഷ്ഠിച്ചാണ് അയാളെ തടയാൻ തുനിഞ്ഞത്.

‘‘ശരിക്കും ഞങ്ങളാണ് നിങ്ങൾക്കെതിരെ നിയമനടപടികൾക്ക് പോകേണ്ടത്.’’ അയാൾ ലിയോനിഡിനെ നോക്കി അലറി. ദേഷ്യത്തോടെ കടിച്ചു കീറിക്കൊണ്ട് പറഞ്ഞു: ‘‘ഞങ്ങളെ നിങ്ങൾ പണിയെടുക്കാൻ സമ്മതിക്കുന്നില്ല.’’

‘‘സഖാക്കളേ, സഖാക്കളേ.’’ ആൻഡ്രേയ് ഇടയ്ക്കു കയറി. ‘അനാവശ്യ വഴക്ക് ഒഴിവാക്കൂ. ലിയോനിഡ് പറഞ്ഞത് ശരിയാണ്. സെമിലിനോട് അല്പംകൂടി മാന്യമായി ഇടപെടാമായിരുന്നു നമ്മൾക്ക്. എന്തായാലും ചെയ്തത് ചെയ്തു. നീയൊന്നടങ്ങ് ലിനോയിഡ്.’’

‘‘അത് പറയാൻ എന്തെളുപ്പമാണ്. ആർക്കറിയാം ഈ പാവം കുട്ടിക്ക് ഞാനൊരല്പം വൈകിയിരുന്നെങ്കിൽ എന്ത് സംഭവിക്കുമായിരുന്നെന്ന്.’’

‘‘എന്താണ് സുഹൃത്തേ, ഞങ്ങൾ അത്ര ക്രൂരന്മാരൊന്നുമല്ല, തന്നെയുമല്ല, അവൻ അത്തരം പരുക്കൻ പെരുമാറ്റങ്ങൾ പരിചയമുള്ള വ്യക്തിയല്ലേ, തീവ്രവാദത്തിനും സ്വേച്ഛാധിപത്യത്തിനുമെതിരെ വിപ്ലവവഴിയിൽ പോരാടുന്നവനല്ലേ ആ കുട്ടി?’’ അയാളുടെ ശബ്ദത്തിൽ സഹതാപമിറ്റി.

‘‘പോയ് തുലയ്’’ ലിയോനിഡ് ശപിക്കുന്നപോലെ ശബ്ദമടക്കി പറഞ്ഞു. ‘‘നിങ്ങൾ എല്ലാവരും ഗുണം പിടിക്കാതെ പോകട്ടെ.’’

‘‘ഞങ്ങളെ വിധിക്കുന്നതിലൂടെ നിങ്ങൾക്കീ പ്രശ്നം പരിഹരിക്കാനാവില്ല സഖാവേ, നോക്കൂ. ഞാൻ അതീവ ഗൗരവമുള്ള ഒരു യോഗം രാത്രി വിളിച്ചിട്ടുണ്ട്. ഡീൻ പ്രത്യക്ഷത്തിൽ ഈ ചോദ്യംചെയ്യലിനെ വലിയൊരു പ്രശ്നമാക്കി അവതരിപ്പിക്കുന്നുണ്ട്.’’

‘‘എന്ത്, നിങ്ങൾ യൂറിയ് കോൺസ്റ്റാന്റിനോവികിനെക്കുറിച്ചാണോ പറയുന്നത്?’’

ലിയോനിഡ് അത് ചോദിച്ചപ്പോൾ അയാളുടെ ശബ്ദം ദേഷ്യം കെട്ടടങ്ങിയിരുന്നു. ‘‘അപ്പോൾ കുറച്ചാളുകൾക്കൊക്കെ പറഞ്ഞ വാക്കിന് വില കൊടുക്കുന്നവരായി ഇവിടെയുണ്ടല്ലേ?’’

ചിന്താശൂന്യമായി അശ്രദ്ധമായി വാക്കുകൾ അയാളുടെ വായിൽ നിന്ന് പുറത്തുവന്നുപോയി.

''ഉറപ്പായും ഉണ്ടല്ലോ. അതാണല്ലോ ഞാനിവിടെ എത്തിയത്.'' ആൻഡ്രേയ് തന്നെയാണ് ലിയോനിഡ് പ്രശംസിച്ചത് എന്ന് തെറ്റിദ്ധരിച്ച് സന്തോഷത്തോടെ ഇങ്ങനെ പറഞ്ഞു. എന്നിട്ട് വണ്ടിയുടെ വാതിൽക്കൽ പരുങ്ങിവീഴാൻ പോയ അലക്സിയെ കാട്ടി ''ഇതാണോ നിങ്ങളുടെ സാക്ഷി, ഇങ്ങു വരൂ.നിങ്ങൾ എന്താണ് കണ്ടതെന്ന് പറയൂ.''

''ഒരു നിമിഷം ക്ഷമിക്കൂ. എനിക്ക് സെമിലിനെ ഇങ്ങനെയിട്ട് പോകാനാകില്ല. ആദ്യം അവനെ ഒരിടത്ത് സ്വസ്ഥമായി കിടത്തണം.'' ലിയോനിഡ് കൈകളുയർത്തി ശക്തമായി പറഞ്ഞു.

''ശരിയാണ്.'' ആൻഡ്രേയ് പറഞ്ഞു. അയാൾക്ക് ചെറിയ ഒരു കാര്യത്തിൽ സന്തോഷം തോന്നി. താനും ലിയോനിഡും ഈ ഒരു കാര്യത്തിലെങ്കിലും യോജിച്ചല്ലോ. അതുമതി. ''അവനെ അടുത്ത മുറിയിലേക്ക് അയയ്ക്കൂ.'' അയാൾ നിക്കോളായ്ക്ക് നിർദ്ദേശം നല്കി.

നിക്കോളായ് വാതില്ക്കൽനിന്ന കാവൽക്കാരെ വിളിച്ചു. അതിനുശേഷം സെമിലിനെ അടുത്ത മുറിയിലേക്ക് എടുത്തുകൊണ്ടുപോയി. ലിയോനിഡിനും അവരുടെ കൂടെ പോകണമെന്നുണ്ടായിരുന്നു. എന്നാൽ അസഫ് സഹായിക്കാമെന്നേറ്റു.

''ഞാൻ നോക്കിക്കോളാം'' അയാൾ പറഞ്ഞു. കുറ്റബോധം അയാളുടെ വാക്കുകളിലും കണ്ണിലും നിഴലിച്ചു. ഹൃദയം നിറഞ്ഞ് പശ്ചാത്താപത്താൽ അവൻ പറഞ്ഞ ഈ സഹായവാഗ്ദാനം നിരസിക്കാൻ ലിയോനിഡിന് തോന്നിയില്ല.

''ശരി. അവന് സുഖമായിട്ടിരിക്കാൻ അവസരമുണ്ടാക്കൂ.''

അവർ പോയപ്പോൾ ആൻഡ്രേയ് തന്റെ നോട്ടം വൃദ്ധനിലേക്ക് തിരിച്ചു.

''ശരി. നമുക്ക് ചോദ്യം ചെയ്യലിലേക്ക് മടങ്ങാം. എന്താണ് ഈ പ്രായം ചെന്ന മനുഷ്യൻ കണ്ടത്?''

''നിങ്ങൾ തന്നെ ചോദിച്ച് മനസ്സിലാക്കൂ'' അല്പം മുൻപ് സെമിലിനെ കഴുത്തൊടിച്ച് അർദ്ധപ്രാണനാക്കിയിരുത്തിയിരുന്ന കസേരയിലിരുന്നിരുന്ന വൃദ്ധനെ ചൂണ്ടിക്കാട്ടി ലിയോനിഡ് പറഞ്ഞു.

''ഇങ്ങോട്ട് വരൂ. അലക്സി മാക്സിമോവിക്. ഇവിടെയിരിക്കൂ.''

''നന്ദി... നന്ദി...'' നന്ദിയാൽ ആ പഴയ അടുക്കളക്കാരൻ തല കുമ്പിട്ടു പറഞ്ഞു. ആൻഡ്രേയ് സസൂക്ഷ്മം നിരീക്ഷിച്ച് ലിയോനിഡ് ചൂണ്ടിക്കാട്ടിയ കസേരയിൽ അയാളിരുന്നു.

''നിങ്ങൾ ആഗ്രഹിക്കുന്നെങ്കിൽ, സഖാവ് ആൻഡ്രേയ് ഞാൻ വള്ളിപുള്ളി വിടാതെ ആദ്യംതൊട്ട് അവസാനം വരെ പറഞ്ഞുതരാം.''

മുറിയിൽ കയറിയ നിമിഷം മുതൽ നിശ്ശബ്ദനായിരുന്ന ഡിമിത്രി പെട്ടെന്ന് ഇങ്ങനെ പറഞ്ഞു.

''ഓകെ. തുടങ്ങൂ.'' ആൻഡ്രേയ്ക്ക് നല്ല താത്പര്യം തോന്നി ആ കഥ കേൾക്കാൻ.

''ഞങ്ങളാണ് അയാളെ ആദ്യം കണ്ടത്'' ഡിമിത്രി പ്രായം ചെന്ന മനുഷ്യനെ നോക്കിക്കൊണ്ട് പറഞ്ഞുതുടങ്ങി.

''ഞങ്ങൾ സൈറ്റിൽ റോന്തുചുറ്റുകയായിരുന്നു ആ രാത്രി. എല്ലാ രാത്രിയും ആ കൊലപാതകത്തിനുശേഷം, ഞങ്ങൾ ഈ നിരീക്ഷണ രാത്രി നടത്തത്തിനിറങ്ങാറുണ്ടായിരുന്നു. വലിയൊരു കാർഡ്ബോർഡു കൊണ്ടുള്ള പെട്ടിയുമേന്തി അലക്സി മാക്സിമോവിക് നടന്നുവരുന്നത് ഞങ്ങൾ കണ്ടു. തോളിനപ്പുറത്തുമിപ്പുറത്തും പതറിപ്പതറി നോക്കിയ യാളുടെ നടപ്പു കണ്ടപ്പോഴേ ഞങ്ങൾക്കെന്തോ സംശയം തോന്നിയി രുന്നു. ഞങ്ങൾ അയാളെ നിഴലുപോലെ പിൻതുടർന്നു. മരങ്ങൾക്കിട യിലെല്ലാം ഒളിച്ചുനിന്നും നടന്നും. ഒടുവിൽ അയാൾ ഞങ്ങളെ കണ്ടെത്തി. ഞങ്ങളെ കണ്ടതും കൈയിലിരുന്ന പെട്ടി താഴേക്ക് ചുരുട്ടിവലിച്ചെറിഞ്ഞ് അയാൾ ഓടാൻ തുടങ്ങി. രണ്ട് ബ്ലോക്കുകൾ അയാളെ പിന്തുടർന്ന് ഓടേണ്ടിവന്നു. അവസാനം അയാളെ പിടികൂടാനായി. ബട്ടറും ഇറച്ചിയും ഉണക്കിയ മത്സ്യവും രണ്ടു കുപ്പി വോഡ്കയുമായിരുന്ന് ആ പെട്ടിയിൽ ഉണ്ടായിരുന്നത്. വീഴ്ചയിൽ വോഡ്ക കുപ്പിയിൽ ഒന്ന് പൊട്ടുക പോലും ചെയ്തു. അയാളെ പിടികൂടിയപ്പോഴാണ് താമസസ്ഥലത്തെ പാചകക്കാരനാണെന്ന് മനസ്സിലായത്. അയാളെ ഞങ്ങൾ മാനേജ് മെന്റിന്റെ മുമ്പിൽ ഹാജരാക്കി. പിന്നീട് താമസസ്ഥലത്തെ അധികാരി കൾക്ക് കൈമാറാമെന്ന് തീരുമാനിക്കുകയും ചെയ്തു. അപ്പോഴാണ് ലിയോനിഡ് ഒരു ടർക്കിഷ് വിദ്യാർത്ഥിയുമായി അവിടേക്കെത്തിയത്. അവർ മുറിയിലേക്ക് കടന്നു. അലക്സി അവരോട് വർത്തമാനം പറയാൻ തുടങ്ങി. അയാളുടെ വാക്കുകൾ അന്വേഷണത്തിന്റെ ഗതിതന്നെ മാറ്റു മെന്ന് കണ്ടതിനാൽ, ഞാൻ ഈ കാര്യം കേന്ദ്രത്തിലേക്ക് റിപ്പോർട്ട് ചെയ്തു.''

''സബാഷ്. സബാഷ്. സഖാവ് ഡിമിത്രി.'' അമിതാവേശത്താൽ ആൻഡ്രേയ് ഡിമിത്രിയെ അഭിനന്ദിച്ചു. ഇപ്പോഴും കാര്യങ്ങളെല്ലാം തന്റെ നിയന്ത്രണത്തിലാണെന്ന ധ്വനി അതിനുണ്ടായിരുന്നു. ''നീ ശരിയായ കാര്യമാണ് ചെയ്തത്. പക്ഷേ അന്വേഷണത്തിന്റെ വഴി തിരിച്ചുവിടുന്ന ആ വാക്യങ്ങൾ എന്തായിരുന്നു. അത് നിങ്ങൾ പറഞ്ഞില്ല. ഞങ്ങൾ കേട്ടിട്ടുമില്ല...'' അത് പറഞ്ഞ് ആ വൃദ്ധനായ മനുഷ്യനെ നോക്കി.

''ശരി., അലക്സി. ഈ ഊഴം നിങ്ങളുടേതാണ്. പറയൂ.''

തുടക്കത്തിൽ പതറിയെങ്കിലും പയ്യെ പയ്യെ അയാൾ ധൈര്യസമേത നായി വാക്കുകൾ ഉച്ചരിച്ചു. പെട്ടെന്ന് തന്നെ ഏറ്റവും ചെറിയ കാര്യത്തിന്റെ

വിശദീകരണം പോലും നിറച്ച് അയാൾ എല്ലാമെല്ലാം പറയുന്നുണ്ടായിരുന്നു. അയാളുടെ സംസാരം കേട്ട് വിക്റ്ററിന്റേയും നിക്കോളായുടേയും മുഖങ്ങൾ ചുവന്നു തുടുക്കുകയും പലതരം ഭാവങ്ങളാൽ മുറുകുകയും അയയുകയും ചെയ്തുകൊണ്ടിരുന്നു. നിക്കോളായുടെ നിറമുള്ള കൃഷ്ണമണികൾ നിരാശയിൽ വിളർത്തുവന്നു. വിക്റ്ററിന് ഒരു വഴക്കിനും വക്കാണത്തിനും സമയമില്ലായിരുന്നു. വിഭ്രാന്തനായി പെട്ടി തുറന്ന് റിപ്പോർട്ടുകളെടുത്തു. ആ രാത്രി കരീം എവിടെയെന്ന് പറയുന്ന ചില രേഖകൾ പ്രത്യേകമെടുത്തു പരിശോധിച്ചു. അലക്സി സംസാരിച്ചുകഴിഞ്ഞപ്പോൾ നിക്കോളായ് ആ വൃദ്ധമനുഷ്യനെ കാവൽക്കാരുടെ കൈയിലേല്പിച്ചു. ബാക്കിയുള്ളവർ ഇരിക്കുന്ന മുറിയിൽ അയാളിരുന്നു. വിക്റ്റർ ആൻഡ്രേയ്ക്ക് ആ റിപ്പോർട്ടുകൾ കൊടുത്തു. അയാൾ അത് വിശദമായി പഠിച്ചു. അയാളവ വായിക്കുമ്പോൾ വാതിലിൽ മുട്ടു കേട്ടു. അസഫ് കയറിവന്നു.

അയാൾക്ക് അല്പം ആശ്വാസമായതുപോലെ തോന്നി. എന്നാലും കുറ്റബോധത്തിന്റെ ബാക്കിപത്രം അയാളുടെ മുഖത്ത് കാണാമായിരുന്നു.

''എങ്ങനെയുണ്ട് അയാൾക്ക്?'' ലിയോനിഡ് ചോദിച്ചു.

''ഉറങ്ങി.'' ഒരിളം ചിരിയാൽ അയാൾ മറുപടി പറഞ്ഞു. അവർ വർത്തമാനം പറയുന്നതിനിടയ്ക്ക് ആൻഡ്രേയ് തന്റെ കൈയിലെ കടലാസിലേക്ക് നോക്കി.

''ഇത് കൊള്ളാമല്ലോ?'' ലിയോനിഡിനെ നോക്കി അയാൾ പറഞ്ഞു. ''എന്നാൽ ഈ അപ്രതീക്ഷിത സാക്ഷിയുടെ വാക്കുകൾ മാത്രം പോരാ, കരീമിനെ കുറ്റവാളിയാണെന്ന് തെളിയിക്കാൻ. കരീം ആ രാത്രി ചിലപ്പോൾ വെറുതെ നടക്കാനിറങ്ങിയതാവുമെങ്കിലോ?''

''സുഖമില്ലാതെ കിടക്കുമ്പോൾ പാതിരാത്രിയിൽ കൊടും തണുപ്പത്ത് നടക്കാൻ ഇറങ്ങിയെന്ന് പറയുന്നതിൽതന്നെ അസ്വഭാവികതയുണ്ട്. ഇതാണോ താങ്കൾ പറയുന്നത്. എന്നെ ചിരിപ്പിക്കരുത്... സഖാവേ... ഇനിയിപ്പോൾ അയാൾ പുറത്തിറങ്ങിയെന്നിരിക്കട്ടെ. അയാൾ എന്തിന് അത് മറയ്ക്കണം?''

''എന്താണെന്നുവെച്ചാൽ അയാളും മുഹമ്മദും ചേർന്നുപോകാത്തവരാണെന്ന് എല്ലാവർക്കുമറിയാം. അപ്പോൾ ആളുകൾ തന്നെ ക്രൂശിക്കുമെന്ന് അയാൾ കരുതിയിരിക്കണം.''

വിക്റ്റർ അനുമാനിച്ചു. അത് ശരിയായിരുന്നിരിക്കണം. ആ കത്ത് അയാൾ എഴുതിയില്ലായിരുന്നെങ്കിൽ, പക്ഷേ കൊല നടന്ന സമയത്ത് കരീം പുറത്തുണ്ടായിരുന്നു എന്നുറപ്പിക്കണമെങ്കിൽ, അയാൾ അലെക്സിയെ ഇടിച്ചിട്ട് ഒരു ക്ഷമപോലും പറയാതെ ഓടിമറഞ്ഞു എന്നു

തെളിയിക്കണമെങ്കിൽ... അയാൾക്ക് അലക്സിയെയോ ആ സംഭവ ത്തേയോ റിപ്പോർട്ടിലെഴുതാതിരിക്കാമായിരുന്നു. അയാൾ എഴുതിയ തിന്റെയെല്ലാമൊപ്പം.''

''ശരി.'' ആൻഡ്രേയ് ഇടപെട്ടു.

''ഒരു നിമിഷം താങ്കളുടെ ഊഹം ശരിയാണെന്ന് കരുതാം. എന്നാലും അതിപ്രധാനമായ ഒരു ചോദ്യം ഉത്തരമില്ലാതെ കിടക്കും. അതാണ് ഇതിനിടയിലെ ചതിയൻ? വഞ്ചകൻ? മുഹമ്മദ് പറഞ്ഞതുപോലെ അത് കരീമാണോ? അല്ലെങ്കിൽ വേറെയാരെങ്കിലും...?''

''എനിക്ക് രഹസ്യപ്പൊലീസായി മുഹമ്മദിനെ സങ്കല്പിക്കാനേ കഴിയുന്നില്ല.''

എന്തുകൊണ്ട്? സെമിലിനെക്കാളും സംശയിക്കാത്ത തരത്തിൽ എന്ത് പ്രത്യേകതയാണ് മുഹമ്മദിനുള്ളത്? ഒരാൾ മരിച്ചു. മറ്റേയാൾ ജീവിച്ചിരിക്കുന്നു എന്നതൊഴിച്ചാൽ.''

''നിങ്ങൾ എന്താണ് ഉദ്ദേശിക്കുന്നത്?'' നിക്കോളായ് ചോദിച്ചു. ''നിനക്ക് ഞങ്ങൾക്കറിയാത്ത എന്തെങ്കിലും കാര്യമറിയുമോ?''

''നമുക്ക് നമ്മുടെ കണ്ടെത്തലുകൾ തുടരാം. ഇപ്പോൾ മുഹമ്മദി നുപകരം സെമിലായിരുന്നു മരണപ്പെട്ടതെങ്കിൽ നമ്മൾ മുഹമ്മദിനെ തീർച്ചയായും സംശയിക്കുമായിരുന്നു. കരീമിനെയും സെമിലിനേയും ആദ്യംതൊട്ടേ അറിയുന്ന ഒരാൾ അയാൾ മാത്രമാണല്ലോ. അയാളുടെ സംഘടനാപ്രവർത്തനങ്ങളും സെമിലിനെ പോലെത്തന്നെ മാതൃകാ പരമായിരുന്നു. ചുരുക്കിപ്പറഞ്ഞാൽ നമ്മൾ സെമിലിനെതിരെ ശേഖരിച്ച എല്ലാ രേഖകളും തെളിവുകളും മുഹമ്മദിന്റെ കാര്യത്തിലും ശരിയാകു മായിരുന്നു.''

''മാനിഫെസ്റ്റോ മാത്രം വ്യത്യസ്തം.'' വിക്റ്റർ അയാളെ തിരുത്തി.

''നിങ്ങൾ പറയുന്നത് തെറ്റാണ്'' ലിയോനിഡ് പറഞ്ഞു. നെജത്തിനെ വിളിച്ചുവരുത്തിയാൽ അവനും സെമിലും പങ്കിട്ടുപയോഗിക്കുന്ന കമ്മ്യൂ ണിസ്റ്റ് മാനിഫെസ്റ്റോയുടെ യഥാർത്ഥ പതിപ്പ് അവൻ കാട്ടിത്തരുമാ യിരിക്കും.''

വിക്റ്റർ നിരാശയോടെ ആൻഡ്രേയെ നോക്കി.

''ശരി, അയാളെ കൊണ്ടുവരൂ. നോക്കാം. അയാൾക്കെന്താണ് പറയാനുള്ളതെന്ന്.'' കൗതുകത്തോടെ ആൻഡ്രേയ് ആജ്ഞാപിച്ചു.

നിക്കോളായ് വാതിൽക്കലേക്ക് നടന്നപ്പോൾ ലിയോനിഡ് തന്നെ അനുമാനങ്ങളോരോന്നായ് സധൈര്യം അവതരിപ്പിച്ചു.

''ജനിവരി 28. രാത്രിയാണ് മുഹമ്മദ് കൊല്ലപ്പെട്ടത്. ആ രാത്രി തന്നെയാണ് മുമ്പ് മുസ്തഫ സൂഫിയും 14 സഖാക്കളും ക്രൂരമായി കൊലചെയ്യപ്പെട്ടത്. എനിക്ക് തോന്നുന്നു തന്ത്രപൂർവ്വം ഈ സമയവും

തിയ്യതിയും തെരഞ്ഞെടുത്തതാണെന്നാണ് എനിക്ക് തോന്നുന്നത് തന്റെ സംഘടനയ്ക്കകത്തു നുഴഞ്ഞുകയറിയ ചാരനെ കൊല്ലുന്നതിലൂടെ കരീം ഒരു കൂട്ടക്കൊല ഒഴിവാക്കുകയാണ് ഉദ്ദേശിച്ചതെന്ന് എനിക്ക് തോന്നുന്നു. അല്ലെങ്കിൽ 65 വർഷങ്ങൾ മുന്നേയുള്ള ചരിത്രം ആവർത്തിക്കപ്പെടുമായിരുന്നു.''

''എന്തിനാണ് പിന്നെ ഇത് മറ്റു സഖാക്കളിൽനിന്ന് മറച്ചുപിടിച്ചത്?'' അവിശ്വസനീയമായ എന്തോ കേട്ടതുപോലെ ആൻഡ്രേയ് തന്റെ പഴയ സുഹൃത്തിനെ തുറിച്ചുനോക്കി.

''ആദ്യമായി ഇങ്ങനെയൊരു കാര്യം പറഞ്ഞാൽ ആരും അവനെ വിശ്വസിക്കില്ല. രണ്ടാമതി ടി.സി.പി. എല്ലാത്തരം ഭീകരവാദത്തിനും എതിരാണ്. കൊലപാതകം ചെയ്യാനും അവരനുവദിക്കില്ല. കരീമിനിതെല്ലാമറിയാമല്ലോ?''

''എന്തിനാണവർ സ്വയം മരിക്കാൻ തീരുമാനിച്ചത്?''

''അയാൾ താൻ പിടിക്കപ്പെടും എന്നത് ഉറപ്പായിരുന്നു. പ്രത്യേകിച്ച് അലക്സി അയാളെ കണ്ടതിനുശേഷം. സംഭ്രാന്തമായ ഒരു അവസ്ഥയിലായിരുന്നല്ലോ അയാൾ. അയാൾക്ക് ഉദ്വേഗജനകമായതൊന്നും താങ്ങാനുള്ള ശക്തി ഉണ്ടായിരുന്നില്ല.''

ഈ ചർച്ചകൾ നടക്കുമ്പോൾ, വാതിൽ തുറന്നു, നെജത്ത് റൂമിൽ കടന്നുവന്നു. നിക്കോളായ് അയാളെ പിന്തുടർന്നു വരുന്നുണ്ടായിരുന്നു.

''ഇവിടെ വന്നാട്ടെ, സഖാവ് നെജത്ത്'' എഴുന്നേറ്റ് നിന്നുകൊണ്ട് ലിയോനിഡ് പറഞ്ഞു. ''ആ മാനിഫെസ്റ്റോ ഒന്ന് ഞങ്ങളെ കാണിക്കൂ.''

തന്റെ കോട്ടിന്റെ പോക്കറ്റിലുണ്ടായിരുന്ന മാനിഫെസ്റ്റോ അയാൾ പുറത്തെടുത്ത് കാട്ടി. വിക്റ്റർ തിടുക്കപ്പെട്ട് ആ പുസ്തകം കൈക്കലാക്കി. നോക്കാൻ തുടങ്ങി. അശ്രദ്ധമായ ഒരു ചിരി ലിയോനിഡിന്റെ ചുണ്ടിൽ വിരിഞ്ഞു.

''എനിക്ക് നിങ്ങളുടെ ഉത്കണ്ഠ മനസ്സിലാകുന്നുണ്ട് സഖാവ് വിക്റ്റർ.'' അയാൾ പറഞ്ഞു. ''പേജ് നമ്പർ 11 നിങ്ങൾ തന്നെയൊന്ന് പരിശോധിച്ചാലും.''

തന്റെ തടിച്ച കൈവിരലുകൾകൊണ്ട് അയാൾ ആ പുസ്തകത്തിന്റെ താളുകൾ തെരുതെരെ മറിച്ചു. എന്നിട്ട് പതിനൊന്നാമത്തെ പേജിലെത്തി.

''സെമിൽ പറഞ്ഞ തീപിടിച്ച ആ പാട് താങ്കൾക്ക് കാണാനായോ?'' ലിയോനിഡ് ചോദിച്ചു. ഒരു വാക്കുപോലും പറയാതെ കരിഞ്ഞ പുസ്തകത്താളുകൾ പരിശോധിക്കുകയായിരുന്നു അയാൾ. ലിയോനിഡ് നെജത്തിനെ നോക്കി. ആരോടോ യുദ്ധംചെയ്യാൻ എന്ന വണ്ണം നെഞ്ചും വിരിച്ചു ആ മുറിയുടെ മദ്ധ്യത്തിൽ നില്ക്കുകയായിരുന്നു അവൻ.

''സഖാവേ, ഈ പുസ്തകം നിങ്ങളുടെയാണോ?''

''ഞാൻ ആ പേജിനറ്റം കത്തിച്ചിരുന്നു.'' നെജത്ത് പറഞ്ഞു.

''പക്ഷേ അത് കുറച്ചുകാലമായി കാണുന്നില്ലായിരുന്നു.''

''എവിടുന്നാണ് പിന്നെ കിട്ടിയത്?''

''മുഹമ്മദിന്റെ പുസ്തകങ്ങളുടെ ഇടയിൽനിന്ന്.''

''പക്ഷേ...'' വിക്റ്റർ ലിയോനിഡിന്റെ വിവർത്തന വർത്തമാനം കേട്ട് ചാടിയെഴുന്നേറ്റു.

''അതുകൊണ്ട് മാത്രം ഇത് മുഹമ്മദിന്റെ പുസ്തകമാണെന്ന് തെളിയിക്കാൻ കഴിയില്ല. വേറാരെങ്കിലും അതവിടെ ഇട്ടതാണെങ്കിലോ?''

''ഞാൻ വിക്റ്റർ പറഞ്ഞതിനോട് യോജിക്കുന്നു.''

ആൻഡ്രേയ് പറഞ്ഞു. ഒരു വിദഗ്ദ്ധനെപ്പോലെ ലിയോനിഡ് കാര്യങ്ങളിലിടപ്പെട്ട് അഭിപ്രായം പറയുന്നതും ഈ അന്വേഷണം നിയന്ത്രിച്ചു നടത്തിക്കൊണ്ടുപോകാൻ ശ്രമിക്കുന്നതും അയാൾക്കിഷ്ടപ്പെടുന്നുണ്ടായിരുന്നില്ല.'' ആ പുസ്തകം സംഘത്തിലെ ആരുടേതുമാകാമല്ലോ.''

''അത് ശരിയാണ്. ആരുടേതുമാകാം. സെമിലിന്റേതോ നെജത്തിന്റേതോ. ഞങ്ങൾ നല്ല രീതിയിൽ ഇതിനെക്കുറിച്ച് കുർക്കിനോയിൽ നിന്നുള്ള വാൻ യാത്രയ്ക്കിടെ സംസാരിച്ചിട്ടുണ്ട്. ഞങ്ങളുടെ ചർച്ച ഇത് മുഹമ്മദിന്റെ പുസ്തകമാണെന്ന ധാരണയിലായിരുന്നു.''

''ഞങ്ങളോ? ആരെല്ലാമാണീ ഞങ്ങൾ?''

വിക്റ്റർ പരിഹസിച്ചുകൊണ്ട് ചോദിച്ചു.

നെജത്ത്, സെരിഫ്, പിന്നെ ഞാനും.''

''അപ്പോൾ എല്ലാവരും സെമിലിന്റെ സുഹൃത്തുക്കൾ തന്നെ.'' അയാൾ ആക്ഷേപിച്ചു.

''അതെ, ഞങ്ങളെ വില കുറച്ചു കാണാതിരിക്കുന്നതാണ് നല്ലത്. മറക്കട്ടെ അലക്സിയേയും അടയാളമിട്ട മാനിഫെസ്റ്റോയും ഞങ്ങളാണ് കണ്ടെത്തിയത്.''

ആൻഡ്രേയ്ക്ക് തന്റെ പഴയ സുഹൃത്തിനോട് വല്ലാത്ത ഈർഷ്യ തോന്നിയെങ്കിലും പ്രധാനപ്പെട്ട വിവരങ്ങൾ അയാളുടെ അസ്പഷ്ടമായ വാക്കുകൾക്കിടയിൽ ഉണ്ടെന്ന് അയാൾക്ക് തോന്നി.

''ലിയോനിഡ്, വളച്ചുകെട്ടാതെ കാര്യത്തിലേക്ക് കടക്കുന്നതാകും നല്ലത്.'' അക്ഷമയോടെ അയാൾ പറഞ്ഞു.

''ഓക്കെ. തിരക്കു കൂട്ടണ്ട.. ഞാനെല്ലാം വേഗം പറയാം. പക്ഷേ ആദ്യം എനിക്കൊരു ചോദ്യം ചോദിക്കണം. സെമിൽ കാണാൻ പോകേണ്ടിയിരുന്ന തുർക്കിയിലെ രഹസ്യാന്വേഷണ ഉദ്യോഗസ്ഥനില്ലേ, അയാൾ ഒരിടത്തരം ഉയരമുള്ള ആയിരുന്നോ? ഇരുണ്ട നിറവും മീശയും അല്ലേ?

അവർ ബലേറുസ്കയ സ്റ്റേഷനിൽവെച്ചായിരുന്നു കാണാൻ തീരുമാനിച്ചത് അല്ലേ?''

''അതെ, ശരിയാണ്. നിങ്ങൾ പറഞ്ഞതുപോലെ എന്താ ചോദിച്ചത്.'' ഒരു മടിയുമില്ലാതെ വിക്റ്റർ പറഞ്ഞു.

''വാനിലിരുന്നു'' ഞങ്ങൾ നെജത്തിനോടും സെരിഫിനോടും ചർച്ച ചെയ്യുകയായിരുന്നു... ഇനി മുഹമ്മദ് ശരിക്കും രഹസ്യപ്പൊലീസായിരിക്കുമോയെന്ന്. അസഫ് പറഞ്ഞതുപോലെ ആരും വിചാരിച്ചിട്ടുപോലുമില്ല. മുഹമ്മദ് ഒരു പൊലീസ് ഓഫീസറാണെന്ന്. പക്ഷേ അപ്പോഴാണ് സെരിഫ് ഒരു സംഭവം ഓർത്തു പറഞ്ഞത്. നിങ്ങൾക്കും ഓർക്കാൻ ശ്രമിക്കാം. നിങ്ങൾ മറന്നാലും അത് റെക്കോർഡ് ചെയ്ത ടേപ്പുകൾ അത് ശാശ്വതമായി നിലനിർത്തും. ചോദ്യം ചെയ്യലിന്റെ സമയത്ത് സെരിഫ് അത് പറഞ്ഞിട്ടുണ്ട് എന്നത് മറക്കട്ടെ. പക്ഷേ, അത് സെമിലിനെ ശ്രദ്ധച്ചിരുന്നതിനാൽ നമ്മളാക്കാര്യം അവഗണിച്ചുകളഞ്ഞു. ടർക്കിഷ് കൂട്ടായ്മ അന്ന് രാത്രി ബോൾഷോയിൽ പോയി, ഒരു രാത്രി. കർട്ടൻ ഉയർന്നു. കളി തുടങ്ങി. പെട്ടെന്ന് വയറിന് സുഖമില്ലയെന്ന് പറഞ്ഞ് മുഹമ്മദ് ടോയ്ലെറ്റിലേക്ക് പോയി. സെരിഫ് സുഹൃത്തിനെക്കുറിച്ചോർത്ത് ഭയപ്പെട്ട് ശൗചാലയത്തിലേക്ക് ചെന്നപ്പോൾ കണ്ടത് മുഹമ്മദ് അവിടെ ഹാളിൽനിന്ന് ഒരാളോട് സംസാരിക്കുന്നതാണ്.'' ലിയോനിഡ്, വിക്റ്ററും നിക്കോളായും പരസ്പരം പിറുപിറുക്കുന്നത് കണ്ട് ചോദിച്ചു.

''ഓർമ്മയുണ്ടോ നിങ്ങൾക്കത്?''

''അതെ, ഓർക്കുന്നു.''

നിക്കോളായ് തണുപ്പൻമട്ടിൽ പറഞ്ഞു. ''നന്ന്... ഞാൻ അത് ഒന്നുകൂടി പറയാം. അപ്പോൾ ആൻഡ്രേയ്ക്ക് അത് ഓർത്തെടുക്കാൻ പറ്റും. സെരിഫ് മുഹമ്മദിന്റേയും അയാൾ സംസാരിച്ചിരുന്ന ആളിന്റേയും അടുത്തെത്തി. അവർ ഇംഗ്ലീഷിലായിരുന്നു സംസാരിച്ചിരുന്നത്. മുഹമ്മദ് പറഞ്ഞു അത് ആ നാടകക്കമ്പനിയിലെ ജോലിക്കാരനാണെന്ന്. ഞാൻ അകത്തേക്ക് പോകേണ്ട എന്ന് പറയുകയായിരുന്നു ഇയാൾ എന്ന് മുഹമ്മദ് പറഞ്ഞു. സെരിഫ് അന്നീ സംഭവം ശ്രദ്ധിച്ചതേയില്ല. കാരണം ഞങ്ങൾ മോസ്കോയിൽവെച്ച് ധാരാളം അപരിചിതരുമായി സംസാരിക്കാറുണ്ടായിരുന്നല്ലോ. അതാണ് അയാൾ അവസാനം വാദിച്ചത്. പക്ഷേ ആ മനുഷ്യൻ - മുഹമ്മദിനോട് സംസാരിച്ച വ്യക്തി - ഉയരം അധികമില്ലാത്ത, ഇരുണ്ട നിറമുള്ള കട്ടിമീശയുള്ള ആൾ - ഒരു തുർക്കിക്കാരനാണെന്നാണ് തോന്നുന്നത്. റഷ്യക്കാരനാകാൻ സാധ്യത കുറവാണ്.''

''അതുകൊണ്ട്...'' ആൻഡ്രേയ് ഇടയ്ക്ക് കയറി.

''സോവിയറ്റ് യൂണിയനിൽ എല്ലാത്തരം മനുഷ്യരുമില്ലേ. അതിനാൽ

ഒരു അതിശയവുമില്ല. ഒരു ടർക്കിഷ് പാരമ്പര്യമുള്ള ആൾ ബോൾഷോയിൽ ജോലിക്ക് വന്നെങ്കിൽ.''

''സെരിഫും അങ്ങനെത്തന്നെ വിചാരിച്ചിരുന്നു. അതുകൊണ്ട് അയാളീ സംഭവം പാടെ മറന്നിരുന്നല്ലോ. ഞങ്ങൾ ഇന്നലെ രാത്രി ഒരു കാര്യം കണ്ടെടുക്കുകയുണ്ടായി. അതിനുശേഷം ഓർമ്മകൾ കുത്തിയൊഴുകിവരുകയാണുണ്ടായത്. അവൻ ഓർത്തു അത് നമ്മളോട് പറയാമെന്ന്. ശരിയാണ് അവന് യാതൊരു അറിവുമില്ലായിരുന്നു. അനധികൃതമായി സെമിൽ ഒരു ഉദ്യോഗസ്ഥനെ കാണാൻ ബെലോറുസ്കയ സ്റ്റേഷനിൽ പോകാനുണ്ടെന്ന്. അയാൾക്ക് മെഹ്മെദിനെ കാണാൻ വന്ന ആളുടെ ഛായയുണ്ടെന്ന്.''

''അസംബന്ധം.'' നിക്കോളായ് പറഞ്ഞു.

''മോസ്ക്കോയിൽ ഒരേപോലിരിക്കുന്ന ആയിരക്കണക്കിനാളുകളില്ലേ?''

''ഈ തർക്കം അവസാനിപ്പിക്കാനും ഇതെല്ലാം എന്തെങ്കിലും അർത്ഥമാക്കുന്നുണ്ടോയെന്നറിയാനും ഒരു വഴിയുണ്ട്. എനിക്കുറപ്പാണ് ആ ടർക്കിഷ് അന്വേഷണ ഉദ്യോഗസ്ഥന്റെ ഫോട്ടോ നിങ്ങളുടെ കൈയിലുണ്ടെന്ന്.''

''എനിക്ക് മനസ്സിലാകുന്നില്ല ലിയോനിഡ്.''

''അതെന്തിനാണ്.'' വിക്റ്റർ ചോദിച്ചു.

''അയാളുടെ ഫോട്ടോ കൊണ്ടുവരൂ.'' ഇപ്പോൾത്തന്നെ.

ആൻഡ്രേയ് ആജ്ഞാപിച്ചു. മാറിവന്ന അപരിചിതമായ ഒരു ഭാവം അയാളുടെ കണ്ണുകളിലുണ്ടായിരുന്നു.

''സെരിഫിനെ വിളിക്കേണ്ടതുണ്ട്.'' ലിയോനിഡ് പറഞ്ഞു.

നിക്കോളായ് അയാളുടെ എന്തുചെയ്യണമെന്നറിയാത്ത നോട്ടം ആൻഡ്രേയെ നോക്കി. അയാളുടെ മേലുദ്യോഗസ്ഥൻ ലിയോനിഡിന്റെ നിർദ്ദേശമനുസരിക്കാൻ താക്കീത് കൈമാറി.

നിക്കോളായ് വാതിലിന്റെയടുത്തെത്തിയപ്പോൾ, അയാൾ നെജത്തിനെ അവിടെ കണ്ടു.

''ഞാൻ പുറത്തു പോകട്ടെ?''

''അവനെ അനുഗമിക്കട്ടെ.''

''അവനവിടെ നില്ക്കട്ടെ.'' ആൻഡ്രേയ് പറഞ്ഞു.

''പോയ് മറ്റേയാളെ കൊണ്ടുവരൂ.''

ആൻഡ്രേയ് പോക്കറ്റിൽനിന്ന് സിഗരറ്റിന്റെ പാക്കറ്റുകൾ എടുത്തു. അയാൾ ഒരെണ്ണം ആ കൂടിൽനിന്നെടുത്തു അയാളുടെ ചുണ്ടോടു ചേർത്തു. അപ്പോൾ നെജത്തിനെ കാണാനിടയായി. അയാളാ സിഗരറ്റ് കത്തിക്കാൻ തുടങ്ങുകയായിരുന്നു അപ്പോൾ.

''ഇരിക്ക്.''

അയാൾ ഒഴിഞ്ഞ കസേര ചൂണ്ടിപ്പറഞ്ഞു. പരിഭാഷകന്റെ സഹായമില്ലാതെ അയാൾക്ക് കാര്യങ്ങളെല്ലാം ഒരുവിധം മനസ്സിലായി. അയാൾ വേഗംതന്നെ ആജ്ഞയ്ക്ക് വഴങ്ങി അവിടെയിരുന്നു.

''എനിക്ക് മനസ്സിലാകാത്ത ചില കാര്യങ്ങളുണ്ട്.'' തന്റെ കൈ മലർത്തി കാട്ടി ആൻഡ്രേയ് പറഞ്ഞു. അയാൾ എന്തിനാണ് സിഗരറ്റു കനൽ കുത്തി പുസ്തകം കരിച്ചത്?''

നെജത്തിന് ലിയോനിഡിന്റെ പരിഭാഷ കേട്ടപ്പോൾ സർവ്വം അയയുന്നതുപോലെ തോന്നി. കുസൃതിയും വികൃതിയും നിറഞ്ഞ അനുസരണയില്ലാത്ത ഒരു കുട്ടിയെപ്പോലെ അയാളവിടെയിരുന്ന് പരുങ്ങി എല്ലാവരേയും നോക്കി.

''ഞങ്ങളുടെ പുസ്തകം ഇടയ്ക്കിടയ്ക്ക് കളവു പോയിരുന്നു. എനിക്കൊരിക്കൽ വല്ലാതെ ദേഷ്യം വന്നു. അപ്പോൾ എന്റെ കൈയിൽ ഒരു സിഗരറ്റുണ്ടായിരുന്നു. അതുവെച്ച് ഞാൻ പുസ്തകം കരിച്ചു.''

ആൻഡ്രേയ്ക്ക് ആ വികാരത്തോട് അനുകമ്പയൊന്നും തോന്നിയതേയില്ല. അധികം അത് പിന്നെ മുന്നോട്ട് കൊണ്ടുപോയില്ല. അയാൾ തന്റെ സിഗരറ്റിൽ തീ കൊളുത്തിയണച്ചു.

''നിങ്ങളുടെ കുട്ടികൾ നിങ്ങളെപ്പോലെത്തന്നെ വിചിത്രസ്വഭാവമുള്ളവരാണല്ലോ?'' അയാൾ ലിയോനിഡിനോട് പറഞ്ഞു.

''വിചിത്രസ്വഭാവമില്ലാത്ത ഒരാള്.'' ലിയോനിഡ് തിരിച്ചടിച്ചു.

''അത് ഒരു മോശം കാര്യമാണോ?''

''അത് അത്ര നല്ല കാര്യമല്ല.''

ആൻഡ്രേയ് പൊട്ടിച്ചിരിച്ചു. പെട്ടെന്ന് വാതിൽ തുറന്ന് നിക്കോളായോടൊപ്പം സെരിഫ് അകത്തേക്ക് വന്നു. അയാളുടെ കൈയിൽ ചെറിയ ഒരാൽബം ഉണ്ടായിരുന്നു.

''കടന്നുവരൂ സഖാവ് സെരിഫ്.'' ലിയോനിഡ് പ്രസന്നതയോടെ പറഞ്ഞു. ''ഇവിടെ ഇരിക്കൂ.''

''സെമിൽ എവിടെ?'' മേശയ്ക്കരികിലേക്ക് നടക്കുമ്പോൾ അവൻ ചോദിച്ചു.

''അവൻ അടുത്ത മുറിയിൽ കിടന്നു ഉറങ്ങുകയാണ്. അവൻ വല്ലാതെ പരവശനായിരുന്നു. അവന് വിശ്രമം ആവശ്യമാണ്.''

അയാൾ ഇത്രയ്ക്കും ആത്മാർത്ഥത കാണിക്കുന്നതിനാൽ കൂടുതൽ ആയി ഇതുകൂടി പറഞ്ഞു ലിയോനിഡ്:

''കുഴപ്പമില്ല. അയാൾ സുഖമായിരിക്കുന്നു.''

നിക്കോളായ് കൊണ്ടുവന്ന ഫോട്ടോ ആൽബം ആൻഡ്രേയ്ക്ക് മുന്നിൽവെച്ചു. അയാൾ പേജുകൾ പെട്ടെന്ന് മറിച്ചുനോക്കി എന്നിട്ട് യിൽഡിറിമിന്റെ ഒരു ക്ലോസ് അപ് ചിത്രം എടുത്തുവെച്ചു. അത് ഏതാനും മാസങ്ങൾക്ക് മുൻപ് അവൻ മോസ്കോയിൽ വന്നിറങ്ങിയപ്പോൾ എടുത്തതായിരുന്നു. വേറെയും അഞ്ചാൾക്കാരുടെ ക്ലോസ്അപ് ചിത്രങ്ങൾ ഉണ്ടായിരുന്നു അതിൽ.

''ആൻഡ്രേയ് സെരിഫിന്റെ അടുത്തേക്ക് ആ പുസ്തകം പിടിച്ചു. ഇതൊന്നു നോക്കാൻ പറയൂ അവനോട്'' അയാൾ ലിയോനിഡിനോട് പറഞ്ഞു. ''ഇതിൽ ഏതെങ്കിലുമൊരാൾക്ക് ബോൾഷോവിക്കിൽ കണ്ട ആളുമായി സാമ്യമുണ്ടോ എന്ന് നോക്കാൻ പറയൂ.''

സെരിഫ് ഫോട്ടോ പുസ്തകം തന്റെ അടുത്തേക്ക് വലിച്ചടുപ്പിച്ചു. ലിയോനിഡ് ആൻഡ്രേയുടെ വാക്കുകൾ പരിഭാഷപ്പെടുത്തി. അയാൾ ഓരോ മുഖങ്ങളിലേക്കും മാറി മാറി നോക്കി. അയാൾ ഓരോരുത്തരേയും അതീവ ശ്രദ്ധയോടെ നോക്കി. അവരെപ്പറ്റി അടുത്തറിയാൻ ശ്രമിക്കുന്നതുപോലെ മുഖങ്ങളിലേക്ക് സൂക്ഷിച്ചുനോക്കി. അയാൾ ആ പുസ്തകത്തിലേക്ക് നോക്കിയിരിക്കുമ്പോൾ എല്ലാവരുടേയും നോട്ടം അവനിലേക്ക് മാത്രമായിരുന്നു. യിൽഡിറിമിന്റെ അടുത്തു നിന്നെടുത്ത ഒരു ചിത്രം കണ്ടപ്പോൾ കൂടുതൽ ശ്രദ്ധയോടെ അയാൾ വീണ്ടും വീണ്ടും നോക്കി. പുകയിലയുടെ മഞ്ഞക്കറ പറ്റിപ്പിടിച്ചിരിക്കുന്ന ചൂണ്ടുവിരലിന്നറ്റംകൊണ്ട് അയാൾ യിൽഡിറിമിന്റെ ഫോട്ടോ തൊട്ട് പറഞ്ഞു. ''ഇതാ'' അയാൾ മിഴികൾ ഉയർത്തി.

''ഇതായിരുന്നു മുഹമ്മദ് നാടകശാലയിൽവെച്ച് കണ്ട് സംസാരിച്ചിരുന്നയാൾ.''

എല്ലാവർക്കും അതാരുടെ ഫോട്ടോ ആണെന്നറിയാൻ ആകാംക്ഷയായി. യിൽഡിറിമാണ് സെരിഫ് ചൂണ്ടിക്കാട്ടിയത് എന്ന് മനസ്സിലായപ്പോൾ മൂന്നുപേരും മൂന്ന് പോലെയാണ് പ്രതികരിച്ചത്. ആൻഡ്രേയ് മാത്രം അത്രയ്ക്കൊന്നും ഞെട്ടിയില്ല. കാരണം അയാൾ ഏതാണ്ടിതൊക്കെ ഇന്ന് വൈകീട്ട് കേട്ടതിൽനിന്ന് ഊഹിച്ചെടുത്തിരുന്നു. അയാൾ ഈ അന്വേഷണം ഉടൻ ഒരു വഴിത്തിരിവിലും വെളിപാടിലും എത്തുമെന്ന് ഏകദേശം ധാരണയുണ്ടായിരുന്നു.

നിക്കോളായാണെങ്കിൽ പൂർണ്ണമായും ഞെട്ടിപ്പോയി. അത് അയാൾ പുറത്തുകാട്ടിയില്ലെങ്കിലും ഉടനടി പുതിയ വാർത്തയുമായി പൊരുത്തപ്പെടാൻ വളരെ പെട്ടെന്ന് കഴിഞ്ഞു. എന്നാൽ വിക്റ്റർ മാത്രം അപരാധിനിർണ്ണയത്തെ അപ്പോഴെതിർത്തു.

''നിങ്ങൾക്കുറപ്പാണോ ഇത് ആ മനുഷ്യൻ തന്നെയാണെന്ന്?'' ഭീഷണിയുടെ സ്വരത്തിൽ അയാൾ അനുശാസിച്ചു.

''അതെ എനിക്കുറപ്പാണ് അതിവനാണ്.'' സെരിഫ് ആത്മാർത്ഥതയോടെ

പറഞ്ഞു. ലിയോനിഡിന്റെ പരിഭാഷയ്ക്കാണ് അയാൾ ഈ ഉത്തരങ്ങളെല്ലാം പറയുന്നത്.

''നിങ്ങൾ ഒരിക്കലല്ലേ അയാളെ കണ്ടിട്ടുള്ളൂ.''

''എന്നിട്ട് എങ്ങനെ ഇത്ര ഉറപ്പിച്ച് പറയാനാകുന്നു'' വിക്റ്റർ വീണ്ടും ചോദിച്ചു.

''എനിക്കുറപ്പാണ്.'' സെരിഫ് പറഞ്ഞു. അയാൾക്ക് ദേഷ്യം വന്നു. അയാൾ ആ ചിത്രത്തിൽ തന്റെ ചൂണ്ടുവിരൽകൊണ്ട് രണ്ട് പ്രാവശ്യം തട്ടിയിട്ട് പറഞ്ഞു.

''എനിക്കുറപ്പാണ്. ഇത് അയാൾ തന്നെയാണെന്ന്.''

''ചിലപ്പോൾ നീ ഇത് പറയുന്നത് നിന്റെ സുഹൃത്തിനെ രക്ഷിക്കാനായാണോ?'' ശല്യം ചെയ്യുംപോലെ ചോദിച്ചു.

''അത് വിവർത്തനം ചെയ്യേണ്ട'' ആൻഡ്രേയ് പറഞ്ഞു. ''എനിക്ക് നിങ്ങളുടെ വാശി മനസ്സിലാകുന്നില്ല വിക്റ്റർ സഖാവേ. അവൻ അവനത് ഉറപ്പാണെന്ന് എത്രവട്ടം പറഞ്ഞു ഇതിനകം.''

''സഖാവ് ആൻഡ്രേയ്.'' വിക്റ്റർ വിഴുങ്ങി വിഴുങ്ങി പറഞ്ഞു. ഒരു പരാജിതന്റെ ഭാവത്തിലായിരുന്നു അയാളുടെ സംസാരം.

അപ്പോൾ നെജത്തും സെരിഫും അവിടെയന്താണ് നടക്കുന്നതെന്നറിയാൻ ശ്രമിച്ചു.

''സാരമില്ല.'' അയാൾ ചെവിയിൽ പറയുംപോലെ കണ്ണിറുക്കി ആശ്വസിപ്പിച്ചു.

''കാര്യങ്ങൾ തെളിഞ്ഞുവരുന്നുണ്ടിപ്പോൾ. നമുക്ക് നമ്മുടെ സെമിൽ സഖാവിനെ ഉടൻത്തന്നെ നമ്മുടെ കൂടെ സ്കൂളിലേക്ക് കൊണ്ടുപോകാനാകും.''

''അത്രയും പെട്ടെന്ന്....'' നെജത്ത് അതിശയത്തോടെ ചോദിച്ചു. ''ആഹാ, ഇവിടെ നിൽക്കണമെങ്കിൽ എത്ര വേണമെങ്കിലും ആവാം... നിങ്ങൾക്കിവിടെ അത്രയ്ക്കും ഇഷ്ടമായോ?'' ലിയോനിഡ് ചിരിച്ചുകൊണ്ട് ചോദിച്ചു.

''പക്ഷേ എനിക്ക് നാളെ രാവിലത്തെ തീവണ്ടിക്ക് കീവിലേക്ക് പോകേണ്ടതുണ്ട്.''

മുപ്പത്

ട്രെയിൻ സ്റ്റേഷൻ വിടാനായി, മുന്നിലെ കംപാർട്ടുമെന്റുകളൊന്നിൽ ജനലരികിൽ ലിയോനിഡ് കാത്തിരുന്നു. ആ സ്റ്റേഷൻ ജനങ്ങളാൽ നിബിഡമായിരുന്നു. ട്രെയിൻ പിടിക്കാനായി അങ്ങോട്ടും ഇങ്ങോട്ടും ഓടുന്ന യാത്രക്കാർ, അവർക്കൊക്കെയും യാത്ര പറയുന്ന ബന്ധുക്കൾ, സുഹൃത്തുക്കൾ. ഉറച്ച കാൽവെപ്പുകളോടെ അവിടെ പ്ലാറ്റ്ഫോമിലൂടെ നടക്കുന്ന റെയിൽവേ ജീവനക്കാർ. കംപാർട്ട്മെന്റിലെ ജനലിനു പുറത്ത് പ്ലാറ്റ്ഫോമിൽ ആർത്തിരമ്പുന്ന ജീവിതം നിരീക്ഷിക്കാൻ അയാൾക്ക് അപ്പോൾ ത്രാണിയില്ലായിരുന്നു. തന്റെ മുന്നിലിരുന്ന, തന്റെ അതേ കംപാർട്ട്മെന്റ് പങ്കിടുന്ന മൂന്ന് പേരടങ്ങുന്ന കസാഖ് കുടുംബത്തെ ശ്രദ്ധിക്കാനും പരിഗണിക്കാനും അയാൾക്ക് മനസ്സ് വന്നില്ല. ഇടതൂർന്ന ധവളമേഘത്തിന്റെ സാന്ദ്രമായ ആകാശപ്പുതപ്പിലെവിടെയോ അയാളുടെ കണ്ണുകൾ എന്നന്നേയ്ക്കുമായി ഉടക്കിപ്പോയപോലെ അയാൾ ഭ്രമിച്ചിരുന്നു. കഴിഞ്ഞ ദിവസങ്ങളിലെ സംഭവവികാസങ്ങൾ ഒന്നൊഴിയാതെ അയാൾ ഓർത്തെടുത്തു. ആത്മാവിന്റെ കണ്ണുകൾകൊണ്ട് സുവ്യക്തമായി അക്കൂട്ടത്തിൽ കാണാനായത് കരീമിന്റെ മുഖമായിരുന്നു. അയാളുടെ പുരികച്ചുഴികളിൽ മറവുചെയ്യപ്പെട്ട നിത്യരോഗപീഡകളും തീവ്രമായ വേദനകളും അയാൾ ഓർത്തെടുത്തു. അവൻ ചെയ്ത കുറ്റകൃത്യം ഇതുവരെ തെളിയിക്കാൻ അയാൾക്ക് കഴിഞ്ഞിട്ടില്ല, അതിനാൽ തന്നെ അധമനായ നികൃഷ്ടനായ ഒരു കൊലയാളിയെന്ന് അവന് വിളിക്കാൻ അയാൾക്കായില്ല.

സ്വന്തം മകന്റെ കാരണക്കാരനായ ഒരാളെ കൊന്നവനാണിവൻ.. പിന്നീടുണ്ടായ അറസ്റ്റും മറ്റുള്ള സഖാക്കൾക്കുണ്ടായ എണ്ണിയാലൊടുങ്ങാത്ത ദുരിതങ്ങളും അയാൾ കൺമുന്നിൽ കണ്ടെന്നപോലെ ഓർത്തു. പക്ഷേ അപ്പോൾ മുഹമ്മദോ? ഇപ്പോഴും കരീമിനേയും അവന്റെ ഉദ്ദേശ്യലക്ഷ്യങ്ങളേയും ഒരു പരിധിവരെ മനസ്സിലാക്കാൻ കഴിയുന്നുണ്ട്. പക്ഷേ മുഹമ്മദിന്റെ കാര്യങ്ങൾ അജ്ഞാതമായിരുന്നു. അവന്റെ പ്രവർത്തനങ്ങൾ എങ്ങനെ വിശദീകരിക്കണം എന്ന് ആർക്കും ഒരു പിടിയില്ല. പരിഭ്രമിച്ചുകൊണ്ടുള്ള മുഹമ്മദിന്റെ നിഴൽഛരായ നിറഞ്ഞ തുറിച്ചുനോട്ടം

അയാളുടെ മനസ്സിൽ നിറഞ്ഞു. അയാൾ അടിമുടി ചോദിക്കുന്നവനാണെന്നറിയാമെങ്കിലും രഹസ്യപ്പൊലീസ് സംഘത്തിലെ എല്ലാവരേയും കുടുക്കാൻ പണിയെടുക്കുന്നുണ്ടെന്ന് അറിയാമെങ്കിലും. ലിയോനിഡിന് അവനോട് ദേഷ്യം തോന്നിയില്ല. ഒരു മനുഷ്യന് അവനവനെത്തന്നെ ഇത്രയും അപായപ്പെടുത്താനാകുമോ? സ്വന്തം ജോലിക്കു വേണ്ടിയെന്നാകിലും? അവസാനം ഇതുകൊണ്ടൊക്കെ എന്തുനേട്ടമാണുണ്ടാകുക? ആകെ ചതഞ്ഞവശനായി ഇന്നലെ ആതുരാലയത്തിൽ കിടന്നുറങ്ങിയ സെമിലിനെ അയാൾ മനസ്സിലോർത്തു. അവന് ബോധം തെളിഞ്ഞപ്പോൾ ലിയോനിഡ് അവിടെ പോയിരുന്ന് മാപ്പ് പറഞ്ഞിരുന്നു.

ആ ചെറുപ്പക്കാരൻ ചോദിച്ചിരുന്നു... താങ്കൾ എന്തിനാണ് എന്നോട് ക്ഷമ ചോദിക്കുന്നതെന്ന്.

‘‘നിനക്ക് സംഭവിച്ചതിനൊക്കെ?’’ ലിയോനിഡ് പറഞ്ഞു.

‘‘എന്റെ രാജ്യത്തെ ജനങ്ങളാണ് നിന്നോട് ഇങ്ങനെയക്കെ ചെയ്തത്. അവർക്ക് നിന്നെയിങ്ങനെയൊക്കെ കൈകാര്യം ചെയ്യാനുള്ള സ്വാതന്ത്ര്യം കൊടുത്തതിന് ഉത്തരവാദി ഞാൻ തന്നെയാണ്.’’

‘‘അല്ല’’ സെമിൽ മൃദുവായും അവ്യക്തമായും പറഞ്ഞു. ഉടഞ്ഞും പിളർന്നും ചോരകല്ലിച്ചും തീ ചുവപ്പാർന്ന ചുണ്ടുകൾ വിടർത്തി അയാൾ ചിരിക്കാൻ ശ്രമിച്ചു.

‘‘അവർ എന്റേയും ആളുകളാണ്. നിങ്ങളുടേതെന്നപോലെ ഞാനും അതിനാൽ തന്നെ എന്റെ ഈ അവസ്ഥയ്ക്ക് ഉത്തരവാദിയാണ്.’’

ലിയോനിഡ് അകത്തുകയറി. അയാളെ കൈയിൽ വാരിയെടുത്തു. സെമിൽ അയാളുടെ ചെവിയിൽ മൊഴിഞ്ഞു: ‘‘ഞാനൊരു രഹസ്യം പറയട്ടെ?’’ അയാളുടെ കണ്ണിൽ അഭിമാനസ്ഫുരണം ലിയോനിഡ് കണ്ടു ‘‘ചെറിയ അപായസൂചനകൾ ജീവിതത്തെ മൂല്യവത്താക്കും.’’

‘‘നിങ്ങളൊരു അതിസാഹസികനാണല്ലേ?’’

സ്വരമടക്കി സ്നേഹവാത്സല്യങ്ങളോടെ ലിയോനിഡ് പറഞ്ഞു. അപ്പോഴാണ് ഒരു മധ്യവയസ്കൻ തന്റെ നേരെയിരിക്കുന്നത് അയാൾ ശ്രദ്ധിച്ചത്. ആ മനുഷ്യൻ, അയാൾ ഒറ്റയ്ക്കിരുന്ന് സംസാരിക്കുന്നതും മറ്റും അതിവിചിത്രമായ ഭാവത്തോടെ നോക്കുകയായിരുന്നു. ലിയോനിഡിന് പരിസരബോധം വരുകയും അയാൾ തീവണ്ടിയിലാണെന്ന് തിരിച്ചറിയുകയും ചെയ്തത് അപ്പോഴാണ്. ‘‘ഞാനിങ്ങനെ എന്നോടു തന്നെ സംസാരിച്ചോണ്ടിരുന്നാൽ അവരെന്നെ ഭ്രാന്താലയത്തിൽ കണ്ടു ചെന്നിടുമെന്നുറപ്പാണ്.’’ ആ സീറ്റിൽ നിന്നിറങ്ങി ഇടനാഴിയിലൂടെ നടന്നുനീങ്ങി. അയാളെഴുന്നേറ്റതും രണ്ട് വിസിലടികൾ തുടരെത്തുടരെ കേട്ടു. ട്രെയിൻ ഒന്നിളകി മുന്നോട്ടാഞ്ഞു... ഇടനാഴിയിൽ കയറിയതും ലിയോനിഡ് ജനാലയ്ക്കരികിലെത്തി. പുറത്തേക്ക് നോക്കിക്കൊണ്ടിരുന്നു. മധുരതരമായ തീവണ്ടിയുടെ താളത്തിൽ ആ നീളൻ ട്രെയിൻ മുന്നോട്ട്

നീങ്ങി. ചെറിയ വീടുകളുടെ നിരകളിൽ എത്തിയപ്പോൾ അതിഴഞ്ഞു നീങ്ങാൻ തുടങ്ങി. കഴിഞ്ഞ ദിവസങ്ങളിലെ ഭാരപ്പെട്ട ദുരന്തങ്ങൾക്കൊക്കെ ശേഷം ഇന്ന് വല്ലാത്തൊരു ശാന്തതയും സ്വച്ഛതയും തന്റെ ആത്മാവിൽ നിന്നുതിർന്നുയരുന്നുണ്ടെന്ന് അയാൾ ആ കുഞ്ഞുവീടുകളും തെരുവുകളും ഒഴിഞ്ഞ നിലങ്ങളും കണ്ടപ്പോൾ തിരിച്ചറിഞ്ഞു. ഒരാഴ്ചത്തെ രഹസ്യാന്വേഷണങ്ങളും വേവലാതിയും അങ്കലാപ്പുകളും ബഹളങ്ങളും അസ്വാസ്ഥ്യങ്ങളും അയാളെ പരിക്ഷീണിതനാക്കിയിരുന്നു. അതെല്ലാം ഞൊടിയിടയിൽ മാഞ്ഞുപോകുന്നതായി ജനാലയിലൂടെയുള്ള ഈ കാഴ്ചകൾ കണ്ടപ്പോൾ അയാൾക്ക് തോന്നി. അയാളുടെ ഹൃദയം തുടികൊട്ടി. അയാൾ ഇതുവരെയറിയാത്ത ഒരു സന്തോഷം അയാളിൽ നിറഞ്ഞതുപോലെ തോന്നി. അല്ല, മകളെ കാണാൻ പോകുന്നതുകൊണ്ടല്ല അത്. മറ്റെന്തോ കാരണമുണ്ടതിന്. താനെത്രമാത്രം ഈ പഴയ നഗരത്തെ നെഞ്ചോടുചേർത്തിരുന്നു എന്നാൾ ഓർത്തു.

അയാൾ തന്റെ ജോലിയിൽ തുടക്കക്കാരനായിരുന്ന കാലത്ത് വിദേശയാത്രകളൊക്കെ കഴിഞ്ഞ് വിമാനത്തിൽ വന്ന് ഈ നഗരത്തിലേക്കിറങ്ങുമ്പോൾ അയാൾ നിർബന്ധമായും ആ നഗരത്തിനെ വിഹഗവീക്ഷണത്താലുഴിഞ്ഞിടാറുണ്ടായിരുന്നു. വിമാനം ഭൂമിയിൽ തൊടാനായി താണു പറക്കുമ്പോൾ, എല്ലാ യാത്രക്കാരും നഗരത്തിന്റെ പ്രതീകങ്ങളായ നാഴികക്കല്ലുകളായ റെഡ് സ്ക്വയറും ലെനിൻ ഹിൽസും ഗഗേറിയൻ മോണുമെന്റും ഗോർക്കിപാർക്കും ടെലിവിഷൻ ടവറും ഒക്കെ ഒരു നോക്കു കാണാൻ ആഗ്രഹിക്കുമ്പോൾ അയാൾ താഴെ അതിവിശാലമായ ഭൂദൃശ്യത്തിൽ വിഷ്നേവ്സ്ക്യ തെരുവിലെ അവരുടെ വീട് കാണാനാകുന്നുണ്ടോ എന്നൊക്കെയാണ് നിലത്തിറങ്ങാൻ ശ്രമിക്കുന്ന വിമാനത്തിലിരുന്ന് അയാൾ ആലോചിക്കാറ്. സൂര്യനു കീഴിൽ മങ്ങിയും തെന്നിയും പുഴഞ്ഞും കവിഞ്ഞുമൊഴുകുന്ന പുഴകളെ അയാൾ മുകളിലിരുന്നു എത്തിനോക്കും. ആ പുഴപോലെ ജീവിതത്തിനൊഴുകാൻ കഴിഞ്ഞെങ്കിലെന്ന പാഴ്മോഹം അയാളുടെ അന്തരാത്മാവിനെ ചുഴറ്റിയെറിയും. മുറിവുകളെ ആന്തരികവൽക്കരിച്ചും ഒരിക്കലും നശിക്കാത്ത ദുഃഖവൃത്താന്തങ്ങളെ മനസ്സിലിട്ടുരുക്കിയും അയാൾ ആലോചനകളിൽ മുഴുകും. പക്ഷേ ഇതുപോലെ ഈ അടുത്തകാലത്തൊന്നും അഗാധമായി മനസ്സു നിറഞ്ഞിട്ടില്ല. രാജ്യത്തേക്ക് ഒരുനാളുകൾക്കുശേഷം വന്ന ദിവസം പോലും അയാൾ ആകെ തളർന്നവശനായി തന്റെ സീറ്റിലിരിക്കുക മാത്രമാണ് ചെയ്തത്.

ജനലിന്റെ പുറത്തേക്ക് നോക്കാനുള്ള ദൃഢത അന്ന് അയാൾക്കുണ്ടായില്ല. ന്യൂയോർക്കിൽ ജോലി ചെയ്യുന്ന സമയത്ത് തന്റെ ഈ പ്രത്യേക മാനസികാവസ്ഥയിൽ നിന്നെത്തിയശേഷം പങ്കുവെച്ചിരുന്നു. ലിയോനിഡ് അന്ന് മോസ്കോയിൽനിന്നു കൊണ്ട് ചുവന്ന വോഡ്കയും നുണഞ്ഞ് അവർ ആൻഡ്രേയുടെ വീടിന്റെ വിശാലമായ ബാൽക്കണിയിൽ

ഇരുന്ന വേനൽക്കാല സൂര്യാസ്തമയം കണ്ടുകൊണ്ടിരിക്കുകയായിരുന്നു. ലിയോനിഡ് പറഞ്ഞതെല്ലാം കേട്ടിട്ട്, ആൻഡ്രേയ് തന്റെ സുഹൃത്തിനെ ചുഴിഞ്ഞുനോക്കി. അയാളുടെ കണ്ണുകൾ കനംവെച്ച് തൂങ്ങിയിരുന്നു... അല്ലെങ്കിലും വോഡ്കയുടെ മത്തടിച്ച് മയങ്ങിയതാകാനും മതി.

''ഇതൊക്കെയിങ്ങനെയാണ് സങ്കല്പിച്ചും അനുമാനിച്ചും വെച്ചിരിക്കുന്നത്.''

അയാൾ പറഞ്ഞുതുടങ്ങി.

''ഞാനും ഇതേ വഴിയിലൂടെ കടന്നുപോയിട്ടുള്ളവനാണ്. ഒരിക്കൽ എന്റെ മോഹങ്ങൾക്കും അഭിലാഷങ്ങൾക്കുംപോലും മഞ്ഞിന്റെ സുഗന്ധം നല്കിയ കാഴ്ചയായിരുന്നു. മാന്ത്രിക ദർശനമായിരുന്നു മോസ്കോയിലെ ഹിമശൈലങ്ങൾ. എന്നാൽ ഇന്നത് എന്നെ. ശ്വാസം മുട്ടിക്കുന്നു. ഭീതിയിലാഴ്ത്തുന്നു. പക്ഷേ അത് സ്വാഭാവികമാണ്. ഒരാൾ.ഒരു മനുഷ്യജീവി. പ്രായമാകുമ്പോൾ അയാളുടെ ഗ്രഹണശക്തിയും വൈകാരികതയും പരിണാമത്തിന് വിധേയമാകുന്നുണ്ട്. ഒരിക്കൽ ആർത്തിയോടെ പ്രേമിച്ചിരുന്ന ഒരു യുവതി കാലാന്തരേണ നിങ്ങളെ ഉത്തേജിപ്പിക്കണമെന്നില്ലല്ലോ.ചിലപ്പോൾ അവരുടെ കണ്ണിൽപെടാതിരിക്കാൻ നിങ്ങൾ ജീവൻ പണയംവെച്ച് മണ്ടിപ്പാഞ്ഞുകളയുമല്ലോ. അതുപോലെ ചിലപ്പോൾ ചില സ്ഥലങ്ങൾ. ചില നഗരങ്ങളുമായി നിങ്ങൾ വിച്ഛേദിക്കപ്പെടാൻ സാധ്യതയുണ്ട്. അവിടെ നിങ്ങൾ ഒരു ദിവസം കൊണ്ട് പിറന്നുവീണു വളർന്നവരായിരിക്കാം. അതിന്റെയെല്ലാം അർത്ഥം പൊടുന്നനെ കൈമോശം വന്നുപോകാം. ആ നഗരവുമായുള്ള നനുത്ത ഓർമ്മകളെപോലും പതിവുകാഴ്ചയും മുഷിപ്പിക്കുന്ന ലൗകികയാഥാർത്ഥ്യങ്ങളും കീഴടക്കിയേക്കാം.. തൃണസമാനമായ കാര്യങ്ങളിലാണ് അവയൊക്കെ പൊലിഞ്ഞുപോയേക്കാം... നിങ്ങൾ അതൊക്കെ ഓർത്തിരിക്കുകയാണെങ്കിൽ... അതൊക്കെ നിങ്ങളെ ബാധിക്കാൻ നിങ്ങളനുവദിക്കുമെങ്കിൽ... ഞാൻ പറയട്ടെ, നിങ്ങളൊരു വിഡ്ഢിയാണ്.''

''ഇതിന് മണ്ടത്തരമോ, വിഡ്ഢിത്തമോ ആയി ബന്ധമൊന്നുമില്ല.'' ലിയോനിഡ് പറഞ്ഞു.

''ചിലപ്പോൾ പഴയ ഒരു പ്രേമബന്ധത്തിൽനിന്ന് നിങ്ങൾ വഴുതിവീണേക്കാം. എന്നാൽ ബാല്യത്തിലെ നഗരം നിങ്ങളുടെ ഹൃദയത്തിലെ സുപ്രധാനമായ ഒരിടത്ത് എന്നും നിറഞ്ഞിരിക്കും. ആ സ്ഥലമാകും നിങ്ങളുടെ വ്യക്തിത്വത്തിന്റേയും സ്വത്വത്തിന്റേയും ചിഹ്നസംഹിത കാത്തുസൂക്ഷിക്കുക. നിങ്ങളുടെ ഭൂതം, ഭാവി, വർത്തമാനങ്ങളുടെ സൂചനകളെല്ലാം അവിടുത്തെ തെരുവുകളിലും കെട്ടിടങ്ങളിലും ഒളിഞ്ഞിരിപ്പുണ്ടാകും. നിങ്ങൾ അറിഞ്ഞോ അറിയാതെയോ ഇതൊക്കെത്തന്നെയായിരിക്കും നിങ്ങൾ ജീവിച്ച പഴയ നഗരങ്ങൾ നിങ്ങളോടു

ചെയ്യുക. നമ്മളെ പരിപാലിച്ചു വളർത്തിയൊരുക്കിയ നാടിനെ നമ്മളെ സ്പർശിക്കാൻ കഴിയുന്നില്ലെങ്കിൽ നമ്മൾക്കെന്തോ കുഴപ്പമുണ്ട് എന്നു തന്നെയാണിതിന്റെ അർത്ഥം.''

''നമ്മൾക്ക് മാനസിക വിഭ്രാന്തിയുണ്ടെന്നറിയാൻ ഇതൊന്നും വേണ്ടടോ. അതിനു പുറത്തുള്ള ആളുകളുമായി ഒന്ന് സംസാരിച്ചാൽ മതി. ടി.വി.യൊന്ന് കണ്ടാൽ മതി. ന്യൂസ് പരിപാടികൾ ശ്രദ്ധിച്ചാൽ മതി. തെരുവുകളിൽ ഒന്ന് നടക്കാനിറങ്ങിയാൽ മതി. വാണിഭശാല യിൽ സാധനം വാങ്ങാൻ പോയാൽ മതി. ഇതൊക്കെ മതി നമ്മൾ പരിധിക്കപ്പുറം താളം തെറ്റിയാണോ നടക്കുന്നത് എന്നറിയാനായി. അത് മോസ്കോയിൽ മാത്രമല്ല ഇവിടെ ന്യൂയോർക്കിലും ലണ്ടനിലും ഇതൊക്കെത്തന്നെയവസ്ഥ. എവിടേയും നമ്മൾ ദുരവസ്ഥയുടെ വിഷാദ രോഗാണുക്കളാൽ ഗ്രസിക്കപ്പെട്ട് ജീവിക്കുന്നു. എന്നാലും നമ്മൾ കുറ ച്ചൊക്കെ ഭാഗ്യവാന്മാരണല്ലോ. നമുക്ക് നമ്മുടെ അവസ്ഥയും സാഹ ചര്യവും ഈ രീതിയിൽ മനസ്സിലാക്കാനും വിലയിരുത്താനും കഴിയുന്നു ണ്ടല്ലോ. അത് തന്നെ ഭാഗ്യം.''

''അങ്ങനെ കഴിയേണ്ടിയിരുന്നില്ല.'' ലിയോനിഡ് പറഞ്ഞു.

''നമുക്ക് ഒന്നും ചെയ്യാനാകാത്ത നമ്മൾ അശക്തരായ ഒരു സാഹ ചര്യത്തെക്കുറിച്ച് അറിഞ്ഞിട്ടെന്ത് കാര്യമാണ് ഉള്ളത്?''

''അത് പറയരുത്. സത്യമറിയുകയെന്നത് നമ്മുടെ പ്രത്യേകാനുകൂല്യ മായി കരുതാവുന്നതാണ്.''

''അസന്തുഷ്ടരായിരിക്കാനുള്ള വിശേഷാനുകൂല്യം.''

''നിങ്ങൾക്ക് തെറ്റി ലിനോയിഡ്.'' മുടിയൊക്കെ നേരെയാക്കി ഇല്ലാത്ത ആശ്ചര്യം മുഖത്ത് വാരിവിതറി ഒരു സംഘടനാമീറ്റിംഗിൽ സംസാരിക്കുന്നതുപോലെ ആൻഡ്രേയ് പറഞ്ഞുതുടങ്ങി.'' ''നമുക്ക് സത്യമറിയാൻ സാഹചര്യമുണ്ട്. നമ്മൾ അസന്തുഷ്ടരുമല്ല. നേരെമറിച്ച് നമ്മൾ സന്തുഷ്ടരാണ് എന്ന് പറയുമ്പോഴാണ് നമ്മൾ വ്യത്യസ്തരാ കുന്നത്.''

''നമുക്ക് സന്തോഷമുണ്ടെന്ന് എനിക്ക് തോന്നുന്നില്ല.'' അയാൾ പറഞ്ഞു. വോഡ്ക ചുണ്ടോടടുപ്പിച്ച് പറഞ്ഞു ''അതാണ് നമ്മളിങ്ങനെ ധാരാളം മദ്യം കഴിക്കുന്നത്.''

''നമ്മുടെ വെള്ളമടിക്ക് ഇതിലൊന്നും ചെയ്യാനില്ല. ഇതിലൊരു കാര്യവുമില്ല...'' ആൻഡ്രേയ് പറഞ്ഞുകൊണ്ട് കൈയിലെ വോഡ്കയി ലേക്ക് ആരാധനാപൂർവ്വം കൊതിയിട്ടു. പരമ്പരാഗതമായി റഷ്യക്കാർക്ക് വോഡ്കയിഷ്ടമാണല്ലോ. വോഡ്ക നുകരുമ്പോൾ നെപ്പോളിയനെ യെന്നല്ല, ഹിറ്റ്ലറെ വരെ നമ്മൾ മലർത്തിയടിക്കും. നിങ്ങൾ നോക്കിക്കോ. നമ്മൾ വോഡ്ക കുടിച്ച് കമ്മ്യൂണിസംവരെ ശാശ്വതമായി സമർത്ഥിച്ചു പ്രമാണീകരിച്ചു കളയും.''

ലിയോനിഡിന് പിന്നെയൊന്നും സംസാരിക്കാൻ തോന്നിയില്ല. അയാൾ മൗനിയായിരുന്നു. വോഡ്ക നുണയാൻ തീരുമാനിച്ചു. ഉഷ്ണ കാലസൂര്യൻ പടിഞ്ഞാറേക്കടലിൽ മുങ്ങിത്താഴാൻ തുടങ്ങി. ആകാശം ചാരവർണ്ണമായി. നിഴലാട്ടങ്ങളുടെ ഭാരം ഒരു ഇളംകാറ്റു പോലുമടിക്കാത്ത ന്യൂയോർക്ക് രാത്രിയെ പരാവർത്തനം ചെയ്യാനൊരുങ്ങി നിന്നു. എന്നാൽ ഇപ്പോൾ, രാവിലത്തെ തണുത്തുറഞ്ഞ മോസ്കോയിലെ പ്രഭാതയാത്ര യ്ക്കിടയിൽ മഞ്ഞിന്റെ അതിതീക്ഷ്ണമായ ഗന്ധം തീവണ്ടി ജനലഴി കടന്ന് അയാളിലെത്തിക്കൊണ്ടിരുന്നു. കാലം തനിക്ക് കാത്തു ഈ അമൂല്യമായ ഓർമ്മസമ്മാനം അയാളിൽ പലവഴി നടന്നും പിടഞ്ഞും അയാൾ ജീവിതപ്പടവിലെവിടെയോ ഉപേക്ഷിച്ച ചില വികാരഗന്ധങ്ങളെ തൊട്ടുണർത്താൻ ഉതകിയിപ്പോൾ. അയാൾ നെഞ്ചാകെ ആ ഹിമ സൗരഭ്യം ആവോളം നിറച്ചു. ചിരപരിചിതമായ ഇടങ്ങളിലേക്ക് മതി വരുവോളം നോക്കിയിരുന്നു.

പഴയ കെട്ടിടങ്ങൾ, മോസ്കോ തെരുവുകൾ, മഞ്ഞുമൂടിയ മല നിരകൾ. എല്ലാം അയാൾക്ക് മുന്നിലൂടെ ഒഴുകിപ്പരന്നു.

മുപ്പത്തിയൊന്ന്

ഹോട്ടൽ റഷ്യയുടെ രണ്ടാം നിലയിലുള്ള അതിവിശാലമായ സ്വീകരണമുറി. ആതിഥേയത്വം വഹിച്ചത് കോട്ടും സ്യൂട്ടും ടൈയും ഔപചാരികവേഷങ്ങളും ധരിച്ചെത്തിയ പരമബോറന്മാരായ കുറേ മനുഷ്യന്മാർക്കായിരുന്നു. ടർക്കിഷ് കരാറുകാരും ഉടമ്പടിക്കാരും ചേർന്ന് മോസ്കോയിൽ നിർമ്മിക്കാൻ പോകുന്ന പ്രഥമ വ്യാപാരകേന്ദ്രത്തിന്റെ പ്രാരംഭചടങ്ങുകൾക്കു മുന്നോടിയായി അവിടെ ഒരു മിശ്രസത്കാരം നടക്കുകയായിരുന്നു. അതിഥികളെല്ലാം സമയത്തെത്തിച്ചേർന്നിരുന്നു. കോൺട്രാക്റ്റ് കമ്പനിയുടെ ഭാരവാഹികൾ ജോലിക്കാർ എല്ലാവരും തിളങ്ങുന്ന പുഞ്ചിരിയുമായി ചുറുചുറുക്കോടെ അവിടെയെല്ലാം ഓടിനടക്കുന്നുണ്ടായിരുന്നു. അവരെല്ലാവരും ടർക്കിഷ് പാരമ്പര്യത്തിന്റെ സവിശേഷതയായ ആതിഥ്യമര്യാദകൾ പാലിക്കാൻ കിണഞ്ഞു പരിശ്രമിക്കുന്നുണ്ടായിരുന്നു.

സത്യം പറയുകയാണെങ്കിൽ, ആ തുർക്കി കമ്പനി ഈ മദ്യസത്കാരം വിജയകരമാകാൻവേണ്ടി യാതൊരു ത്യാഗവും ശ്രദ്ധയും കാണിച്ചിരുന്നില്ല. പൂക്കളും അലങ്കാരങ്ങളും ഭക്ഷണവും മദ്യവും എല്ലാം രാത്രിക്കു രാത്രി തുർക്കിയിൽനിന്ന് ഒരു സ്വകാര്യ വിമാനത്തിൽ കൊണ്ടുവന്നതാണെന്ന അപവാദങ്ങൾ അവിടെയാകെ പരന്നിരുന്നു. എന്തായാലും സ്വയം നിയന്ത്രിച്ചും കണക്കു കൂട്ടിയും എങ്ങനെ നടക്കണമെന്നും ഇരിക്കണമെന്നും കുടിക്കണമെന്നും ക്ലിപ്തപ്പെടുത്തി ജീവിക്കുന്ന ഒരു ജനതയെ ഉണർത്താൻ ഇത്തരം സത്കാരങ്ങൾ തീർച്ചയായും മതിയാവില്ലായിരുന്നു. അരങ്ങിന്റെ ഇടതുവശത്തിരുന്നിരുന്ന മേളവാദ്യക്കാർക്ക് ഇതുവരെ ഗാനമേള തുടങ്ങാൻ കഴിഞ്ഞില്ല. അത്രയ്ക്ക് വലിഞ്ഞുമുറുകിയതായിരുന്നു അവിടത്തെ അന്തരീക്ഷം.

യിൽഡിറിമിന്റെ മുഖത്ത് കടുംനിരാശ നിഴലിച്ചുനിന്നു. അയാൾ ഇത്തരം മീറ്റിംഗുകളിൽ പങ്കെടുക്കാനായി മാത്രം തല കാണിച്ച് പങ്കാളിയായിട്ടുണ്ട് പല പ്രാവശ്യം. ടർക്കിഷ് കമ്പനിയുടെ തലതൊട്ടപ്പനെപ്പോലെയുള്ള മാനേജർ ധാരാളം ഫലിതങ്ങൾ പറഞ്ഞുകൊണ്ടിരുന്നെങ്കിലും യിൽഡിറിമിന് സങ്കടത്തിന്റെ നീരാളിപ്പിടുത്തത്തിൽ

നിന്ന് മോചനം നേടാനായില്ല. അയാൾക്കുറപ്പായിരുന്നു ഗോസ്സുവിനെ ഇതിനകം വെളിച്ചത്തുകൊണ്ടുവന്നു കാണുമെന്നും ഉത്കണ്ഠാകുല മായ ഒരു യോഗത്തിനുശേഷം കഷ്ടിച്ച് അയാൾ അറസ്റ്റിൽനിന്ന് രക്ഷ പ്പെടുകയും ചെയ്തിരുന്നു. ഗോസു നിർഭാഗ്യവാനായിരുന്നു. അയാളെ കസ്റ്റഡിയിലെടുക്കാനാണ് സാദ്ധ്യത കാണുന്നത്. ആ ദിവസം മുതൽ അയാൾ മുൾമുനയിലാണ് കഴിഞ്ഞത്. ഏതുദിവസം വേണമെങ്കിലും അയാൾക്കനുവദിക്കപ്പെട്ട ''നോൺഗ്രാറ്റ' (വിദേശീയരെ അതിഥിനാട്ടിൽ കസ്റ്റഡിയിലെടുക്കാതിരിക്കാനുള്ള ഒരു നിയമം) ഏതു നിമിഷവും നീക്കപ്പെടാം. അയാളെ പിടികൂടി തടങ്കലിലടയ്ക്കുകയും ചെയ്യാം. അങ്ങനെ അയാളെ സോവിയറ്റ് യൂണിയൻ പുറത്താക്കും. ഔദ്യോഗി കജീവിതം, ഇവിടെ ഈ രീതിയിൽ ഇങ്ങനെ അവസാനിപ്പിക്കണമെന്നാ യിരിക്കും. എന്നാൽ അതെല്ലാം മറന്ന് അയാൾ ബിസിനസ്സുകാരുമായി നർമ്മസല്ലാപത്തിൽ ഏർപ്പെടുകയും ചെയ്തു. ഒരു റഷ്യൻ ഉദ്യോഗ സ്ഥനെ വർത്തമാനം പറയാൻ കിട്ടിയപ്പോൾ അയാൾ തെന്നിമാറുകയും അയാൾക്കൊപ്പം ബുഫെയുടെ അടുത്തേക്ക് പോകുകയും ചെയ്തു.

വിശപ്പുണ്ടാകാനായി ഭക്ഷണത്തിനുമുൻപേ കഴിക്കുന്ന സാധന ങ്ങൾ അവിടെ നിരത്തിവെച്ചിരുന്നു. അയാൾ അതൊന്ന് ഓടിച്ചുനോക്കി. ആരെയും കൊതിപ്പിച്ച് നിയന്ത്രണം വിടീച്ച് കഴിക്കാൻ പാകത്തിന് രുചിയും ഭംഗിയുള്ളവയുമായിരുന്നു അത്. ടർക്കിഷ് ഭക്ഷണം അയാൾക്ക് ഇവിടെ കിട്ടാക്കനിയായിട്ട് കുറച്ചുമാസങ്ങളായി. എന്നിട്ടും അയാൾക്ക് വിശപ്പ് തോന്നിയില്ല. അവിടെയിരുന്ന രാകികുപ്പികൾ മറ്റുള്ള കുപ്പി കളിൽനിന്ന് വ്യത്യസ്തവും അഴകാർന്നതുമായിരുന്നു. അയാൾ തീരു മാനിച്ചു. തനിക്കിതായിരുന്നു വേണ്ടത്. ടർക്കിയിൽനിന്നുകൊണ്ടുവന്ന കറുത്ത മുടിയുള്ള വെള്ളക്കാരി വെയ്റ്ററിന്റെ അടുത്ത് ടർക്കിഷ് രുചി യിലുള്ള വിഭവങ്ങൾ മുന്നിൽ നിരത്തിവെച്ച് പറഞ്ഞി ''റാക്കി... പ്ലീസ്...''

അയാൾ ഗ്ലാസ്സിലേക്ക് ആ പെൺകുട്ടി പകർന്നൊഴിക്കുന്ന റാക്കി വെള്ളനിറമാകുന്നത് ഉള്ളിൽ പതഞ്ഞുപൊന്തുന്ന സന്തോഷത്തോടെ കണ്ടുനില്ക്കുമ്പോൾ, ആരോ അയാളുടെ തോളിൽ പിടിക്കുന്നതായി അയാൾക്ക് തോന്നി.

''ശുഭസായാഹ്നം.''

ആൻഡ്രേയ് ഇംഗ്ലീഷ് ഉച്ചാരണശുദ്ധിയോടെ പറഞ്ഞു.

യിൽഡിറിം അയാളെ കണ്ടതും തിരിച്ചറിഞ്ഞു. ''അപ്പോൾ സമയ മായിരിക്കുന്നു'' അനാവശ്യമായ ഒരു ശാന്തത അയാൾക്കനുഭവപ്പെട്ടു. ഗോസു മുഹമ്മദാണെന്ന് അവർക്ക് ഏറെക്കുറെ മനസ്സിലായിക്കാണും. ഇത്രകാലം ഇതൊളിപ്പിച്ചുവെച്ചു. ഇനി സംസാരിക്കാനുള്ള സമയമാണ്. എന്നിട്ടും ആൻഡ്രേയ് പെട്ടെന്ന് നീക്കങ്ങൾക്ക് തയ്യാറായില്ല.

‘‘റാക്കിയുടെ ശുദ്ധതയെക്കുറിച്ച് ഞാൻ കേട്ടിട്ടുണ്ട്’’ ആ വെള്ളക്കാരിയായ വിളമ്പലുകാരിയുടെ കൈയിലിരിക്കുന്ന ഗ്ലാസ്സ് നോക്കിക്കൊണ്ട് പറഞ്ഞു.

‘‘പക്ഷേ എനിക്ക് അത് രുചിക്കാൻ ഇതുവരെ ഭാഗ്യം കിട്ടിയില്ല. പറ്റുമെങ്കിൽ ഇന്നുരാത്രി എനിക്കിത് കുടിക്കണം.’’

‘‘കുടിച്ചോളൂ.’’ യിൽഡിറിം ഉദാസീനമായി മറുപടി പറഞ്ഞു. അയാൾ അടുത്ത ഗ്ലാസ്സ് ചോദിച്ചുകൊണ്ട് ആദ്യഗ്ലാസ്സ് ആ വെള്ളക്കാരിയിൽ വാങ്ങി.

‘‘അയാൾ ചിരിച്ചുകൊണ്ട് ആൻഡ്രേയ്ക്ക് തന്റെ ഗ്ലാസ്സ് കൈമാറി.’’ ‘‘പ്ലീസ്... അല്പം കുടിക്കൂ...’’

അങ്ങനെയൊരു നീക്കം പ്രതീക്ഷിക്കാത്തതുകൊണ്ട് അയാൾ ആ ഗ്ലാസ്സ് വാങ്ങിവെച്ചു. ‘‘നന്ദി... നന്ദി...’’ എന്ന് പറഞ്ഞെങ്കിലും അയാളത് കുടിച്ചില്ല. രണ്ടാം ഗ്ലാസ്സിലും റാക്കി ഒഴിക്കുകയും ആ ഗ്ലാസ്സ് ഇവിടെ കൊണ്ടുവന്ന് വെക്കുകയും ചെയ്തു.

‘‘നിങ്ങൾക്ക് പരസ്പരം അറിയുമോ?’’

‘‘നമ്മൾ കണ്ടിട്ടില്ല. പക്ഷേ നമുക്ക് പരസ്പരം അറിയാമായിരുന്നു.’’ ചിരിച്ചുകൊണ്ട് ആ സോവിയറ്റ് രഹസ്യാന്വേഷണ വിഭാഗം ഉദ്യോഗസ്ഥൻ പറഞ്ഞു.

‘‘ഞാൻ ആൻഡ്രേയ് അൽജോവിക്കും നീ മേജർ യിൽഡിറിമും.’’

യിൽഡിറിം ആ വാക്കുകൾ അവഗണിച്ചു.

ഓർക്കാൻ കഷ്ടപ്പെടുന്നതുപോലെ അയാൾ തന്റെ തല താഴ്ത്തിക്കൊണ്ട് പതുക്കെ പറഞ്ഞു.

‘‘ഞാൻ നിങ്ങളുടെ പേര് കേട്ടിട്ടില്ല.’’

‘‘നിങ്ങൾ സാംസ്കാരിക മന്ത്രാലയത്തിൽനിന്നാണോ? ’’

ആൻഡ്രേയ് ക്രൂരമായി അവഹേളിക്കുന്ന രീതിയിൽ അയാളെ നോക്കി.

‘‘എനിക്ക് ശാസ്ത്രീയസംഗീതത്തിൽ അത്ര കമ്പമൊന്നുമില്ല. എന്റെ അച്ഛൻ ഒരു സംഗീതജ്ഞനായിരുന്നു. അത്രമാത്രം. എന്റെ കാര്യത്തിൽ സംഗീതവുമായി ആകെ ബന്ധം അതാണ്. ഞാൻ നിങ്ങളേക്കാൾ ഒരു പടിപോലും സംസ്കാരസമ്പന്നനല്ല.’’

അയാൾ അവന്റെ കൈയിൽ പിടിച്ചു. ഹൃദയം പറയുന്ന വഴിയിൽ നടക്കുകയും ചലിക്കുകയും ചെയ്യുന്ന ഒരവസ്ഥയിൽ ആയിരുന്നു അയാൾ. നിന്ദാഭരിതമായ ആ ഭാവം യിൽഡിറിമിനെ അസ്വസ്ഥനാക്കി. അവൻ അത് അമിതമായി ശ്രദ്ധിച്ചു തുടങ്ങിയിരുന്നു. അയാൾ ആ പെൺകുട്ടി ഒഴിച്ചുതന്ന ഒരു ഗ്ലാസ്സ് റാക്കിയിൽ പിടിമുറുക്കി. അവസാനത്തെ ആശ്രയമെന്നപോലെ. അവൻ അത് അപ്പാടെ വിഴുങ്ങാൻ

ഭാവിച്ചപ്പോഴാണ് ആൻഡ്രേയ് ഒരു പൊളിച്ചടുക്കലിനായി കാത്തിരിക്കുകയാണ് എന്ന് അവൻ തിരിച്ചറിഞ്ഞത്. ചുരുണ്ടുകൾ തെറുത്തുകയറ്റി... ചിരി വരുത്തി... അയാൾ തന്റെ ഗ്ലാസ്സുയർത്തി കാട്ടി ചീയേഴ്സ് പറഞ്ഞു.

''സോവിയറ്റ് യൂണിയനുവേണ്ടി.''

''ടർക്കി റിപ്പബ്ലിക്കിനുവേണ്ടി.'' റഷ്യൻ ഓഫീസർ തിരിച്ചുപറഞ്ഞു.

ആൻഡ്രേയ് തന്റെ കൈയിലുള്ള പാനീയത്തെ ഒന്നു നുണഞ്ഞു. ഒന്നു രുചിച്ചു. വായിലിട്ട് രുചി പരിശോധിക്കുന്നതുപോലെ ഭാവിച്ചു... കുഴപ്പമില്ല എന്ന് ആ ചില്ലുഗ്ലാസ്സിനെ നോക്കി തലയാട്ടിക്കൊണ്ട് പറഞ്ഞു ''ഒരു കുഴപ്പവുമില്ല. എനിക്കിഷ്ടമായി.''

''അതെ, ഇതല്ലെങ്കിലും നല്ലതാണ്'' വേറെന്തൊക്കെ പറഞ്ഞാലും ഉപദേശിക്കാനാകാത്തപോലെ അവൻ പറഞ്ഞുപോയി. ''വേഗത്തിൽ കുടിച്ചുതീർക്കേണ്ട. ചിലപ്പോൾ അത് താങ്ങാൻ നിങ്ങൾക്കായില്ല എന്നു വരും.''

''നിങ്ങളുടെ കുർക്കിനോയിലുള്ളവരും അത് കുടിക്കാറുണ്ടോ?'' ആൻഡ്രേയ് പെട്ടെന്ന് ചോദിച്ചു. അയാളുടെ വദനം ഗൗരവമാർന്നതായി.

''ഞാൻ ക്ഷമ ചോദിക്കുന്നു.''

''ഞാൻ ഉദ്ദേശിച്ചത്... നിങ്ങളുടെ കൂടെയുള്ള കുർക്കിനോക്കാരെക്കുറിച്ചാണ്.'' അയാൾ പ്രശാന്തമായ വാക്കുകളിൽ വീണ്ടും ചോദിച്ചു.

''അവനും റാക്കി കഴിക്കാൻ ഇഷ്ടപ്പെട്ടിരുന്നോ?''

''എന്നെ വിശ്വസിക്കൂ സർ. നിങ്ങൾ എന്താണ് പറയുന്നതെന്ന് എനിക്ക് മനസ്സിലാകുന്നില്ല. യിൽഡിറിം നിഷ്ക്കളങ്കനാട്യത്തിൽ ആശയക്കുഴപ്പത്തിലായല്ലോ താൻ എന്ന മട്ടിൽ വല്ലാതെ തലയാട്ടിക്കൊണ്ടിരുന്നു.

''വിയന്നയിലെ നഗരശവപ്പുര ഒന്നു സന്ദർശിച്ചാൽ താങ്കൾക്ക് കാര്യങ്ങൾ വ്യക്തമാകും.'' ആൻഡ്രേയ് പറഞ്ഞു. അയാളുടെ വാക്കുകൾ ഒട്ടും പതറിയില്ല.

ആ വലിയ ഹാൾ തന്റെ മുകളിൽ പതിക്കുന്നതായി യിൽഡിറിമിന് തോന്നി. അപ്പോൾ ഗോസു മരിച്ചുപോയിരിക്കുന്നു. അവന്റെ അറസ്റ്റ് യിൽഡിറിം പ്രതീക്ഷിച്ചതാണ്. പക്ഷേ മരണം അപ്രതീക്ഷിതമായിരുന്നു. ചിലപ്പോൾ ഇയാൾ വെറുതെ കബളിപ്പിക്കുകയായിരിക്കും. ആൻഡ്രേയ് പറഞ്ഞതത്രയും തനിക്ക് മനസ്സിലാകുന്നില്ലല്ലോ എന്ന് യിൽഡിറിം ആവർത്തിച്ചുകൊണ്ടിരുന്നു.

ആ നിമിഷം വൃന്ദവാദ്യക്കാർ സംഗീതമാലപിച്ചു. വിഷാദഗാനത്തിന്റെ സ്വർണ്ണവീചികൾ അന്തരീക്ഷത്തിൽ നിറഞ്ഞു. ആൻഡ്രേയ് വാദ്യമേളക്കാരെ നോക്കി. പിന്നീട് യിൽഡിറിമിനെ നോക്കി. അദ്ദേഹം അസംതൃപ്തനായിരുന്നു.

''സ്വാൻ ലെയ്ക്'' (അരയന്നത്തടാകം) ഈ സാഹചര്യത്തിന് പറ്റിയതല്ല ഇത്. അവർ അതിഥികൾക്കായി 'മോസ്കോ നൈറ്റ്സ്' (മോസ്കോയിലെ രാത്രികൾ) അല്ലെങ്കിൽ ഇയാൾക്കായി മൊസാർട്ടിന്റെ റിക്വയം. (പ്രരോദനം) തനിക്കറിയില്ലേ, മൊസാർട്ടിന് സംഗീത സംവിധാനം ചെയ്തു തീർക്കാൻ പറ്റാത്ത ഗാനമായിരുന്നു അത്.''

''നോക്കൂ സർ, താങ്കൾ പറയുന്നത് എനിക്കിപ്പോൾ ഒന്നും മനസ്സിലാകുന്നില്ല എന്നതാണ് സത്യം.''

യിൽഡിറിം വീണ്ടും വീണ്ടും പറഞ്ഞു. തൂങ്ങിയ തോളുകൾക്കും വിണ്ടുകീറി വിളറിവെളുത്ത മുഖവും കാട്ടി അതിനിഷ്ക്കളങ്കനാണ് എന്ന പോലെ അവൻ നിന്നു.

ആൻദ്രേയ് സ്നേഹപൂർവ്വം യിൽഡിറിമിനെ നോക്കി.

''പ്രിയപ്പെട്ട സർ, താങ്കൾ വിചാരിക്കുന്നുണ്ടാകും ഞാൻ നിങ്ങളെ ചതിച്ചുവെന്ന്. പക്ഷേ എന്നെ വിശ്വസിക്കൂ. ഞാൻ സത്യമാണ് പറയുന്നത്. വരൂ, നമുക്ക് നടന്നുകൊണ്ട് അല്പം സംസാരിക്കാം. ഞാനെല്ലാം പറയാം.''

വയലിന്റെ സ്വരരാഗത്തിൽ എല്ലാ ശബ്ദവും അലിഞ്ഞുചേർന്നു. ആ മുറിയിലെ വിഷാദഭരിതമായ അന്തരീക്ഷം ഒന്നയഞ്ഞു. ആഡംബരം നിറഞ്ഞ ആ മുറിയിലെ ചുറ്റുപാടുകൾ സ്വാഭാവികമായി. ആൻദ്രേയും യിൽഡിറിമും കൈയിൽ റാക്കി പിടിച്ചു നടക്കുന്ന രണ്ടു സുഹൃത്തുക്കളെപ്പോലെ മോസ്കോ നദിയിലേക്ക് തുറന്നുകിടക്കാറുള്ള ഭീമൻ ജനലുകളുടെ അടുത്തേക്ക് നടന്നുനീങ്ങി.

■

www.ingramcontent.com/pod-product-compliance
Lightning Source LLC
LaVergne TN
LVHW092050051026
849517LV00013B/1210
* 9 7 8 9 3 9 0 4 2 9 8 1 3 *